மகாகவி பாரதியார் கவிதைகள்

மகாகவி சுப்பிரமணிய பாரதி (1882 – 1921)

பாரதியார் 1882 டிசம்பர் 11ஆம் தேதி எட்டயபுரத்தில் பிறந்தார். பெற்றோர்: சின்னசாமிஐயர் – லட்சுமி அம்மாள். இயற்பெயர் சுப்பிரமணியன். 1893இல் சுப்பிரமணியனுக்குப் பதினொரு வயதிலேயே எட்டயபுரம் சமஸ்தான சபையில் இவருடைய கவித்திறனைப் பாராட்டி 'பாரதி' (கலைமகள்) என்ற பட்டம் சூட்டப்பெற்றார்.

1897இல் பாரதிக்கும் செல்லம்மாவுக்கும் திருமணம் நடந்தது.

சக்கரவர்த்தினி, இந்தியா, சுதேசமித்திரன் போன்ற பல இதழ்களில் ஆசிரியர், பொறுப்பாசிரியர், உதவி ஆசிரியர் ஆகிய பொறுப்புகளில் இருந்து பணியாற்றினார்.

தன் இளவயது முதலே கவிதைகள் இயற்றத் துவங்கியவர், கட்டுரை, கதை, தலையங்கம் என நிறைய எழுதினார். இவருடைய புரட்சிகரமான எழுத்துகளால் ஆத்திரமுற்ற பிரிட்டிஷ் அரசு இவரைக் கைதுசெய்து ரிமாண்டில் வைத்திருந்து பிறகு விடுதலை செய்திருக்கிறது.

திருவல்லிக்கேணி பார்த்தசாரதி கோவிலில் யானையால் தள்ளப்பட்டு அந்த அதிர்ச்சியில் நோயுற்றார். பிறகு வயிற்றுக்கடுப்பு நோய் தீவிரப்பட்டு 1921 செப்டம்பர் 12ஆம் தேதி முற்பகல் 1.30 மணியளவில் (11ஆம் தேதி நள்ளிரவு) காலமானார். அவர் இறக்கும்போது அவருக்கு 39 வயது பூர்த்தியடைய மூன்றுமாதங்கள் இருந்தன.

மகாகவி பாரதியார் கவிதைகள்

பதிப்பாசிரியர்
சிவன்குமரன்

நற்றிணை பதிப்பகம்

மகாகவி பாரதியார் கவிதைகள் * நற்றிணை முதல் பதிப்பு: ஜூலை 2018 * வெளியீடு: நற்றிணை பதிப்பகம், * எண்: 6/84, மல்லன் பொன்னப்பன் தெரு, திருவல்லிக்கேணி, சென்னை – *600005.*

* தொலைபேசி : 044-28482818
* கைப்பேசி   : 94861 77208
* மின்னஞ்சல் : natrinaipathippagam@gmail.com

* அச்சாக்கம்   : *சாய் தென்றல் பிரிண்டர்ஸ், சென்னை - 600005*
* தொலைபேசி : 044-28481725
* கைப்பேசி   : 95005 98012
* மின்னஞ்சல் : saithendralprinters@gmail.com

* இணையம் மூலம் புத்தகம் வாங்க : www.natrinai.in

பதிப்புரை

பாரதியார் கவிதைகள் முழுத்தொகுப்பு ஒன்று சீரிய முறையில் செம்பதிப்பாகக் கொண்டுவரக் கருதி நற்றிணை யுகன் அவர்கள் என்னைப் பணித்தபோது, முதலில் மலைப் பாகவே இருந்தது. பிறகு, பாரதியாரை மீண்டும் முழுக்க ஓரிரு முறை படிக்கக் கிடைத்த நல்வாய்ப்பாக இதை எண்ணித் துணிந்து ஒப்புக்கொண்டேன். முன்னர் வெளியிடப்பெற்றுக் கிடைத்திருக்கும் பல தொகுப்புகளையும் ஒப்பிட்டுப் பார்க்கத் துவங்கியபோது இரண்டு கேள்விகள் முன் நின்றன. ஒன்று, 'மெல்லத் தமிழினிச் சாகும்..... என்றந்தப் பேதையுரைத்தான்– ஆ! இந்த வசை எனக்கு எய்திடலாமோ' என வெம்மூச்செறிந்த பாரதிக்கே உரைகாணும் காலம் வந்துவிட்டதை எண்ணி, விளக்கவுரை கூடிய பதிப்பாக வெளியிடலாமா என நினைத் தோம். ஆனால், அதற்கு நீண்டகாலம் பிடிக்கும் என்பதையும் தன் வாழ்நாளில் பெரும்பகுதியை பாரதிக்கென்றே ஒதுக்கி ஆய்வு செய்யவேண்டிய பணி அது என்பதையும் கருத்தில் கொண்டு, இன்று பொருள் புரியாது என்று கருதப்படும் சொற் களுக்கு மாத்திரம் பொருள் கொடுத்துப் பதிப்பிக்கலாம் என்ற முடிவுக்கு வந்தோம். இரண்டு, பாரதி எழுதிய காலத்து ஓரிரண்டு வருஷத்து நூற்பழக்கம் உள்ளவர்களும் வாசிக்கும் படியாக எவ்வளவுதான் எளிமைப்படுத்தி எழுதியிருந்தாலும், அவற்றின் சீர், தளை போன்ற செய்யுளுருப்புகள் இன்றைய வாசகர்கள் வாசிக்க ஒரு தடையாக இருந்துவிடுமோ என்று அஞ்சினோம். சீர் பிரித்து, தனித் தனிச் சொற்களாக்கி வாசித்த போது, தமிழ்மொழிக்கே உரிய தனித்த ஒலிநயங்கள் காணாமல் போயிருந்ததோடு பாரதியின் கவிவேகமும் உணர்வுகளும்கூடக் குறைந்துபட்டது போல இருந்தது. ஆக, சந்தி பிரிப்பதிலோ, சீர்பிரிப்பதிலோ யார்க்கும் உடன்பாடில்லை. சில சான்றோர் பெருமக்களால் முன்பே ஓரளவு எளிமைப்படுத்தி வெளியிடப் பெற்ற தொகுப்புகளைப் பின்பற்றியே இத்தொகுப்பு வெளியிடப் பெறுகிறது. சில பதிப்புகளில் காணப்படும் பாட பேதங்களை ஒப்புநோக்கி, சரிதவறுகளையும் பொருள்மாறுபாட்டின் தேவை யையும் அதன் சமூக அரசியல் நிலைப்பாட்டையும் கணக்கில் கொண்டே இத்தொகுப்பு பதிப்பக்கப்பெறுகிறது.

பாடபேதங்கள்

'சிவாஜி தனது சைநியத்தாருக்குக் கூறியது' என்னும் தலைப்பிட்ட கவிதையில் துருக்கர் என்ற சொல் பகைவர், துரோகிகள் என்று அரசுப் பதிப்பில் மாற்றம் பெற்றுள்ளது. அவ்வாறு இப்பதிப்பும் அச்சொற்களையே கொண்டிருக்கிறது. 'பாப்பா பாட்டு' பாடலில் 'சாதி பெருமையில்லை பாப்பா அதில் தாழ்ச்சி யுயர்ச்சிசெய்தல் பாவம்' என்று சீனி. விசுவ நாதன் அவர்களின் பதிப்பில் இடம்பெற்றிருக்கும் வரிகள் மற்ற பதிப்புகளில் 'சாதிகள் இல்லையடி பாப்பா குலத் தாழ்ச்சி உயர்ச்சி சொல்லல் பாவம்' என்றே பதிப்பிக்கப் பெற்றிருக் கின்றன. 'நாலு குலங்களமைத்தான் அதை நாசமுறப் புரிந்தனர் மூட மனிதர்' என்ற பாரதி 'சாதி பெருமையில்லை' என்றது பொருத்தமாக இருந்தாலும், பாப்பா பாட்டில் அப்படி வேண் டாம் என்று கருதியிருக்க வாய்ப்புண்டு என்பதனால், மற்ற பதிப்புகளில் போலவே இப்பதிப்பும் கொண்டிருக்கிறது. 'வெற்றி எட்டுத் திக்கும்' கவிதையில் 'வேதமறிந்தவன் பார்ப்பான்....... அதைப் பண்ணுமவன் தொழிலாளி' என்பது பல பதிப்புகளில் 'பிறர் பட்டினி தீர்ப்பவன் செட்டி' என மாற்றம் கண்டுள்ளது. இப்பதிப்பில் தொழிலாளி என்னும் சொல்லே எடுத்தாளப் பெற்றுள்ளது. மேலும் சிற்சில இடங்களில் பாடபேதங்கள் அவற்றின் பொருள் நோக்கி திருத்தப்பட்டு இதில் பதிக்கப் பெற்றுள்ளன. இச்செய்கை பாரதியாரின் பெருமைக்கும் புகழுக்கும் சிறிதும் பங்கம் விளைவிக்காது என்றே நம்புகிறேன். இன்றுவரை பாரதியார் படைப்புகளைப் பதிப்பித்த, ஆய்வு செய்த, கண்டெடுத்தளித்த சான்றோர் பெருமக்களுக்கு நெஞ் சார்ந்த நன்றி கூறிக்கொள்கிறேன்.

தமிழ்ச் சமூகத்தின் மனச்சாட்சி பாரதி

பாரதியை ஏன் வாசிக்க வேண்டும்...? இலக்கியத்தை ஏன் வாசிக்க வேண்டும் என்ற ஆகப் பழைய கேள்வி போன்றது தான் இதுவும். எனினும் நாம் பாரதியைத் திரும்பத்திரும்ப வாசிக்கத்தான் வேண்டும். நம்நாட்டின் சித்தாந்தம், தத்துவம் ஆகியவற்றை ஒட்டுமொத்தமான ஒரு புள்ளியாக்கினால் அது பாரதி என்றால் மிகைப்படுத்திக் கூறியதாகாது என்றே கருது கிறேன். இம்மண்ணினுடைய சிந்தனை மரபின் திரட்டு அவர். 'தின்ன வரும் புலியையும் அன்போடு எண்ணுவாய்' என்று அவர் சொல்வது எதனுடைய சாரம்? அன்பும் ஆன்மிகமும் மானுட நேயமும் ஒன்றிணைந்து வந்து சேரும் இடமும் இது வாகத்தான் இருக்கிறது. அனைத்தையும் சக்தியின் வடிவாக,

செயலாகப் பார்க்கும் பாரதி, கண்ணன் பாடல்களில் கண்ண னாக உருவகித்துக்கொண்டது யாரை? அல்லது எதை? கண்ணன் என் தோழன், ஆண்டான், அடிமை, சேவகன், காதலன், காதலி என்றெல்லாம் விரித்தெடுத்துக்கொண்டு சொல்லப்படுவது என்ன? வாழ்க்கை, கணந்தோறும் புதிராகத் தோன்றியபடியேயிருக்கும் இந்த வாழ்க்கை. அது தன்னைக் காட்டி நிற்கும் தருணங்கள். முன்பு ஆழ்வார் பாசுரங்களில் நின்றருளிய கண்ணன், ஆண்டாளின் கண்ணன், பின்னாளில் ஓஷோ சொன்ன கண்ணன், அத்தனை கண்ணன்களும் பாரதி யின் கண்ணனாகும்போது அவன் தானாக மாறிவிடுகிறான். வாழ்வாக மலர்ந்துவிடுகிறான்.

பாரதியின் ரௌத்திரம்

பாரதி இந்தச் சமூகத்தை, அதன் அரசியலை, நம்பிக்கை மூடநம்பிக்கைகளை, வறுமையை, அடிமைத்தனத்தை, கையறு நிலையை, சாதிப்பிரிவினையை என நோக்குந்தோறும் அவரது கோபம் அறச்சீற்றமாக வெளிப்படுகிறது. 'தனியொருவனுக்கு உணவில்லை எனில் ஜகத்தினை அழித்திடுவோம்' என்றது 'இரந்தும் உயிர்வாழ்தல் வேண்டின் பரந்து கெடுக உலகியற்றி யான்' என்ற வள்ளுவரது அறச்சீற்றத்தின் நீட்சியா? அல்லது அதிலிருந்து வேறுபடுகிறது என்றால், எவ்வாறு வேறுபடுகிறது என்றும் கேட்கத்தோன்றுகிறது. 'வயிற்றுக்குச் சோறுண்டு கண்டீர் இங்கு வாழும் மனிதரெல்லோர்க்கும்' என்பதை அறிந்தவரால்தான் இப்படிச் சீறமுடியும். பதுக்கல், கொள்ளை, சொத்து சேர்த்துக்கொள்ளல், ஊழல் இவற்றால்தான் எங்கோ ஒரு மனிதன் பட்டினி கிடக்க நேர்கிறது என்பதை அறிந்து கொண்டவரால் வெளிப்படும் சீற்றம் அது. 'கஞ்சி குடிப்பதற் கிலார். அதன் காரணங்கள் இவையென்ற அறிவுமிலார்' என்றும் 'நெஞ்சு பொறுக்குதில்லையே இந்த நிலைகெட்ட மனிதரை நினைந்துவிட்டால்' என்றும் கதியற்ற மனிதரைச் சாடுவதும் அதே அறச்சீற்றம்தான்.

ஆனால் அகத்தில் எப்படி? 'தேடிச்சோறு நிதந்தின்று பல சின்னஞ்சிறு கதைகள் பேசி... நான் வீழ்வேனென்று நினைத் தாயோ' என்கிறார்.

கவியை அளப்பதற்கே ஒரு காலம் போதாது எனும்போது ஒரு மகாகவியை அளப்பது எங்ஙனம்? பாரதி நெருப்பு. அந்த நெருப்பை அளக்க புறவயப் பயன்பாட்டில் இருக்கும் எந்த வெப்பமானியும் செல்லாது. பாரதிக்கு பாரதியேதான் அலகு. அவரே எழுதியது போல தொட்டுப் பார்த்துதான் உணர

முடியும். ‘தீக்குள் விரலைவைத்தால் நின்னைத் தீண்டுமின்பம் தோன்றுதையே...’ எனக் கண்ணீர் மல்குவதும் கையை உதறிக் கொள்வதும் அவரவர் பேறு அல்லது அவரவர் பாடு.

‘பொன்னை உயர்வை புகழை விரும்பிடும் என்னை கவலைகள் தின்னத் தகாதென்று நின்னைச் சரணடைந்தேன்’ என்று இறைவனிடம் என்ன வேண்ட வேண்டும் என்பதைச் சொல்லித் தரும் பாரதியால்,

‘அசைகின்ற இலையிலே உயிர் நிற்கிறதா? ஆம்
....
காற்றாடி? உயிருள்ளது.
நீராவி வண்டி? உயிருள்ளது, பெரிய உயிர்’ என்று

குழந்தையாகிவிடவும் முடிகிறது.

பாரதியை ஏன் வாசிக்க வேண்டும் என்ற ஒரு வினா ஓராயிரம் வினாக்களை எழுப்ப வல்லது. பாரதியைப் பற்றிச் சொல்லப் புகுந்தால் எவ்வளவு சொன்னாலும் சொல்ல நினைத்தது சொல்லப்பெறாததாக எஞ்சிவிடுகிறதுதான் நிகழ் கிறதோ என்றே தோன்றுகிறது.

துவக்கப்பள்ளி மாணவன் தலைமையாசிரியரின் மேசை மேல் இருக்கும் பூகோள உருண்டையை முதிராத விரல்களால் ரகசியமாய் சுற்றிப்பார்த்துவிட்டு உலகத்தைச் சுற்றிப்பார்த்து விட்டதாகக் குதூகலிப்பது பிள்ளை மனம். கண்டங்களையும் பெருங்கடல்களையும் பனிச்சிகரங்களையும் பள்ளத்தாக்கு களையும் அதில் கண்டடைய முடியாது.

பாரதியைத் தொடர்ந்து வாசிப்பதன் வழியாகவே பாரதியைக் கண்டடைய முடியும். பாரதியைக் கண்டடைவது என்பது நம்மைக் கண்டடைவதும்தான்.

– சிவன்குமரன்
பதிப்பாசிரியர்

பொருளடக்கம்

1. தெய்வப் பாடல்கள்

1.	விநாயகர் நான்மணி மாலை	23
2.	முருகன் பாட்டு 1	35
3.	வேலன் பாட்டு	36
4.	கிளிவிடு தூது	38
5.	முருகன் பாட்டு 2	39
6.	எமக்கு வேலை	40
7.	வள்ளிப் பாட்டு 1	41
8.	வள்ளிப் பாட்டு 2	42
9.	இறைவா! இறைவா!	43
10.	போற்றி அகவல்	44
11.	சிவசக்தி	45
12.	காணி நிலம் வேண்டும்	47
13.	நல்லதோர் வீணை	48
14.	மஹாசக்திக்கு விண்ணப்பம்	49
15.	அன்னையை வேண்டுதல்	50
16.	பூலோக குமாரி	51
17.	மகாசக்தி வெண்பா	52
18.	ஓம் சக்தி	53
19.	பராசக்தி	55
20.	சக்திக் கூத்து	57
21.	சக்தி	58
22.	வையம் முழுதும்	59
23.	சக்தி விளக்கம்	60
24.	சக்திக்கு ஆத்ம சமர்ப்பணம்	61
25.	சக்தி திருப்புகழ்	68
26.	சிவசக்தி புகழ்	69
27.	பேதை நெஞ்சே!	71
28.	மஹா சக்தி	73
29.	நவராத்திரிப் பாட்டு	74
30.	காளிப் பாட்டு	75
31.	காளி ஸ்தோத்திரம்	76
32.	யோக சித்தி	78
33.	மஹாசக்தி பஞ்சகம்	81
34.	மஹாசக்தி வாழ்த்து	83

35.	உழிக் கூத்து	85
36.	காளிக்கு சமர்ப்பணம்	86
37.	காளி தருவாள்	87
38.	மஹாகாளியின் புகழ்	88
39.	வெற்றி	90
40.	முத்துமாரி	91
41.	தேச முத்துமாரி	92
42.	கோமதி மஹிமை	93
43.	சாகா வரம்	95
44.	கோவிந்தன் பாட்டு	96
45.	கண்ணனை வேண்டுதல்	97
46.	வருவாய் கண்ணா!	99
47.	கண்ண பெருமானே	100
48.	நந்தலாலா	101
49.	கண்ணன் பிறப்பு	102
50.	கண்ணன் திருவடி	104
51.	வேய்ங்குழல்	105
52.	கண்ணம்மாவின் காதல்	106
53.	கண்ணம்மாவின் நினைப்பு	107
54.	மனப்பீடம்	108
55.	கண்ணம்மாவின் எழில்	109
56.	திருக்காதல்	110
57.	திரு வேட்கை	111
58.	திருமகள் துதி	113
59.	திருமகளைச் சரண் புகுதல்	115
60.	ராதைப் பாட்டு	117
61.	சரஸ்வதி ஸ்தோத்திரம்	118
62.	சரஸ்வதி தேவியின் புகழ்	120
63.	நவராத்திரிப் பாட்டு	123
64.	மூன்று காதல்	
	1. சரஸ்வதி	124
	2. லக்ஷ்மி	126
	3. காளி	127
65.	ஆறு துணை	128
66.	விடுதலை வெண்பா	129
67.	ஐயமுண்டு	130
68.	ஆரிய தரிசனம்	131
69.	சூரிய தரிசனம்	135

70.	ஞாயிறு வணக்கம்	136
71.	ஞானபாநு	137
72.	சோமதேவன் புகழ்	138
73.	வெண்ணிலா!	139
74.	தீ வளர்த்திடுவோம்!	142
75.	வேள்வித் தீ	144
76.	கிளிப் பாட்டு	147
77.	யேசு கிறிஸ்து	148
78.	அல்லா	149

2. ஞானப் பாடல்கள்

1.	அச்சமில்லை	151
2.	ஜய பேரிகை	152
3.	விடுதலை (வேண்டும்படி எப்போதும்...) சிட்டுக் குருவியைப் போலே	153
4.	விடுதலை	154
5.	வேண்டும்	155
6.	ஆத்ம ஜயம்	156
7.	காலனுக்குரைத்தல்	157
8.	மாயையைப் பழித்தல்	158
9.	சங்கு	160
10.	அறிவே தெய்வம்	161
11.	பரசிவ வெள்ளம்	163
12.	பொய்யோ? மெய்யோ?	165
13.	நான்	166
14.	சித்தாந்தச் சாமி கோவில்	167
15.	பக்தி	168
16.	அம்மாக்கண்ணு பாட்டு	170
17.	வண்டிக்காரன் பாட்டு	171
18.	கடமை	172
19.	அன்பு செய்தல்	173
20.	மனத்திற்கு	174
21.	மனத்திற்குக் கட்டளை	175
22.	மனப் பெண்	176
23.	பகைவனுக்கு அருள்வாய்	178
24.	தெளிவு	179
25.	கற்பனையூர்	180
26.	அகவிழி திறந்திடில்	182

3. தேசியப் பாடல்கள்

1.	வந்தே மாதரம்	184
2.	ஜய வந்தே மாதரம்	185
3.	நாட்டு வணக்கம்	186
4.	பாரத நாடு	187
5.	பாரத தேசம்	189
6.	எங்கள் நாடு	191
7.	ஜய பாரத!	192
8.	பாரத மாதா	194
9.	எங்கள் தாய்	196
10.	வெறிகொண்ட தாய்	198
11.	பாரத மாதா திருப்பள்ளி எழுச்சி	199
12.	பாரத மாதா நவரத்தின மாலை	201
13.	பாரததேவியின் திருத் தசாங்கம்	205
14.	தாயின் மணிக்கொடி பாரீர்! (பாரத நாட்டுக் கொடியினைப் புகழ்தல்)	207
15.	துடிக்கின்ற நெஞ்சம் (பாரத ஜனங்களின் தற்கால நிலை)	209
16.	போகின்ற பாரதமும் வருகின்ற பாரதமும்	211
17.	பாரத சமுதாயம்	213
18.	ஜாதீய கீதம் 1 வந்தே மாதரம்	215
19.	ஜாதீய கீதம் 2 வந்தே மாதரம்	217
20.	செந்தமிழ் நாடு	219
21.	தமிழ்த் தாய்	221
22.	தமிழ்	223
23.	தமிழ் மொழி வாழ்த்து	224
24.	தமிழச் சாதி	225
25.	புது வருஷம்	229
26.	சுதந்திரப் பெருமை	230
27.	சுதந்திரப் பயிர்	231
28.	சுதந்திர தாகம்	233
29.	சுதந்திர தேவியின் துதி	234
30.	விடுதலை (விடுதலை விடுதலை...)	236
31.	சுதந்திரப் பள்ளு	237
32.	சத்ரபதி சிவாஜி	238
33.	கோக்கலே சாமியார் பாடல்	244
34.	தொண்டு செய்யும் அடிமை	245
35.	மேத்தா திலகருக்குச் சொல்வது	247
36.	நிதானக் கட்சியர் கூட்டம்	

(சுதேசியத்தைப் பழித்தல்)	248
37. பாரத தேவியின் அடிமை	249
38. வெள்ளைக்கார விஞ்சுதுரை கூற்று	
(ஸ்ரீ சிதம்பரம் பிள்ளைக்குச் சொல்லுதல்)	250
39. தேசபக்தர் சிதம்பரம் பிள்ளை மறுமொழி	251
40. நடிப்புச் சுதேசிகள்	252
41. மகாத்மா காந்தி பஞ்சகம்	255
42. குரு கோவிந்தர்	257
43. தாதாபாய் நவுரோஜி	263
44. பூபேந்திர விஜயம்	265
45. வாழ்க திலகன் நாமம்	266
46. திலகர் முனிவர் கோன்	267
47. லாஜபதி	268
48. லாஜபதியின் பிரலாபம்	269
49. வ.உ.சி.க்கு வாழ்த்து	271
50. மாஜினியின் பிரதிக்கினை	272
51. பெல்ஜியத்திற்கு வாழ்த்து	276
52. புதிய ருஷியா	279
53. கரும்புத் தோட்டத்திலே	281

4. பல்வகைப் பாடல்கள் – 1

1. புதிய ஆத்திசூடி	284
2. பாப்பா பாட்டு	288
3. முரசு	291
4. புதுமைப் பெண்	296
5. பெண்மை வாழ்க	299
6. பெண்கள் விடுதலைக் கும்மி	301
7. பெண் விடுதலை	303
8. தொழில்	304
9. மறவன் பாட்டு	305
10. நாட்டுக்கல்வி	307
11. புதிய கோணங்கி	308

5. தனிப் பாடல்கள்

1. காலைப் பொழுது	310
2. அந்திப் பொழுது (காதல் பாட்டு)	313
3. நிலாவும் வான்மீனும் காற்றும்	315
4. மழை	317

5. புயற் காற்று	*318*
6. பிழைத்த தென்னந்தோப்பு	*319*
7. அக்கினிக் குஞ்சு	*321*
8. சாதாரண வருஷத்துத் தூமகேது	*322*
9. அழகுத் தெய்வம்	*323*
10. ஒளியும் இருளும்	*324*
11. சொல்	*325*
12. மனைத் தலைவிக்கு வாழ்த்து	*327*
13. கவிதா தேவி அருள் வேண்டல்	*328*
14. மது	*333*
15. சந்திரமதிப்பாட்டு	*337*
16. தாயுமானவர் வாழ்த்து (இறவாமை)	*338*
17. நிவேதிதா தேவி துதி	*339*
18. அபேதாநந்தா	*340*
19. ஓவியர் மணி இரவிவர்மா	*341*
20. சுப்பராம தீட்சிதர் (இரங்கற்பாக்கள்)	*343*
21. மகாமகோபாத்தியாயர் (உ.வே. சாமிநாதையர்)	*345*
22. எட்டயபுர மன்னருக்கு விண்ணப்பம்	*346*
23. எட்டயபுரம் மகாராஜாவின் மீது சீட்டுக்கவிகள் –1	*348*
எட்டயபுரம் மகாராஜாவின் மீது சீட்டுக்கவிகள் –2	*350*
24. ஹிந்து மதாபிமான சங்கத்தார்	*351*
25. வேல்ஸ் இளவரசருக்கு பரதகண்டத்தாய் நல்வரவு கூறுதல்	*353*
26. குணம் பல	*355*
27. காந்திமிநாத பிள்ளை அவர்களின் பேரில் பாடிய பாக்கள்	*356*
28. 'வருண சிந்தாமணி' நூலுக்குப் பாடியளித்த சாற்றுக் கவிகள்	*357*

6. சுயசரிதை

1. கனவு	*359*
2. பாரதி அறுபத்தாறு	
கடவுள் வாழ்த்து – பராசக்தி துதி	*373*
மரணத்தை வெல்லும் வழி	*374*
அசுரர்களின் பெயர்	*374*
சினத்தின் கேடு	*375*
தேம்பாமை	*375*
பொறுமையின் பெருமை	*375*
கடவுள் எங்கே இருக்கிறார்	*376*
குருக்கள் ஸ்துதி (குள்ளச்சாமி புகழ்)	*378*

குரு தரிசனம்	*379*
உபதேசம்	*380*
கோவிந்த சுவாமி புகழ்	*382*
யாழ்பாணத்துச் சுவாமியின் புகழ்	*383*
குவளைக் கண்ணன் புகழ்	*383*
பெண் விடுதலை	*384*
தாய் மாண்பு	*385*
காதலின் புகழ்	*385*
விடுதலைக் காதல்	*387*
சர்வமத சமரசம்	*387*

7. கண்ணன் பாட்டு

1. கண்ணன் என் தோழன்	*392*
2. கண்ணன் என் தாய்	*395*
3. கண்ணன் என் தந்தை	*398*
4. கண்ணன் என் சேவகன்	*401*
5. கண்ணன் என் அரசன்	*403*
6. கண்ணன் என் சீடன்	*405*
7. கண்ணன் எனது சற்குரு	*409*
8. கண்ணம்மா என் குழந்தை	*413*
9. கண்ணன் என் விளையாட்டுப் பிள்ளை	*415*
10. கண்ணன் என் காதலன்	*417*
11. கண்ணன் என் காதலன் 2	*419*
12. கண்ணன் என் காதலன் 3	*421*
13. கண்ணன் என் காதலன் 4	*423*
14. கண்ணன் என் காதலன் 5	*425*
15. கண்ணன் என் காந்தன்	*426*
16. கண்ணம்மா என் காதலி	*427*
17. கண்ணம்மா என் காதலி 2	*428*
18. கண்ணம்மா என் காதலி 3	*430*
19. கண்ணம்மா என் காதலி 4	*431*
20. கண்ணம்மா என் காதலி 5	*433*
21. கண்ணம்மா என் காதலி 6	*435*
22. கண்ணன் என் ஆண்டான்	*437*

8. பாஞ்சாலி சபதம் (முதற் பாகம்)

முகவுரை	*440*

1. அழைப்புச் சருக்கம்

பிரமஸ்துதி	*441*
ஸரஸ்வதி வணக்கம்	*442*

அஸ்தினாபுரம்	443
துரியோதனன் சபை	445
துரியோதனன் பொறாமை	446
துரியோதனன் சகுனியிடம் சொல்வது	452
சகுனியின் சதி	456
சகுனி திருதராட்டிரனிடம் சொல்லுதல்	458
திருதராட்டிரன் பதில் கூறுதல்	462
துரியோதனன் சினங் கொள்ளுதல்	466
துரியோதனன் தீமொழி	467
திருதராட்டிரன் பதில்	469
துரியோதனன் பதில்	471
திருதராட்டிரன் சம்மதித்தல்	474
சபா நிர்மாணம்	475
விதுரனைத் தூது விடல்	476
விதுரன் தூது செல்லுதல்	477
விதுரனை வரவேற்றல்	478
விதுரன் அழைத்தல்	479
தருமபுத்திரன் பதில்	480
விதுரன் பதில்	481
தருமபுத்திரன் தீர்மானம்	482
வீமனுடைய வீரப்பேச்சு	483
தருமபுத்திரன் முடிவுரை	484
நால்வரும் சம்மதித்தல்	486
பாண்டவர் பயணமாதல்	487
மாலை வருணனை	488

2. சூதாட்டச் சருக்கம்

வாணியை வேண்டுதல்	491
பாண்டவர் வரவேற்பு	492
பாண்டவர் சபைக்கு வருதல்	494
சூதுக்கு அழைத்தல்	495
தருமன் மறுத்தல்	496
சகுனியின் ஏச்சு	497
தருமனின் பதில்	498
சகுனி வல்லுக்கு அழைத்தல்	499
தருமன் இணங்குதல்	500
சூதாடல்	502
நாட்டை வைத்தாடுதல்	506

பாஞ்சாலி சபதம் (இரண்டாம் பாகம்)

பராசக்தி வணக்கம் — 510
ஸரஸ்வதி வணக்கம் — 511

3. அடிமைச் சருக்கம்

விதுரன் சொல்லியதற்கு......... — 512
விதுரன் சொல்வது — 514
சூது மீட்டும் தொடங்குதல் — 516
சகுனி சொல்வது — 517
ஸஹாதேவனைப் பந்தயங் கூறுதல் — 519
நகுலனை இழத்தல் — 520
பார்த்தனை இழத்தல் — 521
வீமனை இழத்தல் — 522
தருமன் தன்னைத்தானே பணையம் வைத்திழத்தல் — 523
துரியோதனன் சொல்வது — 524
சகுனி சொல்வது — 525

4. துகிலுரிதற் சருக்கம்

திரௌபதியை இழத்தல் — 526
திரௌபதி சூதில் வசமானது பற்றி..... — 527
துரியோதனன் சொல்வது — 528
திரௌபதியைத் துரியோதனன் மன்றுக்கு..... — 529
துரியோதனன் விதுரனை நோக்கி உரைப்பது — 531
விதுரன் சொல்வது — 532
துரியோதனன் சொல்வது — 535
திரௌபதி சொல்லுவது — 536
துரியோதனன் சொல்வது — 538

5. சபதச் சருக்கம்

துச்சாதனன் திரௌபதியை ஸபைக்குக் கொணர்தல் — 539
திரௌபதிக்கும் துச்சாதனனுக்கும் ஸம்வாதம் — 540
சபையில் திரௌபதி நீதி கேட்டலுதல் — 542
வீட்டுமாசார்யன் சொல்வது — 543
திரௌபதி சொல்வது — 544
வீமன் சொல்வது — 545
விஜயன் வீமனுக்குச் சொல்வது — 547
விகர்ணன் சொல்வது — 548
கர்ணன் சொல்வது — 549
திரௌபதி கண்ணனுக்குச் செய்யும் பிரார்த்தனை — 550

வீமன் செய்த சபதம்	553
அர்ஜுனன் சபதம்	554
பாஞ்சாலி சபதம்	555

9. குயில் பாட்டு

குயில்	557
குயிலின் பாட்டு	558
குயிலின் காதற் கதை	560
காதலோ காதல்	562
குயிலும் குரங்கும்	563
இருளும் ஒலியும்	565
குயிலும் மாடும்	567
நான்காம் நாள்	571
குயில் தனது பூர்வ ஜன்மக் கதையுரைத்தல்	573

10. வசன கவிதை

1. காட்சி

முதற்கிளை: இன்பம்	582
இரண்டாம் கிளை: புகழ்	
ஞாயிறு	585
2. சக்தி	593
3. காற்று	600
4. கடல்	613

11. நாடகம்

1. ஜகச் சித்திரம் (முதற்காட்சி)	615
வானுலகம் – இந்திர ஸபை (இரண்டாம் காட்சி)	616
மூன்றாம் காட்சி	618
நான்காம் காட்சி	621
கடற்கரை (ஐந்தாம் காட்சி)	621
2. விடுதலை	622
காட்சி 2 (நிலவுப் பாட்டு)	625
3. தந்தையும் மகனும் கடவுளும்	627

12. பல்வகைப் பாடல்கள் – 2

1.	தனிமையிரக்கம்	630
2.	உனைக் கூறப் பிழை இல்லை	631
3.	இந்தத் தெய்வம்	633
4.	குருவிப்பாட்டு	634
5.	பச்சைத் திருமயில் வீரன்	637
6.	செல்வத்துட் பிறந்தனமா?	638

7.	சிறு உலகே!	639
8.	போர்க்கோலம் பூணுவீர்	640
9.	மணிமுத்து நாவலர்	641
10.	வந்தே மாதரம் (தேவிநம்...)	642
11.	தாய் நாடு	642
12.	வங்கமே வாழிய	643
13.	வந்தே மாதரம் (ஆரியமென்ற...)	644
14.	என்னே கொடுமை	645
15.	எனது தாய்நாட்டின் முன்னாள் பெருமையும் இந்நாள் சிறுமையும்	646
16.	யான்	647
17.	சந்திரிகை	648
18.	இந்தியாவின் அழைப்பு	649
19.	எங்கள்மதம் (உயிர்பெற்ற தமிழர் பாட்டு)	651
20.	இளைச ஒருபா ஒருபஃது	654
21.	பண்டாரப் பாட்டு	656
22.	ஆனந்தமையா	657
23.	ஆவி வருந்தல் காணான்	658
24.	செட்டிமக்கள் குலவிளக்கு	659
25.	வந்தே மாதரமாம் மந்திரம்	661
26.	காதலும் துறவும்	662
27.	அபிமன்யு இறந்தபோது அர்ஜுனன் சொன்னது	663
28.	அரவிந்தப் பாம்பு	664
29.	பெரியோரின் பெருமை கெடாது	665
30.	தலைவர்கள் வாழ்க!	666
31.	பிறந்தேன்	667
32.	தொழில் முறை: கர்ம யோகம்	668
33.	ஸ்ரீ கபிலர் அகவல்	669
34.	யாவரும் வருவீரே	672
35.	மெலிவாகி நிற்றல் அழகோ?	673
36.	செந்திரு தழுவிய பெருமாளே	674
37.	நீசர் ஓட வருவாய்	675
38.	கிருஷ்ண, ராதே	676
39.	விஷ்ணு சரணம்	677
40.	கலியுக முடிவு	678
41.	கடல்	679
42.	மேலோர் புகழ்	681
43.	சுதந்திரம்	682
பின்னிணைப்பு 1 (கவிதை தலைப்பு அகரவரிசை)		684
பின்னிணைப்பு 2 (பாடல், செய்யுள் முதற்குறிப்பு அகரவரிசை)		694

1. தெய்வப் பாடல்கள்

1. விநாயகர் நான்மணி மாலை

வெண்பா

1. (சக்திபெறும்) பாவாணர் சாற்றுபொருள் யாதெனினும்
சித்(திபெறச் செய்வாக்கு வல்லமைக்கா) – அத்தனே!
(நின்)றனக்குக் காப்புரைப்பார்; நின்மீது செய்யும் நூல்
இன்றிதற்கும் காப்புநீ யே.

கலித்துறை

2. நீயே சரணம் நினதரு ளேசர ணஞ்சரணம்
நாயேன் பலபிழை செய்து களைத்துனை நாடிவந்தேன்;
வாயே திறவாத மௌனத் திருந்துன் மலரடிக்குத்
தீயே நிகர்த்தொளி வீசும் தமிழ்க்கவி செய்குவனே.

விருத்தம்

3. செய்யுந் தொழிலுன் தொழிலேகாண்
சீர்பெற்றிடநீ அருள்செய்வாய்!
வையந் தனையும் வெளியினையும்
வானத் தையுமுன் படைத்தவனே!
ஐயா! நான்முகப் பிரமா!
யானை முகனே வாணிதனைக்
கையா லணைத்துக் காப்பவனே!
கமலா சனத்துக் கற்பகமே!

அகவல்

4. கற்பக விநாயகக் கடவுளே போற்றி!
சிற்பர மோனத் தேவன் வாழ்க!
வாரண முகத்தான் மலர்த்தாள் வெல்க!
ஆரண முகத்தான் அருட்பதம் வெல்க!
படைப்புக் கிறையவன்; பண்ணவர் நாயகன்.
இந்திர குரு எனது இதயத் தொளிர்வான்
சந்திர மவுலித் தலைவன் மைந்தன்
கணபதி தாளைக் கருத்திடை வைப்போம்;
குணமதிற் பலவாம்; கூறக் கேளீர்!
உட்செவி திறக்கும்; அகக்கண் ஒளிதரும்;

வாரணமுகம் – யானைமுகம், ஆரணமுகம் – வேதமுகம்,
பண்ணவர் – தேவர்

அக்கினி தோன்றும்; ஆண்மை வலியுறும்;
திக்கெலாம் வென்று ஜயக்கொடி நாட்டலாம்;
கட்செவி தன்னைக் கையிலே எடுக்கலாம்;
விடத்தையும் நோவையும் வெம்பகை யதனையும்
துச்சமென் றெண்ணித் துயரிலா திங்கு
நிச்சலும் வாழ்ந்து நிலைபெற் றோங்கலாம்;
அச்சந் தீரும்; அமுதம் விளையும்;
வித்தை வளரும்; வேள்வி ஓங்கும்;
அமரத் தன்மை எய்தவும்
இங்குநாம் பெறலாம் இஃதுணர் வீரே.

வெண்பா

5. (உண)ர்வீர் உணர்வீர் உலகத்தீர்! இங்குப்
(புண)ர்வீ(ர், அமரரு)றும் போக(ம்) - கண(ப)தி(யைப்)
(போதவடி வாகப் போற்றிப் பணிந்திடுமின்
காதலுடன் கஞ்சமலர்க் கால்.)

கலித்துறை

6. காலைப் பிடித்தேன் கணபதி! நின்பதங் கண்ணிலொற்றி
நூலைப் பலபல வாகச் சமைத்து நொடிப்பொழு(தும்)
வேலைத் தவறு நிகழாது நல்ல வினைகள் செய்துன்
கோலை மனமெனும் நாட்டில் நிறுத்தல் குறியெனக்கே.

விருத்தம்

7. எனக்கு வேண்டும் வரங்களை
   இசைப்பேன் கேளாய் கணபதி!
   மனத்திற் சலன மில்லாமல்,
   மதியில் இருளே தோன்றாமல்,
   நினைக்கும் பொழுது நின்மவுன
   நிலைவந் திடநீ செயல்வேண்டும்,
   கனக்குஞ் செல்வம், நூறுவயது
   இவையும் தரநீ கடவாயே.

அகவல்

8. கடமை யாவன தன்னைக் கட்டுதல்,
   பிறர்துயர் தீர்த்தல், பிறர்நலம் வேண்டுதல்,
   விநாயக தேவனாய், வேலுடைக் குமரனாய்,

கஞ்சமலர் - தாமரை, கட்செவி - பாம்பு

நாராயணனாய், நதிச்சடை முடியனாய்,
பிறநாட் டிருப்போர் பெயர்பல கூறி
அல்லா! யெஹோவா! எனத்தொழு தன்புறும்
தேவருந் தானாய், திருமகள், பாரதி,
உமையெனுந் தேவியர் உகந்தவான் பொருளாய்,
உலகெலாங் காக்கும் ஒருவனைப் போற்றுதல்
இந்நான் கேயிப் பூமியி லெவர்க்கும்
கடமை எனப்படும்; பயனிதில் நான்காம்
அறம், பொருள், இன்பம், வீடெனு முறையே,
தன்னை யாளும் சமர்த்தெனக் கருள்வாய்.
மணக்குள விநாயகா! வான்மறைத் தலைவா!
தனைத்தான் ஆளுந் தன்மைநான் பெற்றிடில்
எல்லாப் பயன்களும் தாமே எய்தும்;
அசையா நெஞ்சம் அருள்வாய்; உயிரெலாம்
இன்புற் றிருக்க வேண்டி, நின் இருதாள்
பணிவதே தொழிலெனக் கொண்டு
கணபதி தேவா! வாழ்வேன் களித்தே!

வெண்பா

9. களியுற்று நின்று, கடவுளே! இங்குப்
பழியற்று வாழ்த்திடக்கண் பார்ப்பாய் – ஒளிபெற்றுக்
கல்விபல தேர்ந்து கடமையெலாம் நன்காற்றித்
தொல்வினைக்கட் டெல்லாம் துறந்து.

கலித்துறை

10. துறந்தார் திறமை பெரிததி னும்பெரி தாகுமிங்குக்
குறைந்தா ரைக்காத் தெளியார்க் குணவீந்து குலமகளும்
அறந்தாங்கு மக்களும் நீடூழி வாழ்கென அண்டமெலாம்
சிறந்தாளும் நாதனைப் போற்றிடுந் தொண்டர் செயுந்தவமே.

விருத்தம்

11. தவமே புரியும் வகையறியேன்,
சலியா துறநெஞ் சறியாது
சிவமே நாடிப் பொழுதனைத்தும்
தியங்கித் தியங்கி நிற்பேனை,
நவமா மணிகள் புனைந்தமுடி
நாதா! கருணா லயனே! தத்

துவமா கியதோர் பிரணவமே!
அஞ்சேல் என்று சொல்லுதியே.

அகவல்

12. சொல்லினுக் கரியனாய்ச் சூழ்ச்சிக் கரியனாய்ப்
பல்லுரு வாகிப் படர்ந்தவான் பொருளை,
உள்ளுயி ராகி உலகங் காக்கும்
சக்தியே தானாந் தனிச்சுடர்ப் பொருளை,
சக்தி குமாரனைச் சந்திர மவுலியைப்
பணிந்தவ னுருவிலே பாவனை நாட்டி,
ஓமெனும் பொருளை உளத்திலே நிறுத்தி,
சக்தியைக் காக்கும் தந்திரம் பயின்று
யார்க்கும் எளியனாய், யார்க்கும் வலியனாய்,
யார்க்கும் அன்பனாய், யார்க்கும் இனியனாய்
வாழ்ந்திட விரும்பினேன் மனமே! நீயிதை
ஆழ்ந்து கருதி ஆய்ந்தாய்ந்து பலமுறை
சூழ்ந்து தெளிந்துபின் சூழ்ந்தார்க் கெல்லாம்
கூறிக் கூறிக் குறைவறத் தேர்ந்து,
தேறித் தேறிநான் சித்திபெற் றிடவே
நின்னா லியன்ற துணைபுரி வாயேல்,
பொன்னால் உனக்கொரு கோயில் புனைவேன்;
மனமே! எனைநீ வாழ்வித் திடுவாய்!
வீணே உழலுதல் வேண்டா,
சக்தி குமாரன் சரண்புகழ் வாயே!

வெண்பா

13. புகழ்வோம் கணபதிநின் பொற்கழலை நாளும்
திகழ்வோம் பெருங்கீர்த்தி சேர்ந்தே – இகழ்வோமே
புல்லரக்கப் பாதகரின் பொய்யையெலாம்; ஈங்கிதுகாண்
வல்லபைகோன் தந்த வரம்.

கலித்துறை

14. வரமே நமக்கிது கண்டீர் கவலையும் வஞ்சனையும்
கரவும் புலைமை விருப்பமும் ஐயமும் காய்ந்தெறிந்து
சிரமீது நங்கள் கணபதி தாண்மலர் சேர்த்தெமக்குத்
தரமேகொல் வானவர் என்றுளத் தேகளி சார்ந்ததுவே.

கரவு – களவு

விருத்தம்

15. சார்ந்து நிற்பாய் எனதுளமே,
சலமும் கரவும் சஞ்சலமும்
பேர்ந்து, பரம சிவாநந்தப்
பேற்றை நாடி நாள்தோறும்
ஆர்ந்த வேதப் பொருள் காட்டும்
ஐயன், சக்தி தலைப்பிள்ளை,
கூர்ந்த இடர்கள் போக்கிடுநம்
கோமான் பாதக் குளிர்நிழலே.

அகவல்

16. நிழலினும் வெயிலினும் நேர்ந்தநற் றுணையாய்த்
தழலினும் புனலினும் அபாயந் தவிர்த்து,
மண்ணினும் காற்றினும் வானினும் எனக்குப்
பகைமை யொன்றின்றிப் பயந்தவிர்த் தாள்வான்,
உள்ளத் தோங்க நோக்குறும் விழியும்
மௌன வாயும் வரந்தரு கையும்
உடையநம் பெருமான் உணர்விலே நிற்பான்,
ஓமெனும் நிலையில் ஒளியாய்த் திகழ்வான்,
வேத முனிவர் விரிவாய்ப் புகழ்ந்த
பிருஹஸ் பதியும் பிரமனும் யாவும்
தானே யாகிய தனிமுதற் கடவுள்,
யானென தற்றார் ஞானமே தானாய்
முக்தி நிலைக்கு மூலவித் தாவான்,
சத்தெனத் தத்தெனச் சதுர்மறை யாளர்
நித்தமும் போற்றும் நிர்மலக் கடவுள்,
ஏழையர்க் கெல்லாம் இரங்கும் பிள்ளை,
வாழும் பிள்ளை, மணக்குளப் பிள்ளை,
வெள்ளாடை தரித்த விட்டுணு வென்று
செப்பிய மந்திரத் தேவனை
முப்பொழு தேத்திப் பணிவது முறையே.

வெண்பா

17. முறையே நடப்பாய் முழுமூட நெஞ்சே!
இறையேனும் வாடாய் இனிமேல் – கறையுண்ட
கண்டன் மகன்வேத காரணன் சக்திமகன்
தொண்டருக் குண்டு துணை.

சலம் – பொய், இறை – சிறிது, கறை – நஞ்சு

கலித்துறை

18. துணையே! எனதுயி ருள்ளே யிருந்து சுடர்விடுக்கும்
மணியே! எனதுயிர் மன்னவனே! என்றன் வாழ்வினுக்கோர்
அணியே! எனுள்ளத்தி லாரமு தே! என தற்புதமே!
இணையே துனக்குரைப் பேன்கடை வானில் எழுஞ்சுடரே!

விருத்தம்

19. சுடரே போற்றி! கணத்தேவர்
    துரையே போற்றி! எனக்கென்றும்
இடரே யின்றிக் காத்திடுவாய்,
    எண்ணா யிரங்கால் முறையிட்டேன்;
படர்வான் வெளியிற் பலகோடி
    கோடி கோடிப் பல்கோடி
இடரா தோடு மண்டலங்கள்
    இசைத்தாய், வாழி இறைவனே!

அகவல்

20. இறைவி இறைவன் இரண்டும் ஒன்றாகித்
தாயாய்த் தந்தையாய்ச் சக்தியும் சிவனுமாய்
உள்ளொளி யாகி உலகெலாந் திகழும்
பரம்பொரு ளேயோ! பரம்பொரு ளேயோ!
ஆதி மூலமே! அனைத்தையும் காக்கும்
தேவ தேவா! சிவனே! கண்ணா!
வேலா! சாத்தா! விநாயகா! மாடா!
இருளா! சூரியா! இந்துவே! சக்தியே!
வாணீ! காளீ! மாமக ளேயோ!
ஆணாய்ப் பெண்ணாய் அலியாய், உள்ளது
யாதுமாய் விளங்கும் இயற்கைத் தெய்வமே!
வேதச் சுடரே! மெய்யாங் கடவுளே!
அபயம் அபயம் அபயம்நான் கேட்டேன்;
நோவு வேண்டேன், நூறாண்டு வேண்டினேன்;
அச்சம் வேண்டேன், அமைதி வேண்டினேன்;
உடைமை வேண்டேன், உன்துணை வேண்டினேன்;
வேண்டா தனைத்தையும் நீக்கி
வேண்டிய தனைத்தும் அருள்வதுன் கடனே!

வெண்பா

21. கடமைதா னேது? கரிமுகனே! வையத்
திடம்நீ அருள்செய்தாய், எங்கள் – உடைமைகளும்

கரிமுகன் – யானைமுகன்

இன்பங் களுமெல்லாம் ஈந்தாய்நீ யாங்களுனக்(கு)
என்புரிவோம் கைம்மா றியம்பு.

கலித்துறை

22. இயம்பு மொழிகள் புகழ்மறை யாகும்; எடுத்தவினை
பயன்படும்; தேவர் இருபோதும் வந்து பதந்தருவார்;
அயன்பதி முன்னோன் கணபதி சூரியன் ஆனைமுகன்
வியன்புகழ் பாடிப் பணிவார் தமக்குறும் மேன்மைகளே.

விருத்தம்

23. மேன்மைப் படுவாய் மனமே! கேள்
விண்ணின் இடிமுன் விழுந்தாலும்
பான்மை தவறி நடுங்காதே
பயத்தால் ஏதும் பயனில்லை;
யான்முன் உரைத்தேன் கோடிமுறை,
இன்னுங் கோடி முறை சொல்வேன்,
ஆன்மா வான கணபதியின்
அருளுண்டு அச்சம் இல்லையே.

அகவல்

24. அச்ச மில்லை அழுங்குத லில்லை
நடுங்குத லில்லை நாணுத லில்லை
பாவ மில்லை பதுங்குத லில்லை
ஏது நேரினும் இடர்ப்பட மாட்டோம்;
அண்டஞ் சிதறினால் அஞ்ச மாட்டோம்;
கடல்பொங்கி எழுந்தாற் கலங்க மாட்டோம்;
யார்க்கும் அஞ்சோம் எதற்கும் அஞ்சோம்;
எங்கும் அஞ்சோம் எப்பொழுதும் அஞ்சோம்;
வான முண்டு, மாரி யுண்டு;
ஞாயிறும் காற்றும் நல்ல நீரும்
தீயும் மண்ணும் திங்களும் மீன்களும்
உடலும் அறிவும் உயிரும் உளவே;
தின்னப் பொருளும் சேர்ந்திடப் பெண்டும்
கேட்கப் பாட்டும் காணநல் லுலகும்,
களித்துரை செய்யக் கணபதி பெயரும்
என்றுமிங் குளவாம்; சலித்திடாய்; ஏழை
நெஞ்சே வாழி! நேர்மையுடன் வாழி!
வஞ்சகக் கவலைக் கிடங்கொடேல் மன்னோ!

தஞ்ச முண்டு சொன்னேன்
செஞ்சுடர்த் தேவன் சேவடி நமக்கே.

வெண்பா

25. நமக்குத் தொழில்கவிதை, நாட்டிற் குழைத்தல்
இமைப்பொழுதுஞ் சோரா திருத்தல் – உமைக்கினிய
மைந்தன் கணநாதன் நம்குடியை வாழ்விப்பான்
சிந்தையே! இம்மூன்றும் செய்.

கலித்துறை

26. செய்யுங் கவிதை பராசக்தி யாலே செயப்படுங்காண்,
வையத்தைக் காப்பவள் அன்னை சிவசக்தி வண்மையெலாம்
ஐயத்தி லுந்துரி தத்திலுஞ் சிந்தி யழிவதென்னே!
பையத் தொழில்புரி நெஞ்சே! கணாதிபன் பக்திகொண்டே!

விருத்தம்

27. பக்தி யுடையார் காரியத்திற்
பதறார், மிகுந்த பொறுமையுடன்
வித்து முளைக்குந் தன்மைபோல்
மெல்லச் செய்து பயனடைவார்;
சக்தி தொழிலே அனைத்துமெனிற்
சார்ந்த நமக்குச் சஞ்சலமேன்?
வித்தைக் கிறைவா! கணநாதா!
மேன்மைத் தொழிலிற் பணியெனையே.

அகவல்

28. எனைநீ காப்பாய் யாவுமாம் தெய்வமே!
பொறுத்தா ரன்றே பூமி யாள்வார்;
யாவும் நீயாயின் அனைத்தையும் பொறுத்தல்
செவ்விய நெறிஅதிற் சிவநிலை பெறலாம்;
பொங்குதல் போக்கிப் பொறையெனக் கீவாய்;
மங்கல குணபதி; மணக்குளக் கணபதி!
நெஞ்சக் கமலத்து நிறைந்தருள் புரிவாய்;
அகல்விழி உமையாள் ஆசை மகனே!
நாட்டினைத் துயரின்றி நன்கமைத் திடுவதும்,
உள்ளமெனும் நாட்டை ஒருபிழை யின்றி
ஆள்வதும், பேரொளி ஞாயிறே யனைய
சுடர்தரு மதியொடு துயரின்றி வாழ்தலும்

நோக்கமாகக் கொண்டு நின்பதம் நோக்கினேன்
காத்தருள் புரிக கற்பக விநாயகா!
காத்தருள் புரிக கடவுளே! உலகெலாம்
கோத்தருள் புரிந்த குறிப்பரும் பொருளே!
அங்குச பாசமும் கொம்பும் தரித்தாய்
எங்குல தேவா போற்றி!
சங்கரன் மகனே! தாளிணை போற்றி!

வெண்பா

29. போற்றி! கலி யாணி புதல்வனே! பாட்டினிலே
ஆற்ற லருளி அடியேனைத் – தேற்றமுடன்
வாணிபதம் போற்றுவித்து வாழ்விப்பாய்! வாணியருள்
வீணையொலி என்நாவில் விண்டு.

கலித்துறை

30. விண்டுரை செய்குவன் கேளாய் புதுவை விநாயகனே!
தொண்டுன தன்னை பராசக்திக் கென்றும்
தொடர்ந்திடுவேன்;
பண்டைச் சிறுமைகள் போக்கி, என்னாவிற் பழுத்த
சுவைத்
தெண்டமிழ்ப் பாடல் ஒருகோடி மேவிடச் செய்குவையே.

விருத்தம்

31. செய்யாள் இனியாள் ஸ்ரீதேவி
செந்தா மரையிற் சேர்ந்திருப்பாள்,
கையா ளெனநின் றடியேன்செய்
தொழில்கள் யாவும் கைகலந்து
செய்வாள்; புகழ்சேர் வாணியுமென்
உள்ளே நின்று தீங்கவிதை
பெய்வாள்; சக்தி துணைபுரிவாள்
பிள்ளாய்! நின்னைப் பேசிடிலே.

அகவல்

32. பேசாப் பொருளைப் பேசநான் துணிந்தேன்
கேட்கா வரத்தைக் கேட்கநான் துணிந்தேன்,
மண்மீ துள்ள மக்கள் பறவைகள்
விலங்குகள் பூச்சிகள் புற்பூண்டு மரங்கள்

யாவுமென் வினையால் இடும்பை தீர்ந்தே
இன்பமுற் றன்புடன் இணங்கிவாழ்ந் திடவே
செய்தல் வேண்டும் தேவ தேவா!
ஞானா காசத்து நடுவே நின்றுநான்
'பூமண் டலத்தில் அன்பும் பொறையும்
விளங்குக; துன்பமும் மிடிமையும் நோவும்
சாவும் நீங்கிச் சார்ந்தபல் லுயிரெலாம்
இன்புற்று வாழ்க!' என்பேன், இதனை நீ
திருச்செவி கொண்டு திருவுளம் இரங்கி,
'அங்ஙனே யாகுக' என்பாய் ஐயனே!
இந்நாள் இப்பொழு தெனக்கிவ் வரத்தினை
அருள்வாய், ஆதி மூலமே! அநந்த
சக்தி குமாரனே! சந்திர மவுலீ!
நித்தியப் பொருளே! சரணம்
சரணம் சரணம் சரண மிங்குனக்கே.

வெண்பா

33. உனக்கேஎன் ஆவியும் உள்ளமும் தந்தேன்;
மனக்கேதம் யாவினையும் மாற்றி – எனக்கே
நீண்டபுகழ் வாணாள் நிறைசெல்வம் பேரழகு
வேண்டுமட்டும் ஈவாய் விரைந்து.

கலித்துறை

34. விரைந்துன் திருவுள மென்மீ திரங்கிட வேண்டுமையா!
குரங்கை விடுத்துப் பகைவரின் தீவைக் கொளுத்தியவன்
அரங்கத் திலேதிரு மாதுடன் பள்ளிகொண் டான்மருகா!
வரங்கள் பொழியும் முகிலேஎன் னுள்ளத்து வாழ்பவனே!

விருத்தம்

35. வாழ்க புதுவை மணக்குளத்து
வள்ளல் பாத மணிமலரே!
ஆழ்க உள்ளம் சலனமிலாது
அகண்ட வெளிக்கண் அன்பினையே
சூழ்க! துயர்கள் தொலைந்திடுக!
தொலையா (இன்பம் விளைந்திடுக!)
வீழ்க கலியின் வலியெல்லாம்!
கிருத யுகந்தான் மேவுகவே!

அகவல்

36. மேவி மேவித் துயரில் வீழ்வாய்,
எத்தனை கூறியும் விடுதலைக் கிசையாய்;
பாவி நெஞ்சே! பார்மிசை நின்னை
இன்புறச் செய்வேன், எதற்குமினி அஞ்சேல்;
ஐயன் பிள்ளை(யார்) அருளால் உனக்குநான்
அபயமிங் களித்தேன் .... நெஞ்(சே)
நினக்குநான் உரைத்தன நிலைநிறுத் தி(டவே)
தீயிடைக் குதிப்பேன்; கடலுள் வீழ்வேன்;
வெவ்விட முண்பேன்; மேதினி யழிப்பேன்;
ஏதுஞ் செய்துனை இடரின்றிக் காப்பேன்;
மூட நெஞ்சே! முப்பது கோடி
முறையுனக் குரைத்தேன்; இன்னும் மொழிவேன்;
தலையிலிடி விழுந்தால் சஞ்சலப் படாதே;
ஏது நிகழினும் நமக்கேன்? என்றிரு;
பராசக்தி யுளத்தின் படியுலகம் நிகழும்;
நமக்கேன் பொறுப்பு? "நான்னென்றோர் தனிப்பொருள்
இல்லை; நானெனும் எண்ணமே வெறும்பொய்"
என்றான் புத்தன்; இறைஞ்சுவோம் அவன்பதம்,
இனியெப் பொழுதும் உரைத்திடேன், இதைநீ
மறவா திருப்பாய், மடமை நெஞ்சே!
கவலைப் படுதலே கருநரகம்மா!
கவலையற் றிருத்தலே முக்தி;
சிவனொரு மகனிதை நினக்கருள் செய்கவே!

வெண்பா

37. செய்கதவம்! செய்கதவம்! நெஞ்சே, தவம்செய்தால்
எய்த விரும்பியதை எய்தலாம் – வையகத்தில்
அன்பிற் சிறந்த தவமில்லை; அன்புடையார்
இன்புற்று வாழ்தல் இயல்பு.

கலித்துறை

38. இயல்பு தவறி விருப்பம் விளைதல் இயல்வதன்றாம்.
செயலிங்கு சித்த விருப்பினைப் பின்பற்றும்; சீர்மிகவே
பயிலுநல் லன்பை இயல்பெனக் கொள்ளுதிர் பாரிலுள்ளீர்!
முயலும் வினைகள் செழிக்கும் விநாயகன் மொய்ம்பினிலே.

விருத்தம்

39. மொய்க்குங் கவலைப் பகைபோக்கி,
    முன்னோன் அருளைத் துணையாக்கி,
 எய்க்கும் நெஞ்சை வலியுறுத்தி,
    உடலை இரும்புக் கிணையாக்கிப்
 பொய்க்குங் கலியை நான்கொன்று
    பூலோ கத்தார் கண்முன்னே,
 மெய்க்குங் கிருத யுகத்தினையே
    கொணர்வேன், தெய்வ விதியிஃதே.

அகவல்

40. விதியே வாழி! விநாயகா வாழி!
 பதியே வாழி! பரமா வாழி!
 சிதைவினை நீக்கும் தெய்வமே, போற்றி!
 புதுவினை காட்டும் புண்ணியா, போற்றி!
 மதியினை வளர்க்கும் மன்னே, போற்றி!
 இச்சையும் கிரியையும் ஞானமும் என்றாக்கும்
 மூல சக்தியின் முதல்வா, போற்றி!
 பிறைமதி சூடிய பெருமான் வாழி!
 நிறைவினைச் சேர்க்கும் நிர்மலன் வாழி!
 காலம் மூன்றையும் கடந்தான் வாழி!
 சக்தி தேவி சரணம் வாழி!
 வெற்றி வாழி! வீரம் வாழி!
 பக்தி வாழி! பலபல காலமும்
 உண்மை வாழி! ஊக்கம் வாழி!
 நல்ல குணங்களே நம்மிடை யமரர்
 பதங்களாம் கண்டீர் பாரிடை மக்களே!
 கிருத யுகத்தினைக் கேடின்றி நிறுத்த
 விரதம் நான் கொண்டனன்; வெற்றி
 தருஞ்சுடர் விநாயகன் தாளிணை வாழியே!

எய்க்கும் – மெலியும்

2. முருகன் பாட்டு -1

ராகம் – நாட்டைக் குறிஞ்சி
தாளம் – ஆதி

பல்லவி
முருகா! முருகா! முருகா!

சரணங்கள்

1. வருவாய் மயில்மீ தினிலே
   வடிவே லுடனே வருவாய்!
   தருவாய் நலமும் தகவும் புகழும்
   தவமும் திறமும் தனமும் கனமும்   (முருகா)

2. அடியார் பலரிங் குளரே;
   அவரை விடுவித் தருள்வாய்!
   முடியா மறையின் முடிவே! அசுரர்
   முடிவே கருதும் வடிவே லவனே   (முருகா)

3. சுருதிப் பொருளே வருக
   துணிவே கனலே வருக!
   கருதிக் கருதிக் கவலைப் படுவார்
   கவலைக் கடலைக் கடியும் வடிவேல்   (முருகா)

4. அமரா வதிவாழ் வுறவே
   அருள்வாய்! சரணம் சரணம்!
   குமரா, பிணியா வையுமே சிதறக்
   குமுறும் சுடர்வே லவனே சரணம்!   (முருகா)

5. அறிவா கியகோ யிலிலே
   அருளா கியதாய் மடிமேல்
   பொறிவே லுடனே வளர்வாய்! அடியார்
   புதுவாழ் வுறவே புவிமீ தருள்வாய்!   (முருகா)

6. குருவே! பரமன் மகனே!
   குகையில் வளருங் கனலே!
   தருவாய் தொழிலும் பயனும் அமரர்
   சமரா திபனே! சரணம் சரணம்!   (முருகா)

வடிவேல் – கூர்வேல், சுருதி – வேதம், சமராதிபன் – தளபதி

3. வேலன் பாட்டு

ராகம் – புன்னாகவராளி
தாளம் – திஸ்ர ஏகம்

1. வில்லினை யொத்த புருவம் வளைத்தனை
    வேலவா! – அங்கொர்
   வெற்பு நொறுங்கிப் பொடிப்பொடி
    யானது, வேலவா!
   சொல்லினைத் தேனிற் குழைத்துரைப் பாள்சிறு
    வள்ளியைக் – கண்டு
   சொக்கி மரமென நின்றனை
    தென்மலைக் காட்டிலே
   கல்லினைப் போல வலிய மனங்கொண்ட
    பாதகன் – சிங்கன்
   கண்ணிரண் டாயிரங் காக்கைக்
    கிரையிட்ட வேலவா!
   பல்லினைக் காட்டிவெண் முத்தைப் பழித்திடும்
    வள்ளியை – ஒரு
   பார்ப்பன வேடந் தரித்துக் கரந்
    தொட்ட வேலவா!

2. வெள்ளலைக் கைகளைக் கொட்டி முழக்குங்
    கடலினை – உடல்
   வெம்பி மறுகிக் கருகிப்
    புகைய வெருட்டினாய்
   கிள்ளை மொழிச்சிறு வள்ளி யெனும்பெயர்ச்
    செல்வத்தை – என்றும்
   கேடற்ற வாழ்வினை, இன்ப
    விளக்கை மருவினாய்
   கொள்ளைகொண் டேயம ராவதி வாழ்வு
    குலைத்தவன் – ரவி
   கோபன் தலைபத்துக் கோடி
    துணுக்குறக் கோபித்தாய்
   துள்ளிக் குலாவித் திரியுஞ் சிறுவன
    மானைப்போல – தினைத்
   தோட்டத்திலே வாழ்ந்ததோர் பெண்ணை
    மணந்திட்ட வேலவா!

வெற்பு – மலை, தரித்தல் – பூணுதல், கிள்ளை – கிளி, மருவல் – கலத்தல்

3. ஆறு சுடர்முகங் கண்டு விழிக்கின்ப
       மாகுதே – கையில்
   அஞ்ச லெனுங் குறி கண்டு
       மகிழ்ச்சியுண் டாகுதே,
   கூறு படப்பல கோடி யவுணரின்
       கூட்டத்தைக் – கண்டு
   கொக்கரித் தண்டம் குலுங்கச்
       சிரித்திடுங் கோழியாய்
   நீறு படக்கொடும் பாவம்
       பிணி பசியாவையும் – இங்கு
   நீக்கி யடியரை நித்தமுங்
       காத்திடும் வேலவா!
   மாறுபடப் பல வேறு வடிவொடு
       தோன்றுவாள் – எங்கள்
   வைரவி பெற்ற பெருங்கன
       லே, வடி வேலவா!

அவுணர் – அசுரர்

4. கிளிவிடு தூது

பல்லவி

சொல்ல வல்லாயோ – கிளியே!
சொல்ல நீ வல்லாயோ

அனுபல்லவி

வல்ல வேல்முரு கன்தனை – இங்கு
வந்து கலந்து மகிழ்ந்து குலாவென்று   *(சொல்ல)*

சரணங்கள்

1. தில்லை யம்பலத்தே – நடனம்
 செய்யும் அமரர்பிரான் – அவன்
 செல்வத் திருமகனை – இங்கு வந்து
 சேர்ந்து கலந்து மகிழ்ந்திடுவா யென்று   *(சொல்ல)*

2. அல்லிக் குளத்தருகே – ஒரு நாள்
 அந்திப் பொழுதினிலே – அங்கோர்
 முல்லைச் செடியதன்பாற் – செய்த வினை
 முற்றும் மறந்திடக் கற்றதென்னே யென்று *(சொல்ல)*

3. பாலை வனத்திடையே – தனைக் கைப்
 பற்றி நடக்கையிலே – தன் கை
 வேலின் மிசையாணை – வைத்துச் சொன்ன
 விந்தை மொழிகளைச் சிந்தைசெய்வா யென்று
            (சொல்ல)

5. முருகன் பாட்டு - 2

1. வீரத் திருவிழிப் பார்வையும் – வெற்றி
   வேலும் மயிலுமென் முன்னின்றே – எந்த
   நேரத் திலுமென்னைக் காக்குமே – அன்னை
   நீலி பராசக்தி தண்ணருட் – கரை
   ஓரத்திலே புணை கூடுதே – கந்தன்
   ஊக்கத்தை என்னுளம் நாடுதே – மலை
   வாரத் திலேவிளை யாடுவான் – என்றும்
   வானவர் துன்பத்தைச் சாடுவான்.

2. வேடர் கனியை விரும்பியே – தவ
   வேடம் புனைந்து திரிகுவான் – தமிழ்
   நாடு பெரும்புகழ் சேரவே – முனி
   நாதனுக் கிம்மொழி கூறுவான் – சுரர்
   பாடு விடிந்து மகிழ்ந்திட – இருட்
   பார மலைகளைச் சீறுவான் – மறை
   ஏடு தரித்த முதல்வனும் – குரு
   வென்றிட மெய்ப்புகழ் ஏறுவான்.

3. தேவர் மகளை மணந்திடத் – தெற்குத்
   தீவி லசுரனை மாய்த்திட்டான் – மக்கள்
   யாவருக் குந்தலை யாயினான் – மறை
   அர்த்த முணர்த்துநல் வாயினான் – தமிழ்ப்
   பாவலர்க் கின்னருள் செய்குவான் – இந்தப்
   பாரில் அறமழை பெய்குவான் – நெஞ்சின்
   ஆவ லறிந்தருள் கூட்டுவான் – நித்தம்
   ஆண்மையும் வீரமும் ஊட்டுவான்.

4. தீவளர்த் தேபழ வேதியர் – நின்றன்
   சேவகத் தின்புகழ் காட்டினார் – ஒளி
   மீவள ருஞ்செம்பொன் நாட்டினார் – நின்றன்
   மேன்மையி னாலறம் நாட்டினார் – ஐய!
   நீவள ருங்குரு வெற்பிலே – வந்து
   நின்றுநின் சேவகம் பாடுவேன் – வரம்
   ஈவள் பராசக்தி அன்னைதான் – உங்கள்
   இன்னரு ளேயென்று நாடுவேன் – நின்றன்

   வீரத் திருவிழிப் பார்வையும் – வெற்றி
   வேலும் மயிலுமென் முன்னின்றே.

சுரர் – தேவர், குருவெற்பு – சுவாமிமலை

6. எமக்கு வேலை

தோகைமேல் உலவுங் கந்தன்
சுடர்க்கரத் திருக்கும் வெற்றி
வாகையே சுமக்கும் வேலை
வணங்குவது எமக்கு வேலை.

7. வள்ளிப் பாட்டு – 1

பல்லவி

எந்த நேரமும் நின்மையல் ஏறுதடீ
குற வள்ளி! சிறு கள்ளி!

சரணங்கள்

1. (இந்த) நேரத்தி லேமலை வாரத்திலே நதி
ஓரத்தி லேயுனைக் கூடி – நின்றன்
வீரத் தமிழ்ச் சொல்லின் சாரத்தி லேமனம்
மிக்க மகிழ்ச்சிகொண் டாடி – குழல்
பாரத்தி லேஇத ழீரத்தி லேமுலை ஓரத்திலே
அன்பு சூடி – நெஞ்சம்
ஆரத் தழுவி அமரநிலை பெற்றதன்
பயனை இன்று காண்பேன். (எந்த நேரமும்)

2. வெள்ளை நிலாவிங்கு வானத்தை மூடி
விரிந்து பொழிவது கண்டாய் – ஒளிக்
கொள்ளையி லேயுனைக் கூடி முயங்கிக்
குறிப்பினி லேயான்று பட்டு – நின்றன்
பிள்ளைக் கிளிமென் குதலையி லேமனம்
பின்ன மறச்செல்ல விட்டு – அடி
தெள்ளிய ஞானப் பெருஞ்செல்வ மே! நினைச்
சேர விரும்பினன் கண்டாய். (எந்த நேரமும்)

3. வட்டங்க ளிட்டுங் குளமக லாத
மணிப்பெருந் தெப்பத்தைப் போலே – நினை
விட்டுவிட் டுப்பல லீலைகள் செய்துநின்
மேனி தனைவிட லின்றி – அடி
எட்டுத் திசையும் ஒளிர்ந்திடுங் காலை இரவியைப்
போன்ற முகத்தாய்! – முத்தம்
இட்டுப் பலமுத்த மிட்டுப் பலமுத்த
மிட்டுனைச் சேர்ந்திட வந்தேன் (எந்த நேரமும்)

8. வள்ளிப் பாட்டு - 2

ராகம் - கரஹரப்பிரியை
தாளம் - ஆதி

பல்லவி

உனையே மயல் கொண்டேன் - வள்ளீ!
உவமையில் அரியாய், உயிரினும் இனியாய்! (உனையே)

சரணம்

எனை யாள்வாய், வள்ளீ! வள்ளீ!
இளமயி லே! என் இதயமலர் வாழ்வே!
கனியே! சுவையுறு தேனே
கலவியிலே அமுதனை யாய்! - (கலவியிலே)
தனியே, ஞான விழியாய், நிலவினில்
நினை மருவி, வள்ளீ! வள்ளீ!
நீ யாகிடவே வந்தேன்

9. இறைவா! இறைவா!

(எத்தனை கோடி)

ராகம் – தன்யாசி
தாளம் – ஆதி

பல்லவி

எத்தனைகோடி இன்பம் வைத்தாய்! – எங்கள்
இறைவா! இறைவா! இறைவா! – ஓ (எத்தனை)

சரணங்கள்

1. சித்தினை அசித்துடன் இணைத்தாய் – இங்கு
   சேரும்ஐம் பூதத்தி னுலக மைத்தாய்
   அத்தனை யுலகமும் வர்ணக் களஞ்சிய
   மாகப் பலபலநல் லழகுகள் சமைத்தாய்
   (எத்தனை)

2. முக்தியென் றொருநிலை படைத்தாய் – அதில்
   முழுதையு முண்டு நல்லுணர்வ மைத்தாய்
   பக்தியென் றதன்வழி வகுத்தாய் – எங்கள்
   பரமா! பரமா! பரமா! – ஓ   (எத்தனை)

3. நாதமென் றொருபொருள் படைத்தாய் – அதில்
   கீதமென் றொருநிலை தொடுத்தாய்
   வாதனை தீர்த்திட வேதவழி தந்தாய் – எங்கள்
   மன்னா! மன்னா! மன்னா! – ஓ   (எத்தனை)

சித்து – அறிவு, அசித்து – ஜடம்

10. போற்றி அகவல்

போற்றி! உலகொரு மூன்றையும் புணர்ப்பாய்!
மாற்றுவாய் துடைப்பாய்; வளர்ப்பாய் காப்பாய்!
கனியிலே சுவையும் காற்றிலே இயக்கமும்
கலந்தாற் போலநீ அனைத்திலும் கலந்தாய்,
உலகெலாந் தானாய் ஒளிர்வாய் போற்றி! 5
அன்னை போற்றி! அமுதமே போற்றி!
புதியதிற் புதுமையாய் முதியதில் முதுமையாய்
உயிரிலே உயிராய் இறப்பிலும் உயிராய்
உண்டெனும் பொருளில் உண்மையாய் என்னுளே
நானெனும் பொருளாய், நானையே பெருக்கித் 10
தானென மாற்றுஞ் சாகாச் சுடராய்,
கவலைநோய் தீர்க்கும் மருந்தின் கடலாய்,
பிணியிருள் கெடுக்கும் பேரொளி ஞாயிறாய்,
யானென தின்றி யிருக்கும்நல் யோகியர்
ஞானமா மகுட நடுத்திகழ் மணியாய், 15
செய்கையாய் ஊக்கமாய் சித்தமாய் அறிவாய்
நின்றிடும் தாயே, நித்தமும் போற்றி!
இன்பங் கேட்டேன் ஈவாய் போற்றி!
துன்பம் வேண்டேன் துடைப்பாய் போற்றி!
அமுதம் கேட்டேன் அளிப்பாய் போற்றி! 20
சக்தி போற்றி! தாயே போற்றி!
முக்தி போற்றி! மோனமே போற்றி!
சாவினை வேண்டேன் தவிர்ப்பாய் போற்றி!

11. சிவசக்தி

(வேள்விப் பாட்டு)

1. இயற்கையென் றுனையுரைப்பார் – சிலர்
இணங்கும்ஐம் பூதங்கள் என்றிசைப்பார்;
செயற்கையின் சக்தியென்பார் – உயிர்த்
தீயென்பர், அறிவென்பர், ஈசனென்பர்;
வியப்புறு தாய்நினக்கே – இங்கு
வேள்விசெய் திடுமெங்கள் 'ஓம்' என்னும்
நயப்படு மதுவுண்டே? – சிவ
நாட்டியங் காட்டிநல் லருள்புரிவாய்.

2. அன்புறு சோதியென்பார் – சிலர்
ஆரிருட் காளியென் றுனைப்புகழ்வார்;
இன்பமென் றுரைத்திடுவார் – சிலர்
எண்ணருந் துன்பமென் றுனையிசைப்பார்;
புன்பலி கொண்டுவந்தோம் – அருள்
பூண்டெமைத் தேவர்தங் குலத்திடுவாய்
மின்படு சிவசக்தி – எங்கள்
வீரைநின் திருவடி சரண்புகுந்தோம்.

3. உண்மையில் அமுதாவாய் – புண்கள்
ஒழித்திடு வாய்களி உதவிடுவாய்;
வண்மைகொள் உயிர்ச்சுடராய் – இங்கு
வளர்ந்திடு வாய்என்றும் மாய்வதிலாய்
ஒண்மையும் ஊக்கமுந்தான் – என்றும்
ஊறிடுந் திருவருட் சுனையாவாய்;
அண்மையில் என்றும்நின்றே – எம்மை
ஆதரித் தருள்செயும் விரதமுற்றாய்.

4. தெளிவுறும் அறிவினைநாம் – கொண்டு
சேர்த்தனம், நினக்கது சோமரசம்,
ஒளியுறும் உயிர்ச்செடியில் – இதை
ஓங்கிடு மதிவலி தனிற்பிழிந்தோம்;
களியுறக் குடித்திடுவாய் – நின்றன்
களிநடங் காண்பதற் குளங்கனிந்தோம்;
குளிர்சுவைப் பாட்டிசைத்தே – சுரர்
குலத்தினிற் சேர்ந்திடல் விரும்புகின்றோம்;

ஒண்மை – அறிவு

5. அச்சமும் துயரும்என்றே – இரண்டு
அசுரர்வந் தெமையிங்கு சூழ்ந்துநின்றார்;
துச்சமிங் கிவர்படைகள் – பல
தொல்லைகள் கவலைகள் சாவுகளாம்;
இச்சையுற் றிவரடைந்தார் – எங்கள்
இன்னமு தைக்கவர்ந் தேகிடவே,
பிச்சையிங் கெமக்களித்தாய் – ஒரு
பெருநகர் உடலெனும் பெயரினதாம்.

6. கோடிமண் டபந்திகழும் – திறற்
கோட்டையிங் கிதையவர் பொழுதனைத்தும்
நாடிநின் றிடர்புரிவார் – உயிர்
நதியினைத் தடுத்தெமை நலித்திடுவார்,
சாடுபல் குண்டுகளால் – ஒளி
சார்மதிக் கூடங்கள் தகர்த்திடுவார்;
பாடிநின் றுனைப்புகழ்வோம் – எங்கள்
பகைவரை அழித்தெமைக் காத்திடுவாய்.

7. நின்னருள் வேண்டுகின்றோம் – எங்கள்
நீதியுந் தருமமும் நிலைப்பதற்கே;
பொன்னவிர் கோயில்களும் – எங்கள்
பொற்புடை மாதரும் மதலையரும்
அன்னநல் லணிவயல்கள் – எங்கள்
ஆடுகள் மாடுகள் குதிரைகளும்
இன்னவை காத்திடவே – அன்னை
இணைமலர்த் திருவடி துணைபுகுந்தோம்.

8. எம்முயி ராசைகளும் – எங்கள்
இசைகளும் செயல்களும் துணிவுகளும்
செம்மையுற் றிடஅருள்வாய் – நின்றன்
சேவடி அடைக்கலம் புகுந்துவிட்டோம்;
மும்மையின் உடைமைகளும் – திரு
முன்னரிட் டஞ்சலி செய்துநிற்போம்,
அம்மைநற் சிவசக்தி – எமை
அமரர்தம் நிலையினில் ஆக்கிடுவாய்.

12. காணி நிலம் வேண்டும்

1. காணி நிலம்வேண்டும் – பராசக்தி
 காணி நிலம்வேண்டும் – அங்கு
 தூணில் அழகியதாய் – நன்மாடங்கள்
 துய்ய நிறத்தினதாய் – அந்தக்
 காணி நிலத்திடையே – ஓர் மாளிகை
 கட்டித் தரவேண்டும் – அங்கு
 கேணி யருகினிலே – தென்னைமரம்
 கீற்று மிள நீரும்

2. பத்துப் பன்னிரண்டு – தென்னைமரம்
 பக்கத்தி லேவேணும் – நல்ல
 முத்துச் சுடர்போலே – நிலாவொளி
 முன்பு வரவேணும் – அங்கு
 கத்துங் குயிலோசை – சற்றேவந்து
 காதிற் படவேணும் – என்றன்
 சித்தம் மகிழ்ந்திடவே – நன்றாயிளந்
 தென்றல் வரவேணும்.

3. பாட்டுக் கலந்திடவே – அங்கேயொரு
 பத்தினிப் பெண்வேணும் – எங்கள்
 கூட்டுக் களியினிலே – கவிதைகள்
 கொண்டு தரவேணும் – அந்தக்
 காட்டு வெளியினிலே – அம்மா! நின்றன்
 காவலுற வேணும் – என்றன்
 பாட்டுத் திறத்தாலே – இவ்வையத்தைப்
 பாலித் திடவேணும்.

பாலித்தல் – ஆளுதல்; காத்தல்

13. நல்லதோர் வீணை

1. நல்லதோர் வீணைசெய்தே – அதை
    நலங்கெடப் புழுதியில் எறிவதுண்டோ?
   சொல்லடி சிவசக்தி – எனைச்
    சுடர்மிகும் அறிவுடன் படைத்துவிட்டாய்,
   வல்லமை தாராயோ – இந்த
    மாநிலம் பயனுற வாழ்வதற்கே,
   சொல்லடி சிவசக்தி! – நிலச்
    சுமையென வாழ்ந்திடப் புரிகுவையோ?

2. விசையுறு பந்தினைப்போல் – உள்ளம்
    வேண்டிய படிசெலும் உடல்கேட்டேன்,
   நசையறு மனங்கேட்டேன் – நித்தம்
    நவமெனச் சுடர்தரும் உயிர்கேட்டேன்,
   தசையினைத் தீசுடினும் – சிவ
    சக்தியைப் பாடும்நல் அகங்கேட்டேன்,
   அசைவறு மதிகேட்டேன் – இவை
    அருள்வதில் உனக்கெதும் தடையுளதோ?

நசை – குற்றம்; ஆசை, அசைவு – கலக்கம்

14. மஹாசக்திக்கு விண்ணப்பம்

1. மோகத்தைக் கொன்றுவிடு – அல்லாலென்றன்
   மூச்சை நிறுத்திவிடு;
   தேகத்தைச் சாய்த்துவிடு – அல்லாலதில்
   சிந்தனை மாய்த்துவிடு;
   யோகத் திருத்திவிடு – அல்லாலென்றன்
   ஊனைச் சிதைத்துவிடு;
   ஏகத் திருந்துலகம் – இங்குள்ளன
   யாவையும் செய்பவளே!

2. பந்தத்தை நீக்கிவிடு – அல்லாலுயிர்ப்
   பாரத்தைப் போக்கிவிடு;
   சிந்தை தெளிவாக்கு – அல்லாலிதைச்
   செத்த உடலாக்கு;
   இந்தப் பதர்களையே – நெல்லாமென
   எண்ணி இருப்பேனோ?
   எந்தப் பொருளிலுமே – உள்ளேநின்று
   இயங்கி இருப்பவளே!

3. உள்ளம் குளிராதோ? – பொய்யாணவ
   ஊனம் ஒழியாதோ?
   கள்ளம் உருகாதோ? – அம்மா! பக்திக்
   கண்ணீர் பெருகாதோ?
   வெள்ளக் கருணையிலே – இந்நாய் சிறு
   வேட்கை தவிராதோ?
   விள்ளற் கரியவளே – அனைத்திலும்
   மேவி யிருப்பவளே!

விள்ளல் – விளக்கிச்சொல்லல்

15. அன்னையை வேண்டுதல்

எண்ணிய முடிதல் வேண்டும்
 நல்லவே எண்ணல் வேண்டும்;
திண்ணிய நெஞ்சம் வேண்டும்;
 தெளிந்த நல்லறிவு வேண்டும்;
பண்ணிய பாவமெல்லாம்
 பரிதிமுன் பனியே போல,
நண்ணிய நின்முன் இங்கு
 நசித்திடல் வேண்டும் அன்னாய்!

நண்ணிய – சேர்ந்த, நசித்திடல் – அழித்திடல்

16. பூலோக குமாரி

(சமஸ்கிருதப் பாடல்)

பல்லவி

பூலோக குமாரி
ஹே – அம்ருத நாரி

அனுபல்லவி

ஆலோக ஸ்ருங்காரி
அம்ருத கலச குச பாரே
கால பய குடாரி காம வாரி
கனக லதா ரூப கர்வ திமிராரே

சரணம்

பாலே – ரஸ – ஜாலே
பகவதி ப்ரஸீத காலே
நீல ரத்ந மய நேத்ர விசாலே
நித்ய யுவதி பத நீரஜ மாலே
லீலா ஜ்வாலாநிர்மித வாணி
நிரந்தரே நிகில லோகேஸுநி
நிருபம ஸுந்தரி நித்ய கல்யாணி
நிஜம் மாம் குரு ஹே மன்மத ராணி.

17. மகாசக்தி வெண்பா

1. தன்னை மறந்து சகல உலகினையும்
மன்னநிதங் காக்கும் மஹாசக்தி – அன்னை
அவளே துணையென் றனவரதம் நெஞ்சம்
துவளா திருத்தல் சுகம்.

2. நெஞ்சிற் கவலை நிதமும் பயிராக்கி,
அஞ்சியுயிர் வாழ்தல் அறியாமை – தஞ்சமென்றே
வையமெலாங் காக்கும் மஹாசக்தி நல்லருளை
ஐயமறப் பற்றல் அறிவு.

3. வையகத்துக் கில்லை, மனமே! நினக்குநலஞ்
செய்யக் கருதியிவை செப்புவேன் – பொய்யில்லை
எல்லாம் புரக்கும் இறைநமையுங் காக்குமென்ற
சொல்லால் அழியும் துயர்.

4. எண்ணிற் கடங்காமல் எங்கும் பரந்தனவாய்
விண்ணிற் சுடர்கின்ற மீனையெல்லாம் – பண்ணியதோர்
சக்தியே நம்மைச் சமைத்ததுகாண், நூறாண்டு
பக்தியுடன் வாழும் படிக்கு.

18. ஓம் சக்தி

1. நெஞ்சுக்கு நீதியும் தோளுக்கு வாளும்
 நிறைந்த சுடர்மணிப்பூண்,
பஞ்சுக்கு நேர்பல துன்பங்க ளாமிவள்
 பார்வைக்கு நேர்பெருந்தீ
வஞ்சக மின்றிப் பகையின்றிச் சூதின்றி
 வையக மாந்தரெல்லாம்
தஞ்சமென் றேயுரைப் பீர்; அவள் பேர் சக்தி
 ஓம்சக்தி, ஓம்சக்தி ஓம்.

2. நல்லதுந் தீயதுஞ் செய்திடும் சக்தி
 நலத்தை நமக்கிழைப்பாள்;
அல்லது நீங்குமென் றேயுல கேழும்
 அறைந்திடு வாய்முரசே!
சொல்லத் தகுந்த பொருளன்று காண்! இங்கு
 சொல்லு மவர்தமையே;
அல்லல் கெடுத்தம ரர்க்கிணை யாக்கிடும்;
 ஆம், சக்திஓம், சக்தி ஓம்.

3. நம்புவ தேவழி யென்ற மறைதன்னை
 நாமின்று நம்பி விட்டோம்
கும்பிட்டெந் நேரமுஞ் சக்தியென் றாலுனைக்
 கும்பிடுவேன் மனமே!
அம்புக்கும் தீக்கும் விடத்துக்கும் நோவுக்கும்
 அச்சமில் லாதபடி
உம்பர்க்கும் இம்பர்க்கும் வாழ்வுத ரும்பதம்
 ஓம்சக்தி, ஓம்சக்தி ஓம்.

4. பொன்னைப் பொழிந்திடு, மின்னை வளர்த்திடு,
 போற்றி உனக்கிசைத்தோம்;
அன்னை பராசக்தி என்றுரைத் தோம்; தளை
 அத்தனை யுங்களைந்தோம்;
சொன்ன படிக்கு நடந்திடு வாய், மன
 மே தொழில் வேறில்லை காண்;
இன்னும தேயுரைப் போம்: சக்தி ஓம்சக்தி
 ஓம்சக்தி, ஓம்சக்தி ஓம்.

பூண் – அணிகலன், அமரர்; உம்பர் – தேவர், இம்பர் – மனிதர்

5. வெள்ளை மலர்மிசை வேதக் கருப்பொரு
ளாக விளங்கிடுவாய்!
தெள்ளு கலைத் தமிழ் வாணி யுனக்கொரு
விண்ணப்பஞ் செய்திடுவேன்;
எள்ளத் தனைப்பொழு தும்பய னின்றி
இராதென்றன் நாவினிலே
வெள்ள மெனப்பொழி வாய்சக்தி வேல்சக்தி
வேல்சக்தி, வேல், சக்திவேல்!

19. பராசக்தி

1. கதைகள் சொல்லிக் கவிதை யெழுதென்பார்;
காவி யம்பல நீண்டன கட்டென்பார்;
விதவி தப்படு மக்களின் சித்திரம்
மேவி நாடகச் செய்யுளை மேவென்பார்;
இதயமோ எனிற் காலையும் மாலையும்
எந்த நேரமும் வாணியைக் கூவுங்கால்,
எதையும் வேண்டில தன்னை பராசக்தி
இன்ப மொன்றினைப் பாடுதல் அன்றியே!

2. நாட்டு மக்கள் பிணியும் வறுமையும்
நையப் பாடென் றொரு தெய்வங் கூறுமே;
கூட்டி மானுடச் சாதியை ஒன்றெனக்
கொண்டு வையம் முழுதும் பயனுறப்
பாட்டி லேஅறம் காட்டெனு மோர்தெய்வம்;
பண்ணில் இன்பமுங் கற்பனை விந்தையும்
ஊட்டி எங்கும் உவகை பெருகிட
ஓங்கும் இன்கவி ஓதெனும் வேறொன்றே.

3. நாட்டு மக்கள் நலமுற்று வாழவும்
நானி லத்தவர் மேனிலை யெய்தவும்
பாட்டி லேதனி யின்பத்தை நாட்டவும்
பண்ணி லேகளி கூட்டவும் வேண்டி, நான்
மூட்டும் அன்புக் கனலொடு வாணியை
முன்னு கின்ற பொழுதிலெல் லாங்குரல்
காட்டி அன்னை பராசக்தி ஏழையேன்
கவிதை யாவுந் தனக்கெனக் கேட்கின்றாள்.

4. மழைபொ ழிந்திடும் வண்ணத்தைக் கண்டுநான்
வானி ருண்டு கரும்புயல் கூடியே
இழையும் மின்னல் சரேலென்று பாயவும்
ஈரவாடை இரைந்தொலி செய்யவும்
உழையெ லாம்இடை யின்றியிவ் வானநீர்
ஊற்றுஞ் செய்தி உரைத்திட வேண்டுங்கால்,
"மழையும் காற்றும் பராசக்தி செய்கைகாண்,
வாழ்க தாய்!" என்று பாடுமென் வாணியே.

உழை – இடம், செய்தி – செயல், அல் – இருள்

5. சொல்லி னுக்கெளி தாகவும் நின்றிடாள்
    சொல்லை வேறிடஞ் செல்ல வழிவிடாள்;
   அல்லி னுக்குட் பெருஞ்சுடர் காண்பவர்
    அன்னை சக்தியின் மேனி நலங்கண்டார்;
   கல்லி னுக்குள் அறிவொளி காணுங்கால்,
    கால வெள்ளத் திலேநிலை காணுங்கால்,
   புல்லி னில்வயி ரப்படை காணுங்கால்
    பூத லத்தில் பராசக்தி தோன்றுமே!

20. சக்திக் கூத்து

ராகம் – பியாக்

பல்லவி

தகத்தகத்தகத் தகதகவென் றாடோமோ – சிவ
சக்தி சக்தி சக்தியென்று பாடோமோ (தகத்)

சரணங்கள்

1. அகத்தகத் தகத்தினிலே உள்நின்றாள் – அவள்
அம்மையம்மை எம்மைநாடு பொய்வென்றாள்
தகத்தக நமக் கருள்புரிவாள் தாளொன்றே
சரணமென்று வாழ்ந்திடுவோம் நாமென்றே (தகத்)

2. புகப்புகப் புக வின்பமடா போதெல்லாம்
புறத்தினிலே தள்ளிடுவாய் சூதெல்லாம்,
குகைக்கு ளங்கே யிருக்குதடா தீபோலே – அது
குழந்தையதன் தாயடிக்கீழ் சேய்போலே. (தகத்)

3. மிகத்தகைப்படு களியினிலே மெய்சோர – உள
வீரம்வந்து சோர்வை வென்று கைதேர
சகத்தினிலுள்ள மனிதரெல்லாம் நன்றுநன்றென – நாம்
சதிருடனே தாளம் இசை இரண்டும் ஒன்றென (தகத்)

4. இந்திரனா ருலகினிலே நல்லின்பம்
இருக்குதென்பார் அதனையிங்கே கொண்டெய்தி,
மந்திரம்போல் வேண்டுமடா சொல்லின்பம் – நல்ல
மதமுறவே அமுதநிலை கண்டெய்தி (தகத்)

சதிர் – நடனம்

21. சக்தி

1. துன்ப மிலாத நிலையே சக்தி
    தூக்க மிலாக்கண் விழிப்பே சக்தி
   அன்பு கனிந்த கனிவே சக்தி
    ஆண்மை நிறைந்த நிறைவே சக்தி
   இன்பம் முதிர்ந்த முதிர்வே சக்தி
    எண்ணத் திருக்கும் எரியே சக்தி
   முன்புநிற் கின்ற தொழிலே சக்தி
    முக்தி நிலையின் முடிவே சக்தி

2. சோம்பர் கெடுக்கும் துணிவே சக்தி
    சொல்லில் விளங்கும் சுடரே சக்தி
   தீம்பழந் தன்னில் சுவையே சக்தி
    தெய்வத்தை எண்ணும் நினைவே சக்தி
   பாம்பை அடிக்கும் படையே சக்தி
    பாட்டினில் வந்த களியே சக்தி
   சாம்பரைப் பூசி மலைமிசை வாழும்
    சங்கரன் அன்புத் தழலே சக்தி

3. வாழ்வு பெருக்கும் மதியே சக்தி
    மாநிலங் காக்கும் வலியே சக்தி
   தாழ்வு தடுக்குஞ் சதிரே சக்தி
    சஞ்சலம் நீக்குந் தவமே சக்தி
   வீழ்வு தடுக்கும் விறலே சக்தி
    விண்ணை யளக்கும் விரிவே சக்தி
   ஊழ்வினை நீக்கும் உயர்வே சக்தி
    உள்ளத் தொளிரும் விளக்கே சக்தி.

சோம்பர் – சோம்பல், சாம்பர் – சாம்பல், விறல் – வீரம், ஊழ்வினை – பழவினை; விதி

22. வையம் முழுதும்

கண்ணிகள்

1. வையம் முழுதும் படைத்தளிக் கின்ற
   மஹாசக்தி தன்புகழ் வாழ்த்து கின்றோம்
   செய்யும் வினைகள் அனைத்திலுமே வெற்றி
   சேர்ந்திட நல்லருள் செய்க வென்றே.

2. பூதங்கள் ஐந்தில் இருந்தெங்குங் கண்ணிற்
   புலப்படும் சக்தியைப் போற்று கின்றோம்
   வேதங்கள் சொன்ன படிக்கு மனிதரை
   மேன்மையுறச் செய்தல் வேண்டு மென்றே.

3. வேகம் கவர்ச்சி முதலிய பல்வினை
   மேவிடும் சக்தியை மேவு கின்றோம்
   ஏக நிலையில் இருக்கும் அமிர்தத்தை
   யாங்கள் அறிந்திட வேண்டு மென்றே.

4. உயிரெனத் தோன்றி உணவுகொண் டேவளர்ந்
   தோங்கிடும் சக்தியை ஓது கின்றோம்
   பயிரினைக் காக்கும் மழையென எங்களைப்
   பாலித்து நித்தம் வளர்க்கவென்றே.

5. சித்தத்தி லேநின்று சேர்வ துணரும்
   சிவசக்தி தன்புகழ் செப்பு கின்றோம்
   இத்தரை மீதினில் இன்பங்கள் யாவும்
   எமக்குத் தெரிந்திடல் வேண்டு மென்றே.

6. மாறுத லின்றிப் பராசக்தி தன்புகழ்
   வையமிசை நித்தம் பாடு கின்றோம்
   நூறு வயது புகழுடன் வாழ்ந்துயர்
   நோக்கங்கள் பெற்றிட வேண்டு மென்றே.

7. ஓம்சக்தி ஓம்சக்தி ஓம்சக்தி ஓம்சக்தி
   ஓம்சக்தி என்றுரை செய்திடு வோம்;
   ஓம்சக்தி என்பவர் உண்மை கண்டார், சுடர்
   ஒண்மை கொண்டார், உயிர் வண்மை கொண்டார்.

23. சக்தி விளக்கம்

1. ஆதிப் பரம்பொருளின் ஊக்கம் – அதை
   அன்னை எனப்பணிதல் ஆக்கம்;
   சூதில்லை காணுமிந்த நாட்டீர் – மற்றத்
   தொல்லை மதங்கள் செய்யும் தூக்கம்.

2. மூலப் பழம்பொருளின் நாட்டம் – இந்த
   மூன்று புவியுமதன் ஆட்டம்;
   காலப் பெருங்களத்தின் மீதே – எங்கள்
   காளி நடமுலகக் கூட்டம்.

3. காலை இளவெயிலின் காட்சி – அவள்
   கண்ணொளி காட்டுகின்ற மாட்சி;
   நீல விசும்பினிடை இரவில் – சுடர்
   நேமி யனைத்துமவள் ஆட்சி.

4. நாரண னென்று பழவேதம் – சொல்லும்
   நாயகன் சக்திதிருப் பாதம்!
   சேரத் தவம்புரிந்து பெறுவார் – இங்கு
   செல்வம் அறிவு சிவபோதம்!

5. ஆதி சிவனுடைய சக்தி – எங்கள்
   அன்னை யருள்பெறுதல் முக்தி;
   மீதி உயிரிருக்கும் போதே – அதை
   வெல்லல் சுகத்தினுக்கு யுக்தி.

6. பண்டை விதியுடைய தேவி – வெள்ளைப்
   பாரதி அன்னையருள் மேவி
   கண்ட பொருள்விளக்கும் நூல்கள் – பல
   கற்றலில் லாதவனோர் பாவி.

7. மூர்த்திகள் மூன்று, பொருள் ஒன்று – அந்த
   மூலப் பொருள் ஒளியின் குன்று;
   நேர்த்தி திகழும் அந்த ஒளியை – எந்த
   நேரமும் போற்று சக்தி என்று.

வேட்கும் – விரும்பும், சந்ததமும் – எப்பொழுதும்

24. சக்திக்கு ஆத்ம சமர்ப்பணம்

ராகம் – பூபாளம்
தாளம் – சதுஸ்ர ஏகம்

கையை,	சக்தி தனக்கே கருவியாக்கு – அது சாதனைகள் யாவினையுங் கூடும் – கையை சக்தி தனக்கே கருவியாக்கு – அது சக்தியுற்றுக் கல்லினையும் சாடும்.	1
கண்ணை,	சக்தி தனக்கே கருவியாக்கு – சிவ சக்தி வழிதனை காணும் – கண்ணை சக்தி தனக்கே கருவியாக்கு – அது சத்தியமும் நல்லருளும் பூணும்.	2
செவி,	சக்தி தனக்கே கருவியாக்கு – சிவ சக்திசொலும் மொழியது கேட்கும் – செவி சக்தி தனக்கே கருவியாக்கு – அது சக்திதிருப் பாடலினை வேட்கும்.	3
வாய்,	சக்தி தனக்கே கருவியாக்கு – சிவ சக்தி புகழினையது முழங்கும் – வாய் சக்தி தனக்கே கருவியாக்கு – அது சக்திநெறி யாவினையும் வழங்கும்.	4
சிவ,	சக்திதனை நாசி நித்தம் முகரும் – அதைச் சக்தி தனக்கே கருவியாக்கு – சிவ சக்தி திருச் சுவையினை நுகரும் – சிவ சக்தி தனக்கே எமது நாக்கு.	5
மெய்யை,	சக்தி தனக்கே கருவியாக்கு – சிவ சக்திதருந் திறனதி லேறும் – மெய்யை சக்தி தனக்கே கருவியாக்கு – அது சாதலற்ற வழியினைத் தேறும்.	6

கண்டம்,	சக்தி தனக்கே கருவியாக்கு – அது	
	சந்ததமும் நல்லமுதைப் பாடும் – கண்டம்	
	சக்தி தனக்கே கருவியாக்கு – அது	
	சக்தியுடன் என்றும்உற வாடும்.	7
தோள்,	சக்தி தனக்கே கருவியாக்கு – அது	
	தாரணியும் மேலுலகுந் தாங்கும் – தோள்	
	சக்தி தனக்கே கருவியாக்கு – அது	
	சக்தி பெற்று மேருவென ஓங்கும்.	8
நெஞ்சம்,	சக்தி தனக்கே கருவியாக்கு – அது	
	சக்தியுற நித்தம் விரிவாகும் – நெஞ்சம்	
	சக்தி தனக்கே கருவியாக்கு – அதைத்	
	தாக்க வரும் வாளொதுங்கிப் போகும்.	9
சிவ,	சக்தி தனக்கே எமது வயிறு – அது	
	சாம்பரையும் நல்லவுண வாக்கும் – சிவ	
	சக்தி தனக்கே எமது வயிறு – அது	
	சக்திபெற உடலினைக் காக்கும்.	10
இடை,	சக்தி தனக்கே கருவியாக்கு – நல்ல	
	சக்தியுள்ள சந்ததிகள் தோன்றும் – இடை	
	சக்தி தனக்கே கருவியாக்கு – நின்றன்	
	சாதிமுற்றும் நல்லறத்தில் ஊன்றும்.	11
கால்,	சக்தி தனக்கே கருவியாக்கு – அது	
	சாடியெழு கடலையுந் தாவும் – கால்	
	சக்தி தனக்கே கருவியாக்கு – அது	
	சஞ்சலமில் லாமலெங்கும் மேவும்.	12
மனம்,	சக்தி தனக்கே கருவியாக்கு – அது	
	சஞ்சலங்கள் தீர்ந்தொருமை கூடும் – மனம்	
	சக்தி தனக்கே கருவியாக்கு – அது	
	சாத்துவிகத் தன்மையினைச் சூடும்.	13
மனம்,	சக்தி தனக்கே கருவியாக்கு – அது	
	சக்தியற்ற சிந்தனைகள் தீரும் – மனம்	

	சக்தி தனக்கே கருவியாக்கு – அதில்	
	சாரும்நல்ல உறுதியும் சீரும்.	14
மனம்,	சக்தி தனக்கே கருவியாக்கு – அது	
	சக்தி சக்தி சக்தியென்று பேசும் – மனம்	
	சக்தி தனக்கே கருவியாக்கு – அதில்	
	சார்ந்திருக்கும் நல்லுறவும் தேசும்.	15
மனம்,	சக்தி தனக்கே கருவியாக்கு – அது	
	சக்திநுட்பம் யாவினையும் நாடும் – மனம்	
	சக்தி தனக்கே கருவியாக்கு – அது	
	சக்தி சக்தி யென்றுகுதித் தாடும்.	16
மனம்,	சக்தி தனக்கே கருவியாக்கு – அது	
	சக்தியினை எத்திசையும் சேர்க்கும் – மனம்	
	சக்தி தனக்கே கருவியாக்கு – அது	
	தான் விரும்பில் மாமலையைப் பேர்க்கும்.	17
மனம்,	சக்தி தனக்கே கருவியாக்கு – அது	
	சந்ததமும் சக்திதனைச் சூழும் – மனம்	
	சக்தி தனக்கே கருவியாக்கு – அதில்	
	சாவுபெறும் தீவினையும் ஊழும்.	18
மனம்,	சக்தி தனக்கே உரிமையாக்கு – எதைத்	
	தான்விரும்பி னாலும்வந்து சேரும் – மனம்	
	சக்தி தனக்கே உரிமையாக்கு – உடல்	
	தன்னிலுயர் சக்திவந்து நேரும்.	19
மனம்,	சக்தி தனக்கே கருவியாக்கு – இந்தத்	
	தாரணியில் நூறுவய தாகும் – மனம்	
	சக்தி தனக்கே கருவியாக்கு – உன்னைச்	
	சாரவந்த நோயழிந்து போகும்.	20
மனம்,	சக்தி தனக்கே கருவியாக்கு – தோள்	
	சக்திபெற்று நல்லதொழில் செய்யும் – மனம்	
	சக்தி தனக்கே கருவியாக்கு – எங்கும்	
	சக்தியருள் மாரிவந்து பெய்யும்.	21

மனம்,	சக்தி தனக்கே கருவியாக்கு – சிவ சக்தி நடையாவும் நன்கு பழகும் – மனம் சக்தி தனக்கே கருவியாக்கு – முகம் சார்ந்திருக்கும் நல்லருளும் அழகும்.	22
மனம்,	சக்தி தனக்கே கருவியாக்கு – உயர் சாத்திரங்கள் யாவும் நன்கு தெரியும் – மனம் சக்தி தனக்கே கருவி யாக்கு – நல்ல சத்திய விளக்கு நித்தம் எரியும்.	23
சித்தம்,	சக்தி தனக்கே உரிமையாக்கு – நல்ல தாளவகை சந்தவகை காட்டும் – சித்தம் சக்தி தனக்கே உரிமையாக்கு – அதில் சாரும்நல்ல வார்த்தைகளும் பாட்டும்.	24
சித்தம்,	சக்தி தனக்கே உரிமையாக்கு – அது சக்தியை யெல்லோர்க்கு உணர் வுறுத்தும் – சித்தம் சக்தி தனக்கே உரிமையாக்கு – அது சக்திபுகழ் திக்கனைத்தும் நிறுத்தும்.	25
சித்தம்,	சக்தி தனக்கே உரிமையாக்கு – அது சக்தி சக்தி யென்று குழலூதும் – சித்தம் சக்தி தனக்கே உரிமையாக்கு – அதில் சார்வதில்லை அச்சமுடன் சூதும்.	26
சித்தம்,	சக்தி தனக்கே உரிமையாக்கு – அது சக்தியென்று வீணைதனில் பேசும் – சித்தம் சக்தி தனக்கே உரிமையாக்கு – அது சக்தி பரிமளமிங்கு வீசும்.	27
சித்தம்,	சக்தி தனக்கே உரிமையாக்கு – அது சக்தியென்று தாளமிட்டு முழக்கும் – சித்தம் சக்தி தனக்கே உரிமையாக்கு – அது சஞ்சலங்கள் யாவினையும் அழிக்கும்.	28
சித்தம்,	சக்தி தனக்கே உரிமையாக்கு – அதில் சக்திவந்து கோட்டைகட்டி வாழும் – சித்தம்	

சக்தி தனக்கே உரிமையாக்கு – அது
சக்தியருட் சித்திரத்தில் ஆழும். 29

மதி, சக்தி தனக்கே உடைமையாக்கு – அது
சங்கடங்கள் யாவினையும் உடைக்கும் – மதி
சக்தி தனக்கே உடைமையாக்கு – அங்கு
சத்தியமும் நல்லறமும் கிடைக்கும். 30

மதி, சக்தி தனக்கே உடைமையாக்கு – அது
சாரவருந் தீமைகளை விலக்கும் – மதி
சக்தி தனக்கே உடைமையாக்கு – அது
சஞ்சலப் பிசாசுகளைக் கலக்கும். 31

மதி, சக்தி தனக்கே உடைமையாக்கு – அது
சக்தி செய்யும் விந்தைகளைத் தேடும் – மதி
சக்தி தனக்கே உடைமையாக்கு – அது
சக்தி உறைவிடங்களை நாடும். 32

மதி, சக்தி தனக்கே உடைமையாக்கு – அது
தர்க்கமெனுங் காட்டிலச்சம் நீங்கும் – மதி
சக்தி தனக்கே உடைமையாக்கு – அது
தள்ளிவிடும் பொய்ந்நெறியும் தீங்கும். 33

மதி, சக்தி தனக்கே உடைமையாக்கு – அதில்
சஞ்சலத்தின் தீயவிருள் விலகும் – மதி
சக்தி தனக்கே உடைமையாக்கு – அதில்
சக்தியொளி நித்தமும்நின் றிலகும். 34

மதி, சக்தி தனக்கே உடைமையாக்கு – அதில்
சார்வதில்லை ஐயமெனும் பாம்பு – மதி
சக்தி தனக்கே உடைமையாக்கு – அங்கு
தான்முளைக்கும் முக்திவிதைக் காம்பு. 35

மதி, சக்தி தனக்கே அடிமையாக்கு – அது
தாரணியில் அன்புநிலை நாட்டும் – மதி
சக்தி தனக்கே அடிமையாக்கு – அது
சர்வசிவ சக்தியினைக் காட்டும். 36

மதி,	சக்தி தனக்கே அடிமையாக்கு – அது
	சத்தி திருவருளினைச் சேர்க்கும் – மதி
	சக்தி தனக்கே அடிமையாக்கு – அது
	தாமதப்பொய்த் தீமைகளைப் பேர்க்கும். 37

மதி,	சக்தி தனக்கே அடிமையாக்கு – அது
	சத்தியத்தின் வெல்கொடியை நாட்டும் – மதி
	சக்தி தனக்கே அடிமையாக்கு – அது
	தாக்க வரும் பொய்ப்புலியை ஓட்டும். 38

மதி,	சக்தி தனக்கே அடிமையாக்கு – அது
	சத்தியநல் லிரவியைக் காட்டும் – மதி
	சக்தி தனக்கே அடிமையாக்கு – அதில்
	சாரவரும் புயல்களை வாட்டும். 39

மதி,	சக்தி தனக்கே அடிமையாக்கு – அது
	சக்தி விரதத்தை யென்றும் பூணும் – மதி
	சக்தி விரதத்தை யென்றுங் காத்தால் – சிவ
	சக்திதரும் இன்பமும்நல் லூணும். 40

மதி,	சக்தி தனக்கே அடிமையாக்கு – தெளி
	தந்தமுதப் பொய்கையென ஒளிரும் – மதி
	சக்தி தனக்கே அடிமையாக்கு – அது
	சந்ததமும் இன்பமுற மிளிரும். 41

அகம்,	சக்தி தனக்கே உடைமையாக்கு – அது
	தன்னையொரு சக்தியென்று தேரும் – அகம்
	சக்தி தனக்கே உடைமையாக்கு – அது
	தாமதமும் ஆணவமும் தீரும். 42

அகம்,	சக்தி தனக்கே உடைமையாக்கு – அது
	தன்னையவள் கோயிலென்று காணும் – அகம்
	சக்தி தனக்கே உடைமையாக்கு – அது
	தன்னையெண்ணித் துன்பமுற நாணும். 43

அகம்,	சக்தி தனக்கே உடைமையாக்கு – அது சக்தியெனும் கடலிலோர் திவலை – அகம் சக்தி தனக்கே உடைமை யாக்கு – சிவ சக்தியுண்டு நமக்கில்லை கவலை.	44
அகம்,	சக்தி தனக்கே உடைமையாக்கு – அதில் சக்திசிவ நாதம்நித்தம் ஒலிக்கும் – அகம் சக்தி தனக்கே உடைமை யாக்கு – அங்கு சக்திதிரு மேனியொளி ஜ்வலிக்கும்.	45
சிவ,	சக்தி என்றும் வாழி! என்று பாடு – சிவ சக்தி சக்தி என்று குதித்தாடு – சிவ சக்தி என்றும் வாழி! என்று பாடு – சிவ சக்தி சக்தி என்று விளையாடு.	46

25. சக்தி திருப்புகழ்

1. சக்தி சக்தி சக்தீ சக்தீ சக்தீ சக்தீ என்றோது;
சக்தி சக்தி சக்தீ என்பார் – சாகார் என்றே நின்றோது.

2. சக்தி சக்தி என்றே வாழ்தல் – சால்பாம் நம்மைச்
சார்ந்தீரே
சக்தி சக்தி என்றீ ராயில் – சாகா உண்மை சேர்ந்தீரே!

3. சக்தி சக்தி என்றால் சக்தி – தானே சேரும் கண்டீரே!
சக்தி சக்தி என்றால் வெற்றி – தானே நேரும் கண்டீரே!

4. சக்தி சக்தி என்றே செய்தால் – தானே செய்கை நேராகும்
சக்தி சக்தி என்றால் அஃது – தானே முக்தி வேராகும்.

5. சக்தி சக்தி சக்தீ சக்தீ சக்தீ என்றே ஆடோமோ?
சக்தி சக்தி சக்தீ யென்றே – தாளங்கொட்டிப்
பாடோமோ?

6. சக்தி சக்தி என்றால் துன்பம் – தானே தீரும் கண்டீரே!
சக்தி சக்தி என்றால் இன்பம் – தானே சேரும் கண்டீரே!

7. சக்தி சக்தி என்றால் செல்வம் – தானே ஊறும்
கண்டீரோ?
சக்தி சக்தி என்றால் கல்வி – தானே தேறும்
கண்டீரோ?

8. சக்தி சக்தி சக்தீ சக்தீ சக்தீ சக்தீ வாழீ நீ!
சக்தி சக்தி சக்தீ சக்தீ சக்தீ சக்தீ வாழீ நீ!

9. சக்தி சக்தி வாழீ என்றால் சம்பத்தெல்லாம் நேராகும்;
சக்தி சக்தி என்றால் சக்தி தாசன் என்றே பேராகும்.

சால்பு – மேன்மை, சம்பத்து – செல்வம்

26. சிவசக்தி புகழ்

ராகம் – தன்யாசி
தாளம் – சதுஸ்ர ஏகம்

1. ஓம் சக்திசக்தி சக்தியென்று சொல்லு – கெட்ட
சஞ்சலங்கள் யாவினையும் கொல்லு;
சக்தி சக்தி சக்தியென்று சொல்லி – அவள்
சந்நிதியி லேதொழுது நில்லு.

2. சக்திமிசை பாடல்பல பாடு – ஓம்
சக்தி சக்தி என்று தாளம் போடு;
சக்திதருஞ் செய்கைநிலந் தனிலே – சிவ
சக்திவெறி கொண்டுகளித் தாடு. (ஓம் சக்திசக்தி)

3. சக்திதனை யேசரணங் கொள்ளு – என்றும்
சாவினுக்கொ ரச்சமில்லை தள்ளு,
சக்திபுக ழாமமுதை அள்ளு – மதி
தன்னிலினிப் பாகுமந்தக் கள்ளு. (ஓம் சக்திசக்தி)

4. சக்திசெய்யும் புதுமைகள் பேசு – நல்ல
சக்தியற்ற பேடிகளை ஏசு!
சக்திதிருக் கோயிலுள்ள மாக்கி – அவள்
தந்திடுநற் குங்குமத்தைப் பூசு! (ஓம் சக்திசக்தி)

5. சக்தியினைச் சேர்ந்ததிந்தச் செய்கை – இதைச்
சார்ந்துநிற்ப தேநமக்கொ ருய்கை!
சக்தியெனும் இன்பமுள்ள பொய்கை – அதில்
தன்னமுத மாரிநித்தம் பெய்கை! (ஓம் சக்திசக்தி)

6. சக்தி சக்தி சக்தியென்று நாட்டு – சிவ
சக்தியருள் பூமிதனில் காட்டு;
சக்திபெற்று நல்லநிலை நிற்பார் – புவிச்
சாதிகளெல் லாமதனைக் கேட்டு. (ஓம் சக்திசக்தி)

7. சக்திசக்தி சக்தியென்று முழங்கு – அவள்
தந்திரமெல் லாம்உலகில் வழங்கு;

சக்தியருள் கூடிவிடு மாயின் – உயிர்
சந்ததமும் வாழும்நல்ல கிழங்கு!   (ஓம் சக்திசக்தி)

8. சக்திசெயுந் தொழில்களை எண்ணு – நித்தம்
சக்தியுள்ள தொழில்பல பண்ணு;
சக்திதனை யேயிழந்து விட்டால் – இங்கு
சாவினையும் நோவினையும் உண்ணு. (ஓம் சக்திசக்தி)

9. சக்தியரு ளாலுலகில் ஏறு – ஒரு
சங்கடம்வந் தாலிரண்டு கூறு!
சக்திசில சோதனைகள் செய்தால் – அவள்
தண்ணருளென் றேமனது தேறு!   (ஓம் சக்திசக்தி)

10. சக்திதுணை யென்றுநம்பி வாழ்த்து – சிவ
சக்திதனையே அகத்தில் ஆழ்த்து!
சக்தியும் சிறப்பும்மிகப் பெறுவாய் – சிவ
சக்தியருள் வாழ்கவென்று வாழ்த்து!(ஓம் சக்திசக்தி)

27. பேதை நெஞ்சே!

1. இன்னுமொரு முறைசொல்வேன், பேதை நெஞ்சே!
எதற்குமினி உளைவதிலே பயனொன் றில்லை;
முன்னர்நம திச்சையினாற் பிறந்தோ மில்லை!
முதலிறுதி இடைநமது வசத்தில் இல்லை!
மன்னுமொரு தெய்வத்தின் சக்தி யாலே
வையகத்தில் பொருளெல்லாம் சலித்தல் கண்டாய்!
பின்னையொரு கவலையுமிங் கில்லை நாளும்
பிரியாதே விடுதலையைப் பிடித்துக் கொள்வாய்!

2. நினையாத விளைவெல்லாம் விளைந்து கூடி,
நினைத்தபயன் காண்பதவள் செய்கை யன்றோ?
மனமார உண்மையினைப் புரட்ட லாமோ?
மஹாசக்தி செய்தநன்றி மறக்க லாமோ?
எனையாளும் மாதேவி, வீரர் தேவி,
இமையவருந் தொழுந்தேவி, எல்லைத் தேவி,
மனைவாழ்வு பொருளெல்லாம் வகுக்குந் தேவி,
மலரடியே துணையென்று வாழ்த்தாய் நெஞ்சே!

3. சக்தியென்று புகழ்ந்திடுவோம், முருகன் என்போம்,
சங்கரனென் றுரைத்திடுவோம், கண்ணன் என்போம்;
நித்தியமிங் கவள்சரணே நிலையென் றெண்ணி,
நினக்குள்ள குறைகளெல்லாந் தீர்க்கச் சொல்லி,
பத்தியினாற் பெருமையெல்லாம் கொடுக்கச் சொல்லி,
பசிபிணிக ளில்லாமற் காக்கச் சொல்லி,
உத்தமநன் னெறிகளிலே சேர்க்கச் சொல்லி,
உலகளந்த நாயகிதாள் உரைப்பாய் நெஞ்சே!

4. செல்வங்கள் கேட்டால்நீ கொடுக்க வேண்டும்,
சிறுமைகளென் னிடமிருந்தால் விடுக்க வேண்டும்;
கல்வியிலே மதியினைநீ தொடுக்க வேண்டும்,
கருணையினால் ஐயங்கள் கெடுக்க வேண்டும்;
தொல்லைதரும் அகப்பேயைத் தொலைக்க வேண்டும்,
துணையென்று நின்னருளைத் தொடரச் செய்தே
நல்லவழி சேர்ப்பித்துக் காக்க வேண்டும்
"நமோநமஓம் சக்தி" யென நவிலாய் நெஞ்சே!

சலித்தல் – அசைவுறுதல்

5. பாட்டினிலே சொல்லுவதும் அவள்சொல் லாகும்;
 பயனன்றி உரைப்பாளோ? பாராய் நெஞ்சே!
கேட்டதுநீ பெற்றிடுவாய், ஐய மில்லை;
 கேடில்லை, தெய்வமுண்டு, வெற்றி யுண்டு;
மீட்டுமுனக் குரைத்திடுவேன்: ஆதி சக்தி,
 வேதத்தின் முடியினிலே விளங்கும் சக்தி,
நாட்டினிலே சனகனைப்போல் நமையும் செய்தாள்;
 "நமோநமஓம் சக்தி"யென நவிலாய் நெஞ்சே!

28. மஹா சக்தி

1. சந்திர னொளியில் அவளைக் கண்டேன்
   சரண மென்று புகுந்து கொண்டேன்;
   இந்திரி யங்களை வென்று விட்டேன்,
   எனதென் ஆசையைக் கொன்று விட்டேன்.

2. பயனெண் ணாமல் உழைக்கச் சொன்னாள்,
   பக்தி செய்து பிழைக்கச் சொன்னாள்;
   துயரி லாதெனைச் செய்து விட்டாள்,
   துன்ப மென்பதைக் கொய்து விட்டாள்.

3. மீன்கள் செய்யும் ஒளியைச் செய்தாள்,
   வீசி நிற்கும் வளியைச் செய்தாள்,
   வான்க ணுள்ள வெளியைச் செய்தாள்,
   வாழி நெஞ்சிற் களியைச் செய்தாள்.

29. நவராத்திரிப் பாட்டு

(உஜ்ஜயினீ)

1. உஜ்ஜயினீ நித்ய கல்யாணீ!
   ஓம்சக்தி ஓம்சக்தி ஓம்சக்தி ஓம்சக்தி   (உஜ்ஜயினீ)

2. உஜ்ஜய காரண சங்கர தேவீ
   உமா ஸரஸ்வதீ ஸ்ரீ மாதாஸா   (உஜ்ஜயினீ)

3. வாழி புனைந்து மஹேசுவர தேவன்
   தோழி, பதங்கள் பணிந்து துணிந்தனம்   (உஜ்ஜயினீ)

4. சத்ய யுகத்தை அகத்தி லிருத்தி,
   திறத்தை நமக்கரு ளிச்செய்யும் உத்தமி   (உஜ்ஜயினீ)

30. காளிப் பாட்டு

1. யாது மாகி நின்றாய் – காளி
   எங்கும்நீ நிறைந்தாய்;
   தீது நன்மை யெல்லாம் – காளி!
   தெய்வ லீலை யன்றோ!
   பூத மைந்தும் ஆனாய் – காளி!
   பொறிக ளைந்தும் ஆனாய்!
   போத மாகி நின்றாய் – காளி!
   பொறியை விஞ்சி நின்றாய்;

2. இன்ப மாகி விட்டாய் – காளி!
   என்னுளே புகுந்தாய்?
   பின்பு நின்னை யல்லால் – காளி!
   பிறிது நானும் உண்டோ?
   அன்ப ளித்து விட்டாய் – காளி!
   ஆண்மை தந்து விட்டாய்
   துன்பம் நீக்கி விட்டாய் – காளி!
   தொல்லை போக்கி விட்டாய்!

31. காளி ஸ்தோத்திரம்

1. யாது மாகி நின்றாய் – காளீ!
   எங்கும்நீ நிறைந்தாய்;
தீது நன்மை யெல்லாம் – நின்றன்
   செயல்களன்றி யில்லை
போதும் இங்கு மாந்தர் – வாழும்
   பொய்ம்மை வாழ்க்கை யெல்லாம்,
ஆதி சக்தி, தாயே! – என்மீது
   அருள்புரிந்து காப்பாய்.

2. எந்த நாளும் நின்மேல் – தாயே!
   இசைகள் பாடிவாழ்வேன்:
கந்தனைப் பயந்தாய் – தாயே!
   கருணை வெள்ளமானாய்!
மந்த மாரு தத்தில் – வானில்
   மலையினுச்சி மீதில்,
சிந்தை யெங்கு செல்லும்
   அங்குன் – செம்மை தோன்றும் அன்றே!

3. கர்ம யோக மொன்றே – உலகில்
   காக்குமென்னும் வேதம்,
தர்ம நீதி சிறிதும் – இங்கே
   தவறலென்ப தின்றி,
மர்ம மான பொருளாம் – நின்றன்
   மலரடிக்கண் நெஞ்சம்
செம்மை யுற்று நாளும் – சேர்ந்தே
   தேசு கூடவேண்டும்.

4. என்ற னுள்ள வெளியில் – ஞானத்
   துரவியேற வேண்டும்;
குன்ற மொத்த தோளும் – மேருக்
   கோலமொத்த வடிவும்,
நன்றை நாடும் மனமும் – நீயெந்
   நாளுமீதல் வேண்டும்;
ஒன்றை விட்டு மற்றோர் – துயரில்
   உழலும் நெஞ்சம் வேண்டா.

பயந்தாய் – பெற்றாய், தேசு – அழகு; ஒளி; வீரம்

5. வான கத்தி னொளியைக் – கண்டே
மனமகிழ்ச்சி பொங்கி,
யானெ தற்கும் அஞ்சேன் – ஆகி
எந்தநாளும் வாழ்வேன்:
ஞான மொத்த தம்மா! – உவமை
நானுரைக்கொ ணாதாம்
வான கத்தி னொளியின் – அழகை
வாழ்த்துமாறுயாதோ?

6. ஞாயி றென்ற கோளம் – தருமோர்
நல்லபேரொ ளிக்கே
தேய மீதோ ருவமை – எவரே
தேடியோத வல்லார்?
வாயி னிக்கு மம்மா! – அழகாம்
மதியினின்ப ஒளியை
நேய மோடு ரைத்தால் – ஆங்கே
நெஞ்சிளக்க மெய்தும்.

7. காளி மீது நெஞ்சம் – என்றும்
கலந்துநிற்க வேண்டும்;
வேளை யொத்த விறலும் – பாரில்
வேந்தரேத்து புகழும்
யாளி யொத்த வலியும் – என்றும்
இன்பம்நிற்கும் மனமும்
வாழி யீதல் வேண்டும் – அன்னாய்!
வாழ்கநின்றன் அருளே!

32. யோக சித்தி

வரங் கேட்டல்

1. விண்ணும் மண்ணும் தனியாளும் – எங்கள்
   வீரை சக்தி நினதருளே – என்றன்
   கண்ணுங் கருத்தும் எனக்கொண்டு – அன்பு
   கசிந்து கசிந்து கசிந்துருகி – நான்
   பண்ணும் பூசனை களெல்லாம் – வெறும்
   பாலை வனத்தில் இட்ட நீரோ? – உனக்
   கெண்ணுஞ் சிந்தை யொன்றிலையோ? – அறி
   வில்லா தகிலம் அளிப்பாயோ?

2. நீயே சரணமென்று கூவி – என்றன்
   நெஞ்சிற் பேருறுதி கொண்டு – அடி
   தாயே! எனக்குமிக நிதியும் – அறந்
   தன்னைக் காக்கு மொரு திறனும் – தரு
   வாயே என்றுபணிந் தேத்திப் – பல
   வாறா நினதுபுகழ் பாடி – வாய்
   ஓயே னாவதுண ராயோ? – நின
   துண்மை தவறுவதோ ருலகோ?

3. காளி, வலியசா முண்டி – ஓங்
   காரத் தலைவியென் னிராணி – பல
   நாளிங் கெனையலைக்க லாமோ? – உள்ளம்
   நாடும் பொருளடைதற் கன்றோ? – மலர்த்
   தாளில் விழுந்தபயங் கேட்டேன் – அது
   தாரா யெனிலுயிரைத் தீராய் – துன்பம்
   நீளில் உயிர்தரிக்க மாட்டேன் – கரு
   நீலீ யென்னியல்பறி யாயோ?

4. தேடிச் சோறுநிதந் தின்று – பல
   சின்னஞ் சிறுகதைகள் பேசி – மனம்
   வாடித் துன்பமிக உழன்று – பிறர்
   வாடப் பலசெயல்கள் செய்து – நரை

வீரை சக்தி – வீர சக்தி

கூடிக் கிழப்பருவ மெய்தி – கொடுங்
கூற்றுக் கிரையெனப்பின் மாயும் – பல
வேடிக்கை மனிதரைப் போலே – நான்
வீழ்வே னென்றுநினைத் தாயோ?

5. நின்னைச் சிலவரங்கள் கேட்பேன் – அவை
நேரே இன்றெனக்குத் தருவாய் – என்றன்
முன்னைத் தீயவினைப் பயன்கள் – இன்னும்
மூளா தழிந்திடுதல் வேண்டும் – இனி
என்னைப் புதியவுயி ராக்கி – எனக்
கேதுங் கவலையறச் செய்து – மதி
தன்னை மிகத்தெளிவு செய்து – என்றும்
சந்தோஷங் கொண்டிருக்கச் செய்வாய்.

6. தோளை வலியுடைய தாக்கி – உடற்
சோர்வும் பிணிபலவும் போக்கி – அரி
வாளைக் கொண்டுபிளந் தாலும் – கட்டு
மாறா வுடலுறுதி தந்து – சுடர்
நாளைக் கண்டதோர் மலர்போல் – ஒளி
நண்ணித் திகழுமுகம் தந்து – மத
வேளை வெல்லுமுறை கூறித் – தவ
மேன்மை கொடுத்தருளல் வேண்டும்.

7. எண்ணுங் காரியங்க ளெல்லாம் – வெற்றி
யேறப் புரிந்தருளல் வேண்டும் – தொழில்
பண்ணப் பெருநிதியம் வேண்டும் – அதிற்
பல்லோர் துணைபுரிதல் வேண்டும் – சுவை
நண்ணும் பாட்டினொடு தாளம் – மிக
நன்றா வுளத்தழுந்தல் வேண்டும் – பல
பண்ணிற் கோடிவகை இன்பம் – நான்
பாடத் திறனடைதல் வேண்டும்.

8. கல்லை வயிரமணி யாக்கல் – செம்பைக்
கட்டித் தங்கமெனச் செய்தல் – வெறும்
புல்லை நெல்லெனப் புரிதல் – பன்றிப்
போத்தைச் சிங்கவே றாக்கல் – மண்ணை

வெல்லத் தினிப்புவரச் செய்தல் – என
விந்தை தோன்றிட இந்நாட்டை – நான்
தொல்லை தீர்த்துயர்வு கல்வி – வெற்றி
சூழும் வீரமறி வாண்மை

9. கூடுந் திரவியத்தின் குவைகள் – திறல்
கொள்ளுங் கோடிவகைத் தொழில்கள் – இவை
நாடும் படிக்குவினை செய்து – இந்த
நாட்டோர் கீர்த்தியெங்கு மோங்கக் – கலி
சாடுந் திறனெனக்குத் தருவாய் – அடி
தாயே! உனக்கரிய துண்டோ? – மதி
மூடும் பொய்ம்மையிரு ளெல்லாம் – எனை
முற்றும் விட்டகல வேண்டும்.

10. ஐயம் தீர்ந்துவிடல் வேண்டும் – புலை
அச்சம் போயொழிதல் வேண்டும் – பல
பையச் சொல்லுவதிங் கென்னே! – முன்னைப்
பார்த்தன் கண்ணனிவர் நேரா – எனை
உய்யக் கொண்டருள வேண்டும் – அடி
உன்னைக் கோடிமுறை தொழுதேன் – இனி
வையத் தலைமையெனக் கருள்வாய் – அன்னை
வாழி! நின்னதருள் வாழி!
ஓம் காளீ! வலிய சாமுண்டீ! – ஓங்
காரத் தலைவி! என் இராணி!

33. மஹாசக்தி பஞ்சகம்

1. கரணமுந் தனுவும் நினக்கெனத் தந்தேன்,
   காளிநீ காத்தருள் செய்யே;
மரணமும் அஞ்சேன், நோய்களை அஞ்சேன்,
   மாரவெம் பேயினை அஞ்சேன்,
இரணமுஞ் சுகமும் பழியும்நற் புகழும்
   யாவுமோர் பொருளெனக் கொள்ளேன்;
சரணமென் றுனது பதமலர் பணிந்தேன்,
   தாயெனைக் காத்தலுன் கடனே.

2. எண்ணிலாப் பொருளும் எல்லையில் வெளியும்,
   யாவுமாம் நின்றனைப் போற்றி,
மண்ணிலார் வந்து வாழ்த்தினுஞ் செறினும்
   மயங்கிலேன்; மனமெனும் பெயர்கொள்
கண்ணிலாப் பேயை எள்ளுவேன்; இனியெக்
   காலுமே அமைதியி லிருப்பேன்;
தண்ணிலா முடியிற் புனைந்துநின் றிலகும்
   தாயுனைச் சரண்புகுந் தேனால்.

3. நீசருக் கினிதாந் தனத்தினும், மாதர்
   நினைப்பினும், நெறியிலா மாக்கள்
மாசுறு பொய்ந்நட் பதனிலும் பன்னாள்
   மயங்கினேன்; அவையினி மதியேன்;
தேசுறு நீல நிறத்தினாள், அறிவாய்ச்
   சிந்தையிற் குலவிடு திறத்தாள்,
வீசுறுங் காற்றில் நெருப்பினில் வெளியில்
   விளங்குவாள் தனைச்சரண் புகுந்தேன்.

4. ஐயமுந் திகைப்புந் தொலைந்தன, ஆங்கே
   அச்சமுந் தொலைந்தது, சினமும்
பொய்யுமென் றினைய புன்மைக ளெல்லாம்
   போயின; உறுதிநான் கண்டேன்,
வையமிங் கனைத்தும் ஆக்கியும் காத்தும்
   மாய்த்துமே மகிழ்ந்திடு தாயைத்
துய்யவெண் ணிறத்தாள் தனைக்கரி யவளைத்
   துணையெனத் தொடர்ந்தது கொண்டே.

கரணமும் தனுவும் – மனமும் உடலும், செறினும் – வெறுப்பினும்; பகைப்பினும், தேசு – ஒளி

5. தவத்தினை எளிதாப் புரிந்தனள், யோகத்
    தனிநிலை எளிதெனப் புரிந்தாள்;
   சிவத்தினை இனிதாப் புரிந்தனள்; மூடச்
    சித்தமும் தெளிவுறச் செய்தாள்;
   பவத்தினை வெறுப்ப அருளினள், நானாம்
    பான்மை கொன் றவள்மயம் புரிந்தாள்;
   அவத்தினைக் களைந்தாள்; அறிவென விளைந்தாள்;
    அநந்தமா வாழ்கவிங் கவளே!

பவம் – பிறப்பு, அவம் – அறிவின்மை; பயனின்மை

34. மஹாசக்தி வாழ்த்து

1. விண்டு ரைக்க, அறிய, அரியதாய்
விரிந்த வான வெளியென நின்றனை;
அண்ட கோடிகள் வானில் அமைத்தனை;
அவற்றில் எண்ணற்ற வேகஞ் சமைத்தனை;
மண்டலத்தை அணுவணு வாக்கினால்,
வருவ தெத்தனை அத்தனை யோசனை
கொண்ட தூர மவற்றிடை வைத்தனை,
கோலமே! நினைக் காளியென் றேத்துவேன்.

2. நாடு காக்கும் அரசன் தனையந்த
நாட்டு ளோர் அரசென்றறி வார்எனில்,
பாடு தண்டைக் குழந்தை தனக்கிதம்
பண்ணும் அப்பன் இவனென் றறிந்திடும்;
கோடி யண்டம் இயக்கி யளிக்கும்நின்
கோலம் ஏழை குறித்திட லாகுமோ?
நாடி யிச்சிறு பூமியிற் காணுநின்
நலங்கள் ஏத்திட நல்லருள் செய்கவே.

3. பரிதி யென்னும் பொருளிடை ஏய்ந்தனை,
பரவும் வெய்ய கதிரெனக் காய்ந்தனை;
கரிய மேகத் திரளெனச் செல்லுவை,
காலு மின்னென வந்துயிர் கொல்லுவை;
சொரியும் நீரெனப் பல்லுயிர் போற்றுவை,
சூழும் வெள்ள மெனவுயிர் மாற்றுவை;
விரியும் நீள்கட லென்ன நிறைந்தனை,
வெல்க காளி யெனதம்மை வெல்கவே.

4. வாயு வாகி வெளியை அளந்தனை,
வாழ்வெ தற்கும் உயிர்நிலை ஆயினை;
தேயு வாகி ஒளியருள் செய்குவை,
செத்த வற்றைக் கருப்பொருள் ஆக்குவை;
பாயு மாயிரஞ் சக்திக ளாகியே
பாரி லுள்ள தொழில்கள் இயற்றுவை;
சாயும் பல்லுயிர் கொல்லுவை, நிற்பன
தம்மைக் காத்துச் சுகம்பல நல்குவை.

ஏய்தல் – பொருந்தல்

5. நிலத்தின் கீழ்பல் லுலோகங்கள் ஆயினை;
நீரின் கீழெண் ணிலாநிதி வைத்தனை;
தலத்தின் மீது மலையும் நதிகளும்
சாரும் காடுஞ் சுனைகளும் ஆயினை;
குலத்தி லெண்ணற்ற பூண்டு பயிரினம்
கூட்டி வைத்துப் பலநலந் துய்த்தனை;
புலத்தை யிட்டிங் குயிர்கள் செய்தாய், அன்னே!
போற்றி! போற்றி! நினதருள் போற்றியே!

6. சித்த சாகரஞ் செய்தனை, ஆங்கதிற்
செய்த கர்மப் பயனெனப் பல்கினை;
தத்து கின்ற திரையுஞ் சுழிகளும்
தாக்கி யெற்றிடுங் காற்றுமுள் ளோட்டமுஞ்
சுத்த மோனப் பகுதியும் வெண்பனி
சூழ்ந்த பாகமும் சுட்டவெந் நீருமென்று
ஒத்த நீர்க்கடல் போலப் பலவகை
உள்ள மென்னுங் கடலில் அமைத்தனை.

35. ஊழிக் கூத்து

1. வெடிபடும் அண்டத் திடிபல் தாளம் போட – வெறும்
வெளியில் இரத்தக் களியொடு பூதம்பாடப் – பாட்டின்
அடிபடு பொருளுன் அடிபடு மொலியிற் கூடக் – களித்
தாடுங் காளீ! சாமுண் டீ கங் காளீ!
அன்னை! அன்னை!
ஆடுங் கூத்தை நாடச் செய்தாய் என்னை.

2. ஐந்துறு பூதம் சிந்திப்போயொன் றாகப் – பின்னர்
அதுவும் சக்திக் கதியில் மூழ்கிப் போக – அங்கே
முந்துறும் ஒளியிற் சிந்தைநழுவும் வேகத் – தோடே
முடியா நடனம் புரிவாய், அடு தீ சொரிவாய்!
அன்னை! அன்னை!
ஆடுங் கூத்தை நாடச் செய்தாய் என்னை.

3. பாழாம் வெளியும் பதறிப் போய்மெய் குலையச் – சலனம்
பயிலும் சக்திக் குலமும் வழிகள் கலைய – அங்கே
ஊழாம் பேய்தான் 'ஓஹோ ஹோ' வென் றலைய – வெறித்
துறுமித் திரிவாய், செறுவெங் கூத்தே புரிவாய்!
அன்னை! அன்னை!
ஆடுங் கூத்தை நாடச் செய்தாய் என்னை!

4. சக்திப் பேய்தான் தலையொடு தலைகள் முட்டிச் – சட்டச்
சடசட சட்டென் றுடைபடு தாளங்கொட்டி – அங்கே
எத்திக் கினிலும் நின்விழி யனல்போய் எட்டித் – தானே
எரியுங் கோலங் கண்டே சாகும் காலம்
அன்னை! அன்னை!
ஆடுங் கூத்தை நாடச் செய்தாய் என்னை.

5. காலத் தொடுநிர் மூலம் படும்மூ வுலகும் – அங்கே
கடவுள் மோனத் தொளியே தனியா யிலகும் – சிவன்
கோலங் கண்டுன் கனல்செய் சினமும் விலகும் – கையைக்
கொஞ்சித் தொடுவாய், ஆனந்தக்கூத் திடுவாய்!
அன்னை! அன்னை!
ஆடுங் கூத்தை நாடச் செய்தாய் என்னை.

36. காளிக்கு சமர்ப்பணம்

இந்த மெய்யும் கரணமும் பொறியும்
 இருபத் தேழு வருடங்கள் காத்தனன்;
வந்தனம்; அடி பேரருள் அன்னாய்!
 வைரவீ! திறற் சாமுண்டி! காளி!
சிந்தனை தெளிந் தேனினி யுன்றன்
 திருவ ருட்கென அர்ப்பணஞ் செய்தேன்;
வந்தி ருந்து பலபய னாகும்
 வகைதெ ரிந்துகொள் வாழி யடி! நீ.

மெய் – உடல், கரணம் – மனம், பொறி – புலன்

37. காளி தருவாள்

1. எண்ணி லாத பொருட்குவை தானும்
    ஏற்றமும் புவி யாட்சியும் ஆங்கே
   விண்ணில் ஆதவன் நேர்த்திடும் ஒளியும்
    வெம்மை யும்பெருந் திண்மையும் அறிவும்
   தண்ணி லாவின் அமைதியும் அருளும்
    தருவள் இன்றென தன்னை என்காளி;
   மண்ணி லார்க்கும் துயரின்றிச் செய்வேன்
    வறுமை யென்பதை மண்மிசை மாய்ப்பேன்.

2. தானம் வேள்வி தவம்கல்வி யாவும்
    தரணி மீதில் நிலைபெறச் செய்வேன்
   வானம் மூன்று மழைதரச் செய்வேன்
    மாறி லாத வளங்கள் கொடுப்பேன்;
   மானம் வீரியம் ஆண்மை நன்னேர்மை
    வண்மை யாவும் வழங்குறச் செய்வேன்!
   ஞான மோங்கி வளர்ந்திடச் செய்வேன்!
    நான்வி ரும்பிய காளி தருவாள்.

38. மஹாகாளியின் புகழ்

காவடிச் சிந்து

ராகம் – ஆனந்த பைரவி
தாளம் – ஆதி

1. காலமாம் வனத்திலண்டக் கோலமா மரத்தின்மீது
காளிசக்தி யென்றபெயர் கொண்டு – ரீங்
காரமிட் டுலவுமொரு வண்டு – தழல்
காலும்விழி நீலவன்ன மூலஅத்து வாக்களெனும்
கால்களா றுடையதெனக் கண்டு – மறை
காணுமுனி வோருரைத்தார் பண்டு!
மேலுமாகிக் கீழுமாகி வேறுள திசையுமாகி
விண்ணுமண்ணு மானசக்தி வெள்ளம் – இந்த
விந்தையெல்லா மாங்கதுசெய் கள்ளம் – பழ
வேதமா யதன்முனுள்ள நாதமாய் விளங்குமிந்த
வீரசக்தி வெள்ளம்விழும் பள்ளம் – ஆக
வேண்டும் நித்த மென்றனேழை யுள்ளம்.

2. அன்புவடி வாகிநிற்பள் துன்பெலா மவளிழைப்பள்
ஆக்கநீக்கம் யாவுமவள் செய்கை – இதை
ஆர்ந்துணர்ந்த வர்களுக்குண் டுய்கை – அவள்
ஆதியா யநாதியா யகண்டவறி வாவளுன்றன்
அறிவுமவள் மேனியிலோர் சைகை – அவள்
ஆனந்தத்தி னெல்லையற்ற பொய்கை
இன்பவடி வாகிநிற்பள் துன்பெலா மவளிழைப்பள்
இஃதெலா மவள்புரியும் மாயை – அவள்
ஏதுமற்ற மெய்ப்பொருளின் சாயை – எனில்
எண்ணியேஓம் சக்தியெனும் புண்ணியமுனிவர் நித்தம்
எய்துவார் மெய்ஞ் ஞானமெனுந் தீயை – எரித்
தெற்றுவாரிந் நானெனும் பொய்ப் பேயை.

3. ஆதியாம் சிவனுமவன் சோதியான சத்தியுந்தான்
அங்குமிங்கு மெங்குமுள வாகும் – ஒன்றே
யாகினா லுலகனைத்தும் சாகும் – அவை
யன்றியோர் பொருளுமிலை, அன்றியொன்று
மில்லையிதை

ஆய்ந்திடில் துயரமெல்லாம் போகும் – இந்த
அறிவுதான் பரமஞான மாகும்.
நீதியா மரசுசெய்வர் நிதிகள்பல கோடிதுய்ப்பர்
நீண்டகாலம் வாழ்வர்தரை மீது – எந்த
நெறியுமெய்து வர்நினைத்த போது – அந்த
நித்தமுத்த சுத்தபுத்த சத்தபெருங் காளிபத
நீழலடைந் தார்க்கில்லையோர் தீது – என்று
நேர்மைவேதம் சொல்லும்வழி யீது

39. வெற்றி

1. எடுத்த காரியம் யாவினும் வெற்றி,
  எங்கு நோக்கினும் வெற்றிமற் றாங்கே
 விடுத்த வாய்மொழிக் கெங்கணும் வெற்றி
  வேண்டி னேனுக் கருளினள் காளி;
 தடுத்து நிற்பது தெய்வத மேனும்
  சாரு மானுட மாயினும் அஃதைப்
 படுத்து மாய்ப்பள் அருட்பெருங் காளி,
  பாரில் வெற்றி எனக்குறு மாறே.

2. எண்ணு மெண்ணங்கள் யாவினும் வெற்றி,
  எங்கும் வெற்றி எதனிலும் வெற்றி,
 கண்ணு மாருயி ரும்என நின்றாள்
  காளித் தாயிங் கெனக்கருள் செய்தாள்;
 மண்ணும் காற்றும் புனலும் அனலும்
  வானும் வந்து வணங்கிநில் லாவோ?
 விண்ணு ளோர்பணிந் தேவல்செய் யாரோ
  வெல்க காளி பதங்களென் பார்க்கே!

40. முத்துமாரி

1\. உலகத்து நாயகியே! – எங்கள் முத்து
மாரியம்மா, எங்கள் முத்து மாரீ!
உன்பாதம் சரண்புகுந்தோம் – எங்கள் முத்து
மாரியம்மா, எங்கள் முத்து மாரீ!
கலகத் தரக்கர்பலர் – எங்கள் முத்து
மாரியம்மா, எங்கள் முத்து மாரீ!
கருத்தினுள்ளே புகுந்துவிட்டார் – எங்கள் முத்து
மாரியம்மா, எங்கள் முத்து மாரீ!
பலகற்றும் பலகேட்டும் – எங்கள் முத்து
மாரியம்மா, எங்கள் முத்து மாரீ!
பயனொன்று மில்லையடி – எங்கள் முத்து
மாரியம்மா, எங்கள் முத்து மாரீ!
நிலையெங்கும் காணவில்லை எங்கள் முத்து
மாரியம்மா, எங்கள் முத்து மாரீ!
நின்பாதம் சரண்புகுந்தோம் – எங்கள் முத்து
மாரியம்மா, எங்கள் முத்து மாரீ!

2\. துணிவெளுக்க மண்ணுண்டு – எங்கள் முத்து
மாரியம்மா, எங்கள் முத்து மாரீ!
தோல்வெளுக்கச் சாம்பருண்டு – எங்கள் முத்து
மாரியம்மா, எங்கள் முத்து மாரீ!
மணிவெளுக்கச் சாணையுண்டு – எங்கள் முத்து
மாரியம்மா, எங்கள் முத்து மாரீ!
மனம்வெளுக்க வழியில்லை – எங்கள் முத்து
மாரியம்மா, எங்கள் முத்து மாரீ!
பிணிகளுக்கு மாற்றுண்டு – எங்கள் முத்து
மாரியம்மா, எங்கள் முத்து மாரீ!
பேதைமைக்கு மாற்றில்லை – எங்கள் முத்து
மாரியம்மா, எங்கள் முத்து மாரீ!
அணிகளுக்கொ ரெல்லையில்லாய் – எங்கள் முத்து
மாரியம்மா, எங்கள் முத்து மாரீ!
அடைக்கலமிங் குனைப்புகுந்தோம் – எங்கள் முத்து
மாரியம்மா, எங்கள் முத்து மாரீ!

41. தேச முத்துமாரி

1. தேடியுனைச் சரணடைந்தேன் தேச முத்துமாரி!
   கேடதனை நீக்கிடுவாய், கேட்டவரம் தருவாய்!

2. பாடியுனைச் சரணடைந்தேன் பாசமெல்லாங் களைவாய்;
   கோடிநலஞ் செய்திடுவாய், குறைகளெல்லாம் தீர்ப்பாய்!

3. எப்பொழுதுங் கவலையிலே இணங்கிநிற்பான் பாவி;
   ஒப்பியுன தேவல்செய்வேன் உனதருளால் வாழ்வேன்!

4. சக்தியென்று நேரமெல்லாம் தமிழ்க்கவிதை பாடி
   பக்தியுடன் போற்றி நின்றால் பயமனைத்தும் தீரும்!

5. ஆதாரம் சக்தியென்றே அருமறைகள் கூறும்;
   யாதானுந் தொழில்புரிவோம்; யாதுமவள் தொழிலாம்!

6. துன்பமே இயற்கையெனும் சொல்லைமறந் திடுவோம்;
   இன்பமே வேண்டிநிற்போம்; யாவுமவள் தருவாள்!

7. நம்பினோர் கெடுவதில்லை; நான்குமறைத் தீர்ப்பு;
   அம்பிகையைச் சரண்புகுந்தால் அதிகவரம் பெறலாம்!

42. கோமதி மஹிமை

1. தாருக வனத்திலே – சிவன்
சரணநன் மலரிடை யுளம்பதித்துச்
சீருறத் தவம் புரிவார் – பர
சிவன்புக ழமுதினை அருந்திடுவார்!
பேருயர் முனிவர் முன்னே – கல்விப்
பெருங்கடல் பருகிய சூதனென்பான்
தேருமெய்ஞ் ஞானத்தினால் – உயர்
சிவன்நிகர் முனிவரன் செப்புகின்றான்!

2. “வாழிய முனிவர்களே! – புகழ்
வளர்ந்திடுஞ் சங்கரன் கோயிலிலே,
ஊழியைச் சமைத்த பிரான் – இந்த
உலக மெலாமுருக் கொண்டபிரான்,
ஏழிரு புவனத்திலும் – என்றும்
இயல்பெறும் உயிர்களுக் குயிராவான்.
ஆழுநல் லறிவாவான் – ஒளி
யறிவினைக் கடந்தமெய்ப் பொருளாவான்.

3. தேவர்க் கெலாந்தேவன் – உயர்
சிவபெரு மான்பண்டொர் காலத்திலே
காவலி னுலகளிக்கும் – அந்தக்
கண்ணனுந் தானுமிங் கோருருவாய்
ஆவலொ டருந்தவங்கள் – பல
ஆற்றிய நாகர்கள் இருவர் முன்னே
மேவிநின் றருள் புரிந்தான் – அந்த
வியப்புறு சரிதையை விளம்புகின்றேன்.

4. கேளீர் முனிவர்களே! – இந்தக்
கீர்த்திகொள் சரிதையைக் கேட்டவர்க்கே
வேள்விகள் கோடிசெய்தால் – சதுர்
வேதங்க ளாயிரமுறை படித்தால்,
மூளுநற் புண்ணியந்தான் – வந்து
மொய்த்திடும்; சிவனியல் விளங்கிநிற்கும்!
நாளுநற் செல்வங்கள் – பல
நணுகிடும் சரதமெய் வாழ்வுண்டாம்.

5. இக்கதை உரைத்திடுவேன் – உளம்
இன்புறக் கேட்பீர், முனிவர்களே!
நக்கபி ரானருளால் – இங்கு
நடைபெறும் உலகங்கள் கணக்கிலவாம்!
தொக்கன அண்டங்கள் – வளர்
தொகைபல கோடிபல் கோடிகளாம்!
இக்கணக் கெவரறிவார் – புவி
எத்தனை யுளதென்ப தியாரறிவார்?

6. நக்கபி ரானறிவான் – மற்று
நானறி யேன்பிற நரரறியார்;
தொக்க பேரண்டங்கள் – கொண்ட
தொகைக்கெல்லை யில்லையென்று சொல்லுகின்ற
தக்கபல் சாத்திரங்கள் – ஒளி
தருகின்ற வானமோர் கடல்போலாம்!
அக்கட லதனுக்கே – எங்கும்
அக்கரை இக்கரை யொன்றில்லையாம்!

7. இக்கட லதனகத்தே – அங்கங்
கிடையிடை தோன்றும்புன் குமிழிகள்போல்
தொக்கன உலகங்கள் – திசைத்
தூவெளி யதனிடை விரைந்தோடும்;
மிக்கதொர் வியப்புடைத்தாம் – இந்த
வியன்பெரு வையத்தின் காட்சி, கண்டீர்!
மெய்க்கலை முனிவர்களே! – இதன்
மெய்ப்பொருள் பரசிவன் சக்தி, கண்டீர்!

8. எல்லையுண் டோஇலையோ? – இங்கு
யாவர் கண்டார் திசை வெளியினுக்கே?
சொல்லுமொர் வரம்பிட்டால் – அதை
....

(முற்றுப் பெறவில்லை)

43. சாகா வரம்

பல்லவி

சாகா வர மருள்வாய் ராமா!
சதுர்மறை நாதா! சரோஜ பாதா!

சரணங்கள்

1. ஆகாசந் தீ கால் நீர் மண்
அத்தனை பூதமும் ஒத்து நிறைந்தாய்;
ஏகாமிர்த மாகிய நின்தாள்
இணைசர ணென்றால் இதுமுடி யாதா? (சாகா)

2. வாகார் தோள் வீரா, தீரா,
மன்மத ரூபா, வானவர் பூபா,
பாகார் மொழி சீதையின் மென் தோள்
பழகிய மார்பா! பதமலர் சார்பா! (சாகா)

3. நித்யா, நிர்மலா, ராமா
நிஷ் களங்கா, சர்வாதாரா,
சத்யா, சநாதநா, ராமா
சரணம் சரணம் சரண முதாரா! (சாகா)

44. கோவிந்தன் பாட்டு

1. கண்ணிரண்டும் இமையாமல் செந்நிறத்து
   மெல்லிதழ்ப்பூங் கமலத் தெய்வப்
   பெண்ணிரண்டு விழிகளையும் நோக்கிடுவாய்
   கோவிந்தா! பேணி னோர்க்கு
   நண்ணிரண்டு பொற்பாத மளித்தருள்வாய்
   சராசரத்து நாதா! நாளும்
   எண்ணிரண்டு கோடியினும் மிகப்பலவாம்
   வீண்கவலை எளிய னேற்கே.

2. எளியனேன் யானெனலை எப்போது
   போக்கிடுவாய், இறைவ னே! இவ்
   வளியிலே பறவையிலே மரத்தினிலே
   முகிலினிலே, வரம்பில் வான
   வெளியிலே, கடலிடையே மண்ணகத்தே
   வீதியிலே வீட்டி லெல்லாம்
   களியிலே, கோவிந்தா! நினைக்கண்டு
   நின்னொடுநான் கலப்ப தென்றோ?

3. என்கண்ணை மறந்துனிரு கண்களையே
   என்னகத்தில் இசைத்துக் கொண்டு
   நின்கண்ணாற் புவியெல்லாம் நீயெனவே
   நான்கண்டு நிறைவு கொண்டு,
   வன்கண்மை மறதியுடன் சோம்பர்முதற்
   பாவமெலாம் மடிந்து, நெஞ்சிற்
   புன்கண்போய் வாழ்ந்திடவே, கோவிந்தா!
   எனக்கமுதம் புகட்டு வாயே.

வன்கண்மை – கொடுமை; பொறாமை,
புன்கண் – சிறுமை; அச்சம்; தரித்திரம்

45. கண்ணனை வேண்டுதல்

1. வேத வானில் விளங்கி "அறஞ்செய்மின்,
சாதல் நேரினுஞ் சத்தியம் பூணுமின்,
தீத கற்றுமின்" என்று திசையெலாம்
மோத நித்தம் இடித்து முழங்கியே

2. உண்ணுஞ் சாதிக் குறக்கமும் சாவுமே
நண்ணு றாவணம் நன்கு புரந்திடும்
எண்ண ரும்புகழ்க் கீதையெனச் சொலும்
பண்ண மிழ்தத் தருள்மழை பாலித்தே

3. எங்க ளாரிய பூமியெ னும்பயிர்
மங்க ளம்பெற நித்தலும் வாழ்விக்கும்
துங்க முற்ற துணைமுகி லேமலர்ச்
செங்க ணாய்நின் பதமலர் சிந்திப்பாம்!

4. வீரர் தெய்வதம், கர்ம விளக்கு, நல்
பார தர்செய் தவத்தின் பயனெனும்
தார விர்ந்த தடம்புயப் பார்த்தனோர்
கார ணம்மெனக் கொண்டு கடவுள்நீ

5. நின்னை நம்பி நிலத்திடை என்றுமே
மன்னு பாரத மாண்குலம் யாவிற்கும்
உன்னுங் காலை உயர்துணை யாகவே
சொன்ன சொல்லை உயிரிடைச் சூடுவோம்.

6. ஐய கேள்,இனி யோர்சொல் அடியர்யாம்
உய்ய நின்மொழி பற்றி யொழுகியே,
மைய றும்புகழ் வாழ்க்கை பெறற்கெனச்
செய்யுஞ் செய்கையில் நின்னருள் சேர்ப்பையால்.

7. ஒப்பி லாத உயர்வொடு கல்வியும்
எய்ப்பில் வீரமும் இப்புவி யாட்சியும்
தப்பி லாத தருமமுங் கொண்டுயாம்
அப்ப னேநின் னடிபணிந் துய்வமால்.

8. மற்று நீயிந்த வாழ்வு மறுப்பையேல்
   சற்று நேரத்துள் எம்முயிர் சாய்த்தருள்
   கொற்ற வா! நின் குவலய மீதினில்
   வெற்று வாழ்க்கை விரும்பி யழிகிலேம்.

9. நின்றன் மாமர பில்வந்து நீசராய்ப்
   பொன்றல் வேண்டிலம் பொற்கழ லாணைகாண்;
   இன்றிங் கெம்மை அதம்புரி, இல்லையேல்
   வென்றி யும்புக ழுந்தரல் வேண்டுமே.

46. வருவாய் கண்ணா!

பல்லவி

வருவாய் வருவாய் வருவாய் – கண்ணா!
வருவாய் வருவாய் வருவாய்!

சரணங்கள்

1. உருவாய் அறிவில் ஒளிர்வாய் – கண்ணா!
   உயிரின் அமுதாய்ப் பொழிவாய் – கண்ணா!
   கருவாய் என்னுள் வளர்வாய் கண்ணா!
   கமலத் திருவோ டிணைவாய் – கண்ணா!   (வரு)

2. இணைவாய் எனதா வியிலே – கண்ணா
   இதயத் தினிலே அமர்வாய் – கண்ணா
   கணைவா யசுரர் தலைகள் – சிதறக்
   கடையூ ழியிலே படையொ டெழுவாய்!   (வரு)

3. எழுவாய் கடல்மீ தினிலே – எழுமோர்
   இரவிக் கிணையா உளமீ தினிலே
   தொழுவேன் சிவனாம் நினையே – கண்ணா!
   துணையே, அமரர் தொழும்வா னவனே!   (வரு)

47. கண்ண பெருமானே

1. காயிலே புளிப்பதென்னே கண்ண பெருமானே! – நீ
   கனியிலே இனிப்பதென்னே கண்ண பெருமானே!
   நோயிலே படுப்பதென்னே கண்ண பெருமானே! – நீ
   நோன்பிலே உயிர்ப்பதென்னே கண்ண பெருமானே!

2. காற்றிலே குளிர்ந்ததென்னே கண்ண பெருமானே! – நீ
   கனலிலே சுடுவதென்னே கண்ண பெருமானே!
   சேற்றிலே குழம்பலென்னே கண்ண பெருமானே! – நீ
   திக்கிலே தெளிந்ததென்னே கண்ண பெருமானே!

3. ஏற்றிநின்னைத் தொழுவதென்னே கண்ண பெருமானே! – நீ
   எளியர் தம்மைக் காப்பதென்னே கண்ண பெருமானே!
   போற்றினோரைக் காப்பதென்னே கண்ண பெருமானே!
   – நீ
   பொய்யர் தம்மை மாய்ப்பதென்னே – கண்ண
   பெருமானே!

வேறு

போற்றி! போற்றி! போற்றி! போற்றி!
கண்ண பெருமானே! – நின்
பொன்னடிகள் போற்றி நின்றேன்,
கண்ண பெருமானே!

48. நந்தலாலா

ராகம் – யதுகுல காம்போதி
தாளம் – ஆதி

1. காக்கைச் சிறகினிலே நந்தலாலா! – நின்றன்
   கரியநிறந் தோன்றுதையே நந்தலாலா!

2. பார்க்கும் மரங்களெல்லாம் நந்தலாலா! – நின்றன்
   பச்சைநிறந் தோன்றுதையே நந்தலாலா!

3. கேட்கு மொலியிலெல்லாம் நந்தலாலா! – நின்றன்
   கீத மிசைக்குதடா நந்தலாலா!

4. தீக்குள் விரலைவைத்தால் நந்தலாலா! – நின்னைத்
   தீண்டுமின்பந் தோன்றுதடா நந்தலாலா!

49. கண்ணன் பிறப்பு

1. கண்ணன் பிறந்தான் – எங்கள்
கண்ணன் பிறந்தான் – இந்தக்
காற்றதை யெட்டுத் திசையிலுங் கூறிடும்.
திண்ண முடையான் – மணி
வண்ண முடையான் – உயர்
தேவர் தலைவன் புவிமிசைத் தோன்றினன்.
பண்ணை யிசைப்பீர் நெஞ்சிற்
புண்ணை யொழிப்பீர் – இந்தப்
பாரினிலே துயர் நீங்கிடும் என்றிதை
எண்ணிடைக் கொள்வீர் – நன்கு
கண்ணை விழிப்பீர் – இனி
ஏதுங் குறைவில்லை; வேதம் துணையுண்டு. (கண்ணன்)

2. அக்கினி வந்தான் – அவன்
திக்கை வளைத்தான் – புவி
யாரிருட் பொய்மைக் கலியை மடித்தனன்;
துக்கங் கெடுத்தான் – சுரர்
ஒக்கலும் வந்தார் – சுடர்ச்
சூரியன், இந்திரன், வாயு, மருத்துக்கள்;
மிக்க திரளாய் – சுரர்
இக்கணந் தன்னில் – இங்கு
மேவி நிறைந்தனர்; பாவி யசுரர்கள்
பொக்கென வீழ்ந்தார் – உயிர்
கக்கி முடிந்தார் – கடல்
போல் ஒலிக்குது வேதம் புவிமிசை. (கண்ணன்)

3. சங்கரன் வந்தான் – இங்கு
மங்கல மென்றான் – நல்ல
சந்திரன் வந்தின் னமுதைப் பொழிந்தனன்;
பங்கமொன் றில்லை – ஒளி
மங்குவ தில்லை – இந்தப்

பாரின்கண் முன்பு வானத்திலே நின்று.
கங்கையும் வந்தாள் – கலை
மங்கையும் வந்தாள் – இன்பக்
காளி பராசக்தி அன்புட னெய்தினள்;
செங்கம லத்தாள் – எழில்
பொங்கு முகத்தாள் – திருத்
தேவியும் வந்து சிறப்புற நின்றனள். (கண்ணன்)

50. கண்ணன் திருவடி

1. கண்ணன் திருவடி எண்ணுக மனமே
   திண்ணம் அழியா வண்ணந் தருமே.

2. தருமே நிதியும் பெருமை புகழும்
   கருமா மேனிப் பெருமா னிங்கே.

3. இங்கே யமரர் சங்கந் தோன்றும்
   மங்கும் தீமை, பொங்கும் நலமே.

4. நலமே நாடின், புலவீர் பாடீர்;
   நிலமா மகளின் தலைவன் புகழே.

5. புகழ்வீர் கண்ணன் தகைசே ரமரர்
   தொகையொ டசுரப் பகைதீர்ப் பதையே.

6. தீர்ப்பான் இருளைப் பேர்ப்பான் கலியை
   ஆர்ப்பா ரமரர் பார்ப்பார் தவமே.

7. தவறா துணர்வீர் புவியீர், மாலும்
   சிவனும் வானோர் எவரும் ஒன்றே.

8. ஒன்றே பலவாய் நின்றோர் சக்தி
   என்றுந் திகழும் குன்றா வொளியே!

51. வேய்ங்குழல்

ராகம் – ஹிந்துஸ்தானி தோடி
தாளம் – ஏகதாளம்

எங்கிருந்து வருகுவதோ? – ஒலி
யாவர் செய்குவதோ? – அடி தோழி!

1. குன்றினின்றும் வருகுவதோ? – மரக்
கொம்பினின்றும் வருகுவதோ? – வெளி
மன்றினின்று வருகுதோ? – என்றன்
மதிமருண்டிடச் செய்குதடீ! – இஃது, (எங்கிருந்து)

2. அலையொலித்திடும் தெய்வ – யமுனை
யாற்றினின்றும் ஒலிப்பதுவோ? – அன்றி
இலையொலிக்கும் பொழிலிடை நின்றும்
எழுவதோஇஃ தின்னமுதைப்போல்? (எங்கிருந்து)

3. காட்டினின்றும் வருகுவதோ? – நிலாக்
கற்றைகொண்டு தருகுவதோ? – வெளி
நாட்டினின்று மித்தென்றல் கொணர்வதோ?
நாதமிஃதென் உயிரையுருக்குதே! (எங்கிருந்து)

4. பறவையேது மொன்றுள்ளதுவோ – இங்ஙன்
பாடுமோ அமுதக்கனற் பாட்டு?
மறைவினின்றிடுங் கின்னர ராதியர்
வாத்தியத்தி னிசையிதுவோ – அடி! (எங்கிருந்து)

5. கண்ணனூதிடும் வேய்ங்குழல் தானடீ!
காதிலேயமு துள்ளத்தில் நஞ்சு,
பண்ணன்றாமடி பாவையர் வாடப்
பாடியெய்திடும் அம்படி தோழி! (எங்கிருந்து)

52. கண்ணம்மாவின் காதல்

1. காற்று வெளியிடைக் கண்ணம்மா – நின்றன்
காதலை யெண்ணிக் களிக்கின்றேன் – அமு
தூற்றினை யொத்த இதழ்களும் – நில
வூறித் ததும்பும் விழிகளும் – பத்து
மாற்றுப்பொன் னொத்தநின் மேனியும் – இந்த
வையத்தில் யானுள்ள மட்டிலும் – எனை
வேற்று நினைவின்றித் தேற்றியே – இங்கொர்
விண்ணவ னாகப் புரியுமே! – இந்தக்   (காற்று)

2. நீயென தின்னுயிர் கண்ணம்மா! – எந்த
நேரமும் நின்றனைப் போற்றுவேன் – துயர்
போயின, போயின துன்பங்கள் – நினைப்
பொன்னெனக் கொண்ட பொழுதிலே – என்றன்
வாயினி லேயமு தூறுதே – கண்ணம்
மாவென்ற பேர்சொல்லும் போழ்திலே – உயிர்த்
தீயினி லேவளர் சோதியே! – என்றன்
சிந்தனையே, என்றன் சித்தமே! – இந்தக்   (காற்று)

53. கண்ணம்மாவின் நினைப்பு

பல்லவி

நின்னை யே ரதியென்று நினைக்கிறேனடி! – கண்ணம்மா!
தன்னை யே சகியென்று சரணமெய்தினேன்! (நின்)

சரணங்கள்

1. பொன்னை யே நிகர்த்த மேனி மின்னை யே நிகர்த்த சாயற்
பின்னை யே! – நித்ய கன்னியே! கண்ணம்மா! (நின்)

2. மார னம்புக ளென்மீது வாரிவாரி வீச நீ – கண்
பாரா யோ? வந்து சேரா யோ? கண்ணம்மா! (நின்)

3. யாவு மே சுக முனிக் கொர் ஈசனா மெனக்குன் தோற்றம்
மேவு மே – இங்கு யாவு மே, கண்ணம்மா! (நின்)

54. மனப்பீடம்

பல்லவி

பீடத்தி லேறிக் கொண்டாள் – மனப்
பீடத்தி லேறிக் கொண்டாள்.

சரணங்கள்

1. நாடித் தவம் புரிந்து பீடுற்ற முனிவரர்
கேடற்ற தென்று கண்டு கூடக் கருது மொளி
மாடத்தி லேறி ஞானக் கூடத்தில் விளையாடி
ஓடத் திரிந்து கன்னி வேடத் திரதியைப் போல்,
ஈடற்ற கற்பனைகள் காடுற்ற சிந்தனைகள்
மூடிக் கிடக்கு நெஞ்சின் ஊடுற் றதையமரர்
தேடித் தவிக்கு மின்ப வீடொத் தினிமைசெய்து
வேடத்தி சிறுவள்ளி வித்தையென் கண்ணம்மா
(பீடத்தில்)

2. கண்ணன் திருமார்பிற் கலந்த கமலை யென்கோ?
விண்ணவர் தொழுதிடும் வீரச் சிங்காதனத்தே
நண்ணிச் சிவனுடலை நாடுமவ ளென்கோ?
எண்ணத் திதிக்குதடா, இவள்பொன் னுடலமுதம்!
பெண்ணி லரசியிவள் பெரிய எழிலுடையாள்
கண்ணுள் மணியெனக்குக் காத லிரதியிவள்
பண்ணி லினியசுவை பரந்த மொழியினாள்
உண்ணு மிதழமுத ஊற்றினள் கண்ணம்மா (பீடத்தில்)

55. கண்ணம்மாவின் எழில்

ராகம் – செஞ்சுருட்டி
தாளம் – ரூபகம்

பல்லவி

எங்கள் கண்ணம்மா நகை புது ரோஜாப்பூ;
எங்கள் கண்ணம்மா விழி இந்த்ர நீலப்பூ!
எங்கள் கண்ணம்மா முகஞ் செந்தாமரைப்பூ;
எங்கள் கண்ணம்மா நுதல் பால சூர்யன்.

சரணங்கள்

1. எங்கள் கண்ணம்மா எழில் மின்னலை நேர்க்கும்;
எங்கள் கண்ணம்மா புருவங்கள் மதன் விற்கள்;
திங்களை மூடிய பாம்பினைப் போல
செறிகுழல்; இவள் நாசி எட்பூ. (எங்கள்)

2. மங்கள வாக்கு நித்யானந்த ஊற்று;
மதுர வாய் அமிர்தம்; இதழமிர்தம்;
சங்கீத மென் குரல் சரஸ்வதி வீணை;
சாய லரம்பை; சதுர் அயிராணி. (எங்கள்)

3. இங்கித நாத நிலைய மிருசெவி;
சங்கு நிகர்த்த கண்டம் அமிர்த சங்கம்;
மங்களக் கைகள் மஹா சக்தி வாசம்;
வயிறாலிலை; இடை அமிர்த வீடு. (எங்கள்)

4. சங்கரனைத் தாங்கு நந்தி பதசதுரம்;
தாமரை யிருதாள் லக்ஷ்மீ பீடம்;
பொங்கித் ததும்பித் திசை யெங்கும் பாயும்
புத்தன்பும் ஞானமும் மெய்த்திருக் கோலம். (எங்கள்)

56. திருக்காதல்

திருவே! நினைக்காதல் கொண் டேனே – நினது திரு
உருவே மறவாதிருந் தேனே – பல திசையில்
தேடித் திரிந்திளைத் தேனே – நினக்கு மனம்
வாடித் தினங்களைத் தேனே – அடி, நினது
பருவம் பொறுத்திருந் தேனே – மிகவும் நம்பிக்
கருவம் படைத்திருந் தேனே – இடை நடுவில்
பையச் சதிகள்செய் தாயே – அதனிலுமென்
மையல் வளர்தல்கண் டாயே – அமுதமழை
பெய்யக் கடைக்கண்நல் காயே – நினதருளில்
உய்யக் கருணைசெய் வாயே – பெருமைகொண்டு
வையந் தழைக்கவைப் பேனே – அமரயுகம்
செய்யத் துணிந்துநிற் பேனே – அடியெனது
தேனே! எனதிரு கண்ணே! – எனையுகந்து
தானே வருந் திருப்பெண்ணே!

57. திரு வேட்கை

ராகம் – நாட்டை
தாளம் – சதுஸ்ர ஏகம்

1. மலரின் மேவு திருவே! – உன்மேல்
மையல்பொங்கி நின்றேன்
நிலவு செய்யும் முகமும் – காண்பார்
நினைவ ழிக்கும் விழியும்
கலக லென்ற மொழியும் – தெய்வக்
களிதுலங்கு நகையும்
இலகு செல்வ வடிவும் – கண்டுன்
இன்பம்வேண்டு கின்றேன்.

2. கமலம் மேவு திருவே! நின்மேல்
காதலாகி நின்றேன்
குமரி நின்னை இங்கே – பெற்றோர்
கோடியின்ப முற்றார்;
அமரர் போல வாழ்வேன் – என்மேல்
அன்புகொள்வை யாயின்;
இமய வெற்பின் மோத – நின்மேல்
இசைகள்பாடி வாழ்வேன்.

3. வாணி தன்னை என்றும் – நினது
வரிசைபாட வைப்பேன்!
நாணி யேக லாமோ? – என்னை
நன்கறிந்தி லாயோ?
பேணி வைய மெல்லாம் – நன்மை
பெருகவைக்கும் விரதம்
பூணும் மைந்த ரெல்லாம் – கண்ணன்
பொறிகளாவ ரன்றோ?

4. பொன்னும் நல்ல மணியும் – சுடர்செய்
பூண்கஏந்தி வந்தாய்!
மின்னும் நின்றன் வடிவிற் – பணிகள்
மேவிநிற்கும் அழகை

பூண் – ஆபரணம், பணி – பட்டாடை

என்னு ரைப்ப னேடீ – திருவே!
என்னுயிர்க்கொ ரமுதே!
நின்னை மார்பு சேரத் – தழுவி
நிகரிலாது வாழ்வேன்.

5. செல்வ மெட்டு மெய்தி – நின்னாற்
செம்மையேறி வாழ்வேன்;
இல்லை என்ற கொடுமை – உலகில்
இல்லையாக வைப்பேன்;
முல்லை போன்ற முறுவல் – காட்டி,
மோகவாதை நீக்கி,
எல்லை யற்ற சுவையே! – எனை நீ
என்றும்வாழ வைப்பாய்.

58. திருமகள் துதி

ராகம் – சக்கரவாகம்
தாளம் – திஸ்ர ஏகம்

1. நித்தமுனை வேண்டிமனம்
நினைப்பதெல்லாம் நீயாய்ப்
பித்தனைப்போல் வாழ்வதிலே
பெருமையுண்டோ? திருவே!
சித்தவுறுதி கொண்டிருந்தார்
செய்கையெல்லாம் வெற்றி கொண்டே
உத்தமநிலை சேர்வரென்றே
உயர்ந்த வேதமுரைப்ப தெல்லாம்
சுத்த வெறும் பொய்யோடீ?
சுடர்மணியே! திருவே!
மெத்த மயல் கொண்டுவிட்டேன்
மேவிடுவாய் திருவே!

2. உன்னையன்றி இன்பமுண்டோ
உலகமிசை வேறே?
பொன்னை வடிவென்றுடையாய்
புத்தமுதே, திருவே!
மின்னொளிதரு நன்மணிகள்
மேடையுயர்ந்த மாளிகைகள்
வன்னமுடைய தாமரைப்பூ
மணிக்குளமுள்ள சோலைகளும்;
அன்னம்நறுநெய் பாலும்
அதிசயமாத் தருவாய்!
நின்னருளை வாழ்த்திஎன்றும்
நிலைத்திருப்பேன் திருவே!

3. ஆடுகளும் மாடுகளும்
அழகுடைய பரியும்
வீடுகளும் நெடுநிலமும்
விரைவினிலே தருவாய்!
ஈடுநினக்கொர் தெய்வமுண்டோ?
எனக்குனையன்றிச் சரணுமுண்டோ?

வாடும்நிலத்தைக் கண்டிரங்கா
    மழையினைப்போல் உள்ளமுண்டோ?
நாடும்மணிச் செல்வமெல்லாம்
    நன்கருள்வாய் திருவே!
பீடுடைய வான்பொருளே,
    பெருங்களியே, திருவே!

59. திருமகளைச் சரண் புகுதல்

1\. *மாதவன் சக்தியினைச் – செய்ய*
மலர்வளர் மணியினை வாழ்த்திடுவோம்;
போதுமிவ் வறுமையெலாம் – எந்தப்
போதிலுஞ் சிறுமையின் புகைதனிலே
வேதனைப் படுமனமும் – உயர்
வேதமும் வெறுப்புறச் சோர்மதியும்
வாதனை பொறுக்கவில்லை – அன்னை
மாமக ளடியிணை சரண்புகுவோம்.

2\. *கீழ்களின் அவமதிப்பும் – தொழில்*
கெட்டவ ரிணக்கமும் கிணற்றினுள்ளே
மூழ்கிய விளக்கினைப்போல் – செய்யும்
முயற்சியெல் லாங்கெட்டு முடிவதுவும்
ஏழ்கட லோடியுமோர் – பயன்
எய்திட வழியின்றி இருப்பதுவும்
வீழ்கஇக்கொடு நோய்தான் – வைய
மீதினில் வறுமையார் கொடுமையன்றோ?

3\. *பாற்கட லிடைப்பிறந்தாள் – அது*
பயந்தநல் லமுதத்தின் பான்மைகொண்டாள்;
ஏற்குமோர் தாமரைப்பூ – அதில்
இணைமலர்த் திருவடி யிசைந்திருப்பாள்;
நாற்கரந் தானுடையாள் – அந்த
நான்கினும் பலவகைத் திருவுடையாள்!
வேற்கரு விழியுடையாள் – செய்ய
மேனியள் பசுமையை விரும்பிடுவாள்.

4\. *நாரணன் மார்பினிலே – அன்பு*
நலமுற நித்தமும் இணைந்திருப்பாள்;
தோரணப் பந்தரிலும் – பசுத்
தொழுவிலும் சுடர்மணி மாடத்திலும்
வீரர்தம் தோளினிலும் – உடல்
வெயர்த்திட உழைப்பவர் தொழிலினிலும்
பாரதி சிரத்தினிலும் – ஒளி
பரவிட வீற்றிருந் தருள்புரிவாள்.

செய்யமலர் – சிவந்தமலர் (தாமரை), பயந்த – கொடுத்த

5. பொன்னிலும் மணிகளிலும் – நறும்
பூவிலும் சாந்திலும் விளக்கினிலும்;
கன்னியர் நகைப்பினிலும் – செழுங்
காட்டிலும் பொழிலிலும் கழனியிலும்;
முன்னிய துணிவினிலும் – மன்னர்
முகத்திலும் வாழ்ந்திடும் திருமகளைப்
பன்னிநற் புகழ்பாடி – அவள்
பதமலர் வாழ்த்திநற் பதம்பெறுவோம்.

6. மண்ணினுட் கனிகளிலும் – மலை
வாய்ப்பிலும் வார்கட லாழத்திலும்;
புண்ணிய வேள்வியிலும் – உயர்
புகழிலும் மதியிலும் புதுமையிலும்;
பண்ணுநற் பாவையிலும் – நல்ல
பாட்டிலும் கூத்திலும் படத்தினிலும்
நண்ணிய தேவிதனை – எங்கள்
நாவிலும் மனத்திலும் நாட்டிடுவோம்.

7. வெற்றிகொள் படையினிலும் – பல
விநயங்கள் அறிந்தவர் கடையினிலும்;
நற்றவ நடையினிலும் – நல்ல
நாவலர் தேமொழித் தொடையினிலும்
உற்றசெந் திருமகளை – நித்தம்
உவகையிற் போற்றியிங் குயர்ந்திடுவோம்;
கற்றபல் கலைகளெல்லாம் – அவள்
கருணைநல் லொளிபெறக் கலிதவிர்ப்போம்.

பன்னி – எடுத்துரைத்து, நண்ணிய – இணைந்த, வாய்ப்பு – வளம்,
(தொடை – பாடலில் வரும் எதுகை, மோனை, இயைபு போன்றன)

60. ராதைப் பாட்டு

ராகம் – கமாஸ்
தாளம் – ஆதி

பல்லவி

தேகி முதம் தேகி ஸ்ரீ ராதே, ராதே!

சரணங்கள்

ராக ஸமுத்ர ஜாம்ருதே ராதே, ராதே!
ராஞீ மண்டல ரத்ந ராதே, ராதே!
போக ரதி கோடி துல்ய ராதே, ராதே! (ஜய ஜய)
பூதேவி தப: பல ராதே, ராதே! (தேகி)

வேதமஹா மந்த்ர ரஸ ராதே, ராதே!
வேதவித்யா விலாஸினி ஸ்ரீ ராதே, ராதே!
ஆதிபரா சக்தி ரூப ராதே, ராதே!
அத்யத்புத ச்ருங்காரமய ராதே, ராதே! (தேகி)

தமிழ்க் கண்ணிகள்

காதலெனுந் தீவினிலே, ராதே, ராதே! அன்று
கண்டெடுத்த பெண்மணியே! ராதே, ராதே!
காதலெனுஞ் சோலையிலே ராதே, ராதே! – நின்ற
கற்பகமாம் பூந்தருவே ராதே, ராதே!
மாதரசே! செல்வப் பெண்ணே, ராதே, ராதே! – உயர்
வானவர்க ளின்ப வாழ்வே, ராதே, ராதே! (தேகி)

61. சரஸ்வதி ஸ்தோத்திரம்

நொண்டிச் சிந்து

1. எங்ஙனம் சென்றிருந்தீர் – எனது
    இன்னுயிரே! என்றன் இசையமுதே!
    திங்களைக் கண்டவுடன் – கடல்
    திரையினைக் காற்றினைக் கேட்டவுடன்,
    கங்குலைப் பார்த்தவுடன் – இங்கு
    காலையில் இரவியைத் தொழுதவுடன்,
    பொங்குவீர் அமிழ்தெனவே – அந்தப்
    புதுமையி லேதுயர் மறந்திருப்பேன்.

2. மாதமொர் நான்காநீர் – அன்பு
    வறுமையி லேயெனை வீழ்த்திவிட்டீர்;
    பாதங்கள் போற்றுகின்றேன் – என்றன்
    பாவமெலாங் கெட்டு ஞானகங்கை
    நாதமொ டெப்பொழுதும் – என்றன்
    நாவினிலே பொழிந் திடவேண்டும்;
    வேதங்க ளாக்கிடுவீர்! – அந்த
    விண்ணவர் கண்ணிடை விளங்கிடுவீர்!

3. கண்மணி போன்றவரே! இங்கு
    காலையும் மாலையும் திருமகளாம்
    பெண்மணி யின்பத்தையும் – சக்திப்
    பெருமகள் திருவடிப் பெருமையையும்
    வண்மையில் ஓதிடுவீர்! – என்றன்
    வாயிலும் மதியிலும் வளர்ந்திடுவீர்!
    அண்மையில் இருந்திடுவீர் – இனி
    அடியனைப் பிரிந்திடில் ஆற்றுவனோ?

4. தானெனும் பேய்கெடவே – பல
    சஞ்சலக் குரங்குகள் தளைப்படவே
    வானெனும் ஒளிபெறவே – நல்ல
    வாய்மையி லேமதி நிலைத்திடவே
    தேனெனப் பொழிந்திடுவீர்! – அந்தத்
    திருமகள் சினங்களைத் தீர்த்திடுவீர்!

ஊனங்கள் போக்கிடுவீர்! – நல்ல
    ஊக்கமும் பெருமையும் உதவிடுவீர்!

5. தீயினை நிறுத்திடுவீர்! – நல்ல
    தீரமுந் தெளிவுமிங் கருள்புரிவீர்!
மாயையில் அறிவிழந்தே – உம்மை
    மதிப்பது மறந்தன பிழைகளெல்லாம்,
தாயென உமைப்பணிந்தேன் – பொறை
    சார்த்திநல் லருள்செய வேண்டுகின்றேன்:
வாயினிற் சபதமிட்டேன்; – இனி
    மறக்ககிலேன், எனை மறக்ககிலீர்!

62. சரஸ்வதி தேவியின் புகழ்

ராகம் – ஆனந்த பைரவி
தாளம் – சாப்பு

1. வெள்ளைத் தாமரைப் பூவில் இருப்பாள்
    வீணை செய்யும் ஒலியில் இருப்பாள்;
   கொள்ளை யின்பம் குலவு கவிதை
    கூறு பாவலர் உள்ளத் திருப்பாள்;
   உள்ள தாம்பொருள் தேடி யுணர்ந்தே
    ஓதும் வேதத்தின் உள்நின் றொளிர்வாள்;
   கள்ள மற்ற முனிவர்கள் கூறும்
    கருணை வாசகத் துட்பொரு ளாவாள். (வெள்ளை)

2. மாதர் தீங்குரற் பாட்டில் இருப்பாள்
    மக்கள் பேசும் மழலையில் உள்ளாள்;
   கீதம் பாடும் குயிலின் குரலைக்
    கிளியின் நாவை இருப்பிடங் கொண்டாள்;
   கோத கன்ற தொழிலுடைத் தாகிக்
    குலவு சித்திரம் கோபுரம் கோயில்
   ஈத னைத்தின் எழிலிடை யுற்றாள்
    இன்ப மேவடி வாகிடப் பெற்றாள். (வெள்ளை)

3. வஞ்ச மற்ற தொழில்புரிந் துண்டு
    வாழும் மாந்தர் குலதெய்வ மாவாள்;
   வெஞ்ச மர்க்குயி ராகிய கொல்லர்
    வித்தை யோர்ந்திடு சிற்பியர், தச்சர்,
   மிஞ்ச நற்பொருள் வாணிகஞ் செய்வோர்,
    வீர மன்னர்பின் வேதியர் யாரும்
   தஞ்ச மென்று வணங்கிடுந் தெய்வம்
    தரணி மீதறி வாகிய தெய்வம். (வெள்ளை)

4. தெய்வம் யாவும் உணர்ந்திடும் தெய்வம்,
    தீமை காட்டி விலக்கிடுந் தெய்வம்;
   உய்வ மென்ற கருத்துடை யோர்கள்
    உயிரி னுக்குயி ராகிய தெய்வம்;
   செய்வ மென்றொரு செய்கை யெடுப்போர்
    செம்மை நாடிப் பணிந்திடு தெய்வம்;

கைவ ருந்தி உழைப்பவர் தெய்வம்;
கவிஞர் தெய்வம், கடவுளர் தெய்வம். (வெள்ளை)

5. செந்த மிழ்மணி நாட்டிடை யுள்ளீர்!
சேர்ந்தித் தேவை வணங்குவம் வாரீர்!
வந்த னம்இவட் கேசெய்வ தென்றால்
வாழி யஃதிங் கெளிதன்று கண்டீர்!
மந்தி ரத்தை முணுமுணுத் தேட்டை
வரிசை யாக அடுக்கி அதன்மேல்
சந்த னத்தை மலரை இடுவோர்
சாத்தி ரம்இவள் பூசனை யன்றாம். (வெள்ளை)

6. வீடு தோறும் கலையின் விளக்கம்,
வீதி தோறும் இரண்டொரு பள்ளி;
நாடு முற்றிலும் உள்ளன வூர்கள்
நகர்க ளெங்கும் பலபல பள்ளி;
தேடு கல்வியி லாததொ ரூரைத்
தீயி னுக்கிரை யாக மடுத்தல்
கேடு தீர்க்கும் அமுதமென் அன்னை
கேண்மை கொள்ள வழியிவை கண்டீர். (வெள்ளை)

7. ஊணர் தேசம் யவனர்தந் தேசம்
உதய ஞாயிற் றொளிபெறு நாடு;
சேண கன்றதோர் சிற்றடிச் சீனம்
செல்வப் பார சிகப்பழந் தேசம்
தோண லத்த துருக்கம் மிசிரம்
சூழ்க டற்கப் புறத்தினில் இன்னும்
காணும் பற்பல நாட்டிடை யெல்லாம்
கல்வித் தேவியின் ஒளிமிகுத் தோங்க; (வெள்ளை)

8. ஞான மென்பதோர் சொல்லின் பொருளாம்
நல்ல பாரத நாட்டிடை வந்தீர்!
ஊனம் இன்று பெரிதிழைக் கின்றீர்;
ஓங்கு கல்வி யுழைப்பை மறந்தீர்!
மான மற்று விலங்குக ளொப்ப
மண்ணில் வாழ்வதை வாழ்வென லாமோ?
போன தற்கு வருந்துதல் வேண்டா;
புன்மை தீர்ப்ப முயலுவம் வாரீர்! (வெள்ளை)

9. இன்ன றுங்கனிச் சோலைகள் செய்தல்,
இனிய நீர்த்தண் சுனைகள் இயற்றல்,
அன்ன சத்திரம் ஆயிரம் வைத்தல்,
ஆலய யம்பதி னாயிரம் நாட்டல்;
பின்ன ருள்ள தருமங்கள் யாவும்
பெயர்வி ளங்கி யொளிர நிறுத்தல்;
அன்ன யாவினும் புண்ணியம் கோடி
ஆங்கோர் ஏழைக் கெழுத்தறி வித்தல். (வெள்ளை)

10. நிதிமி குந்தவர் பொற்குவை தாரீர்!
நிதிகு றைந்தவர் காசுகள் தாரீர்!
அதுவு மற்றவர் வாய்ச்சொல் அருளீர்!
ஆண்மை யாளர் உழைப்பினை நல்கீர்!
மதுரத் தேமொழி மாதர்க ளெல்லாம்
வாணி பூசைக் குரியன பேசீர்!
எதுவும் நல்கியிங் கெவ்வகை யானும்
இப் பெருந்தொழில் நாட்டுதும் வாரீர்! (வெள்ளை)

63. நவராத்திரிப் பாட்டு

(மாதா பராசக்தி)

பராசக்தி
(மூன்றும் ஒன்றாகிய மூர்த்தி)

1. மாதா பராசக்தி வையமெல்லாம் நீ நிறைந்தாய்!
   ஆதாரம் உன்னையல்லால் ஆரெமக்குப் பாரினிலே!
   ஏதாயினும் வழி நீ சொல்வாய் எமதுயிரே!
   வேதாவின் தாயே! மிகப்பணிந்து வாழ்வோமே!

வாணி

2. வாணி கலைத்தெய்வம் மணிவாக் குதவிடுவாள்
   ஆணிமுத்தைப் போலே அறிவுமுத்து மாலையினாள்
   காணுகின்ற காட்சியாய்க் காண்பதெல்லாங் காட்டுவதாய்
   மாணுயர்ந்து நிற்பாள் மலரடியே சூழ்வோமே!

சீதேவி

3. பொன்னரசி, நாரணனார் தேவி, புகழரசி
   மின்னுநவ ரத்தினம்போல் மேனி யழகுடையாள்,
   அன்னையவள் வையமெலாம் ஆதரிப்பாள், சீதேவி
   தன்னிரு பொற்றாளே சரண்புகுந்து வாழ்வோமே!

பார்வதி

4. மலையிலே தான் பிறந்தாள், சங்கரனை மாலையிட்டாள்,
   உலையிலே ஊதி உலகக் கனல்வளர்ப்பாள்
   நிலையில் உயர்த்திடுவாள், நேரே அவள்பாதம்
   தலையிலே தாங்கித் தரணிமிசை வாழ்வோமே!

64. மூன்று காதல்

1. சரஸ்வதி

ராகம் – ஸரஸ்வதி மனோஹரி
தாளம் – திஸ்ர ஏகம்

1. பிள்ளைப் பிராயத்திலே – அவள்
பெண்மையைக் கண்டு மயங்கி விட்டேனங்கு
பள்ளிப் படிப்பினிலே – மதி
பற்றிட வில்லை யெனிலுந் தனிப்பட
வெள்ளை மலரணைமேல் – அவள்
வீணையுங் கையும் விரியும் முகமலர்
விள்ளும் பொருளமுதம் – கண்டென்
வெள்ளை மனது பறிகொடுத் தேன் அம்மா!

2. ஆடி வருகையிலே – அவள்
அங்கொரு வீதி முனையில் நிற்பாள்; கையில்
ஏடு தரித்திருப்பாள் – அதில்
இங்கித மாகப் பதம்படிப் பாள், அங்கு
நாடி யருகணைந்தால் – பல
ஞானங்கள் சொல்லி இனிமை செய்வாள்; 'இன்று
கூடி மகிழ்வ' மென்றால் விழிக்
கோணத்தி லேநகை காட்டிச்செல் வாள் அம்மா!

3. ஆற்றங் கரைதனிலே – தனி
யானதோர் மண்டப மீதினிலே, தென்றற்
காற்றை நுகர்ந்திருந்தேன் – அங்கு
கன்னிக் கவிதை கொணர்ந்து தந்தாள், அதை
ஏற்று மனமகிழ்ந்தே – 'அடி
என்னோ டிணங்கி மணம்புரி வாய்' என்று
போற்றிய போதினிலே – பின்னும்
புன்னகை பூத்து மறைந்துசென்றாளம்மா!

4. சித்தந் தளர்ந்ததுண்டோ? – கலைத்
   தேவியின் மீது விருப்பம் வளர்ந்தொரு
   பித்துப் பிடித்ததுபோல் – பகற்
   பேச்சும் இரவிற் கனவும் அவளிடை
   வைத்த நினைவையல்லால் – பிற
   வாஞ்சை யுண்டோ? வய தங்ஙன மேயிரு
   பத்திரண் டாமளவும் – வெள்ளைப்
   பண்மகள் காதலைப் பற்றிநின்றேன் அம்மா!

2. லக்ஷ்மி

ராகம் – ஸ்ரீராகம்
தாளம் – திஸ்ர ஏகம்

5. இந்த நிலையினிலே – அங்கொர்
 இன்பப் பொழிலி னிடையினில் வேறொரு
 சுந்தரி வந்துநின்றாள் – அவள்
 சோதி முகத்தின் அழகினைக் கண்டென்றன்
 சிந்தை திறைகொடுத்தேன் – அவள்
 செந்திரு வென்று பெயர் சொல்லினாள்; மற்றும்
 அந்தத் தினமுதலாய் – நெஞ்சம்
 ஆரத் தழுவிட வேண்டுகின்றேன் அம்மா!

6. புன்னகை செய்திடுவாள் – அன்றைப்
 போது முழுதும் மகிழ்ந்திருப்பேன்; சற்றென்
 முன்னின்று பார்த்திடுவாள் – அந்த
 மோகத்தி லேதலை சுற்றிடுங் காண்; பின்னர்
 என்ன பிழைகள்கண்டோ – அவள்
 என்னைப் புறக்கணித் தேகிடுவாள்; அங்கு
 சின்னமும் பின்னமுமாய் – மனஞ்
 சிந்தி யுளமிக நொந்திடு வேன் அம்மா!

7. காட்டு வழிகளிலே – மலைக்
 காட்சி யிலே, புனல் வீழ்ச்சியிலே; பல
 நாட்டுப் புறங்களிலே – நகர்
 நண்ணுஞ் சிலசுடர் மாளிகை தம்மிலும்
 வேட்டுவர் சார்பினிலும் – சில
 வீர ரிடத்திலும் வேந்த ரிடத்திலும்
 மீட்டு மவள்வருவாள் – கண்ட
 விந்தையி லேயின்ப மேற்கொண்டு போம் அம்மா!

3. காளி

ராகம் – புன்னாகவராளி
தாளம் – திஸ்ர ஏகம்

8. பின்னொர் இராவினிலே – கரும்
    பெண்மை யழகொன்று வந்தது கண்முன்பு
  கன்னி வடிவமென்றே – களி
    கண்டு சற்றேயரு கிற்சென்று பார்க்கையில்
  அன்னை வடிவமடா! – இவள்
    ஆதி பராசக்தி தேவிய டா! இவள்
  இன்னருள் வேண்டுமடா! – பின்னர்
    யாவு முலகில் வசப்பட்டுப் போமடா!

9. செல்வங்கள் பொங்கிவரும் – இங்கு
    தெள்ளறி வெய்தி நலம்பல சேர்ந்திடும்;
  அல்லும் பகலுமிங்கே – இவை
    அத்தனை கோடிப் பொருளினுள் ளேநின்று
  வில்லை யசைப்பவளை – இந்த
    வேலை யனைத்தையும் செய்யும் வினைச்சியைத்
  தொல்லை தவிர்ப்பவளை – நித்தம்
    தோத்திரம் பாடித் தொழுதிடு வோமடா!

65. ஆறு துணை

ஓம்சக்தி ஓம்சக்தி ஓம் – பராசக்தி
ஓம்சக்தி ஓம்சக்தி ஓம்!
ஓம்சக்தி ஓம்சக்தி ஓம்சக்தி – ஓம்சக்தி
ஓம்சக்தி ஓம்சக்தி ஓம்!

1. கணபதி ராயன் – அவனிரு
காலைப் பிடித்திடுவோம்;
குணமுயர்ந் திடவே – விடுதலை
கூடி மகிழ்ந்திடவே. (ஓம்சக்தி...)

2. சொல்லுக் கடங்காவே – பராசக்தி
சூரத் தனங்களெல்லாம்;
வல்லமை தந்திடுவாள் – பராசக்தி
வாழியென்றே துதிப்போம். (ஓம்சக்தி ...)

3. வெற்றி வடிவேலன் – அவனுடை
வீரத்தினைப் புகழ்வோம்;
சுற்றி நில்லாதே போ! – பகையே!
துள்ளி வருகுது வேல். (ஓம்சக்தி...)

4. தாமரைப் பூவினிலே – சுருதியைத்
தனியிருந் துரைப்பாள்
பூமணித் தாளினையே – கண்ணிலொற்றிப்
புண்ணிய மெய்திடுவோம். (ஓம்சக்தி...)

5. பாம்புத் தலைமேலே – நடஞ்செய்யும்
பாதத்தினைப் புகழ்வோம்;
மாம்பழ வாயினிலே – குழலிசை
வண்மை புகழ்ந்திடுவோம்; (ஓம்சக்தி...)

6. செல்வத் திருமகளைத் – திடங்கொண்டு
சிந்தனை செய்திடுவோம்;
செல்வமெல்லாந் தருவாள் – நமதொளி
திக்கனைத்தும் பரவும். (ஓம் சக்தி...)

சுருதி – வேதம்

66. விடுதலை வெண்பா

1. சக்தி பதமே சரணென்று நாம்புகுந்து
   பக்தியினாற் பாடிப் பலகாலும் – முக்திநிலை
   காண்போம், அதனாற் கவலைப் பிணிதீர்ந்து
   பூண்போம் அமரப் பொறி.

2. பொறிசிந்தும் வெங்கனல்போற் பொய்தீர்ந்து தெய்வ
   வெறிகொண்டால் ஆங்கதுவே வீடாம் – நெறிகொண்ட
   வையமெலாந் தெய்வ வலியன்றி வேறில்லை
   ஐயமெலாந் தீர்ந்த தறிவு.

3. அறிவிலே தோன்றில் அவனியிலே தோன்றும்,
   வறிஞராய்ப் பூமியிலே வாழ்வீர்! – குறிகண்டு
   செல்வமெலாம் பெற்றுச் சிறப்புறவே சக்திதரும்
   வெல்வயிரச் சீர்மிகுந்த வேல்.

4. வேலைப் பணிந்தால் விடுதலையாம்; வேல்முருகன்
   காலைப் பணிந்தால் கவலைபோம் – மேலறிவு
   தன்னாலே தான்பெற்று, சக்தி சக்தி சக்தியென்று
   சொன்னால் அதுவே சுகம்.

5. சுகத்தினைநான் வேண்டித் தொழுதேன்;எப் போதும்
   அகத்தினிலே துன்புற் றழுதேன் – யுகத்தினிலோர்
   மாறுதலைக் காட்டி வலிமை நெறிகாட்டி
   ஆறுதலைத் தந்தாள் அவள்.

67. ஜயமுண்டு

ராகம் – கமாஸ்
தாளம் – ஆதி

பல்லவி

ஜயமுண்டு, பயமில்லை, மனமே! – இந்த
ஜன்மத்திலே விடுதலையுண்டு, நிலையுண்டு (ஜய)

அனுபல்லவி

பயனுண்டு பக்தியினாலே – நெஞ்சிற்
பதிவுற்ற குலசக்தி சரணுண்டு, பகையில்லை. (ஜய)

சரணங்கள்

1. புயமுண்டு குன்றத்தைப் போலே – சக்தி
பொற்பத முண்டு அதன் மேலே;
நியமமெல் லாம்சக்தி நினைவன்றிப் பிறிதில்லை;
நெறியுண்டு; குறியுண்டு; குலசக்தி வெறியுண்டு. *(ஜய)*

2. மதியுண்டு, செல்வங்கள் சேர்க்கும் – தெய்வ
வலியுண்டு, தீமையைப் பேர்க்கும்
விதியுண்டு; தொழிலுக்கு விளைவுண்டு; குறைவில்லை;
விசனப்பொய்க் கடலுக்குக் குமரன்கைக் கணையுண்டு.
(ஜய)

3. அலைபட்ட கடலுக்கு மேலே – சக்தி
அருளென்னுந் தோணியி னாலே,
தொலையொட்டிக் கரையுற்றுத் துயரற்று விடுபட்டுத்
துணிவுற்ற குலசக்தி சரணத்தில் முடிதொட்டு. *(ஜய)*

68. ஆரிய தரிசனம்

ஓர் கனவு

ராகம் – ஸ்ரீ
தாளம் – ஆதி

கனவென்ன கனவே – என்றன்
கண்துயி லாது நனவினிலே உற்ற (கன)

1. கானகங் கண்டேன் – அடர்
கானகங் கண்டேன் – உச்சி
வானகத்தே வட்ட மதியொளி கண்டேன். (கன)

2. பொற்றிருக் குன்றம் – அங்கொர்
பொற்றிருக் குன்றம் – அதைச்
சுற்றி யிருக்கும் சுனைகளும் பொய்கையும். (கன)

புத்த தரிசனம்

3. குன்றத்தின் மீதே – அந்தக்
குன்றத்தின் மீதே – தனி
நின்றதொர் ஆல நெடுமரங் கண்டேன்! (கன)

4. பொன்மரத் தின்கீழ் – அங்கப்
பொன்மரத் தின்கீழ் – வெறுஞ்
சின்மய மானதொர் தேவன் இருந்தனன். (கன)

5. புத்த பகவன் – எங்கள்
புத்த பகவன் – அவன்
சுத்தமெய்ஞ் ஞானச் சுடர்முகங் கண்டேன். (கன)

6. காந்தியைப் பார்த்தேன் – அவன்
காந்தியைப் பார்த்தேன் – உப
சாந்தியில் மூழ்கித் ததும்பிக் குளித்தனன். (கன)

7. ஈதுநல் விந்தை! – என்னை!
ஈதுநல் விந்தை – புத்தன்
சோதி மறைந்திருள் துன்னிடக் கண்டனன். (கன)

8. பாய்ந்ததங் கொளியே – பின்னும்
பாய்ந்ததங் கொளியே – இருள்
தேய்ந்த தென்மேனி சிலிர்த்திடக் கண்டேன். (கன)

கிருஷ்ணார்ஜுன தரிசனம்

9. குன்றத்தின் மீதே – அந்தக்
குன்றத்தின் மீதே – தனி
நின்றபொற் றேரும் பரிகளும் கண்டேன். (கன)

10. தேரின்முன் பாகன் – மணித்
தேரின்முன் பாகன் – அவன்
சீரினைக் கண்டு திகைத்துநின் றேனிந்தக் (கன)

11. ஓமென்ற மொழியும் – அவன்
ஓமென்ற மொழியும் – நீலக்
காமன்றன் உருவுமவ் வீமன்றன் திறலும் (கன)

12. அருள்பொங்கும் விழியும் – தெய்வ
அருள்பொங்கும் விழியும் – காணில்
இருள்பொங்கு நெஞ்சினர் வெருள்பொங்குந் திகிரியும்
(கன)

13. கண்ணனைக் கண்டேன் – எங்கள்
கண்ணனைக் கண்டேன் – மணி
வண்ணனை ஞான மலையினைக் கண்டேன் (கன)

14. சேனைகள் தோன்றும் – வெள்ளச்
சேனைகள் தோன்றும் – பரி
யானையுந் தேரும் அளவில தோன்றும். (கன)

15. கண்ணன்நற் றேரில் – நீலக்
கண்ணன்நற் றேரில் – மிக
எண்ணயர்ந் தானொர் இளைஞனைக் கண்டேன்.(கன)

16. விசையன் கொலிவனே! – விறல்
விசையன் கொலிவனே! – நனி
இசையும் நன்கிசையுமிங் கிவனுக் கந்நாமம். (விசை)

17. வீரிய வடிவம்! – என்ன
வீரிய வடிவம்! – இந்த
ஆரியன் நெஞ்சம் அயர்ந்ததென் விந்தை! (விசை)

18. பெற்றதென் பேறே – செவி
பெற்றதென் பேறே – அந்தக்
கொற்றவன் சொற்கள் செவியுறக் கொண்டேன். (கன)

19. "வெற்றியை வேண்டேன் – ஐய
வெற்றியை வேண்டேன் – உயிர்
அற்றிடு மேனும் அவர்தமைத் தீண்டேன். (வெற்றி)

20. சுற்றங் கொல்வேனோ – என்றன்
சுற்றங் கொல்வேனோ? – கிளை
அற்றபின் செய்யும் அரசுமொர் அரசோ?'' (வெற்றி)

21. மிஞ்சிய அருளால் – மித
மிஞ்சிய அருளால் – அந்த
வெஞ்சிலை வீரன் பலசொல் விரித்தான். (கன)

22. இம்மொழி கேட்டான் – கண்ணன்
இம்மொழி கேட்டான் – ஐயன்
செம்மலர் வதனத்திற் சிறுநகை பூத்தான். (கன)

23. வில்லினை எடடா! – கையில்
வில்லினை எடடா! – அந்தப்
புல்லியர் கூட்டத்தைப் பூழ்திசெய் திடடா! (வில்)

24. வாடி நில்லாதே – மனம்
வாடி நில்லாதே – வெறும்
பேடியர் ஞானப் பிதற்றல் சொல்லாதே. (வில்)

25. ஒன்றுள துண்மை – என்றும்
ஒன்றுள துண்மை – அதைக்
கொன்றி டொணாது குறைத்த லொண்ணாது.
(வில்)

பூழ்தி – புழுதி

26. துன்பமு மில்லை – கொடுந்
 துன்பமு மில்லை – அதில்
 இன்பமு மில்லை; பிறப்பிறப் பில்லை (வில்)

27. படைகளுந் தீண்டா – அதைப்
 படைகளுந் தீண்டா – அனல்
 சுடவுமொண் ணாது புனல்நனை யாது (வில்)

28. செய்தலுன் கடனே – அறஞ்
 செய்தலுன் கடனே – அதில்
 எய்துறும் விளைவினில் எண்ணம் வைக்காதே.
 (வில்)

69. சூரிய தரிசனம்

ராகம் – பூபாளம்

1. சுருதி யின்கண் முனிவரும், பின்னே
    தூமொ ழிப்புல வோர்பலர் தாமும்
    பெரிது நின்றன் பெருமையென் றேத்தும்
    பெற்றி கண்டுனை வாழ்த்திட வந்தேன்;
    பரிதி யே! பொருள் யாவிற்கும் முதலே!
    பானுவே! பொன்செய் பேரொளித் திரளே!
    கருதி நின்னை வணங்கிட வந்தேன்;
    கதிர்கொள் வாண்முகம் காட்டுதி சற்றே.

2. வேதம் பாடிய சோதியைக் கண்டு
    வேள்விப் பாடல்கள் பாடுதற் குற்றேன்;
    நாத வார்கடல் இன்னொலி யோடு
    நற்ற மிழ்ச்சொல் இசையையுஞ் சேர்ப்பேன்;
    காத மாயிரம் ஓர்கணத் துள்ளே
    கடுகி யோடும் கதிரினம் பாடி
    ஆத வா! நினை வாழ்த்திட வந்தேன்;
    அணிகொள் வாண்முகம் காட்டுதி சற்றே.

வாண்முகம் – ஒளிமுகம்,
காதம் – தொலைவைக் குறிக்கும் அலகு,
கடுகி – விரைந்து

70. ஞாயிறு வணக்கம்

1. கடலின்மீது கதிர்களை வீசிக்
    கடுகி வான்மிசை ஏறுதி ஐயா!
    படரும் வானொளி யின்பத்தைக் கண்டு
    பாட்டுப்பாடி மகிழ்வன புட்கள்.
    உடல்ப ரந்த கடலுந் தனுள்ளே
    ஒவ்வொர் நுண்துளி யும்விழி யாகச்
    சுடரும் நின்றன் வடிவையுட் கொண்டே
    சுருதி பாடிப் புகழ்கின்ற திங்கே!

2. என்ற னுள்ளங் கடலினைப் போலே
    எந்த நேரமும் நின்னடிக் கீழே
    நின்று தன்னகத் தொவ்வொர் அணுவும்
    நின்றன் ஜோதி நிறைந்தது வாகி
    நன்று வாழ்ந்திடச் செய்குவை ஐயா!
    ஞாயிற் றின்கண் ஒளிதருந் தேவா!
    மன்று வானிடைக் கொண்டுல கெல்லாம்
    வாழ நோக்கிடும் வள்ளிய தேவா!

3. காதல் கொண்டனை போலும் மண்மீதே,
    கண்பிறழ் வின்றி நோக்குகின் றாயே!
    மாதர்ப் பூமியும் நின்மிசைக் காதல்
    மண்டி னாளிதில் ஐயமொன் றில்லை;
    சோதி கண்டு முகத்தில் இவட்கே
    தோன்று கின்ற புதுநகை யென்னே!
    ஆதித் தாய்தந்தை நீவிர் உமக்கே
    ஆயி ரந்தரம் அஞ்சலி செய்வேன்.

71. ஞானபாநு

1. திருவளர் வாழ்க்கை, கீர்த்தி, தீரம், நல்லறிவு, வீரம்
மருவுபல் கலையின் சோதி, வல்லமை யென்ப வெல்லாம்
வருவது ஞானத் தாலே, வையக முழுதும் எங்கள்
பெருமைதான் நிலவி நிற்கப் பிறந்தது ஞானபாநு.

2. கவலைகள், சிறுமை, நோவு, கைதவம், வறுமைத் துன்பம்,
அவலமா மனைத்தைக் காட்டில் அவலமாம் புலைமையச்சம்
இவையெலாம் அறிவிலாமை என்பதோர் இருளிற் பேயாம்.
நவமுறு ஞான பாநு நண்ணுக; தொலைக பேய்கள்.

3. அனைத்தையும் தேவர்க்காக்கி அறத்தொழில் செய்யும் மேலோர்
மனத்திலே சக்தி யாக வளர்வது நெருப்புத் தெய்வம்
தினத்தொளி ஞானங் கண்டீர், இரண்டுமே சேர்ந்தால் வானோர்
இனத்திலேகூடி வாழ்வர் மனிதரென் றிசைக்கும் வேதம்.

4. பண்ணிய முயற்சியெல்லாம் பயனுற வோங்கும், ஆங்கே
எண்ணிய எண்ணமெல்லாம் எளிதிலே வெற்றி எய்தும்;
திண்ணிய கருத்தி னோடும் சிரித்திடும் முகத்தி னோடும்
நண்ணிடும் ஞான பாநு, அதனைநாம் நன்கு போற்றின்.

72. சோமதேவன் புகழ்

பல்லவி

ஜய சோம, ஜய சோம, ஜய சோம தேவா!
ஜய ஜயா!

சரணம்

நயமுடைய இந்திரனை நாயகத் திட்டாய்,
  வயமிக்க அசுரரின் மாயையைச் சுட்டாய்;
வியனுலகில் ஆநந்த விண்ணிலவு பெய்தாய்,
  துயர்நீங்கி என்னுளஞ் சுடர்கொளச் செய்தாய்;
மயல்கொண்ட காதலரை மண்மிசைக் காப்பாய்,
  உயவேண்டி இருவருளம் ஒன்றுறக் கோப்பாய்;
புயலிருண் டேகுமுறி இருள்வீசி வரல்போற்
  பொய்த்திரள் வருமதைப் புன்னகையில் மாய்ப்பாய்.

(ஜய)

73. வெண்ணிலா!

1\. எல்லை யில்லாததோர் வானக் கடலிடை
வெண்ணிலாவே! – விழிக்கு
இன்ப மளிப்பதோர் தீவென் றிலகுவை
வெண்ணிலாவே!
சொல்லையும் கண்ணையும் நெஞ்சையும் சேர்த்திங்கு
வெண்ணிலாவே! – நின்றன்
சோதி மயக்கும் வகையது தானென்சொல்
வெண்ணிலாவே!
நல்ல ஒளியின் வகைபல கண்டுளன்
வெண்ணிலாவே!
நனவை மறந்திடச் செய்வது கண்டிலன்
வெண்ணிலாவே!
கொல்லும் அமிழ்தை நிகர்த்திடுங் கள்ளொன்று
வெண்ணிலாவே! – வந்து
கூடி யிருக்குது நின்னொளி யோடிங்கு
வெண்ணிலாவே!

2\. மாதர் முகத்தை நினக்கிணை கூறுவர்
வெண்ணிலாவே! – அஃது
வயதில் கவலையில் நோவில் கெடுவது
வெண்ணிலாவே!
காத லொருத்தி இளைய பிராயத்தள்
வெண்ணிலாவே! – அந்தக்
காமன்தன் வில்லை யிணைத்த புருவத்தள்
வெண்ணிலாவே!
மீதெழும் அன்பின் விளைபுன் னகையினள்
வெண்ணிலாவே! – முத்தம்
வேண்டிமுன் காட்டு முகத்தின் எழிலிங்கு
வெண்ணிலாவே!
சாதல் அழிதல் இலாது நிரந்தரம்
வெண்ணிலாவே! – நின்
தண்முகந் தன்னில் விளங்குவ தென்னைகொல்
வெண்ணிலாவே!

3. நின்னொளி யாகிய பாற்கடல் மீதிங்கு
    வெண்ணிலாவே! - நன்கு
    நீயும் அமுதும் எழுந்திடல் கண்டனன்
    வெண்ணிலாவே!
    மன்னும் பொருள்க ளனைத்தினும் நிற்பவன்
    வெண்ணிலாவே! - அந்த
    மாயனப் பாற்கடல் மீதுறல் கண்டனன்
    வெண்ணிலாவே!
    துன்னிய நீல நிறத்தள் பராசக்தி
    வெண்ணிலாவே! - இங்கு
    தோன்றும் உலகவளேயென்று கூறுவர்
    வெண்ணிலாவே!
    பின்னிய மேகச் சடைமிசைக் கங்கையும்
    வெண்ணிலாவே!
    பெட்புற நீயும் விளங்குதல் கண்டனன்
    வெண்ணிலாவே!

4. காதலர் நெஞ்சை வெதுப்புவை நீயென்பர்
    வெண்ணிலாவே! - நினைக்
    காதல் செய்வார் நெஞ்சிற் கின்னமு தாகுவை
    வெண்ணிலாவே!
    சீத மணிநெடு வானக் குளத்திடை
    வெண்ணிலாவே! - நீ
    தேசு மிகுந்தவெண் டாமரை போன்றனை
    வெண்ணிலாவே!
    மோத வரும்கரு மேகத் திரளினை
    வெண்ணிலாவே! - நீ
    முத்தி னொளிதந் தழகுறச் செய்குவை
    வெண்ணிலாவே!
    தீது புரிந்திட வந்திடும் தீயர்க்கும்
    வெண்ணிலாவே! - நலஞ்
    செய்தொளி நல்குவர் மேலவ ராமன்றோ?
    வெண்ணிலாவே!

பெட்பு – பெருமை; அன்பு, சீதம் – குளிர்ச்சி

5. மெல்லிய மேகத் திரைக்குள் மறைந்திடும்
வெண்ணிலாவே! – உன்றன்
மேனி யழகு மிகைபடக் காணுது
வெண்ணிலாவே!
நல்லிய லார்யவ னத்தியர் மேனியை
வெண்ணிலாவே! – மூடு
நற்றிரை மேனி நயமிகக் காட்டிடும்
வெண்ணிலாவே!
சொல்லிய வார்த்தையில் நாணுற்றனை போலும்
வெண்ணிலாவே! – நின்
சோதி வதனம் முழுதும் மறைத்தனை
வெண்ணிலாவே!
புல்லியன் செய்த பிழைபொறுத் தேஅருள்
வெண்ணிலாவே! – இருள்
போகிடச் செய்து நினதெழில் காட்டுதி
வெண்ணிலாவே!

74. தீ வளர்த்திடுவோம்!

ராகம் – புன்னாகவராளி

பல்லவி

தீ வளர்த்திடுவோம்! பெருந்
தீ வளர்த்திடுவோம்!

சரணங்கள்

1. ஆவியி னுள்ளும் அறிவி னிடையிலும்
 அன்பை வளர்த்திடுவோம் – விண்ணின்
 ஆசை வளர்த்திடுவோம் – களி
 ஆவல் வளர்த்திடுவோம் – ஒரு
 தேவி மகனைத் திறமைக் கடவுளைச்
 செங்கதிர் வானவனை – விண்ணோர் தமைத்
 தேனுக் கழைப்பவனைப் – பெருந்திரள்
 சேர்ந்து பணிந்திடுவோம் – வாரீர்! (தீ)

2. சித்தத் துணிவினை மானுடர் கேள்வனைத்
 தீமை யழிப்பவனை – நன்மை
 சேர்த்துக் கொடுப்பவனைப் – பல
 சீர்க ளுடையவனைப் – புவி
 அத்தனை யுஞ்சுட ரேறத் திகழ்ந்திடும்
 ஆரியர் நாயகனை – உருத்திரன்
 அன்புத் திருமகனைப் – பெருந்திரள்
 ஆகிப் பணிந்திடுவோம் – வாரீர்! (தீ)

3. கட்டுக்கள் போக்கி விடுதலை தந்திடுங்
 கண்மணி போன்றவனை – எம்மைக்
 காவல் புரிபவனைத் – தொல்லைக்
 காட்டை யழிப்பவனைத் – திசை
 எட்டும் புகழ்வளர்ந் தோங்கிட வித்தைகள்
 யாவும் பழகிடவே – புவிமிசை
 இன்பம் பெருகிடவே – பெருந்திரள்
 எய்திப் பணிந்திடுவோம் – வாரீர்! (தீ)

4. நெஞ்சிற் கவலைகள் நோவுகள் யாவையும்
   நீக்கிக் கொடுப்பவனை – உயிர்
   நீளத் தருபவனை – ஒளிர்
   நேர்மைப் பெருங்கனலை – நித்தம்
   அஞ்சலஞ் சேலென்று கூறி எமக்குநல்
   ஆண்மை சமைப்பவனைப் – பல்வெற்றிகள்
   ஆக்கிக் கொடுப்பவனைப் – பெருந்திரள்
   ஆகிப் பணிந்திடுவோம் – வாரீர்!   (தீ)

5. அச்சத்தைச் சுட்டங்கு சாம்பரு மின்றி
   அழித்திடும் வானவனைச் – செய்கை
   ஆற்றும் மதிச் சுடரைத் – தடை
   யற்ற பெருந்திறலை – எம்முள்
   இச்சையும் வேட்கையும் ஆசையும் காதலும்
   ஏற்றதொர் நல்லறமும் – கலந்தொளி
   யேறுந் தவக்கனலைப் – பெருந்திரள்
   எய்திப் பணிந்திடுவோம் – வாரீர்!   (தீ)

6. வானகத்தைச் சென்று தீண்டுவ னிங்கென்று
   மண்டி யெழுந்தழலைக் – கவி
   வாணர்க்கு நல்லமுதைத் – தொழில்
   வண்ணந் தெரிந்தவனை – நல்ல
   தேனையும் பாலையும் நெய்யையும் சோற்றையும்
   தீம்பழம் யாவினையும் – இங்கேயுண்டு
   தேக்கிக் களிப்பவனைப் – பெருந்திரள்
   சேர்ந்து பணிந்திடுவோம் – வாரீர்!   (தீ)

7. சித்திர மாளிகை பொன்னொளிர் மாடங்கள்
   தேவத் திருமகளிர் – இன்பந்
   தேக்கிடுந் தேனிசைகள் – சுவை
   தேறிடும் நல்லிளமை – நல்ல
   முத்து மணிகளும் பொன்னும் நிறைந்த
   முழுக்குடம் பற்பலவும் – இங்கேதர
   முற்பட்டு நிற்பவனைப் – பெருந்திரள்
   மொய்த்துப் பணிந்திடுவோம் – வாரீர்!   (தீ)

75. வேள்வித் தீ

ராகம் – நாதநாமக்கிரியை
தாளம் – சதுஸ்ர ஏகம்

ரிஷிகள்: எங்கள் வேள்விக் கூடமீதில்
ஏறுதே தீ! தீ! – இந்நேரம்
பங்கமுற்றே பேய்க ளோடப்
பாயுதே தீ! தீ! – இந்நேரம். 1

அசுரர்: தோழரே, நம் ஆவி வேகச்
சூழுதே தீ! தீ! – ஐயோ! நாம்
வாழவந்த காடுவேக
வந்ததே தீ! தீ! – அம்மாவோ! 2

ரிஷிகள்: பொன்னை யொத்தோர் வண்ணமுற்றான்
போந்துவிட்டானே! – இந்நேரம்
சின்னமாகிப் பொய்யரக்கர்
சிந்தி வீழ்வாரே! – இந்நேரம். 3

அசுரர்: இந்திராதி தேவர்தம்மை
ஏசி வாழ்ந்தோமே! – ஐயோ! நாம்
வெந்துபோக மானிடர்க்கோர்
வேதமுண்டாமோ! – அம்மாவோ! 4

ரிஷிகள்: வானை நோக்கிக் கைகள் தூக்கி
வளருதே தீ! தீ! – இந்நேரம்.
ஞானமேனி உதயகன்னி
நண்ணி விட்டாளே! – இந்நேரம். 5

அசுரர்: கோடி நாளாய் இவ்வனத்திற்
கூடி வாழ்ந்தோமே! – ஐயோ! நாம்
பாடிவேள்வி மாந்தர்செய்யப்
பண்பிழந் தோமே! – அம்மாவோ! 6

ரிஷிகள்: காட்டில்மேயுங் காளைபோன்றான்
காணுவீர் தீ! தீ! – இந்நேரம்
ஓட்டியோட்டிப் பகையை யெல்லாம்
வாட்டு கின்றானே! – இந்நேரம். 7

அசுரர்: வலியிலாதார் மாந்தரென்று
மகிழ்ந்து வாழ்ந்தோமே – ஐயோ! நாம்
கலியைவென்றோர் வேதவுண்மை
கண்டு கொண்டாரே! – அம்மாவோ! 8

ரிஷிகள்: வலிமைமைந்தன் வேள்வி முன்னோன்
வாய்திறந் தானே! – இந்நேரம்
மலியுநெய்யுந் தேனுமுண்டு
மகிழ வந்தானே! – இந்நேரம். 9

அசுரர்: உயிரைவிட்டும் உணர்வைவிட்டும்
ஓடி வந்தோமே! – ஐயோ! நாம்
துயிலுடம்பின் மீதிலுந்தீ
தோன்றி விட்டானே! – அம்மாவோ! 10

ரிஷிகள்: அமரர் தூதன் சமரநாதன்
ஆர்த்தெழுந்தானே! – இந்நேரம்
குமரிமைந்தன் எனது வாழ்விற்
கோயில் கொண்டானே! – இந்நேரம். 11

அசுரர்: வருணன்மித்ரன் அர்யமானும்
மதுவை யுண்பாரோ – ஐயோ! நாம்
பெருகுதீயின் புகையும்வெப்பும்
பின்னி மாய்வோமே! – அம்மாவோ! 12

ரிஷிகள்: அமரரெல்லாம் வந்துநம்முன்
அவிகள் கொண்டாரே! – இந்நேரம்
நமனுமில்லை பகையுமில்லை
நன்மை கண்டோமே! – இந்நேரம். 13

அசுரர்: பகனுமிங்கே யின்பமெய்திப்
பாடு கின்றானே – ஐயோ! நாம்
புகையில்வீழ இந்திரன்சீர்
பொங்கல் கண்டீரோ! – அம்மாவோ! 14

ரிஷிகள்: இளையும்வந்தாள் கவிதைதந்தாள்
இரவி வந்தானே! – இந்நேரம்
விளையுமெங்கள் தீயினாலே
மேன்மை யுற்றோமே! – இந்நேரம். 15

ரிஷிகள்: அன்னமுண்பீர் பாலும்நெய்யும்
அமுது முண்பீரே! – இந்நேரம்
மின்னிநின்றீர் தேவரெங்கள்
வேள்வி கொள்வீரே! – இந்நேரம். 16

ரிஷிகள்: சோமமுண்டு தேவர்நல்கும்
ஜோதி பெற்றோமே! – இந்நேரம்
தீமைதீர்ந்தே வாழிஇன்பஞ்
சேர்ந்து விட்டோமே! – இந்நேரம். 17

ரிஷிகள்: உடலுயிர்மே லுணர்விலுந் தீ
ஓங்கி விட்டானே! – இந்நேரம்
கடவுளர்தாம் எம்மைவாழ்த்திக்
கைகொடுத் தாரே! – இந்நேரம் 18

ரிஷிகள்: எங்கும்வேள்வி அமரரெங்கும்
யாங்கணுந் தீ! தீ! – இந்நேரம்
தங்குமின்பம் அமரவாழ்க்கை
சார்ந்து நின்றோமே! – இந்நேரம் 19

ரிஷிகள்: வாழ்கதேவர்! வாழ்கவேள்வி!
மாந்தர் வாழ்வாரே! – இந்நேரம்
வாழ்கவையம்! வாழ்கவானம்!
வாழ்க தீ! தீ! தீ! – இந்நேரம். 20

76. கிளிப் பாட்டு

1. திருவைப் பணிந்துநித்தம்
செம்மைத் தொழில்புரிந்து
வருக வருவதென்றே – கிளியே!
மகிழ்வுற் றிருப்போமடீ!

2. வெற்றி செயலுக்குண்டு
விதியின் நியமமென்று
கற்றுத் தெளிந்தபின்னும் – கிளியே!
கவலைப் படலாகுமோ?

3. துன்ப நினைவுகளும்
சோர்வும் பயமுமெல்லாம்
அன்பில் அழியுமடீ! – கிளியே!
அன்புக் கழிவில்லை காண்!

4. ஞாயிற்றை யெண்ணியென்றும்
நடுமை நிலைபயின்று
ஆயிர மாண்டுலகில் – கிளியே!
அழிவின்றி வாழ்வோமடீ!

5. தூய பெருங்கனலைச்
சுப்பிர மண்ணியனை
நேயத் துடன்பணிந்தால் – கிளியே!
நெருங்கித் துயர்வருமோ?

77. யேசு கிறிஸ்து

1. ‘ஈசன் வந்து சிலுவையில் மாண்டான்,
எழுந்து யிர்த்தனன் நாள்ஒரு மூன்றில்;
நேச மாமரியா மக்த லேநா
நேரிலே இந்தச் செய்தியைக் கண்டாள்.
தேசத் தீர் இதன் உட்பொருள் கேளீர்:
தேவர் வந்து நமக்குட் புகுந்தே
நாச மின்றி நமை நித்தங் காப்பார்;
நம்அகந் தையை நாம்கொன்று விட்டால்.

2. அன்பு காண் மரியா மக்த லேநா,
ஆவி காணுதிர் யேசு கிறிஸ்து;
முன்பு தீமை வடிவினைக் கொன்றால்
மூன்று நாளினில் நல்லுயிர் தோன்றும்;
பொன்பொ லிந்த முகத்தினிற் கண்டே
போற்று வாள் அந்த நல்லுயிர் தன்னை;
அன்பெ னும்மரியா மக்த லேநா
ஆஹா! சாலப் பெருங்களி யிஃதே.

3. உண்மை யென்ற சிலுவையிற் கட்டி
உணர்வை ஆணித் தவங்கொண் டடித்தால்,
வண்மைப் பேருயிர் யேசு கிறிஸ்து
வான மேனியில் அங்கு விளங்கும்;
பெண்மை காண்மரியா மக்த லேநா,
பேணும் நல்லறம் யேசு கிறிஸ்து;
நுண்மை கொண்ட பொருளிது கண்டீர்
நொடியி லிஃது பயின்றிட லாகும்.

சாலப்பெருங்களி – பெரும்பேரின்பம்
(சால: முழுமை; மிகுதி; சிறப்பு)

78. அல்லா

பல்லவி

அல்லா, அல்லா, அல்லா!

சரணங்கள்

1. பல்லாயிரம் பல்லாயிரம் கோடி கோடி யண்டங்கள்
எல்லாத் திசையிலுமோ ரெல்லை யில்லாவெளி வானிலே
நில்லாது சுழன்றோட நியமஞ் செய்தருள் நாயகன்
சொல்லாலும் மனத்தாலுந் தொடரொணாத பெருஞ்சோதி!
(அல்லா)

2. கல்லாதவ ராயினும் உண்மை சொல்லாதவராயினும்,
பொல்லாதவ ராயினும் தவமில் லாதவ ராயினும்
நல்லாருரை நீதியின்படி நில்லாதவ ராயினும்
எல்லாரும் வந்தேத்து மளவில் யமபயங் கெடச்
செய்பவன்
(அல்லா)

3. ஏழைகட்குஞ் செல்வர்கட்கும் இரங்கியருளும் ஓர்பிதா
கோழைகட்கும் வீரருக்குங் குறைதவிர்த்திடும் ஓர்குரு
ஊழியூழி அமரராயிவ் வுலகின்மிதி லின்புற்றே
வாழ்குவீர் பயத்தைநீக்கி, வாழ்த்துவீர் அவன்பெயர்
(அல்லா)

தொடரொணாத – தொடர ஒண்ணாத: தொடர இயலாத

2. ஞானப் பாடல்கள்

1. அச்சமில்லை

(பண்டாரப் பாட்டு)

*அச்சமில்லை அச்சமில்லை
அச்சமென்ப தில்லையே!*

1. *இச்சகத்து ளோரெலாம் எதிர்த்துநின்ற போதினும்
   அச்சமில்லை அச்சமில்லை அச்சமென்ப தில்லையே
   துச்சமாக எண்ணி நம்மைத் தூறுசெய்த போதினும்
   அச்சமில்லை அச்சமில்லை அச்சமென்ப தில்லையே
   பிச்சைவாங்கி உண்ணும் வாழ்க்கை பெற்றுவிட்ட போதினும்
   அச்சமில்லை அச்சமில்லை அச்சமென்ப தில்லையே
   இச்சைகொண்ட பொருளெலாம் இழந்துவிட்ட போதினும்
   அச்சமில்லை அச்சமில்லை அச்சமென்ப தில்லையே!*

2. *கச்சணிந்த கொங்கை மாதர் கண்கள்வீசு போதினும்
   அச்சமில்லை அச்சமில்லை அச்சமென்ப தில்லையே
   நச்சைவாயி லேகொணர்ந்து நண்ப ரூட்டு போதினும்
   அச்சமில்லை அச்சமில்லை அச்சமென்ப தில்லையே
   பச்சையூ னியைந்த வேற் படைகள் வந்த போதினும்
   அச்சமில்லை அச்சமில்லை அச்சமென்ப தில்லையே
   உச்சிமீது வானிடிந்து வீழுகின்ற போதினும்
   அச்சமில்லை அச்சமில்லை அச்சமென்ப தில்லையே!*

2. ஜய பேரிகை

ஜய பேரிகை கொட்டடா! – கொட்டடா
ஜய பேரிகை கொட்டடா!

1. பயமெனும் பேய்தனை யடித்தோம் – பொய்ம்மைப்
   பாம்பைப் பிளந்துயிரைக் குடித்தோம்;
   வியனுல கனைத்தையும் அமுதென நுகரும்
   வேத வாழ்வினைக் கைப்பிடித்தோம்.(ஜய பேரிகை)

2. இரவியி னொளியிடைக் குளித்தோம் – ஒளி
   இன்னமு தினைக்கண்டு களித்தோம்;
   கரவினில் வந்துயிர்க் குலத்தினை யழிக்கும்
   காலன் நடுநடுங்க விழித்தோம். (ஜய பேரிகை)

3. காக்கை குருவி எங்கள் ஜாதி – நீள்
   கடலும் மலையும் எங்கள் கூட்டம்;
   நோக்கும் திசையெலாம் நாமன்றி வேறில்லை;
   நோக்க நோக்கக் களி யாட்டம். (ஜய பேரிகை)

3. விடுதலை – சிட்டுக் குருவியைப் போலே

பல்லவி

விட்டு விடுதலை யாகிநிற்பாய் இந்தச்
சிட்டுக் குருவியைப் போலே!

சரணங்கள்

1. எட்டுத் திசையும் பறந்து திரிகுவை
   ஏறியக் காற்றில் விரைவொடு நீந்துவை
   மட்டுப் படாதெங்கும் கொட்டிக் கிடக்குமிவ்
   வானொளி யென்னும் மதுவின் சுவையுண்டு   (விட்டு)

2. பெட்டையி னோடின்பம் பேசிக் களிப்புற்று
   பீடையி லாதொர் கூடுகட்டிக் கொண்டு
   முட்டைதருங் குஞ்சைக் காத்து மகிழ்வெய்தி
   முந்த உணவு கொடுத்தன்பு செய்திங்கு   (விட்டு)

3. முற்றத்தி லேயுங் கழனி வெளியிலும்
   முன்கண்ட தானியம் தன்னைக் கொணர்ந்துண்டு
   மற்றப் பொழுது கதைசொல்லித் தூங்கிப்பின்
   வைகறை யாகுமுன் பாடி விழிப்புற்று   (விட்டு)

4. விடுதலை

ராகம் – நாட்டை

பல்லவி

வேண்டுமடி எப்போதும் விடுதலை – அம்மா!

சரணங்கள்

1. தூண்டுமின்ப வாடைவீசு துய்யதேன்கடல்
சூழநின்ற தீவிலங்கு சோதிவானவர்
ஈண்டுநமது தோழராகி எம்மொடமுதமுண்டு குலவ
நீண்டமகிழ்ச்சி மூண்டுவிளைய நினைத்திடுமின்பம்
அனைத்தும்உதவ (வேண்டுமடி)

2. விருத்திராதி தானவர்க்கு மெலிவதின்றியே,
விண்ணுமண்ணும் வந்துபணிய மேன்மைதுன்றியே
பொருத்தமுற நல்வேத மோர்ந்து பொய்மைதீர,
மெய்மைநேர
வருத்தமழிய வறுமையொழிய வையமுழுதும்
வண்மைபொழிய (வேண்டுமடி)

3. பண்ணில்இனிய பாடலொடு பாயுமொளியெலாம்
பாரில்எம்மை உரிமைகொண்டு பற்றிநிற்கவே,
நண்ணியமரர் வெற்றிகூற நமதுபெண்கள் அமரர்கொள்ள
வண்ணமினிய தேவமகளிர் மருவநாமும் உவகைதுள்ள
(வேண்டுமடி)

விருத்திராதிதானவர் – விருத்திரன்முதலான அசுரர்கள்,
துன்றி – கூடி, மருவ – அணைய; பொருந்த

5. வேண்டும்

1. மனதில் உறுதி வேண்டும்,
 வாக்கினிலே இனிமை வேண்டும்;
 நினைவு நல்லது வேண்டும்,
 நெருங்கினபொருள் கைப்பட வேண்டும்;
 கனவு மெய்ப்பட வேண்டும்,
 கைவசமாவது விரைவில் வேண்டும்;
 தனமும் இன்பமும் வேண்டும்,
 தரணியிலே பெருமை வேண்டும்.

2. கண்தி றந்திட வேண்டும்,
 காரியத்தி லுறுதி வேண்டும்;
 பெண்வி டுதலை வேண்டும்,
 பெரியகடவுள் காக்க வேண்டும்;
 மண்ப யனுற வேண்டும்;
 வானகமிங்கு தென்பட வேண்டும்;
 உண்மை நின்றிட வேண்டும்,
 ஓம் ஓம் ஓம் ஓம்.

6. ஆத்ம ஜயம்

1. கண்ணில் தெரியும் பொருளினைக் கைகள்
    கவர்ந்திட மாட்டாவோ? – அட!
   மண்ணில் தெரியுது வானம், அதுநம்
    வசப்பட லாகாதோ!
   எண்ணி யெண்ணிப்பல நாளும் முயன்றிங்
    கிறுதியிற் சோர்வோமோ – அட!
   விண்ணிலும் மண்ணிலும் கண்ணிலும் எண்ணிலும்
    மேவும் பராசக்தியே!

2. என்ன வரங்கள், பெருமைகள், வெற்றிகள்,
    எத்தனை மேன்மைகளோ!
   தன்னை வென்றாலவை யாவும் பெறுவது
    சத்திய மாகுமென்றே
   முன்னை முனிவர் உரைத்த மறைப்பொருள்
    முற்றுமு ணர்ந்த பின்னும்
   தன்னை வென்றாளும் திறமை பெறாதிங்கு
    தாழ்வுற்று நிற்போமோ?

மறை – வேதம்

7. காலனுக்குரைத்தல்

ராகம் – சக்கரவாகம்
தாளம் – ஆதி

பல்லவி

காலா! உனைநான் சிறுபுல்லென மதிக்கிறேன் – என்றன்
காலருகே வாடா, சற்றே உனை மிதிக்கிறேன்!   (காலா)

சரணங்கள்

1. வேலாயுத விருதினை மனதிற் பதிக்கிறேன் – நல்ல
 வேதாந்த முரைத்த ஞானியர் தமை யெண்ணித்
 துதிக்கிறேன் – ஆதி
 மூலாவென்று கதறிய யானையைக் காக்கவே – நின்றன்
 முதலைக்கு நேர்ந்ததை மறந்தாயோ கெட்ட
 மூடனே – அட   (காலா)

2. ஆலால முண்டவனடி சரணென்ற மார்க்கண்டன் – தன
 தாவி கவரப்போய் நீபட்ட பாட்டினை யறிகுவேன் –
 இங்கு
 நாலாயிரம் காதம் விட்டகல்! உனைவிதிக்கிறேன் – ஹரி
 நாரா யணனாக நின்முன்னே உதிக்கிறேன்! – அட(காலா)

8. மாயையைப் பழித்தல்

ராகம் – காம்போதி
தாளம் – ஆதி

1. உண்மை யறிந்தவர் உன்னைக் கணிப்பாரோ?
   மாயையே! – மனத்
   திண்மை யுள்ளாரை நீ செய்வது மொன்றுண்டோ
   மாயையே!

2. எத்தனை கோடி படைகொண்டு வந்தாலும்
   மாயையே – நீ
   சித்தத் தெளிவெனுந் தீயின்முன் நிற்பாயோ?
   மாயையே!

3. என்னைக் கெடுப்பதற் கெண்ணமுற் றாய்கெட்ட
   மாயையே! – நான்
   உன்னைக் கெடுப்ப துறுதியென் றேயுணர்
   மாயையே!

4. சாகத் துணியிற் சமுத்திரம் எம்மட்டு
   மாயையே! – இந்தத்
   தேகம்பொய் யென்றுணர் தீரரை யென் செய்வாய்?
   மாயையே!

5. இருமை யழிந்தபின் எங்கிருப்பாய் அற்ப
   மாயையே! – தெளிந்
   தொருமை கண்டார் முன்னம் ஓடாது நிற்பையோ?
   மாயையே!

6. நீதரும் இன்பத்தை நேரென்று கொள்வனோ
   மாயையே – சிங்கம்
   நாய்தரக் கொள்ளுமோ நல்லர சாட்சியை
   மாயையே!

7. என்னிச்சை கொண்டுனை யெற்றி விடவல்லேன்
மாயையே! – இனி
உன்னிச்சை கொண்டெனக் கொன்றும் வராதுகாண்
மாயையே!

8. யார்க்கும் குடியல்லேன் யானென்ப தோர்ந்தனன்
மாயையே! – உன்றன்
போர்க்கஞ்சு வேனோ, பொடியாக்குவேன் உன்னை
மாயையே!

9. சங்கு

1. செத்தபிறகு சிவலோகம் வைகுந்தம்
    சேர்ந்திடலா மென்றே எண்ணி யிருப்பார்
    பித்த மனிதர், அவர் சொலுஞ் சாத்திரம்
    பேயுரை யாமென்றிங்கு ஊதேடா சங்கம்!

2. இத்தரை மீதினி லேயிந்த நாளினில்
    இப்பொழு தேமுக்தி சேர்ந்திடநாடிச்
    சுத்த அறிவு நிலையிற் களிப்பவர்
    தூயவ ராமென்றிங்கு ஊதேடா சங்கம்!

3. பொய்யுறு மாயையைப் பொய்யெனக் கொண்டு
    புலன்களை வெட்டிப் புறத்தில் எறிந்தே
    ஐயுற வின்றிக் களித்திருப் பாரவர்
    ஆரிய ராமென்றிங்கு ஊதேடா சங்கம்!

4. மையுறு வாள்விழி யாரையும் பொன்னையும்
    மண்ணெனக் கொண்டு மயக்கற் றிருந்தாரே,
    செய்யுறு காரியம் தாமன்றிச் செய்வார்
    சித்தர்க ளாமென்றிங்கு ஊதேடா சங்கம்!

10. அறிவே தெய்வம்

கண்ணிகள்

1. ஆயிரந் தெய்வங்கள் உண்டென்று தேடி
அலையும் அறிவிலிகாள்! – பல்
லாயிரம் வேதம் அறிவொன்றே தெய்வமுண்
டாமெனல் கேளீரோ?

2. மாடனைக் காடனை வேடனைப் போற்றி
மயங்கும் மதியிலிகாள்! – எத
னூடும்நின் றோங்கும் அறிவொன்றே தெய்வமென்
றோதி யறியீரோ?

3. சுத்த அறிவே சிவமென்று கூறுஞ்
சுருதிகள் கேளீரோ? – பல
பித்த மதங்களி லேதடு மாறிப்
பெருமை யழிவீரோ?

4. வேடம்பல் கோடியொர் உண்மைக் குளவென்று
வேதம் புகன்றிடுமே – ஆங்கோர்
வேடத்தை நீருண்மை யென்றுகொள் வீரென்றவ்
வேத மறியாதே.

5. நாமம்பல் கோடியொ ருண்மைக் குளவென்று
நான்மறை கூறிடுமே – ஆங்கோர்
நாமத்தை நீருண்மை யென்றுகொள் வீரென்றந்
நான்மறை கண்டிலதே.

6. போந்த நிலைகள் பலவும் பராசக்தி
பூணும் நிலையாமே – உப
சாந்த நிலையே வேதாந்த நிலையென்று
சான்றவர் கண்டனரே.

7. கவலை துறந்திங்கு வாழ்வது வீடென்று
காட்டும் மறைகளெல்லாம் – நீவிர்
அவலை நினைந்துமி மெல்லுதல் போலிங்கு
அவங்கள் புரிவீரோ?

8. உள்ள தனைத்திலும் உள்ளொளி யாகி
   ஒளிர்ந்திடும் ஆன்மாவே – இங்கு
   கொள்ளற் கரிய பிரமமென் றேமறை
   கூவுதல் கேளீரோ?

9. மெள்ளப் பலதெய்வம் கூட்டி வளர்த்து
   வெறுங் கதைகள் சேர்த்துப் – பல
   கள்ள மதங்கள் பரப்புதற் கோர்மறை
   காட்டவும் வல்லீரோ?

10. ஒன்று பிரம முளதுண்மை யஃதுன்
    உணர்வெனும் வேதமெலாம் – என்றும்
    ஒன்று பிரம முளதுண்மை யஃதுன்
    உணர்வெனக் கொள்வாயே.

11. பரசிவ வெள்ளம்

1. உள்ளும் புறமுமாய் உள்ளதெலாந் தானாகும்
வெள்ளமொன்றுண் டாம்அதனைத் தெய்வமென்பார்
வேதியரே.

2. காணுவன நெஞ்சிற் கருதுவன உட்கருத்தைப்
பேணுவன யாவும் பிறப்பதந்த வெள்ளத்தே.

3. எல்லை பிரிவற்றதுவாய் யாதெனுமோர் பற்றிலதாய்
இல்லையுள தென்றறிஞர் என்றும்மய லெய்துவதாய்,

4. வெட்டவெளி யாயறிவாய் வேறுபல சக்திகளைக்
கொட்டுமுகி லாயணுக்கள் கூட்டிப் பிரிப்பதுவாய்,

5. தூல அணுக்களாய்ச் சூக்குமமாய்ச் சூக்குமத்திற்
சாலவுமே நுண்ணியதாய்த் தன்மையெலாந் தானாகி,

6. தன்மையொன் றிலாததுவாய்த் தானே ஒருபொருளாய்த்
தன்மைபல வுடைத்தாய்த் தான்பலவாய் நிற்பதுவே.

7. எங்குமுளான் யாவும்வலான் யாவுமறி வானெனவே
தங்குபல மதத்தோர் சாற்றுவதும் இங்கிதையே.

8. வேண்டுவோர் வேட்கையாய் வேட்பாராய் வேட்பாருக்கு
ஈண்டுபொரு ளாயதனை யீட்டுவதாய் நிற்குமிதே.

9. காண்பார்தங் காட்சியாய்க் காண்பாராய்க்
காண்பொருளாய்
மாண்பார்ந் திருக்கும், வகுத்துரைக்க வொண்ணாதே.

10. எல்லாந் தானாகி யிருந்திடினும் இஃதறிய
வல்லார் சிலரென்பர் வாய்மையெலாங் கண்டவரே.

11. மற்றிதனைக் கண்டார் மலமற்றார் துன்பமற்றார்;
பற்றிதனைக் கொண்டார் பயனனைத்துங் கண்டாரே.

12. இப்பொருளைக் கண்டார் இடருக்கோர் எல்லைகண்டார்;
எப்பொருளுந் தாம்பெற்றிங் கின்பநிலை யெய்துவரே.

13. வேண்டுவ வெலாம் பெறுவார் வேண்டா ரெதனையுமற்று
ஈண்டுபுவி யோரவரை ஈசரெனப் போற்றுவரே.

14. ஒன்றுமே வேண்டா துலகனைத்தும் ஆளுவர்காண்;
என்றுமே யிப்பொருளோ டேகாந்தத் துள்ளவரே.

15. வெள்ளமடா தம்பி விரும்பியபோ தெய்திநினது
உள்ளமிசைத் தானமுத வூற்றாய்ப் பொழியுமடா!

16. யாண்டுமிந்த இன்பவெள்ளம் என்றுநின்னுள் வீழ்வதற்கே
வேண்டு முபாயம் மிகவுமெளி தாகுமடா!

17. எண்ணமிட்டா லேபோதும் எண்ணுவதே இவ்வின்பத்
தண்ணமுதை யுள்ளே ததும்பப் புரியுமடா!

18. எங்கும் நிறைந்ததிந்த ஈசவெள்ளம் என்னகத்தே
பொங்குகின்ற தென்றெண்ணிப் போற்றி நின்றாற்
போதுமடா!

19. யாதுமாம் ஈசவெள்ளம் என்னுள் நிரம்பியதென்று
ஓதுவதே போதும்அதை உள்ளுவதே போதுமடா!

20. காவித் துணிவேண்டா, கற்றைச் சடைவேண்டா;
பாவித்தல் போதும் பரமநிலை யெய்துதற்கே.

21. சாத்திரங்கள் வேண்டா, சதுமறைக ளேதுமில்லை;
தோத்திரங்க ளில்லை; உளந் தொட்டுநின்றாற் போதுமடா!

22. தவமொன்று மில்லையொரு சாதனையு மில்லையடா;
சிவமொன்றே யுள்ளதெனச் சிந்தைசெய்தாற் போதுமடா!

23. சந்ததமு மெங்குமெல்லாந் தானாகி நின்றசிவம்
வந்தெனுளே பாயுதென்று வாய்சொன்னாற் போதுமடா!

24. நித்தசிவ வெள்ளமென்னுள் வீழ்ந்து நிரம்புதென்றுன்
சித்தமிசைக் கொள்ளுஞ் சிரத்தையொன்றே
போதுமடா!

12. பொய்யோ? மெய்யோ?

(உலகத்தை நோக்கி வினவுதல்)

1. நிற்பதுவே, நடப்பதுவே, பறப்பதுவே, நீங்களெல்லாம்
சொற்பனந் தானோ? – பல தோற்ற மயக்கங்களோ?
கற்பதுவே, கேட்பதுவே, கருதுவதே, நீங்களெல்லாம்
அற்ப மாயைகளோ? – உம்முள்
ஆழ்ந்த பொருளில்லையோ?

2. வானகமே, இளவெயிலே, மரச்செறிவே, நீங்களெல்லாம்
கானலின் நீரோ? – வெறுங் காட்சிப் பிழைதானோ?
போனதெல்லாம் கனவினைப்போல் புதைந்தழிந்தே
போனதனால்
நானுமோர் கனவோ? – இந்த ஞாலமும் பொய்தானோ?

3. காலமென்றே ஒருநினைவும் காட்சியென்றே
பலநினைவும்
கோலமும் பொய்களோ? – அங்கு குணங்களும்
பொய்களோ?
சோலையிலே மரங்களெல்லாம் தோன்றியதோர்
விதையிலென்றால்,
சோலை பொய்யாமோ? – இதைச் சொல்லொடு
சேர்ப்பாரோ?

(இயற்கை சொல்லும் விடை)

4. காண்பதெல்லாம் மறையுமென்றாய், மறைந்ததெல்லாம்
காண்பமன்றோ?
வீண்படு பொய்யிலே – நித்தம் விதிதொடர்ந் திடுமோ?
காண்பதுவே உண்மைகண்டோய் காண்பதல்லால்
உறுதியில்லை;
காண்பது சக்தியாம் – இந்தக் காட்சி நித்தியமாம்.

சொற்பனம் – கனவு

13. நான்

இரட்டைக் குறள் வெண் செந்துறை

1. வானில் பறக்கின்ற புள்ளெலாம் நான்
மண்ணில் திரியும் விலங்கெலாம் நான்
கானிழல் வளரும் மரமெலாம் நான்
காற்றும் புனலும் கடலுமே நான்.

2. விண்ணில் தெரிகின்ற மீனெலாம் நான்
வெட்ட வெளியின் விரிவெலாம் நான்
மண்ணில் கிடக்கும் புழுவெலாம் நான்
வாரியிலுள்ள உயிரெலாம் நான்.

3. கம்பனிசைத்த கவியெலாம் நான்
காருகர் தீட்டும் உருவெலாம் நான்
இம்பர் வியக்கின்ற மாட கூடம்
எழில்நகர் கோபுரம் யாவுமே நான்.

4. இன்னிசை மாத ரிசையுளேன் நான்
இன்பத் திரள்கள் அனைத்துமே நான்
புன்னிலை மாந்தர்தம் பொய்யெலாம் நான்
பொறையருந் துன்பப் புணர்ப்பெலாம் நான்.

5. மந்திரங் கோடி இயக்குவோன் நான்
இயங்கு பொருளின் இயல்பெலாம் நான்
தந்திரங் கோடி சமைத்துளோன் நான்
சாத்திர வேதங்கள் சாற்றினோன் நான்.

6. அண்டங்கள் யாவையும் ஆக்கினோன் நான்
அவைபிழை யாமே சுழற்றுவோன் நான்
கண்டநற் சக்திக் கணமெலாம் நான்
காரண மாகிக் கதித்துளோன் நான்.

7. நானெனும் பொய்யை நடத்துவோன் நான்
ஞானச் சுடர்வானில் செல்லுவோன் நான்
ஆனபொருள்கள் அனைத்திலும் ஒன்றாய்
அறிவாய் விளங்கும்முதற் சோதிநான்.

புனல் – ஆறு, வாரி – கடல், காருகர் – ஓவியர்
இம்பர் – இவ்விடம்; இவ்வுலகம், பொறை – பொறுமை

14. சித்தாந்தச் சாமி கோவில்

1. சித்தாந்தச் சாமி திருக்கோயில் வாயிலில்
   தீப வொளி யுண்டாம் – பெண்ணே
   முத்தாந்த வீதி முழுதையுங் காட்டிட
   மூண்ட திருச்சுடராம் – பெண்ணே!

2. உள்ளத் தழுக்கும் உடலிற் குறைகளும்
   ஓட்ட வருஞ் சுடராம் – பெண்ணே!
   கள்ளத் தனங்கள் அனைத்தும் வெளிப்படக்
   காட்ட வருஞ்சுடராம் – பெண்ணே!

3. தோன்றும் உயிர்கள் அனைத்தும்நன் றென்பது
   தோற்ற முறுஞ்சுடராம் – பெண்ணே!
   மூன்று வகைப்படும் காலம்நன் றென்பதை
   முன்ன ரிடுஞ்சுடராம் – பெண்ணே!

4. பட்டினந் தன்னிலும் பாக்கம்நன் றென்பதைப்
   பார்க்க வொளிர்சுடராம் – பெண்ணே
   கட்டு மனையிலுங் கோயில்நன் றென்பதைக்
   காண வொளிர்சுடராம் – பெண்ணே!

15. பக்தி

ராகம் – பிலஹரி

பல்லவி

தத்தன தானா – தந்தத்
தான தனந்தன தான தனந்தன
பக்தியி னாலே – தெய்வ
பக்தியி னாலே

சரணங்கள்

1. பக்தியி னாலே – இந்தப்
பாரினி லெய்திடும் மேன்மைகள் கேளடி!
சித்தந் தெளியும் – இங்கு
செய்கை யனைத்திலும் செம்மை பிறந்திடும்
வித்தைகள் சேரும் – நல்
வீர ருறவு கிடைக்கும் மனத்திடைத்
தத்துவ முண்டாம் – நெஞ்சிற்
சஞ்சலம் நீங்கி உறுதி விளங்கிடும். (பக்தி)

2. காமப் பிசாசைக் – குதிக்
கால்கொண் டடித்து விழுத்திட லாகும்இத்
தாமசப் பேயைக் – கண்டு
தாக்கி மடித்திட லாகும்எந் நேரமும்
தீமையை எண்ணி – அஞ்சுந்
தேம்பற் பிசாசைத் திருகியெ றிந்துபொய்ந்
நாம மிலாதே – உண்மை
நாமத்தி னாலிங்கு நன்மை விளைந்திடும். (பக்தி)

3. ஆசையைக் கொல்வோம் – புலை
அச்சத்தைச் சுட்டுப் பொசுக்கிடு வோம்கெட்ட
பாச மறுப்போம் – இங்கு
பார்வதி சக்தி விளங்குதல் கண்டதை
மோசஞ் செய்யாமல் – உண்மை
முற்றிலுங் கண்டு வணங்கி வணங்கியொர்
ஈசனைப் போற்றி – இன்பம்
யாவையு முண்டு புகழ்கொண்டு வாழ்குவம். (பக்தி)

4. சோர்வுகள் போகும் – பொய்ச்
சுகத்தைவிட் டேமெய்ச் சுகம்பெற லாகும்நற்
பார்வைகள் தோன்றும் – மிடிப்
பாம்பு கடித்த விடமகன் றேநல்ல
சேர்வைகள் சேரும் – பல
செல்வங்களெய்தி மகிழ்ச்சி பிறந்திடும்
தீர்வைகள் தீரும் – பிணி
தீரும் பலபல இன்பங்கள் சேர்ந்திடும். (பக்தி)

5. கல்வி வளரும் – பல
காரியம் கையுறும் வீரிய மோங்கிடும்
அல்ல லொழியும் – நல்ல
ஆண்மை யுண்டாகும் அறிவு தெளிந்திடும்
சொல்லுவ தெல்லாம் – மறைச்
சொல்லினைப் போலப் பயனுள தாகும்மெய்
வல்லமை தோன்றும் – தெய்வ
வாழ்க்கையுற் றேயிங்கு வாழ்ந்திட லாம் உண்மை.
(பக்தி)

6. சோம்ப ரழியும் – உடல்
சொன்ன படிக்கு நடக்கும் முடிசற்றுங்
கூம்புத லின்றி – நல்ல
கோபுரம் போல நிமிர்ந்த நிலைபெறும்
வீம்புகள் போகும் – நல்ல
வீரமுண் டாகிப் புயங்கள் பருக்கும்பொய்ப்
பாம்பு மடியும் – மெய்ப்
பரம்வென்று நல்ல நெறிகளுண் டாய்விடும். (பக்தி)

7. சந்ததி வாழும் – வெறுஞ்
சஞ்சலங் கெட்டு வலிமைகள் சேர்ந்திடும்
இந்தப் புவிக்கே – இங்கொர்
ஈசனுண் டாயின் அறிக்கையிட் டேன்உன்றன்
கந்த மலர்த்தாள் – துணை!
காதல், மகவு வளர்ந்திட வேண்டும்என்
சிந்தை யறிந்தே – அருள்
செய்திட வேண்டுமென்றால்அருள் எய்திடும்.(பக்தி)

பார் – உலகம், தாமசம் – முக்குணங்களில் ஒன்று,
தீர்வை – ஊழ் (பழவினை), கந்தம் – மணம்

16. அம்மாக்கண்ணு பாட்டு

1. பூட்டைத் திறப்பதுங் கையாலே – நல்ல
   மனந் திறப்பது மதியாலே
   பாட்டைத் திறப்பது பண்ணாலே – இன்ப
   வீட்டைத் திறப்பது பெண்ணாலே.

2. ஏட்டைத் துடைப்பது கையாலே – மன
   வீட்டைத் துடைப்பது மெய்யாலே
   வேட்டை யடிப்பது வில்லாலே – அன்புக்
   கோட்டை பிடிப்பது சொல்லாலே.

3. காற்றை யடைப்பது மனதாலே – இந்தக்
   காயத்தைக் காப்பது செய்கையிலே
   சோற்றைப் புசிப்பது வாயாலே – உயிர்
   துணி வுறுவது தாயாலே.   (பூட்டை)

காயம் – உடம்பு

17. வண்டிக்காரன் பாட்டு

(அண்ணனுக்கும் தம்பிக்கும் சம்பாஷணை)

1. 'காட்டு வழிதனிலே – அண்ணே!
   கள்ளர் பயமிருந்தால்?' – 'எங்கள்
   வீட்டுக் குலதெய்வம் – தம்பி!
   வீரம்மை காக்குமடா!'

2. 'நிறுத்து வண்டி யென்றே – கள்ளர்
   நெருக்கிக் கேட்கையிலே?' – 'எங்கள்
   கறுத்த மாரியின்பேர் – சொன்னால்
   காலனும் அஞ்சுமடா!'

பாரதியாரின் குறிப்பு: "உலக வாழ்க்கையே கானகம்; அங்கு கள்ளர்– யமதூதர்; அண்ணன் – குரு; தம்பி – சீடன். வீரம்மை, காளி என்பன ஜகத்தின் மூலசக்திக்குரிய நாமங்கள்."

கறுத்தமாரி – காளி

18. கடமை

கடமை புரிவா ரின்புறுவார்
 என்னும் பண்டைக் கதை பேணோம்;
கடமை யறியோம்; தொழிலறியோம்;
 கட்டென் பதனை வெட்டென் போம்;
மடமை, சிறுமை, துன்பம், பொய்,
 வருத்தம், நோவு, மற்றிவை போல்
கடமை நினைவுந் தொலைத் திங்கு
 களியுற் றென்றும் வாழ்குவமே.

19. அன்பு செய்தல்

(விடுதலை)

1. இந்தப் புவிதனில் வாழும் மரங்களும்
   இன்ப நறுமலர்ப் பூஞ்செடிக் கூட்டமும்
   அந்த மரங்களைச் சூழ்ந்த கொடிகளும்
   ஔடத மூலிகை பூண்டுபுல் யாவையும்
   எந்தத் தொழில்செய்து வாழ்வன வோ?
   . . . .
   . . . .

2. மானுடர் உழாவிடினும் வித்துநடா விடினும்
   வரம்புகட்டா விடினும்அன்றி நீர்பாய்ச்சா விடினும்
   வானுலகு நீர்தருமேல் மண்மீது மரங்கள்
   வகைவகையா நெற்கள்புற்கள் மலிந்திருக்கு மன்றே?
   யானெதற்கும் அஞ்சுகிலேன், மானுடரே, நீவிர்
   என்மதத்தைக் கைக்கொண்மின்; பாடுபடல்வேண்டா;
   ஊனுடலை வருத்தாதீர்; உணவியற்கை கொடுக்கும்;
   உங்களுக்குத் தொழிலிங்கே அன்புசெய்தல் கண்டீர்!

ஔடதம் – மருந்து, மதம் – கருத்து

20. மனத்திற்கு

சென்றதினி மீளாது மூடரே! நீர்
  எப்போதும் சென்றதையே சிந்தை செய்து
கொன்றழிக்கும் கவலையெனும் குழியில் வீழ்ந்து
  குமையாதீர்; சென்றதனைக் குறித்தல் வேண்டா.
இன்றுபுதி தாய்ப்பிறந்தோம் என்று நீவிர்
  எண்ணமதைத் திண்ணமுற இசைத்துக் கொண்டு
தின்றுவிளை யாடியின்புற் றிருந்து வாழ்வீர்;
  தீமையெலாம் அழிந்துபோம், திரும்பி வாரா.

இக்கவிதைவரிகள் 'பாரதி அறுபத்தா'றிலும் இடம்பெற்றுள்ளன

21. மனத்திற்குக் கட்டளை

பேயா யுழலுஞ் சிறுமனமே!
பேணா யென்சொல்; இன்றுமுதல்
நீயா யொன்றும் நாடாதே,
நினது தலைவன் யானேகாண்;
தாயாம் சக்தி தாளினிலும்
தரும மெனயான் குறிப்பதிலும்
ஓயா தேநின் றுழைத்திடுவாய்,
உரைத்தேன் அடங்கி உய்யுதியால்.

22. மனப் பெண்

மனமெனும் பெண்ணே! வாழி நீ கேளாய்!
ஒன்றையே பற்றி ஊச லாடுவாய்
அடுத்ததை நோக்கி அடுத்தடுத் துலவுவாய்
நன்றையே கொள்ளெனிற் சோர்ந்துகை நழுவுவாய்
விட்டுவி டென்றதை விடாதுபோய் விழுவாய்
தொட்டதை மீள மீளவுந் தொடுவாய்
புதியது காணிற் புலனழிந் திடுவாய்
புதியதை விரும்புவாய், புதியதை அஞ்சுவாய்;
அடிக்கடி மதுவினை அணுகிடும் வண்டுபோல்
பழமையாம் பொருளிற் பரிந்துபோய் வீழ்வாய்
பழமையே யன்றிப் பார்மிசை யேதும்
புதுமை காணோமெனப் பொருமுவாய், சீச்சீ!
பிணத்தினை விரும்புங் காக்கையே போல
அழுகுதல், சாதல், அஞ்சுதல் முதலிய
இழிபொருள் காணில் விரைந்ததில் இசைவாய்
அங்ஙனே,
என்னிடத் தென்றும் மாறுத லில்லா
அன்புகொண் டிருப்பாய், ஆவிகாத் திடுவாய்,
கண்ணினோர் கண்ணாய்க் காதின் காதாய்ப்
புலன்புலப் படுத்தும் புலனா யென்னை
உலக வுருளையில் ஒட்டுற வகுப்பாய்,
இன்பெலாந் தருவாய், இன்பத்து மயங்குவாய்;
இன்பமே நாடி யெண்ணிலாப் பிழைசெய்வாய்;
இன்பங் காத்துத் துன்பமே யுழப்பாய்
இன்பமென் றெண்ணித் துன்பத்து வீழ்வாய்.
தன்னை யறியாய் சகத்தெலாந் தொளைப்பாய்,
தன்பின் னிற்குந் தனிப்பரம் பொருளைக்
காணவே வருந்துவாய், காணெனிற் காணாய்,
சகத்தின் விதிகளைத் தனித்தனி அறிவாய்,
பொதுநிலை அறியாய், பொருளையுங் காணாய்;

மது – தேன்

மனமெனும் பெண்ணே! வாழி நீ கேளாய்!
நின்னொடு வாழும் நெறியுநன் கறிந்திடேன்,
இத்தனை நாட்போல் இனியும்நின் னின்பமே
விரும்புவேன்; நின்னை மேம்படுத் திடவே
முயற்சிகள் புரிவேன்; முத்தியுந் தேடுவேன்;   35
உன்விழிப் படாமல் என்விழிப் பட்ட
சிவமெனும் பொருளைத் தினமும் போற்றி
உன்றனுக் கின்பம் ஓங்கிடச் செய்வேன்.

23. பகைவனுக் கருள்வாய்

பகைவனுக் கருள்வாய் – நன்னெஞ்சே!
பகைவனுக் கருள்வாய்!

1. புகை நடுவினில் தீயிருப்பதைப்
பூமியிற் கண்டோமே – நன்னெஞ்சே!
பூமியிற் கண்டோமே.
பகை நடுவினில் அன்புரு வானநம்
பரமன் வாழ்கின்றான் – நன்னெஞ்சே!
பரமன் வாழ்கின்றான். (பகைவ)

2. எவ்வுயிர் தன்னிலும் ஈசனுள் ளானென
எப்பொழு துங்கதைப்பாய் – நன்னெஞ்சே!
தெவ்வுயிர் தன்னிலும் சிவனி ருப்பதைச்
சிந்தனை செய்யாயோ? – நன்னெஞ்சே! (பகைவ)

3. சிப்பியிலே நல்ல முத்து விளைந்திடுஞ்
செய்தி யறியாயோ? – நன்னெஞ்சே!
குப்பையிலே மலர் கொஞ்சுங் குருக்கத்திக்
கொடி வளராதோ? – நன்னெஞ்சே! (பகைவ)

4. உள்ள நிறைவிலொர் கள்ளம் புகுந்திடில்
உள்ளம் நிறைவாமோ? – நன்னெஞ்சே!
தெள்ளிய தேனிலொர் சிறிது நஞ்சையும்
சேர்த்தபின் தேனாமோ? – நன்னெஞ்சே! (பகைவ)

5. வாழ்வை நினைந்தபின் தாழ்வை நினைப்பது
வாழ்வுக்கு நேராமோ? – நன்னெஞ்சே!
தாழ்வு பிறர்க்கெண்ணத் தானிழிவா னென்ற
சாத்திரங் கேளாயோ? – நன்னெஞ்சே! (பகைவ)

6. போருக்கு வந்தங் கெதிர்த்த கவுரவர்
போலவந் தானுமவன் – நன்னெஞ்சே!
நேருக் கருச்சுனன் தேரிற் கசைகொண்டு
நின்றதுங் கண்ணனன்றோ? – நன்னெஞ்சே!(பகைவ)

7. தின்ன வரும்புலி தன்னையும் அன்பொடு
சிந்தையிற் போற்றிடுவாய் – நன்னெஞ்சே!
அன்னை பராசக்தி யவ்வுரு வாயினள்
அவளைக் கும்பிடுவாய் – நன்னெஞ்சே! (பகைவ)

24. தெளிவு

1. எல்லா மாகிக் கலந்து நிறைந்தபின்
ஏழைமை யுண்டோடா? – மனமே!
பொல்லாப் புழுவுனைக் கொல்ல நினைந்தவுன்
புத்தி மயக்கமுண்டோ?

2. உள்ள தெலாமோ ருயிரென்று கண்டபின்
உள்ளங் குலைவதுண்டோ – மனமே!
வெள்ள மெனப்பொழி தண்ணருள் ஆழ்ந்தபின்
வேதனை யுண்டோடா?

3. சித்தி னியல்பும் அதன்பெருஞ் சக்தியின்
செய்கையும்நீ தேர்ந்துவிட்டால் – மனமே!
எத்தனை கோடி இடர்வந்து சூழினும்
எண்ணஞ் சிறிதுமுண்டோ?

4. செய்க செயல்கள் சிவத்திடை நின்றெனத்
தேவ னுரைத்தனனே – மனமே!
பொய்கரு தாம லதன்வழி நிற்பவர்
பூதலம் அஞ்சுவரோ?

5. ஆன்ம வொளிக்கடல் மூழ்கித் திளைப்பவர்க்கு
அச்சமு முண்டோடா? – மனமே!
தேன்மடை யிங்கு திறந்தது கண்டது
தேக்கித் திரிவோமடா!

தண் – குளிர்ச்சி, பூதலம் – பூமி

25. கற்பனையூர்

1. கற்பனையூ ரென்ற நகருண்டாம் – அங்கு
    கந்தர் வர்விளை யாடுவராம்
    சொப்பன நாடென்ற சுடர்நாடு – அங்கு
    சூழ்ந்தவர் யாவர்க்கும் பேருவகை!

2. திருமணையிது கொள்ளைப் போர்க்கப்பல் – இது
    ஸ்பானியக் கடலில் யாத்திரைபோம்;
    வெருவுற மாய்வார் பலர்கடலில் – நாம்
    மீளவும்நம்மூர் திரும்பு முன்னே.

3. அந்நகர் தனிலோர் இளவரசன் – நம்மை
    அன்பொடு கண்டுரை செய்திடுவான்;
    மன்னவன் முத்தமிட் டெழுப்பிடவே – அவன்
    மனைவியும் எழுந்தங்கு வந்திடுவாள்.

4. எக்கால மும்பெரு மகிழ்ச்சி யங்கே,
    எவ்வகைக் கவலையும் போருமில்லை;
    பக்குவத் தேயிலை நீர்குடிப்போம் – அங்கு
    பதுமைகைக் கிண்ணத்தில் அளித்திடவே.

5. இன்னமு திற்கது நேராகும் – நம்மை
    யோவான் விடுவிக்க வருமளவும்,
    நன்னக ரதனிடை வாழ்ந்திடுவோம் – நம்மை
    நலித்திடும் பேயங்கு வாராதே.

6. குழந்தைகள் வாழ்ந்திடும் பட்டணங்காண் – அங்கு
    கோல்பந்து யாவிற்குமுயி ருண்டாம்
    அழகிய பொன்முடி யரசிகளாம் – அன்றி
    அரசிளங் குமரிகள் பொம்மையெலாம்.

7. செந்தோ லசுரனைக் கொன்றிடவே – அங்கு
    சிறுவிற கெல்லாம் சுடர்மணிவாள்
    சந்தோ ஷத்துடன் செங்கலையும் – அட்டைத்
    தாளையுங் கொண்டங்கு மனைகட்டுவோம்.

சொப்பன நாடு – கனவு நாடு

8. கள்ளரவ் வீட்டினுட் புகுந்திடவே – வழி
காண்ப திலாவகை செய்திடுவோம் – ஓ!
பிள்ளைப் பிராயத்தை இழந்தீரே! – நீர்
பின்னுமந் நிலைபெற வேண்டீரோ?

9. குழந்தைக ளாட்டத்தின் கனவையெல்லாம் – அந்தக்
கோலநன் னாட்டிடைக் காண்பீரே!
இழந்தநல் லின்பங்கள் மீட்குறலாம் – நீர்
ஏகுதிர் கற்பனை நகரினுக்கே.

ஏகுதிர் – செல்வீர்

இப்பாடல் ஜான்ஸ்கர் எழுதிய The Town of Let's Pretend என்ற பாட்டின் மொழிபெயர்ப்பு.

பாரதியார் குறிப்பு: கற்பனை நகரமென்பது சித்தத்தில் குழந்தைநிலை பெறுவதை இங்கு குறிப்பிடுகிறது. யோவான் என்பது குமாரதேவனுடைய பெயர். 'அக்கடவுள் மனிதனுக்குள்ளே நிலைபெற்று மனிதன் மோக்ஷமடைவதற்கு முன்னர் குழந்தைப் பருவத்தை அடையவேண்டும்' என்று யேசு கிறிஸ்து நாதர் சொல்லியிருக்கும் பொருளை இப்பாடல் குறிப்பிடுகிறது. கவலைகளை முற்றுந் துறந்துவிட்டு உலகத்தை வெறுமே லீலையாகக் கருதினாலன்றி மோக்ஷமெய்தப்படாது.

அகவிழி திறந்திடில்

கனவென்று நனவென்று முண்டோ? - இங்கு
 காண்பது காட்சியல் லாற்பிறிதாமோ?
மனையி லிருப்பது வானம் - அந்த
 வானத்தின் வந்தவர் தேவர்முனிவர்,
நினைவது செய்கை யறிவீர் - எந்த
 நேரத்துந் தேவர்கள் காப்பது வையம்,
வினவிற் பொருள்விளங் காது - அக
 விழியைத் திறந்திடில் விண்ணிங்கு தோன்றும்
தத்தரிகிட தத்தரிகிட தித்தோம்.

3. தேசியப் பாடல்கள்

1. வந்தே மாதரம்

ராகம் – நாதநாமக்கிரியை
தாளம் – ஆதி

பல்லவி

வந்தே மாதரமென்போம் – எங்கள்
மாநிலத் தாயை வணங்குதுமென்போம்   (வந்தே)

சரணங்கள்

1. ஜாதி மதங்களைப் பாரோம் – உயர்
   ஜன்ம மித் தேசத்திலெய்தின ராயின்
   வேதிய ராயினுமொன்றே – அன்றி
   வேறு குலத்தின ராயினுமொன்றே   (வந்தே)

2. ஈனப் பறையர்க ளேனும் – அவர்
   எம்முடன் வாழ்ந்திங் கிருப்பவர் அன்றோ?
   சீனத்த ராய்விடு வாரோ? – பிற
   தேசத்தர் போற்பல தீங்கிழைப் பாரோ?   (வந்தே)

3. ஆயிரம் உண்டிங்கு ஜாதி – எனில்
   அன்னியர் வந்து புகல்என்ன நீதி? – ஓர்
   தாயின் வயிற்றில் பிறந்தோர் – தம்முள்
   சண்டைசெய்தாலும் சகோதரரன்றோ?   (வந்தே)

4. ஒன்றுபட் டாலுண்டு வாழ்வே – நம்மில்
   ஒற்றுமை நீங்கிலனைவர்க்கும் தாழ்வே
   நன்றிது தேர்ந்திடல் வேண்டும் – இந்த
   ஞானம் வந்தாற்பின் நமக்கெது வேண்டும்? (வந்தே)

5. எப்பதம் வாய்த்திடு மேனும் – நம்மில்
   யாவர்க்கு மிந்த நிலைபொது வாகும்
   முப்பது கோடியும் வாழ்வோம் – வீழில்
   முப்பது கோடி முழுமையும் வீழ்வோம்.   (வந்தே)

6. புல்லடி மைத்தொழில் பேணிப் – பண்டு
   போயின நாட்களுக் கினிமனம் நாணித்
   தொல்லை இகழ்ச்சிகள் தீர – இந்தத்
   தொண்டு நிலைமையைத் தூவென்று தள்ளி. (வந்தே)

184 ● மகாகவி பாரதியார் கவிதைகள்

2. ஜய வந்தே மாதரம்

ராகம் – ஹிந்துஸ்தானி பியாக்
தாளம் – சாப்பு

பல்லவி

வந்தே மாதரம் ஜய

அனுபல்லவி

வந்தே மாதரம் வந்தே மாதரம்
வந்தே மாதரம் வந்தே மாதரம் வந்தே மாதரம்

சரணங்கள்

1. ஆரிய பூமியில் நாரிய ரும்நர
சூரிய ரும்சொலும் வீரிய வாசகம் வந்தே மாதரம்

2. நொந்தே போயினும் வெந்தே மாயினும்
நம்தே சத்தர் – உவந்தே சொல்வது வந்தே மாதரம்

3. ஒன்றாய் நின்றினி வென்றா யினுமுயிர்
சென்றா யினும்வலி குன்றா தோதுவம் வந்தே மாதரம்

4. சோதரர் காள்நிறை மாதரிர் யாவரும்
ஆதர வொடுபல °துதற வோதுவம் வந்தே மாதரம்

5. தாயே பாரத நீயே வாழிய!
நீயே சரணினி நீயே யெமதுயிர் வந்தே மாதரம்

6. ஜயஜய பாரத ஜயஜய பாரத
ஜயஜய பாரத ஜயஜய ஜயஜய வந்தே மாதரம்

நாரியர் – பெண்கள், நரர் – மனிதர்கள்,
சூரியர் – வீரர்கள்; புலவர்கள்

3. நாட்டு வணக்கம்

ராகம் – காம்போதி
தாளம் – ஆதி

1. எந்தையும் தாயும் மகிழ்ந்து குலாவி
இருந்ததுமிந்நாடே – அதன்
முந்தையர் ஆயிரமாண்டுகள் வாழ்ந்து
முடிந்ததுமிந்நாடே – அவர்
சிந்தையில் ஆயிரமெண்ணம் வளர்ந்து
சிறந்ததுமிந்நாடே – இதை
வந்தனை கூறி மனத்தில் இருத்திஎன்
வாயுற வாழ்த்தேனோ? – இதை
'வந்தே மாதரம், வந்தே மாதரம்'
என்று வணங்கேனோ?

2. இன்னுயிர் தந்தெமை யீன்று வளர்த்தருள்
ஈந்ததுமிந்நாடே – எங்கள்
அன்னையர் தோன்றி மழலைகள் கூறி
அறிந்ததுமிந்நாடே – அவர்
கன்னிய ராகி நிலவினி லாடிக்
களித்ததுமிந்நாடே – தங்கள்
பொன்னுடல் இன்புற நீர்விளை யாடிஇல்
போந்ததுமிந்நாடே – இதை
'வந்தே மாதரம், வந்தே மாதரம்'
என்று வணங்கேனோ?

3. மங்கைய ராயவர் இல்லறம் நன்கு
வளர்த்ததுமிந்நாடே – அவர்
தங்க மதலைகளீன்றுஅமு தூட்டித்
தழுவிய திந்நாடே – மக்கள்
துங்கமுயர்ந்து வளர்கெனக் கோயில்கள்
சூழ்ந்ததுமிந்நாடே – பின்னர்
அங்கவர் மாய அவருடற் பூந்துகள்
ஆர்ந்ததுமிந்நாடே – இதை
'வந்தே மாதரம், வந்தே மாதரம்'
என்று வணங்கேனோ?

ஆர்ந்த – நிறைந்த, வந்தனை – ஆராதனை; வணக்கம்
போந்தது – வந்தது; தகுதிபெற்றது,
துங்கம் – பெருமை; வெற்றி

4. பாரத நாடு

ராகம் – ஹிந்துஸ்தானி தோடி

பல்லவி

பாருக்குள்ளே நல்ல நாடு – எங்கள்
பாரத நாடு.

சரணங்கள்

1. ஞானத்தி லேபர மோனத்திலே – உயர்
மானத்தி லேஅன்ன தானத்திலே
கானத்தி லேஅமு தாக நிறைந்த
கவிதையி லேஉயர் நாடு – இந்தப் (பாருக்குள்ளே)

2. தீரத்தி லேபடை வீரத்திலே – நெஞ்சில்
ஈரத்தி லேஉப காரத்திலே
சாரத்தி லேமிகு சாத்திரங் கண்டு
தருவதி லேஉயர் நாடு – இந்தப் (பாருக்குள்ளே)

3. நன்மையி லேஉடல் வன்மையிலே – செல்வப்
பன்மையி லேமறத் தன்மையிலே
பொன்மயி லொத்திடும் மாதர்தம் கற்பின்
புகழினி லேஉயர் நாடு – இந்தப் (பாருக்குள்ளே)

4. ஆக்கத்தி லேதொழி லூக்கத்திலே – புய
வீக்கத்தி லேஉயர் நோக்கத்திலே
காக்கத் திறல்கொண்ட மல்லர்தஞ் சேனைக்
கடலினி லேஉயர் நாடு – இந்தப் (பாருக்குள்ளே)

5. வண்மையி லேஉளத் திண்மையிலே – மனத்
தண்மையி லேமதி நுண்மையிலே
உண்மையி லேதவ றாத புலவர்
உணர்வினி லேஉயர் நாடு – இந்தப் (பாருக்குள்ளே)

சாரம் – சத்து; சுவை, சாத்திரம் – ஒழுங்கு; நெறி, மறம் – வீரம், புயம் – தோள், மல்லர் – வலிமை கொண்டோர், சேனை – படை

6. யாகத்தி லேதவ வேகத்திலே – தனி
யோகத்தி லேபல போகத்திலே
ஆகத்தி லேதெய்வ பக்திகொண் டார்தம்
அருளினி லேஉயர் நாடு – இந்தப் (பாருக்குள்ளே)

7. ஆற்றினி லேசுனை யூற்றினிலே – தென்றற்
காற்றினி லேமலைப் பேற்றினிலே
ஏற்றினி லேபய னீந்திடுங் காலி
இனத்தினி லேஉயர் நாடு – இந்தப் (பாருக்குள்ளே)

8. தோட்டத்தி லேமரக் கூட்டத்திலே – கனி
ஈட்டத்தி லேபயி ரூட்டத்திலே
தேட்டத்தி லேஅடங் காத நிதியின்
சிறப்பினி லேஉயர் நாடு – இந்தப் (பாருக்குள்ளே)

ஆகம் – நெஞ்சம், காலி – பசு, தேட்டம் – சேகரித்த பொருள்

5. பாரத தேசம்

ராகம் – புன்னாகவராளி

பல்லவி

பாரத தேசமென்று பெயர்சொல்லுவார் – மிடிப்
பயங்கொல்லு வார்துயர்ப் பகைவெல்லுவார்.

சரணங்கள்

1. வெள்ளிப் பனிமலையின் மீதுலவுவோம் – அடி
    மேலைக் கடல்முழுதும் கப்பல் விடுவோம்;
    பள்ளித் தலமனைத்தும் கோயில்செய்குவோம் – எங்கள்
    பாரத தேசமென்று தோள்கொட்டுவோம். (பாரத)

2. சிங்களத் தீவினுக்கோர் பாலம் அமைப்போம்;
    சேதுவை மேடுறுத்தி வீதி சமைப்போம்;
    வங்கத்திலோடிவரும் நீரின் மிகையால்
    மையத்து நாடுகளில் பயிர் செய்குவோம். (பாரத)

3. வெட்டுக் கனிகள்செய்து தங்கம்முதலாம்
    வேறு பலபொருளும் குடைந்தெடுப்போம்;
    எட்டுத் திசைகளிலுஞ் சென்றிவை விற்றே
    எண்ணும் பொருளனைத்தும் கொண்டுவருவோம்.
    (பாரத)

4. முத்துக் குளிப்பதொரு தென்கடலிலே;
    மொய்த்து வணிகர்பல நாட்டினர்வந்தே,
    நத்தி நமக்கினிய பொருள்கொணர்ந்து
    நம்மருள் வேண்டுவது மேற்கரையிலே. (பாரத)

5. சிந்து நதியின்மிசை நிலவினிலே
    சேரநன் னாட்டிளம் பெண்களுடனே
    சுந்தரத் தெலுங்கினிற் பாட்டிசைத்துத்
    தோணிக ளோட்டிவிளை யாடிவருவோம். (பாரத)

6. கங்கை நதிப்புரத்துக் கோதுமைப்பண்டம்
    காவிரி வெற்றிலைக்கு மாறுகொள்வோம்;
    சிங்க மராட்டியர்தம் கவிதைகொண்டு
    சேரத்துத் தந்தங்கள் பரிசளிப்போம். (பாரத)

மிடி – வறுமை, நத்தி – விரும்பி, புரம் – மருதநிலத்தூர்

7. காசி நகர்ப்புலவர் பேசும் உரைதான்
காஞ்சியில் கேட்பதற்கொர் கருவிசெய்வோம்;
ராசபுத் தானத்து வீரர்தமக்கு
நல்லியற் கன்னடத்துத் தங்கமளிப்போம். (பாரத)

8. பட்டினில் ஆடையும் பஞ்சில் உடையும்
பண்ணி மலைகளென வீதிகுவிப்போம்,
கட்டித் திரவியங்கள் கொண்டுவருவார்
காசினி வணிகருக்கவை கொடுப்போம். (பாரத)

9. ஆயுதம் செய்வோம்நல்ல காகிதம்செய்வோம்;
ஆலைகள் வைப்போம் கல்விச்சாலைகள் வைப்போம்;
ஓயுதல் செய்யோம்தலை சாயுதல்செய்யோம்;
உண்மைகள் சொல்வோம்பல வண்மைகள் செய்வோம். (பாரத)

10. குடைகள் செய்வோம்உழு படைகள்செய்வோம்;
கோணிகள் செய்வோம்இரும் பாணிகள் செய்வோம்;
நடையும் பறப்புமுணர் வண்டிகள் செய்வோம்;
ஞாலம் நடுங்கவரும் கப்பல்கள் செய்வோம்.(பாரத)

11. மந்திரங் கற்போம்வினைத் தந்திரங் கற்போம்;
வானை யளப்போம் கடல் மீனையளப்போம்;
சந்திர மண்டலத்தியல் கண்டு தெளிவோம்;
சந்தி தெருப்பெருக்கும் சாத்திரங் கற்போம். (பாரத)

12. காவியம் செய்வோம் நல்ல காடுவளர்ப்போம்;
கலைவளர்ப்போம் கொல்லருலை வளர்ப்போம்;
ஓவியம் செய்வோம் நல்ல ஊசிகள் செய்வோம்;
உலகத் தொழிலனைத்தும் உவந்துசெய்வோம்.(பாரத)

13. சாதி இரண்டொழிய வேறில்லையென்றே
தமிழ்மகள் சொல்லியசொல் அமிழ்தமென்போம்,
நீதி நெறியினின்று பிறர்க்குதவும்
நேர்மையர் மேலவர்; கீழவர்மற்றோர். (பாரத)

திரவியம் – செல்வம், காசினி வணிகர் – உலக வணிகர்,
வண்மை – கொடை, தமிழ் மகள் – ஔவையார்

6. எங்கள் நாடு

ராகம் – பூபாளம்

1. மன்னும் இமயமலை யெங்கள் மலையே
மாநிலமீதது போற்பிறி திலையே!
இன்னறு நீர்க்கங்கை யாறெங்கள் ஆறே
இங்கிதன் மாண்பிற் கெதிரெது வேறே?
பன்னரும் உபநிட நூலெங்கள் நூலே
பார்மிசை யேதொரு நூலிது போலே?
பொன்னொளிர் பாரத நாடெங்கள் நாடே
போற்றுவமிஃதை எமக்கிலை ஈடே.

2. மாரத வீரர் மலிந்த நன்னாடு
மாமுனி வோர்பலர் வாழ்ந்த பொன்னாடு
நாரத கான நலந்திகழ் நாடு
நல்லன யாவையும் நாடுறு நாடு
பூரண ஞானம் பொலிந்த நன்னாடு
புத்தர் பிரானருள் பொங்கிய நாடு
பாரத நாடு பழம்பெரு நாடே
பாடுவமிஃதை எமக்கிலை ஈடே.

3. இன்னல்வந் துற்றிடும் போததற் கஞ்சோம்
ஏழைய ராகிஇனி மண்ணில்துஞ்சோம்
தன்னலம் பேணி இழிதொழில் புரியோம்
தாய்த்திரு நாடெனில் இனிக்கையை விரியோம்
கன்னலுந் தேனும் கனியுமின் பாலும்
கதலியும் செந்நெலும் நல்குமெக் காலும்
உன்னத ஆரிய நாடெங்கள் நாடே
ஓதுவமிஃதை எமக்கிலை ஈடே.

மன்னும் – நிலைபெற்றிருக்கும், துஞ்சோம் – வாடோம்
கன்னல் – கரும்பு, கதலி – வாழை

7. ஜய பாரத!

1\. சிறந்து நின்ற சிந்தை யோடு
தேயம் நூறு வென்றிவள்
மறம்த விர்ந்தந் நாடர் வந்து
வாழி சொன்ன போழ்தினும்
இறந்து மாண்பு தீர மிக்க
ஏழ்மை கொண்ட போழ்தினும்
அறந்த விர்கி லாது நிற்கும்
அன்னை வெற்றி கொள்கவே!

2\. நூறு கோடி நூல்கள் செய்து
நூறு தேய வாணர்கள்
தேறு நுண்மை கொள்ள விங்கு
தேடி வந்த நாளினும்
மாறு கொண்டு கல்வி தேய
வண்மை தீர்ந்த நாளினும்
ஈறு நிற்குமுண்மை யொன்றி
இறைஞ்சி நிற்பள் வாழ்கவே!

3\. வில்லர்வாழ்வு குன்றி ஓய
வீர வாளும் மாயவே
வெல்லும் ஞானம் விஞ்சி யோர்செய்
மெய்ம்மை நூல்கள் தேயவும்
சொல்லுமிவ்வ னைத்தும் வேறு
சூழும் நன்மை யுந்தர
வல்ல நூல்கெ டாது காப்பள்
வாழி யன்னை வாழியே!

4\. தேவ ருண்ணும் நன்ம ருந்து
சேர்ந்த கும்பமென்னவே
மேவு வார்க டற்கணுள்ள
வெள்ள நீரை யொப்பவும்

தேயம் – நாடு, வாணர் – வாழ்நர்; புலவர்; அறிஞர்,
இறைஞ்சி – வணங்கி, மருந்து – அமுதம்,

பாவ நெஞ்சினோர் நிதம்
  பறித்தல் செய்வ ராயினும்
ஓவி லாத செல்வமின்னும்
  ஓங்குமன்னை வாழ்கவே!

5. இதந்தருந் தொழில்கள் செய்து
     இரும்புவிக்கு நல்கினள்
   பதந்தரற் குரிய வாய
     பன்மதங்கள் காட்டினள்
   விதம்பெறும் பல்நாட்டி னர்க்கு
     வேறொ ருண்மை தோற்றவே
   சுதந்தி ரத்தி லாசை யின்று
     தோற்றி னாள்மன் வாழ்கவே!

ஓவிலாத – முடிவில்லாத, பதம் – நற்கதி; ஒளி

8. பாரத மாதா

தான தனந்தன தான தனந்தன
தானனத் தானா னே.

1. முன்னை இலங்கை அரக்கர் அழிய
   முடித்தவில் யாருடைவில்? – எங்கள்
   அன்னை பயங்கரி பாரத தேவிநல்
   ஆரிய ராணியின் வில்.

2. இந்திர சித்தன் இரண்டு துண்டாக
   எடுத்தவில் யாருடைவில்? – எங்கள்
   மந்திரத் தெய்வதம் பாரத ராணி
   வயிரவி தன்னுடை வில்.

3. "ஒன்று பரம்பொருள்; நாமதன் மக்கள்;
   உலகின்பக் கேணி" யென்றே – மிக
   நன்றுபல் வேதம் வரைந்தகை பாரத
   நாயகி தன்திருக் கை.

4. சித்த மயமிவ் வுலகம்; உறுதிநம்
   சித்தத்தில் ஓங்கிவிட்டால் – துன்பம்
   அத்தனையும் வெல்ல லாமென்று சொன்னசொல்
   ஆரிய ராணியின் சொல்.

5. சகுந்தலை பெற்றதோர் பிள்ளைசிங் கத்தினைத்
   தட்டி விளையாடி – நன்று
   உகந்ததோர் பிள்ளைமுன் பாரத ராணி
   ஒளியுறப் பெற்றபிள் ளை.

6. காண்டிவ மேந்தி உலகினை வென்றது
   கல்லொத்த தோளெவர்தோள்? – எம்மை
   ஆண்டருள் செய்பவள் பெற்று வளர்ப்பவள்
   ஆரிய தேவியின் தோள்.

7. சாகும் பொழுதில் இருசெவிக் குண்டலம்
தந்த தெவர் கொடைக்கை? – சுவைப்
பாகு மொழியிற் புலவர்கள் போற்றிடும்
பாரத ராணியின் கை.

8. போர்க்களத் தேபர ஞானமெய்க் கீதை
புகன்ற தெவருடைவாய்? – பகை
தீர்க்கத் திறந்தரு பேரினள் பாரத
தேவி மலர்த்திரு வாய்.

9. தந்தை யினிதுறத் தான்அர சாட்சியும்
தையலர் தம்முறவும் – இனி
இந்த உலகில் விரும்புகி லேனென்றது
எம்மனை செய்தவுள் ளம்.

10. அன்பு சிவம்உல கத்துயர் யாவையும்
அன்பினிற் போகுமென்றே – இங்கு
முன்பு மொழிந்துல காண்டதோர் புத்தன்
மொழியெங்கள் அன்னை மொழி.

11. மிதிலை எரிந்திட வேதப் பொருளை
வினவும் சனகன்மதி – தன்
மதியினிற் கொண்டதை நின்று முடிப்பது
வல்லநம் அன்னை மதி.

12. தெய்விகச் சாகுந் தலமெனும் நாடகம்
செய்த தெவர்கவிதை? – அயன்
செய்வத னைத்தின் குறிப்புணர் பாரத
தேவி யருட்கவிதை.

9. எங்கள் தாய்

(அண்ணாமலை ரெட்டி காவடிச்சிந்திலுள்ள 'ஆறுமுக வடிவேலவனே!' என்ற பாட்டின் வர்ணமெட்டு)

1. தொன்று நிகழ்ந்த தனைத்து முணர்ந்திடும்
 சூழ்கலை வாணர்களும் – இவள்
 என்று பிறந்தவ ளென்றுண ராத
 இயல்பின ளாம்எங்கள் தாய்.

2. யாரும் வகுத்தற் கரிய பிராயத்த
 ளாயினு மேயெங்கள் தாய் – இந்தப்
 பாருளெந் நாளுமோர் கன்னிகை யென்னப்
 பயின்றிடு வாளெங்கள் தாய்.

3. முப்பது கோடி முகமுடை யாளுயிர்
 மொய்ம்புற வொன்றுடையாள் – இவள்
 செப்பு மொழிபதி னெட்டுடையாள், எனிற்
 சிந்தனை யொன்றுடை யாள்.

4. நாவினில் வேத முடையவள் கையில்
 நலந்திகழ் வாளுடையாள் – தனை
 மேவினர்க் கின்னருள் செய்பவள் தீயரை
 வீட்டிடும் தோளுடை யாள்.

5. அறுபது கோடி தடக்கைக ளாலும்
 அறங்கள் நடத்துவள் தாய் – தனைச்
 செறுவது நாடி வருபவ ரைத்துகள்
 செய்து கிடத்துவள் தாய்.

6. பூமியி னும்பொறை மிக்குடை யாள்பெரும்
 புண்ணிய நெஞ்சினள்தாய் – எனில்
 தோமிழைப் பார்முன் நின்றிடுங் காற்கொடுந்
 துர்க்கை யனையவள் தாய்.

சூழ்கலை வாணர் – ஆய்வுக்கலை வல்லுநர், மொய்ம்பு – வலிமை, வீட்டிடும் – கொன்றிடும், செறுவது நாடி – அழிக்க எண்ணி, பொறை – பொறுமை, தோம் – குற்றம்

7. கற்றைச் சடைமதி வைத்த துறவியைக்
    கைதொழு வாளெங்கள்தாய் – கையில்
   ஒற்றைத் திகிரிகொண் டேழுல காளு
    மொருவனை யுந்தொழு வாள்.

8. யோகத்தி லேநிக ரற்றவள் உண்மையும்
    ஒன்றென நன்றறிவாள் – உயர்
   போகத்தி லேயு நிறைந்தவள் எண்ணரும்
    பொற்குவை தானுடை யாள்.

9. நல்லறம் நாடிய மன்னரை வாழ்த்தி
    நயம்புரி வாளெங்கள் தாய் – அவர்
   அல்லவ ராயின் அவரை விழுங்கிப்பின்
    ஆனந்தக் கூத்திடு வாள்.

10. வெண்மை வளர்இம யாசலன் தந்த
    விறன்மக ளாமெங்கள் தாய் – அவன்
    திண்மை மறையினும் தான்மறை யாள்நித்தஞ்
    சீருறு வாளெங்கள் தாய்.

திகிரி – சக்கரம், விறன்மகள் – வீரமகள்

10. வெறிகொண்ட தாய்

ராகம் – ஆபோகி
தாளம் – ரூபகம்

1. பேயவள் காண் எங்கள் அன்னை – பெரும்
பித்துடையாள் எங்கள் அன்னை
காயழல் ஏந்திய பித்தன் – தனைக்
காதலிப்பாள் எங்கள் அன்னை. (பேயவள்)

2. இன்னிசை யாம் இன்பக் கடலில் – எழுந்து
எற்றும் அலைத்திரள் வெள்ளந்
தன்னிடை மூழ்கித் திளைப்பாள் – அங்கு
தாவிக் குதிப்பளெம் அன்னை. (பேயவள்)

3. தீஞ்சொற் கவிதையஞ் சோலை – தனில்
தெய்விக நன்மணம் வீசும்
தேஞ்சொரி மாமலர் சூடி – மதுத்
தேக்கி நடிப்பளெம் அன்னை. (பேயவள்)

4. வேதங்கள் பாடுவள் காணீர் – உண்மை
வேல்கையிற் பற்றிக் குதிப்பாள்
ஓதருஞ் சாத்திரம் கோடி – உணர்ந்
தோதி உலகெங்கும் விதைப்பாள். (பேயவள்)

5. பாரதப் போரெனில் எளிதோ? – விறற்
பார்த்தன்கை வில்லிடை ஒளிர்வாள்
மாரதர் கோடிவந் தாலும் – கணம்
மாய்த்துக் குருதியில் திளைப்பாள். (பேயவள்)

காயழல் – எரிதீ, விறற்பார்த்தன் – வீரஅருச்சுனன்,
மாரதர் – தேர்ப்படை வீரர்கள்

11. பாரத மாதா திருப்பள்ளி எழுச்சி

1. பொழுது புலர்ந்தது; யாம்செய்த தவத்தால்,
   புன்மை யிருட்கணம் போயின யாவும்;
   எழுபசும் பொற்சுடர் எங்கணும் பரவி
   எழுந்து விளங்கியது அறிவெனும் இரவி;
   தொழுதுனை வாழ்த்தி வணங்குதற்கு இங்குன்
   தொண்டர்பல் லாயிரர் சூழ்ந்துநிற் கின்றோம்
   விழிதுயில் கின்றனை இன்னும் எம் தாயே!
   வியப்பிதுகாண்! பள்ளி யெழுந்தரு ளாயே!

2. புள்ளினம் ஆர்த்தன; ஆர்த்தன முரசம்;
   பொங்கியது எங்குஞ் சுதந்திர நாதம்;
   வெள்ளிய சங்கம் முழங்கின, கேளாய்!
   வீதியெ லாம்அணு குற்றனர் மாதர்;
   தெள்ளிய அந்தணர் வேதமும் நின்றன்
   சீர்த்திரு நாமமும் ஓதிநிற் கின்றார்;
   அள்ளிய தெள்ளமு தன்னை எம் அன்னை!
   ஆருயி ரே! பள்ளி யெழுந்தரு ளாயே!

3. பருதியின் பேரொளி வானிடைக் கண்டோம்;
   பார்மிசை நின்னொளி காணுதற்கு அலந்தோம்;
   கருதிநின் சேவடி அணிவதற்கென்றே
   கனிவுறு நெஞ்சக மலர்கொடு வந்தோம்;
   சுருதிகள் பயந்தனை; சாத்திரம் கோடி
   சொல்லரு மாண்பின ஈன்றனை, அம்மே!
   நிருதர்கள் நடுக்குறச் சூல்கரத்து ஏற்றாய்!
   நிர்மலை யே! பள்ளி எழுந்தரு ளாயே!

பள்ளி எழுச்சி – துயிலெழுப்புதல், இரவி; பருதி – ஞாயிறு, புள் – பறவை, சங்கம் – சங்கு, நாமம் – பெயர், அலத்தல் – வருந்துதல்; அங்கலாய்த்தல், சேவடி – சிவந்த பாதம், கொடு – கொண்டு, சுருதி – மறை; வேதம், பயத்தல் – பிறப்பித்தல்; கொடுத்தல், நிருதர் – இராட்சதர், சூல்கரம் – காளி உருவம், நிர்மலை – பராசக்தி

4. நின்னெழில் விழியருள் காண்பதற்கெங்கள்
நெஞ்சகத்து ஆவலை நீயறி யாயோ?
பொன்னனை யாய்! வெண் பனிமுடி இமயப்
பொருப்பினன் ஈந்த பெருந்தவப் பொருளே!
என்ன தவங்கள்செய்து எத்தனை காலம்
ஏங்குவம் நின்னருட்கு ஏழையம் யாமே?
இன்னமும் துயிலுதி யேல்இது நன்றோ?
இன்னுயி ரே! பள்ளி யெழுந்தரு ளாயே!

5. மதலையர் எழுப்பவும் தாய்துயில் வாயோ?
மாநிலம் பெற்றவள் இஃதுண ராயோ?
குதலை மொழிக்கிரங் காதொரு தாயோ?
கோமக ளே! பெரும் பாரதர்க் கரசே!
விதமுறு நின்மொழி பதினெட்டும் கூறி
வேண்டிய வாறுதெனைப் பாடுதும் காணாய்;
இதமுற வந்தெமை ஆண்டருள் செய்வாய்!
ஈன்றவ ளே! பள்ளி யெழுந்தரு ளாயே!

மதலை – குழந்தை, குதலை – மழலை

12. பாரத மாதா நவரத்தின மாலை

(ஒன்பது இரத்தினங்களின் பெயர்கள் மறைபொருளாகவோ, நேரிடையாகவோ இப்பாடல்களுள் வழங்கப்பட்டுள்ளன)

காப்பு

வீரர்முப் பத்திரண்டு கோடி விளைவித்த
பாரதமா தாவின் பதமலர்க்கே – சீரார்
நவரத்ன மாலையிங்கு நான்சூட்டக் காப்பாம்
சிவரத்ன மைந்தன் திறம்.

(வெண்பா)

1. திறமிக்க நல்வயிரச் சீர்திகழும் மேனி
அறமிக்க சிந்தை அறிவு – பிறநலங்கள்
எண்ணற் றனபெறுவார் இந்தியா என்றநின்றன்
கண்ணொத்த பேருரைத்தக் கால்.

(கட்டளைக் கலித்துறை)

2. காலன் எதிர்ப்படிற் கைகூப்பிக்
கும்பிட்டுக் கம்பனமுற்
றோலமிட் டோடி மறைந்தொழி
வான்; பகை யொன்றுளதோ?
நீலக் கடலொத்த கோலத்தி
னாள்மூன்று நேத்திரத்தாள்
காலக் கடலுக்கோர் பாலமிட்
டாள் அன்னை காற்படினே.

(எண்சீர்க் கழிநெடிலடி ஆசிரிய விருத்தம்)

3. அன்னையே, அந்நாளில் அவனிக் கெல்லாம்
ஆணிமுத்துப் போன்றமணி மொழிக ளாலே
பன்னிநீ வேதங்கள், உபநிட தங்கள்,
பரவுபுகழ்ப் புராணங்கள், இதிகாசங்கள்;
இன்னும்பல் நூல்களிலே இசைத்த ஞானம்
என்னென்று புகழ்ந்துரைப்போம் அதனை இந்நாள்?
மின்னுகின்ற பேரொளி காண்! காலங் கொன்ற
விருந்துகாண்! கடவுளுக்கோர் வெற்றி காணே.

(ஆசிரியப்பா)

4. வெற்றி கூறுமின்! வெண்சங் கூதுமின்!
கற்றவ ராலே உலகுகாப் புற்றது
உற்றதிங் கிந்நாள்! உலகினுக் கெல்லாம்
இற்றைநாள் வரையினும், அறமிலா மறவர்,
குற்றமே தமது மகுடமாக் கொண்டோர்
மற்றை மனிதரை அடிமைப் படுத்தலே
முற்றிய அறிவின் முறையென்று எண்ணுவார்;
பற்றை அரசர் பழிபடு படையுடன்
சொற்றை நீதி தொகுத்துவைத் திருந்தார்.
இற்றை நாள்
பாரி லுள்ள பலநாட்டி னர்க்கும்
பாரத நாடு புதுநெறி பழக்கல்
உற்றதிங் கிந்நாள்; உலகெலாம் புகழ
இன்பவ ளம்செறி பண்பல பயிற்றும்
கவீந்திரனாகிய ரவீந்திர நாதன்
சொற்றது கேளீர்! ‘புவிமிசை யின்று
மனிதர்க் கெல்லாம் தலைப்படு மனிதன்,
தர்மமே உருவாம் மோஹன தாஸ
கர்ம சந்திர காந்தி’ யென் றுரைத்தான்.
அத்தகைய காந்தியை அரசியல் நெறியிலே
தலைவனாக் கொண்டு புவிமிசைத் தருமமே
அரசிய லதனிலும் பிறஇய லனைத்திலும்
வெற்றி தருமென வேதம் சொன்னதை
முற்றும் பேண முற்பட்டு நின்றார்
பாரத மக்கள்; இதனால் படைஞர்தம்
செருக்கொழிந் துலகில் அறந்திறம் பாத
கற்றோர் தலைப்படக் காண்போம் விரைவிலே.
(வெற்றி கூறுமின்; வெண்சங் கூதுமின்!)

சிவரத்ன மைந்தன் – விநாயகன், கம்பனம் – நடுக்கம்; அதிர்ச்சி, நேத்திரம் – கண், அவனி – உலகம், ஆணிமுத்து – உயர்ந்த முத்து, விருந்து – புதுமை, பற்றை – கீழோன், சொற்றை – சொத்தை, சொற்றது – சொன்னது

(தரவுகொச்சகக் கலிப்பா)

5. ஊதுமினோ வெற்றி! ஒலிமினோ வாழ்த்தொலிகள்!
   ஓதுமினோ வேதங்கள்! ஓங்குமினோ! ஓங்குமினோ!
   தீதுசிறி தும்பயிலாச் செம்மணிமா நெறிகண்டோம்;
   வேதனைகள் இனிவேண்டா விடுதலையோ திண்ணமே.

(வஞ்சி விருத்தம்)

6. திண்ணம் காணீர்! பச்சை
   வண்ணன் பாதத் தாணை;
   எண்ணம் கெடுதல் வேண்டா,
   திண்ணம், விடுதலை திண்ணம்.

(கலிப்பா)

7. 'விடுத லைபெறு வீர்விரை வாநீர்
      வெற்றி கொள்ளுவீர்' என்றுரைத் தெங்கும்
   கெடுத லின்றிநம் தாய்த்திரு நாட்டின்
      கிளர்ச்சி தன்னை வளர்ச்சிசெய் கின்றான்,
   'சுடுத லும்குளி ரும்உயிர்க் கில்லை;
      சோர்வு வீழ்ச்சிகள் தொண்டருக் கில்லை;
   எடுமி னோஅறப் போரினை' என்றான்
      எம்கோ மேதகம் ஏந்திய காந்தி!

(அறுசீர் விருத்தம்)

8. காந்திசேர் பதும ராகக் கடிமலர் வாழ்ஸ்ரீ தேவி
   போந்துநிற் கின்றாள் இன்று பாரதப் பொன்னா டெங்கும்;
   மாந்தரெல் லோரும் சோர்வை அச்சத்தை மறந்து விட்டார்;
   காந்திசொல் கேட்டார், காண்பார் விடுதலை
                              கணத்தி னுள்ளே.

செம்மணி – மாணிக்கம், (செம்மணிமா நெறி – செவ்விய அழகிய பெரிய நெறி), வாலவாயம் – வைடூரியம்; இளம்பிராயம், (வால் அவாயம் – பயங்கர வாலுடைய), காந்திசேர் – ஒளிசேர், கடி – மணம், போந்து – வந்து

(எழுசீர்க் கழிநெடிலடி ஆசிரிய விருத்தம்)

9. கணமெனு மென்றன் கண்முனே வருவாய்
 பாரத தேவியே, கனல்கால்
 இணைவிழி வால வாயமாஞ் சிங்க
 முதுகினில் ஏறிவீற் றிருந்தே;
 துணைநினை வேண்டும் நாட்டினர்க் கெல்லாம்
 துயர்கெட விடுதலை யருளி
 மணிநகை புரிந்து திகழ்திருக் கோலம்
 கண்டுநான் மகிழ்ந்திடு மாறே.

13. பாரததேவியின் திருத் தசாங்கம்

நாமம் (ராகம் – காம்போதி)

1. பச்சை மணிக்கிளியே! பாவியெனக் கேயோகப்
   பிச்சை யருளியதாய் பேர்உரையாய் – இச்சகத்தில்
   பூரணமா ஞானப் புகழ்விளக்கை நாட்டுவித்த
   பாரதமா தேவியெனப் பாடு.

நாடு (வசந்தா)

2. தேனார் மொழிக்கிள்ளாய்! தேவியெனக் கானந்த
   மானாள்பொன் னாட்டை அறிவிப்பாய்! – வானாடு
   பேரிமய வெற்புமுதல் பெண்குமரி ஈறாகும்
   ஆரியநா டென்றே அறி.

நகர் (மணிரங்கு)

3. இன்மழலைப் பைங்கிளியே! எங்கள் உயிரானாள்
   நன்மையுற வாழும் நகரெதுகொல்? – சின்மயமே
   நானென் றறிந்த நனிபெரியோர்க் கின்னமுது
   தானென்ற காசித் தலம்.

ஆறு (சுருட்டி)

4. வன்னக் கிளி! வந்தே மாதரமென் றோதுவரை
   இன்னலறக் காப்பாளி யாறுரையாய்! – நன்னர்செயத்
   தான்போம் வழியெல்லாம் தன்மமொடு பொன்விளைக்கும்
   வான்போந்த கங்கையென வாழ்த்து.

மலை (கானடா)

5. சோலைப் பசுங்கிளியே! தொன்மறைகள் நான்குடையாள்
   வாலை வளரும் மலைகூறாய்! – ஞாலத்துள்
   வெற்பொன்றும் ஈடிலதாய் விண்ணில் முடிதாக்கும்
   பொற்பொன்று வெள்ளைப் பொருப்பு.

தசாங்கம் – பத்து உறுப்புகள், நாமம் – பெயர்,
இமயவெற்பு – இமயமலை, பெண்குமரி – கன்னியாகுமரி,
சின்மயம் – ஞானமயம்; அறிவுமயம், நனி – மிகுதி, யாறு – ஆறு,
தன்மம் – அறம், வாலை – இளமை, பொற்பு – பொலிவு,
பொருப்பு – மலை

ஊர்தி (தன்யாசி)

6. சீருஞ் சிறப்புமுயர் செல்வமுமோர் எண்ணற்றாள்
ஊரும் புரவி உரைதத்தாய்! – தேரிற்
பரிமிசையூர் வாளல்லள் பாரனைத்தும் அஞ்சும்
அரிமிசையே ஊர்வாள் அவள்.

படை (முகாரி)

7. கருணை யுருவானாள் காய்ந்தெழுங்காற் கிள்ளாய்!
செருநரைவீழ்த் தும்படையென்
செப்பாய்? – பொருபவர்மேல்
தண்ணளியால் வீழாது, வீழின் தகைப்பரிதாம்
திண்ணமுறு வான்குலிசம் தேறு.

முரசு (செஞ்சுருட்டி)

8. ஆசை மரகதமே! அன்னைதிரு முன்றிலிடை
ஓசை வளர்முரசம் ஓதுவாய்! – 'பேசுகவோ
சத்தியமே, செய்க தருமமே' என்றொலிசெய்
முத்திதரும் வேத முரசு.

தார் (பிலகரி)

9. வாராய் இளஞ்சுகமே! வந்திப்பார்க் கென்றுமிடர்
தாராள் புனையுமணித் தார்கூறாய்! – சேராரை
முற்றாக் குறுநகையால் முற்றுவித்துத் தானொளிர்வாள்
பொற்றா மரைத்தார் புனைந்து.

கொடி (கேதாரம்)

10. கொடிப்பவள வாய்க்கிள்ளாய்! குத்திரமும் தீங்கும்
மடிப்பவளின் வெல்கொடிதான் மற்றென்? –
அடிப்பணிவார்
நன்றாரத் தீயார் நலிவுறவே வீசுமொளி
குன்றா வயிரக் கொடி.

புரவி – (இவ்விடத்தில் ஊர்தி), பரி – குதிரை, அரி – சிங்கம், காய்ந்தெழுங்கால் – சினந்தெழும்வேளை, செருநர் – (இவ்விடத்தில் பகைவர்), கிள்ளை; தத்தை; மரகதம்; அஞ்சுகம் – கிளி, பொருபவர் – போர் செய்பவர், தண்ணளி – குளிர்ச்சியான அருள், தகைப்பு – தடுப்பு, குலிசம் – வச்சிராயுதம், வந்திப்பார் – வணங்குபவர், தார் – மாலை, குத்திரம் – வஞ்சனை, ஆர – சேர

14. தாயின் மணிக்கொடி பாரீர்!
(பாரத நாட்டுக் கொடியினைப் புகழ்தல்)

தாயுமானவர் ஆனந்தக்களிப்பு வர்ணமெட்டு

பல்லவி

தாயின் மணிக்கொடி பாரீர்! – அதைத்
தாழ்ந்து பணிந்து புகழ்ந்திட வாரீர்!

சரணங்கள்

1. ஓங்கி வளர்ந்ததோர் கம்பம் – அதன்
உச்சியின் மேல் 'வந்தே மாதரம்' என்றே
பாங்கின் எழுதித் திகழும் – செய்ய
பட்டொளி வீசிப் பறந்தது பாரீர்!   (தாயின்)

2. பட்டுத் துகிலென லாமோ? – அதில்
பாய்ந்து சுழற்றும் பெரும்புயற் காற்று
மட்டு மிகுந்தடித் தாலும் – அதை
மதியாதவ் வுறுதிகொள் மாணிக்கப் படலம்(தாயின்)

3. இந்திரன் வச்சிரம் ஓர்பால் – அதில்
எங்கள் துருக்கர் இளம்பிறை ஓர்பால் – தாய்
மந்திரம் நடுவுறத் தோன்றும் – அதன்
மாண்பை வகுத்திட வல்லவன் யானோ? (தாயின்)

4. கம்பத்தின் கீழ்நிற்றல் காணீர் – எங்கும்
காணரும் வீரர் பெருந்திருக் கூட்டம்
நம்பற் குரியர் அவ்வீரர் – தங்கள்
நல்லுயிர் ஈந்தும் கொடியினைக் காப்பர்.   (தாயின்)

5. அணியணி யாயவர் நிற்கும் – இந்த
ஆரியக் காட்சியோர் ஆனந்தம் அன்றோ?
பணிகள் பொருந்திய மார்பும் – விறல்
பைந்திரு வோங்கும் வடிவமும் காணீர்! (தாயின்)

பாங்கு – அழகு, செய்ய – சிவந்த, வச்சிரம் – வச்சிராயுதம், பணி
– ஆபரணம், விறல் – வீரம்; வலிமை

6. செந்தமிழ் நாட்டுப் பொருநர் – கொடுந்
தீக்கண் மறவர்கள், சேரன்றன் வீரர்,
சிந்தை துணிந்த தெலுங்கர் – தாயின்
சேவடிக் கேபணி செய்திடும் துளுவர்; (தாயின்)

7. கன்னடர், ஒட்டியரோடு – போரில்
காலனும் அஞ்சக் கலக்கும் மராட்டர்,
பொன்னகர்த் தேவர்க ளொப்ப – நிற்கும்
பொற்புடையார் இந்துஸ் தானத்து மல்லர்;(தாயின்)

8. பூதலம் முற்றிடும் வரையும் – அறப்
போர்விறல் யாவும் மறப்புறும் வரையும்,
மாதர்கள் கற்புள்ள வரையும் – பாரில்
மறைவரும் கீர்த்திகொள் ரஜபுத்ர வீரர்; (தாயின்)

9. பஞ்ச நதத்துப் பிறந்தோர் – முன்னைப்
பார்த்தன் முதற்பலர் வாழ்ந்தநன் னாட்டார்,
துஞ்சும் பொழுதினும் தாயின் – பதத்
தொண்டு நினைந்திடும் வங்கத்தி னோரும்;(தாயின்)

10. சேர்ந்ததைக் காப்பது காணீர்! – அவர்
சிந்தையின் வீரம் நிரந்தரம் வாழ்க!
தேர்ந்தவர் போற்றும் பரத – நிலத்
தேவி துவஜம் சிறப்புற வாழ்க! (தாயின்)

பொருநர் – போர்வீரர், பணி – தொண்டு, ஒட்டியர் – ஒரியர்கள்,
பொற்பு – பொலிவு, பூதலம் – பூமி, பஞ்சநதம் – பஞ்சாப்

15. துடிக்கின்ற நெஞ்சம்
(பாரத ஜனங்களின் தற்கால நிலை)

நொண்டிச் சிந்து

1. நெஞ்சு பொறுக்குதில்லையே – இந்த
    நிலைகெட்ட மனிதரை நினைந்துவிட்டால்,
   அஞ்சி யஞ்சிச் சாவார் – இவர்
    அஞ்சாத பொருளில்லை அவனியிலே;
   வஞ்சனைப் பேய்கள் என்பார் – இந்த
    மரத்தில் என்பார், அந்தக் குளத்தில் என்பார்;
   துஞ்சுது முகட்டில் என்பார் – மிகத்
    துயர்ப்படுவார்; எண்ணிப் பயப்படுவார். (நெஞ்சு)

2. மந்திர வாதியென்பார் – சொன்ன
    மாத்திரத்தி லேமனக் கிலிபிடிப்பார்;
   யந்திர சூனியங்கள் – இன்னும்
    எத்தனை யாயிரம் இவர்துயர்கள்!
   தந்த பொருளைக் கொண்டே – ஜனம்
    தாங்குவர் உலகத்தில் அரசரெல்லாம்;
   அந்த அரசியலை – இவர்
    அஞ்சுதரு பேயென்றெண்ணி நெஞ்சமயர்வார்.
                                        (நெஞ்சு)

3. சிப்பாயைக் கண்டஞ்சுவார் – ஊர்ச்
    சேவகன் வருதல்கண்டு மனம்பதைப்பார்;
   துப்பாக்கி கொண்டொருவன் – வெகு
    தூரத்தில் வரக்கண்டு வீட்டிலொளிப்பார்;
   அப்பால் எவனோ செல்வான் – அவன்
    ஆடையைக் கண்டுபயந் தெழுந்துநிற்பார்;
   எப்போதும் கைகட்டுவார் – இவர்
    யாரிடத்தும் பூனைகள்போல் ஏங்கிநடப்பார்.
                                        (நெஞ்சு)

அவனி – உலகம், துஞ்சுது – தூங்குது, முகடு – உச்சி (வீட்டின் கூரை),
கிலி – அச்சம், யந்திரம் – மந்திரச்சக்கரம்

4. நெஞ்சு பொறுக்குதில்லையே – இந்த
நிலைகெட்ட மனிதரை நினைந்துவிட்டால்,
கொஞ்சமோ பிரிவினைகள்! – ஒரு
கோடியென் றால்அது பெரிதாமோ?
அஞ்சுதலைப் பாம்பென்பான் – அப்பன்,
ஆறுதலை யென்றுமகன் சொல்லிவிட்டால்,
நெஞ்சு பிரிந்திடுவார் – பின்பு
நெடுநாள் இருவரும் பகைத்திருப்பார். (நெஞ்சு)

5. சாத்திரங்கள் ஒன்றும்காணார் – பொய்ச்
சாத்திரப் பேய்கள்சொல்லும் வார்த்தைநம்பியே
கோத்திரம் ஒன்றா யிருந்தாலும் – ஒரு
கொள்கையிற் பிரிந்தவனைக் குலைத்திகழ் வார்;
தோத்திரங்கள் சொல்லியிவர்தாம் – தமைச்
சூதுசெய்யும் நீசர்களைப் பணிந்திடுவார் – ஆனால்
ஆத்திரங்கொண் டேஇவன் சைவன் – இவன்
அரிபக்தன் என்றுபெருஞ் சண்டையிடுவார். (நெஞ்சு)

6. நெஞ்சு பொறுக்குதில்லையே – இதை
நினைந்து நினைந்திடினும் வெறுக்குதில்லையே;
கஞ்சி குடிப்பதற்கில்லார் – அதன்
காரணங்கள் இவையெனும் அறிவுமிலார்;
பஞ்சமோ பஞ்சம் என்றே – நிதம்
பரிதவித் தேயுயிர் துடிதுடித்துத்
துஞ்சி மடிகின்றாரே – இவர்
துயர்களைத் தீர்க்கவோர் வழியில்லையே. (நெஞ்சு)

7. எண்ணிலா நோயுடையார் – இவர்
எழுந்து நடப்பதற்கும் வலிமையிலார்;
கண்ணிலாக் குழந்தைகள்போல் – பிறர்
காட்டிய வழியிற்சென்று மாட்டிக்கொள்வார்;
நண்ணிய பெருங்கலைகள் – பத்து
நாலாயிரங் கோடி நயந்துநின்ற,
புண்ணிய நாட்டினிலே – இவர்
பொறியற்ற விலங்குகள் போலவாழ்வார். (நெஞ்சு)

அஞ்சுதரு – அச்சம்தரும், தோத்திரம் – புகழ்ச்சி, அரிபக்தன் – வைணவன், துஞ்சி – செத்து, பொறி – அறிவு

16. போகின்ற பாரதமும் வருகின்ற பாரதமும்

(போகின்ற பாரதத்தைச் சபித்தல்)

1. வலிமை யற்ற தோளினாய் போ போ போ
மார்பி லேஒ டுங்கினாய் போ போ போ
பொலிவி லாமு கத்தினாய் போ போ போ
பொறியி ழந்த விழியினாய் போ போ போ
ஒலியி ழந்த குரலினாய் போ போ போ
ஒளியி ழந்த மேனியாய் போ போ போ
கிலிபி டித்த நெஞ்சினாய் போ போ போ
கீழ்மை யென்றும் வேண்டுவாய் போ போ போ

2. இன்று பார தத்திடை நாய்போலே
ஏற்ற மின்றி வாழுவாய் போ போ போ
நன்று கூறில் அஞ்சுவாய் போ போ போ
நாணி லாது கெஞ்சுவாய் போ போ போ
சென்று போன பொய்யெலாம் மெய்யாகச்
சிந்தை கொண்டு போற்றுவாய் போ போ போ
வென்று நிற்கும் மெய்யெலாம் பொய்யாக
விழிம யங்கி நோக்குவாய் போ போ போ

3. வேறு வேறு பாஷைகள் கற்பாய் நீ
வீட்டு வார்த்தை கற்கிலாய் போ போ போ
நூறு நூல்கள் போற்றுவாய் – மெய் கூறும்
நூலி லொத்தி யல்கிலாய் போ போ போ
மாறு பட்ட வாதமே – ஐந்நூறு
வாயில் நீள ஓதுவாய் போ போ போ
சேறு பட்ட நாற்றமும் தூறுஞ் சேர்
சிறிய வீடு கட்டுவாய் போ போ போ

4. ஜாதி நூறு சொல்லுவாய் போ போ போ
தரும மொன்றி யற்றிலாய் போ போ போ
நீதி நூறு சொல்லுவாய் – காசொன்று
நீட்டினால் வணங்குவாய் போ போ போ
தீது செய்வ தஞ்சிலாய் – நின்முன்னே
தீமை நிற்கி லோடுவாய் – போ போ போ
சோதி மிக்க மணியிலே – காலத்தால்
சூழ்ந்த மாசு போன்றனை போ போ போ.

பொறி – ஒளி, கிலி – பயம்

(வருகின்ற பாரதத்தை வாழ்த்தல்)

1. ஒளிப டைத்த கண்ணினாய் வா வா வா
உறுதி கொண்ட நெஞ்சினாய் வா வா வா
களிப டைத்த மொழியினாய் வா வா வா
கடுமை கொண்ட தோளினாய் வா வா வா
தெளிவு பெற்ற மதியினாய் வா வா வா
சிறுமை கண்டு பொங்குவாய் வா வா வா
எளிமை கண்டு இரங்குவாய் வா வா வா
ஏறு போல்ந டையினாய் வா வா வா

2. மெய்மை கொண்ட நூலையே – அன்போடு
வேத மென்று போற்றுவாய் வா வா வா
பொய்மை கூற லஞ்சுவாய் வா வா வா
பொய்மை நூல்க ளெற்றுவாய் வா வா வா
நொய்மை யற்ற சிந்தையாய் வா வா வா
நோய்க ளற்ற உடலினாய் வா வா வா
தெய்வ சாபம் நீங்கவே – நங்கள் சீர்த்
தேசமீது தோன்றுவாய் வா வா வா

3. இளைய பார தத்தினாய் வா வா வா
எதிரி லாவ லத்தினாய் வா வா வா
ஒளியி ழந்த வானிலே – நின்றேறும்
உதய ஞாயி றொப்பவே வா வா வா
களையி ழந்த நாட்டிலே – முன்போலே
களைசி றக்க வந்தனை வா வா வா
விளையு மாண்பு யாவையும் – பார்த்தன்போல்
விழியி னால்வி ளக்குவாய் வா வா வா

4. வெற்றி கொண்ட கையினாய் வா வா வா
விநயம் நின்ற நாவினாய் வா வா வா
முற்றி நின்ற வடிவினாய் வா வா வா
முழுமை சேர்மு கத்தினாய் வா வா வா
கற்ற லொன்று பொய்க்கிலாய் வா வா வா
கருதி யதுஇ யற்றுவாய் வா வா வா
ஒற்று மைக்குள் உய்யவே – நாடெல்லாம்
ஒருபெ ருஞ்செயல் செய்வாய் வா வா வா.

நொய்மை – தளர்வு, வலம் – வலிமை, விநயம் – மரியாதை

17. பாரத சமுதாயம்

ராகம் – பியாக்
தாளம் – திஸ்ர ஏகம்

பல்லவி

பாரத சமுதாயம் வாழ்கவே – வாழ்க வாழ்க!
பாரத சமுதாயம் வாழ்கவே! – ஜய ஜய ஜய!   (பாரத)

அனுபல்லவி

முப்பது கோடி ஜனங்களின் சங்கம்
முழுமைக்கும் பொது உடைமை
ஒப்பி லாத சமுதாயம்
உலகத் துக்கொரு புதுமை – வாழ்க!   (பாரத)

சரணங்கள்

1. மனித ருணவை மனிதர் பறிக்கும்
   வழக்கம் இனியுண்டோ?
   மனிதர் நோக மனிதர் பார்க்கும்
   வாழ்க்கை இனியுண்டோ? – புலனில்
   வாழ்க்கை இனியுண்டோ? – நம்மில் அந்த
   வாழ்க்கை இனியுண்டோ?
   இனிய பொழில்கள் நெடிய வயல்கள்
   எண்ணரும் பெருநாடு;
   கனியும் கிழங்கும் தானி யங்களும்
   கணக்கின்றித் தரு நாடு – இது
   கணக்கின்றித் தரு நாடு – நித்தநித்தம்
   கணக்கின்றித் தரு நாடு வாழ்க!   (பாரத)

2. இனியொரு விதிசெய்வோம் – அதை
   எந்த நாளும் காப்போம்;
   தனியொருவனுக் குணவில்லை யெனில்
   ஜகத்தினை அழித்திடுவோம் – வாழ்க!   (பாரத)

புலனில் – புலன் இல் – அறிவில்லாத

3. 'எல்லா உயிர்களிலும் நானே இருக்கிறேன்'
   என்றுரைத்தான் கண்ண பெருமான்;
   எல்லாரும் அமரநிலை எய்தும்நன் முறையை
   இந்தியா உலகிற்கு அளிக்கும் – ஆம்
   இந்தியா உலகிற்கு அளிக்கும் – ஆம் ஆம்
   இந்தியா உலகிற்கு அளிக்கும் – வாழ்க! (பாரத)

4. எல்லாரும் ஓர்குலம் எல்லாரும் ஓரினம்
   எல்லாரும் இந்திய மக்கள்;
   எல்லாரும் ஓர்நிறை எல்லாரும் ஓர்விலை
   எல்லாரும் இந்நாட்டு மன்னர் – நாம்
   எல்லாரும் இந்நாட்டு மன்னர் – ஆம்
   எல்லாரும் இந்நாட்டு மன்னர்! – வாழ்க! (பாரத)

18. ஜாதீய கீதம் – 1

வந்தே மாதரம்

(பங்கிம் சந்திர சட்டோபாத்தியாயர் எழுதிய வந்தே மாதரம் கீதத்தின் மொழிபெயர்ப்பு)

1. இனியநீர்ப் பெருக்கினை! இன்கனி வளத்தினை!
தனிநறு மலயத் தண்காற் சிறப்பினை!
பைந்நிறப் பழனம் பரவிய வடிவினை! வந்தே மாதரம்!

2. வெண்ணிலாக் கதிர்மகிழ் விரித்திடும் இரவினை!
மலர் மணிப் பூத்திகழ் மரன்பல செறிந்தனை!
குறுநகை யின்சொலார் குலவிய மாண்பினை!
நல்குவை இன்பம், வரம்பல நல்குவை! வந்தே மாதரம்!

3. முப்பதுகோடி வாய் (நின்னிசை) முழங்கவும்
அறுபது கோடிதோ ளுயர்ந்துனக் காற்றவும்
திறனிலாள் என்றுனை யாவனே செப்புவன்?
அருந்திற லுடையாய்! அருளினை போற்றி!
பொருந்தலர் படைபுறத் தொழித்திடும் பொற்பினை!
வந்தே மாதரம்!

4. நீயே வித்தை, நீயே தருமம்!
நீயே இதயம், நீயே மருமம்!
உடலகத் திருக்கும் உயிருமன் நீயே! வந்தே மாதரம்!

5. தடந்தோ ளகலாச் சக்தி நீ அம்மே!
சித்தம் நீங்காதுறு பக்தியும் நீயே!
ஆலயந் தோறும் அணிபெற விளங்கும்
தெய்விக வடிவமும் தேவியிங் குனதே! வந்தே மாதரம்!

6. ஒருபது படைகொளும் உமையவள் நீயே!
கமலமெல் லிதழ்களில் களித்திடுங் கமலை நீ!
வித்தைநன் கருளும் வெண்மலர்த் தேவி நீ!
வந்தே மாதரம்!

நறுமலயத் தண்கால் – மணம் வீசும் குளிர்ந்த மலைக்காற்று, பைந்நிறப் பழனம் – பசுமை நிறம் கொண்ட வயல், மரன் – மரம், பொருந்தலர் – பகைவர், பொற்பு – அழகு; திறம், கமலை – திருமகள், வெண்மலர்த்தேவி – கலை மகள்

7, போற்றி வான்செல்வி! புரையிலை, நிகரிலை!
இனியநீர்ப் பெருக்கினை! இன்கனி வளத்தினை!
சாமள நிறத்தினை! சரளமாந் தகையினை!
இனியபுன் முறுவலாய்! இலங்குநல் லணியினை!
தரித்தெமைக் காப்பாய், தாயே! போற்றி!
                              வந்தே மாதரம்!

புரை – குற்றம், சாமளம் – பச்சைநிறம், சரளம் – ஒழுங்கு

19. ஜாதீய கீதம் – 2
வந்தே மாதரம்

(ஜாதீயகீதம் – 1 இன் புதிய மொழிபெயர்ப்பு)

1. நளிர்மணி நீரும் நயம்படு கனிகளும்
   குளிர்பூந் தென்றலும் கொழும்பொழிற் பசுமையும்
   வாய்ந்துநன் கிலகுவை வாழிய அன்னை!
   வந்தே மாதரம்!

2. தெண்ணில வதனிற் சிலிர்த்திடும் இரவும்
   தண்ணியல் விரிமலர் தாங்கிய தருக்களும்
   புன்னகை ஒளியும் தேமொழிப் பொலிவும்
   வாய்ந்தனை, இன்பமும் வரங்களும் நல்குவை!
   வந்தே மாதரம்!

3. கோடி கோடி குரல்கள் ஒலிக்கவும்
   கோடி கோடி புயத்துணை கொற்றமார்
   நீடு பல்படை தாங்கிமுன் நிற்கவும்
   கூடு திண்மை குறைந்தனை என்பதென்?
   ஆற்றலின் மிகுந்தனை, அரும்பதங் கூட்டுவை!
   மாற்றலர் கொணர்ந்த வன்படை யோட்டுவை!
   வந்தே மாதரம்!

4. அறிவு நீ, தருமம் நீ, உள்ளம் நீ, அதனிடை
   மருமம் நீ, உடற்கண் வாழ்ந்திடும் உயிர் நீ;
   தோளிடை வன்புநீ, நெஞ்சகத்து அன்புநீ,
   ஆலயந் தோறும் அணிபெற விளங்கும்
   தெய்வச் சிலையெலாம் தேவி இங்குனதே!
   வந்தே மாதரம்!

நளிர் – குளிர், கொடும்பொழில் – வளம் நிறைந்த சோலை, தெண்ணிலவதனில் – தெளிந்த நிலவு அதனில், புயம் – தோள், கொற்றம்ஆர் – வெற்றி பொருந்தும், மாற்றலர் – பகைவர், வன்பு – வலிமை

5. பத்துப் படைகொளும் பார்வதி தேவியும்
   கமலத் திதழ்களில் களித்திடும் கமலையும்
   அறிவினை யருளும் வாணியும் அன்னை நீ!
                                    வந்தே மாதரம்!

6. திருநி றைந்தனை, தன்னிக ரொன்றிலை!
      தீது தீர்ந்தனை, நீர்வளஞ் சார்ந்தனை;
   மருவு செய்களின் நற்பயன் மல்குவை,
      வளனின் வந்ததொர் பைந்நிறம் வாய்ந்தனை;
   பெருகு மின்ப முடையை, குறுநகை
      பெற்றொ ளிர்ந்தனை, பல்பணி பூண்டனை;
   இருநி லத்துவந் தெம்முயிர் தாங்குவை,
      எங்கள் தாய்நின் பதங்கள் இறைஞ்சுவாம்!
                                    வந்தே மாதரம்!

மருவுசெய் – உழுதவயல் (விளைநிலம்), மல்குவை – பெருகுவை, பணி – ஆபரணம், இறைஞ்சுவாம் – வணங்குவோம்

20. செந்தமிழ் நாடு

1. செந்தமிழ் நாடெனும் போதினிலே – இன்பத்
தேன்வந்து பாயுது காதினிலே – எங்கள்
தந்தையர் நாடென்ற பேச்சினிலே – ஒரு
சக்தி பிறக்குது மூச்சினிலே – எங்கள் (செந்தமிழ்)

2. வேதம் நிறைந்த தமிழ்நாடு – உயர்
வீரம் செறிந்த தமிழ்நாடு – நல்ல
காதல் புரியும் அரம்பையர்போல் – இளங்
கன்னியர் சூழ்ந்த தமிழ்நாடு (செந்தமிழ்)

3. காவிரி தென்பெண்ணை பாலாறு – தமிழ்
கண்டதோர் வையை பொருனைநதி – என
மேவிய ஆறு பலவோடத் – திரு
மேனி செழித்த தமிழ்நாடு (செந்தமிழ்)

4. முத்தமிழ் மாமுனி நீள்வரையே – நின்று
மொய்ம்புறக் காக்கும் தமிழ்நாடு – செல்வம்
எத்தனை யுண்டு புவிமீதே – அவை
யாவும் படைத்த தமிழ்நாடு (செந்தமிழ்)

5. நீலத் திரைக்கட லோரத்திலே – நின்று
நித்தம் தவம்செய் குமரிஎல்லை – வட
மாலவன் குன்றம் இவற்றிடையே – புகழ்
மண்டிக் கிடக்கும் தமிழ்நாடு (செந்தமிழ்)

6. கல்வி சிறந்த தமிழ்நாடு – புகழ்க்
கம்பன் பிறந்த தமிழ்நாடு – நல்ல
பல்வித மாயின சாத்திரத்தின் – மணம்
பாரெங்கும் வீசுந் தமிழ்நாடு (செந்தமிழ்)

7. வள்ளுவன் தன்னை உலகினுக்கே – தந்து
வான்புகழ் கொண்ட தமிழ்நாடு – நெஞ்சை
அள்ளும் சிலப்பதி காரமென்றோர் – மணி
யாரம் படைத்த தமிழ்நாடு (செந்தமிழ்)

8. சிங்களம் புட்பகம் சாவக – மாதிய
   தீவு பலவினுஞ் சென்றேறி – அங்கு
   தங்கள் புலிக்கொடி மீன் கொடியும் – நின்று
   சால்புறக் கண்டவர் தாய்நாடு   (செந்தமிழ்)

9. விண்ணை யிடிக்கும் தலையிமயம் – எனும்
   வெற்பை யிடிக்கும் திறனுடையார் – சமர்
   பண்ணிக் கலிங்கத் திருள்கெடுத்தார் – தமிழ்ப்
   பார்த்திவர் நின்ற தமிழ்நாடு   (செந்தமிழ்)

10. சீன மிசிரம் யவனரகம் – இன்னும்
    தேசம் பலவும் புகழ்வீசிக் – கலை
    ஞானம் படைத்தொழில் வாணிபமும் – மிக
    நன்று வளர்த்த தமிழ்நாடு.   (செந்தமிழ்)

சிங்களம் – இலங்கை, புட்டகம் – மியான்மர், சாவகம் – சுமத்ரா ஜாவா பகுதிகள், சால்பு – மேன்மை, வெற்பு – மலை, பார்த்திவர் – அரசர்

சீனம், மிசிரம், யவனரகம் – சீனா, எகிப்து, கிரேக்கம்

21. தமிழ்த் தாய்

(தன் மக்களைப் புதிய சாத்திரம் வேண்டுதல்)
(தாயுமானவர் ஆனந்தக்களிப்பு சந்தம்)

1. ஆதிசிவன் பெற்று விட்டான் – என்னை
 ஆரிய மைந்தன் அகத்திய னென்றோர்
 வேதியன் கண்டு மகிழ்ந்தே – நிறை
 மேவும் இலக்கணஞ் செய்து கொடுத்தான்.

2. மூன்று குலத்தமிழ் மன்னர் – என்னை
 மூண்டநல் லன்பொடு நித்தம் வளர்த்தார்;
 ஆன்ற மொழிகளி னுள்ளே – உயர்
 ஆரியத் திற்கு நிகரென வாழ்ந்தேன்.

3. கள்ளையும் தீயையும் சேர்த்து – நல்ல
 காற்றையும் வான வெளியையும் சேர்த்துத்
 தெள்ளு தமிழ்ப்புல வோர்கள் – பல
 தீஞ்சுவைக் காவியம் செய்து கொடுத்தார்.

4. சாத்திரங் கள்பல தந்தார் – இந்தத்
 தாரணி யெங்கும் புகழ்ந்திட வாழ்ந்தேன்;
 நேத்திரங் கெட்டவன் காலன் – தன்முன்
 நேர்ந்த தனைத்தும் துடைத்து முடிப்பான்.

5. நன்றென்றும் தீதென்றும் பாரான் – முன்
 நாடும் பொருள்கள் அனைத்தையும் வாரிச்
 சென்றிடுங் காட்டுவெள் ளம்போல் – வையச்
 சேர்க்கை யனைத்தையும் கொன்று நடப்பான்.

6. கன்னிப் பருவத்தில் அந்நாள் – என்றன்
 காதில் விழுந்த திசைமொழி யெல்லாம்
 என்னென்ன வோபெய ருண்டு – பின்னர்
 யாவும் அழிவுற் றிறந்தன கண்டீர்!

ஆன்ற – மாட்சிமைப்பட்ட; விசாலமான, ஆரியம் – வடமொழி (சமஸ்கிருதம்), தாரணி – உலகம், நேத்திரம் – கண், வையம் – உலகம்

7. தந்தை அருள்வலி யாலும் – முன்பு
 சான்ற புலவர் தவவலி யாலும்
 இந்தக் கணமட்டும் காலன் – என்னை
 ஏறிட்டுப் பார்க்கவும் அஞ்சி யிருந்தான்.

8. இன்றொரு சொல்லினைக் கேட்டேன்! – இனி
 ஏதுசெய் வேன்? என தாருயிர் மக்காள்!
 கொன்றிடல் போலொரு வார்த்தை – இங்கு
 கூறத் தகாதவன் கூறினன் கண்டீர்!

9. "புத்தம் புதிய கலைகள் – பஞ்ச
 பூதச் செயல்களின் நுட்பங்கள் கூறும்;
 மெத்த வளருது மேற்கே – அந்த
 மேன்மைக் கலைகள் தமிழினில் இல்லை.

10. சொல்லவும் கூடுவ தில்லை – அவை
 சொல்லுந் திறமை தமிழ்மொழிக் கில்லை;
 மெல்லத் தமிழினிச் சாகும் – அந்த
 மேற்கு மொழிகள் புவிமிசை யோங்கும்"

11. என்றந்தப் பேதை உரைத்தான் – ஆ!
 இந்த வசையெனக் கெய்திட லாமோ?
 சென்றிடுவீர் எட்டுத் திக்கும் – கலைச்
 செல்வங்கள் யாவும் கொணர்ந்திங்கு சேர்ப்பீர்!

12. தந்தை அருள்வலி யாலும் – இன்று
 சார்ந்த புலவர் தவவலி யாலும்,
 இந்தப் பெரும்பழி தீரும் – புகழ்
 ஏறிப் புவிமிசை என்றும் இருப்பேன்.

வசை – இகழ்ச்சிச்சொல்

22. தமிழ்

1\. யாமறிந்த மொழிகளிலே தமிழ்மொழிபோல்
இனிதாவது எங்கும் காணோம்;
பாமரராய், விலங்குகளாய், உலகனைத்தும்
இகழ்ச்சிசொலப் பான்மை கெட்டு,
நாமமது தமிழரெனக் கொண்டிங்கு
வாழ்ந்திடுதல் நன்றோ? சொல்லீர்!
தேமதுரத் தமிழோசை உலகமெலாம்
பரவும்வகை செய்தல் வேண்டும்.

2\. யாமறிந்த புலவரிலே கம்பனைப்போல்,
வள்ளுவர்போல், இளங்கோ வைப்போல்
பூமிதனில் யாங்கணுமே பிறந்ததில்லை;
உண்மை, வெறும் புகழ்ச்சியில்லை;
ஊமையராய்ச் செவிடர்களாய்க் குருடர்களாய்
வாழ்கின்றோம்; ஒருசொற் கேளீர்!
சேமமுற வேண்டுமெனில் தெருவெல்லாம்
தமிழ்முழக்கம் செழிக்கச் செய்வீர்!

3\. பிறநாட்டு நல்லறிஞர் சாத்திரங்கள்
தமிழ்மொழியிற் பெயர்த்தல் வேண்டும்;
இறவாத புகழுடைய புதுநூல்கள்
தமிழ்மொழியில் இயற்றல் வேண்டும்;
மறைவாக நமக்குள்ளே பழங்கதைகள்
சொல்வதிலோர் மகிமை யில்லை;
திறமான புலமையெனில் வெளிநாட்டோர்
அதைவணக்கஞ் செய்தல் வேண்டும்.

4\. உள்ளத்தில் உண்மையொளி யுண்டாயின்
வாக்கினிலே ஒளியுண் டாகும்;
வெள்ளத்தின் பெருக்கைப்போற் கலைப்பெருக்கும்
கவிப்பெருக்கும் மேவு மாயின்,
பள்ளத்தில் வீழ்ந்திருக்கும் குருடரெலாம்
விழிபெற்றுப் பதவி கொள்வார்;
தெள்ளுற்ற தமிழமுதின் சுவைகண்டார்
இங்குஅமரர் சிறப்புக் கண்டார்.

நாமம் – பெயர், தேமதுரம் – தித்திக்கும் அமுதம், சேமம் – நலம், தெள்ளுற்ற – செம்மையுற்ற, அமரர் – இறவாப் புகழுடையோர்; தேவர்

23. தமிழ் மொழி வாழ்த்து

தான தனத்தன   தான தனத்தன
தான தந்தா னே

1. வாழ்க நிரந்தரம் வாழ்க தமிழ்மொழி
   வாழிய வாழியவே!

2. வான மளந்த தனைத்தும் அளந்திடும்
   வண்மொழி வாழியவே!

3. ஏழ்கடல் வைப்பினுந் தன்மணம் வீசி
   இசைகொண்டு வாழியவே!

4. எங்கள் தமிழ்மொழி! எங்கள் தமிழ்மொழி!
   என்றென்றும் வாழியவே!

5. சூழ்கலி நீங்கத் தமிழ்மொழி ஓங்கத்
   துலங்குக வையகமே!

6. தொல்லை வினைதரு தொல்லை யகன்று
   சுடர்க தமிழ்நாடே!

7. வாழ்க தமிழ்மொழி! வாழ்க தமிழ்மொழி!
   வாழ்க தமிழ்மொழியே!

8. வானம் அறிந்த தனைத்தும் அறிந்து
   வளர்மொழி வாழியவே!

ஏழ்கடல் வைப்பு – உலகம்முழுதும், இசை – புகழ், கலி – இருள்; வறுமை; கலியுகம், தொல்லைவினை – பழவினை (ஊழ்வினை), தொல்லை – துன்பம்

24. தமிழச் சாதி

எனப்பல பேசி இறைஞ்சிடப் படுவதாய்,
நாட்பட நாட்பட நாற்றமும் சேறும்
பாசியும் புதைந்து பயன்நீர் இலதாய்
நோய்க்கள மாகி அழிகெனும் நோக்கமோ?
விதியே, விதியே, தமிழச் சாதியை
என்செய நினைத்தாய் எனக்குரை யாயோ?
சார்வினுக் கெல்லாம் தகத்தக மாறித்
தன்மையும் தனது தருமமும் மாயாது
என்றுமோர் நிலையா யிருந்துநின் னருளால்
வாழ்ந்திடும் பொருளொடு வகுத்திடு வாயோ?
தோற்றமும் புறத்துத் தொழிலுமே காத்து,மற்று
உள்ளுறு தருமமும் உண்மையும் மாறிச்
சிதைவுற் றழியும் பொருள்களில் சேர்ப்பையோ?
'அழியாக் கடலோ? அணிமலர்த் தடமோ?
வானுறு மீனோ? மாளிகை விளக்கோ?
கற்பகத் தருவோ? காட்டிடை மரமோ?
விதியே, தமிழச் சாதியை எவ்வகை
விதித்தாய், என்பதன் மெய்யெனக் குணர்த்துவாய்.
ஏனெனில்,
சிலப்பதி காரச் செய்யுளைக் கருதியும்,
திருக்குற ளுறுதியும் தெளிவும் பொருளின்
ஆழமும் விரிவும் அழகும் கருதியும்,
'எல்லையொன் றின்மை' எனும்பொரு ளதனைக்
கம்பன் குறிகளாற் காட்டிட முயலும்
முயற்சியைக் கருதியும், முன்புநான் தமிழச்
சாதியை 'அமரத் தன்மை வாய்ந்தது' என்று
உறுதிகொண் டிருந்தேன். ஒருபதி னாயிரம்
சனிவாய்ப் பட்டும் தமிழச் சாதிதான்
உள்ளுடை வின்றி உழைத்திடு நெறிகளைக்
கண்டுஎன துள்ளம் கலங்கிடா திருந்தேன்.
ஆப்பிரிக் கத்துக் காப்பிரி நாட்டிலும்
தென்முனை யடுத்த தீவுகள் பலவினும்
பூமிப் பந்தின் கீழ்ப்புறத் துள்ள
பற்பல தீவினும் பரவியிவ் வெளிய
தமிழச் சாதி, தடியுதை யுண்டும்

தமிழச்சாதி – தமிழினம்

காலுதை யுண்டும் கயிற்றடி யுண்டும்
வருந்திடுஞ் செய்தியும் மாய்ந்திடுஞ் செய்தியும்
பெண்டிரை மிலேச்சர் பிரித்திடல் பொறாது
செத்திடுஞ் செய்தியும் பசியாற் சாதலும்
பிணிகளாற் சாதலும் பெருந்தொலை யுள்ளதம்
நாட்டினைப் பிரிந்த நலிவினால் சாதலும்
இஃதெலாம் கேட்டும் எனதுளம் அழிந்திலேன்;
'தெய்வம் மறவார், செயுங்கடன் பிழையார்,
ஏதுதாஞ் செய்யினும் ஏதுதான் வருத்தினும்
இறுதியில் பெருமையும் இன்பமும் பெறுவார்'
என்பதென் னுளத்து வேரகழ்ந் திருத்தலால்.
எனினும்,
இப்பெருங் கொள்கை இதயமேற் கொண்டு
கலங்கிடா திருந்த எனைக்கலக் குறுத்தும்
செய்தியொன் றதனைத் தெளிவுறக் கேட்பாய்:
ஊனம்மற் றெவைதாம் உறினுமே பொறுத்து
வானம் பொய்க்கின் மடிந்திடும் உலகுபோல்,
தானமும் தவமும் தாழ்ந்திடல் பொறுத்து
ஞானம் பொய்க்க நசிக்குமோர் சாதி.
சாத்திரங் கண்டாய் சாதியின் உயிர்த்தலம்;
சாத்திர மின்றேல் சாதி யில்லை;
பொய்மைச் சாத்திரம் புகுந்திடுன் மக்கள்
பொய்மை யாகிப் புழுவென மடிவர்;
நால்வகைக் குலத்தார் நண்ணுமோர் சாதியில்
அறிவுத் தலைமை யாற்றிடும் தலைவர் –
மற்றிவர் வகுப்பதே சாத்திர மாகும்.
இவர்தாம் –
உடலும் உள்ளமும் தன்வச மிலராய்
நெறிபிழைத்து இகழ்வுறு நிலைமையில் வீழினும்
பெரிதிலை, பின்னும் மருந்திதற் குண்டு;
செய்கையுஞ் சீலமும் குன்றிய பின்னரும்
உய்கைக் குரிய வழிசில வுளவாம்.
மற்றிவர்,
சாத்திரம் – (அதாவது, மதியிலே தழுவிய
கொள்கை, கருத்து, குளிர்ந்திடு நோக்கம்) –
ஈங்கிதில் கலக்க மெய்திடு மாயின்
மற்றதன் பின்னர் மருந்தொன் றில்லை.
இந்தநாள் எமது தமிழ்நாட் டிடையே

அறிவுத் தலைமை தமதெனக் கொண்டார்
தம்மிலே இருவகை தலைப்படக் கண்டேன்;
ஒரு சார்,
'மேற்றிசை வாழும் வெண்ணிற மக்களின்
செய்கையும் நடையும் தீனியும் உடையும்
கொள்கையும் மதமும் குறிகளும் நம்முடை
யவற்றினும் சிறந்தன; ஆதலின், அவற்றை
முழுதுமே தழுவி மூழ்கிடி னல்லால்,
தமிழச் சாதி தரணிமீ திராது,
பொய்த்தழி வெய்தல் முடி' பெனப் புகலும்.
நன்றடா! நன்று! நாமினி மேற்றிசை
வழியெலாந் தழுவி வாழ்குவம் எனிலோ,
'ஏஎ! அஃதுமக் கிசையாது' என்பர்;
'உயிர்தரும் மேற்றிசை நெறிகளை உவந்துநீர்
தழுவிடா வண்ணம் தடுத்திடும் பெருந்தடை
பல,அவை நீங்கும் பான்மைய வல்ல'
என்றருள் புரிவர். இதன்பொருள் 'சீமை
மருந்துகள் கற்ற மருத்துவர் தமிழச்
சாதியின் நோய்க்குத் தலையசைத் தேகினர்'
என்பதே யாகும்; இஃதொரு சார்பாம்.
பின்னொரு சார்பினர் வைதிகப் பெயரொடு
'நமதுமூ தாதையர் (நாற்பதிற் றாண்டின்
முன்னிருந் தவரோ, முந்நூற் றாண்டிற்கு
அப்பால் வாழ்ந்தவர் கொல்லோ, ஆயிரம்
ஆண்டின்முன் னவரோ, ஐயா யிரமோ?
பவுத்தரே நாடெலாம் பல்கிய காலத்
தவரோ? புராண மாக்கிய காலமோ?
சைவரோ? வைணவ சமயத் தாரோ?
இந்திரன் தானே தனிமுதற் கடவுள்
என்றுநம் முன்னோர் ஏத்திய வைதிகக்
காலத் தவரோ? கருத்திலா தவர்தாம்
எமதுமூ தாதைய ரென்பதிங் கெவர்கொல்?)
'நமதுமூ தாதையர் நயமுறக் காட்டிய
ஒழுக்கமும் நடையும் கிரியையும் கொள்கையும்
ஆங்கவர் காட்டிய அவ்வப் படியே
தழுவிடின் வாழ்வு தமிழர்க் குண்டு;
எனில்,அது தழுவல் இயன்றிடா வண்ணம்

கலிதடை புரிவன், கலியின் வலியை
வெல்லலா காது'என விளம்புகின் றனரால்.
நாசங் கூறும் நாட்டு வயித்தியர்
இவராம். இங்கிவ் விருதலைக் கொள்ளியின்
இடையே நம்மவர் எப்படி உய்வர்? 115
விதியே! விதியே! தமிழச் சாதியை
என்செயக் கருதி யிருக்கின் றாயடா?

விதி

மேலைநீ கூறிய விநாசப் புலவரை
நம்மவர் இகழ்ந்து நன்மையும் அறிவும்
எத்திசைத் தெனினும் யாவரே காட்டினும் 120
மற்றவை தழுவி வாழ்வீ ராயின்,
அச்சமொன் றில்லை, ஆரிய நாட்டின்
அறிவும் பெருமையும்.....

(முற்றுப்பெறவில்லை)

25. புது வருஷம்

வாழிய செந்தமிழ்! வாழ்கநற் றமிழர்!
வாழிய பாரத மணித்திரு நாடு!
இன்றெமை வருத்தும் இன்னல்கள் மாய்க!
நன்மைவந் தெய்துக! தீதெலாம் நலிக!
அறம்வளர்ந் திடுக! மறம்மடி வுறுக!
ஆரிய நாட்டினர் ஆண்மையொ டியற்றும்
சீரிய முயற்சிகள் சிறந்துமிக் கோங்குக!
நந்தே யத்தினர் நாடொறும் உயர்க!
வந்தே மாதரம்! வந்தே மாதரம்!

நந்தேயத்தினர் – நம் தேசத்தவர், நாடொறும் – நாள்தோறும்

26. சுதந்திரப் பெருமை

('தில்லை வெளியிலே கலந்துவிட்டாலவர் திரும்பியும் வருவாரோ?' என்னும் வர்ணமெட்டு)

1. வீர சுதந்திரம் வேண்டிநின் றார்பின்னர்
வேறொன்று கொள்வாரோ? – என்றும்
ஆரமு துண்ணுதற் காசைகொண்டார் கள்ளில்
அறிவைச் செலுத்துவாரோ? (வீர)

2. புகழும்நல் லறமுமே அன்றியெல் லாம்வெறும்
பொய்யென்று கண்டாரேல் – அவர்
இகழுறும் ஈனத்தொண் டியற்றியும் வாழ்வதற்கு
இச்சையுற் றிருப்பாரோ? (வீர)

3. பிறந்தவர் யாவரும் இறப்ப துறுதியெனும்
பெற்றியை அறிந்தாரேல் – மானம்
துறந்துஅறம் மறந்தும்பின் உயிர்கொண்டு வாழ்வது
சுகமென்று மதிப்பாரோ? (வீர)

4. மானுட ஜன்மம் பெறுவதற் கரிதெனும்
வாய்மையை உணர்ந்தாரேல் – அவர்
ஊனுடல் தீயினும் உண்மை நிலைதவற
உடன்படு மாறுளதோ? (வீர)

5. விண்ணி லிரவிதனை விற்றுவிட் டெவரும்போய்
மின்மினி கொள்வாரோ?
கண்ணிலும் இனிய சுதந்திரம் போனபின்
கைகட்டிப் பிழைப்பாரோ? (வீர)

6. மண்ணிலின் பங்களை விரும்பிச் சுதந்திரத்தின்
மாண்பினை யிழப்பாரோ?
கண்ணிரண்டும் விற்றுச் சித்திரம் வாங்கினால்
கைகொட்டிச் சிரியாரோ? (வீர)

7. 'வந்தே மாதரம்' என்று வணங்கியபின்
மாயத்தை வணங்குவரோ?
வந்தே மாதரம் ஒன்றே தாரகம்
என்பதை மறப்பாரோ? (வீர)

பெற்றி – தன்மை, தாரகம் – ஆதாரம்

27. சுதந்திரப் பயிர்

கண்ணிகள்

1. தண்ணீர்விட் டோவளர்த்தோம்? சர்வேசா! இப்பயிரைக்
கண்ணீரால் காத்தோம்; கருகத் திருவுளமோ?

2. எண்ணமெலாம் நெய்யாக எம்முயிரி னுள்வளர்ந்த
வண்ண விளக்கிஃது மடியத் திருவுளமோ?

3. ஓராயிரம் வருடம் ஓய்ந்து கிடந்தபினர்
வாராது போலவந்த மாமணியைத் தோற்போமோ?

4. தர்மமே வெல்லுமெனும் சான்றோர்சொல்
பொய்யாமோ?
கர்ம விளைவுகள்யாம் கண்டதெல்லாம் போதாதோ?

5. மேலோர்கள் வெஞ்சிறையில் வீழ்ந்து கிடப்பதுவும்
நூலோர்கள் செக்கடியில் நோவதுவுங் காண்கிலையோ?

6. எண்ணற்ற நல்லோர் இதயம் புழுங்கி,இரு
கண்ணற்ற சேய்போற் கலங்குவதும் காண்கிலையோ?

7. மாதரையும் மக்களையும் வன்கண்மை யாற்பிரிந்து
காத லிளைஞர் கருத்தழிதல் காணாயோ?

8. எந்தாய்! நீ தந்த இயற்பொருளெ லாமிழந்து
நொந்தார்க்கு நீயன்றி நோவழிப்பார் யாருளரோ?

9. இன்பச் சுதந்திரம்நின் இன்னருளாற் பெற்றதன்றோ?
அன்பற்ற மாக்கள் அதைப்பறித்தால் காவாயோ?

10. வானமழை யில்லையென்றால் வாழ்வுண்டோ?
எந்தைசுயா
தீனமெமக் கில்லை யென்றால் தீனரெது செய்வோமே?

திருவுளம் – தெய்வசித்தம், வன்கண்மை – கொடுமை,
எந்தைசுயாதினம் – எம்தந்தையின் சொத்துகள் மீதுள்ள உரிமை,
தீனர் – வறியர்

11. நெஞ்சகத்தே பொய்யின்றி நேர்ந்ததெலாம் நீதருவாய்!
    வஞ்சகமோ? எங்கள் மனத்தூய்மை காணாயோ?

12. பொய்க்கோ உடலும் பொருளுயிரும் வாட்டுகிறோம்?
    பொய்க்கோ தீராது புலம்பித் துடிப்பதுமே?

13. நின்பொருட்டு நின்னருளால் நின்னுரிமை யாம் கேட்டால்
    என்பொருட்டு நீதான் இரங்கா திருப்பதுவே?

14. இன்று புதிதாய் இரக்கின்றோ மோ? முன்னோர்
    அன்றுகொடு வாழ்ந்த அருமையெலாம் ஓராயோ?

15. நீயும் அறமும் நிலைத்திருத்தல் மெய்யானால்,
    ஓயுமுனர் எங்களுக்கிவ் வோர்வரம்நீ நல்குதியே!

கொடு – கொண்டு, ஓராயோ – உணராயோ; அறியாயோ

28. சுதந்திர தாகம்

ராகம் – கமாஸ்
தாளம் – ஆதி

1. என்று தணியும்இந்த சுதந்திர தாகம்?
 என்று மடியும்எங்கள் அடிமையின் மோகம்?
என்றெமது அன்னைகை விலங்குகள் போகும்?
 என்றெமது இன்னல்கள்! தீர்ந்துபொய் யாகும்?
அன்றொரு பாரதம் ஆக்கவந் தோனே!
 ஆரியர் வாழ்வினை ஆதரிப் போனே!
வென்றி தருந்துணை நின்னரு ளன்றோ?
 மெய்யடியோம் இன்னும் வாடுதல் நன்றோ?

2. பஞ்சமும் நோயும்நின் மெய்யடி யார்க்கோ?
 பாரினில் மேன்மைகள் வேறினி யார்க்கோ?
தஞ்ச மடைந்தபின் கைவிட லாமோ?
 தாயும்தன் குழந்தையைத் தள்ளிடப் போமோ?
அஞ்சலென் றருள்செயுங் கடமை யில்லாயோ?
 ஆரிய! நீயும்நின் அறம்மறந் தாயோ?
வெஞ்செயல் அரக்கரை வீட்டிடு வோனே!
 வீர சிகாமணி! ஆரியர் கோனே!

வென்றி – வெற்றி, அஞ்சல் – அஞ்சேல், வெஞ்செயல் – கொடிய செயல், வீட்டிடு – அழித்திடு

29. சுதந்திர தேவியின் துதி

1. இதந்தரு மனையின் நீங்கி
    இடர்மிகு சிறைப்பட் டாலும்,
   பதந்திரு இரண்டும் மாறிப்
    பழிமிகுத் திழிவுற் றாலும்
   விதந்தரு கோடி இன்னல்
    விளைந்தெனை அழித்திட் டாலும்
   சுதந்திர தேவி! நின்னைத்
    தொழுதிடல் மறக்கி லேனே.

2. நின்னருள் பெற்றி லாதார்
    நிகரிலாச் செல்வ ரேனும்
   பன்னருங் கல்வி கேள்வி
    படைத்துயர்ந் திட்டா ரேனும்,
   பின்னரும் எண்ணி லாத
    பெருமையிற் சிறந்தா ரேனும்
   அன்னவர் வாழ்க்கை பாழாம்,
    அணிகள்வேய் பிணத்தோ டொப்பார்.

3. தேவி! நின்னொளி பெறாத
    தேயமோர் தேய மாமோ?
   ஆவியங் குண்டோ? செம்மை
    அறிவுண்டோ? ஆக்க முண்டோ?
   காவிய நூல்கள் ஞானக்
    கலைகள் வேதங்க ளுண்டோ?
   பாவிய ரன்றோ நின்றன்
    பாலனம் படைத்தி லாதார்?

4. ஒழிவறு நோயிற் சாவார்,
    ஊக்கமொன் றறிய மாட்டார்;
   கழிவுறு மாக்க ளெல்லாம்
    இகழ்ந்திடக் கடையில் நிற்பார்;

இதம் – இனிமை, பதம் – பதவி, திரு – செல்வம்,
அணிகள்வேய் – ஆபரணங்கள் அணிந்த, தேயம் – தேசம்,
ஆவி – உயிர், பாலனம் – காத்தல், மாக்கள் – விலங்குகள்

இழிவறு வாழ்க்கை தேரார்,
கனவிலும் இன்பங் காணார்;
அழிவறு பெருமை நல்கும்
அன்னை! நின் அருள்பெ றாதார்.

வேறு

5. தேவி! நின்னருள் தேடி யுளந்தவித்து
ஆவி யும்தம தன்பும் அளிப்பவர்
மேவி நிற்பது வெஞ்சிறை யாயினும்
தாவில் வானுல கென்னத் தகுவதே.

6. அம்மை உன்றன் அருமை யறிகிலார்,
செம்மை யென்றிழி தொண்டினைச் சிந்திப்பார்;
இம்மை யின்பங்கள் எய்துபொன் மாடத்தை
வெம்மை யார்புன் சிறையெனல் வேண்டுமே.

7. மேற்றி சைப்பல நாட்டினர் வீரத்தால்
போற்றி நின்னைப் புதுநிலை யெய்தினர்;
கூற்றி னுக்குயிர் கோடி கொடுத்தும்நின்
பேற்றி னைப்பெறு வேமெனல் பேணினர்.

8. அன்ன தன்மைகொள் நின்னை அடியனேன்
என்ன கூறி இசைத்திட வல்லனே?
பின்ன முற்றுப் பெருமை யிழந்துநின்
சின்ன மற்றழி தேயத்தில் தோன்றினேன்.

9. பேர றத்தினைப் பேணுநல் வேலியே!
சோர வாழ்க்கை, துயர், மிடி யாதிய
கார றுக்கக் கதித்திடு சோதியே!
வீர ருக்கமுதே! நினை வேண்டுவேன்.

தாவில் – கேடில்லாத, இம்மை – இப்பிறப்பு (இவ்வுலக வாழ்க்கை),
கூற்று – எமன், பின்னம் – சிதைவு, சின்னம் – அடையாளம்,
மிடி – வறுமை, கார் – இருள், கதித்திடு – எழுந்திடு; விரைந்திடு

30. விடுதலை

ராகம் – பிலகரி

       விடுதலை! விடுதலை! விடுதலை!

1. பறைய ருக்கும் இங்கு தீயர்
   புலைய ருக்கும் விடுதலை;
  பரவ ரோடு குறவ ருக்கும்
   மறவ ருக்கும் விடுதலை!
  திறமை கொண்ட தீமை யற்ற
   தொழில்பு ரிந்து யாவரும்
  தேர்ந்த கல்வி ஞானம் எய்தி
   வாழ்வம் இந்த நாட்டிலே.   (விடுதலை)

2. ஏழை யென்றும் அடிமை யென்றும்
   எவனும் இல்லை ஜாதியில்;
  இழிவு கொண்ட மனித ரென்பது
   இந்தி யாவில் இல்லையே;
  வாழி கல்வி செல்வம் எய்தி
   மனம கிழ்ந்து கூடியே
  மனிதர் யாரும் ஒருநி கர்ச
   மான மாக வாழ்வமே!   (விடுதலை)

3. மாதர் தம்மை இழிவு செய்யும்
   மடமை யைக்கொ ளுத்துவோம்;
  வைய வாழ்வு தன்னில் எந்த
   வகையி னும்ந மக்குள்ளே
  தாதர் என்ற நிலைமை மாறி
   ஆண்க ளோடு பெண்களும்
  சரிநி கர்ச மான மாக
   வாழ்வம் இந்த நாட்டிலே!   (விடுதலை)

தாதர் – அடிமை

31. சுதந்திரப் பள்ளு

(பள்ளர் களியாட்டம்)

ராகம் – வராளி
தாளம் – ஆதி

பல்லவி

ஆடுவோமே – பள்ளுப் பாடுவோமே;
ஆனந்த சுதந்திரம் அடைந்துவிட் டோமென்று (ஆடு)

சரணங்கள்

1. பார்ப்பானை ஐயரென்ற காலமும் போச்சே – வெள்ளைப்
பரங்கியைத் துரையென்ற காலமும் போச்சே – பிச்சை
ஏற்பாரைப் பணிகின்ற காலமும் போச்சே – நம்மை
ஏய்ப்போருக்கு ஏவல் செய்யும் காலமும் போச்சே (ஆடு)

2. எங்கும் சுதந்திரம் என்பதே பேச்சு – நாம்
எல்லோரும் சமமென்பது உறுதியாச்சு;
சங்கு கொண்டே வெற்றி ஊது வோமே – இதைத்
தரணிக்கெல் லாமெடுத்து ஓதுவோமே (ஆடு)

3. எல்லோரும் ஒன்றென்னும் காலம் வந்ததே – பொய்யும்
ஏமாற்றும் தொலைகின்ற காலம் வந்ததே – இனி
நல்லோர் பெரியரென்னும் காலம் வந்ததே – கெட்ட
நயவஞ்சக் காரருக்கு நாசம் வந்ததே (ஆடு)

4. உழவுக்கும் தொழிலுக்கும் வந்தனை செய்வோம் – வீணில்
உண்டுகளித் திருப்போரை நிந்தனை செய்வோம்.
விழலுக்கு நீர்பாய்ச்சி மாய மாட்டோம் – வெறும்
வீணருக்கு உழைத்துடலம் ஓயமாட்டோம் (ஆடு)

5. நாமிருக்கும் நாடுநமது என்பதறிந்தோம் – இது
நமக்கே உரிமையாம் என்ப தறிந்தோம் – இந்தப்
பூமியில் எவர்க்கும் இனி அடிமை செய்யோம் – பரி
பூரணனுக் கேயடிமை செய்து வாழ்வோம். (ஆடு)

தரணி – உலகம், வந்தனை – ஆராதனை, நிந்தனை – இகழ்ச்சி,
விழல் – களைப்புற்கள், ஓய – தளர, பரிபூரணன் – கடவுள்

32. சத்ரபதி சிவாஜி

(தன் சைனியத்திற்குக் கூறியது)

ஜயஜய பவானி! ஜயஜய பாரதம்!
ஜயஜய மாதா! ஜயஜய துர்க்கா!
வந்தே மாதரம்! வந்தே மாதரம்!
சேனைத் தலைவர்காள்! சிறந்த மந்திரிகாள்!
யானைத் தலைவரும் அருந்திறல் வீரர்காள்!
அதிரத மன்னர்காள்! துரகத்து அதிபர்காள்!
எதிரிகள் துணுக்குற இடித்திடும் பதாதிகாள்!
வேலெறி படைகாள்! சூலெறி மறவர்காள்!
காலனு துருக்கொளும் கணைதுரந் திடுவீர்!
மற்றுமா யிரவிதம் பற்றலர் தம்மைச்
செற்றிடுந் திறனுடைத் தீர ரத்தினங்காள்!
யாவிரும் வாழிய! யாவிரும் வாழிய!
தேவிநுந் தமக்கெலாம் திருவருள் புரிக!
மாற்றலர் தம்புலை நாற்றமே யறியா
ஆற்றல்கொண் டிருந்ததுஇவ் வரும்புகழ் நாடு!
வேதநூல் பழிக்கும் வெளித்திசை மிலேச்சர்
பாதமும் பொறுப்பளோ பாரத தேவி?
வீரரும் அவரிசை விரித்திடும் புலவரும்
பாரெலாம் பெரும்புகழ் பரப்பிய நாடு!
தர்மமே உருவமாத் தழைத்த பேரரசரும்
நிர்மல முனிவரும் நிறைந்தநன் னாடு!
வீரரைப் பெறாத மேன்மைதீர் மங்கையை
ஊரவர் மலடியென் றுரைத்திடும் நாடு!
பாரத பூமி பழம்பெரும் பூமி;
நீரதன் புதல்வர், இந் நினைவகற் றாதீர்!
பாரத நாடு பார்க்கெலாம் திலகம்
நீரதன் புதல்வர், இந் நினைவகற் றாதீர்!
பாரத நாடு பார்க்கெலாந் தெய்வமாம்
நீரதன் புதல்வர், இந் நினைவகற் றாதீர்!

அதிரதம் – தேர்களில் ஒருவகை, துரகம் – குதிரை, பதாதி – காலாள், காள் – விளி வேற்றுமை, கணை துரந்திடுவீர் – அம்பெய்திடுவீர், பற்றலர் – பகைவர், செற்றிடும் – கொன்றிடும், மாற்றலர் – பகைவர், புலைநாற்றம் – துர்நாற்றம், மிலேச்சர் – அந்நியர், இசை – புகழ், பார் – உலகம், நிர்மல – மாசற்ற

வானக முட்டும் இமயமால் வரையும்
ஏனைய திசைகளில் இருந்திரைக் கடலும்
காத்திடும் நாடு! கங்கையுஞ் சிந்துவும்
தூத்திரை யமுனையும் சுனைகளும் புனல்களும்
இன்னறும் பொழில்களும் இணையிலா வளங்களும்
உன்னத மலைகளும் ஒளிர்தரும் நாடு!
பைந்நிறப் பழனம் பசியிலா தளிக்க
மைந்நிற முகில்கள் வழங்கும்பொன் னாடு!
தேவர்கள் வாழ்விடம், திறலுயர் முனிவர்
ஆவலோ டடையும் அரும்புகழ் நாடு
ஊனமொன் றறியா ஞான பூமி
வானவர் விழையும் மாட்சியார் தேயம்!
பாரத நாட்டிசை பகரயான் வல்லனோ?
நீரதன் புதல்வர், இந்நினைவகற் றாதீர்!
தாய்த்திரு நாட்டைத் தறுகண் மிலேச்சர்,
பேய்த்தகை கொண்டோர் பெருமையும் வண்மையும்
ஞானமும் அறியா நவைபுரி பகைவர்
வானகம் அடக்க வந்திடும் அரக்கர்போல்
இந்நாள் படைகொணர்ந் தின்னல்செய் கின்றார்!
ஆலயம் அழித்தலும் அருமறை பழித்தலும்
பாலரை விருத்தரைப் பசுக்களை ஒழித்தலும்
மாதர்கற் பழித்தலும் மறையவர் வேள்விக்கு
ஏதமே சூழ்வதும் இயற்றிநிற் கின்றார்!
சாத்திரத் தொகுதியைத் தழல்படுக் கின்றார்
கோத்திர மங்கையர் குலங்கெடுக் கின்றார்!
எண்ணில, துணைவர்கள்! எமக்கிவர் செயுந்துயர்.
கண்ணியம் மறுத்தனர்; ஆண்மையுங் கடிந்தனர்;
பொருளினைச் சிதைத்தனர்; மருளினை விதைத்தனர்;
திண்மையை யழித்துப் பெண்மையிங் களித்தனர்;
பாரதப் பெரும்பெயர் பழிப்பெய ராக்கினர்;

தூத்திரை – தூயஅலை, இன்னறும் பொழில் – இனிய மணம் வீசும் சோலை, பைந்நிறப் பழனம் – பசுமை வயல், மைந்நிற முகிழ் – கார்மேகம், விழையும் – விரும்பும், மாட்சி – அழகு; (மாண்பு) பெருமை, தறுகண் – கொடுமை, நவை – குற்றம், பாலர் – குழந்தைகள், விருத்தர் – முதியவர்கள், ஏதம் – கேடு, சூழ்தல் – ஆலோசனை செய்தல், தழல் – நெருப்பு, கண்ணியம் – நன்னடத்தை, மருள் – மயக்கம்; அச்சம்

சூரர்தம் மக்களைத் தொழும்பராய்ப் புரிந்தனர்;
வீரியம் அழிந்து மேன்மையும் ஒழிந்துநம்
ஆரியர் புலையர்க் கடிமைக ளாயினர்.
மற்றிதைப் பொறுத்து வாழ்வதோ வாழ்க்கை?
வெற்றிகொள் புலையர்தாள் வீழ்ந்துகொல் வாழ்வீர்?
மொக்குள்தான் தோன்றி முடிவது போல
மக்களாய்ப் பிறந்தோர் மடிவது திண்ணம்!
தாய்த்திரு நாட்டைத் தகர்த்திடும் மிலேச்சரை
மாய்த்திட விரும்பான் வாழ்வுமோர் வாழ்வுகொல்?
மானமொன் றிலாது மாற்றலர் தொழும்பராய்
ஈனமுற் றிருக்க எவன்கொலோ விரும்புவன்?
தாய்பிறன் கைப்படச் சகிப்பவ னாகி
நாயென வாழ்வோன் நமரில்இங் குளனோ?
பிச்சைவாழ் வுகந்து பிறருடை யாட்சியில்
அச்சமுற் றிருப்போன் ஆரிய னல்லன்.
புன்புலால் யாக்கையைப் போற்றியே தாய்நாட்டு
அன்பிலா திருப்போன் ஆரிய னல்லன்.
மாட்சிதீர் மிலேச்சர் மனப்படி யாளும்
ஆட்சியி லடங்குவோன் ஆரிய னல்லன்.
ஆரியத் தன்மை அற்றிடுஞ் சிறியர்
யாரிவண் உளரவர் யாண்டேனும் ஒழிக!
படைமுகத்து இறந்து பதம்பெற விரும்பாக்
கடைபடு மாக்களென் கண்முன் நில்லாதீர்.
சோதரர் தம்மைத் துரோகிக ளழிப்ப
மாதரார் நலத்தின் மகிழ்பவன் மகிழ்க!
நாடெலாம் பிறர்வசம் நண்ணுதல் நினையான்
வீடுசென் றொளிக்க விரும்புவோன் விரும்புக!
தேசமே நலிவொடு தேய்ந்திட, மக்களின்
பாசமே பெரிதாய்ப் பார்ப்பவன் செல்க!
நாட்டுளார் பசியினால் நலிந்திடத் தன்வயிறு
ஊட்டுதல் பெரிதென உள்ளுவோன் செல்க!
ஆணுருக் கொண்ட பெண்களும் அலிகளும்
வீணில்இங் கிருந்தெனை வெறுத்திடல் விரும்பேன்.
ஆரியர் இருமின்! ஆண்களிங்கு இருமின்!

தொழும்பர் – அடிமைகள், கொல் – அசைச்சொல், மொக்குள் – நீர்க்குமிழி, யாக்கை – உடல்

வீரியம் மிகுந்த மேன்மையோர் இருமின்!
மானமே பெரிதென மதிப்பவர் இருமின்!
ஈனமே பொறாத வியல்பினர் இருமின்!
தாய்நாட் டன்பறாத் தனயரிங்கு இருமின்!
மாய்நாட் பெருமையின் மாய்பவர் இருமின்!
புலையர்தம் தொழும்பைப் பொறுக்கிலார் இருமின்!
கலையறு மிலேச்சரைக் கடிபவர் இருமின்!
ஊரவர் துயரில்நெஞ் சுருகுவோர் இருமின்!
சோர நெஞ்சில்லாத் தூயவர் இருமின்!
தேவிதாள் பணியுந் தீரரிங்கு இருமின்!
பாவியர் குருதியைப் பருகுவார் இருமின்!
உடலினைப் போற்றா உத்தமர் உதவுமின்!
கடல்மடுப் பினும்மனம் கலங்கலர் உதவுமின்!
வம்மினோ துணைவீர்? மருட்சிகொள் ளாதீர்!
நம்மினோ ராற்றலை நாழிகைப் பொழுதெனும்
புல்லிய மாற்றலர் பொறுக்கவல் லார்கொல்?
மெல்லிய திருவடி வீறுடைத் தேவியின்
இன்னருள் நமக்கோ ரிருந்துணை யாகும்
பன்னரும் புகழுடைப் பார்த்தனும் கன்னனும்
வீமனும் துரோணனும் வீட்டுமன் றானும்
இராமனும் வேறுள இருந்திறல் வீரரும்
நற்றுணை புரிவர்; வானக நாடரும்
பற்றறு முனிவரும் ஆசிகள் பகர்வர்,
வெற்றியை யன்றி வேறெதும் பெறுகிலேம்.
செற்றினி மிலேச்சரைத் தீர்த்திட வம்மின்!
ஈட்டியாற் சிரங்களை வீட்டிட எழுமின்!
நீட்டிய வேல்களில் நேரலர்த் தெறுமின்!
வாளுடை முனையிலும் வயந்திகழ் சூலினும்,
ஆளுடைக் கால்க ளடியினுந் தேர்களின்
உருளையி னிடையினும், மாற்றலர் தலைகள்
உருளையிற் கண்டுநெஞ் சுவப்புற வம்மின்!
நமரிதம் பெறாவணம் நலிந்திட விரும்பும்
சுமடரை வேரறத் தொலைத்தபின் அன்றோ
ஆணெனப் பெறுவேம் அன்றிநாம் இறப்பினும்
மாணுறுந் தேவர் மணியுல கடைவோம்!

வீறு – ஒளி, கன்னன் – கர்ணன், சிரம் – தலை, நேரலர் – பகைவர், தெறு – அழி, சுமடர் – அறிவற்றோர், மாண் – மாட்சிமை

வாழ்வமேற் பாரத வான்புகழ்த் தேவியைத்
தாழ்வினின் றுயர்த்திய தடம்புகழ் பெறுவேம்!
போரெனில் இதுபோற் புண்ணியத் திருப்போர்
பாரினில் ஒன்று பார்த்திடற் கெளிதோ?
ஆட்டினைக் கொன்று வேள்விகளாற்றி
வீட்டினைப் பெறுவான் விரும்புவர் சிலரே;
நெஞ்சகக் குருதியை நிலத்திடை வடித்து
வஞ்சக மழிக்கும் மாமகம் புரிவம்யாம்.
வேள்வியில் இதுபோல் வேள்வியொன் றில்லை;
தவத்தினில் இதுபோல் தவம்பிறி தில்லை.
முன்னையோர் பார்த்தன் முனைத்திசை நின்று
தன்னெதிர் நின்ற தளத்தினை நோக்கிட,
மாதுலர் சோதரர் மைத்துனர் தாதையர்
காதலின் நண்பர் கலைதருங் குரவரென்று
இன்னவர் இருத்தல்கண்டு இதயம்நொந் தோனாய்த்
தன்னருந் தெய்விகச் சாரதி முன்னர்,
“ஐயனே! இவர்மீ தம்பையோ தொடுப்பேன்?
வையகத் தரசும் வானக ஆட்சியும்
போயினும் இவர்தமைப் போரினில் வீழ்த்தேன்.
தாயினும் இனியரைச் சமரிலா கொல்வேன்?
மெய்யினில் நடுக்கம் மேவுகின் றதுவால்;
கையினில் வில்லும் கழன்றுவீழ் கின்றது;
வாயுலர் கின்றது; மனம்பதைக் கின்றது;
ஓயுறுங் கால்கள்; உலைந்தது சிரமும்;
வெற்றியை விரும்பேன்; மேன்மையை விரும்பேன்;
சுற்றமிங் கறுத்துச் சுகம்பெறல் விரும்பேன்;
எனையிவர் கொல்லினும் இவரையான் தீண்டேன்;
சினையறுத் திட்டபின் செய்வதோ ஆட்சி?”
எனப்பல கூறியவ் விந்திரன் புதல்வன்
கனப்படை வில்லைக் களத்தினில் எறிந்து
சோர்வொடு வீழ்ந்தனன்; சுருதியின் முடிவாய்த்
தேர்வயின் நின்றநம் தெய்விகப் பெருமான்
வில்லெறிந் திருந்த வீரனை நோக்கிப்

முனைத்திசை – போர்க்களம், மாதுலர் – மாமன்கள், குரவர் – குரு, சமர் – போர், சினை – உறுப்பு, சுருதியின் முடிவாய் – வேதப் பொருளாய்

"புல்லிய அறிவொடு புலம்புகின் றனையால்.
அறத்தினைப் பிரிந்த சுயோதனா தியரைச்
செறுத்தினி மாய்ப்பது தீமையென் கின்றாய்.
உண்மையை அறியாய்; உறவையே கருதிப்   165
பெண்மைகொண் டேதோ பிதற்றிநிற் கின்றாய்.
வஞ்சகர், தீயர், மனிதரை வருத்துவோர்,
நெஞ்சகத் தருக்குடை நீசர்கள்; இன்னோர்
தம்மொடு பிறந்த சகோதர ராயினும்,
வெம்மையோ டொறுத்தல் வீரர்தம் செயலாம்   170
ஆரிய நீதி அறிகிலை போலும்!
பூரியர் போல்மனம் புழுங்குற லாயினை!
அரும்புகழ் தேய்ப்பதும், அநாரியத் தகைத்தும்
பெரும்பதத் தடையுமாம் பெண்மையெங் கெய்தினை?
பேடிமை யகற்று! நின் பெருமையை மறந்திடேல்!   175
ஈடிலாப் புகழினாய்! எழுகவோ, எழுக!"
என்றுமெய்ஞ் ஞானம்நம் இறையவன் கூறக்
குன்றெனும் வயிரக் கொற்றவான் புயத்தோன்
அறமே பெரிதென லறிந்திடும் மனத்தனாய்,
மறமே உருவுடை மாற்றலர் தம்மைச்   180
சுற்றமும் நோக்கான் தோழமை மதியான்
பற்றலர் தமையெலாம் பார்க்கிரை யாக்கினன்.
விசயனன் றிருந்த வியன்புகழ் நாட்டில்
இசையுநற் றவத்தால் இன்றுவாழ்ந் திருக்கும்
ஆரிய வீரர்காள்! அவனுடை மாற்றலர்   185
தேரிலிந் நாட்டினர், செறிவுடை உறவினர்.
நம்மையின் றெதிர்க்கும் நயனிலாப் புல்லரோ
செம்மைதீர் மிலேச்சர்; தேசமும் பிறிதாம்
பிறப்பினில் அன்னியர்; பேச்சினில் அன்னியர்;
சிறப்புடை யாரியச் சீர்மையே அறியார்.   190

இன்னும் வரும்

(இப்பாடல் அதன்பிறகு வெளிவரவில்லை. இன்னும்
வரும் என்ற குறிப்போடு, முற்றுப் பெறாமல் இருக்கிறது.)

சுயோதனன் – துரியோதனன், ஒறுத்தல் – தண்டித்தல்; அழித்தல்,
பூரியர் – கீழ்மக்கள், சுற்றம் – உற்றார், பார் – பூமி,
வியன்புகழ் – பெரும்புகழ்

33. கோக்கலே சாமியார் பாடல்

(இராமலிங்க சுவாமிகள் "களக்கமறப் பொதுநடம் நான் கண்டு கொண்ட தருணம்" என்று பாடிய பாட்டைச் சிறிது மாற்றி, மார்லி சீர்திருத்தத்துக்குப் பொருந்தும்படி வேடிக்கையாகப் புனைந்தது)

களக்கமுறும் மார்லிநடம் கண்டுகொண்ட தருணம்
கடைச்சிறியேன் உளம்பூத்துக் காய்த்ததொரு காய்தான்
விளக்கமுறப் பழுத்திடுமோ? வெம்பியுதிர்ந் திடுமோ?
வெம்பாது விழினுமென்றன் கரத்திலகப் படுமோ?
வளர்த்த பழம் கர்சனென்ற குரங்குகவர்ந் திடுமோ?
மற்றிங்ஙன் ஆட்சிசெயும் அணில்கடித்து விடுமோ?
துளக்கமற யான்பெற்றிங் குண்ணுவனோ, அல்லால்
தொண்டைவிக்கு மோஏதும் சொல்லரிய தாமே?

களக்கம் – மாசு, வெம்புதல் – வாடுதல், துளக்கம் – கலக்கம்

34. தொண்டு செய்யும் அடிமை

(சுயராஜ்யம் வேண்டுமென்ற பாரதவாசிக்கு
ஆங்கிலேய உத்தியோகஸ்தன் கூறுவது)

(நந்தனார் சரித்திரத்திலுள்ள 'மாடுதின்னும் புலையா! –
உனக்கு மார்கழித் திருநாளா?' என்ற பாட்டின் வர்ண
மெட்டு.)

1. தொண்டு செய்யும் அடிமை! – உனக்குச்
   சுதந்திர நினைவோடா?
   பண்டு கண்ட துண்டோ – அதற்குப்
   பாத்திர மாவாயோ?   (தொண்டு)

2. ஜாதிச் சண்டை போச்சோ? – உங்கள்
   சமயச்சண்டை போச்சோ?
   நீதி சொல்ல வந்தாய்! – கண்முன்
   நிற்கொணாது போடா!   (தொண்டு)

3. அச்சம் நீங்கி னாயோ? – அடிமை!
   ஆண்மை தாங்கினாயோ?
   பிச்சை வாங்கிப் பிழைக்கும் – ஆசை
   பேணுத லொழித்தாயோ?   (தொண்டு)

4. கப்ப லேறு வாயோ – அடிமை!
   கடலைத் தாண்டுவாயோ?
   குப்பை விரும்பும் நாய்க்கே – அடிமை!
   கொற்றத் தவிசுமுண்டோ?   (தொண்டு)

5. ஒற்று மைபயின் றாயோ? – அடிமை!
   உடம்பில் வலிமையுண்டோ?
   வெற்று ரைபே சாதே! – அடிமை
   வீரியம் அறிவாயோ?   (தொண்டு)

பண்டு – முன்னோர் இருந்த நிலை, பாத்திரம் – தகுதி,
கொற்றத் தவிசு – சிம்மாசனம்

6. சேர்ந்து வாழு வீரோ? – உங்கள்
   சிறுமைக்குணங்கள் போச்சோ?
   சோர்ந்து வீழ்தல் போச்சோ? – உங்கள்
   சோம்பரைத் துடைத்தீரோ?   (தொண்டு)

7. வெள்ளை நிறத்தைக் கண்டால் – பதறி
   வெருவலை ஒழித்தாயோ?
   உள்ளது சொல்வேன்கேள் – சுதந்திரம்
   உனக்கில்லை மறந்திடடா!   (தொண்டு)

8. நாடு காப்ப தற்கே – உனக்கு
   ஞானம்சிறிது முண்டோ?
   வீடு காக்கப் போடா! – அடிமை
   வேலைசெய்யப் போடா!   (தொண்டி)

9. சேனை நடத்து வாயோ? – தொழும்புகள்
   செய்திட விரும்பாயோ?
   ஈனமான தொழிலே – உங்களுக்கு
   இசைவதாகும் போடா!   (தொண்டு)

சோம்பர் – சோம்பல், வெருவல் – அஞ்சுதல், ஞானம் – அறிவு,
தொழும்பு – அடிமைத்தொழில், ஈனம் – இழிவு,
இசைவது – இணங்குவது

35. மேத்தா திலகருக்குச் சொல்வது

(புதிய கட்சித் தலைவரை நோக்கி நிதானக் கட்சியார் சொல்லுதல்)
("ஓய் நந்தனாரே! நம்ம ஜாதிக்கடுக்குமோ? நியாயந்தானோ? நீர் சொல்லும்?" என்ற வர்ணமெட்டு.)

பல்லவி

ஓய் திலகரே! நம்ம ஜாதிக்கடுக்குமோ?
செய்வது சரியோ, சொல்லும்!

கண்ணிகள்

1. முன்னறி யாப்புது வழக்கம் – நீர்
மூட்டி விட்ட திந்தப் பழக்கம் – இப்போது
எந்நக ரிலுமிது முழக்கம் – மிக
இடும்பை செய்யுமிந்த ஒழுக்கம் (ஓய் திலகரே)

2. சுதந்திரம் என்கிற பேச்சு – எங்கள்
தொழும்புக ளெல்லாம் வீணாய்ப் போச்சு – இது
மதம்பிடித் ததுபோ லாச்சு – எங்கள்
மனிதர்க்கெல் லாம்வந்த தேச்சு (ஓய் திலகரே)

3. வெள்ளை நிறத்தவர்க்கே ராஜ்யம் – அன்றி
வேறெவருக்குமது தியாஜ்யம் – சிறு
பிள்ளைக ளுக்கே உபதேசம் – நீர்
பேசி வைத்ததெல்லாம் மோசம் (ஓய் திலகரே)

இடும்பை – துன்பம், தொழும்பு – அடிமைத்தொழில், தியாஜ்யம் – விலக்கத்தக்கது

36. நிதானக் கட்சியார் கூட்டம்
(சுதேசியத்தைப் பழித்தல்)

("நாம் என்ன செய்வோம்! புலையரே! – இந்தப் பூமியி லில்லாத புதுமையைக் கண்டோம்" என்ற வர்ணமெட்டு)

ராகம் – புன்னாகவராளி
தாளம் – ரூபகம்

பல்லவி

நாமென்ன செய்வோம், துணைவரே! – இந்தப்
பூமியி லில்லாத புதுமையைக் கண்டோம். (நாம்)

சரணங்கள்

1. திலகன் ஒருவனாலே இப்படி யாச்சு
செம்மையும் தீமையும் இல்லாமலே போச்சு;
பலதிசையும் துஷ்டர் கூட்டங்க ளாச்சு
பையல்கள் நெஞ்சில் பயமென்பதே போச்சு (நாம்)

2. தேசத்தில் எண்ணற்ற பேர்களும் கெட்டார்
செய்யும் தொழில்முறை யாவையும் விட்டார்;
பேசவோர் வார்த்தை தாதா சொல்லிவிட்டார்
பின்வர வறியாமல் சுதந்திரம் தொட்டார் (நாம்)

3. பட்டம்பெற் றோர்க்குமதிப் பென்பது மில்லை
பரதேசப் பேச்சில் மயங்குபவ ரில்லை
சட்டம் மறந்தோர்க்குப் பூஜை குறைவில்லை
சர்க்கா ரிடம்சொல்லிப் பார்த்தும் பயனில்லை (நாம்)

4. சீமைத் துணியென்றால் உள்ளம் கொதிக்கிறார்
சீரில்லை என்றாலோ எட்டி மிதிக்கிறார்,
தாமெத்தை யோ 'வந்தே' யென்று துதிக்கிறார்
தரமற்ற வார்த்தைகள் பேசிக் குதிக்கிறார். (நாம்)

வந்தே – வந்தேமாதரம்

37. பாரத தேவியின் அடிமை

(நந்தன் சரித்திரத்திலுள்ள 'ஆண்டைக்கு அடிமைக் காரனல்லவே' என்ற பாட்டின் வர்ணமெட்டையும் கருத்தையும் பின்பற்றி எழுதப்பட்டது.)

பல்லவி

அந்நியர்தமக் கடிமை யல்லவே – நான்
அந்நியர்தமக் கடிமை யல்லவே.

சரணங்கள்

1. மன்னியபுகழ்ப் பாரத தேவி
தன்னிரு தாளிணைக் கடிமைக் காரன் (அந்நியர்)

2. இலகு பெருங்குணம் யாவைக்கும் எல்லையாம்
திலக முனிக்கொத்த அடிமைக் காரன் (அந்நியர்)

3. வெய்ய சிறைக்குள்ளே புன்னகை யோடுபோம்
ஐயன் பூபேந்திரனுக் கடிமைக் காரன் (அந்நியர்)

4. காலர் முன்னிற்பினும் மெய்தவறா எங்கள்
பாலர் தமக்கொத்த அடிமைக் காரன் (அந்நியர்)

5. காந்தன லிட்டாலும் தர்மம்விடா ப்ரம்ம
பாந்தவன் தாளிணைக் கடிமைக் காரன். (அந்நியர்)

மன்னிய – நிலைபெற்ற, வெய்ய – பொல்லாத; கொடிய, காலர் – எமதூதர்கள், காந்தனல் – சுடுநெருப்பு

38. வெள்ளைக்கார விஞ்ச் துரை கூற்று

(ஸ்ரீ சிதம்பரம் பிள்ளைக்குச் சொல்லுதல்)

ராகம் – தண்டகம்
தாளம் – ஆதி

1. நாட்டி லெங்கும் சுதந்திர வாஞ்சையை
    நாட்டினாய் – கனல் – மூட்டினாய்;
    வாட்டி யுன்னை மடக்கிச் சிறைக்குள்ளே
    மாட்டுவேன் – வலி – காட்டுவேன்.   (நாட்டி)

2. கூட்டம் கூடி வந்தே மாதரமென்று
    கோஷித்தாய் – எமைத் – தூஷித்தாய்;
    ஓட்டம் நாங்களெடுக்க வென்றே கப்பல்
    ஓட்டினாய் – பொருள் – ஈட்டினாய்.   (நாட்டி)

3. கோழைப் பட்ட ஜனங்களுக் குண்மைகள்
    கூறினாய் – சட்டம் – மீறினாய்;
    ஏழைப்பட் டிங்கு இறத்தல் இழிவென்றே
    ஏசினாய் – வீரம் – பேசினாய்.   (நாட்டி)

4. அடிமைப் பேடிகள் தம்மை மனிதர்கள்
    ஆக்கினாய் – புன்மை – போக்கினாய்;
    மிடிமை போதும் நமக்கென் றிருந்தோரை
    மீட்டினாய் – ஆசை – ஊட்டினாய்.   (நாட்டி)

5. தொண்டொன் றேதொழிலாக் கொண்டிருந்தோரைத்
    தூண்டினாய் – புகழ் – வேண்டினாய்;
    கண்டகண் டதொழில் கற்க மார்க்கங்கள்
    காட்டினாய் – சோர்வை – ஓட்டினாய்.   (நாட்டி)

6. எங்கும் இந்த சுயராஜ்ய விருப்பத்தை
    ஏவினாய் – விதை – தூவினாய்;
    சிங்கம் செய்யுந் தொழிலைச் சிறுமுயல்
    செய்யவோ – நீங்கள் – உய்யவோ?   (நாட்டி)

7. சுட்டு வீழ்த்தியே புத்தி வருத்திடச்
    சொல்லுவேன் – குத்திக் – கொல்லுவேன்;
    தட்டிப் பேசுவோ ருண்டோ? சிறைக்குள்ளே
    தள்ளுவேன் – பழி – கொள்ளுவேன்.   (நாட்டி)

வாஞ்சை – ஆசை, கோஷித்தல் – முழங்குதல், மிடிமை – வறுமை, மார்க்கம் – வழி, தூஷித்தல் – நிந்தித்தல், உய்வு – ஈடேற்றம், பேடிகள் – கோழைகள்

39. தேசபக்தர் சிதம்பரம் பிள்ளை மறுமொழி

1. சொந்த நாட்டிற் பரர்க்கடிமை செய்தே
   துஞ்சிடோம் – இனி – அஞ்சிடோம்;
   எந்த நாட்டினும் இந்த அநீதிகள்
   ஏற்குமோ? – தெய்வம் – பார்க்குமோ?

2. வந்தே மாதர மென்றுயிர் போம்வரை
   வாழ்த்துவோம் – முடி – தாழ்த்துவோம்;
   எந்தம் ஆருயி ரன்னையைப் போற்றுதல்
   ஈனமோ? – அவ – மானமோ?

3. பொழுதெல்லாம் எங்கள் செல்வங் கொள்ளைகொண்டு
   போகவோ? – நாங்கள் – சாகவோ?
   அழுது கொண்டிருப்போமோ? ஆண்பிள்ளைகள்
   அல்லமோ? – உயிர் – வெல்லமோ?

4. நாங்கள் முப்பது கோடி ஜனங்களும்
   நாய்களோ? – பன்றிச் – சேய்களோ?
   நீங்கள் மட்டும் மனிதர்களோ? இது
   நீதமோ? – பிடி – வாதமோ?

5. பாரதத்திடை அன்பு செலுத்துதல்
   பாபமோ? – மனஸ் – தாபமோ?
   கூறும் எங்கள் மிடிமையைத் தீர்ப்பது
   குற்றமோ? – இதிற் – செற்றமோ?

6. ஒற்று மைவழி யொன்றே வழியென்பது
   ஓர்ந்திட்டோம் – நன்கு – தேர்ந்திட்டோம்;
   மற்று நீங்கள் செய்யுங்கொடு மைக்கெல்லாம்
   மலைவுறோம் – சித்தம் – கலைவுறோம்.

7. சதையைத் துண்டுதுண் டாக்கினும் உன்னெண்ணம்
   சாயுமோ? – ஜீவன் – ஓயுமோ?
   இதையத் துள்ளே இலங்கு மஹாபக்தி
   ஏகுமோ? – நெஞ்சம் – வேகுமோ?

பரர் – அந்நியர், நீதம் – நியாயம், மிடிமை – வறுமை, செற்றம் – கோபம், ஓர்தல் – தெளிதல், இதையம் – இதயம், ஏகுமோ – போகுமோ

40. நடிப்புச் சுதேசிகள்

(பழித்தறிவுறுத்தல்)

கிளிக் கண்ணிகள்

1. நெஞ்சில் உரமுமின்றி
   நேர்மைத் திறமுமின்றி,
   வஞ்சனை சொல்வா ரடீ! – கிளியே!
   வாய்ச்சொல்லில் வீரரடீ!

2. கூட்டத்திற் கூடிநின்று
   கூவிப் பிதற்றலன்றி,
   நாட்டத்திற் கொள்ளாரடீ – கிளியே!
   நாளில் மறப்பா ரடீ!

3. சொந்த அரசும்புவிச்
   சுகங்களும் மாண்புகளும்
   அந்தகர்க் குண்டாகுமோ – கிளியே!
   அலிகளுக் கின்பமுண்டோ?

4. கண்கள் இரண்டிருந்தும்
   காணுந் திறமையற்ற
   பெண்களின் கூட்டமடீ – கிளியே!
   பேசிப் பயனென்னடீ!

5. யந்திர சாலையென்பர்
   எங்கள் துணிகளென்பர்
   மந்திரத் தாலே யெங்கும் – கிளியே!
   மாங்கனி வீழ்வதுண்டோ?

6. உப்பென்றும் சீனியென்றும்
   உள்நாட்டுச் சேலையென்றும்
   செப்பித் திரிவாரடீ – கிளியே!
   செய்வ தறியாரடீ!

7. தேவியர் மானமென்றும்
   தெய்வத்தின் பகுதியென்றும்
   நாவினாற் சொல்வதல்லால் – கிளியே!
   நம்புத லற்றாரடீ!

அந்தகர் – கண்ணில்லாதார்

8. மாதரைக் கற்பழித்து
வன்கண்மை பிறர்செய்யப்
பேதைகள் போலுயிரைக் – கிளியே!
பேணி யிருந்தாரடீ!

9. தேவி கோயிலிற்சென்று
தீமை பிறர்கள்செய்ய
ஆவி பெரிதென்றெண்ணிக் – கிளியே!
அஞ்சிக் கிடந்தாரடீ!

10. அச்சமும் பேடிமையும்
அடிமைச் சிறுமதியும்
உச்சத்திற் கொண்டாரடீ – கிளியே!
ஊமைச் சனங்களடீ!

11. ஊக்கமும் உளவலியும்
உண்மையிற் பற்றுமில்லா
மாக்களுக் கோர்கணமும் – கிளியே!
வாழத் தகுதியுண்டோ?

12. மானம் சிறிதென்றெண்ணி
வாழ்வு பெரிதென்றெண்ணும்
ஈனர்க்கு உலகந்தனில் – கிளியே!
இருக்க நிலைமையுண்டோ?

13. சிந்தையிற் கள்விரும்பி
சிவசிவ வென்பதுபோல்,
வந்தேமாதர மென்பார் – கிளியே!
மனதி லதனைக்கொள்ளார்.

14. பழமை பழமையென்று
பாவனை பேசலன்றிப்
பழமை இருந்தநிலை – கிளியே!
பாமரர் ஏதறிவார்?

வன்கண்மை – கொடுமை

15. நாட்டில் அவமதிப்பும்
நாணின்றி இழிசெல்வத்
தேட்டில் விருப்பும்கொண்டே! – கிளியே!
சிறுமை யடைவாரடீ!

16. சொந்தச் சகோதரர்கள்
துன்பத்திற் சாதல்கண்டும்
சிந்தை இரங்காரடீ – கிளியே!
செம்மை மறந்தாரடீ!

17. பஞ்சத்தும் நோய்களிலும்
பாரதர் புழுக்கள் போல்
துஞ்சத் தம் கண்ணாற் கண்டும்! – கிளியே!
சோம்பிக் கிடப்பாரடீ!

18. தாயைக் கொல்லும்பஞ்சத்தைத்
தடுக்க முயற்சிசெய்யார்
வாயைத் திறந்துசும்மா – கிளியே!
வந்தே மாதரமென்பார்!

தேட்டு – சேகரிப்பு, துஞ்ச – இறக்க

41. மகாத்மா காந்தி பஞ்சகம்

1. வாழ்கநீ! எம்மான், இந்த
    வையத்து நாட்டி லெல்லாம்
   தாழ்வுற்று வறுமை மிஞ்சி,
    விடுதலை தவறிக் கெட்டுப்
   பாழ்பட்டு நின்ற தாமோர்
    பாரத தேசந் தன்னை
   வாழ்விக்க வந்த காந்தி
    மஹாத்ம! நீ வாழ்க! வாழ்க!

2. அடிமைவாழ் வகன்றிந் நாட்டார்
    விடுதலை யார்ந்து செல்வம்,
   குடிமையி லுயர்வு, கல்வி,
    ஞானமும் கூடி யோங்கிப்
   படிமிசைத் தலைமை யெய்தும்
    படிக்கொரு சூழ்ச்சி செய்தாய்!
   முடிவிலாக் கீர்த்தி பெற்றாய்!
    புவிக்குளே முதன்மை யுற்றாய்!

வேறு

3. கொடியவெந் நாக பாசத்தை மாற்ற
    மூலிகை கொணர்ந்தவ னென்கோ?
   இடிமின்னல் காக்கும் குடைசெய்தா னென்கோ?
    என்சொலிப் புகழ்வதிங் குனையே?
   விடிவிலாத் துன்பஞ் செயும்பரா தீன
    வெம்பிணி யகற்றிடும் வண்ணம்
   படிமிசைப் புதிதாய்ச் சாலவும் எளிதாம்
    படிக்கொரு சூழ்ச்சிநீ படைத்தாய்!

4. தன்னுயிர் போலே தனக்கழி வெண்ணும்
    பிறனுயிர் தன்னையும் கணித்தல்;
   மன்னுயி ரெல்லாம் கடவுளின் வடிவம்
    கடவுளின் மக்களென் றுணர்தல்;
   இன்னமெய்ஞ் ஞானத் துணிவினை மற்றாங்கு
    இழிபடு போர், கொலை, தண்டம்
   பின்னியே கிடக்கும் அரசிய லதனில்
    பிணைத்திடத் துணிந்தனை, பெருமான்!

படி – பூமி

மகாகவி பாரதியார் கவிதைகள் ● 255

5. பெருங்கொலை வழியாம் போர்வழி இகழ்ந்தாய்;
   அதனினுந் திறன்பெரி துடைத்தாம்
   அருங்கலை வாணர் மெய்த்தொண்டர் தங்கள்
   அறவழி யென்றுநீ அறிந்தாய்;
   நெருங்கிய பயன்சேர் 'ஒத்துழை யாமை'
   நெறியினால் இந்தியா விற்கு
   வருங்கதி கண்டு பகைத்தொழில் மறந்து
   வையகம் வாழ்கநல் லறத்தே!

42. குரு கோவிந்தர்

ஆயிரத் தெழுநூற் றைம்பத் தாறு
விக்ரம னாண்டு, வீரருக் கமுதாம்
ஆனந்த புரத்தி லார்ந்துஇனி திருந்தனன்;
பாஞ்சா லத்துப் படர்தரு சிங்கக்
குலத்தினை வகுத்த குருமணி யாவான்.
ஞானப் பெருங்கடல், நல்லிசைக் கவிஞன்,
வானம்வீழ்ந் துதிரினும் வாள்கொடு தடுக்கும்
வீரர் நாயகன், மேதினி காத்த
குருகோ விந்த சிங்கமாம் கோமகன்,
அவன்திருக் கட்டளை அறிந்துபல் திசையினும்
பாஞ்சா லத்துறு படைவலோர் நாடொறும்
நாடொறும் வந்து நண்ணுகின் றாரால்,
ஆனந்த புரத்தில் ஆயிர மாயிரம்
வீரர்கள் குருவின் விருப்பினைத் தெரிவான்
கூடிவந் தெய்தினர், கொழும்பொழி லினங்களும்
புன்னகை புனைந்த புதுமலர்த் தொகுதியும்
பைந்நிறம் விரிந்த பழனக் காட்சியும்
“நல்வர வாகுக நம்மனோர் வரவு” என்று
ஆசிகள் கூறி ஆர்ப்பன போன்ற
புண்ணிய நாளிற் புகழ்வளர் குரவன்
திருமொழி கேட்கச் செறிந்தனர் சீடர்கள்
“யாதவன் கூறும்? என்னெமக் கருளும்?
எப்பணி விதித்தெம தேழேழ் பிறவியும்
இன்புடைத் தாக்கும்?'' எனப்பல கருதி,
மாலோன் திருமுனர் வந்துகண் ணுயர்த்தே
ஆக்கினை தெரிவான் ஆவலொடு துடிக்கும்
தேவரை யொத்தனர், திடுக்கெனப் பீடத்து
ஏறிநின் றதுகாண்! இளமையும் திறலும்
ஆதிபத் தகைமையும் அமைந்ததோர் உருவம்.
விழிகளில் தெய்வப் பெருங்கனல் வீசிடத்
திருமுடி சூழ்ந்தோர் தேசுகாத் திருப்பத்
தூக்கிய கரத்தில் சுடருமிழ்ந் திருந்தது
கூறநா நடுங்குமோர் கொற்றக் கூர்வாள்.

வாள்கொடு – வாள் கொண்டு, மேதினி – உலகம், நாடொறும் – நாள்தோறும், கொழும்பொழில் – செழுமையான சோலை, பழனம் – வயல், ஆக்கினை – கட்டளை, ஆதியத்தகைமை – தலைமைப் பண்பு, தேசு – ஒளி

எண்ணிலா வீரர் இவ்வுரு நோக்கி,
வானின் றிறங்கிய மாந்திரி கன்முனர்ச்
சிங்கக் கூட்டம் திகைத்திருந் தாங்கு
மோனமுற் றடங்கி முடிவணங் கினரால்.
வாள்நுனி காட்டி மாட்சியார் குரவன்
திருவுள நோக்கஞ் செப்புவன், தெய்வச்
சேயித முசைவுறச் சினந்தோர் எரிமலை
குமுறுதல் போல்வெளிக் கொண்டன திருமொழி:
"வாளிதை மனிதர் மார்பிடைக் குளிப்ப
விரும்புகின் றேன்யான், தீர்கிலா விடாய்கொள்
தருமத் தெய்வந் தான்பல குருதிப்
பலிவிழை கின்றதால்; பக்தர்காள்! நும்மிடை
நெஞ்சினைக் கிழித்து நிலமிசை யுதிரம்
வீழ்த்தித் தேவியின் விடாயினைத் தவிர்ப்ப
யார்வரு கின்றீர்?" என்னலும், சீடர்கள்
நடுங்கிஓர் கணம்வரை நாவெழா திருந்தனர்.
கம்மென ஓர்சிறு கணங்கழி வுற்றது.
ஆங்கிருந் தார்பல் லாயிர ருள்ளொரு
வீரன்முன் வந்து விளம்புவன் இஃதே:
"குருமணி! நின்னொரு கொற்றவாள் கிழிப்ப
விடாயறாத் தருமம் மேம்படு தெய்வதத்து
இரையென மாய்வன், ஏற்றருள் புரிகவே!"
புன்னகை மலர்ந்தது புனிதநல் வதனம்.
கோயிலுள் அவனைக் குரவர்கோன் கொடுசெல,
மற்றதன் நின்றோர் மடுவின்வந் தாலெனக்
குருதிநீர் பாயக் குழாத்தினர் கண்டனர்.
பார்மின்! சற்குரு பளீரெனக் கோயிலின்
வெளிப்போந் தாங்கு மேவினோர் முன்னம்
முதற்பலி முடித்து முகமலர்ந் தோனாய்
மின்னெனப் பாய்ந்து மீண்டுவந் துற்றனன்.
மீண்டுமவ் வுதிரவாள் விண்வழி தூக்கிப்
பின்வரு மொழிகள் பேசுவன் குரவர்கோன்:
"மானுடர் நெஞ்சிலிவ் வாளினைப் பதிக்கச்
சித்தம்நான் கொண்டேன்; தேவிதான் பின்னுமோர்
பலிகேட் கின்றாள்! பக்தர்காள்! நும்முளே
இன்னும்இங் கொருவன் இரத்தமே தந்துஇக்

விடாய் – தாகம், வதனம் – முகம், கொடுசெல – கொண்டுசெல்ல,
போந்து – வந்து

காளியைத் தாகங் கழித்திடத் துணிவோன்
எவனுளன்?'' எனலும் இன்னுமோர் துணிவுடை
வீரன்முன் நின்று விருப்பினை உணர்த்தினன்.
இவனையுங் கோயிலுள் இனிதழைத் தேகி
இரண்டாம் பலிமுடித் தீண்டினன் குரவன்;
குருதியைக் கண்டு குழாத்தினர் நடுங்கினர்.
இங்ஙன மீண்டு மீண்டுமே இயற்றிப்
பலியோ ரைந்து பரமன்அங் களித்தனன்.
அறத்தினைத் தமதோர் அறிவினாற் கொண்ட
மட்டிலே மானிடர் மாண்பெற லாகார்.
அறமது தழைப்ப நெஞ்சகம் காட்டி
வாட்குத்து ஏற்று மாய்பவர் பெரியோர்
அவரே மெய்ம்மையர்; முத்தரும் அவரே.
தோன்று நூறாயிரம் தொண்டர் தம்முள்ளே
அத்தகை நல்லரை அறிகுதல் வேண்டியே
தண்ணருட் கடலாம் தகவுயர் குரவன்
கொடுமைசேர் சோதனை புரிந்திடல் குறித்தனன்.
அன்பின் மிகையால் ஆருயிர் நல்குவோர்
ஐவரைக் கண்டபின் அவ்வியல் உடையார்
எண்ணிலர் உளரெனத் துணிந்துஇன்பு எய்தினன்.
வெய்யசெங் குருதியின் வீழ்ந்துதா மிறந்து
சொர்க்கமுற் றாரெனத் தொண்டர்கொண் டிருக்கும்
ஐந்துநன் மணியெனும் ஐந்துமுத் தரையும்
கோயிலு ளிருந்துபே ரவைமுனர்க் கொணர்ந்தான்!
ஆர்த்தனர் தொண்டர்! அருவியப் பெய்தினர்!
விழிகளைத் துடைத்து மீளவும் நோக்கினர்!
“ஜயஜய குருமணி ஜயகுரு சிங்கம்!”
எனப்பல வாழிகள் இசைத்தனர், ஆடினர்.
அப்போழ் தின்னருள் அவதரித் தனையான்
நற்சுடர்ப் பரிதி நகைபுரிந் தாங்கு
குறுநகை புரிந்து குறையறு முத்தர்
ஐவர்கள் தம்மையும் அகமுறத் தழுவி
ஆசிகள் கூறி அவையினை நோக்கிக்
கடல்முழக் கென்ன முழங்குவன்: “காணீர்!
காளியும் நமது கனகநன் னாட்டுத்
தேவியும் ஒன்றெனத் தேர்ந்தநல் லன்பர்காள்!

நடுக்கம் நீரெய்த நான்ஐம் முறையும்
பலியிடச் சென்றது, பாவனை மன்ற.
என்கரத் தாற்கொலோ நும்முயிர் எடுப்பன்?
ஐம்முறை தானும் அன்பரை மறைத்துநும்
நெஞ்சகச் சோதனை நிகழ்த்தினன் யானே!
தாய்மணி நாட்டின் உண்மைத் தனயர்நீர்
என்பது தெளிந்தேன். என்கர வாளால்
அறுத்ததிங்கு இன்று ஐந்தாடுகள் காண்டிர்!
சோதனை வழியினும் துணிவினைக் கண்டேன்;
களித்ததென் நெஞ்சம், கழிந்தன கவலைகள்”
குருகோ விந்தன் கொண்டதோர் தருமம்
சீடர்தம் மார்க்கம் எனப்புகழ் சிறந்தது.
இன்றுமம் மார்க்கத் திருப்பவர் தம்பெயர்
‘காலசா’ என்ப, காலசா எனுமொழி
முத்தர்தம் சங்க முறையெனும் பொருளது.
முத்தர்தம் சபைக்கு மூலர்க ளாகமற்று
ஐவரன் னோர்தமை அருளினன் ஆரியன்.
சமைந்தது ‘காலசா’ எனும்பெயர்ச் சங்கம்.
பாரத மென்ற பழம்பெரு நாட்டினர்
ஆவிதேய்ந் தழிந்திலர், ஆண்மையிற் குறைந்திலர்;
வீரமுஞ் சிரத்தையும் வீந்தில ரென்று
புவியினோர் அறியப் புரிந்தனன் முனிவன்
அந்நாள் முகுந்தன் அவதரித் தாங்குஓர்
தெய்விகத் தலைவன் சீருறத் தோன்றி
மண்மா சகன்ற வான்படு சொற்களால்
எழுப்பிடுங் காலை, இறந்துதான் கிடக்கிலள்,
இளமையும் துணிவும் இசைந்துநம் அன்னை
சாதியின் மானந் தாங்கமுற் படுவளென்று
உலகினோ ரறிவிடை யுறுத்தினன் முனிவன்.
ஐம்பெரும் பூதத் தகிலமே சமைத்த
முன்னவ னொப்ப முனிவனும் ஐந்து
சீடர்கள் மூலமாய்த் தேசுறு பாரதச்
சாதியை வகுத்தனன்; தழைத்தது தருமம்.
கொடுங்கோல் பற்றிய புன்கைக் குரிசிலர்
நடுங்குவ ராயினர்; நகைத்தனள் சுதந்திரை.

மார்க்கம் – வழி, முத்தர் – முக்திக்குரியோர், புன்கைக்குரிசிலர் – இழிதன்மை கொண்ட அரசர்கள்

ஆயிரத் தெழுநூற் றைம்பத் தாறு
விக்கிர மார்க்க னாண்டினில், வியன்புகழ்க்
குருகோ விந்தன் கொற்றமார் சீடரைக்
கூட்டியே தெய்வக் கொலுவொன் றமைத்தனன்.
காண்டற் கரிய காட்சி! கவின்திகழ்
அரியா தனத்தில் அமர்ந்தனன் முனிவர்கோ;
சூழ்ந்திருந் தனர்உயிர்த் தொண்டர்தாம் ஐவரும்.
தன்திருக் கரத்தால் ஆடைகள் சார்த்தி
மாலைகள் சூட்டி மதிப்புற இருத்திக்
கண்மணி போன்றோர் ஐவர்மேற் கனிந்து
குழைவுற வாழ்த்திக் குழாத்தினை நோக்கி,
"காண்டிரோ! முதலாம் 'காலசா' என்றனன்;
நாடும் தருமமும் நன்கிதிற் காப்பான்
அமைந்ததிச் சங்கம் அறிமின்நீர் என்றான்.
அருகினில் ஓடிய ஆற்றின்நின் றையன்
இருப்புச் சிறுகலத் தின்னீர் கொணர்ந்து
வாள்முனை கொண்டு மற்றதைக் கலக்கி
மந்திர மோதினன், மனத்தினை அடக்கிச்
சித்தமே முழுதுஞ் சிவத்திடை யாக்கி
ஜபமுரைத் திட்டான்; ஜயப்பெருந் திரு, அக்
கொலுமுனர் வந்து குதித்துநின் றிட்டாள்.
ஆற்றுநீர் தனையோ அடித்ததத் திருவாள்?
அயர்ந்துபோய் நின்ற அரும்புகழ்; பாரதச்
சாதியின் திறல்கள் தம்மையே இயக்கி
நல்லுயிர் நல்கினன், நாடெலாம் இயங்கின.
தவமுடை ஐவரைத் தன்முனர் நிறுத்தி
மந்திர நீரை மாசறத் தெளித்து
அருள்மய மாகி அவர்விழி தீண்டினன்;
பார்மினோ உலகீர்! பரமனங் கரத்தால்
அவர்விழி தீண்டிய அக்கணத் தன்றே
நாடனைத் திற்கு நல்விழி திறந்தது!
சீடர்க ளனைவரும் தீட்சையிஃ தடைந்தனர்.
ஐயன் சொல்வன்: "அன்பர்காள்! நீவிர்
செய்திடப் பெற்ற தீட்சையின் நாமம்
அமிர்தம் என்று அறிமின், அரும்பே றாமிது
பெற்றார் யாவரும் பேரருள் பெற்றார்.

தீட்சை – விரதநியமம்

நுமக்கினித் தருமம் நுவன்றிடக் கேண்மின்,
ஒன்றாம் கடவுள், உலகிடைத் தோன்றிய
மானிட ரெல்லாஞ் சோதரர்; மானுடர்
சமத்துவ முடையார், சுதந்திரஞ் சார்ந்தவர்.
சீடர்காள்! குலத்தினும் செயலினும் அனைத்தினும்
இக்கணந் தொட்டுநீர் யாவிரும் ஒன்றே.
பிரிவுகள் துடைப்பீர்! பிரிதலே சாதல்.
ஆரியச் சாதியுள் ஆயிரஞ் சாதி
வகுப்பவர் வகுத்து மாய்க, நீரனைவிரும்
தருமம், கடவுள், சத்தியம், சுதந்திரம்
என்பவை போற்ற எழுந்திடும் வீரச்
சாதியொன் றனையே சார்ந்தோ ராவிர்.
அநீதியும் கொடுமையும் அழித்திடுஞ் சாதி;
மழித்திட லறியா வன்முகச் சாதி;
இரும்புமுத் திரையும் இறுகிய கச்சையும்
கையினில் வாளுங் கழன்றிடாச் சாதி;
சோதர நட்புத் தொடர்ந்திடு சாதி;
அரசன் இல்லாது தெய்வமே யரசாய்
மானுடர் துணைவராய், மறமே பகையாய்க்
குடியர சியற்றுங் கொள்கையார் சாதி;
அறத்தினை யொறுக்கிலிர்! மறத்தினைப் பொறுக்கிலிர்;
தாய்த்திரு நாட்டைச் சந்ததம் போற்றிப்
புகழொடு வாழ்மின்! புகழொடு வாழ்மின்!"
என்றுரைத்து ஐயன் இன்புற வாழ்த்தினன்;
அவனடி போற்றி ஆர்த்தனர் சீடர்கள்.
குருகோ விந்தக் கோமகன் நாட்டிய
கொடியுயர்ந் தசையக் குவலயம் புகழ்ந்தது
அடியற மாய்ந்த தரங்கசீப் ஆட்சி.

ஒறுக்கிலிர் – எதிர்க்காதீர், குவலயம் – உலகம், அரங்கசீப் – ஔரங்கசீப்

43. தாதாபாய் நவுரோஜி

1. முன்னாளில் இராமபிரான் கோதமனா
 தியபுதல்வர் முறையி னீன்று
பன்னாடு முடிவணங்கத் தலைமைநிறுத்
 தியஎமது பரத கண்ட
மின்னாள் இங் கிந்நாளின் முதியோளாய்ப்
 பிறரெள்ள வீழ்ந்த காலை
அன்னாளைத் துயர்தவிர்ப்பான் முயல்வர்சில
 மக்களவ ரடிகள் சூழ்வாம்.

2. அவ்வறிஞ ரனைவோர்க்கும் முதல்வனாம்
 மைந்தன், தன் அன்னை கண்ணீர்
எவ்வகையி னுந்துடைப்பேன் இன்றேலென்
 உயிர்துடைப்பேன் என்னப் போந்து,
யௌவனநாள் முதற்கொ டுதான் எண்பதின்மேல்
 வயதுற்ற இன்றுகாறும்
செவ்வியுறத் தனதுடலம் பொருளாவி
 யானுழைப்புத் தீர்த லில்லான்.

3. கல்வியைப்போல் அறிவும்அறி வினைப்போல்
 கருணையும்அக் கருணை போலப்
பல்விதவூக் கங்கள் செயுந் திறனுமொரு
 நிகரின்றிப் படைத்த வீரன்,
வில்விறலாற் போர்செய்தல் பயனிலதாம்
 எனவதனை வெறுத்தே உண்மைச்
சொல்விறலாற் போர்செய்வோன் பிறர்க்கன்றித்
 தனக்குழையாத் துறவி யாவோன்.

4. மாதா, வாய் விட்டலற அதைச்சிறிதும்,
 மதியாதே வாணாள் போக்குந்
தீதாவார் வரினுமவர்க் கினியசொலி
 நன்குணர்த்துஞ் செவ்வி யாளன்,
வேதாவா யினுமவனுக் கஞ்சாமே
 உண்மைநெறி விரிப்போன் எங்கள்
தாதாவாய் விளங்குறுநல் தாதாபாய்
 நவுரோஜி சரணம் வாழ்க!

கொடு – கொண்டு, செவ்வியுற – சிறப்புற, வாணாள் – வாழ்நாள்

5. எண்பஃதாண் டிருந்த அவன்இனிப் பல்லாண்டு
இருந்தெம்மை இனிது காக்க!
பண்பல்ல நமக்கிழைப்போர் அறிவுதிருந்
துக! எமது பரத நாட்டுப்
பெண்பல்லார் வயிற்றினுமந் நவுரோஜி
போற்புதல்வர் பிறந்து வாழ்க!
விண்புல்லு மீன்களென அவனன்னார்
எவ்வயினும் மிகுக மன்னோ!

பண்பல்ல – நன்றல்லாதன, விண்புல்லும் மீன்கள் – வானம் நிறைந்த விண்மீன்கள்.

44. பூபேந்திர விஜயம்

1. பாபேந்தி ரியஞ்செறுத்த எங்கள்
விவேகானந்தப் பரமன் ஞான
ரூபேந்தி ரன்தனக்குப் பின்வந்தோன்
விண்ணவர் தமுலகை யாள்ப்ர
தாபேந்தி ரன்கோப முறினுமதற்கு
அஞ்சியறந் தவிர்கி லாதான்
பூபேந்தி ரப்பெயரோன் பாரதநாட்
டிற்கடிமை பூண்டு வாழ்வோன்.

2. வீழ்த்தல்பெறத் தருமமெலாம், மறமனைத்துங்
கிளைத்துவர, மேலோர் தம்மைத்
தாழ்த்ததமர் முன்னோங்க நிலைபுரண்டு
பாதகமே ததும்பி நிற்கும்
பாழ்த்தகலி யுகஞ்சென்று மற்றொருகம்
அருகில்வரும் பான்மை தோன்றக்
காழ்த்தமன வீரமுடன் யுகாந்தரத்தின்
நிலையினிது காட்டி நின்றான்.

3. மண்ணாளும் மன்னரவன் தனைச்சிறைசெய்
திட்டாலும் மாந்த ரெல்லாம்
கண்ணாகக் கருதியவன் புகழோதி
வாழ்த்திமனங் களிக்கின் றாரால்;
எண்ணாது நற்பொருளைத் தீதென்பார்
சிலருலகில் இருப்ப ரன்றே?
விண்ணாரும் பரிதியொளி வெறுத்தொருபுள்
இருளினிது விரும்பல் போன்றே!

4. இன்னாத பிறர்க்கெண்ணான் பாரதநாட்
டிற்கிரங்கி இதயம் நைவான்
ஒன்னாரென் றெவருமிலான் உலகனைத்தும்
ஒருயிரென் றுணர்ந்த ஞானி,
அன்னானைச் சிறைப்படுத்தார் மேலோர்தம்
பெருமையெதும் அறிகி லாதார்;
முன்னாளில் துன்பின்றி இன்பம்வரா
தெனப்பெரியார் மொழிந்தா ரன்றே!

பூபேந்திரர் – விவேகானந்தரின் இளவல், பாபேந்திரியம் செறுத்த – உலக இன்பங்களை நாடும் புலன்களை ஒடுக்கிய, அதமர் – கீழ்மக்கள் (அறிவற்றோர்), பாழ்த்த – கெட்ட, காழ்த்த – வைரமேறிய, யுகாந்தர்– பூபேந்திரர் ஆசிரியராக இருந்து நடத்திய வங்காள இதழ், பரிதி – ஞாயிறு, புள் – பறவை, ஒன்னார் – பகைவர்

45. வாழ்க திலகன் நாமம்

பல்லவி

வாழ்க திலகன் நாமம்! வாழ்க வாழ்கவே!
வீழ்க கொடுங் கோன்மை! வீழ்க வீழ்கவே!

சரணங்கள்

1. நாலு திசையும் ஸ்வாதந்தர்ய
    நாதம் எழுகவே!
   நரக மொத்த அடிமை வாழ்வு
    நைந்து கழிகவே!
   ஏலும் மனிதர் அறிவை யடர்க்கும்
    இருள் அழிகவே!
   எந்த நாளும் உலகமீதில்
    அச்சம் ஒழிகவே!   (வாழ்க)

2. கல்வி யென்னும் வலிமை கொண்ட
    கோட்டை கட்டினான் – நல்ல
   கருத்தினா லதனைச் சூழ்ந்தோர்
    அகழி வெட்டினான்
   சொல்விளக்க மென்று அதனிடைக்
    கோயி லாக்கினான்
   ஸ்வாதந் தர்யம் என்றதன்மேற்
    கொடியைத் தூக்கினான்.   (வாழ்க)

3. துன்பமென்னும் கடலைக் கடக்கும்
    தோணி அவன்பெயர்
   சோர்வென்னும் பேயை யோட்டுஞ்
    சூழ்ச்சி அவன்பெயர்
   அன்பெனுந் தேனூறித் ததும்பும்
    புதுமலர் அவன்பேர்
   ஆண்மையென்னும் பொருளைக் காட்டும்
    அறிகுறி அவன்பேர்.   (வாழ்க)

ஸ்வாதந்தர்யம் – சுதந்திரம், ஏலும் – இயலும்; பொருந்தும்

46. திலகர் முனிவர் கோன்

1. நாம கட்குப் பெருந்தொண் டியற்றிப்பல்
  நாட்டி னோர்தம் கலையிலும் அவ்வவர்
தாம கத்து வியப்பப் பயின்றொரு
  சாத்தி ரக்கட லென்ன விளங்குவோன்;
மாம கட்குப் பிறப்பிட மாகமுன்
  வாழ்ந்திந் நாளில் வறண்டயர் பாரதப்
பூம கட்கு மனந்துடித் தேயிவள்
  புன்மை போக்குவல் என்ற விரதமே.

2. நெஞ்ச கத்தோர் கணத்திலும் நீங்கிலான்
  நீத மேலோர் உருவெனத் தோன்றினோன்;
வஞ்ச கத்தைப் பகையெனக் கொண்டதை
  மாய்க்கு மாறு மனத்திற் கொதிக்கின்றோன்;
துஞ்சு மட்டுமிப் பாரத நாட்டிற்கே
  தொண்டிழைக்கத் துணிந்தவர் யாவரும்
அஞ்செ ழுத்தினைச் சைவர் மொழிதல்போல்
  அன்பொ டோதும் பெயருடை ஆரியன்.

3. வீர மிக்க மராட்டியர் ஆதரம்
  மேவிப் பாரத தேவி திருநுதல்
ஆர வைத்த திலக மெனத்திகழ்
  ஐயன் நல்லிசைப் பாலகங் காதரன்,
சேர லர்க்கு நினைக்கவுந் தீயென
  நின்ற எங்கள் திலக முனிவர்கோன்
சீர டிக்கம லத்தினை வாழ்த்துவேன்
  சிந்தை தூய்மை பெறுகெனச் சிந்தித்தே.

நாமகள், மாமகள், பூமகள் – கலைமகள்; மலைமகள்; திருமகள், புன்மை– துன்பம்; இழிவு, துஞ்சுமட்டும் – இறக்கும் வரை, அஞ்செழுத்து – நமசிவாய, ஆதரம் – அன்பு, சேரலர் – பகைவர்

47. லாஜபதி

1\. விண்ணகத்தே இரவிதனை வைத்தாலும்
அதன்கதிர்கள் விரைந்து வந்து
கண்ணகத்தே ஒளிதருதல் காண்கிலமோ?
நின்னையவர் கனன்றிந் நாட்டு
மண்ணகத்தே வாழாது புறஞ்செய்தும்
யாங்களெலாம் மறக்கொ ணாதெம்
எண்ணகத்தே, லாஜபதி! இடையின்றி
நீவளர்தற் கென்செய் வாரே?

2\. ஒருமனிதன் தனைப்பற்றிப் பலநாடு
கடத்தியவற்கு ஊறு செய்தல்
அருமையிலை; எளிதினவர் புரிந்திட்டார்
என்றிடினும் அந்த மேலோன்
பெருமையைநன் கறிந்தவனைத் தெய்வமென
நெஞ்சினுளே பெட்பிற் பேணி
வருமனிதர் எண்ணற்றார் இவரையெலாம்
ஓட்டியெவர் வாழ்வ திங்கே?

3\. பேரன்பு செய்தாரில் யாவரே
பெருந்துயரம் பிழைத்து நின்றார்?
ஆரன்பு நாரணன்பால் இரணியன்சேய்
செய்ததினால் அவனுக்கு உற்ற
கோரங்கள் சொலத்தகுமோ? பாரத நாட்
டிற்பத்தி குலவி வாழும்
வீரங்கொள் மனமுடையார் கொடுந்துயரம்
பலவடைதல் வியத்தற்கு ஒன்றோ?

கனன்று – சினந்து, புறஞ்செய்து – நாடுகடத்தி, பெட்பு – அன்பு, பிழைத்து – பொய்த்து, இரணியன்சேய் – பிரகலாதன், கோரம் – கொடுமை, பத்தி – பக்தி

48. லாஜபதியின் பிரலாபம்

கண்ணிகள்

1. நாடிழந்து மக்களையும் நல்லாளை யும்பிரிந்து
வீடிழந் திங்குற்றேன் விதியினையென் சொல்கேனே?

2. வேதமுனி போன்றார் விருத்தரா மெந்தையிரு
பாதமலர் கண்டு பரவப் பெறுவேனோ?

3. ஆசைக் குமரன் அர்ச்சுனனைப் போல்வான்றன்
மாசற்ற சோதி வதனமினிக் காண்பேனோ?

4. அன்றிலைப்போன் றென்னை அரைக்கணமே
னும்பிரிந்தால்
குன்றிமனஞ் சோர்வாள்இக் கோலம் பொறுப்பாளோ?

5. வீடும் உறவும் வெறுத்தாலும் என்னருமை
நாடு பிரிந்த நலிவினுக்கென் செய்கேனே?

6. ஆதிமறை தோன்றியநல் லாரியநா டெந்நாளும்
நீதிமறை வின்றி நிலைத்த திருநாடு;

7. சிந்துவெனுந் தெய்வத் திருநதியும் மற்றதிற்சேர்
ஐந்துமணி யாறும் அளிக்கும் புனல்நாடு;

8. ஐம்புலனை வென்ற அறவோர்க்கும் மாற்றலர்தம்
வெம்புலனை வென்ற எண்ணில் வீரருக்குந் தாய்நாடு;

9. நல்லறத்தை நாட்டுதற்கு நம்பெருமான் கௌரவராம்
புல்லரைச்செற் றாழ்த்த புனிதப் பெருநாடு;

10. கல்நா ணுந் திண்தோள் களவீரன் பார்த்தனொரு
வில்நா ணொலிகேட்ட மேன்மைத் திருநாடு;

பிரலாபம் – புலம்பல், புல்லர் – கீழ்மக்கள்; அறிவீனர்,
பார்த்தன் – அருச்சுனன்

11. கன்ன னிருந்த கருணைநிலம், தர்மனெனும்
    மன்னன் அறங்கள் வளர்த்த புகழ்நாடு;

12. ஆரியர்தம் தர்மநிலை ஆதரிப்பான் வீட்டுமனார்
    நாரியர்தங் காதல் துறந்திருந்த நன்னாடு;

13. வீமன் வளர்ந்த விறல்நாடு, வில்லசுவத்
    தாம னிருந்து சமர்புரிந்த வீரநிலம்.

14. சீக்கரெனும் எங்கள்விறல் சிங்கங்கள் வாழ்தருநல்
    ஆக்கமுயர் குன்றம் அடர்ந்திருக்கும் பொன்னாடு.

15. ஆரியர் பாழாகா தருமறையின் உண்மைதந்த
    சீரியர் மெய்ஞ்ஞான தயாநந்தர் திருநாடு.

16. என்னருமைப் பாஞ்சாலம் என்றேனும் காண்பேனோ?
    பன்னரிய துன்பம் படர்ந்திங்கே மாய்வேனோ?

17. ஏதெல்லாம் பாரதத்தே இந்நாள் நடப்பனவோ?
    ஏதெல்லாம் யானறியாது என்மனிதர் பட்டனரோ?

18. என்னை நினைந்தும் இரங்குவரோ? அல்லாது
    பின்னைத் துயர்களிலென் பேரும்மறந் திட்டாரோ?

19. தொண்டுபட்டு வாடுமென்றன் தூய பெருநாட்டில்
    கொண்டுவிட்டங் கென்னையுடன் கொன்றாலும்
                                                  இன்புறுவேன்.

20. எத்தனை ஜன்மங்கள் இருட்சிறையி லிட்டாலும்
    தத்துபுனற் பாஞ்சாலந் தன்னில்வைத்தால் வாடுகிலேன்.

---

*கன்னன் – கர்ணன், நாரியர் – பெண்கள், விறல் – வீரம்; வலிமை,
பன்னரிய – சொல்லவியலாத, தொண்டுபட்டு – அடிமைப்பட்டு,
தத்துபுனல் – பாய்கின்ற ஆறு*

49. வ.உ.சி.க்கு வாழ்த்து

வேளாளன் சிறைபுகுந்தான் தமிழகத்தார்
  மன்னனென மீண்டான் என்றே
கேளாத கதைவிரைவிற் கேட்பாய்நீ
  வருந்தலைஎன் கேண்மைக் கோவே!
தாளாண்மை சிறிதுகொலோ யாம்புரிவேம்
  நீஇறைக்குத் தவங்கள் ஆற்றி,
வாளாண்மை நின்துணைவர் பெறுகெனவே
  வாழ்த்துதிநீ! வாழ்தி! வாழ்தி!

தாளாண்மை – முயற்சி

50. மாஜினியின் பிரதிக்கினை

1. பேரருட் கடவுள் திருவடி ஆணை,
   பிறப்பளித் தெமையெலாம் புரக்கும்
தாரணி விளக்காம் என்னரு நாட்டின்
   தவப்பெய ரதன்மிசை ஆணை,
பாரவெந் துயர்கள் தாய்த்திரு நாட்டின்
   பணிக்கெனப் பல்விதத் துழன்ற
வீரர், நம்நாடு வாழ்கென வீழ்ந்த
   விழுமியோர் திருப்பெயர் ஆணை.

2. ஈசன்இங் கெனக்கும் என்னுடன் பிறந்தோர்
   யாவர்க்கும் இயற்கையின் அளித்த
தேசம்இன் புறுவான் எனக்கவன் பணித்த
   சீருயர் அறங்களின் ஆணை,
மாசறும் என்நல் தாயினைப் பயந்தென்
   வழிக்கெலாம் உறையுளாம் நாட்டின்
ஆசையிங் கெவர்க்கும் இயற்கையாம் அன்றோ?
   அத்தகை அன்பின்மீது ஆணை.

3. தீயன புரிதல், முறைதவி ருடைமை,
   செம்மைதீர் அரசியல், அநீதி
ஆயவற்று என்னெஞ்சு இயற்கையின் எய்தும்
   அரும்பகை அதன்மிசை ஆணை,
தேயமொன் றற்றேன், நற்குடிக் குரிய
   உரிமைகள் சிறிதெனும் இல்லேன்,
தூயசீ ருடைத்தாம் சுதந்திரத் துவசம்
   துளங்கிலா நாட்டிடைப் பிறந்தேன்.

4. மற்றை நாட்டவர்முன் நின்றிடும் போழ்து
   மண்டும்என் வெட்கத்தின் ஆணை,
முற்றிய வீடு பெறற்கெனப் படைப்புற்று
   அச்செயல் முடித்திட வலிமை

புரக்கும் – காக்கும், பாரவெந்துயர் – மிகுகொடுந்துயர், விழுமியர் – மேன்மையர், துவசம் – கொடி, துளங்கல் – அசைதல்; ஒளிசெய்தல்

அற்றதால் மறுகும் என்னுயிர்க்கு அதனில்
ஆர்ந்தபே ராவலின் ஆணை,
நற்றவம் புரியப் பிறந்ததா யினும்இந்
நலனறும் அடிமையின் குணத்தால்

5. வலியிழந் திருக்கும் என்னுயிர்க்கு அதன்கண்
வளர்ந்திடும் ஆசைமீது ஆணை,
மலிவுறு சிறப்பின் எம்முடை முன்னோர்
மாண்பதன் நினைவின்மீது ஆணை,
மெலிவுடன் இந்நாள் யாங்கள் வீழ்ந்திருக்கும்
வீழ்ச்சியி னுணர்ச்சிமீது ஆணை,
பொலிவுறு புதல்வர் தூக்கினி லிறந்தும்
புன்சிறைக் களத்திடை யழிந்தும்

6. வேற்று நாடுகளில் அவர்துரத் துண்டு
மெய்குலைந்து இறந்துமே படுதல்
ஆற்ற கிலாராய் எம்மரு நாட்டின்
அன்னைமார் அழும்கணீர் ஆணை,
மாற்றல ரெங்கள் கோடியர்க் கிழைக்கும்
வகுக்கொணாத் துயர்களின் ஆணை,
ஏற்ற இவ்வாணை அனைத்துமேற் கொண்டே
யான்செயுஞ் சபதங்கள் இவையே:

7. கடவுள்இந் நாட்டிற் கீந்ததோர் புனிதக்
கட்டளை தன்னினும், அதனைத்
திடனுற நிறுவ முயலுதல் மற்றித்
தேசத்தே பிறந்தவர்க் கெல்லாம்
உடனுறு கடமை யாகுமென் பதினும்
ஊன்றிய நம்புதல் கொண்டும்,
தடநில மிசையோர் சாதியை இறைவன்
சமைக்கெனப் பணிப்பனேல் அதுதான்

8. சமைதலுக் குரிய திறமையும் அதற்குத்
தந்துள னென்பதை யறிந்தும்,
அமையுமத் திறமை ஜனங்களைச் சாரும்,
அன்னவர் தமக்கெனத் தாமே

சமைதல் – உண்டாதல்

தமையலது எவர்கள் துணையு மில்லாது
தம்மருந் திறமையைச் செலுத்தல்
சுமையெனப் பொறுப்பின் செயத்தினுக் கதுவே
சூழ்ச்சியாம் என்பதை யறிந்தும்,

9. கருமமும் சொந்த நலத்தினைச் சிறிதும்
கருதிடா தளித்தலுந் தானே
தருமமாம் என்றும், ஒற்றுமை யோடு
தளர்விலாச் சிந்தனை கொளலே
பெருமைகொள் வலியாம் என்றுமே மனத்தில்
பெயர்ந்திடா உறுதிமேற் கொண்டும்,
அருமைசால் சபத மிவைபுரி கின்றேன்
ஆணைக ளனைத்தும் முற்கொண்டே.

10. என்னுட னொத்த தருமத்தை ஏற்றோர்
இயைந்தஇவ் வாலிபர் சபைக்கே
தன்னுடல் பொருளும் ஆவியு மெல்லாம்
தத்தமாய் வழங்கினேன்; எங்கள்
பொன்னுயர் நாட்டை ஒற்றுமை யுடைத்தாய்ச்
சுதந்திரம் பூண்டது வாகி
இன்னுமோர் நாட்டின் சார்வில தாகிக்
குடியர சியன்றதாய் இலக.

11. இவருடன் யானும் இணங்கியே என்றும்
இதுவலால் பிறதொழில் இலனாய்த்
தவறறு முயற்சி செய்திடக் கடவேன்.
சந்ததஞ் சொல்லினால், எழுத்தால்,
அவமறு செய்கை யதனினால், இயலும்
அளவெலாம், எம்மவர் இந்த
நவமுறு சபையி னொருபெருங் கருத்தை
நன்குஇதின் அறிந்திடப் புரிவேன்.

கடவேன் – புரிவேன்; தகுதியாவேன், சந்ததம் – எப்போதும்

12. உயருமிந் நோக்கம் நிறைவுற 'இணக்கம்'
ஒன்றுதான் மார்க்கமென் பதுவும்,
செயம்நிலை யாகச் செய்திடற்கு அறமே
சிறந்ததோர் மார்க்கமென் பதுவும்,
பெயர்வற எங்கள் நாட்டினர் மனதிற்
பேணுமாறு இயற்றிடக் கடவேன்;
அயலொரு சபையில் இன்றுதோறு என்றும்
அமைந்திடா திருந்திடக் கடவேன்.

13. எங்கள்நாட் டொருமை என்னொடும் குறிக்கும்
இச்சபைத் தலைவராய் இருப்போர்
தங்கள்ஆக் கினைக ளனைத்தையும் பணிந்து
தலைக்கொளற்கு என்றுமே கடவேன்;
இங்கெனது ஆவி மாய்ந்திடு மேனும்
இவர்பணி வெளியிடா திருப்பேன்;
துங்கமார் செயலால் போதனை யாலும்
இயன்றிடும் துணைஇவர்க்கு அளிப்பேன்.

14. இன்றும் எந்நாளும் இவைசெயத் தவறேன்,
மெய்யிது, மெய்யிது, இவற்றை
என்றுமே தவறி யிழைப்பனேல் என்னை
ஈசனார் நாசமே புரிக;
அன்றியும் மக்கள் வெறுத்தெனை இகழ்க;
அசத்தியப் பாதகம் சூழ்க;
நின்றதீ யெழுவாய் நரகத்தின் வீழ்ந்து
நித்தம்யான் உழலுக மன்னோ!

வேறு

15. பேசி நின்ற பெரும்பிர திக்கினை
மாசி லாது நிறைவுறும் வண்ணமே
ஆசி கூறி யருளுக! ஏழையேற்கு
ஈசன் என்றும் இதயத்து இலகியே.

ஆக்கினை – கட்டளை, பிரதிக்கினை – நேர்த்திக்கடன்; உறுதி எடுத்துக்கொள்ளல், இதயத்து இலகியே – இதயத்தில் ஒளியாய் நின்றே

51. பெல்ஜியத்திற்கு வாழ்த்து

1. அறத்தினால் வீழ்ந்து விட்டாய்;
அன்னியன் வலியனாகி
மறத்தினால் வந்து செய்த
வன்மையைப் பொறுத்தல் செய்யாய்;
முறத்தினால் புலியைக் காக்கும்
மொய்வரைக் குறப்பெண் போலத்
திறத்தினால் எளியை யாகிச்
செய்கையால் உயர்ந்து நின்றாய்!

2. வண்மையால் வீழ்ந்து விட்டாய்;
வாரிபோற் பகைவன் சேனை
திண்மையோடு அடர்க்கும் போதில்
சிந்தனை மெலித லின்றி
ஒண்மைசேர் புகழே மேலென்று
உளத்திலே உறுதி கொண்டாய்;
உண்மைதேர் கோல நாட்டார்
உரிமையைக் காத்து நின்றாய்!

3. மானத்தால் வீழ்ந்து விட்டாய்;
மதிப்பிலாப் பகைவர் வேந்தன்
வானத்தாற் பெருமை கொண்ட
வலிமைதான் உடைய னேனும்,
ஊனத்தால் உள்ள மஞ்சி
ஒதுங்கிட மனவொவ் வாமல்
ஆனத்தைச் செய்வோ மென்றே
அவன்வழி எதிர்த்து நின்றாய்!

4. வீரத்தால் வீழ்ந்து விட்டாய்;
மேல்வரை யுருளுங் காலை
ஓரத்தே ஒதுங்கித் தன்னை
ஒளித்திட மனமொவ் வாமல்
பாரத்தை எளிதாய்க் கொண்டாய்;
பாம்பினைப் புழுவே யென்றாய்,
நேரத்தே பகைவன் தன்னை
நில்லென முனைந்து நின்றாய்.

காக்கும் – எதிர்கொள்ளும், ஒண்மை – ஒளி; நன்மை

5. துணிவினால் வீழ்ந்து விட்டாய்;
   தொகையிலாப் படைக ளோடும்
   பிணிவளர் செருக்கி னோடும்
   பெரும்பகை எதிர்த்த போது
   பணிவது கருத மாட்டாய்;
   பதுங்குதல் பயனென் றெண்ணாய்;
   தணிவதை நினைக்க மாட்டாய்;
   'நில்'லெனத் தடுத்தல் செய்தாய்.

6. வெருளுத லறிவென் றெண்ணாய்;
   விபத்தையோர் பொருட்டாய்க் கொள்ளாய்;
   சுருளலை வெள்ளம் போலத்
   தொகையிலாப் படைகள் கொண்டே
   மருளுறு பகைவர் வேந்தன்
   வலிமையாற் புகுந்த வேளை
   "உருளுக தலைகள், மானம்
   ஓங்குக"என் றெதிர்த்து நின்றாய்.

7. யாருக்கே பகையென் றாலும்
   யார்மிசை இவன்சென் றாலும்
   ஊருக்குள் எல்லை தாண்டி
   உத்தர வெண்ணி டாமல்,
   போருக்குக் கோலம் பூண்டு
   புகுந்தவன் செருக்குக் காட்டை
   வேருக்கும் இடமில் லாமல்
   வெட்டுவேனென்று நின்றாய்.

8. வேள்வியில் வீழ்வ தெல்லாம்
   வீரமும் புகழு மிக்கு
   மீள்வதுண் டுலகிற் கென்றே
   வேதங்கள் விதிக்குமென்பர்;
   ஆள்வினை செய்யும் போதில்
   அறத்திலே இளைத்து வீழ்ந்தார்
   கேள்வியுண் டுடனே மீளக்
   கிளர்ச்சிகொண் டுயிர்த்து வாழ்தல்.

வெருளுதல் – அஞ்சுதல், ஆள்வினை – முயற்சி, கிளர்ச்சி – எழுச்சி

மகாகவி பாரதியார் கவிதைகள்

9. விளக்கொளி மழுங்கிப் போக
 வெயிலொளி தோன்று மட்டும்,
 களக்கமார் இருளின் மூழ்கும்
 கனக மாளிகையு முண்டாம்;
 அளக்கருந் தீதுற் றாலும்
 அச்சமே உளத்துக் கொள்ளார்,
 துளக்கற வோங்கி நிற்பர்;
 துயருண்டோ துணிவுள் ளோர்க்கே!

மழுங்கி – மங்கி, களக்கம் – குற்றம், துளக்கம் – கலக்கம்

52. புதிய ருஷியா

(ஜார் சக்கரவர்த்தியின் வீழ்ச்சி)

1. மாகாளி பராசக்தி உருசியநாட்
   டினிற்கடைக்கண் வைத்தாள், அங்கே;
ஆகாவென் றெழுந்ததுபார் யுகப்புரட்சி;
   கொடுங்காலன் அலறி வீழ்ந்தான்;
வாகான தோள்புடைத்தார் வானமரர்;
   பேய்களெல்லாம் வருந்திக் கண்ணீர்
போகாமற் கண்புகைந்து மடிந்தனவாம்;
   வையகத்தீர், புதுமை காணீர்!

2. இரணியன்போ லரசாண்டான் கொடுங்கோலன்
   ஜாரெனும்பே ரிசைந்த பாவி;
சரணின்றித் தவித்திட்டார் நல்லோரும்
   சான்றோரும்; தருமந் தன்னைத்
திரணமெனக் கருதிவிட்டான் ஜார்மூடன்!
   பொய்சூது தீமை யெல்லாம்
அரணியத்திற் பாம்புகள்போல் மலிந்துவளர்ந்
   தோங்கினவே அந்த நாட்டில்.

3. உழுதுவிதைத் தறுப்பாருக் குணவில்லை;
   பிணிகள்பல வுண்டு; பொய்யைத்
தொழுதடிமை செய்வார்க்குச் செல்வங்க
   ளுண்டு; உண்மை சொல்வோர்க் கெல்லாம்
எழுதரிய பெருங்கொடுமைச் சிறையுண்டு;
   தூக்குண்டே யிறப்ப துண்டு;
முழுதுமொரு பேய்வனமாஞ் சிவேரியிலே
   ஆவிகெட முடிவ துண்டு.

4. இம்மென்றால் சிறைவாசம்; ஏனென்றால்
   வனவாசம்; இவ்வா றங்கே
செம்மையெலாம் பாழாகிக் கொடுமையே
   அறமாகித் தீர்ந்த போதில்,

திரணம் – சிறுபுல் (அ) துரும்பு, அரணியம்: ஆரண்யம் – காடு

அம்மைமனங் கனிந்திட்டாள்; அடிபரவி
உண்மைசொலும் அடியார் தம்மை
மும்மையிலும் காத்திடுநல் விழியாலே
நோக்கினாள்; முடிந்தான் காலன்.

5. இமயமலை வீழ்ந்ததுபோல் வீழ்ந்துவிட்டான்
ஜாரரசன்; இவனைச் சூழ்ந்து
சமயமுள படிக்கெல்லாம் பொய்கூறி
அறங்கொன்று சதிகள் செய்த
சுமடர்சட சடவென்று சரிந்திட்டார்,
புயற்காற்றுச் சூறை தன்னில்
திமுதிமென மரம்விழுந்து காடெல்லாம்
விறகான செய்தி போலே!

6. குடிமக்கள் சொன்னபடி குடிவாழ்வு
மேன்மையுறக் குடிமை நீதி
கடியொன்றி லெழுந்ததுபார்; குடியரசென்று
உலகறியக் கூறி விட்டார்;
அடிமைக்குத் தளையில்லை யாருமிப்போது
அடிமையில்லை அறிக என்றார்;
இடிபட்ட சுவர்போலே கலிவிழுந்தான்,
கிருதயுகம் எழுக மாதோ!

சுமடர் – கீழ்மக்கள், கடி – கணம்; நாழிகை

53. கரும்புத் தோட்டத்திலே

ஹரிகாம்போதி ஜன்யம்
ராகம் – ஸைந்தவி
தாளம் – திஸ்ரசாப்பு

பல்லவி

கரும்புத் தோட்டத்திலே – ஆ!
கரும்புத் தோட்டத்திலே

சரணங்கள்

1. கரும்புத் தோட்டத்திலே – அவர்
கால்களும் கைகளும் சோர்ந்து விழும்படி
வருந்து கின்றனரே! – ஹிந்து
மாதர்தம் நெஞ்சு கொதித்துக் கொதித்துமெய்
சுருங்குகின்றனரே! – அவர்
துன்பத்தை நீக்க வழியில்லையோ? ஒரு
மருந்திதற் கில்லையோ? – செக்கு
மாடுகள் போலுழைத் தேங்குகிறார் அந்தக்
(கரும்பு)

2. பெண்ணென்று சொல்லிடிலோ – ஒரு
பேயும் இரங்கும் என்பார்; தெய்வமே! நினது
எண்ணம் இரங்காதோ? – அந்த
ஏழைகள் அங்கு சொரியுங் கண்ணீர் வெறும்
மண்ணிற் கலந்திடுமோ? – தெற்கு
மாகடலுக்கு நடுவினிலே, அங்கொர்
கண்ணற்ற தீவினிலே – தனிக்
காட்டினிற் பெண்கள் புழுங்குகின்றார், அந்தக்
(கரும்பு)

3. நாட்டை நினைப்பாரோ? – எந்த
நாளினிப் போயதைக் காண்பதென்றே அன்னை
வீட்டை நினைப்பாரோ? – அவர்
விம்மிவிம்மி விம்மி விம்மியழுங் குரல்
கேட்டிருப்பாய் காற்றே! – துன்பக்
கேணியிலே எங்கள் பெண்கள் அழுதசொல்
மீட்டும் உரையாயோ? – அவர்
விம்மி யழவுந் திறங்கெட்டுப் போயினர் (கரும்பு)

4. நெஞ்சம் குமுறுகிறார் - கற்பு
   நீங்கிடச் செய்யும் கொடுமையிலே அந்தப்
   பஞ்சை மகளிரெல்லாம் - துன்பப்
   பட்டு மடிந்து மடிந்து மடிந்தொரு
   தஞ்சமு மில்லாதே - அவர்
   சாகும் வழக்கத்தை இந்தக் கணத்தினில்
   மிஞ்ச விடலாமோ! - ஆ!
   வீர கராளீ சாமுண்டி காளீ! (கரும்பு)

4. பல்வகைப் பாடல்கள் – 1

1. புதிய ஆத்திசூடி

(காப்பு – பரம்பொருள் வாழ்த்து)

ஆத்தி சூடி, இளம்பிறை யணிந்து,
மோனத் திருக்கும் முழுவெண் மேனியான்;
கருநிறங் கொண்டுபாற் கடல்மிசைக் கிடப்போன்;
மகமது நபிக்கு மறையருள் புரிந்தோன்;
ஏசுவின் தந்தை எனப்பல மதத்தினர்
உருவகத் தாலே உணர்ந்துண ராது
பலவகை யாகப் பரவிடும் பரம்பொருள்
ஒன்றே; அதனியல் ஒளியுறும் அறிவாம்;
அதனிலை கண்டார் அல்லலை அகற்றினார்;
அதனருள் வாழ்த்தி அமரவாழ்வு எய்துவோம்.

நூல்

அச்சம் தவிர்.
ஆண்மை தவறேல்.
இளைத்தல் இகழ்ச்சி.
ஈகை திறன்.
உடலினை உறுதிசெய்.   5

ஊண்மிக விரும்பு.
எண்ணுவது உயர்வு.
ஏறுபோல் நட.
ஐம்பொறி ஆட்சி கொள்.
ஒற்றுமை வலிமையாம்.   10

ஓய்தல் ஒழி.
ஒளடதம் குறை.
கற்றது ஒழுகு.
காலம் அழியேல்.
கிளைபல தாங்கேல்.   15

கீழோர்க்கு அஞ்சேல்.
குன்றென நிமிர்ந்துநில்.
கூடித் தொழில்செய்.
கெடுப்பது சோர்வு.
கேட்டிலும் துணிந்துநில்.   20

ஈகை – கொடை, ஏறு – சிங்கம்; எருது, கிளை – சுற்றம், ஒளடதம் – மருந்து

கைத்தொழில் போற்று.
கொடுமையை எதிர்த்துநில்.
கோல்கைக் கொண்டுவாழ்.
கவ்வியதை விடேல்.
சரித்திரத் தேர்ச்சிகொள். 25

சாவதற்கு அஞ்சேல்.
சிதையா நெஞ்சுகொள்.
சீறுவோர்ச் சீறு.
சுமையினுக்கு இளைத்திடேல்.
சூரரைப் போற்று 30

செய்வது துணிந்துசெய்.
சேர்க்கை அழியேல்.
சைகையில் பொருளுணர்.
சொல்வது தெளிந்துசொல்.
சோதிடந் தனைஇகழ். 35

சௌரியம் தவறேல்.
ஞமலிபோல் வாழேல்.
ஞாயிறு போற்று.
ஞிமிரென இன்புறு.
ஞெகிழ்வது அருளின். 40

ஞேயம் காத்தல்செய்.
தன்மை இழவேல்.
தாழ்ந்து நடவேல்.
திருவினை வென்றுவாழ்.
தீயோர்க்கு அஞ்சேல். 45

துன்பம் மறந்திடு.
தூற்றுதல் ஒழி.
தெய்வம் நீ என்றுணர்.
தேசத்தைக் காத்தல்செய்.
தையலை உயர்வுசெய். 50

சௌரியம் – வீரம், ஞமலி – நாய், ஞிமிர் (ஞிமிறு) – வண்டு, ஞெகிழ்தல்–
நெகிழ்தல், ஞேயம் – நேசம், திரு – செல்வம், தையல் – பெண்

தொன்மைக்கு அஞ்சேல்.
தோல்வியில் கலங்கேல்.
தவத்தினை நிதம் புரி.
நன்று கருது.
நாளெலாம் வினைசெய்.   55

நினைப்பது முடியும்.
நீதிநூல் பயில்.
நுனியளவு செல்.
நூலினைப் பகுத்துணர்.
நெற்றி சுருக்கிடேல்.   60

நேர்படப் பேசு.
நையப் புடை.
நொந்தது சாகும்.
நோற்பது கைவிடேல்.
பணத்தினைப் பெருக்கு.   65

பாட்டினில் அன்புசெய்.
பிணத்தினைப் போற்றேல்.
பீழைக்கு இடங்கொடேல்.
புதியன விரும்பு.
பூமி இழந்திடேல்.   70

பெரிதினும் பெரிதுகேள்.
பேய்களுக்கு அஞ்சேல்.
பொய்மை இகழ்.
போர்த்தொழில் பழகு.
மந்திரம் வலிமை.   75

மானம் போற்று.
மிடிமையில் அழிந்திடேல்.
மீளுமாறு உணர்ந்துகொள்.
முனையிலே முகத்துநில்.
மூப்பினுக்கு இடங்கொடேல்.   80

மிடிமை – வறுமை, முனையிலே முகத்து – போர்க்களத்தில் முதலாவதாக (அல்லது) செயலில் முதலாவதாக, நில் – நிற்றல்; விளங்குதல்; நிலைபெறல்

மெல்லத் தெரிந்துசொல்.
மேழி போற்று.
மொய்ம்புறத் தவஞ்செய்.
மோனம் போற்று.
மௌட்டியந் தனைக்கொல். 85

யவனர்போல் முயற்சிகொள்.
யாரையும் மதித்துவாழ்.
யௌவனம் காத்தல்செய்.
ரஸத்திலே தேர்ச்சிகொள்.
ராஜஸம் பயில். 90

ரீதி தவறேல்.
ருசிபல வென்றுணர்.
ரூபம் செம்மைசெய்.
ரேகையில் கனிகொள்.
ரோதனம் தவிர். 95

ரௌத்திரம் பழகு.
லவம்பல வெள்ளமாம்.
லாகவப் பயிற்சிசெய்.
லீலை இவ்வுலகு.
(உ)லுத்தரை இகழ். 100

(உ)லோகநூல் கற்றுணர்.
லௌகிகம் ஆற்று.
வருவதை மகிழ்ந்துண்.
வானநூல் பயிற்சிகொள்.
விதையினைத் தெரிந்திடு. 105

வீரியம் பெருக்கு.
வெடிப்புறப் பேசு.
வேதம் புதுமைசெய்.
வையத் தலைமைகொள்.
வௌவுதல் நீக்கு. 110

மேழி – உழவு, மொய்ம்பு – வலிமை, மௌட்டியம் – அறியாமை, யவனர் – மேற்கு தேசத்தவர் (ரோம், கிரேக்கம், பாரசீகம்), யௌவனம்– இளமை, ரஸம் – இரசனை, ராஜஸம் – முக்குணத்துள் ஒன்று, ரீதி – ஒழுங்கு, ரேகை – கை; எழுத்து; சித்திரம், ரோதனம் – அழுகை, ரௌத்திரம் – கோபம், லவம் – துளி, வையம் – உலகம், வௌவுதல்– திருடல்

2. பாப்பா பாட்டு

1. ஓடி விளையாடு பாப்பா! – நீ
   ஓய்ந்திருக்க லாகாது பாப்பா!
   கூடி விளையாடு பாப்பா! – ஒரு
   குழந்தையை வையாதே பாப்பா!

2. சின்னஞ் சிறுகுருவி போலே – நீ
   திரிந்து பறந்துவா பாப்பா!
   வன்னப் பறவைகளைக் கண்டு – நீ
   மனத்தில் மகிழ்ச்சிகொள்ளு பாப்பா!

3. கொத்தித் திரியுமந்தக் கோழி – அதைக்
   கூட்டி விளையாடு பாப்பா!
   எத்தித் திருடுமந்தக் காக்காய் – அதற்கு
   இரக்கப் படவேணும் பாப்பா!

4. பாலைப் பொழிந்துதரும், பாப்பா – அந்தப்
   பசுமிக நல்லதடி பாப்பா!
   வாலைக் குழைத்துவரும் நாய்தான் – அது
   மனிதர்க்குத் தோழனடி பாப்பா!

5. வண்டி இழுக்கும்நல்ல குதிரை – ஊர்
   வயலில் உழுதுவரும் மாடு
   அண்டிப் பிழைக்கும் நம்மை ஆடு – இவை
   ஆதரிக்க வேணுமடி பாப்பா!

6. காலை எழுந்தவுடன் படிப்பு – பின்பு
   கனிவு கொடுக்கும்நல்ல பாட்டு;
   மாலை முழுதும் விளையாட்டு – என்று
   வழக்கப் படுத்திக்கொள்ளு பாப்பா!

7. பொய்சொல்லக் கூடாது பாப்பா! – என்றும்
   புறஞ்சொல்ல லாகாது பாப்பா!
   தெய்வம் நமக்குத்துணை பாப்பா! – ஒரு
   தீங்குவர மாட்டாது பாப்பா!

8. பாதகஞ் செய்பவரைக் கண்டால் – நாம்
   பயங்கொள்ள லாகாது பாப்பா!
   மோதி மிதித்துவிடு பாப்பா! – அவர்
   முகத்தில் உமிழ்ந்துவிடு பாப்பா!

9. துன்பம் நெருங்கிவந்த போதும் – நாம்
   சோர்ந்துவிட லாகாது பாப்பா!
   அன்பு மிகுந்த தெய்வமுண்டு – துன்பம்
   அத்தனையும் போக்கிவிடும் பாப்பா!

10. சோம்பல் மிகக்கெடுதி பாப்பா! – தாய்
    சொன்ன சொல்லைத் தட்டாதே பாப்பா!
    தேம்பி யழுங்குழந்தை நொண்டி! – நீ
    திடங்கொண்டு போராடு பாப்பா!

11. தமிழ்த்திரு நாடு தன்னைப் – பெற்ற
    தாயென்று கும்பிடடி பாப்பா!
    அமிழ்தில் இனியதடி பாப்பா! எங்கள்
    ஆரிய தேசமடி பாப்பா!

12. சொல்லி லினிதுதமிழ்ச் சொல்லே – அதைத்
    தொழுது படித்திடடி பாப்பா!
    செல்வம் நிறைந்த ஹிந்துஸ்தானம் – அதைத்
    தெய்வமென்று கொண்டாடு பாப்பா!

13. வடக்கில் இமயமலை பாப்பா! – தெற்கில்
    வாழும் குமரிமுனை பாப்பா!
    கிடக்கும் பெரியகடல் கண்டாய் – இதன்
    கிழக்கிலும் மேற்கிலும் பாப்பா!

14. வேத முடையதிந்த நாடு – நல்ல
    வீரர் பிறந்ததிந்த நாடு!
    சேதமில் லாதஹிந்ததுஸ் தானம் – இதைத்
    தெய்வமென்று கும்பிடடி பாப்பா!

15. சாதிகள் இல்லையடி பாப்பா – குலத்
 தாழ்ச்சி உயர்ச்சி சொல்லல் பாவம்;
 நீதி, உயர்ந்தமதி, கல்வி – அன்பு
 நிறைய உடையவர்கள் மேலோர்.

16. உயிர்க ளிடத்தில் அன்பு வேணும்! – தெய்வம்
 உண்மையென்று தானறிதல் வேணும்;
 வயிர முடையநெஞ்சு வேணும் – இது
 வாழும் முறைமையடி பாப்பா!

3. முரசு

வெற்றி எட்டுத் திக்கும் எட்டக் கொட்டு முரசே!
வேதம் என்றும் வாழ்க என்று கொட்டு முரசே!
நெற்றி யொற்றைக் கண்ணனோடே நிர்த்தனம் செய்தாள்
நித்த சக்தி வாழ்க என்று கொட்டு முரசே!

காப்பு

1. ஊருக்கு நல்லது சொல்வேன் – எனக்கு
   உண்மை தெரிந்தது சொல்வேன்;
   சீருக் கெல்லாம் முதலாகும் – ஒரு
   தெய்வம் துணைசெய்ய வேண்டும்.

நூல்

2. வேத மறிந்தவன் பார்ப்பான்
   வித்தை தெரிந்தவன் பார்ப்பான்
   நீதி நிலைதவ றாமல் – தண்ட
   நேமங்கள் செய்பவன் நாய்க்கன்.

3. பண்டங்கள் விற்பவன் செட்டி – அவை
   பண்ணு மவன்தொழி லாளி
   தொண்டரென் றோர்வகுப் பில்லை – தொழில்
   சோம்பரைப் போல்இழி வில்லை.

4. நாலு வகுப்பும்இங் கொன்றே – இந்த
   நான்கினில் ஒன்று குறைந்தால்
   வேலை தவறிச் சிதைந்தே – செத்து
   வீழ்ந்திடும் மானிடச் சாதி.

5. ஒற்றைக் குடும்பந் தனிலே – பொருள்
   ஓங்க வளர்ப்பவன் தந்தை;
   மற்றைக் கருமங்கள் செய்தே – மனை
   வாழ்ந்திடக் காப்பவள் தாயாம்;

6. ஏவல்கள் செய்பவர் மக்கள் – இவர்
 யாவரும் ஓர்குல மன்றோ?
 மேவி அனைவரும் ஒன்றாய் – நல்ல
 வீடு நடப்பது கண்டோம்.

7. சாதிப் பிரிவுகள் காட்டி – அதில்
 தாழ்வென்றும் மேலென்றும் சொல்வோர்
 நீதிப் பிரிவுகள் செய்வார் – அங்கு
 நித்தமும் சண்டைகள் செய்வார்.

8. சாதிக் கொடுமைகள் வேண்டாம் – அன்பு
 தன்னிற் செழித்திடும் வையம்
 ஆதர வுற்றிங்கு வாழ்வோம் – தொழில்
 ஆயிரம் மாண்புறச் செய்வோம்.

9. பெண்ணுக்கு ஞானத்தை வைத்தான் – புவி
 பேணி வளர்த்திடும் ஈசன்;
 மண்ணுக் குள்ளே சிலமூடர் – நல்ல
 மாத ரறிவைக் கெடுத்தார்.

10. கண்கள் இரண்டினில் ஒன்றைக் – குத்திக்
 காட்சி கெடுத்திட லாமோ?
 பெண்க ளறிவை வளர்த்தால் – வையம்
 பேதமை தீர்ந்திடுங் காணீர்.

11. தெய்வம் பலபல சொல்லிப் – பகைத்
 தீயை வளர்ப்பவர் மூடர்;
 உய்வ தனைத்திலும் ஒன்றாய் – எங்கும்
 ஓர்பொரு ளாவது தெய்வம்.

12. தீயினைக் கும்பிடும் பார்ப்பார் – நித்தம்
 திக்கை வணங்கும் துருக்கர்
 கோயிற் சிலுவையின் முன்னே – நின்று
 கும்பிடும் யேசு மதத்தார்;

13. யாரும் பணிந்திடும் தெய்வம் – பொருள்
    யாவினும் நின்றிடும் தெய்வம்
    பாருக்குள்ளே தெய்வம் ஒன்று – இதில்
    பற்பல சண்டைகள் வேண்டாம்.

14. வெள்ளை நிறத்தொரு பூனை – எங்கள்
    வீட்டில் வளருது கண்டீர்
    பிள்ளைகள் பெற்றதப் பூனை – அவை
    பேருக் கொருநிற மாகும்.

15. சாம்பர் நிறமொரு குட்டி – கருஞ்
    சாந்து நிறமொரு குட்டி
    பாம்பு நிறமொரு குட்டி – வெள்ளைப்
    பாலின் நிறமொரு குட்டி.

16. எந்த நிறமிருந் தாலும் – அவை
    யாவும் ஒரேதர மன்றோ?
    இந்த நிறம்சிறி தென்றும் – இஃது
    ஏற்ற மென்றும் சொல்லலாமோ?

17. வண்ணங்கள் வேற்றுமைப் பட்டால் – அதில்
    மானுடர் வேற்றுமை யில்லை;
    எண்ணங்கள் செய்கைக ளெல்லாம் – இங்கு
    யாவர்க்கும் ஒன்றெனல் காணீர்.

18. நிகரென்று கொட்டு முரசே! – இந்த
    நீணில மானுட ரெல்லாம்;
    தகரென்று கொட்டு முரசே! – பொய்மைச்
    சாதி வகுப்பினை யெல்லாம்.

19. அன்பென்று கொட்டு முரசே! – அதில்
    ஆக்கமுண் டாமென்று கொட்டு;
    துன்பங்கள் யாவுஞ் சிதறும் – வெறுஞ்
    சூதுப் பிரிவுகள் போனால்.

20. அன்பென்று கொட்டு முரசே! – மக்கள்
 அத்தனை பேரும் நிகராம்;
 இன்பங்கள் யாவும் விளையும் – இங்கு
 யாவரும் ஒன்றென்று கொண்டால்.

21. உடன்பிறந் தார்களைப் போல – இவ்
 வுலகில் மனிதரெல் லாரும்;
 இடம்பெரி துண்டுவை யகத்தில் – இதில்
 ஏதுக்குச் சண்டைகள் செய்வீர்?

22. மரத்தினை நட்டவன் தண்ணீர் – நன்கு
 வார்த்ததை ஓங்கிடச் செய்வான்,
 சிரத்தை யுடையது தெய்வம் – இங்கு
 சேர்த்த உணவெல்லை யில்லை.

23. வயிற்றுக்குச் சோறுண்டு கண்டீர்! – இங்கு
 வாழும் மனிதரெல் லோர்க்கும்;
 பயிற்றி உழுதுண்டு வாழ்வீர்! – பிறர்
 பங்கைத் திருடுதல் வேண்டாம்.

24. உடன்பிறந் தவர்களைப் போலே – இவ்
 வுலகில் மனிதரெல் லோரும்;
 திடங்கொண் டவர்மெலிந் தோரை – இங்குத்
 தின்று பிழைத்திட லாமோ?

25. வலிமை யுடையது தெய்வம் – நம்மை
 வாழ்ந்திடச் செய்வது தெய்வம்;
 மெலிவுகண் டாலும் குழந்தை – தன்னை
 வீழ்த்தி மிதித்திட லாமோ?

26. தம்பி சற்றே மெலிவானால் – அண்ணன்
 தானடிமை கொள்ள லாமோ?
 செம்புக்கும் கொம்புக்கும் அஞ்சி – மக்கள்
 சிற்றடி மைப்பட லாமோ?

27. அன்பென்று கொட்டு முரசே! – அதில்
 யார்க்கும் விடுதலை உண்டாம்
 பின்பு மனிதர்க ளெல்லாம் – கல்வி
 பெற்றுப் பதம்பெற்று வாழ்வார்.

28. அறிவை வளர்த்திடல் வேண்டும் – மக்கள்
 அத்தனை பேருக்கும் ஒன்றாய்;
 சிறியரை மேம்படச் செய்தால் – பின்பு
 தெய்வம் எல்லோரையும் வாழ்த்தும்.

29. பாருக் குள்ளே சமத்தன்மை – தொடர்
 பற்றுஞ் சகோதரத் தன்மை
 யாருக்கும் தீமைசெய் யாவாம் – புவி
 யெங்கும் விடுதலை செய்யும்.

30. வயிற்றுக்குச் சோறிட வேண்டும் – இங்கு
 வாழும் மனிதருக் கெல்லாம்;
 பயிற்றிப் பலகல்வி தந்து – இந்தப்
 பாரை உயர்த்திட வேண்டும்.

31. ஒன்றென்று கொட்டு முரசே! – அன்பில்
 ஓங்கென்று கொட்டு முரசே!
 நன்றென்று கொட்டு முரசே! – இந்த
 நானில மாந்தருக் கெல்லாம்.

4. புதுமைப் பெண்

1. போற்றி போற்றி! ஓராயிரம் போற்றி! நின்
    பொன்ன டிக்குப்பல் லாயிரம் போற்றிகாண்!
   சேற்றி லேபுதி தாக முளைத்ததோர்
    செய்ய தாமரைத் தேமலர் போலொளி
   தோற்றி நின்றனை பாரத நாட்டிலே;
    துன்பம் நீக்கும் சுதந்திரப் பேரிகை
   சாற்றி வந்தனை, மாதரசே! எங்கள்
    சாதி செய்த தவப்பயன் வாழிநீ!

2. மாதர்க் குண்டு சுதந்திரம் என்றுநின்
    வண்ம லர்த்திரு வாயின் மொழிந்தசொல்
   நாதந் தானது நாரதன் வீணையோ?
    நம்பிரான் கண்ணன் வேய்ங்குழ லின்பமோ?
   வேதம் பொன்னுருக் கன்னிகை யாகியே
    மேன்மை செய்தெமைக் காத்திடச் சொல்வதோ?
   சாதல் மூத்தல் கெடுக்கும் அமிழ்தமோ?
    தையல் வாழ்கபல் லாண்டுபல் லாண்டிங்கே!

3. அறிவு கொண்ட மனித வுயிர்களை
    அடிமையாக்க முயல்பவர் பித்தராம்;
   நெறிகள் யாவினும் மேம்பட்டு மானிடர்
    நேர்மை கொண்டுயர் தேவர்க ளாதற்கே,
   சிறிய தொண்டுகள் தீர்த்தடி மைச்சுருள்
    தீயி லிட்டுப் பொசுக்கிட வேண்டுமாம்;
   நறிய பொன்மலர் மென்சிறு வாயினால்
    நங்கை கூறும் நவீனங்கள் கேட்டிரோ!

4. ஆணும் பெண்ணும் நிகரெனக் கொள்வதால்
    அறிவி லோங்கிஇவ் வையம் தழைக்குமாம்;
   பூணு நல்லறத் தோடிங்கு பெண்ணுருப்
    போந்து நிற்பது தாய்சிவ சக்தியாம்;
   நாணும் அச்சமும் நாய்கட்கு வேண்டுமாம்;
    ஞான நல்லறம் வீர சுதந்திரம்
   பேணு நற்குடிப் பெண்ணின் குணங்களாம்,
    பெண்மைத் தெய்வத்தின் பேச்சுக்கள் கேட்டிரோ!

செய்ய – சிவந்த, தையல் – பெண், தொண்டு – அடிமைச்செயல்

5. நிலத்தின் தன்மை பயிர்க்குள தாகுமாம்;
   நீசத் தொண்டும் மடமையும் கொண்ட தாய்
   தலத்தில் மாண்புயர் மக்களைப் பெற்றிடல்
   சால வேஅரி தாவதொர் செய்தியாம்;
   குலத்து மாந்தர்க்குக் கற்பியல் பாகுமாம்;
   கொடுமை செய்தும் அறிவை யழித்துமந்
   நலத்தைக் காக்க விரும்புதல் தீமையாம்,
   நங்கை கூறும் வியப்புக்கள் கேட்டிரோ!

6. புதுமைப் பெண்ணிவள் சொற்களும் செய்கையும்
   பொய்மை கொண்ட கலிக்குப் புதிதன்றிச்
   சதுமறைப்படி மாந்தர் இருந்தநாள்
   தன்னி லேபொது வான வழக்கமாம்;
   மதுரத் தேமொழி மங்கையர் உண்மைதேர்
   மாத வப்பெரி யோருட னொப்புற்றே
   முதுமைக் காலத்தில் வேதங்கள் பேசிய
   முறைமை மாறிடக் கேடு விளைந்ததாம்.

7. நிமிர்ந்த நன்னடை நேர்கொண்ட பார்வையும்
   நிலத்தில் யார்க்கும் அஞ்சாத நெறிகளும்
   திமிர்ந்த ஞானச் செருக்கும் இருப்பதால்
   செம்மை மாதர் திறம்புவ தில்லையாம்;
   அமிழ்ந்து பேரிரு ளாமறி யாமையில்
   அவல மெய்திக் கலையின்றி வாழ்வதை
   உமிழ்ந்து தள்ளுதல் பெண்ணற மாகுமாம்,
   உதய கன்னி உரைப்பது கேட்டிரோ!

8. உலக வாழ்க்கையின் நுட்பங்கள் தேரவும்
   ஓது பற்பல நூல்வகை கற்கவும்
   இலகு சீருடை நாற்றிசை நாடுகள்
   யாவுஞ் சென்று புதுமை கொணர்ந்திங்கே

மடமை – அறிவின்மை, தலம் – பூமி, சால – மிக, சதுமறை – நான்கு வேதம், திமிர்ந்த – மிகுந்த; வளர்ந்த, செருக்கு – (இவ்விடத்தில் தன்னம்பிக்கை), திறம்புதல் – தவறுதல்; மாறுபடல், சீர் – முறைமை; வாழ்வு

திலக வாணுத லார்நங்கள் பாரத
தேசமோங்க உழைத்திடல் வேண்டுமாம்;
விலகி வீட்டிலோர் பொந்தில் வளர்வதை
வீரப் பெண்கள் விரைவில் ஒழிப்பராம்.

9. சாத்தி ரங்கள் பலபல கற்பராம்;
சவுரி யங்கள் பலபல செய்வராம்;
மூத்த பொய்மைகள் யாவும் அழிப்பராம்;
மூடக் கட்டுக்கள் யாவும் தகர்ப்பராம்;
காத்து மானிடர் செய்கை யனைத்தையும்
கடவு ளர்க்கினி தாகச் சமைப்பராம்;
ஏத்தி ஆண்மக்கள் போற்றிட வாழ்வராம்,
இளைய நங்கையின் எண்ணங்கள் கேட்டிரோ!

10. போற்றி போற்றி! ஜயஜய போற்றி! இப்
புதுமைப் பெண்ணொளி வாழிபல் லாண்டிங்கே!
மாற்றி வையம் புதுமை யுறச்செய்து
மனிதர் தம்மை அமரர்க ளாக்கவே
ஆற்றல் கொண்ட பராசக்தி அன்னைநல்
அருளி னாலொரு கன்னிகை யாகியே
தேற்றி உண்மைகள் கூறிட வந்திட்டாள்,
செல்வம் யாவினும் மேற்செல்வம் எய்தினோம்.

வாணுதல் – வாள்நுதல் – ஒளிபொருந்திய நெற்றி, சவுரியம் – வீரச்செயல்

5. பெண்மை வாழ்க

1. பெண்மை வாழ்கென்று கூத்திடு வோமடா!
பெண்மை வெல்கென்று கூத்திடு வோமடா!
தண்மை இன்பம்நற் புண்ணியஞ் சேர்ந்தன
தாயின் பேரும் ஸதியென்ற நாமமும்.

2. அன்பு வாழ்கென் றமைதியில் ஆடுவோம்;
ஆசைக் காதலைக் கைகொட்டி வாழ்த்துவோம்;
துன்பம் தீர்வது பெண்மையி னாலடா!
சூரப் பிள்ளைகள் தாயென்று போற்றுவோம்.

3. வலிமை சேர்ப்பது தாய்முலைப் பாலடா!
மானஞ் சேர்க்கும் மனைவியின் வார்த்தைகள்;
கலிய ழிப்பது பெண்க ளறமடா!
கைகள் கோத்துக் களித்துநின் றாடுவோம்.

4. பெண்ண றத்தினை ஆண்மக்கள் வீரந்தான்
பேணு மாயின் பிறகொரு தாழ்வில்லை;
கண்ணைக் காக்கும் இரண்டிமை போலவே
காத லின்பத்தைக் காத்திடு வோமடா!

5. சக்தி யென்ற மதுவையுண் போமடா!
தாளங் கொட்டித் திசைகள் அதிரவே,
ஒத்தி யல்வதொர் பாட்டும் குழல்களும்
ஊர்வி யக்கக் களித்துநின் றாடுவோம்.

6. உயிரைக் காக்கும், உயிரினைச் சேர்த்திடும்;
உயிரினுக் குயிராய் இன்ப மாகிடும்;
உயிரி னும்இந்தப் பெண்மை இனிதடா!
ஊது கொம்புகள்! ஆடு களிகொண்டே!

7. ‘போற்றி தாய்’ என்று தோள்கொட்டி யாடுவீர்;
புகழ்ச்சி கூறுவிர் காதற் கிளிகட்கே;
நூற்றி ரண்டு மலைகளைச் சாடுவோம்
நுண்ணி டைப்பெண் ணொருத்தி பணியிலே.

ஸதி – மனைவி, பணி – ஏவல்; சொல்; கட்டளை

8. 'போற்றி தாய்' என்று தாளங்கள் கொட்டடா!
    'போற்றி தாய்' என்று பொற்குழ லூதடா!
    காற்றி லேறியவ் விண்ணையுஞ் சாடுவோம்
    காதற் பெண்கள் கடைக்கண் பணியிலே.

9. அன்ன மூட்டிய தெய்வ மணிக்கையின்
    ஆணை காட்டில் அனலை விழுங்குவோம்;
    கன்னத் தேமுத்தம் கொண்டு களிப்பினும்
    கையைத் தள்ளும்பொற் கைகளைப் பாடுவோம்!

6. பெண்கள் விடுதலைக் கும்மி

காப்பு

பெண்கள் விடுதலை பெற்ற மகிழ்ச்சிகள்
பேசிக் களிப்பொடு நாம்பாடக்
கண்களி லேயொளி போல உயிரில்
கலந்தொளிர் தெய்வம்நற் காப்பாமே.

கும்மி

1. கும்மி யடி! தமிழ் நாடு முழுதும்
   குலுங்கிடக் கைகொட்டிக் கும்மியடி!
   நம்மைப் பிடித்த பிசாசுகள் போயின
   நன்மைகண் டோமென்று கும்மியடி!   (கும்மி)

2. ஏட்டையும் பெண்கள் தொடுவது தீமையென்
   றெண்ணி யிருந்தவர் மாய்ந்துவிட்டார்;
   வீட்டுக்குள் ளேபெண்ணைப் பூட்டிவைப் போமென்ற
   விந்தை மனிதர் தலைகவிழ்ந்தார்.   (கும்மி)

3. மாட்டை யடித்து வசக்கித் தொழுவினில்
   மாட்டும் வழக்கத்தைக் கொண்டுவந்தே
   வீட்டினில் எம்மிடங் காட்டவந் தார், அதை
   வெட்டிவிட் டோமென்று கும்மிடி!   (கும்மி)

4. நல்ல விலைகொண்டு நாயை விற்பார், அந்த
   நாயிடம் யோசனை கேட்பதுண்டோ?
   கொல்லத் துணிவின்றி நம்மையும் அந்நிலை
   கூட்டிவைத் தார்பழி கூட்டிவிட்டார்.   (கும்மி)

5. கற்பு நிலையென்று சொல்லவந் தார், இரு
   கட்சிக்கும் அஃது பொதுவில் வைப்போம்;
   வற்புறுத் திப்பெண்ணைக் கட்டிக் கொடுக்கும்
   வழக்கத்தைத் தள்ளி மிதித்திடுவோம்.   (கும்மி)

6. பட்டங்கள் ஆள்வதும் சட்டங்கள் செய்வதும்
பாரினில் பெண்கள் நடத்தவந்தோம்;
எட்டு மறிவினில் ஆணுக்கிங் கேபெண்
இளைப்பில்லை காணென்று கும்மியடி! (கும்மி)

7. வேதம் படிக்கவும் நீதிகள் செய்யவும்
வேண்டிவந் தோமென்று கும்மியடி!
சாதம் படைக்கவும் செய்திடுவோம்; தெய்வச்
சாதி படைக்கவும் செய்திடுவோம். (கும்மி)

8. காத லொருவனைக் கைப்பிடித் தே, அவன்
காரியம் யாவிலும் கைகொடுத்து,
மாதர றங்கள் பழமையைக் காட்டிலும்
மாட்சி பெறச்செய்து வாழ்வமடி! (கும்மி)

7. பெண் விடுதலை

(சியூசீன் என்ற பெண் கவிஞர் பாடிய பாட்டின் தமிழ்மொழிபெயர்ப்பைத் தன் இளைய மகள் சகுந்தலா பாடியதாக பாரதி குறிப்பிட்டது)

1. விடுதலைக்கு மகளிரெல்லோரும்
 வேட்கை கொண்டனம்; வெல்லுவம் என்றே
 திடமனத்தின் மதுக்கிண்ண மீது
 சேர்ந்து நாம்பிரதிக்கினை செய்வோம்
 உடைய வள்சக்தி ஆண்பெண்ணிரண்டும்
 ஒருநிகர்செய் துரிமை சமைத்தாள்;
 இடையிலேபட்ட கீழ்நிலை கண்டீர்,
 இதற்கு நாமொருப் பட்டிருப் போமோ?

2. திறமையால்இங்கு மேனிலை சேர்வோம்;
 தீய பண்டை இகழ்ச்சிகள் தேய்ப்போம்;
 குறைவிலாது முழுநிகர் நம்மைக்
 கொள்வர் ஆண்க ளெனில்அவ ரோடும்
 சிறுமை தீரநம் தாய்த்திரு நாட்டைத்
 திரும்ப வெல்வதில் சேர்ந்திங் குழைப்போம்,
 அறவி ழுந்தது பண்டை வழக்கம்
 ஆணுக் குப்பெண் விலங்கெனும் அஃதே.

3. விடியு நல்லொளி காணுதி நின்றே,
 மேவு நாகரிகம்புதி தொன்றே;
 கொடியர் நம்மை அடிமைகள் என்றே
 கொண்டு, தாம்முதல் என்றன ரன்றே.
 அடியொ டந்த வழக்கத்தைக் கொன்றே,
 அறிவு யாவும் பயிற்சியில் வென்றே
 கடமை செய்விர், நம்தேசத்து வீரக்
 காரி கைகணத் தீர்துணி வுற்றே.

பிரதிக்கினை – உறுதியெடுத்துக்கொள்ளல், காரிகை கணத்தீர் – பெண்கள் திரண்டீர்; பெண் கூட்டத்தீர்

8. தொழில்

1. இரும்பைக் காய்ச்சி உருக்கிடு வீரே!
    யந்தி ரங்கள் வகுத்திடு வீரே!
   கரும்பைச் சாறு பிழிந்திடு வீரே!
    கடலில் மூழ்கிநல் முத்தெடுப் பீரே!
   அரும்பும் வேர்வை உதிர்த்துப் புவிமேல்
    ஆயி ரந்தொழில் செய்திடு வீரே!
   பெரும்பு கழ்நுமக் கேயிசைக் கின்றென்.
    பிரம தேவன் கலையிங்கு நீரே!

2. மண்ணெடுத்துக் குடங்கள்செய் வீரே!
    மரத்தை வெட்டி மனைசெய்கு வீரே!
   உண்ணக் காய்கனி தந்திடு வீரே!
    உழுது நன்செய்ப் பயிரிடு வீரே!
   எண்ணெய், பால்நெய் கொணர்ந்திடு வீரே!
    இழையை நூற்றுநல் லாடைசெய் வீரே!
   விண்ணி னின்றெமை வானவர் காப்பார்!
    மேவிப் பார்மிசைக் காப்பவர் நீரே!

3. பாட்டும் செய்யுளும் கோத்திடு வீரே!
    பாரத நாட்டியக் கூத்திடு வீரே!
   காட்டும் வையப் பொருள்களின் உண்மை
    கண்டு சாத்திரம் சேர்த்திடு வீரே!
   நாட்டி லேயறம் கூட்டிவைப் பீரே!
    நாடும் இன்பங்கள் ஊட்டிவைப் பீரே!
   தேட்ட மின்றி விழியெதிர் காணும்
    தெய்வ மாக விளங்குவிர் நீரே!

9. மறவன் பாட்டு

1. மண்வெட்டிக் கூலிதின லாச்சே! – எங்கள்
வாள்வலியும் வேல்வலியும் போச்சே!
விண்முட்டிச் சென்றபுகழ் போச்சே! – இந்த
மேதினியில் கெட்டபெய ராச்சே!

2. நாணிலகு வில்லினொடு தூணி – நல்ல
நாதமிகு சங்கொலியும் பேணி,
பூணிலகு திண்கதையும் கொண்டு – நாங்கள்
போர்செய்த காலமெல்லாம் பண்டு.

3. கன்னங் கரியவிருள் நேரம் – அதில்
காற்றும் பெருமழையும் சேரும்;
சின்னங் கரியதுணி யாலே – எங்கள்
தேகமெல்லாம் மூடிநரி போலே.

4. ஏழை எளியவர்கள் வீட்டில் – இந்த
ஈன வயிறுபடும் பாட்டில்
கோழை யெலிக ளென்னவே – பொருள்
கொண்டு வந்து ... ...

5. முன்னாளில் ஐயரெல்லாம் வேதம் – ஓதுவார்;
மூன்று மழை பெய்யுமடா மாதம்;
இந்நாளி லேபொய்ம்மைப் பார்ப்பார் – இவர்
ஏதுசெய்தும் காசுபெறப் பார்ப்பார்

6. பேராசைக் காரனடா பார்ப்பான் – ஆனால்
பெரியதுரை என்னிலுடல் வேர்ப்பான்;
யாரானா லும்கொடுமை... ... ...
... ...

7. பிள்ளைக்குப் பூணூலாம் என்பான் – நம்மைப்
பிச்சுப் பணங்கொடெனத் தின்பான்;
கொள்ளைக் கேசென் ... ...
... ...

8. சொல்லக் கொதிக்குதடா நெஞ்சம் – வெறுஞ்
 சோற்றுக்கோ வந்ததிந்தப் பஞ்சம்?
 ... ...
 ... ...

9. நாயும் பிழைக்கும் இந்தப் – பிழைப்பு;
 நாளெல்லாம் மற்றதிலே உழைப்பு;
 பாயும் கடிநாய்ப் போலீசுக் காரப்
 பார்ப்பானுக் குண்டிதிலே பீசு.

10. சோரந் தொழிலாக் கொள்வோமோ? – முந்தைச்
 சூரர் பெயரை அழிப் போமோ?
 வீர மறவர் நாமன்றோ? – இந்த
 வீண் வாழ்க்கை வாழ்வதினி நன்றோ?

10. நாட்டுக் கல்வி

(ஆங்கிலத்தில் ரவீந்தரநாதர் எழுதிய பாடலின் மொழி பெயர்ப்பு)

1. விளக்கி லேதிரி நன்கு சமைந்தது
மேவு வீர்இங்கு தீக்கொண்டு தோழரே!
களக்க முற்ற இருள்கடந் தேகுவார்
காலைச் சோதிக் கதிரவன் கோவிற்கே;
துளக்க முற்றவிண் மீனிடம் செல்லுவார்
தொகையில் சேர்ந்திட உம்மையும் கூவினார்;
களிப்பு மிஞ்சி ஒளியினைப் பண்டொரு
காலம் நீர்சென்று தேடிய தில்லையோ?

2. அன்று நுங்கள் கொடியினை முத்திட்டே
ஆசை யென்றவிண் மீன்ஒளிர் செய்ததே;
துன்று நள்ளிருள் மாலை மயக்கத்தால்
சோம்பி நீரும் வழிநடை பிந்தினீர்;
நின்ற விந்தன நுங்கள் விளக்கெலாம்;
நீங்கள் கண்ட கனாக்களெல் லாம்இசை
குன்றித் தீக்குறி தோன்றும்; இராப்புட்கள்
கூவு மாறொத் திருந்தன கண்டிரோ?

3. இன்னு மிங்கிருள் கூடி யிருப்பினும்
ஏங்கு கின்ற நரகத் துயிர்கள்போல்
இன்னு மிங்கு வனத்திடை காற்றுத்தான்
ஓங்கும் ஓதை இருந்திடும் ஆயினும்
முன்னைக் காலத்தின் நின்றெழும் பேரொலி
முறைமு றைபல ஊழியின் ஊடுற்றே
பின்னை இங்குவந் தெய்திய பேரொலி
போல மந்திர வேதத்தின் பேரொலி.

4. ‘இருளை நீக்கி ஒளியினைக் காட்டுவாய்,
இறப்பை நீக்கி, அமிர்தத்தை ஊட்டுவாய்’
அருளும் இந்த மறையொலி வந்திங்கே
ஆழ்ந்த தூக்கத்தில் வீழ்ந்திருப் பீர்தமைக்
தெருளு றுத்தவும் நீர்எழு கில்லிரோ?
தீய நாச உறக்கத்தில் வீழ்ந்தநீர்
மருளை நீக்கி அறிதிர் அறிதிரோ?
வான்ஒ ளிக்கு மகாஅர்இ யாம்என்றே.

11. புதிய கோணங்கி

குடுகுடு குடுகுடு குடுகுடு குடுகுடு;
நல்ல காலம் வருகுது; நல்ல காலம் வருகுது;
சாதிகள் சேருது; சண்டைகள் தொலையுது;
சொல்லடி, சொல்லடி, சக்தி, மாகாளீ!
வேதபுரத் தாருக்கு நல்ல குறி சொல்லு.   5
தரித்திரம் போகுது; செல்வம் வருகுது;
படிப்பு வளருது; பாவம் தொலையுது;
படிச்சவன் சூதும் பாவமும் பண்ணினால்,
போவான், போவான், ஐயோவென்று போவான்!
வேத புரத்திலே வியாபாரம் பெருகுது   10
தொழில் பெருகுது; தொழிலாளி வாழ்வான்;
சாத்திரம் வளருது; சூத்திரம் தெரியுது;
யந்திரம் பெருகுது; தந்திரம் வளருது
மந்திர மெல்லாம் வளருது, வளருது;
குடுகுடு குடுகுடு குடுகுடு குடகுடு;   15
சொல்லடி, சொல்லடி, மலையாள பகவதீ!
அந்தரி, வீரி, சண்டிகை, சூலி!
குடுகுடு குடுகுடு.
குடுகுடு குடுகுடு குடுகுடு குடுகுடு;
சாமிமார்க் கெல்லாம் தைரியம் வளருது;   20
தொப்பை சுருங்குது; சுறுசுறுப்பு விளையுது;
எட்டு லச்சிமியும் ஏறி வளருது;
பயந் தொலையுது, பாவந் தொலையுது;
சாத்திரம் வளருது, சாதி குறையுது;
நேத்திரம் திறக்குது, நியாயம் தெரியுது;   25
பழைய பயித்தியம் படீலென்று தெளியுது;
வீரம் வருகுது, மேன்மை கிடைக்குது;
சொல்லடி சக்தி, மலையாள பகவதி!
தர்மம் பெருகுது, தர்மம் பெருகுது.

5. தனிப் பாடல்கள்

1. காலைப் பொழுது

1. காலைப் பொழுதினிலே கண்விழித்து, மேனிலைமேல்
மேலைச் சுடர்வானை நோக்கிநின்றோம். விண்ணகத்தே

2. கீழ்த்தி சையில் ஞாயிறுதான் கேடில் சுடர்விடுத்தான்;
பார்த்த வெளியெல்லாம் பாலொளியாய் மின்னிற்றே.

3. தென்னை மரத்தின் கிளையிடையே தென்றல்போய்
மன்னப் பருந்தினுக்கு மாலையிட்டுச் சென்றதுவே.

4. தென்னை மரக்கிளைமேற் சிந்தனையோ டோர்காகம்
வன்னமுற வீற்றிருந்து வானைமுத்த மிட்டதுவே.

5. தென்னைப் பசுங்கீற்றைக் கொத்திச் சிறுகாக்கை
மின்னுகின்ற தென்கடலை நோக்கி விழித்ததுவே.

6. வன்னச் சுடர்மிகுந்த வானகத்தே தென்றிசையில்
கன்னங் கருங்காகக் கூட்டம்வரக் கண்டதங்கே.

7. கூட்டத்தைக் கண்டஃது கும்பிட்டே தன்னருகோர்
பாட்டுக் குருவிதனைப் பார்த்து நகைத்ததுவே;

8. சின்னக் குருவி சிரிப்புடனே வந்தாங்கு
கன்னங் கருங்காக்கை கண்ணெதிரே யோர்கிளைமேல்

9. வீற்றிருந்தே "கிக்கிக்கீ! காக்காய்! நீ விண்ணிடையே
போற்றியெதை நோக்குகிறாய்? கூட்டமங்கு போவதென்னே?"

10. என்றவுட னேகாக்கை "என்தோழா! நீ கேளாய்
மன்றுதனைக் கண்டே மனமகிழ்ந்து போற்றுகிறேன்"

11. என்றுசொல்லிக் காக்கை இருக்கையிலே ஆங்கணோர்
மின்திகழும் பச்சைக் கிளிவந்து வீற்றிருந்தே,

மன்னப்பருந்து – வலிமையுடைய பருந்து; முயற்சியுடைய பருந்து,
வன்னமுற – அழகுற

12. "நட்புக் குருவியே, ஞாயிற் றிளவெயிலில்
    கட்புலனுக் கெல்லாம் களியாகத் தோன்றுகையில்,

13. நும்மை மகிழ்ச்சியுடன் நோக்கியிங்கு வந்திட்டேன்!
    அம்மவோ! காகப் பெருங்கூட்ட மஃதென்னே?"

14. என்று வினவக் குருவிதான் இஃதுரைக்கும்:
    "நன்றுநீ கேட்டாய், பசுங்கிளியே! நானுமிங்கு

15. மற்றதனை யோர்ந்திடவே காக்கையிடம் வந்திட்டேன்;
    கற்றறிந்த காக்காய், கழறுகநீ!" என்றதுவே.

16. அப்போது காக்கை, "அருமையுள்ள தோழர்களே!
    செப்புவேன் கேளீர், சிலநாளாக் காக்கையுள்ளே

17. நேர்ந்த புதுமைகளை நீர்கேட் டறியீரோ?
    சார்ந்துநின்ற கூட்டமங்கு சாலையின்மேற் கண்டீரே?

18. மற்றந்தக் கூட்டத்து மன்னவனைக் காணீரே?
    கற்றறிந்த ஞானி கடவுளையே நேராவான்;

19. ஏழுநாள் முன்னே இறைமகுடந் தான்புனைந்தான்
    வாழியவன் எங்கள் வருத்தமெலாம் போக்கிவிட்டான்.

20. சோற்றுக்குப் பஞ்சமில்லை; போரில்லை; துன்பமில்லை;
    போற்றற் குரியான் புதுமன்னன், காணீரோ?"

21. என்றுரைத்துக் காக்கை யிருக்கையிலே அன்னமொன்று
    தென்திசையி னின்று சிரிப்புடனே வந்ததாங்கே.

22. அன்னமந்தத் தென்னை யருகினிலோர் மாடமிசை
    வன்னமுற வீற்றிருந்து, "வாழ்க, துணைவரே!

23. காலை யிளவெயிலிற் காண்பதெலாம் இன்பமன்றோ;
    சாலநுமைக் கண்டு களித்தேன் சருவிநீர்

கழறுக – சொல்லுக, சருவி – கொஞ்சுதல், போதம் – அறிவு,
ஞானம்

24. ஏதுரைகள் பேசி யிருக்கின்றீர்?" என்றிடவே,
 போதமுள்ள காக்கை புகன்றதந்தச் செய்தியெல்லாம்

25. அன்னமிது கேட்டு மகிழ்ந்துரைக்கும், "ஆங்காணும்!
 மன்னர் அறம்புரிந்தால் வையமெல்லாம் மாண்புபெறும்;

26. ஒற்றுமையால் மேன்மையுண்டாம்; ஒன்றையொன்று
 துன்பிழைத்தல்
 குற்றமென்று கண்டால் குறைவுண்டோ வாழ்வினுக்கே?"

27. என்றுசொல்லி அன்னம் பறந்தாங்கே ஏகிற்றால்;
 மன்று கலைத்து மறைந்தனவப் புட்களெல்லாம்.

28. காலைப் பொழுதினிலே கண்டிருந்தோம் நாங்களிதை;
 ஞால மறிந்திடவே நாங்களிதைப் பாட்டிசைத்தோம்!

ஏகிற்றால் – போனது; சென்றது, மன்று – மன்றம்; பேசக் கூடிய கூட்டம்

2. அந்திப் பொழுது

(காதல் பாட்டு)

1. காவென்று கத்திடுங் காக்கை என்றன்
 கண்ணுக்கினிய கருநிறக் காக்கை
மேவிப் பலகிளை மீதில் – இங்கு
 விண்ணிடை அந்திப் பொழுதினைக் கண்டே,
கூவித் திரியும் சிலவே – சில
 கூட்டங்கள் கூடித் திசைதொறும் போகும்.
தேவி பராசக்தி அன்னை – விண்ணிற்
 செவ்வொளி காட்டிப் பிறைதலைக் கொண்டாள்.

2. தென்னை மரக்கிளை மீதில் – அங்கொர்
 செல்வப் பசுங்கிளி கீச்சிட்டுப் பாயும்.
சின்னஞ் சிறிய குருவி – அது
 'ஜிவ்'வென்று விண்ணிடை ஊசலிட் டேகும்,
மன்னப் பருந்தொ ரிரண்டு – மெல்ல
 வட்ட மிட்டுப்பின் நெடுந்தொலை போகும்.
பின்னர் தெருவிலொர் சேவல் – அதன்
 பேச்சினிலே 'சக்தி வேல்' என்று கூவும்.

3. செவ்வொளி வானில் மறைந்தே – இளந்
 தேன்நில வெங்கும் பொழிந்தது கண்டீர்!
இவ்வள வான பொழுதில் – அவள்
 ஏறிவந்தே யுச்சி மாடத்தின் மீது
கொவ்வை யிதழ்நகை வீச – விழிக்
 கோணத்தைக் கொண்டு நிலவைப் பிடித்தாள்.
செவ்விது, செவ்விது, பெண்மை! – ஆ!
 செவ்விது, செவ்விது, செவ்விது காதல்!

4. காதலி னாலுயிர் தோன்றும் – இங்கு
 காதலி னாலுயிர் வீரத்தி லேறும்;
காதலி னாலறி வெய்தும் – இங்கு
 காதல் கவிதைப் பயிரை வளர்க்கும்!
ஆதலி னாலவள் கையைப் – பற்றி
 அற்புத மென்றிரு கண்ணிடை யொற்றி
வேதனை யின்றி இருந்தேன் – அவள்
 வீணைக் குரலிலொர் பாட்டிசைத் திட்டாள்.

காதலியின் பாட்டு

5. கோல மிட்டு விளக்கினை யேற்றிக்
 கூடிநின்று பராசக்தி முன்னே
 ஓல மிட்டுப் புகழ்ச்சிகள் சொல்வார்
 உண்மை கண்டிலர் வையத்து மாக்கள்;
 ஞால முற்றும் பராசக்தி தோற்றம்,
 ஞான மென்ற விளக்கினை யேற்றிக்
 கால முற்றுந் தொழுதிடல் வேண்டும்
 காத லென்பதோர் கோயிலின் கண்ணே.

வையம் – உலகம், மாக்கள் – மக்கள்

3. நிலாவும் வான்மீனும் காற்றும்

(மனத்தை வாழ்த்துதல்)

1. நிலாவையும் வானத்து மீனையும் காற்றையும்
 நேர்பட வைத்தாங்கே
குலாவும் அமுதக் குழம்பைக் குடித்தொரு
 கோல வெறி படைத்தோம்;
உலாவும் மனச்சிறு புள்ளினை எங்கணும்
 ஓட்டி மகிழ்ந்திடுவோம்!
பலாவின் கனிச்சுளை வண்டியில் ஓர்வண்டு
 பாடுவ தும்வியப்போ?

2. தாரகை யென்ற மணித்திரள் யாவையும்
 சார்ந்திடப் போமனமே
ஈரச் சுவையதி லூறி வருமதில்
 இன்புறு வாய்மனமே!
சீர விருஞ்சுடர் மீனொடு வானத்துத்
 திங்களை யுஞ்சமைத்தே
ஓரழ காக விழுங்கிடும் உள்ளத்தை
 ஒப்பதொர் செல்வமுண்டோ?

3. பன்றியைப் போலிங்கு மண்ணிடைச் சேற்றில்
 படுத்துப் புரளாதே,
வென்றியை நாடியிவ் வானத்தில் ஓட
 விரும்பி விரைந்திடுமே,
முன்றிலில் ஓடுமொர் வண்டியைப் போலன்று
 மூன்றுல குஞ்சூழ்ந்தே
நன்று திரியும் விமானத்தைப் போலொரு
 நல்ல மனம் படைத்தோம்!

4. தென்னையின் கீற்றுச் சலசல வென்றிடச்
 செய்து வருங்காற்றே!
உன்னைக் குதிரைகொண் டேறித் திரியுமொர்
 உள்ளம் படைத்துவிட்டோம்.

புள் – பறவை, தாரகை – விண்மீன், திங்கள் – நிலா

சின்னப் பறவையின் மெல்லொலி கொண்டிங்கு
சேர்ந்திடும் நற்காற்றே!
மின்னல் விளக்கிற்கு வானகங் கொட்டுமிவ்
வெட்டொலி யேன்கொணர்ந்தாய்?

5. மண்ணுல கத்துநல் லோசைகள் காற்றெனும்
வானவன் கொண்டுவந்தான்;
பண்ணி லிசைத்தவ் வொலிக ளனைத்தையும்
பாடி மகிழ்ந்திடுவோம்,
நண்ணி வருமணி யோசையும் பின்னங்கு
நாய்கள் குலைப்பதுவும்
எண்ணுமுன் னே 'அன்னக் காவடிப் பிச்சை'யென்
றேங்கிடு வான்குரலும்

6. வீதிக் கதவை அடைப்பதும் கீழ்த்திசை
விம்மிடும் சங்கொலியும்
வாதுகள் பேசிடும் மாந்தர் குரலும்
மதலை அழுங்குரலும்;
ஏதெது கொண்டு வருகுது காற்றிவை
எண்ணி லகப்படுமோ?
சீதக் கதிர்மதி மேற்சென்று பாய்ந்தங்கு
தேனுண்ணு வாய், மனமே!

மதலை – குழந்தை, சீதக்கதிர்மதி – தண்ணொளி நிலவு

4. மழை

1. திக்குக்கள் எட்டும் சிதறி – தக்கத்
   தீம்தரிகிட தீம்தரிகிட தீம்தரிகிட தீம்தரிகிட
   பக்க மலைகள் உடைந்து – வெள்ளம்
   பாயுது பாயுது பாயுது தாம்தரிகிட
   தக்கத் ததிங்கிட தித்தோம் – அண்டம்
   சாயுது சாயுது சாயுது, பேய்கொண்டு
   தக்கை யடிக்குது காற்று – தக்கத்
   தாம்தரிகிட தாம்தரிகிட தாம்தரிகிட தாம்தரிகிட

2. வெட்டி யடிக்குது மின்னல் – கடல்
   வீரத் திரைகொண்டு விண்ணை யிடிக்குது
   கொட்டி யிடிக்குது மேகம் – கூ
   கூவென்று விண்ணைக் குடையுது காற்று
   சட்டச்சட சட்டச்சட டட்டா – என்று
   தாளங்கள் கொட்டிக் கனைக்குது வானம்
   எட்டுத் திசையும் இடிய – மழை
   எங்ஙனம் வந்ததடா, தம்பி வீரா!

3. அண்டம் குலுங்குது தம்பி! – தலை
   ஆயிரந் தூக்கியச் சேடனும் பேய்போல்
   மிண்டிக் குதித்திடு கின்றான் – திசை
   வெற்புக் குதிக்குது; வானத்துத் தேவர்
   செண்டு புடைத்திடு கின்றார் – என்ன
   தெய்விகக் காட்சியைக் கண்முன்பு கண்டோம்!
   கண்டோம் கண்டோம் கண்டோம் – இந்தக்
   காலத்தின் கூத்தினைக் கண்முன்பு கண்டோம்!

தக்கை – பலவகைப் பறை, திரை – அலை, செண்டு – பந்து

5. புயற் காற்று

(நள ஆண்டு, கார்த்திகை மாதம், 8-ஆம் தேதி
புதன்கிழமை இரவு)
ஒரு கணவனும் மனைவியும்

மனைவி: காற்ற டிக்குது கடல் குமுறுது
கண்ணை விழிப்பாய் நாயகனே!
தூற்றல் கதவு சாளர மெல்லாம்
தொளைத்த டிக்குது பள்ளியிலே.

கணவன்: வானம் சினந்தது; வையம் நடுங்குது;
வாழி பராசக்தி காத்திடவே!
தீனக் குழந்தைகள் துன்பப் படாதிங்கு,
தேவி! அருள்செய்ய வேண்டு கின்றோம்.

மனைவி: நேற்றிருந் தோம்அந்த வீட்டினி லே, இந்த
நேர மிருந்தால் என்படுவோம்?
காற்றென வந்தது கூற்றமிங்கே, நம்மைக்
காத்தது தெய்வ வலிமையன்றோ!

பள்ளி – படுக்கையறை, தீனக்குழந்தைகள் – ஏழைக்குழந்தைகள்

6. பிழைத்த தென்னந்தோப்பு

1. வயலிடை யினிலே – செழுநீர்
   மடுக் கரையினிலே,
   அயலெவரு மில்லை – தனியே
   ஆறுதல் கொள்ளவந்தேன்.

2. காற்ற டித்ததிலே – மரங்கள்
   கணக்கிடத் தகுமோ?
   நாற்றி னைப்போலே – சிதறி
   நாடெங்கும் வீழ்ந்தனவே!

3. சிறிய திட்டையிலே – உளதோர்
   தென்னஞ் சிறுதோப்பு
   வறியவ னுடைமை – அதனை
   வாயு பொடிக்க வில்லை.

4. வீழ்ந்தன சிலவாம் – மரங்கள்
   மீந்தன பலவாம்;
   வாழ்ந்திருக்க வென்றே – அதனை
   வாயு பொறுத்துவிட்டான்.

5. தனிமை கண்டதுண்டு – அதிலே
   சார மிருக்குதம்மா!
   பனிதொ லைக்கும்வெயில் – அதுதேம்
   பாகு மதுரமன்றோ?

6. இரவி நின்றதுகாண் – விண்ணிலே
   இன்ப வொளித்திரளாய்
   பரவி யெங்கணுமே – கதிர்கள்
   பாடிக் களித்தனவே,

7. நின்ற மரத்திடையே – சிறியதோர்
   நிழலினில் இருந்தேன்;
   என்றும் கவிதையிலே – நிலையாம்
   இன்பம் அறிந்துகொண்டேன்.

மடு – குளம், திட்டை – மேட்டுநிலம், சாரம் – இனிமை

8. வாழ்க பராசக்தீ! – நினையே
 வாழ்த்திடு வார்வாழ்வார்;
 வாழ்க பராசக்தி! – இதையென்
 வாக்கு மறவாதே!

7. அக்கினிக் குஞ்சு

அக்கினிக் குஞ்சொன்று கண்டேன் – அதை
அங்கொரு காட்டிலொர் பொந்திடை வைத்தேன்;
வெந்து தணிந்தது காடு – தழல்
வீரத்தில் குஞ்சென்றும் மூப்பென்றும் உண்டோ?
தத்தரிகிட தத்தரிகிட தித்தோம்.

8. சாதாரண வருஷத்துத் தூமகேது

தினையின் மீது பனைநின் றாங்கு
மணிச்சிறு மீன்மிசை வளர்வால் ஒளிதரக்
கீழ்த்திசை வெள்ளியைக் கேண்மைகொண் டிலகும்
தூமகேதுச் சுடரே, வாராய்!
எண்ணில்பல கோடி யோசனை யெல்லை
எண்ணிலா மென்மை யியன்றதோர் வாயுவாற்
புனைந்தநின் னெடுவால் போவதென் கின்றார்.
மண்ணகத் தினையும் வால்கொடு தீண்டி
ஏழையர்க் கேதும் இடர்செயா தேநீ
போதிஎன் கின்றார்; புதுமைகள் ஆயிரம்
நினைக்குறித் தறிஞர் நிகழ்த்துகின் றனரால்.
பாரத நாட்டில் பரவிய எம்மனோர்
நூற்கணம் மறந்துபன் னூறாண் டாயின!
உனதியல் அன்னியர் உரைத்திடக் கேட்டே
தெரிந்தனம்; எம்முளே தெளிந்தவர் ஈங்கிலை.
வாராய், சுடரே! வார்த்தைசில கேட்பேன்:
தீயார்க் கெல்லாம் தீமைகள் விளைத்துத்
தொல்புவி யதனைத் துயர்க்கட லாழ்த்துநீ
போவையென் கின்றார்; பொய்யோ, மெய்யோ?
ஆதித் தலைவி ஆணையின் படிநீ
சலித்திடுந் தன்மையால், தண்டம்நீ செய்வது
புவியினைப் புனிதமாப் புரிதற் கேயென
விளம்புகின் றனர்;அது மெய்யோ, பொய்யோ?
ஆண்டோர் எழுபத் தைந்தினில் ஒருமுறை
மண்ணைநீ அணுகும் வழக்கினை யாயினும்,
இம்முறை வரவினால் எண்ணிலாப் புதுமைகள்
விளையுமென் கின்றார்; மெய்யோ, பொய்யோ?
சித்திகள் பலவும் சிறந்திடும் ஞானமும்
மீட்டுமெம் மிடைநின் வரவினால் விளைவதாப்
புகலுகின் றனர்;அது பொய்யோ, மெய்யோ?

தூமகேது – வால்நட்சத்திரம், கேண்மை – நட்பு, யோசனை – தொலைவைக் குறிக்கும் ஓர் அலகு, கொடு – கொண்டு, சலித்தல் – அசைதல்; இயங்குதல், தண்டம் – தண்டிப்பு

9. அழகுத் தெய்வம்

1. மங்கியதோர் நிலவினிலே கனவிலிது கண்டேன்;
வயதுபதி னாறிருக்கும், இளவயது மங்கை;
பொங்கிவரும் பெருநிலவு போன்றவொளி முகமும்
புன்னகையின் புதுநிலவும் போற்றவருந் தோற்றம்!
துங்கமணி மின்போலும் வடிவத்தாள் வந்து
தூங்காதே எழுந்தென்னைப் பாரென்று
                                        சொன்னாள்,
அங்கதனிற் கண்விழித்தேன், அடடாவோ! அடடா!
அழகென்னும் தெய்வந்தான் அதுவென்றே
                                        அறிந்தேன்.

2. 'யோகந்தான் சிறந்ததுவோ? தவம்பெரிதோ?' என்றேன்;
'யோகமே தவம், தவமே யோக'மென உரைத்தாள்.
'ஏகமே பொருளன்றி இரண்டாமோ?' என்றேன்;
'இரண்டுமாம், ஒன்றுமாம், யாவுமாம்' என்றாள்.
'தாகமறிந் தீயுமருள் வான்மழைக்கே யுண்டோ?
தாகத்தின் துயர்மழைதான் அறிந்திடுமோ?' என்றேன்;
'வேகமுடன் அன்பினையே வெளிப்படுத்தா மழைதான்
விருப்புடனே பெய்குவதோ வேறாமோ?' என்றாள்.

3. 'காலத்தின் விதிமதியைக் கடந்திடுமோ?' என்றேன்;
'காலமே மதியினுக்கோர் கருவியாம்' என்றாள்.
'ஞாலத்தில் விரும்பியது நண்ணுமோ?' என்றேன்;
'நாலிலே ஒன்றிரண்டு பலித்திடலாம்' என்றாள்.
'ஏலத்தில் விடுவதுண்டோ எண்ணத்தை?' என்றேன்;
'எண்ணினால் எண்ணியது நண்ணுங்காண்' என்றாள்.
'மூலத்தைச் சொல்லவோ? வேண்டாமோ?' என்றேன்;
முகத்திலருள் காட்டினாள், மோகமது தீர்ந்தேன்.

துங்கமணி – மாணிக்கம், ஏகம் – ஒன்று; முழுவதும், ஞாலம் – உலகம்,
நண்ணும் – கிடைக்கும், மோகம் – மயக்கம்

10. ஒளியும் இருளும்

1. வான மெங்கும் பரிதியின் சோதி;
மலைகள் மீது பரிதியின் சோதி;
தானை நீர்க்கடல் மீதிலும் ஆங்கே
தரையின் மீதும் தருக்களின் மீதும்
கான கத்திலும் பற்பல ஆற்றின்
கரைகள் மீதும் பரிதியின் சோதி;
மான வன்றன் உளத்தினில் மட்டும்
வந்து நிற்கும் இருளிது வென்னே!

2. சோதி யென்னும் கரையற்ற வெள்ளம்
தோன்றி யெங்கும் திரைகொண்டு பாய.
சோதி யென்னும் பெருங்கடல் – சோதிச்
சூறை – மாசறு சோதி யனந்தம்
சோதி யென்னும் நிறைவிஃ துலகைச்
சூழ்ந்து நிற்ப, ஒருதனி நெஞ்சம்
கோதி யன்றதொர் சிற்றிருள் சேரக்
குமைந்து சோரும் கொடுமையி தென்னே!

3. தேம லர்க்கொர் அமுதன்ன சோதி,
சேர்ந்து புள்ளினம் வாழ்த்திடும் சோதி,
காம முற்று நிலத்தொடு நீரும்
காற்றும் நன்கு தழுவி நகைத்தே
தாம யங்கிநல் லின்புறுஞ் சோதி,
தரணி முற்றும் ததும்பி யிருப்ப,
தீமை கொண்ட புலையிருள் சேர்ந்தோர்
சிறிய நெஞ்சந் தியங்குவ தென்னே!

4. நீர்ச்சு னைக்கணம் மின்னுற் றிலக,
நெடிய குன்றம் நகைத்தெழில் கொள்ள,
கார்ச்ச டைக்கரு மேகங்க ளெல்லாம்
கனக மொத்துச் சுடர்கொண் டுலாவ,
தேர்ச்சி கொண்டுபல் சாத்திரங் கற்றும்
தெவிட்டொ ணாதநல் லின்பக் கருவாம்
வேர்ச்சு டர்ப்பர மாண்பொருள் கேட்டும்
மெலிவொர் நெஞ்சிடை மேவுத லென்னே!

மானவன் – மனிதன், கோது – குற்றம், தியக்கம் – சோர்வு, கனகம் – பொன், மாண் – மாட்சிமை; மேன்மை

11. சொல்

(சொல் ஒன்று வேண்டும். தேவ சக்திகளை நம்முள்ளே நிலைபெறச் செய்யும் சொல்லொன்று வேண்டும்)

1. தேவர் வருகவென்று சொல்வதோ? – ஒரு
   செம்மைத் தமிழ்மொழியை நாட்டினால்,
   ஆவ லறிந்துவரு வீர்கொலோ? – உம்மை
   யன்றி ஒருபுகலும் இல்லையே.

2. 'ஓம்' என் றுரைத்துவிடிற் போதுமோ? – அதில்
   உண்மைப் பொருளறிய லாகுமோ?
   தீமை யனைத்துமிறந் தேகுமோ? – என்றன்
   சித்தம் தெளிவுநிலை கூடுமோ?

3. 'உண்மை ஒளிர்க' என்று பாடவோ? – அதில்
   உங்கள் அருள்பொருந்தக் கூடுமோ?
   வண்மை யுடையதொரு சொல்லினால் – உங்கள்
   வாழ்வு பெறவிரும்பி நிற்கிறோம்.

4. 'தீயை அகத்தினிடை மூட்டுவோம்' என்று
   செப்பும் மொழிவலிய தாகுமோ?
   ஈயைக் கருடநிலை யேற்றுவீர் – எம்மை
   என்றுந் துயரமின்றி வாழ்த்துவீர்.

5. வான மழைபொழிதல் போலவே – நித்தம்
   வந்து பொழுயுமின்பங் கூட்டுவீர்;
   கானை அழித்துமனை கட்டுவீர் – துன்பக்
   கட்டுச் சிதறிவிழ வெட்டுவீர்.

6. விரியும் அறிவுநிலை காட்டுவீர் – அங்கு
   வீழும் சிறுமைகளை ஓட்டுவீர்;
   தெரியும் ஒளிவிழியை நாட்டுவீர் – நல்ல
   தீரப் பெருந்தொழிலில் பூட்டுவீர்.

புகல் – தஞ்சம், ஏகுமோ – போகுமோ, கான் – காடு

7. மின்ன லனையதிறல் ஓங்குமே – உயிர்
வெள்ளம் கரையடங்கிப் பாயுமே;
தின்னும் பொருள்அமுத மாகுமே – இங்கு
செய்கை யதனில்வெற்றி யேறுமே.

8. தெய்வக் கனல்விளைந்து காக்குமே – நம்மைச்
சேரும் இருளழியத் தாக்குமே;
கைவைத் ததுபசும்பொன் னாகுமே – பின்பு
காலன் பயமொழிந்து போகுமே.

9. 'வலிமை வலிமை' என்று பாடுவோம் – என்றும்
வாழுஞ் சுடர்க்குலத்தை நாடுவோம்;
கலியைப் பிளந்திடக்கை யோங்கினோம் – நெஞ்சில்
கவலை இருளனைத்தும் நீங்கினோம்.

10. 'அமிழ்தம் அமிழ்தம்' என்று கூவுவோம் – நித்தம்
அனலைப் பணிந்துமலர் தூவுவோம்;
தமிழில் பழமறையைப் பாடுவோம் – என்றும்
தலைமை பெருமை புகழ் கூடுவோம்.

12. மனைத் தலைவிக்கு வாழ்த்து

வாழ்க மனைவியாம் கவிதைத் தலைவி!
தினமும்இவ் வுலகில் சிதறியே நிகழும்
பலபல பொருளிலாப் பாழ்படு செய்தியை
வாழ்க்கைப் பாலையில் வளர்பல முட்கள்போல்
பேதை யுலகைப் பேதைமைப் படுத்தும் 5
வெறுங்கதைத் திரளை, வெள்ளறி வுடைய
மாயா சக்தியின் மகளே! மனைக்கண்
வாழ்வினை வகுப்பாய், வருடம் பலவினும்
ஓர்நாள் போலமற் றோர்நாள் தோன்றாது
பலவித வண்ணம் வீட்டிடைப் பரவ 10
நடத்திடுஞ் சக்தி நிலையமே! நன்மனைத்
தலைவீ! ஆங்கத் தனிப்பதர்ச் செய்திகள்
அனைத்தையும் பயன்நிறை அனுபவ மாக்கி,
உயிரிலாச் செய்திகட்கு உயிர்மிகக் கொடுத்து
ஒளியிலாச் செய்திகட்கு ஒளியருள் புரிந்து, 15
வான சாத்திரம், மகமது வீழ்ச்சி,
சின்னப் பையல் சேவகத் திறமை
எனவரு நிகழ்ச்சி யாவே யாயினும்,
அனைத்தையும் ஆங்கே அழகுறச் செய்து
இலௌகிக வாழ்க்கையில் பொருளினை இணைக்கும் 20
பேதைமா சக்தியின் பெண்ணே, வாழ்க!
காளியின் குமாரி, அறங்காத் திடுக!
வாழ்க! மனையகத் தலைவி வாழ்க!

பேதைமை; வெள்ளறிவு – அறிவின்மை, பதர் – பயனற்றது

13. கவிதா தேவி அருள் வேண்டல்

வாராய்! கவிதையாம் மணிப்பெயர்க் காதலி!
பன்னாள் பன்மதி ஆண்டுபல கழிந்தன
நின்னருள் வதனம்நான் நேருறக் கண்டே;
அந்தநாள் நீயெனை அடிமையாய்க் கொள,யாம்
மானிடர் குழாத்தின் மறைவுறத் தனியிருந்து
எண்ணிலா இன்பத் திருங்கடல் திளைத்தோம்;
கலந்துயாம் பொழிலிடைக் களித்தவந் நாட்களில்
பூம்பொழிற் குயில்களின் இன்குரல் போன்ற
தீங்குர லுடைத்தோர் புள்ளினைத் தெரிந்திலேன்;
மலரினத் துன்றன் வாள்விழி யொப்ப
நிலவிய தொன்றனை நேர்ந்திலேன்; குளிர்புனற்
சுனைகளில் உன்மணிச் சொற்கள்போல் தண்ணிய
நீருடைத்து அறிகிலேன்; நின்னொடு தமியனாய்
நீயே உயிரெனத் தெய்வமும் நீயென
நின்னையே பேணி நெடுநாள் போக்கினன்.
வானகத் தமுதம் மடுத்திடும் போழ்து
மற்றதி னிடையோர் வஞ்சகக் கொடுமுள்
வீழ்ந்திடைத் தொண்டையில் வேதனை செய்தென
நின்னொடு களித்து நினைவிழந் திருந்த
எனைத்துயர்ப் படுத்தவந் தெய்திய துலகில்
கொடியன யாவுளும் கொடியதாம் மிடிமை.
அடிநா முள்ளினை அயல்சிறி தேகிக்
களைந்துபின்வந்து காண்பொழுது, ஐயகோ!
மறைந்தது தெய்வ மருந்துடைப் பொற்குடம்.
மிடிமைநோய் தீர்ப்பான் வீணர்தம் உலகப்
புன்தொழில் ஒன்று போற்றுதும் என்பான்
தென்திசைக் கண்ஒரு சிற்றூர்க்கு இறைவனாம்
திமிங்கில உடலும்ஓர் சிறியநா யறிவும்
பொருந்திய ஒருவனைத் துணையெனப் புகுந்தவன்
பணிசெய விசைந்தேன்; பாதகிநீ! என்னைப்
பிரிந்துமற் றகன்றனை, பேசொணா நின்னருள்
இன்பமத் தனையும் இழந்துநான் உழன்றேன்.
சின்னாள் கழிந்தபின் யாதெனச் செப்புகேன்!

மணி – அழகு, மதி – மாதம், வாள் – ஒளி, தண்ணிய – குளிர்ந்த, மடுத்திடும் – அருந்திடும், மிடிமை – வறுமை, மருந்து – அமுதம்

நின்னொடு வாழ்ந்த நினைப்புமே தேய்ந்தது.
கதையிலோர் முனிவன் கடியதாம் சாப
விளைவினால் பன்றியாய் வீழ்ந்திடு முன்னர்த்
தன்மக னிடை 'என் தனயநீ யான்புலைப்
பன்றியாம் போது பார்த்துநில் லாதை!
விரைவிலோர் வாள்கொடு வெறுப்புடை யவ்வுடல்
துணித்தெனைக் கொன்று தொலைத்தலுன் கடனாம்.
பாவமிங் கில்லைஎன் பணிப்பிஃ தாகலின்!'
தாதைசொற்கு இளைஞன் தளர்வொடும் இணங்கினன்.
முனிவனும் பன்றியாய் முடிந்தபின், மைந்தன்
முன்னவன் கூறிய மொழியினை நினைந்தும்,
இரும்புகழ் முனிவனுக்கு இழியதாம் இவ்வுடல்
அமைந்தது கண்டுநெஞ் சழன்றிடல் கொண்டும்
வாள்கொடு பன்றியை மாய்த்திட லுற்றனன்.
ஆயிடை மற்றவ் வருந்தவப் பன்றி
இனையது கூறும்: 'ஏடா! நிற்க!
நிற்க! நிற்க! முன்னர்யாம் நினைந்தவாறு
அத்தனை துன்புடைத் தன்றிவ் வாழ்க்கை.
காற்றும் புனலும் கடிப்புற் கிழங்கும்
இனையபல் லின்பம் இதன்கணே உளவாம்;
ஆறேழ் திங்கள் அகன்றபின் வருதியேல்
பின்னெனைக் கோறலாம்.' பீழையொ டிவ்வுரை
செவியுறீஇ முடிசாய்த்து இளையவன் சென்றனன்.
திங்கள்பல போயபின் முனிமகன் சென்று
தாதைப் பன்றியோர் தடத்திடைப் பெடையொடும்
போத்தினம் பலவொடும் அன்பினிற் பொருந்தி
ஆடல்கண் டயிர்த்தனன். ஆற்றொணா தருகுசென்று
'எந்தாய்! எந்தாய்! யாதரோ மற்றிது!
வேதநூ லறிந்த மேதகு முனிவரர்
போற்றிட வாழ்ந்தநின் புகழ்க்கிது சாலுமோ?'
எனப்பல கூறி யிரங்கினன்; பின்னர்
வாள்கொடு பன்றியை மாய்த்திடல் விழைந்தான்.
ஆயிடை முனிவன் அகம்பதைத் துரைக்கும்
'செல்லடா, செல்க தீக்குணத்து இழிஞ!

துணித்து – வெட்டி, வாள்கொடு – வாள்கொண்டு, புனல் – நீர், திங்கள் – மாதம், கோறல் – கொல்லல், பீழை – துன்பம், அயிர்த்தல்– ஐயப்படுதல், சாலுமோ – பொருந்துமோ

எனக்கிவ் வாழ்க்கை இன்புடைத் தேயாம்;
நினக்கிதில் துன்பம் நிகழுமேல் சென்றவ்
வாளில்நின் நெஞ்சை வகுத்துநீ மடிக'
என்றிது கூறி இருந்தவப் பன்றிதன்
இனத்தொடும் ஓடி இன்னுயிர் காத்தது.
இன்னது கண்ட இளையவன் கருதும்:
'ஆவா! மானிடர் அருமையின் வீழ்ந்து
புன்னிலை யெய்திய போழ்ததில் நெடுங்கால்
தெருமரு கின்றிலர். சில்பகல் கழிந்தபின்
புதியதாய் நீசப் பொய்மைகொள் வாழ்வில்
விருப்புடை யவராய், வேறுதா மென்றும்
அறிந்தி லரேபோன்று அதில்களிக் கின்றார்
என்சொல்கேன் மாயையின் எண்ணரும் வஞ்சம்!'
திமிங்கில வுடலும் சிறியநா யறிவும்
ஓரேழ் பெண்டிரும் உடையதோர் அலிமகன்
தன்பணிக்கு இசைந்துஎன் தருக்கெலாம் அழிந்து
வாழ்ந்தனென், கதையின் முனிபோல் வாழ்க்கை!
கவிதைத் தேவி, நின் காதலை மறந்தேன்
ஆங்கதன் பினர்இவ் வவனிமீ தளியேன்
சில்லாண் டுள்ளே, பன்னா டேகிப்
பலரொடு வைகிப் பலபல புரிந்து
பலபல கண்டு பலபல வருந்தி
வாணாள் கழித்தேன், வார்கட லதனிடை
மீகா னிழந்த வெறுங்கலன் போன்று
காலக் கடலிடைக் கடுந்துயர்த் திரைகளின்
எண்ணிலா வகைநான் எற்றுணாத் திகைத்தனன்
உலகிடை யின்பமுந் துன்பமு முணர்ந்தேன்.
உயர்வுந் தாழ்வும் ஒண்மையு மிருளும்
நலமுந் தீதும், நாட்டினர் மதிப்பும்,
பழிப்புடன் நட்பும், பகைமையுந் தேர்ந்தேன்.
இத்தனை காலமும் ஏந்திழைக் கவிதாய்!
புன்னகை யொளிருநின் பொலன்முக மதனைக்
கனவிலும் வந்தருள் செய்திடக் கண்டிலேன்.

புன்னிலை – கீழ்நிலை, தெருமருதல் – நம்பிக்கையற்றிருத்தல், தருக்கு – செருக்கு, அளியேன் – காக்கப்பெறாதவன், வைகி – இருந்து, மீகான் – மாலுமி, எற்றுணா – எத்துப்பட்டு, ஒண்மை – ஒளி, பொலன் – அழகு; பொன்

ஒளிதீர் வான்போல் உவகைதீர் முகம்போல்
சுதந்திர மிழந்த தொண்டர்வாழ் நாடுபோல்
சத்தியம் மறந்தோர் சாத்திரக் குப்பைபோல்
இடையறா இருட்சிகொண் டிழிந்ததென் வாழ்க்கை.
காலப் போக்கிலென் கருத்தினி லித்தகை
வாழ்விடை வெறுப்பு மண்டலா யிற்றால்.
துறவிடை நாட்டந் தோய்ந்திட விரும்பினேன்.
இன்பந் துன்ப மிரண்டையு மொன்றாய்க்
காண்பா ரன்றே துறவினைக் கண்டார்.
நாச்சுவை கெட்டோன் நல்லூண் வெறுத்திடில்
துறவியென் றவனை யாவரே சொல்லுவர்?
உயிர்நய மிழந்தோ னுலகினைக் கைத்திடில்
துறவஃ தாங்கொலோ? சுழற்றலிற் பயனென்?
ஆறேழ் மதிய மாயபின் எனக்கும்
துறவுமா ணிலைக்கும் தொலைமிக வுளதெனல்
உளத்தே தேர்ந்தேன். உலகிடை யிதன்பின்யான்
செய்வதென் னுளதே? திண்மையோர் நாடுந்
துறவினுக் கடுத்த தூய்மையும் பெற்றிலேன்;
எண்ணிலா மாக்கள் இனிதெனப் போற்றும்
பொறிவழி நலங்களாம் புன்மையும் விழைவேன்;
தன்னுயிர் தானழித் திவ்விழி சடத்தை
மாற்றலுந் தகவென மதித்திடு கில்லேன்;
மானிடர் காணு மின்பமாம் வகைகளில்
விலங்கியல் தவிர்ந்ததா மேவிய தொன்று
கிட்டுமேல் அதற்கெனக் கிளர்ச்சிகொண் டூக்கம்
இழைத்தல் நன்றாமென எண்ணினன் மனத்தே.
அக்கணத் தன்றே யருளியல் வாய்ந்த
கவிதைத் தேவி, நின் காதலை நினைந்தேன்.
பன்னூறாண்டு படியின்மேற் கல்லாய்த்
தீயதோர் சாபச் செய்கையாற் கிடந்தோன்
மற்றையக் கல்லுரு மாறிடப் பின்னு
மானிடன் தானென மனத்திடை யறிபோழ்
தெத்தனை யின்பமுற் றெந்நிலை நிற்பன்?
அத்தகை நிலையினை யளியனேன் எய்தினன்.
வெம்போர் விழையும் வீரனிங் கொருவன்
சிறையிடை நெடுநாட் சிறுமைபெற் றிருந்தபின்

பரிசத்தே – தொடுகையால்

வெளியுறப் பெற்றவவ் வேளையே தனக்கோர்
அறப்போர் கிடைப்பின் அவன்எது படுவன்?
அஃதியான் பட்டனன். அணியியற் குயிலே,
நின்முக நகையும் நின்விழி யாழ்மையும்
நின்னுதற் றெளிவும் நின்சொல் லினிமையும்
நின்பரி சத்தே நிகழ்ந்திடு புளகமும்
ஈதெலாம் பின்னரு மெண்ணிடைத் தோன்றப்
பின்னுமோர் முறையான் பெருமையோய் நின்னைச்
சரணென அடைந்தேன். தமியெனைக் காத்தி.
நின்னரு ளிலையேல், நிலமிசை வேறோர்
பற்று மில்லாதிப் பாவியேன் மடிவனே.
மற்றிது கருதி மனமிரங் குதியால்
சாகுந் தலம்எனத் தலம்புகழ் நாடகம்
வடசொலின் வகுத்த மாண்புடைக் கவிஞனும்
தென்றமிழ் மொழியிற் சிலம்பினோர் காதையும்
வன்திறல் இராமன் வாழ்க்கையு முரைத்த
பெரியோர் தாமுமிங் கிவர்போற் பிறரும்
தையலுன் நெஞ்ச முழுதுநீ தந்திடப்
பெற்றினி திருந்தனர். பேதையேற் கத்தனை
உயர்நிலை யளித்திடல் ஒவ்வா தென்றியேல்
வேண்டிலன் அஃதியான், மேம்படு நின்னுள
நாயக மெய்திடு நலமெனக் கடுக்குமோ?
வேண்டிலன் அஃதியான், மெல்லிய லுன்கனிச்
சொல்லொன் றருள்வையேற் றொழுகுவல் போதும்!
தண்மலர் விரலினால் தமியனேன் சிரத்தைத்
தைவரி னதனில் தருக்கியான் வாழ்வேன்.
முந்தைநா ளென்னை முழுப்பே ரன்பொடு
கலந்தவந் நலத்தைக் கருதவுந் துணியேன்.
அன்றெனக் கிருந்த இளமையும் அகத்திடைத்
தெளிவுமிந் நாட்களிற் செத்தன வன்றோ?
இளமையின் மானுட ரெனைவருந் தேவரே.
நாட்பட நாட்பட நரர்நலங் கெடுவர்.
வாட்படு விழியாய், மற்றுனக் கெளியேன்
ஆட்படப் பின்னும் அகங்குழை வுற்றேன்.
வாராய் கவிதையாம் மணிப்பெயர்க் காதலி!
வந்தெனக் கருளுதல் வாழிநின் கடனே.

தமியன் – தனித்தவன், தைவரல் – தடவல், நரர் – மனிதர்

14. மது

போகி

1\. பச்சை முந்திரித் தேம்பழங் கொன்று
பாட்டுப் பாடிநற் சாறு பிழிந்தே
இச்சை தீர மதுவடித் துண்போம்;
இஃது தீதென் றிடையர்கள் சொல்லும்
கொச்சைப் பேச்சில் கைகொட்டி நகைப்போம்;
கொஞ்சு மாதரும் கூட்டுணும் கள்ளும்
இச்ச கத்தினில் இன்பங்க ளன்றோ?
இவற்றின் நல்லின்பம் வேறுமொன் றுண்டோ?

யோகி

2\. பச்சை முந்திரி யன்னது உலகம்;
பாட்டுப் பாடல் சிவக்களி யெய்தல்;
இச்சை தீர உலகினைக் கொல்வோம்;
இனிய சாறு சிவமதை யுண்போம்;
கொச்சை மக்களுக் கிஃதுளளி தாமோ?
கொஞ்சு மாதொரு குண்டலி சத்தி
இச்ச கத்தில் இவையின்ப மன்றோ?
இவற்றின் நல்லின்பம் வேறுள தாமோ?

போகி

3\. வெற்றி கொள்ளும் படைகள் நடத்தி
வேந்தர் தம்முள் பெரும்புகழ் எய்தி
ஒற்றை வெள்ளைக் கவிகை உயர்த்தே
உலகம் அஞ்சிப் பணிந்திட வாழ்வோம்;
சுற்று தேங்கமழ் மென்மலர் மாலை
தோளின் மீதுறப் பெண்கள் குலாவச்
சற்றும் நெஞ்சம் கவலுத லின்றித்
தரணி மீதில் மதுவுண்டு வாழ்வோம்.

யோகி

4\. வெற்றி ஐந்து புலன்மிசைக் கொள்வோம்;
வீழ்ந்து தாளிடை வையகம் போற்றும்;
ஒற்றை வெள்ளைக் கவிகை மெய்ஞ்ஞானம்
உண்மை வேந்தர் சிவநிலை கண்டார்;

கொச்சைப்பேச்சு – திருத்தமற்ற பேச்சு, சத்தி – சக்தி, இச்சகம் – இவ்வுலகம், கவிகை – குடை (கொற்றக்குடை)

மற்ற வர்தமுள் சீர்பெற வாழ்வோம்;
வண்ம லர்நறு மாலை தெளிவாம்!
சுற்றி மார்பில் அருள்மது வுண்டே
தோகை சத்தியோடு இன்புற்று வாழ்வோம்.

போகி

5. நல்ல கீதத் தொழிலுணர் பாணர்,
நடனம் வல்ல நகைமுக மாதர்,
அல்லல் போக இவருடன் கூடி
ஆடி யாடிக் களித்தின்பங் கொள்வோம்;
சொல்ல நாவு கனியுத டாநற்
சுதியி லொத்துத் துணையொடும் பாடி
புல்லும் மார்பினோடு ஆடிக் குதிக்கும்
போகம் போலொரு போகமிங் குண்டோ?

யோகி

6. நல்ல கீதம் சிவத்தனி நாதம்,
நடன ஞானியர் சிற்சபை யாட்டம்,
அல்லல் போக இவருடன் சேர்ந்தே
ஆடி யாடிப் பெருங்களி கொள்வோம்;
சொல்ல நாவில் இனிக்கு தடா! வான்
சுழலும் அண்டத் திரளின் சுதியில்
செல்லும் பண்ணொடு சிற்சபை ஆடும்
செல்வம் போலொரு செல்வ மிங்குண்டோ?

ஞானி

7. மாத ரோடு மயங்கிக் களித்தும்
மதுர நல்லிசை பாடிக் குதித்தும்
காதல் செய்தும் பெறும்பல இன்பம்,
கள்ளில் இன்பம், கலைகளில் இன்பம்,
பூத லத்தினை ஆள்வதில் இன்பம்,
பொய்மை யல்லஇவ் வின்பங்க ளெல்லாம்
யாதுஞ் சத்தி யியல்பெனக் கண்டோர்,
இனிய துய்ப்பர் இதயம் மகிழ்ந்தே.

புல்லும் – தழுவும், சிற்சபை – ஞானசபை, பூதலம் – பூமி

8. இன்பந் துன்பம் அனைத்தும் கலந்தே
இச்ச கத்தின் இயல்வலி யாகி
முன்பு பின்பில தாகியெந் நாளும்
மூண்டு செல்லும் பராசத்தி யோடே
அன்பி லொன்றிப் பெருஞ்சிவ யோகத்து
அறிவு தன்னில் ஒருப்பட்டு நிற்பார்
துன்பம் நேரினும் இன்பெனக் கொள்வார்,
துய்ப்பர் இன்பம் மிகச்சுவை கண்டே.

9. இச்ச கத்தோர் பொருளையும் தீரர்
இல்லை யென்று வருந்துவ தில்லை;
நச்சி நச்சி உளத்தொண்டு கொண்டு
நானிலத் தின்பம் நாடுவ தில்லை;
பிச்சை கேட்பது மில்லை; இன்பத்தில்
பித்துக் கொண்டு மயங்குவ தில்லை;
துச்ச மென்று சுகங்களைக் கொள்ளச்
சொல்லும் மூடர்சொல் கொள்வது மில்லை.

10. தீது நேர்ந்திடின் அஞ்சுவ தில்லை,
தேறு நெஞ்சினோ டேசிவங் கண்டோர்;
மாத ரின்பம் முதலிய வெல்லாம்
வையகத் துச்சிவன் வைத்த தென்றே
ஆத ரித்தவை முற்றிலும் கொள்வார்;
அங்கும் இங்கும்ஒன் றாம்எனத் தேர்வார்;
யாது மெங்கள் சிவன்திருக் கேளி;
இன்பம் யாவும் அவனுடை இன்பம்.

11. வேத மந்திர நாத மொருபால்,
வேயின் இன்குழல் மெல்லொலி ஓர்பால்,
காதல் மாதரோ டாடல் ஒருபால்;
களவெம் போரிடை வென்றிடல் ஓர்பால்,
போத நல்வெறி துய்த்திடல் ஓர்பால்
பொலியுங் கள்வெறி துய்த்தல்மற் றோர்பால்;
ஏதெ லாம்நமக்கு இன்புற நிற்கும்
எங்கள் தாயருட் பாலது வன்றே.

தொண்டு – அடிமை, கேளி – விளையாட்டு, பொலியும் – மிகும்

சங்கீர்த்தனம்

(மூவரும் சேர்ந்து பாடுவது)

12. மதுநமக்கு மதுநமக்கு மதுநமக்கு விண்ணெலாம்,
    மதுரமிக்க ஹரிநமக்கு மதுவெனக் கதித்தலால்;
    மதுநமக்கு மதியும்நாளும், மதுநமக்கு வானமீன்,
    மதுநமக்கு மண்ணும்நீரும், மதுநமக்கு மலையெலாம்;
    மதுநமக்கோர் தோல்விவெற்றி, மதுநமக்கு வினையெலாம்;
    மதுநமக்கு மாதரின்பம், மதுநமக்கு மதுவகை,
    மதுநமக்கு மதிநமக்கு, மதுமனத்தோடு ஆவியும்
    மதுரமிக்க சிவநமக்கு மதுவெனக் கதித்தலால்.

கதித்தல் – சிறத்தல்

15. சந்திரமதிப்பாட்டு

ராகம் – ஆனந்த பைரவி
தாளம் – ஆதி

1. பச்சைக் குழந்தை யடி – கண்ணிற்
பாவை யடி சந்திரமதி!
இச்சைக் கினிய மது – என்றன்
இருவிழிக்குத் தே நிலவு;
நச்சுத்தலைப் பாம்புக் குள்ளே – நல்ல
நாகமணி யுள்ள தென்பார்;
துச்சப்படு நெஞ்சி னிலே – நின்றன்
சோதி வளரு தடீ!

2. பேச்சுக் கிடமே தடி! – நீ
பெண்குலத்தின் வெற்றி யடி!
ஆச்சர்ய மாயை யடி! – என்றன்
ஆசைக் குமரி யடி!
நீச்சு நிலை கடந்த – வெள்ள
நீருக் குள்ளே வீழ்ந்தவர் போல்
தீச்சுடரை வென்ற வொளி – கொண்ட
தேவி! நினை வீழ்ந்தே னடி!

3. நீலக் கடலினி லே – நின்றன்
நீண்ட குழல் தோன்று தடி!
கோல மதியினி லே – நின்றன்
குளிர்ந்த முகங் காணு தடி!
ஞால வெளியினி லே – நின்றன்
ஞான வொளி வீசுதடி!
கால நடையினி லே – நின்றன்
காதல் விளங்கு தடி! (பச்சைக் குழந்தை)

சந்திரமதி என்பது காதல் கொண்டவளாகிய பெண்ணைக் குறிப்பது, சந்திரன் காதலுக்கு அதிதேவதையாதலால் (பாரதியின் குறிப்பு), இச்சை – ஆசை; விருப்பம், துச்சம் – கீழ்மை

இறவாமை

16. தாயுமானவர் வாழ்த்து

“வானைப் போல வளைந்து கொண்டா னந்தத்
தேனைத் தந்தெனைச் சேர்ந்து கலந்தமெய்ஞ்
ஞானத் தெய்வத்தை நாடுவன்; நானெனும்
ஈனப் பாழ்கெட என்று மிருப்பனே”

– தாயுமானவர்

என்றும் இருக்க உளங்கொண் டாய்!
இன்பத் தமிழுக் கிலக்கிய மாய்,
இன்றும் இருத்தல் செய்கின் றாய்!
இறவாய் தமிழோ டிருப்பாய் நீ!
ஒன்று பொருள் – அஃதின்ப மென
உணர்ந்தாய், தாயு மானவனே!
நின்ற பரத்து மாத்திரமோ?
நில்லா இகத்தும் நிற்பாய்நீ!

17. நிவேதிதா தேவி துதி

அருளுக்கு நிவேதனமாய் அன்பினுக்கோர்
 கோயிலாய் அடியேன் நெஞ்சில்
இருளுக்கு ஞாயிறாய் எமதுயர்நா
 டாம்பயிர்க்கு மழையாய், இங்கு
பொருளுக்கு வழியறியா வறிஞர்க்குப்
 பெரும்பொருளாய்ப் புன்மைத் தாதச்
சுருளுக்கு நெருப்பாகி விளங்கியதாய்
 நிவேதிதையைத் தொழுது நிற்பேன்.

நிவேதிதா தேவி - சுவாமி விவேகானந்தரின் சிஷ்யை, இவரின் இயற்பெயர் மார்கரெட் நோபில். பாரதி இவரைத் தன் குருவாக ஏற்றுக்கொண்டார்

18. அபேதாநந்தா

1. சுருதியும் அரிய உபநிட தத்தின்
தொகுதியும் பழுதற உணர்ந்தோன்,
கருதிடற்கு அரிய பிரமநன் னிலையைக்
கண்டுபே ரொளியிடைக் களித்தோன்,
அரிதினிற் காணும் இயல்பொடு புவியின்
அப்புறத் திருந்துநண் பகலில்
பரிதியி னொளியும் சென்றிடா நாட்டில்*
மெய்யொளி பரப்பிடச் சென்றோன்.

வேறு

2. ஒன்றேமெய்ப் பொருளாகும்; உயிர்களெலாம்
அதன்வடிவாம், ஓருங் காலை;
என்தேவன் உன்தேவன் என்றுலகர்
பகைப்பதெலாம் இழிவாம் என்று,
நன்றேயிங் கறிவுறுத்தும் பரமகுரு;
ஞானமெனும் பயிரை நச்சித்
தின்றேபா ழாக்கிடும்ஐம் புலன்களெனும்
விலங்கினத்தைச் செகுத்த வீரன்.

வேறு

3. வானந் தம்புகழ் மேவி விளங்கிய
மாசில் ஆதி குரவனச் சங்கரன்
ஞானந் தங்குமிந் நாட்டினைப் பின்னரும்
நண்ணி னானெனத் தேசுறும் அவ்விவே –
கானந் தப்பெருஞ் சோதி மறைந்தபின்
அவனி ழைத்த பெருந்தொழி லாற்றியே
ஊனந் தங்கிய மானிடர் தீதெலாம்
ஒழிக்கு மாறு பிறந்த பெருந்தவன்.

வேறு

4. தூயஅபே தாநந்தனெனும் பெயர்கொண்டு
ஒளிர்தரும்இச் சுத்த ஞானி,
நேயமுடன் இந்நகரில் திருப்பாதஞ்
சாத்திஅருள் நெஞ்சிற் கொண்டு,
மாயமெலாம் நீங்கியினிது எம்மவர்நன்
னெறிசாரும் வண்ணம் ஞானம்
தோயநனி பொழிந்திடுமோர் முகில்போன்றான்
இவன்பதங்கள் துதிக்கின் றோமே.

சுருதி – வேதம், செகுத்தல் – அழித்தல் (இங்கு அடக்குதல்), தேசு – ஒளி; கீர்த்தி; புகழ், வானந்தம் – வான் அந்தம் (வான்வரை)

* அமெரிக்கக் கண்டம்

19. ஓவியர் மணி இரவிவர்மா

1. சந்திர னொளியை ஈசன்
 சமைத்து, அது பருக வென்றே
 வந்திடு சாத கப்புள்
 வகுத்தனன்; அமுதுண் டாக்கிப்
 பந்தியிற் பருக வென்றே
 படைத்தனன் அமரர் தம்மை;
 இந்திரன் மாண்புக் கென்ன
 இயற்றினன் வெளிய யானை.

2. மலரினில் நீல வானில்
 மாதரார் முகத்தில் எல்லாம்
 இலகிய அழகை ஈசன்
 இயற்றினான், சீர்த்தி இந்த
 உலகினில் எங்கும் வீசி,
 ஓங்கிய இரவி வர்மன்
 அலகிலா அறிவுக் கண்ணால்
 அனைத்தையும் நுகரு மாறே.

3. மன்னர்மா ளிகையில் ஏழை
 மக்களின் குடிலில் எல்லாம்
 உன்னருந் தேசு வீசி
 உளத்தினைக் களிக்கச் செய்வான்,
 நன்னரோ வியங்கள் தீட்டி
 நல்கிய பெருமான், இந்நாள்
 பொன்னணி யுலகு சென்றான்
 புவிப்புகழ் போது மென்பான்.

4. அரம்பை ஊர்வசி போலுள்ள
 அமரமெல் லியலார் செவ்வி
 திரம்பட வகுத்த எம்மான்!
 செய்தொழில் ஒப்பு நோக்க
 விரும்பியே கொல்லாம் இன்று
 விண்ணுல கடைந்து விட்டாய்!
 அரம்பையர் நின்கைச் செய்கைக்கு
 அழிதலங்கு அறிவை திண்ணம்.

சீர்த்தி – மிகுபுகழ், செவ்வி – அழகு, திரம் – திறம்

5. காலவான் போக்கில் என்றுங்
கழிகிலாப் பெருமை கொண்ட
கோலவான் தொழில்கள் செய்து
குலவிய பெரியோர் தாமும்
சீலவாழ் வகற்றி ஓர்நாள்
செத்திடல் உறுதி யாயின்,
ஞாலவாழ் வினது மாயம்
நவின்றிடற்கு அரிய தன்றோ?

நவின்றிடற்கு – சொல்லுதற்கு

20. சுப்பராம தீட்சிதர் (இரங்கற்பாக்கள்)

அகவல்

கவிதையும் அருஞ்சுவைக் கான நூலும்
புவியினர் வியக்கும் ஓவியப் பொற்பும்
மற்றுள பெருந்தொழில் வகைகளிற் பலவும்
வெற்றிகொண் டிலங்கிய மேன்மையார் பரத
நாட்டினில் இந்நாள் அன்னியர் நலிப்ப
ஈட்டிய செல்வம் இறந்தமை யானும்
ஆண்டகை யொடுபுகழ் அழிந்தமை யானும்
மாண்டன பழம்பெரு மாட்சியார் தொழிலெலாம்;
தேவர்கள் வாழ்ந்த சீர்வளர் பூமியில்
மேவிய குரக்கர் விளங்குதல் போல
நேரிலாப் பெரியோர் நிலவிய நாட்டில்
சீரிலாப் புல்லர் செறிந்துநிற் கின்றார்.
இவரிடை,
சுரத்திடை இன்னீர்ச் சுனையது போன்றும்
அரக்கர்தம் குலத்திடை வீடண னாகவும்
சேற்றிடைத் தாமரைச் செம்மலர் போன்றும்
போற்றுதற் குரிய புனிதவான் குலத்தில்
நாரத முனிவன் நமர்மிசை யருளால்
பாரத நாட்டில் பழமாண் புறுகென
மீட்டுமோர் முறைஇவண் மேவின னென்ன
நாட்டுநற் சீர்த்தி நலனுயர் பெருமான்
தோமறு சுப்ப ராமநற் பெயரோன்
நாமகள் புளகுற நம்மிடை வாழ்ந்தான்
இன்னோன் தானும் எமையகன் றேகினன்;
என்னோ நம்மவர் இயற்றிய பாவம்!
இனியிவ னனையரை எந்தநாள் காண்போம்?
கனியறு மரமெனக் கடைநிலை யுற்றேம்.
அந்தோ மறலிநம் அமுதினைக் கவர்ந்தான்!
நொந்தோ பயனிலை; நுவலயா துளதே?

குரக்கர் – குரங்குகள், புல்லர் – கீழ்மக்கள், இவண் – இவ்விடம், சீர்த்தி – மிகுபுகழ், தோம் – குற்றம், புளகுற – மகிழ்வுற, மறலி – எமன், பயனிலை – பயனில்லை, நுவல – சொல்ல

விருத்தம்

1. கன்னனொடு கொடைபோயிற்று; உயர்கம்ப
நாடனுடன் கவிதை போயிற்று;
உன்னரிய புகழ்ப்பார்த்த னொடுவீரம்
அகன்றதென உரைப்பர் ஆன்றோர்;
என்னகம்நின் றகலாதோன் அருட்சுப்ப
ராமனெனும் இணையி லாவிற்
பன்னனொடு சுவைமிகுந்த பண்வளனும்
அகன்றதெனப் பகர லாமே.

2. கலைவிளக்கே! இளசையெனும் சிற்றூரில்
பெருஞ்சோதி கதிக்கத் தோன்றும்
மலைவிளக்கே! எம்மனையர் மன இருளை
மாற்றுதற்கு வந்த ஞான
நிலைவிளக்கே! நினைப்பிரிந்த இசைத்தேவி
நெய்யகல நின்ற தட்டின்
உலைவிளக்கே யெனத்தளரும்; அந்தோ! நீ
அகன்றதுயர் உரைக்கற் பாற்றோ?

3. மன்னரையும் பொய்ஞ்ஞான மதக்குரவர்
தங்களையும் வணங்கி லாதேன்
தன்னனைய புகழுடையாய் நினைக்கண்ட
பொழுது தலைதாழ்த்து வந்தேன்;
உன்னருமைச் சொற்களையே தெய்விகமாம்
எனக்கருதி யுவந்தேன்; அந்தோ!
இன்னமொரு கால்இளசைக்கு ஏகிடின், இவ்
வெளியன்மனம் என்ப டாதோ?

கன்னன் – கர்ணன், உன்னரிய – நினைத்துப்பார்க்க அரிய, கதிக்க – மிக; எழுச்சியுற, உரைக்கற்பாற்றோ – சொல்லமுடிவதோ

21. மகாமகோபாத்தியாயர்

(உ.வே. சாமிநாதையர்)

1. செம்பரிதி ஒளிபெற்றான், பைந்நறவு
சுவைபெற்றுத் திகழ்ந்தது; ஆங்கண்
உம்பரெலாம் இறவாமை பெற்றனரென்று
எவரேகொல் உவத்தல் செய்வார்?
கும்பமுனி யெனத்தோன்றும் சாமிநா
தப்புலவன் குறைவில் சீர்த்தி
பம்பலுறப் பெற்றனனேல், இதற்கென்கொல்
பேருவகை படைக்கின் றீரே?

2. அன்னியர்கள் தமிழ்ச்செவ்வி அறியாதார்
இன்றெம்மை ஆள்வோ ரேனும்,
பன்னியசீர் மகாமகோ பாத்தியா
யப்பதவி பரிவின் ஈந்து,
பொன்னிலவு குடந்தைநகர்ச் சாமிநா
தன்தனக்குப் புகழ்செய் வாரேல்,
முன்னிவன்அப் பாண்டியர்நாள் இருந்திருப்பின்
இவன்பெருமை மொழிய லாமோ?

3. நிதியறியோம், இவ்வுலகத் தொருகோடி
இன்பவகை நித்தம் துய்க்கும்
கதியறியோம் என்றுமனம் வருந்தற்க;
குடந்தைநகர்க் கலைஞர் கோவே!
பொதியமலைப் பிறந்தமொழி வாழ்வறியும்
காலமெலாம் புலவோர் வாயில்
துதியறிவாய், அவர் நெஞ்சின் வாழ்த்தறிவாய்,
இறப்பின்றித் துலங்கு வாயே.

மகாமகா உபாத்தியாயர் – பெரும் பேராசிரியர் (பிரிட்டிஷார் அளித்த பட்டம்) பைந்நறவு – பைந்தேன், உம்பர் – தேவர்கள், கும்பமுனி– அகத்தியர், பம்பல் – மிகுதி; பொலிவு, கொல் – அசைச்சொல், செவ்வி– சிறப்பு, துதி – போற்றி; புகழ்மொழி

22. எட்டயபுர மன்னருக்கு விண்ணப்பம்

திருவளர் மருமத் தொருவனும் அயனும்
உம்பரும் உலகரும் உணரொணாப் பெருமையோன்
நம்பன்எட் டீசன் நளிர்பூம் பாதத்
தாமரைப் போதிணை தன்னக நிறீஇக்
காமனா ருயர்த்த கவின்பெறு வெண்குடை
நேர்தரூஉம் பூந்த(ண்) ணித்திலக் கவிகை
ஆர்வுறூஉம் பொன்னுல களாவிட நிறீஇ
எண்ணெழு நாட்டினும் எழுகடற் தீவினும்
பண்ணவர் உலகினும் பாதலப் புவியினும்
அணிநெடுஞ் சக்கரத் தாணை நிறீஇச்
செஞ்சொற் பாவலர் சீர்மா றனென
அஞ்சிய மாற்றலர் அடுங்கூற் றென்ன
வஞ்சியென் நல்லார் மாமத னென்ன
இரவலர் கன்னனே யென்றிட மற்றைப்
புரவலர் தன்மனிற் புண்ணிய னென்றிடப்
பார்மிசைத் தானே பேரிசை நிறீஇக்
காரொடு மயிலினங் கலந்திட நீண்மரஞ்
சீரொடு வளர்ந்த செழும்பொழில் இளசையில்
நேரொடு பொலிந்த எழின்மா ளிகையிற்
தெவ்வர் பணிந்திடச் சீரியர் வாழ்த்திட
எவ்வெத் தேயத் திறைவருஞ் சூழ்தர
அரியணை மிசைத்தா னமரர்கோ னெனவிருந்(து)
இருநிலம் புரக்கும் எழிலோய்! பெருவரை
விறற்தோள் மகிப! வெங்கடேசு ரெட்ட
மன்னர்தம் மன்ன! நீ மகிழ்வொடு காண்க.
இன்னணம் எளியே னெழுதிய வி(ண்)ணப்பம்:
வார்கடல் சூழ்ந்தவிப் பார்மிசை மொழிபல
அவையிற்றுள்,

திருவளர் மருமத்தொருவன் – விஷ்ணு, அயன் – பிரமன், உம்பர் – தேவர்கள், உலகர் – மனிதர்கள், நித்திலம் – முத்து, கவிகை – குடை, பண்ணவர் – தேவர்கள், மாறன் – பாண்டியன், மாற்றலர் – பகைவர், அடுங்கூற்று – கொல்லும்எமன், மாமதன் – மன்மதன், கன்னன் – கர்ணன், புரவலர் – அரசர்கள், தன்மன் – தருமன், பேரிசை – பெரும்புகழ், பொழில் – சோலை, இளசை – எட்டயபுரம், பொலிந்த – எழுந்த, தெவ்வர் – பகைவர், சீரியர் – அறிஞர்;நல்லோர், இறைவர் – அரசர்கள், அமரர்கோன் – இந்திரன், இருநிலம் – பூமி(உலகம்), புரக்கும் – காக்கும், விறல் – வலிமை, மகிபன் – அரசன்

பெருஞ்சிறப் பேற்றுப் பிறைச்சடைக் கடவுளும்
அருந்திரு நூலொான் றருளப் பெறீஇ
இன்னமு தினுஞ்சுவை யெய்வுறீஇ யமைந்த
செந்தமிழ்த் திருமொழி சிறிதுமா தரிப்பவர்
இன்மையின் இந்நா ளினிதுகற் பவர்க்கு
நன்மை பயவாது நலிந்திட, மற்றைப்
புன்மொழி பலவும் பொலிவுற லாயின;
உகதன் மத்தா னுலகினைப் பற்பல
வகையினர் புலைஞர் மாண்பினொ டாளலின்,
ஆதலின்,
ஐய!நின் னருளே யருங்கதி யென்ன
உய்ய இவண்வந் துற்றவென் தந்தையார்
என்னையும் புறமொழி கற்கவென் றியம்புவர்
என்னையான் செய்குவது? இன்றமிழ் கற்பினோ
பின்னை யொருவரும் பேணா ராதலின்
கன்ன!யான் அம்மொழி கற்கத் துணிந்தனன்
எனினும்,
கைப்பொரு ளற்றான் கற்ப தெவ்வகை?
பொருளான் அன்றிக் கல்வியும் வரவில;
கல்வியான் அன்றிப் பொருளும் வரவில;
முதற்கண் கல்வியே பயிறல் முறைமையாம்
அதற்குப் பொருளிலை யாதலின் அடியேன்
வருந்தியே நின்பால் வந்த டைந்தனன்.
பெருந்திரு வுடையைநின் பேரரு ளுடைமையான்
மாந்தர்ப் புரத்தல் வேந்தர்தம் திருவருட்(கு)
இலக்கிய மாதலின் எளியேற் கிந்நாள்
அரும்பொரு ளுதவிநீ அனைத்தும் அருள்வையால்.
நின்னைக் கவியான் நிகழ்த்துநன் னாபுற
மன்னர்பாற் சென்றே இரக்க வருந்திடும்;
அன்னாய் நீயே அருங்கதி எனவுரைத்(து)
உன்னைவந் தடைந்தவர் உழல்வரோ துயர்க்கடல்,
என்னையிச் சிறுவன் இயம்புவ திதனின்?
மன்னநின் னருளான் அடியனை வாழ்வித்(து)
உன்னரு ளானே உய்ந்தோ னெனப்பிறர்
என்னைச் சாற்றலால் இரும்புக ழினையெற்(கு)
ஈந்தரு ளுதிநீ இனிது வாழ்கவே!

உகதன்மம் – யுகதர்மம், புலைஞர் – ஈனர், பொருளான் – பொருளால், கல்வியான் – கல்வியால், அருளான் – அருளால், உய்ந்தோன் – வாழ்ந்தோன், சாற்றல் – சொல்லல், இரும்புகழ் – பெரும்புகழ், எற்கு – எனக்கு

23. எட்டயபுரம் மகாராஜாவின்மீது சீட்டுக்கவிகள்

1

(ஓலைத்தூக்கு)

1. ராஜமகா ராஜேந்திர ராஜகுல
சேகரன்ஸ்ரீ ராஜ ராஜன்
தேசமெலாம் புகழ்விளங்கும் இளசைவெங்க
டேசுரெட்ட சிங்கன் காண:
வாசமிகு துழாய்த்தாரான் கண்ணனடி
மறவாத மனத்தான், சக்தி
தாசனெனப் புகழ்வளர்சுப் பிரமணிய
பாரதிதான் சமைத்த பாட்டு.

2. மன்னவனே! தமிழ்நாட்டில் தமிழறிந்த
மன்னரிலை யென்று மாந்தர்
இன்னலுறப் புகன்றவசை நீமகுடம்
புனைந்தபொழு திறந்த தன்றே?
சொன்னலமும் பொருணலமுஞ் சுவைகண்டு
சுவைகண்டு துய்த்துத் துய்த்துக்
கன்னலிலே சுவையறியுங் குழந்தைகள்போல்
தமிழ்ச்சுவைநீ களித்தா யன்றே?

3. புவியனைத்தும் போற்றிடவான் புகழ்படைத்துத்
தமிழ்மொழியைப் புகழி லேற்றும்
கவியரசர் தமிழ்நாட்டுக் கில்லையெனும்
வசைஎன்னால் கழிந்த தன்றே?
"சுவைபுதிது நயம்புதிது, வளம்புதிது
சொற்புதிது சோதி கொண்ட
நவகவிதை, எந்நாளும் அழியாத
மஹாகவிதை" என்று நன்கு,

துழாய்த்தார் – துளசிமாலை, கன்னல் – கரும்பு, பராவி – புகழ்ந்து, தராதிபன் – அரசன்

4. பிரான்ஸெனன்னு முயர்ந்தபுகழ் நாட்டிலுயர்
புலவோரும் பிறரு மாங்கே
விராவுபுகழ் ஆங்கிலத்தீங் கவியரசர்
தாமுமிக வியந்து கூறிப்
பராவியென்றன் தமிழ்ப்பாட்டை மொழிபெயர்த்துப்
போற்றுகிறார்; பாரோ ரேத்தும்
தராதிபனே! இளசைவெங்க டேசுரெட்டா!
நின்பால்அத் தமிழ்கொ ணர்ந்தேன்.

5. வியப்புமிகு புத்திசையில் வியத்தகுமென்
கவிதையினை வேந்த னே!நின்
நயப்படுசந் நிதிதனிலே நான்பாட
நீகேட்டு நன்கு போற்றி,
ஜயப்பறைகள் சாற்றுவித்துச் சாலுவைகள்
பொற்பைகள் ஜதிபல் லக்கு
வயப்பரிவா ரங்கள்முதல் பரிசளித்துப்
பல்லூழி வாழ்க நீயே!

சீட்டுக்கவி, ஓலைத்தூக்கு – இரண்டும் ஒரு பொருள் தருவன; மன்னரைப் புகழ்ந்து எழுதப்படும் கவிதைகள்

எட்டயபுரம் மகாராஜாவின்மீது சீட்டுக்கவிகள்

2

1. பாரிவாழ்ந் திருந்த சீர்த்திப்
    பழந்தமிழ் நாட்டின் கண்ணே
    ஆரிய! நீயிந் நாளில்
    அரசுவீற் றிருக்கின் றாயால்;
    காரியங் கருதி நின்னைக்
    கவிஞர்தாம் காண வேண்டின்
    நேரிலப் போதே எய்தி
    வழிபட நினைகி லாயோ?

2. விண்ணள வுயர்ந்த கீர்த்தி
    வெங்கடேசு ரெட்ட மன்னா!
    பண்ணள வுயர்ந்த தென்பண்
    பாவள வுயர்ந்த தென்பா;
    எண்ணள வுயர்ந்த வெண்ணில்
    இரும்புகழ்க் கவிஞர் வந்தால்,
    அண்ணலே பரிசு கோடி
    அளித்திட விரைகி லாயோ?

3. கல்வியே தொழிலாக் கொண்டாய்!
    கவிதையே தெய்வ மாக
    அல்லுநன் பகலும் போற்றி
    அதைவழி பட்டு நின்றாய்!
    சொல்லிலே நிகரி லாத
    புலவர்நின் சூழ லுற்றால்
    எல்லினைக் காணப் பாயும்
    இடபம்போல் முற்ப டாயோ?

பாரி – கடையேழு வள்ளல்களில் ஒருவர், மன்னர்.
எல் – கதிரவன்

24. ஹிந்து மதாபிமான சங்கத்தார்

1. மண்ணுலகின் மீதினிலே எக்காலும்
அமரரைப்போல் மடிவில் லாமல்
திண்ணமுற வாழ்ந்திடலாம், அதற்குரிய
உபாயமிங்கு செப்பக் கேளீர்!
நண்ணியெலாப் பொருளினிலும் உட்பொருளாய்ச்
செய்கையெலாம் நடத்தும் வீறாய்த்
திண்ணியநல் லறிவொளியாய்த் திகழுமொரு
பரம்பொருளை அகத்தில் சேர்த்து,

2. 'செய்கையெலாம் அதன்செய்கை, நினைவெல்லாம்
அதன்நினைவு, தெய்வ மேநாம்
உய்கையுற நாமாகி நமக்குள்ளே
ஒளிர்வ' தென உறுதிகொண்டு,
பொய்,கயமை, சினம்,சோம்பர், கவலை,மயல்,
வீண்விருப்பம், புழுக்கம், அச்சம்,
ஐயமெனும் பேயையெலாம் ஞானமெனும்
வாளாலே அறுத்துத் தள்ளி

3. எப்போதும் ஆனந்தச் சுடர்நிலையில்
வாழ்ந்துஉயிர்கட் கினிது செய்வோர்,
தப்பாதே இவ்வுலகில் அமரநிலை
பெற்றிடுவார்; சதுர்வே தங்கள்
மெய்ப்பான சாத்திரங்கள் எனுமிவற்றால்
இவ்வுண்மை விளங்கக் கூறும்
துப்பான மதத்தினையே ஹிந்துமதம்
எனப்புவியோர் சொல்லு வாரே.

4. அருமையுறு பொருளிலெலாம் மிகஅரிதாய்த்
தனைச்சாரும் அன்பர்க் கிங்கு
பெருமையுறு வாழ்வளிக்கும் நற்றுணையாம்
ஹிந்துமதப் பெற்றி தன்னைக்

நண்ணி – நண்ணுதல் – இருத்தல்; சேர்தல், வீறு – விளக்கம்; வேகம்; தனிமை, திண்ணிய – உண்மையான; வலிமையான, துப்பு – மேன்மை, பெற்றி – குணம்; தன்மை

கருதியதன் சொற்படியிங்கு ஒழுகாத
மக்களெலாம் கவலை யென்னும்
ஒருநரகக் குழியதனில் வீழ்ந்துதவித்து
அழிகின்றார் ஓய்வி லாமே.

5. இத்தகைய துயர்நீக்கிக் கிருதயுகந்
    தனைஉலகில் இசைக்க வல்ல
புத்தமுதாம் ஹிந்துமதப் பெருமைதனைப்
    பாரறியப் புகட்டும் வண்ணம்,
தத்துபுகழ் வளப்பாண்டி நாட்டினிற்
    காரைக்குடியூர் தனிலே சால
உத்தமராம் தனவணிகர் குலத்துதித்த
    இளைஞர்பலர், ஊக்கம் மிக்கார்,

6. உண்மையே தாரகமென் றுணர்ந்திட்டார்,
    அன்பொன்றே உறுதி யென்பார்,
வண்மையே குலதர்ம மெனக்கொண்டார்,
    தொண்டொன்றே வழியாய்க் கண்டார்,
ஒண்மையுயர் கடவுளிடத் தன்புடையார்;
    அவ்வன்பின் ஊற்றத் தாலே
திண்மையுறும் ஹிந்துமத அபிமான
    சங்கமொன்று சேர்த்திட் டாரே.

7. பலநூல்கள் பதிப்பித்தும், பலபெரியோர்
    பிரசங்கம் பண்ணு வித்தும்
நலமுடைய கலாசாலை புத்தக
    சாலைபலவும் நாட்டி யும்தம்
குலமுயர நகருயர நாடுயர
    உழைக்கின்றார்; கோடி மேன்மை
நிலவுறவிச் சங்கத்தார் பல்லூழி
    வாழ்ந்தொளிர்க நிலத்தின் மீதே!

தத்துபுகழ் – பரவு புகழ், வண்மை – ஈகை, தொண்டு – சேவை,
ஒண்மை – அறிவு; ஒளி, பிரசங்கம் – சமயச் சொற்பொழிவு

25. வேல்ஸ் இளவரசருக்கு பரதகண்டத்தாய் நல்வரவு கூறுதல்

ஆசிரியப்பா

வருக செல்வ! வாழ்கமன் நீயே!
வடமேற் றிசைக்கண் மாப்பெருந் தொலையினோர்
பொற்சிறு தீவகப் புரவலன் பயந்த
நற்றவப் புதல்வ! நல்வர வுனதே!
மேதக நீயும்நின் காதலங் கிளியும்
என்றனைக் காணுமா றித்தனை காதம்
வந்தனிர்! வாழ்திர்! என் மனம்மகிழ்ந் ததுவே
செல்வ, கேள்! என்னரும் சேய்களை நின்னுடை
முன்னோர் ஆட்சி தொடங்குறூஉம் முன்னர்
நெஞ்செலாம் புண்ணாய் நின்றனன் யாஅன்.
ஆயிர வருடம் அன்பிலா அந்நியர்
ஆட்சியின் விளைந்த அல்லல்கள் எண்ணில.
போனதை எண்ணிப் புலம்பியிங்கு என்பயன்?
மற்றுன் நாட்டினோர் வந்ததன் பின்னர்,
அகத்தினில் சிலபுண் ஆறுதல் எய்தின.
போர்த்தொகை அடங்கிஎன் ஏழைப் புத்திரர்
அமைதிபெற் றுய்வ ராயினர். எனவே,
பாரத தேவி பழமைபோல் திருவருள்
பொழிதர லுற்றனள். பொருள்செயற் குரிய
தொழிற்கணம் பலப்பல தோன்றின. பின்னும்
கொடுமதப் பாவிகள் குறும்பெலாம் அகன்றன.
யாற்றினிற் பெண்களை எறிவதூஉம், இரதத்து
உருளையில் பாலரை உயிருடன் மாய்த்தலும்,
பெண்டிரைக் கணவர்தம் பிணத்துடன் எரித்தலும்
எனப்பல தீமைகள் இறந்துபட் டனவால்.
மேற்றிசை இருளினை வெருட்டிய ஞான
ஒண்பெருங் கதிரின் ஓரிரு கிரணம்என்
பாலரின் மீது படுதலுற் றனவே.
ஆயினு மென்னை? ஆயிரங் கோடி
தொல்லைகள் இன்னும் தொலைந்தன வில்லை.

பயந்த – பெற்ற, காதம் – தொலைவைக் குறிக்கும் ஓர் அலகு (நான்கு கூப்பிடு தொலைவு ஒரு காதம்), பொழிதரல் – பொழிதல், யாறு – ஆறு

நல்குர வாதி நவமாம் தொல்லைகள்
ஆயிரம் எனைவந் தடைந்துள நுமரால்
எனினும்இங் கிவையெலாம் இறைவன் அருளால்
நீங்குவ வன்றி நிலைப்பன வல்ல.
நோயெலாம் தவிர்ப்பான் நுமரே எனக்கு
மருத்துவ ராக வந்தனர் என்பதூஉம்
பொய்யிலை. ஆதலின் புகழ்பெறும் ஆங்கில
நாட்டினர் என்றும் நலமுற வாழ்கவே!
என்னருஞ் சேய்களும் இவரும்நட் பெய்தி
இருபான் மையர்க்கும் இன்னலொன் றின்றி
ஒருவரை யொருவர் ஒறுத்திட லிலாது
செவ்விதின் வாழ்க! அச் சீர்மிகு சாதியின்
இறைவனாம் உந்தை இன்பொடு வாழ்க!
வாழ்க நீ! வாழ்கநின் மனமெனும் இனிய
வேரிமென் மலர்வாழ் மேரிநல் அன்னம்!
மற்றென் சேய்கள் வாழிய! வாழிய!

நல்குரவு – வறுமை, வேரி – மணம்; கள்

26. குணம் பல

“ஆரியர் கட்கிங் கமைகுணம் பலவே, அவையே
முன்னோர் பயின்ற முறைமையின்நன் மையைப்
பின்னோர் தமவெனப் பேணுத லொன்றே;
தான்பிறந் திட்ட தகைபெறு நாட்டிற்
பின்னிடா வன்பைப் பெற்றிட லொன்றே;
அவர்பெரும் பேரினை யருமகற் கிட்டு,
வாய்மணந் திடவே வழங்குத லொன்றே;
கற்புள மாதரின் கவின்பெறு நலத்தை
இற்புற மாகா வகைசெய லொன்றே.”

27. காந்திமதிநாத பிள்ளை அவர்களின் பேரில் பாடிய பாக்கள்

ஆண்டி லிளையவனென் றந்தோ, அகந்தையினால்
ஈண்டிங் கிகழ்ந்தென்னை ஏளனஞ்செய் – மாண்பற்ற
காரிருள்போ லுள்ளத்தான் காந்திமதி நாதனைப்
*பாரதி சின்னப் பயல்.

ஆண்டி லிளையவனென் றைய, அருமையினால்
ஈண்டின்றென் றன்னைநீ யேந்தினையால் – மாண்புற்ற
காரதுபோ லுள்ளத்தான் காந்திமதி நாதற்குப்
பாரதி சின்னப் பயல்.

---

*பார் அதி சின்னப் பயல்

28. 'வருண சிந்தாமணி' நூலுக்குப் பாடியளித்த சாற்றுக் கவிகள்

1. செந்தண்மை பூண்டொழுகுந் திறத்தானே
   யறவோர்தஞ் சிறப்பு வாய்ந்த
   அந்தணரப் பிரமநிலை யறிகுநரே
   பிராமணரென் றளவி னூற்கள்
   சந்ததமுங் கூறியதைத் தேராமே
   பிறப்பொன்றாற் றருக்கி நாமே,
   எந்தநெறி யுடையர்பிற ரெனினுமவர்
   சூத்திரரென் றிகழ்கின் றேமால்.

2. மேழிகொடு நிலமுழுது வாழ்வதுவே
   முதல்வாழ்க்கை; வேத மோதல்
   வாழியதி னுஞ்சிறப்பாம். மற்றவிவை
   யிரண்டனுக்கும் வல்லார் தம்மைப்
   பாழிலிவர் கடைக்குலத்தா ரென்பதுபே
   தைமையன்றோ? பார்க்குங் காலைக்
   கூழிவரே பிறர்க்களிப்பர் நிலமுடைவை
   சியரென்றே கொள்வா மன்னோ.

3. பன்னாளா வேளாளர் சூத்திரரென்
   றெண்ணிவரும் பழம்பொய் தன்னை
   ஒன்னார்பற் பலர்நாண வருண சிந்தா
   மணியென்னு முண்மை வாளாற்
   சின்னாபின் னம்புரிந்து புவியினரைக்
   கடப்படுத்தான் சென்னை வாழு
   நன்னாவ லோர்பெருமான் கனகசபைப்
   பிள்ளையெனு நாமத் தானே.

தேராமே – ஆராயாமல், தருக்கி – செருக்குகொண்டு, மேழி – கலப்பை, பார்க்குங்காலை – பார்க்கும்போது, ஒன்னார் – பகைவர்

சுயசரிதை

1. கனவு

'பொய்யாய்ப் பழங்கதையாய்க் கனவாய்
மெல்லப் போனதுவே.'
– பட்டினத்துப்பிள்ளை.

முன்னுரை

1. வாழ்வு முற்றும் கனவெனக் கூறிய
   மறைவ லோர்தம் உரைபிழை யன்றுகாண்;
   தாழ்வு பெற்ற புவித்தலக் கோலங்கள்
   சரத மன்றுஎனல் யானும் அறிகுவேன்;
   பாழ்க டந்த பரநிலை யென்றுஅவர்
   பகரும் அந்நிலை பார்த்திலன் பார்மிசை;
   ஊழ்க டந்து வருவதும் ஒன்றுண்டோ?
   உண்மை தன்னிலோர் பாதி யுணர்ந்திட்டேன்.

2. மாயை பொய்யெனல் முற்றிலும் கண்டனன்;
   மற்றும் இந்தப் பிரமத் தியல்பினை
   ஆய நல்லருள் பெற்றிலன்; தன்னுடை
   அறிவி னுக்குப் புலப்பட லின்றியே
   தேய மீதெவ ரோசொலுஞ் சொல்லினைச்
   செம்மை யென்று மனத்திடைக் கொள்வதாம்
   தீய பக்தி யியற்கையும் வாய்ந்திலேன்;
   சிறிது காலம் பொறுத்தினும் காண்பமே.

3. உலகெ லாமொர் பெருங்கனவு அஃதுளே
   உண்டு உறங்கி இடர்செய்து செத்திடும்
   கலக மானிடப் பூச்சிகள் வாழ்க்கையோர்
   கனவி னுங்கன வாகும்; இதனிடை
   சிலதி னங்கள் உயிர்க்குஅமு தாகியே
   செப்பு தற்குஅரி தாகம யக்குமால்;
   திலத வாணுத லார்தரும் மையலாம்
   தெய்வி கக்கன வன்னது வாழ்கவே!

சரதம் – உண்மை, தீயபக்தி – இனியபக்தி; தூயபக்தி,
திலத வாணுதல்– திலக வாள்நுதல் (வாள் – ஒளி)

4. ஆண்டொர் பத்தினில் ஆடியும் ஓடியும்
ஆறு குட்டையின் நீச்சினும் பேச்சினும்
ஈண்டு பன்மரத்து ஏறியி றங்கியும்
என்னொடு ஒத்த சிறியர் இருப்பரால்;
வேண்டு தந்தை விதிப்பினுக் கஞ்சியான்
வீதி யாட்டங்க ளேதினுங் கூடிலேன்,
தூண்டு நூற்கணத் தோடுத னியனாய்த்
தோழ மைபிறி தின்றிவ ருந்தினேன்.

பிள்ளைக் காதல்

5. அன்ன போழ்தினில் உற்ற கனவினை
அந்த மிழ்ச்சொலில் எவ்வணம் சொல்லுகேன்?
சொன்ன தீங்கன வங்கு துயிலிடைத்
தோய்ந்த தன்று, நனவிடைத் தோய்ந்ததால்;
மென்ன டைக்கனி யின்சொற் கருவிழி
மேனி யெங்கும் நறுமலர் வீசிய
கன்னி யென்றுறு தெய்வத மொன்றனைக்
கண்டு காதல் வெறியிற்க லந்தனன்.

6. ஒன்ப தாய பிராயத்தள் என்விழிக்கு
ஓது காதைச் சகுந்தலை யொத்தனள்
என்ப தார்க்கும் வியப்பினை நல்குமால்
என்செய் கேன்? பழி யென்மிசை யுண்டுகொல்?
அன்பெ னும்பெரு வெள்ளம் இழுக்குமேல்
அதனை யாவர் பிழைத்திட வல்லரே?
முன்பு மாமுனி வோர்தமை வென்றவில்
முன்னர் ஏழைக் குழந்தையென் செய்வனே?

அந்தமிழ் – அழகுதமிழ், தீங்கனவு – இனிய கனவு, காதை – காவியம், பிழைத்தல் – தப்பித்தல், வில் – மன்மதன் வில்

7. வயது முற்றிய பின்னுறு காதலே
மாசு டைத்தது தெய்வித மன்றுகாண்;
இயலும் புன்மை யுடலினுக் கின்பெனும்
எண்ண மும்சிறிது ஏன்றதக் காதலாம்
நயம்மி குந்தனி மானத மாமணம்
நண்ணு பாலர் தமக்குரித் தாமன்றோ?
கயல்வி ழிச்சிறு மானினைக் காணநான்
காம னம்புகள் என்னுயிர் கண்டவே.

8. கனகன் மைந்தன் குமர குருபரன்
கனியும் ஞானசம் பந்தன் துருவன்மற்று
எனையர் பாலர் கடவுளர் மீதுதாம்
எண்ணில் பக்திகொண்டு இன்னுயிர் வாட்டினோர்
மனதி லேபிறந் தோன்மன முண்ணுவோன்
மதன தேவனுக்கு என்னுயிர் நல்கினன்;
முனமு ரைத்தவர் வான்புகழ் பெற்றனர்;
மூட னேன்பெற்றது ஓதுவன் பின்னரே.

9. நீரெ டுத்து வருவதற் கவள்மணி
நித்தி லப்புன் னகைசுடர் வீசிடப்
போரெ டுத்து வருமதன் முன்செலப்
போகும் வேளை யதற்குத் தினந்தோறும்
வேரெ டுத்துச் சுதந்திர நற்பயிர்
வீந்தி டச்செய்தல் வேண்டிய மன்னர்தம்
சீரெ டுத்த புலையியற் சாரர்கள்
தேச பக்தர் வரவினைக் காத்தல்போல்.

10. காத்தி ருந்தவள் போம்வழி முற்றிலும்
கண்கள் பின்னழ கார்ந்து களித்திட
யாத்த தேர்உரு ளைப்படு மேழைதான்
யாண்டு தேர்செலு மாங்குஇழுப் புற்றெனக்
கோத்த சிந்தையொ டேகி யதில்மகிழ்
கொண்டு நாட்கள் பலகழித் திட்டனென்;
பூத்த ஜோதி வதனம் திரும்புமேல்
புலன ழிந்தொரு புத்துயி ரெய்துவேன்.

மானதம் – மனத்துள் தோன்றுவது,
வீந்திட – சூல்கொள்ள; கருக்கொள்ள

11. புலங்க ளோடு கரணமும் ஆவியும்
போந்து நின்ற விருப்புடன் மானிடன்
நலங்க ளேது விரும்புவன் அங்கவை
நண்ணு றப்பெறல் திண்ணம தாமென,
இலங்கு நூலுணர் ஞானியர் கூறுவர்;
யானும் மற்றது மெய்யெனத் தேர்ந்துளேன்;
விலங்கி யற்கை யிலையெனில் யாமெலாம்
விரும்பு மட்டினில் விண்ணுற லாகுமே.

12. சூழும் மாய வுலகினிற் காணுறும்
தோற்றம் யாவையும் மானத மாகுமால்;
ஆழும் நெஞ்சகத் தாசையின் றுள்ளதேல்,
அதனு டைப்பொருள் நாளை விளைந்திடும்.
தாழும் உள்ளத்தர், சோர்வினர், ஆடுபோல்
தாவித் தாவிப் பலபொருள் நாடுவோர்,
வீழும் ஓர்இடை யூற்றினுக் கஞ்சுவோர்,
விரும்பும் யாவும் பெறார்இவர் தாமன்றே?

13. விதியை நோவர்,தம் நண்பரைத் தூற்றுவர்,
வெகுளி பொங்கிப் பகைவரை நிந்திப்பர்,
சதிகள் செய்வர்,பொய்ச் சாத்திரம் பேசுவர்,
சாத கங்கள் புரட்டுவர், பொய்மைசேர்
மதியி னிற்புலை நாத்திகங் கூறுவர்,
மாய்ந்தி டாத நிறைந்த விருப்பமே
கதிகள் யாவும் தருமெனல் ஓர்ந்திடார்;
கண்ணி லாதவர் போலத் திகைப்பர்காண்.

14. கன்னி மீதுறு காதலின் ஏழையேன்
கவலை யுற்றன கோடிஎன் சொல்லுகேன்?
பன்னி யாயிரங் கூறினும், பக்தியின்
பான்மை நன்கு பகர்ந்திட லாகுமோ?
முன்னி வான்கொம்பின் தேனுக் குழன்றதோர்
முடவன் கால்கள் முழுமைகொண் டாலென
என்னி யன்றுமற் றெங்ஙனம் வாய்ந்ததோ
என்னி டத்தவள் இங்கிதம் பூண்டதே!

வெகுளி – கோபம், பன்னி – திரும்பத்திரும்ப, இங்கிதம் – அன்பு

15. காத லென்பதும் ஓர்வயின் நிற்குமேல்
கடலின் வந்த கடுவினை யொக்குமால்,
ஏத மின்றி யிருபுடைத் தாமெனில்,
இன்ன மிர்தும் இணைசொல லாகுமோ?
ஓதொ ணாத பெருந்தவம் கூடினோர்
உம்பர் வாழ்வினை யெள்ளிடும் வாழ்வினோர்
மாத ரார்மிசைத் தாமுறுங் காதலை
மற்ற வர்தரப் பெற்றிடும் மாந்தரே.

16. மொய்க்கும் மேகத்தின் வாடிய மாமதி,
மூடு வெம்பனிக் கீழுறு மென்மலர்,
கைக்கும் வேம்பு கலந்திடு செய்யபால்,
காட்சி யற்ற கவினுறு நீள்விழி,
பொய்க்கு இளைத்து வருந்திய மெய்யரோ,
பொன்ன னாரருள் பூண்டில ராமெனில்,
கைக்கிளைப் பெயர் கொண்ட பெருந்துயர்
காத லஃது கருதவுந் தீயதால்.

17. தேவர் மன்னன் மிடிமையைப் பாடல்போல்
தீய கைக்கிளை யானெவன் பாடுதல்?
ஆவல் கொண்ட அரும்பெறற் கன்னிதான்
அன்பெ னக்கங்கு அளித்திட லாயினள்;
பாவம், தீமை, பழியெதுந் தேர்ந்திடோம்;
பண்டைத் தேவ யுகத்து மனிதர்போல்,
காவல், கட்டு, விதிவழக் கென்றிடும்
கயவர் செய்திக ளேதும் அறிந்திலேம்.

18. கான கத்தில் இரண்டு பறவைகள்
காத லுற்றது போலவும்; ஆங்ஙனே
வான கத்தில் இயக்க ரியக்கியர்
மையல் கொண்டு மயங்குதல் போலவும்,

கடு – நஞ்சு, ஓதொணாத – ஓத ஒண்ணாத – சொல்ல இயலாத, உம்பர் – தேவர்கள், கைக்கிளை – ஒருதலைக்காமம் (அகத்திணை ஏழில் ஒன்று), இயக்கர் இயக்கியர் – கந்தருவ ஆண்கள் பெண்கள்

ஊன கத்த துவட்டுறும் அன்புதான்
ஒன்று மின்றி உயிர்களில் ஒன்றியே
தேன கத்த மணிமொழி யாளொடு
தெய்வ நாட்கள் சிலகழித் தேனரோ!

19. ஆதி ரைத்திரு நாளொன்றில் சங்கரன்
ஆல யத்தொரு மண்டபந் தன்னில்யான்
சோதி மானொடு தன்னந் தனியனாய்ச்
சொற்க ளாடி யிருப்ப,மற்று அங்கவள்
பாதி பேசி மறைந்துபின் தோன்றித்தன்
பங்க யக்கையில் மைகொணர்ந் தே 'ஒரு
சேதி! நெற்றியில் பொட்டுவைப் பேன்'என்றாள்,
திலத மிட்டனள்; செய்கை யழிந்தனன்.

20. என்னை யீன்றெனக்கு ஐந்து பிராயத்தில்
ஏங்க விட்டுவிண் ணெய்திய தாய்தனை
முன்னை யீன்றவன் செந்தமிழ்ச் செய்யுளால்
மூன்று போழ்துஞ் சிவனடி யேத்துவோன்
அன்ன வன்தவப் பூசனை தீர்ந்தபின்,
அருச்ச னைப்படு தேமலர் கொண்டுயான்
பொன்னை என்னுயிர் தன்னை யணுகலும்,
பூவை புன்னகை நன்மலர் பூப்பள்காண்.

ஆங்கிலப் பயிற்சி

21. நெல்லை யூர்சென்றுஅவ் வூணர் கலைத்திறன்
நேரு மாறெனை எந்தை பணித்தனன்;
புல்லை யுண்கென வாளரிச் சேயினைப்
போக்கல் போலவும், ஊன்விலை வாணிகம்
நல்ல தென்றொரு பார்ப்பனப் பிள்ளையை
நாடு விப்பது போலவும், எந்தைதான்
அல்லல் மிக்கதோர் மண்படு கல்வியை
ஆரி யர்க்கிங் கருவருப் பாவதை,

பங்கயம் – தாமரை, வாளரிச்சேய் – சிங்கக்குருளை (சிங்கத்தின் குட்டி)

22. நரியு யிர்ச்சிறு சேவகர், தாதர்கள்,
நாயெ னத்திரி யொற்றர், உணவினைப்
பெரிதெ னக்கொடு தம்முயிர் விற்றிடும்
பேடி யர்,பிறர்க் கிச்சகம் பேசுவோர்,
கருது மிவ்வகை மாக்கள் பயின்றிடுங்
கலைப யில்கென என்னை விடுத்தனன்,
அருமை மிக்க மயிலைப் பிரிந்தும்இவ்
அற்பர் கல்வியில் நெஞ்சு பொருந்துமோ?

23. கணிதம் பன்னிரண் டாண்டு பயில்வர்,பின்
கார்கொள் வானிலோர் மீனிலை தேர்ந்திலார்;
அணிசெய் காவியம் ஆயிரங் கற்கினும்
ஆழ்ந்தி ருக்கும் கவியுளம் காண்கிலார்;
வணிக மும்பொருள் நூலும் பிதற்றுவர்
வாழும் நாட்டிற் பொருள்கெடல் கேட்டிலார்;
துணியு மாயிரஞ் சாத்திர நாமங்கள்
சொல்லு வார்,எட் டுணைபயன் கண்டிலார்.

24. கம்ப னென்றொரு மானிடன் வாழ்ந்ததும்
காளி தாசன் கவிதை புனைந்ததும்;
உம்பர் வானத்துக் கோளையும் மீனையும்
ஓர்ந்த ளந்ததொர் பாற்கரன் மாட்சியும்;
நம்ப ருந்திற லோடொரு பாணினி
ஞால மீதில் இலக்கணங் கண்டதும்;
இம்பர் வாழ்வின் இறுதிகண் டுண்மையின்
இயல்பு ணர்த்திய சங்கரன் ஏற்றமும்;

25. சேரன் தம்பி சிலம்பை இசைத்ததும்
தெய்வ வள்ளுவன் வான்மறை செய்ததும்;
பார நல்லிசைப் பாண்டிய சோழர்கள்
பார ளித்ததும் தர்மம் வளர்த்ததும்
பேர ருட்சுடர் வாள்கொண்டு அசோகனார்
பிழைப டாது புவித்தலங் காத்ததும்,
வீரர் வாழ்த்த மிலேச்சர்தம் தீயகோல்
வீழ்த்தி வென்ற சிவாஜியின் வெற்றியும்

எட்டுணை – எள்துணை – எள்ளளவு, பாற்கரன் – பாஸ்கரன்

26. அன்ன யாவும் அறிந்திலர் பாரதத்து
ஆங்கி லம்பயில் பள்ளியுள் போகுநர்;
முன்னம் நாடு திகழ்ந்த பெருமையும்
மூண்டி ருக்குமிந் நாளின் இகழ்ச்சியும்
பின்னர் நாடுறு பெற்றியும் தேர்கிலார்,
பேடிக் கல்வி பயின்றுழல் பித்தர்கள்;
என்ன கூறிமற் றெங்ஙன் உணர்த்துவேன்
இங்கி வர்க்குஎன துள்ளம் எரிவதே!

27. சூதி லாத வுளத்தினன் எந்தைதான்
சூழ்ந்தெ னக்கு நலஞ்செயல் நாடியே
ஏதி லார்தருங் கல்விப் படுகுழி
ஏறி யுய்தற் கரிய கொடும்பிலம்
தீதி யன்ற மயக்கமும் ஐயமும்
செய்கை யாவினுமேய சிரத்தையும்
வாதும் பொய்மையும் என்றவி லங்கினம்
வாழும் வெங்குகைக் கென்னை வழங்கினன்.

28. அய்ய ரென்றும் துரையென்றும் மற்றெனக்கு
ஆங்கி லக்கலை யென்றொன் றுணர்த்திய
பொய்ய ருக்கிது கூறுவன் கேட்பிரால்:
பொழுதெ லாமுங்கள் பாடத்தில் போக்கி நான்
மெய்ய யர்ந்து விழிகுழி வெய்திட
வீறி ழந்துஎன துள்ளம்நொய் தாகிட
ஐயம் விஞ்சிச் சுதந்திரம் நீங்கிஎன்
அறிவு வாரித் துரும்பென் றலைந்ததால்.

29. செலவு தந்தைக்கொ ராயிரஞ் சென்றது;
தீதெ னக்குப்பல் லாயிரஞ் சேர்ந்தன;
நலமொர் எட்டுணை யுங்கண்டி லேன்இதை
நாற்ப தாயிரங் கோயிலிற் சொல்லுவேன்!

பெற்றி – தன்மை, ஏதிலார் – அந்நியர், பிலம் – பாதாளம், வீறு – ஊக்கம்; பெருமை, நொய்து – மெலிவு; தளர்வு, வாரித்துரும்பு – வெள்ளத்துரும்பு

சிலமுன் செய்தன நல்வினை யானும்நம்
தேவி பாரதத் தன்னை யருளினும்
அலைவு றுத்துறும் பேரிருள் வீழ்ந்துநான்
அழிந்தி டாதொரு வாறு பிழைத்ததே!

மணம்

30. நினைக்க நெஞ்ச முருகும்; பிறர்க்கிதை
நிகழ்த்த நாநனி கூசும் அதன்றியே
எனைத்திங் கெண்ணி வருந்தியும் இவ்விடர்
யாங்ஙன் மாற்றுவ தென்பதும் ஓர்ந்திலம்;
அனைத்தொர் செய்திமற் றேதெனில் கூறுவன்;
அம்ம! மாக்கள் மணமெனுஞ் செய்தியே.
வினைத்தொ டர்களில் மானுட வாழ்க்கையுள்
மேவு மிம்மணம் போல்பிறி தின்றரோ!

31. வீடு றாவணம் யாப்பதை வீடென்பார்;
மிகவி ழிந்த பொருளைப் பொருளென்பார்;
நாடுங் காலொர் மணமற்ற செய்கையை
நல்ல தோர்மண மாமென நாட்டுவார்.
கூடு மாயின் பிரம சரியங்கொள்;
கூடு கின்றில தென்னிற் பிழைகள்செய்து
ஈட ழிந்து நரக வழிசெல்வாய்;
யாது செய்யினும் இம்மணம் செய்யல்காண்.

32. வசிட்ட ருக்கும் இராமருக்கும் பின்னொரு
வள்ளு வர்க்கும்முன் வாய்த்திட்ட மாதர்போல்
பசித்தொ ராயிரம் ஆண்டுதவஞ் செய்து
பார்க்கி னும்பெறல் சால அரிதுகாண்.
புசிப்ப தும்பரின் நல்லமு தென்றெணிப்
புலையர் விற்றிடும் கள்ளுண லாகுமோ?
அசுத்தர் சொல்வது கேட்கலிர், காளையீர்!
ஆண்மை வேண்டின் மணஞ்செய்தல் ஓம்புமின்.

33. வேறு தேயத் தெவரது செய்யினும்
வீழ்ச்சி பெற்றவிப் பாரத நாட்டினில்
ஊற ழிந்து பிணமென வாழுமிவ்
வூனம் நீக்க விரும்பும் இளையர்தாம்
கூறு மெந்தத் துயர்கள் விளையினும்
கோடி மக்கள் பழிவந்து சூழினும்
நீறு பட்டவிப் பாழ்ஞ்செயல் மட்டினும்
நெஞ்சத் தாலும் நினைப்ப தொழிகவே.

34. பால ருந்து மதலையர் தம்மையே
பாத கக்கொடும் பாதகப் பாதகர்
மூலத் தோடு குலங்கெடல் நாடிய
மூட மூடநிர் மூடப் புலையர்தாம்,
கோல மாக மணத்திடைக் கூட்டுமிக்
கொலையெ னுஞ்செய லொன்றினை யுள்ளவும்
சால வின்னுமோ ராயிரம் ஆண்டிவர்
தாத ராகி அழிகெனத் தோன்றுமே!

35. ஆங்கொர் கன்னியைப் பத்துப் பிராயத்தில்
ஆழ நெஞ்சிடை யூன்றி வணங்கினன்;
ஈங்கொர் கன்னியைப் பன்னிரண் டாண்டனுள்
எந்தை வந்து மணம்புரி வித்தனன்.
தீங்கு மற்றிதில் உண்டென் றறிந்தவன்
செயலெ திர்க்கும் திறனில னாயினேன்.
ஓங்கு காதற் றழலெவ் வளவுஎன்றன்
உளமெ ரித்துள தென்பதும் கண்டிலேன்.

36. மற்றொர் பெண்ணை மணஞ்செய்த போழ்துமுன்
மாத ராளிடைக் கொண்டதொர் காதல்தான்
நிற்றல் வேண்டு மெனவுளத்து எண்ணிலேன்;
நினைவை யேயிம் மணத்திற் செலுத்தினேன்;

நீறு – சாம்பல், தாதர் – அடிமையர், காதற்றழல் – காதல் தழல்

முற்றொ டர்பினில் உண்மை யிருந்ததால்
மூண்ட பின்னதொர் கேளியென் றெண்ணினேன்,
கற்றும் கேட்டும் அறிவு முதிருமுன்
காத லொன்று கடமையொன் றாயின!

37. மதனன் செய்யும் மயக்க மொருவயின்,
மாக்கள் செய்யும் பிணிப்புமற் றோர்வயின்,
இதனிற் பன்னிரண் டாட்டை யிளைஞனுக்கு
என்னை வேண்டும் இடர்க்குறு சூழ்ச்சிதான்?
எதனி லேனும் கடமை விளையுமேல்
எத்து யர்கள் உழன்றுமற் றென்செய்தும்
அதனி லுண்மையொடு ஆர்ந்திடல் சாலுமென்று
அறம்வி திப்பதும் அப்பொழுது ஓர்ந்திலன்.

38. சாத்தி ரங்கள் கிரியைகள் பூசைகள்
சகுன மந்திரத் தாலி மணியெலாம்
யாத்து எனைக்கொலை செய்தன ரல்லது
யாது தர்ம முறையெனல் காட்டிலர்,
தீத்தி றன்கொள் அறிவற்ற பொய்ச்செயல்
செய்து மற்றுஅவை ஞான நெறியென்பர்;
மூத்த வர்வெறும் வேடத்தின் நிற்குங்கால்
மூடப் பிள்ளை அறமெவன் ஓர்வதே?

தந்தை வறுமை எய்திடல்

39. ஈங்கி தற்கிடை யெந்தை பெருந்துயர்
எய்தி நின்றனன் தீய வறுமையான்,
ஓங்கி நின்ற பெருஞ்செல்வம் யாவையும்
ஊணர் செய்த சதியில் இழந்தனன்;
பாங்கில் நின்று புகழ்ச்சிகள் பேசிய
பண்டை நண்பர்கள் கைநெகிழ்த் தேகினர்;
வாங்கி யுய்ந்த கிளைஞரும் தாதரும்
வாழ்வு தேய்ந்தபின் யாது மதிப்பரோ?

முற்றொடர்பு – முன்தொடர்பு, சாலும் – மேன்மையுறும், ஓர்தல் – ஆராய்தல்; தெளிதல், கிளைஞர் – உறவினர்

40. பார்ப்ப னக்குலம் கெட்டழி வெய்திய
        பாழ டைந்த கலியுக மாதலால்,
    வேர்ப்ப வேர்ப்பப் பொருள்செய்வ தொன்றையே
        மேன்மை கொண்ட தொழிலெனக் கொண்டனன்;
    ஆர்ப்பு மிஞ்சப் பலபல வாணிகம்
        ஆற்றி மிக்க பொருள்செய்து வாழ்ந்தனன்;
    நீர்ப்ப டுஞ்சிறு புற்புத மாம்அது
        நீங்க வேயுளங் குன்றித் தளர்ந்தனன்.

41. தீய மாய வுலகிடை யொன்றினில்
        சிந்தை செய்து விடாயுறுங் கால்அதை
    வாய டங்கமென் மேலும் பருகினும்
        மாயத் தாகம் தவிர்வது கண்டிலம்;
    நேய முற்றது வந்து மிகமிக
        நித்த லும்அதற் காசை வளருமால்
    காய முள்ள வரையுங் கிடைப்பினும்
        கயவர் மாய்வது காய்ந்த உளங்கொண்டே.

42. 'ஆசைக் கோரள வில்லை, விடயத்துள்
        ஆழ்ந்த பின்னங் கமைதியுண் டாமென
    மோசம் போகலிர்' என்றிடித் தோதிய
        மோனி தாளிணை முப்பொழு தேத்துவாம்;
    தேசத் தார்புகழ் நுண்ணறி வோடுதான்
        திண்மை விஞ்சிய நெஞ்சின னாயினும்
    நாசக் காசினில் ஆசையை நாட்டினன்
        நல்லன் எந்தை துயர்க்கடல் வீழ்ந்தனன்.

பொருட் பெருமை

43. 'பொருளி லார்க்கிலை யிவ்வுலகு' என்றநம்
        புலவர் தம்மொழி பொய்ம்மொழி யன்றுகாண்!
    பொருளி லார்க்கின மில்லை துணையிலை,
        பொழுதெ லாமிடர் வெள்ளம்வந் தெற்றுமால்,
    பொருளி லார்பொருள் செய்தல் முதற்கடன்;
        போற்றிக் காசினுக் கேங்கி யுயிர்விடும்
    மருளர் தம்மிசை யேபழி கூறுவன்;
        மாமகட் கிங்கொர் ஊன முரைத்திலன்.

புற்பதம் – நீர்க்குமிழி, காயம் – உடல், மருளர் – பித்தர்

44. ‘அறமொன் றேதரும் மெய்யின்பம்’ என்றநல்
லறிஞர் தம்மை அனுதினம் போற்றுவேன்;
பிறவி ரும்பி உலகினில் யான்பட்ட
பீழை எத்தனை கோடி! நினைக்கவும்
திறன ழிந்தென் மனம்உடை வெய்துமால்.
தேசத் துள்ள இளைஞர் அறிமினோ!
அறமொன் றேதரும் மெய்யின்பம்; ஆதலால்
அறனை யேதுணை யென்றுகொண் டுய்திரால்.

45. வெய்ய கர்மப் பயன்களில் நொந்துதான்
மெய்யு ணர்ந்திட லாகுமென் றாக்கிய
தெய்வ மேயிது நீதி யெனினும்நின்
திருவ ருட்குப் பொருந்திய தாகுமோ?
ஐய கோ! சிறி துண்மை விளங்குமுன்,
ஆவி நையத் துயருறல் வேண்டுமே!
பையப் பையவொர் ஆமைகுன் றேறல்போல்
பாருளோர் உண்மை கண்டுஇவண் உய்வரால்.

46. தந்தை போயினன், பாழ்மிடி சூழ்ந்தது;
தரணி மீதினில் அஞ்சலென் பாரிலர்;
சிந்தை யில்தெளி வில்லை; உடலினில்
திறனு மில்லை, உரன்உளத் தில்லையால்;
மந்தர் பாற்பொருள் போக்கிப் பயின்றதா
மடமைக் கல்வியில் மண்ணும் பயனிலை.
எந்த மார்க்கமும் தோற்றிலது, என்செய்கேன்?
ஏன்பி றந்தனன் இத்துயர் நாட்டிலே?

முடிவுரை

47. உலகெ லாமொர் பெருங்கன வஃதுளே
உண்டு றங்கி இடர்செய்து செத்திடும்
கலக மானிடப் பூச்சிகள் வாழ்க்கையோர்
கனவி னுங்கன வாகும்; இதற்குநான்
பலநி னைந்து வருந்தியிங் கென்பயன்?
பண்டு போனதை எண்ணியென் னாவது?
சிலதி னங்கள் இருந்து மறைவதில்
சிந்தை செய்தெவன் செத்திடு வானடா!

நல்லறிஞர் – வள்ளுவர் (பாரதியார் குறிப்பு), இவண் – இவ்விடம், மந்தர் – கூர்மையற்றோர், பயனிலை – பயன் இல்லை, மார்க்கம் – வழி, பண்டு – முன்பு

48. ஞான மும்துற வும்பெற்றி லாதவர்,
நானி லத்துத் துயரன்றிக் காண்கிலர்
போன தற்கு வருந்திலன், மெய்த்தவப்
புலமை யோனது வானத் தொளிருமோர்
மீனை நாடி வளைத்திடத் தூண்டிலை
வீச லொக்கு மெனிலை மறக்கிலேன்
ஆன தாவ தனைத்தையுஞ் செய்ததோர்
அன்னை யே! இனி யேனும் அருள்வையால்.

வேறு

49. அறிவிலே தெளிவு நெஞ்சிலே உறுதி
அகத்திலே அன்பினோர் வெள்ளம்,
பொறிகளின் மீது தனியர சாணை,
பொழுதெலாம் நினதுபே ரருளின்
நெறியிலே நாட்டம், கரும யோகத்தில்
நிலைத்திடல் என்றிவை அருளாய்!
குறிகுண மேதும் இல்லதாய் அனைத்தாய்க்
குலவிடு தனிப்பரம் பொருளே!

2. பாரதி அறுபத்தாறு

கடவுள் வாழ்த்து – பராசக்தி துதி

1. எனக்குமுன்னே சித்தர்பலர் இருந்தா ரப்பா
யானும்வந்தேன் ஒருசித்தன் இந்த நாட்டில்!
மனத்தினிலே நின்றிதனை எழுது கின்றாள்
மனோன்மணியென் மாசக்தி வையத் தேவி;
தினத்தினிலே புதிதாகப் பூத்து நிற்கும்
செய்யமணித் தாமரைநேர் முகத்தாள்; காதல்
வனத்தினிலே தன்னையொரு மலரைப் போலும்
வண்டினைப்போல் எனையும்உரு மாற்றி விட்டாள்.

2. தீராத காலமெலாம் தானும் நிற்பாள்
தெவிட்டாத இன்னமுதின் செவ்வி தழ்ச்சி
நீராகக் கனலாக வானாகக் காற்றாக
நிலமாக வடிவெடுத்தாள்; நிலத்தின் மீது
போராக நோயாக மரண மாகப்
போந்திதனை யழித்திடுவாள்; புணர்ச்சி கொண்டால்
நேராக மோனமஹா நந்த வாழ்வை
நிலத்தின்மிசை அளித்தமரத் தன்மை ஈவாள்.

3. மாகாளி பராசக்தி உமையா ளன்னை
வைரவிகங் காளிமனோன் மணிமா மாயி,
பாகார்ந்த தேமொழியாள், படருஞ் செந்தீ
பாய்ந்திடுமோர் விழியுடையாள், பரம சக்தி
ஆகார மளித்திடுவாள், அறிவு தந்தாள்
ஆதிபரா சக்தியெனது அமிர்தப் பொய்கை,
சோகாட விக்குள்ளனைப் புகவொட் டாமல்
துய்யசெழுந் தேன்போலே கவிதை சொல்வாள்.

செய்ய – சிவந்த, சோகாடவி – சோகஅடவி – துன்பக்காடு

மரணத்தை வெல்லும் வழி

4. பொன்னார்ந்த திருவடியைப் போற்றி யிங்கு
புகலுவேன் யானறியும் உண்மை யெல்லாம்;
முன்னோர்கள் எவ்வுயிரும் கடவுள் என்றார்,
முடிவாக அவ்வுரையை நான்மேற் கொண்டேன்;
அன்னோர்கள் உரைத்ததன்றிச் செய்கை யில்லை.
அத்வைத நிலைகண்டால் மரண முண்டோ?
முன்னோர்கள் உரைத்தபல சித்த ரெல்லாம்
முடிந்திட்டார், மடிந்திட்டார், மண்ணாய் விட்டார்.

5. பொந்திலே யுள்ளாராம் வனத்தில் எங்கோ
புதர்களிலே யிருப்பாராம், பொதியை மீதே
சந்திலே சவுத்தியிலே நிழலைப் போலே
சற்றேஅங் கங்கேதென் படுகின் றாராம்.
நொந்தபுண்ணைக் குத்துவதில் பயனொன் றில்லை
நோவாலே மடிந்திட்டான் புத்தன் கண்டீர்!
அந்தணனாம் சங்கரா சார்யன் மாண்டான்;
அதற்கடுத்த இராமா நுஜனும் போனான்;

6. சிலுவையிலே அடியுண்டு யேசு செத்தான்;
தீயதொரு கணையாலே கண்ணன் மாண்டான்;
பலர்புகழ் இராமனுமே ஆற்றில் வீழ்ந்தான்;
பார்மீது நான்சாகா திருப்பேன், காண்பீர்!
மலிவுகண்டீர் இவ்வுண்மை, பொய்கூ றேன்யான்
மடிந்தாலும் பொய் கூறேன் மானுடர்க்கே,
நலிவுமில்லை சாவுமில்லை! கேளீர் கேளீர்!
நாணத்தைக் கவலையினைச் சினத்தைப் பொய்யை;

அசுரர்களின் பெயர்

7. அச்சத்தை வேட்கைதனை அழித்து விட்டால்
அப்போது சாவுமங்கே அழிந்து போகும்;
மிச்சத்தைப் பின்சொல்வேன், சினத்தை முன்னே
வென்றிடுவீர், மேதினியில் மரண மில்லை;
துச்சமெனப் பிறர்பொருளைக் கருத லாலே
சூழ்ந்ததெலாம் கடவுளெனச் சுருதி சொல்லும்
நிச்சயமாம் ஞானத்தை மறத்த லாலே
நேர்வதே மானுடர்க்குச் சினத்தீ நெஞ்சில்.

சினத்தின் கேடு

8. சினங்கொள்வார் தமைத்தாமே தீயாற் சுட்டுச்
செத்திடுவா ரொப்பாவார்; சினங்கொள் வார்தாம்
மனங்கொண்டு தங்கழுத்தைத் தாமே வெய்ய
வாள்கொண்டு கிழித்திடுவார் மானு வாராம்.
தினங்கோடி முறைமனிதர் சினத்தில் வீழ்வார்
....
சினம்பிறர்மேல் தாங்கொண்டு கவலை யாகச்
செய்ததனைத் துயர்க்கடலில் வீழ்ந்து சாவார்.

9. மாகாளி பராசக்தி துணையே வேண்டும்;
வையகத்தில் எதற்குமினிக் கவலை வேண்டா;
சாகாம லிருப்பதுநம் சதுரா லன்று;
சக்தியரு ளாலன்றோ பிறந்தோம் பார்மேல்!
பாகான தமிழினிலே பொருளைச் சொல்வேன்:
பாரீர்நீர் கேளீரோ, படைத்தோன் காப்பான்;
வேகாத மனங்கொண்டு களித்து வாழ்வீர்
மேதினியி லேதுவந்தால் எமக்கென் னென்றே.

தேம்பாமை

10. 'வடகோடிங் குயர்ந்தென்னே, சாய்ந்தா லென்னே
வான்பிறைக்குத் தென்கோடு?' பார்மீ திங்கே
விடமுண்டுஞ் சாகாம லிருக்கக் கற்றால்,
வேறெதுதான் யாதாயின் எமக்கிங் கென்னே?
திடங்கொண்டு வாழ்ந்திடுவோம், தேம்பல் வேண்டா;
தேம்புவதில் பயனில்லை, தேம்பித் தேம்பி
இடருற்று மடிந்தவர்கள் கோடி கோடி,
எதற்குமினி அஞ்சாதீர் புவியி லுள்ளீர்!

பொறுமையின் பெருமை

11. திருத்தணிகை மலைமேலே குமார தேவன்
திருக்கொலுவீற் றிருக்குமதன் பொருளைக் கேளீர்!
திருத்தணிகை யென்பதிங்கு பொறுமை யின்பேர்,
செந்தமிழ்கண் டீர், பகுதி: 'தணி'யெ னுஞ்சொல்,

சதுர் – திறம், மேதினி – பூமி; உலகம்

பொருத்தமுறுந் தணிகையினால் புலமை சேரும்,
'பொறுத்தவரே பூமியினை ஆள்வார்' என்னும்
அருத்தமிக்க பழமொழியும் தமிழி லுண்டாம்,
அவனியிலே பொறையுடையான் அவனே தேவன்!

12. பொறுமையினை, அறக்கடவுள் புதல்வ னென்னும்
யுதிட்டிரனும் நெடுநாளிப் புவிமேல் காத்தான்
இறுதியிலே பொறுமைநெறி தவறி விட்டான்
ஆதலாற் போர்புரிந்தான் இளையா ரோடே;
பொறுமையின்றிப் போர்செய்து பரத நாட்டைப்
போர்க்களத்தே அழித்துவிட்டுப் புவியின் மீது
வறுமையையுங் கலியினையும் நிறுத்தி விட்டு
மலைமீது சென்றான்பின் வானஞ் சென்றான்.

13. ஆனாலும் புவியின்மிசை உயிர்க ளெல்லாம்
அநியாய மரணமெய்தல் கொடுமை யன்றோ?
தேனான உயிரைவிட்டுச் சாக லாமோ?
செத்திடற்குக் காரணந்தான் யாதென் பீரேல்;
கோனாகிச் சாத்திரத்தை யாளும் மாண்பார்
ஜகதீச சந்த்ரவஸு கூறு கின்றான்:
(ஞானானு பவத்திலிது முடிவாங் கண்டீர்!)
"நாடியிலே அதிர்ச்சியினால் மரணம்'' என்றான்.

14. கோபத்தால் நாடியிலே அதிர்ச்சி யுண்டாம்;
கொடுங்கோபம் பேரதிர்ச்சி; சிறிய கோபம்
ஆபத்தாம் அதிர்ச்சியிலே சிறிய தாகும்;
அச்சத்தால் நாடியெலாம் அவிந்து போகும்;
தாபத்தால் நாடியெலாம் சிதைந்து போகும்;
கவலையினால் நாடியெலாம் தழலாய் வேகும்;
கோபத்தை வென்றிடலே பிறவற் றைத்தான்
கொல்வதற்கு வழியெனநான் குறித்திட் டேனே.

கடவுள் எங்கே இருக்கிறார்?

15. "சொல்லடா! ஹரியென்ற கடவுள் எங்கே?
சொல்"லென்று ஹிரணியன்தான் உறுமிக் கேட்க,

அவனி – பூமி

நல்லதொரு மகன்சொல்வான்: "தூணி லுள்ளான்,
நாராயணன் துரும்பி லுள்ளான்'' என்றான்.
வல்லபெருங் கடவுளிலா அணுவொன் றில்லை
மஹாசக்தி யில்லாத வஸ்து வில்லை;
அல்லலில்லை அல்லலில்லை அல்ல லில்லை;
அனைத்துமே தெய்வமென்றால் அல்ல லுண்டோ?

16. கேளப்பா, சீடனே! கழுதை யொன்றைக்
'கீழான' பன்றியினைத் தேளைக் கண்டு
தாளைப்பார்த் திருகரமுஞ் சிரமேற் கூப்பிச்
சங்கரசங் கரவென்று பணிதல் வேண்டும்;
கூளத்தை மலத்தினையும் வணங்கல் வேண்டும்;
கூடிநின்ற பொருளனைத்தின் கூட்டம் தெய்வம்.
மீளத்தா னிதைத்தெளிவாய் விரித்துச் சொல்வேன்;
விண்மட்டும் கடவுளன்று மண்ணும் அஃதே.

17. சுத்தஅறி வேசிவமென் றுரைத்தார் மேலோர்;
சுத்தமண்ணும் சிவமென்றே உரைக்கும் வேதம்;
வித்தகனாம் குருசிவமென் றுரைத்தார் மேலோர்;
வித்தையிலாப் புலையனுமஃ தென்னும் வேதம்;
பித்தரே அனைத்துயிருங் கடவு ளென்று
பேசுவது மெய்யானால் பெண்டி ரென்றும்
நித்தநும தருகினிலே குழந்தை யென்றும்
நிற்பனவுந் தெய்வமன்றோ, நிகழ்த்து வீரே.

18. உயிர்களெலாம் தெய்வமன்றிப் பிறவொன் றில்லை;
ஊர்வனவும் பறப்பனவும் நேரே தெய்வம்!
பயிலுமுயிர் வகைமட்டு மன்றி யிங்கு
பார்க்கின்ற பொருளெல்லாம் தெய்வம் கண்டீர்;
வெயிலளிக்கும் இரவி, மதி, விண்மீன், மேகம்
மேலுமிங்கு பலபலவாந் தோற்றங் கொண்டே
இயலுகின்ற ஜடப்பொருள்கள் அனைத்தும் தெய்வம்;
எழுதுகோல் தெய்வம்இந்த எழுத்தும் தெய்வம்!

குருக்கள் ஸ்துதி (குள்ளச்சாமி புகழ்)

19\. ஞானகுரு தேசிகனைப் போற்று கின்றேன்;
நாடனைத்துந் தானாவான், நலிவி லாதான்,
மோனகுரு திருவருளால் பிறப்பு மாறி
முற்றிலும்நாம் அமரநிலை சூழ்ந்து விட்டோம்;
தேனனைய பராசக்தி திறத்தைக் காட்டிச்
சித்தினியல் காட்டிமனத் தெளிவு தந்தான்;
வானகத்தை இவ்வுலகி லிருந்து தீண்டும்
வகையுணர்த்திக் காத்தபிரான் பதங்கள் போற்றி!

20\. எப்போதும் குருசரணம் நினைவாய் நெஞ்சே!
எம்பெருமான் சிதம்பரதே சிகன்தாள் எண்ணாய்!
முப்பாழுங் கடந்தபெரு வெளியைக் கண்டான்,
முத்தியெனும் வானகத்தே பரிதி யாவான்,
தப்பாத சாந்தநிலை அளித்த கோமான்,
தவம்நிறைந்த மாங்கொட்டைச் சாமித் தேவன்,
குப்பாய ஞானத்தால் மரண மென்ற
குளிர்நீக்கி யெனைக்காத்தான் குமார தேவன்;

21\. தேசத்தார் இவன்பெயரைக் குள்ளச் சாமி,
தேவர்பிரான் என்றுரைப்பார்; தெளிந்த ஞானி;
பாசத்தை அறுத்துவிட்டான், பயத்தைச் சுட்டான்;
பாவனையால் பரவெளிக்கு மேலே தொட்டான்;
நாசத்தை அழித்துவிட்டான், யமனைக் கொன்றான்;
ஞானகங்கை தலைமுடிமீ தேந்தி நின்றான்;
ஆசையெனும் கொடிக்கொருதாழ் மரமே போன்றான்
ஆதியவன் சுடர்பாதம் புகழ்கின் றேனே!

22\. வாயினால் சொல்லிடவும் அடங்கா தப்பா;
வரிசையுடன் எழுதிவைக்க வகையும் இல்லை.
ஞாயிற்றைச் சங்கிலியால் அளக்க லாமோ?
ஞானகுரு புகழினைநாம் வகுக்க லாமோ?
ஆயிரநூல் எழுதிடினும் முடிவு றாதாம்.
ஐயனவன் பெருமையைநான் சுருக்கிச் சொல்வேன்;
காயகற்பஞ் செய்துவிட்டான் அவன்வாழ் நாளைக்
கணக்கிட்டு வயதுரைப்பார் யாருமில்லை.

முப்பாழ் – உடம்புக்குள் சூனியமாய மூன்றிடம், குப்பாயம் – மேற்போர்வை

குரு தரிசனம்

23\. அன்றொருநாள் புதுவைநகர் தனிலே கீர்த்தி
அடைக்கலஞ்சேர் ஈசுவரன் தர்ம ராஜா
என்றபெயர் வீதியிலோர் சிறிய வீட்டில்,
ராஜாரா மையனென்ற நாகைப் பார்ப்பான்,
முன்றனது பிதாதமிழில் உபநி டத்தை
மொழிபெயர்த்து வைத்ததனைத் திருத்தச் சொல்லி,
என்றனைவேண் டிக்கொள்ள யான்சென் றாங்கண்
இருக்கையிலே அங்குவந்தான் குள்ளச் சாமி.

24\. அப்போது நான்குள்ளச் சாமி கையை
அன்புடனே பற்றியிது பேச லுற்றேன்:
"அப்பனே! தேசிகனே! ஞானி என்பார்;
அவனியிலே சிலர்நின்னைப் பித்தன் என்பார்;
செப்புறுநல் அஷ்டாங்க யோக சித்தி
சேர்ந்தவனென் றுனைப்புகழ்வார் சிலரென் முன்னே;
ஒப்பனைகள் காட்டாமல் உண்மை சொல்வாய்,
உத்தமனே! எனக்குநினை உணர்த்து வாயே.

25\. யாவன்நீ? நினக்குள்ள திறமை யென்னே?
யாதுணர்வாய்? கந்தைசுற்றித் திரிவ தென்னே?
தேவனைப்போல் விழிப்ப தென்னே? சிறியாரோடும்
தெருவிலே நாய்களொடும் விளையாட் டென்னே?
பாவனையிற் பித்தரைப்போல் அலைவ தென்னே?
பரமசிவன் போலுருவம் படைத்த தென்னே?
ஆவலற்று நின்றதென்னே? அறிந்த தெல்லாம்
ஆரியனே, எனக்குணர்த்த வேண்டும்'' என்றேன்.

26\. பற்றியகை திருகியந்தக் குள்ளச் சாமி
பரிந்தோடப் பார்த்தான்; யான்விடவே யில்லை.
சுற்றுமுற்றும் பார்த்துப்புன் முறுவல் பூத்தான்;
தூயதிருக் கமலபதத் துணையைப் பார்த்தேன்!
குற்றமற்ற தேசிகனும் திமிறிக் கொண்டு
குதித்தோடி அவ்வீட்டுக் கொல்லை சேர்ந்தான்;
மற்றவன்பின் யானோடி விரைந்து சென்று
வானவனைக் கொல்லையிலே மறித்துக் கொண்டேன்.

உபதேசம்

27. பக்கத்து வீடிடிந்து சுவர்கள் வீழ்ந்த
பாழ்மனையொன் றிருந்ததங்கே; பரம யோகி
ஒக்கத்தன் அருள்விழியால் என்னை நோக்கி
ஒருகுட்டிச் சுவர்காட்டிப் பரிதி காட்டி
அக்கணமே கிணற்றுளதன் விம்பங் காட்டி,
"அறிதிகொலோ?" எனக்கேட்டான். "அறிந்தேன்" என்றேன்.
மிக்கமகிழ் கொண்டவனும் சென்றான்; யானும்
வேதாந்த மரத்திலொரு வேரைக் கண்டேன்.

28. தேசிகன்கை காட்டியெனக் குரைத்த செய்தி
செந்தமிழில் உலகத்தார்க் குணர்த்து கின்றேன்;
"வாசியைநீ கும்பகத்தால் வலியக் கட்டி,
மண்போலே சுவர்போலே வாழ்தல் வேண்டும்;
தேசுடைய பரிதியுருக் கிணற்றி னுள்ளே
தெரிவதுபோல் உனக்குள்ளே சிவனைக் காண்பாய்;
பேசுவதில் பயனில்லை; அனுப வத்தால்
பேரின்பம் எய்துவதே ஞானம்'' என்றான்.

29. கையிலொரு நூலிருந்தால் விரிக்கச் சொல்வேன்,
கருத்தையதில் காட்டுவேன்; வானைக் காட்டி
மையிலகு விழியாளின் காத லொன்றே
வையகத்தில் வாழுநெறி யென்றுகாட்டி,
ஐயனெனக் குணர்த்தியன பலவாம் ஞானம்,
அதற்கவன்காட் டியகுறிப்போ அநந்த மாகும்,
பொய்யறியா ஞானகுரு சிதம்ப ரேசன்
பூமிவிநா யகன்குள்ளச் சாமி யங்கே.

30. மற்றொருநாள் பழங்கந்தை யழுக்கு மூட்டை
வளமுறவே கட்டியவன் முதுகின் மீது
கற்றவர்கள் பணிந்தேத்தும் கமலப் பாதன்
கருணைமுன் சுமந்துகொண்டென் னெதிரே வந்தான்
சற்றுநகை புரிந்தவன்பால் கேட்க லானேன்:
"தம்பிரா னே! இந்தத் தகைமை என்னே?
முற்றுமிது பித்தருடைச் செய்கை யன்றோ?
மூட்டைசுமந் திடுவதென்னே? மொழிவாய்'' என்றேன்.

வாசி – சுவாசம், கும்பகம் – பிராணாயாமத்தில் ஒன்று,
அநந்தம் – அளவின்மை

31. புன்னகைபூத் தாரியனும் புகலு கின்றான்:
“புறத்தேநான் சுமக்கின்றேன்; அகத்தி னுள்ளே
இன்னதொரு பழங்குப்பை சுமக்கி றாய்நீ’’
என்றுரைத்து விரைந்தவனும் ஏகி விட்டான்.
மன்னவன்சொற் பொருளினையான் கண்டு கொண்டேன்;
மனத்தினுள்ளே பழம்பொய்கள் வளர்ப்ப தாலே
இன்னலுற்று மாந்தரெலாம் மடிவார் வீணே,
இருதயத்தில் விடுதலையை இசைத்தல் வேண்டும்.

32. சென்றதினி மீளாது மூட ரே, நீர்
எப்போதும் சென்றதையே சிந்தை செய்து
கொன்றழிக்கும் கவலையெனும் குழியில் வீழ்ந்து
குமையாதீர்; சென்றதனைக் குறித்தல் வேண்டா;
இன்றுபுதி தாய்ப்பிறந்தோ மென்று நெஞ்சில்
எண்ணமதைத் திண்ணமுற இசைத்துக் கொண்டு
தின்றுவிளை யாடியின்புற் றிருந்து வாழ்வீர்.
அஃதின்றிச் சென்றதையே மீட்டும் மீட்டும்

33. மேன்மேலும் நினைந்தழுதல் வேண்டா, அந்தோ!
மேதையில்லா மானுடரே! மேலும் மேலும்
மேன்மேலும் புதியகாற் றெம்முள் வந்து
மேன்மேலும் புதியவுயிர் விளைத்தல் கண்டீர்,
ஆன்மாவென் றேகருமத் தொடர்பை யெண்ணி
அறிவுமயக் கங்கொண்டு கெடுகின் றீரே?
மான்மானும் விழியுடையாள் சக்தி தேவி
வசப்பட்டுத் தனைமறந்து வாழ்தல் வேண்டும்.

34. சென்றவினைப் பயன்களெனைத் தீண்ட மாட்டா;
‘ஸ்ரீதரன்யான் சிவகுமா ரன்யா னன்றோ?
நன்றிந்தக் கணம்புதிதாய்ப் பிறந்து விட்டேன்,
நான் புதியன், நான்கடவுள், நலிவி லாதோன்’
என்றிந்த வுலகின்மிசை வானோர் போலே
இயன்றிடுவார் சித்தரென்பார்; பரம தர்மக்
குன்றின்மிசை யொருபாய்ச்ச லாகப் பாய்ந்து,
குறிப்பற்றார் கேடற்றார் குலைத லற்றார்.

மானும் – ஒக்கும்.

(‘சென்றதினி...’ தனிக்கவிதையாக சிறுமாற்றத்துடன் உள்ளது. பக்கம் 174)

35. குறியனந்த முடையோராய்க் கோடி செய்தும்
குவலயத்தில் வினைக்கடிமைப் படாதா ராகி
வெறியுடையோன் உமையாளை இடத்தி லேற்றோன்
வேதகுரு பரமசிவன் வித்தை பெற்றுச்
செறிவுடைய பழவினையாம் இருளைச் செற்றுத்
தீயினைப்போல் மண்மீது திரிவார் மேலோர்,
அறிவுடைய சீடா, நீ குறிப்பை நீக்கி
அநந்தமாம் தொழில்செய்தால் அமர னாவாய்.

36. கேளப்பா! மேற்சொன்ன உண்மை யெல்லாம்
கேடற்ற மதியுடையான் குள்ளச் சாமி
நாளும்பல் காட்டாலும் குறிப்பி னாலும்
நலமுடைய மொழியாலும் விளக்கித் தந்தான்;
தோளைப்பார்த் துக்களித்தல் போலே அன்னான்
துணையடிகள் பார்த்துமனம் களிப்பேன் யானே
வாளைப்பார்த் தின்பமுறு மன்னர் போற்று
மலர்த்தாளான் மாங்கொட்டைச் சாமி வாழ்க!

கோவிந்த சுவாமி புகழ்

37. மாங்கொட்டைச் சாமிபுகழ் சிறிது சொன்னோம்;
வண்மைதிகழ் கோவிந்த ஞானி, பார்மேல்
யாங்கற்ற கல்வியெலாம் பலிக்கச் செய்தான்;
எம்பெருமான் பெருமையையிங் கிசைக்கக் கேளீர்,
தீங்கற்ற குணமுடையான் புதுவை யூரார்
செய்தபெருந் தவத்தாலே யுதித்த தேவன்,
பாங்குற்ற மாங்கொட்டைச் சாமி போலே
பயிலுமதி வர்ணாசி ரமத்தே நிற்போன்.

38. அன்பினால் முக்தியென்றான் புத்தன் அந்நாள்;
அதனையிந்நாள் கோவிந்த சாமி செய்தான்;
துன்பமுறும் உயிர்க்கெல்லாம் தாயைப் போலே
சுரக்குமரு ளுடையபிரான் துணிந்த யோகி;
அன்பினுக்குக் கடலையுந்தான் விழுங்க வல்லான்,
அன்பினையே தெய்வமென்பான் அன்பே யாவான்;
மன்பதைகள் யாவுமிங்கே தெய்வம் என்ற
மதியுடையான், கவலையெனும் மயக்கம் தீர்ந்தான்.

குவலயம் – பூமி, செற்று – அழித்து, மன்பதைகள் – உலக உயிர்கள்

39. பொன்னடியால் என்மனையைப் புனித மாக்கப்
போந்தானிம் முனியொருநாள்; இறந்த எந்தை
தன்னுருவங் காட்டினான்; பின்னர் என்னைத்
தரணிமிசைப் பெற்றவளின் வடிவ முற்றான்;
அன்னவன்மா யோகியென்றும் பரம ஞானத்து
அனுபூதி யுடையனென்றும் அறிந்து கொண்டேன்;
மன்னவனைக் குருவெனநான் சரண டைந்தேன்;
மரணபயம் நீங்கினேன்; வலிமை பெற்றேன்.

யாழ்ப்பாணத்துச் சுவாமியின் புகழ்

40. கோவிந்த சாமிபுகழ் சிறிது சொன்னேன்;
குவலயத்தின் விழிபோன்ற யாழ்ப்பா ணத்தான்,
தேவிபதம் மறவாத தீர ஞானி,
சிதம்பரத்து நடராஜ மூர்த்தி யாவான்,
பாவியரைக் கரையேற்றும் ஞானத் தோணி
பரமபத வாயிலெனும் பார்வை யாளன்;
காவிவளர் தடங்களிலே மீன்கள் பாயும்
கழனிகள்சூழ் புதுவையிலே அவனைக் கண்டேன்.

41. தங்கத்தாற் பதுமைசெய்தும் இரத லிங்கம்
சமைத்துமவற் றினில்ஈசன் தாளைப் போற்றும்
துங்கமுறு பக்தர்பலர் புவிமீ துள்ளார்;
தோழரே! எந்நாளும் எனக்குப் பார்மேல்
மங்களஞ்சேர் திருவிழியால் அருளைப் பெய்யும்
வானவர்கோன், யாழ்ப்பாணத் தீசன் தன்னைச்
சங்கரனென் றெப்போதும் முன்னே கொண்டு
சரணடைந்தால் அதுகண்டீர் சர்வ சித்தி.

குவளைக் கண்ணன் புகழ்

42. யாழ்ப்பாணத் தையனையென் னிடங்கொ ணர்ந்தான்
இணையடியை நந்திபிரான் முதுகில் வைத்துக்
காழ்ப்பான கயிலைமிசை வாழ்வான், பார்மேல்
கனத்தபுகழ்க் குவளையூர்க் கண்ணன் என்பான்;

போந்தான் – வந்தான், காவி – கருங்குவளை மலர், துங்கம் – உயர்ச்சி; பெருமை, காழ்ப்பு – வைரம்

பார்ப்பாரக் குலத்தினிலே பிறந்தான் கண்ணன்
பறையரையும் மறவரையும் நிகராய்க் கொண்டான்;
தீர்ப்பான சுருதிவழி தன்னிற் சேர்ந்தான்
சிவனடியார் இவன்மீது கருணை கொண்டார்.

43. மகத்தான முனிவரெல்லாங் கண்ணன் தோழர்;
வானவரெல் லாங்கண்ணன் அடியா ராவார்;
மிகத்தானு முயர்ந்ததுணி வுடைய நெஞ்சின்
வீரர்பிரான் குவளையூர்க் கண்ணன் என்பான்.
ஜகத்தினிலோர் உவமையிலா யாழ்ப்பா ணத்து
ஸாமிதனை யிவனென்றன் மனைக்கொ ணர்ந்தான்.
அகத்தினிலே அவன்பாத மலரைப் பூண்டேன்
"அன்றேயப் போதேவீ டதுவே வீடு."

44. பாங்கான குருக்களைநாம் போற்றிக் கொண்டோம்,
பாரினிலே பயந்தெளிந்தோம்; பாச மற்றோம்,
நீங்காத சிவசக்தி யருளைப் பெற்றோம்;
நிலத்தின்மிசை அமரநிலை யுற்றோம், அப்பா!
தாங்காமல் வையகத்தை யழிக்கும் வேந்தர்,
தாரணியில் பலருள்ளார் தருக்கி வீழ்வார்;
ஏங்காமல் அஞ்சாமல் இடர்செய் யாமல்
என்றுமருள் ஞானியரே எமக்கு வேந்தர்!

பெண் விடுதலை

45. பெண்ணுக்கு விடுதலையென் றிங்கோர் நீதி
பிறப்பித்தேன்; அதற்குரிய பெற்றி கேளீர்!
மண்ணுக்குள் எவ்வுயிரும் தெய்வ மென்றால்,
மனையாளும் தெய்வமன்றோ? மதிகெட் டீரே!
விண்ணுக்குப் பறப்பதுபோல் கதைகள் சொல்வீர்,
விடுதலையென் பீர், கருணை வெள்ள மென்பீர்,
பெண்ணுக்கு விடுதலைநீ ரில்லை யென்றால்
பின்னிந்த உலகினிலே வாழ்க்கை யில்லை.

தாய் மாண்பு

46. பெண்டாட்டி தனையடிமைப் படுத்த வேண்டிப்
பெண்குலத்தை முழுதடிமைப் படுத்த லாமோ?
கண்டார்க்கு நகைப்பென்னும் உலக வாழ்க்கை
காதலெனும் கதையினுடைக் குழப்ப மன்றோ?
உண்டாக்கிப் பாலூட்டி வளர்த்த தாயை
உமையவளென் றறியீரோ, உணர்ச்சி கெட்டீர்?
பண்டாய்ச்சி ஔவை, "அன்னையும் பிதாவும்"
பாரிடை "முன் னறிதெய்வம்'' என்றா ளன்றோ?

47. தாய்க்குமேல் இங்கேயோர் தெய்வ முண்டோ?
தாய்பெண்ணே யல்லளோ? தமக்கை தங்கை
வாய்க்கும்பெண் மகவெல்லாம் பெண்ணே யன்றோ?
மனைவியொருத் தியையடிமைப் படுத்த வேண்டித்
தாய்க்குலத்தை முழுதடிமைப் படுத்த லாமோ?
"தாயைப்போ லேபிள்ளை'' என்று முன்னோர்
வாக்குளதன் றோ?பெண்மை அடிமை யுற்றால்
மக்களெலாம் அடிமையுறல் வியப்பொன் றாமோ?

48. வீட்டிலுள்ள பழக்கமே நாட்டி லுண்டாம்
வீட்டினிலே தனக்கடிமை பிறராம் என்பான்;
நாட்டினிலே ....
நாடோறும் முயன்றிடுவான் நலிந்து சாவான்;
காட்டிலுள்ள பறவைகள்போல் வாழ்வோம், அப்பா!
காதலிங்கே உண்டாயிற் கவலை யில்லை;
பாட்டினிலே காதலைநான் பாட வேண்டிப்
பரமசிவன் பாதமலர் பணிகின் றேனே.

காதலின் புகழ்

49. காதலினால் மானுடர்க்குக் கலவி யுண்டாம்,
கலவியிலே மானுடர்க்குக் கவலை தீரும்;
காதலினால் மானுடர்க்குக் கவிதை யுண்டாம்;
கானமுண்டாம் சிற்பமுதற் கலைக ளுண்டாம்;
ஆதலினால் காதல்செய்வீர் உலகத் தீரே!
அஃதன்றோ இவ்வுலகத் தலைமை யின்பம்!
காதலினால் சாகாம லிருத்தல் கூடும்;
கவலைபோம், அதனாலே மரணம் பொய்யாம்.

50\. ஆதிசக்தி தனையுடம்பில் அரனும் கோத்தான்:
அயன்வாணி தனைநாவில் அமர்த்திக் கொண்டான்;
சோதிமணி முகத்தினளைச் செல்வ மெல்லாம்
சுரந்தருளும் விழியாளைத் திருவை மார்பில்
மாதவனும் ஏந்தினான்; வானோர்க் கேனும்
மாதரின்பம் போற்பிறிதோர் இன்பம் உண்டோ?
காதல்செய்யும் மனைவியே சக்தி கண்டீர்
கடவுள்நிலை அவளாலே எய்த வேண்டும்.

51\. கொங்கைகளே சிவலிங்கம் என்று கூறிக்
கோக்கவிஞன் காளிதா ஸனும்பூ ஜித்தான்;
மங்கைதனைக் காட்டினிலும் உடன்கொண் டேகி
மற்றுஅவட்கா மதிமயங்கிப் பொன்மான் பின்னே
சிங்கநிகர் வீரர்பிரான் தெளிவின் மிக்க
ஸ்ரீதரனுஞ் சென்றுபல துன்ப முற்றான்;
இங்குபுவி மிசைக்காவி யங்க ளெல்லாம்
இலக்கியமெல் லாங்காதற் புகழ்ச்சி யன்றோ?

52\. நாடகத்தில் காவியத்தில் காத லென்றால்
நாட்டினர்தாம் வியப்பெய்தி நன்றாம் என்பர்;
ஊடகத்தே வீட்டினுள்ளே கிணற்றோ ரத்தே
ஊரினிலே காதலென்றால் உறுமு கின்றார்;
பாடைகட்டி அதைக்கொல்ல வழிசெய் கின்றார்;
பாரினிலே காதலெனும் பயிரை மாய்க்க
மூடரெலாம் பொறாமையினால் விதிகள் செய்து
முறைதவறி இடரெய்திக் கெடுகின் றாரே.

53\. காதலிலே இன்பமெய்திக் களித்து நின்றால்
கனமான மன்னவர்போர் எண்ணு வாரோ?
மாதருடன் மனமொன்றி மயங்கி விட்டால்
மந்திரிமார் போர்த்தொழிலை மனங்கொள் வாரோ?
பாதிநடுக் கலவியிலே காதல் பேசிப்
பகலெல்லாம் இரவெல்லாம் குருவி போலே
காதலிலே மாதருடன் களித்து வாழ்ந்தால்
படைத்தலைவர் போர்த்தொழிலைக் கருது வாரோ?

அரன் – சிவன், அயன் – பிரமன், மாதவன் – திருமால், ஊடகம் – வழக்கம்; நடைமுறை

விடுதலைக் காதல்

54\. காதலிலே விடுதலையென் றாங்கோர் கொள்கை
கடுகிவளர்ந் திடுமென்பார் யூரோப் பாவில்
மாதரெலாம் தம்முடைய விருப்பின் வண்ணம்
மனிதருடன் வாழ்ந்திடலாம் என்பார் அன்னோர்;
பேதமின்றி மிருகங்கள் கலத்தல் போலே,
பிரியம்வந்தால் கலந்துஅன்பு பிரிந்து விட்டால்
வேதனையொன் றில்லாதே பிரிந்து சென்று
வேறொருவன் தனைக்கூட வேண்டும் என்பார்.

55\. வீரமிலா மனிதர்சொலும் வார்த்தை கண்டீர்;
விடுதலையாம் காதலெனிற் பொய்மைக் காதல்!
சோரரைப்போல் ஆண்மக்கள் புவியின் மீது
சுவைமிக்க பெண்மைநல முண்ணு கின்றார்
காரணந்தான் யாதெனிலோ ஆண்க ளெல்லாம்
களவின்பம் விரும்புகின்றார்; கற்பே மேலென்று
ஈரமின்றி யெப்போதும் உபதே சங்கள்
எடுத்தெடுத்துப் பெண்களிடம் இயம்பு வாரே!

56\. ஆணெல்லாம் கற்பைவிட்டுத் தவறு செய்தால்
அப்போது பெண்மையுங்கற் பழிந்தி டாதோ?
நாணற்ற வார்த்தையன்றோ? வீட்டைச் சுட்டால்
நலமான கூரையுந்தான் எரிந்தி டாதோ?
பேணுமொரு காதலினை வேண்டி யன்றோ
பெண்மக்கள் கற்புநிலை பிறழு கின்றார்?
காணுகின்ற காட்சியெலாம் மறைத்து வைத்துக்
கற்புக்கற் பென்றுலகோர் கதைக்கின் றாரே!

சர்வ மத சமரசம்

(கோவிந்த ஸ்வாமியுடன் சம்பாஷணை)

57\. 'மீளவுமங் கொருபகலில் வந்தான் என்தன்
மனையிடத்தே கோவிந்த வீர ஞானி,
ஆளவந்தான் பூமியினை, அவனி வேந்தர்
அனைவருக்கும் மேலானோன், அன்பு வேந்தன்;

சோரர் – சோரம் போவோர், கதைக்கின்றார் – பேசுகின்றார்

நாளைப்பார்த் தொளிர்தருநன் மலரைப் போலே
நம்பிரான் வரவுகண்டு மனம் மலர்ந்தேன்;
‘வேளையிலே நமதுதொழில் முடித்துக் கொள்வோம்
வெயிலுள்ள போதினிலே உலர்த்திக் கொள்வோம்;

58. காற்றுள்ள போதேநாம் தூற்றிக் கொள்வோம்;
கனமான குருவையெதிர் கண்ட போதே
மாற்றான அகந்தையினைத் துடைத்துக் கொள்வோம்;
மலமான மறதியினை மடித்துக் கொள்வோம்;
கூற்றான அரக்கருயிர் முடித்துக் கொள்வோம்;
குலைவான மாயைதனை அடித்துக் கொல்வோம்;
பேற்றாலே குருவந்தான்: இவன்பால் ஞானப்
பேற்றையெல்லாம் பெறுவோம்யாம்’ என்றெ னுள்ளே

59. சிந்தித்து “மெய்ப்பொருளை உணர்த்தாய் ஐயே!
தேய்வென்ற மரணத்தைத் தேய்க்கும் வண்ணம்
வந்தித்து நினைக்கேட்டேன் கூறாய்’’ என்றேன்.
வானவனாம் கோவிந்த சாமி சொல்வான்:
“அந்தமிலா மாதேவன் கயிலை வேந்தன்
அரவிந்த சரணங்கள் முடிமேற் கொள்வோம்:
பந்தமில்லை; பந்தமில்லை; பந்த மில்லை;
பயமில்லை; பயமில்லை; பயமே யில்லை!

60. அதுவேநீ யென்பதுமுன் வேத வோத்தாம்;
அதுவென்றால் எதுவெனநா னறையக் கேளாய்!
அதுவென்றால் முன்னிற்கும் பொருளின் நாமம்;
அவனியிலே பொருளெல்லாம் அதுவாம்; நீயும்
அதுவன்றிப் பிறிதில்லை; ஆத லாலே
அவனியின்மீ தெதுவரினும் அசைவு றாமல்
மதுவுண்ட மலர்மாலை இராமன் தாளை
மனத்தினிலே நிறுத்தியிங்கு வாழ்வாய் சீடா!

61. பாரான உடம்பினிலே மயிர்க ளைப்போல்
பலப்பலவாம் பூண்டுவரும் இயற்கை யாலே;
நேராக மானுடர்தாம் பிறரைக் கொல்ல
நினையாமல் வாழ்ந்திட்டால் உழுதல் வேண்டா;

வந்தித்தல் – வணங்குதல்; புகழ்தல், அந்தம் – முடிவு; எல்லை, அரவிந்த சரணங்கள் – தாமரைப்பாதங்கள், ஓத்து – இயல், பார் – பூமி

காரான நிலத்தைப்போய்த் திருத்த வேண்டா;
கால்வாய்கள் பாய்ச்சுவதில் கலகம் வேண்டா;
சீரான மழைபெய்யும்; தெய்வ முண்டு;
சிவன்செத்தா லன்றிமண்மேல் செழுமை யுண்டு.

62. ஆதலால் மானிடர்கள் களவை விட்டால்
அனைவருக்கும் உழைப்பின்றி உணவுண் டாகும்;
பேதமிட்டுக் கலகமிட்டு வேலி கட்டிப்
பின்னதற்குக் காவலென்று பேரு மிட்டு
நீதமில்லாக் கள்வர்நெறி யாயிற் றப்பா!
நினைக்குங்கால் இதுகொடிய நிகழ்ச்சி யன்றோ?
பாதமலர் காட்டிநினை அன்னை காத்தாள்;
பாரினிலித் தருமம்நீ பகரு வாயே.

63. ஒருமொழியே பலமொழிக்கும் இடங்கொ டுக்கும்
ஒருமொழியே மலமொழிக்கும் ஒழிக்கும் என்ற
ஒருமொழியைக் கருத்தினிலே நிறுத்தும் வண்ணம்
ஒருமொழி 'ஓம்நமச் சிவாய' என்பர்;
'ஹரி ஹரி'யென் றிடினும்அஃதே; 'ராம ராம'
'சிவ சிவ'வென் றிட்டாலும் அஃதே யாகும்;
தெரிவுறவே 'ஓம் சக்தி' யென்று மேலோர்
ஜெபம்புரிவ தப்பொருளின் பெயரே யாகும்.

64. சாரமுள்ள பொருளினைநான் சொல்லி விட்டேன்,
சஞ்சலங்கள் இனிவேண்டா சரதம் தெய்வம்;
ஈரமிலா நெஞ்சுடையார் சிவனைக் காணார்,
எப்போதும் அருளைமனத் திசைத்துக் கொள்வாய்;
வீரமிலா நெஞ்சுடையார் சிவனைக் காணார்,
எப்போதும் வீரமிக்க வினைகள் செய்வாய்;
பேருயர்ந்த ஏஹோவா, அல்லா நாமம்
பேணுமவர் பதமலரும் பேணல் வேண்டும்.

65. பூமியிலே கண்டமைந்து, மதங்கள் கோடி!
புத்தமதம், சமணமதம், பார்ஸி மார்க்கம்,
சாமியென யேசுபதம் போற்றும் மார்க்கம்,
ஸநாதனமாம் ஹிந்துமதம், இஸ்லாம், யூதம்,

கார் – அழகு, நீதம் – நீதி, சாரம் – சத்து, சரதம் – உண்மை

நாமமுயர் சீனத்துத் 'தாவு' மார்க்கம்,
 நல்ல 'கண் பூசி' மதம் முதலாய்ப் பார்மேல்
யாமறிந்த மதங்கள்பல வுளவா மன்றே;
 யாவினுக்கும் உட்புதைந்த கருத்திங் கொன்றே.

66. பூமியிலே வழங்கிவரும் மதத்துக் கெல்லாம்
 பொருளினைநாம் இங்கெடுத்துப் புகலக் கேளாய்:
சாமிநீ; சாமிநீ; கடவுள் நீயே;
 தத்வமஸி; தத்வமஸி: நீயே அஃதாம்;
பூமியிலே நீகடவு ளில்லை யென்று
 புகல்வதுநின் மனத்துள்ளே புகுந்த மாயை;
சாமிநீ அம்மாயை தன்னை நீக்கி
 ஸதாகாலம் 'சிவோஹம்' என்று சாதிப்பாயே!''

சாதித்தல் – பயிற்சி செய்தல்

கண்ணன் பாட்டு

1. கண்ணன் – என் தோழன்

(புன்னாகவராளி – திஸ்ரஜாதி ஏகதாளம்; வத்ஸல ரஸம்)

1. பொன்னவிர் மேனிச் சுபத்திரை மாதைப்
   புறங்கொண்டு போவதற்கே – இனி
   என்ன வழியென்று கேட்கில் உபாயம்
   இருகணத் தேயுரைப்பான் – அந்தக்
   "கன்னன்வில் லாளர் தலைவனைக் கொன்றிடக்
   காணும் வழியொன்றில்லேன் – வந்திங்
   குன்னைய டைந்தனன்" என்னில் உபாயம்
   ஒருகணத் தேயுரைப்பான்.

2. கானகத் தேசுற்று நாளிலும் நெஞ்சிற்
   கலக்க மிலாதுசெய்வான் – பெருஞ்
   சேனைத் தலைநின்று போர்செய்யும் போதினில்
   தேர்ந டத்திக்கொடுப்பான் – என்றன்
   ஊனை வருத்திடும் நோய்வரும் போதினில்
   உற்ற மருந்துசொல்வான் – நெஞ்சம்
   ஈனக் கவலைக ளெய்திடும் போதில்
   இதஞ்சொல்லி மாற்றிடுவான்.

3. பிழைக்கும் வழிசொல்ல வேண்டுமென் றாலொரு
   பேச்சினி லேசொல்லுவான்,
   உழைக்கும் வழிவினை யாளும் வழிபயன்
   உண்ணும் வழியுரைப்பான்;
   அழைக்கும் பொழுதினிற் போக்குச்சொல் லாமல்
   அரைநொடிக் குள்வருவான்,
   மழைக்குக் குடை பசி நேரத் துணவென்றன்
   வாழ்வினுக் கெங்கள்கண்ணன்.

4. கேட்ட பொழுதிற் பொருள்கொடுப் பான், சொல்லுங்
   கேலி பொறுத்திடுவான் – எனை
   ஆட்டங்கள் காட்டியும் பாட்டுக்கள் பாடியும்
   ஆறுதல் செய்திடுவான் – என்றன்
   நாட்டத்திற் கொண்ட குறிப்பினை இஃதென்று
   நான்சொல்லு முன்னுணர்வான் – அன்பர்

பொன்னவிர் – பொன்னொளிர், கன்னன் – கர்ணன்

கூட்டத்தி லேயிந்தக் கண்ணனைப் போலன்பு
கொண்டவர் வேறுளரோ?

5. உள்ளத்தி லேகரு வங்கொண்ட போதினில்
ஓங்கி யடித்திடுவான் – நெஞ்சில்
கள்ளத்தைக் கொண்டொரு வார்த்தைசொன் னாலங்கு
காறி யுமிழ்ந்திடுவான் – சிறு
பள்ளத்தி லேநெடு நாளழு குங்கெட்ட
பாசியை யெற்றிவிடும் – பெரு
வெள்ளத்தைப் போலருள் வார்த்தைகள் சொல்லி
மெலிவு தவிர்த்திடுவான்.

6. சின்னக் குழந்தைகள் போல்விளை யாடிச்
சிரித்துக் களித்திடுவான் – நல்ல
வன்ன மகளிர் வசப்பட வேபல
மாயங்கள் சூழ்ந்திடுவான் – அவன்
சொன்ன படிநட வாவிடி லோமிகத்
தொல்லை யிழைத்திடுவான் – கண்ணன்
தன்னை யிழந்து விடில்ஐய கோ!பின்
சகத்தினில் வாழ்வதிலேன்.

7. கோபத்தி லேயொரு சொல்லிற் சிரித்துக்
குலுங்கிடச் செய்திடுவான் – மனஸ்
தாபத்தி லேயொன்று செய்து மகிழ்ச்சி
தளிர்த்திடச் செய்திடுவான் – பெரும்
ஆபத்தி னில்வந்து பக்கத்தி லேநின்று
அதனை விலக்கிடுவான் – சுடர்த்
தீபத்தி லேவிழும் பூச்சிகள் போல்வருந்
தீமைகள் கொன்றிடுவான்.

8. உண்மை தவறி நடப்பவர் தம்மை
உதைத்து நசுக்கிடுவான் – அருள்
வண்மையி னாலவன் மாத்திரம் பொய்கள்
மலைமலை யாயுரைப்பான் – நல்ல
பெண்மைக் குணமுடை யான்சில நேரத்தில்
பித்தர் குணமுடையான் – மிகத்
தண்மைக் குணமுடை யான்சில நேரம்
தழலின் குணமுடையான்.

வன்னம் – வர்ணம், சூழ்தல் – புரிதல்

9. கொல்லுங் கொலைக்கஞ்சி டாத மறவர்
     குணமிகத் தானுடையான் – கண்ணன்
   சொல்லும் மொழிகள் குழந்தைகள் போலொரு
     சூதறி யாதுசொல்வான் – என்றும்
   நல்லவ ருக்கொரு தீங்கு நண்ணாது
     நயமுறக் காத்திடுவான் – கண்ணன்
   அல்லவ ருக்கு விடத்தினில் நோயில்
     அழலினி லுங்கொடியான்.

10. காதல் விளைய மயக்கிடும் பாட்டினில்
      கண்மகிழ் சித்திரத்தில் – பகை
    மோதும் படைத்தொழில் யாவினு மேதிறம்
      முற்றிய பண்டிதன்காண் – உயர்
    வேத முணர்ந்த முனிவ ருணர்வினில்
      மேவு பரம்பொருள்காண் – நல்ல
    கீதை யுரைத்தெனை இன்புறச் செய்தவன்
      கீர்த்திகள் வாழ்த்திடுவேன்.

நண்ணாது – சேராது, அழல் – தீ

2. கண்ணன் – என் தாய்

(நொண்டிச் சிந்து)

1. உண்ணஉண்ணத் தெவிட்டாதே – அம்மை
உயிரெனும் முலையினில் உணர்வெனும்பால்
வண்ணமுற வைத்தெனக்கே – என்றன்
வாயினிற்கொண் டூட்டுமோர் வண்மையுடையாள்
கண்ணனெனும் பெயருடையாள் – என்னைக்
கட்டிநிறை வான்எனுந்தன் கையிலணைத்து
மண்ணெனுந்தன் மடியில்வைத்தே – பல
மாயமுறுங் கதைசொல்லி மனங்களிப்பாள்.

2. இன்பமெனச் சிலகதைகள் – எனக்கு
ஏற்றமென்றும் வெற்றியென்றும் சிலகதைகள்
துன்பமெனச் சிலகதைகள் – கெட்ட
தோல்வியென்றும் வீழ்ச்சியென்றுஞ் சிலகதைகள்
என்பருவம் என்றன்விருப்பம் – எனும்
இவற்றினுக் கிணங்கவென் னுளமறிந்தே
அன்பொடவள் சொல்லிவருவாள் – அதில்
அற்புதமுண் டாய்ப்பர வசமடைவேன்.

3. விந்தைவிந்தை யாகவெனக்கே – பல
விதவிதத் தோற்றங்கள் காட்டுவிப்பாள்;
சந்திரனென் றொருபொம்மை – அதில்
தண்ணமுதம் போலஒளி பரந்தொழுகும்;
மந்தைமந்தை யாய்மேகம் – பல
வன்னமுறும் பொம்மையது மழைபொழியும்;
முந்தஒரு சூரியனுண்டு – அதன்
முகத்தொளி கூறுதற்கொர் மொழியிலையே.

4. வானத்து மீன்களுண்டு – சிறு
மணிகளைப் போல்மின்னி நிறைந்திருக்கும்
நானத்தைக் கணக்கிடவே – மனம்
நாடிமிக முயல்கினும் கூடுவதில்லை;
கானத்து மலைகளுண்டு – எந்தக்
காலமுமொ ரிடம்விட்டு நகர்வதில்லை,
மோனத்தி லேயிருக்கும் – ஒரு
மொழியுரை யாதுவிளை யாடவருங்காண்.

5. நல்லநல்ல நதிகளுண்டு – அவை
நாடெங்கும் ஓடிவிளை யாடிவருங்காண்;
மெல்லமெல்லப் போயவைதாம் – விழும்
விரிகடற் பொம்மையது மிகப்பெரிதாம்,
எல்லையதிற் காணுவதில்லை – அலை
எற்றிநுரை கக்கியொரு பாட்டிசைக்கும்,
ஒல்லெனுமப் பாட்டினிலே – அம்மை
ஓமெனும் பெயரென்றும் ஒலித்திடுங்காண்.

6. சோலைகள் காவினங்கள் – அங்கு
சூழ்தரும் பலநிற மணிமலர்கள்
சாலவும் இனியனவாய் – அங்கு
தருக்களில் தூங்கிடும் கனிவகைகள்
ஞாலமுற் றிலும்நிறைந்தே – மிக
நயந்தரு பொம்மைகள் எனக்கெனவே
கோலமுஞ் சுவையுமுற – அவள்
கோடிபல கோடிகள் குவித்துவைத்தாள்.

7. தின்றிடப் பண்டங்களும் – செவி
தெவிட்டறக் கேட்கநற் பாட்டுக்களும்
ஒன்றுறப் பழகுதற்கே – அறி
வுடையமெய்த் தோழரும் அவள்கொடுத்தாள்;
கொன்றிடு மெனஇனிதாய் – இன்பக்
கொடுநெருப் பாய், அனற் சுவையமுதாய்
நன்றியல் காதலுக்கே – இந்த
நாரியர் தமையெனைச் சூழவைத்தாள்.

8. இறகுடைப் பறவைகளும் – நிலந்
திரிந்திடும் விலங்குகள் ஊர்வனகள்
அறைகடல் நிறைந்திடவே – எண்ணில்
அமைத்திடற் கரியபல் வகைப்படவே
சுறவுகள் மீன்வகைகள் – எனத்
தோழர்கள் பலருமிங் கெனக்களித்தாள்
நிறைவுற இன்பம்வைத்தாள் – அதை
நினைக்கவும் முழுதிலுங் கூடுதில்லை.

தூங்குதல் – தொங்குதல்

9. சாத்திரம் கோடிவைத்தாள் – அவை
    தம்மினும் உயர்ந்ததொர் ஞானம்வைத்தாள்;
   மீத்திடும் பொழுதினிலே – நான்
    வேடிக்கை யுறக்கண்டு நகைப்பதற்கே
   கோத்தபொய் வேதங்களும் – மதக்
    கொலைகளும் அரசர்தம் கூத்துக்களும்
   மூத்தவர் பொய்ந்நடையும் – இள
    மூடர்தம் கவலையும் அவள்புனைந்தாள்.

10. வேண்டிய கொடுத்திடுவாள் – அவை
    விரும்புமுன் கொடுத்திட விரைந்திடுவாள்;
   ஆண்டருள் புரிந்திடுவாள் – அண்ணன்
    அருச்சுனன் போலெனை யாக்கிடுவாள்;
   யாண்டுமெக் காலத்திலும் – அவள்
    இன்னருள் பாடுநற் றொழில்புரிவேன்;
   நீண்டதொர் புகழ்வாழ்வும் – பிற
    நிகரறு பெருமையும் அவள்கொடுப்பாள்.

மீத்திடும் பொழுது – மிச்சப் பொழுது அல்லது ஓய்வு நேரம்

3. கண்ணன் – என் தந்தை

(நொண்டிச் சிந்து
ப்ரதான ரஸம்: அற்புதம்)

1. பூமிக் கெனையனுப்பினான் – அந்தப்
   புதமண்ட லத்திலென் தம்பிக ளுண்டு;
   நேமித்த நெறிப்படியே – இந்த
   நெடுவெளி யெங்கணும் நித்தமு ருண்டே
   போமித் தரைகளிலெல்லாம் – மனம்
   போலவிருந் தாளுபவ ரெங்க ளினத்தார்,
   சாமி யிவற்றினுக்கெல்லாம் – எங்கள்
   தந்தையவன் சரிதைகள் சிறிது ரைப்பேன்.

2. செல்வத்திற்கொர் குறையில்லை – எந்தை
   சேமித்து வைத்தபொன்னுக்கு அளவொன் றில்லை;
   கல்வியில் மிகச்சிறந்தோன் – அவன்
   கவிதையி னினிமையொர் கணக்கி லில்லை;
   பல்வகை மாண்பினிடையே – கொஞ்சம்
   பயித்தியம் அடிக்கடி தோன்றுவ துண்டு;
   நல்வழி செல்லுபவரை – மனம்
   நையும்வரை சோதனைசெய் நடத்தை யுண்டு.

3. நாவு துணிகுவதில்லை – உண்மை
   நாமத்தை வெளிப்பட வுரைப்ப தற்கே;
   யாவருந் தெரிந்திடவே – எங்கள்
   ஈசனென்றும் கண்ணனென்றும் சொல்லுவ துண்டு;
   மூவகைப் பெயர்புனைந்தே – அவன்
   முகமறி யாதவர் சண்டைகள் செய்வார்,
   தேவர் குலத்தவனென்றே – அவன்
   செய்திதெரி யாதவர் சிலரு ரைப்பார்.

4. பிறந்தது மறக்குலத்தில் – அவன்
   பேதமற வளர்ந்ததும் இடைக்கு லத்தில்
   சிறந்தது பார்ப்பனருள்ளே – சில
   செட்டிமக்க ளோடுமிகப் பழக்க முண்டு;
   நிறந்தனிற் கருமை கொண்டான் – அவன்
   நேயமுறக் களிப்பது பொன்னிறப் பெண்கள்;
   துறந்த நடைகளுடையான் – உங்கள்
   சூனியப்பொய்ச் சாத்திரங்கள் கண்டு நகைப்பான்.

5. ஏழைகளைத் தோழமைகொள்வான் – செல்வம்
ஏறியார் தமைக்கண்டு சீறி விழுவான்;
தாழவரும் துன்பமதிலும் – நெஞ்சத்
தளர்ச்சிகொள் ளாதவர்க்குச் செல்வ மளிப்பான்;
நாழிகைக்கொர் புத்தியுடையான் – ஒரு
நாளிருந்த படிமற்றொர் நாளினி லில்லை;
பாழிடத்தை நாடியிருப்பான் – பல
பாட்டினிலுங் கதையிலும் நேரம் அழிப்பான்.

6. இன்பத்தை இனிதெனவும் – துன்பம்
இனிதில்லை யென்றுமவன் எண்ணுவ தில்லை;
அன்பு மிகவுடையான் – தெளிந்த
அறிவினில் உயிர்க்குலம் ஏற்ற முறவே
வன்புகள் பலபுரிவான்; – ஒரு
மந்திரியுண்டு எந்தைக்கு விதி யென்பவன்,
முன்பு விதித்ததனையே – பின்பு
முறைப்படி யறிந்துண்ண மூட்டி விடுவான்.

7. வேதங்கள் கோத்துவைத்தான் – அந்த
வேதங்கள் மனிதர்தம் மொழியி லில்லை;
வேதங்க ளென்றுபுவியோர் – சொல்லும்
வெறுங்கதை, திரளிலவ் வேதமில்லை;
வேதங்க ளென்பவற்றுள்ளே – அவன்
வேதத்திற் சிலசில கலந்த துண்டு;
வேதங்க ளன்றியொன்றில்லை – இந்த
மேதினி மாந்தர்சொலும் வார்த்தைக ளெல்லாம்.

8. நாலு குலங்களமைத்தான் – அதை
நாசமுறப் புரிந்தனர் மூட மனிதர்,
சீலம் அறிவுகருமம் – இவை
சிறந்தவர் குலத்தி னிற்சிறந் தவராம்;
மேலவர் கீழவரென்றே – வெறும்
வேடத்திற் பிறப்பி னில்விதிப் பனவாம்
போலிச் சுவடியையெல்லாம் – இன்று
பொசுக்கிவிட்டா லெவர்க்கும் நன்மையுண் டென்பான்.

பாழ் – வெறுமை; சூனியம், வன்பு – வன்மை, மேதினி – உலகம்,
சீலம் – குணம்; ஒழுக்கம்

9. வயது முதிர்ந்துவிடினும் – எந்தை
வாலிபக் களையென்றும் மாறுவ தில்லை,
துயரில்லை மூப்புமில்லை – என்றும்
சோர்வில்லை நோயொன்று தொடுவ தில்லை
பயமில்லை பரிவொன்றில்லை – எவர்
பக்கமும்நின் றெதிர்ப்பக்கம் வாட்டுவ தில்லை,
நயமிகத் தெரிந்தவர்காண் – தனி
நடுநின்று விதிச்செயல் கண்டு மகிழ்வான்.

10. துன்பத்தில் நொந்துவருவோர் – தன்னைத்
தூவென் றிகழ்ந்துசொல்லி வன்பு கனிவான்;
அன்பினைக் கைக்கொள்என்பான் – துன்பம்
அத்தனையும் அப்பொழுது தீர்ந்திடும் என்பான்;
என்புடை பட்டபொழுதும் – நெஞ்சில்
ஏக்கமுறப் பொறுப்பவர் தம்மை உகப்பான்;
இன்பத்தை எண்ணுபவர்க்கே – என்றும்
இன்பமிகத் தருவதில் இன்பம் உடையான்.

என்புடை பட்ட பொழுதும் – என்பு உடைபட்ட பொழுதும்; என் புடைபட்ட பொழுதும், என்பு – எலும்பு, புடை – அடிப்பு; பக்கம்

4. கண்ணன் – என் சேவகன்

கூலிமிகக் கேட்பார் கொடுத்ததெலாந் தாம்மறப்பார்;
வேலைமிக வைத்திருந்தால் வீட்டிலே தங்கிடுவார்;
'ஏனடா, நீ நேற்றைக் கிங்குவர வில்லை' யென்றால்
பானையிலே தேளிருந்து பல்லாற் கடித்ததென்பார்;
வீட்டிலே பெண்டாட்டி மேற்பூதம் வந்ததென்பார்; 5
பாட்டியார் செத்துவிட்ட பன்னிரண்டாம் நாளென்பார்;
ஓயாமல் பொய்யுரைப்பார்; ஒன்றுரைக்க வேறுசெய்வார்;
தாயாதி யோடு தனியிடத்தே பேசிடுவார்;
உள்வீட்டுச் செய்தியெலாம் ஊரம் பலத்துரைப்பார்;
எள்வீட்டில் இல்லையென்றால் எங்கும் முரசறைவார். 10
சேவகரால் பட்ட சிரமம்மிக வுண்டுகண்டீர்;
சேவகரில் லாவிடிலோ செய்கை நடக்கவில்லை.
இங்கிதனால் யானும் இடர்மிகுந்து வாடுகையில்
எங்கிருந்தோ வந்தான், 'இடைச்சாதி நான்'என்றான்
"மாடுகன்று மேய்த்திடுவேன், மக்களைநான் காத்திடுவேன்; 15
வீடு பெருக்கி விளக்கேற்றி வைத்திடுவேன்;
சொன்னபடி கேட்பேன்; துணிமணிகள் காத்திடுவேன்;
சின்னக் குழந்தைக்குச் சிங்காரப் பாட்டிசைத்தே
ஆட்டங்கள் காட்டி அழாதபடி பார்த்திடுவேன்;
காட்டுவழி யானாலும் கள்ளர்பய மானாலும் 20
இரவிற் பகலிலே யெந்நேர மானாலும்
சிரமத்தைப் பார்ப்பதில்லை, தேவரீர் தம்முடனே
சுற்றுவேன், தங்களுக்கோர் துன்பமுறா மற்காப்பேன்;
கற்றவித்தை யேதுமில்லை, காட்டு மனிதன், ஐயே!
ஆனபொழுதும் கோலடி, குத்துப்போர், மற்போர் 25
நானறிவேன்; சற்றும் நயவஞ் சனைபுரியேன்"
என்றுபல சொல்லிநின்றான். "ஏதுபெயர்? சொல்" என்றேன்.
"ஒன்றுமில்லை – கண்ணனென்பர் ஊரிலுள்ளோர் என்னை"
என்றான்.

கட்டுறுதி யுள்ளவுடல், கண்ணிலே நல்லகுணம்,
ஒட்டுறவே நன்றா வுரைத்திடுஞ்சொல் ஈங்கிவற்றால் 30
தக்கவனென் றுள்ளத்தே சார்ந்த மகிழ்ச்சியுடன்,
"மிக்கவுரை பலசொல்லி விருதுபல சாற்றுகிறாய்;
கூலியென்ன கேட்கின்றாய்? கூறுக" என்றேன். "ஐயனே!
தாலிகட்டும் பெண்டாட்டி சந்ததிக ளேதுமில்லை
நானோர் தனியாள், நரைதிரைதோன் றாவிடினும் 35

ஆன வயதிற் களவில்லை; தேவரீர்
ஆதரித்தாற் போதும் அடியேனை; நெஞ்சிலுள்ள
காதல் பெரிதெனக்குக் காசுபெரி தில்லை'' யென்றான்
பண்டைக் காலத்துப் பயித்தியத்தி லொன்றெனவே
கண்டு மிகவும் களிப்புடனே நானவனை   40
ஆளாகக் கொண்டுவிட்டேன். அன்று முதற்கொண்டு
நாளாக நாளாக நம்மிடத்தே கண்ணனுக்குப்
பற்று மிகுந்துவரல் பார்க்கின்றேன்; கண்ணனால்
பெற்றுவரும் நன்மையெலாம் பேசி முடியாது.
கண்ணை இமையிரண்டும் காப்பதுபோல், என்குடும்பம் 45
வண்ணமுறக் காக்கின்றான், வாய்முணுத்தல் கண்டறியேன்.
வீதி பெருக்குகிறான்; வீடுசுத்த மாக்குகிறான்.
தாதியர்செய் குற்றமெல்லாம் தட்டி யடக்குகிறான்;
மக்களுக்கு வாத்தி, வளர்ப்புத்தாய், வைத்தியனாய்
ஒக்கநயங் காட்டுகிறான். ஒன்றுங் குறைவின்றிப்   50
பண்டமெலாஞ் சேர்த்துவைத்துப் பால்வாங்கி மோர்வாங்கிப்
பெண்டுகளைத் தாய்போற் பிரியமுற ஆதரித்து,
நண்பனாய், மந்திரியாய், நல்லா சிரியனுமாய்,
பண்பிலே தெய்வமாய்ப் பார்வையிலே சேவகனாய்
எங்கிருந்தோ வந்தான், இடைச்சாதி யென்றுசொன்னான்; 55
இங்கிவனை யான்பெறவே என்னதவஞ் செய்துவிட்டேன்!
கண்ணன் எனதகத்தே கால்வைத்த நாள்முதலாய்
எண்ணம், விசாரம் எதுவு மவன்பொறுப்பாய்ச்
செல்வம், இளமாண்பு, சீர், சிறப்பு, நற்கீர்த்தி,
கல்வி, அறிவு, கவிதை, சிவயோகம்   60
தெளிவே வடிவாம் சிவஞானம், என்றும்
ஒளிசேர் நலமனைத்தும் ஓங்கிவரு கின்றனகாண்!
கண்ணனைநான் ஆட்கொண்டேன்! கண்கொண்டேன்
                                கண்கொண்டேன்!
கண்ணனெனை யாட்கொள்ளக் காரணமும் உள்ளனவே!

திரை – தோற்சுருக்கம், வண்ணம் – நலம்; அழகு,
விசாரம் – ஆலோசனை

5. கண்ணன் - என் அரசன்

1. பகைமை முற்றி முதிர்ந்திடு மட்டிலும்
பார்த்திருப்ப தல்லா லொன்றுஞ் செய்திடான்;
நகைபு ரிந்து பொறுத்துப் பொறுத்தையோ
நாட்கள் மாதங்கள் ஆண்டுகள் போக்குவான்.

2. கண்ணன் வென்று பகைமை யழிந்துநாம்
கண்ணிற் காண்ப தரிதெனத் தோன்றுமே;
எண்ணமிட் டெண்ண மிட்டுச் சலித்துநாம்
இழந்த நாட்கள் யுகமெனப் போகுமே.

3. படைகள் சேர்த்தல், பரிசனம் சேர்த்திடல்,
பணமுண் டாக்க லெதுவும் புரிந்திடான்;
'இடையன், வீர மிலாதவன், அஞ்சினோன்'
என்ற வர்சொலும் ஏச்சிற்கு நாணிலான்.

4. கொல்லப் பூத மனுப்பிடு மாமனே
கோலு யர்த்துல காண்டு களித்திட
முல்லை மென்னகை மாதர்க்கும் பாட்டிற்கும்
மோக முற்றுப் பொழுதுகள் போக்குவான்.

5. வான நீர்க்கு வருந்தும் பயிரென
மாந்தர் மற்றிவண் போர்க்குத் தவிக்கவும்,
தானங் கீர்த்தனை தாளங்கள் கூத்துக்கள்
தனிமை வேய்ங்குழ லென்றிவை போற்றுவான்.

6. காலினைக் கையி னாற்பற்றிக் கொண்டுநாம்
கதியெமக் கொன்று காட்டுவை யென்றிட்டால்,
நாலி லொன்று பலித்திடுங் காணென்பான்;
நாமச் சொல்லின் பொருளெங் குணர்வதே?

7. நாம வன்வலி நம்பி யிருக்கவும்,
நாண மின்றிப் பதுங்கி வளருவான்;
தீமை தன்னை விலக்கவுஞ் செய்குவான்,
சிறுமை கொண்டொளித் தோடவுஞ் செய்குவான்.

பரிசனம் - ஏவல்செய்வோர், கதி - வழி

8. தந்தி ரங்கள் பயிலவுஞ் செய்குவான்,
சவுரி யங்கள் பழகவுஞ் செய்குவான்,
மந்தி ரத்திற னும்பல காட்டுவான்,
வலிமை யின்றிச் சிறுமையில் வாழ்குவான்.

9. காலம் வந்துகை கூடுமப் போதிலோர்
கணத்தி லேபுதி தாக விளங்குவான்!
ஆல கால விடத்தினைப் போலவே
அகில முற்றும் அசைந்திடச் சீறுவான்.

10. வேரும் வேரடி மண்ணுமி லாமலே
வெந்து போகப் பகைமை பொசுக்குவான்;
பாரும் வானமும் ஆயிர மாண்டுகள்
பட்ட துன்பங் கணத்திடை மாற்றுவான்!

11. சக்க ரத்தை யெடுப்ப தொருகணம்;
தருமம் பாரில் தழைத்தல் மறுகணம்!
இக்க ணத்தில் இடைக்கண மொன்றுண்டோ?
இதனுள் ளேபகை மாய்த்திட வல்லன்காண்!

12. கண்ண னெங்கள் அரசன் புகழினைக்
கவிதை கொண்டெந்தக் காலமும் போற்றுவேன்.
திண்ணை வாயில் பெருக்கவந் தேனெனைத்
தேசம் போற்றத்தன் மந்திரி யாக்கினான்.

13. நித்தச் சோற்றினுக் கேவல் செயவந்தேன்,
நிகரி லாப்பெருஞ் செல்வம் உதவினான்.
வித்தை நன்குகல் லாதவன் என்னுளே
வேத நுட்பம் விளங்கிடச் செய்திட்டான்.

14. கண்ண னெம்பெரு மானருள் வாழ்கவே!
கலிய ழிந்து புவித்தவம் வாழ்கவே!
அண்ண லின்னருள் நாடிய நாடுதான்
அவலம் நீங்கிப் புகழில் உயர்கவே!

பார் – பூமி

6. கண்ணன் – என் சீடன்

ஆசிரியப்பா

யானே யாகி என்னலாற் பிறவாய்
யானும் அவையுமாய் இரண்டினும் வேறாய்
யாதோ பொருளாம் 'மாயக் கண்ணன்,
என்னிலும் அறிவினிற் குறைந்தவன் போலவும்,
என்னைத் துணைக்கொண்டு என்னுடை முயற்சியால்
என்னடை பழகலால், என்மொழி கேட்டலால்
மேம்பா டெய்த வேண்டினோன் போலவும்,
யான்சொலுங் கவிதை, என்மதி யளவை
இவற்றினைப் பெருமை யிலங்கின வென்று
கருதுவான் போலவும், கண்ணக் கள்வன்
சீடனாய் வந்தெனைச் சேர்ந்தனன், தெய்வமே!
பேதையேன் அவ்வலைப் பின்னலில் வீழ்ந்து
பட்டன தொல்லை பலபெரும் பாரதம்.
உளத்தினை வென்றிடேன் உலகினை வெல்லவும்,
தானகஞ் சுடாதேன் பிறர்தமைத் தானெனும்
சிறுமையி னகற்றிச் சிவத்திலே நிறுத்தவும்
தன்னுளே தெளிவும் சலிப்பிலா மகிழ்ச்சியும்
உற்றிடேன்; இந்தச் சகத்திலே யுள்ள
மாந்தர்க் குற்ற துயரெலா மாற்றி
இன்பத் திருத்தவும் எண்ணிய பிழைக்கெனைத்
தண்டனை புரிந்திடத் தானுளங் கொண்டு,
மாயக் கண்ணன் வலிந்தெனைச் சார்ந்து,
புகழ்ச்சிகள் கூறியும் புலமையை வியந்தும்,
பலவகை யால்அகப் பற்றுறச் செய்தான்.
வெறும்வாய் மெல்லுங் கிழவிக் கிஃதோர்
அவலாய் மூண்டது; யானுமங் கவனை
உயர்நிலைப் படுத்தலில் ஊக்கமிக் கவனாய்,
"இன்னது செய்திடேல், இவரொடு பழகேல்,
இவ்வகை மொழிந்திடேல், இனையன விரும்பேல்,
இன்னது கற்றிடேல், இன்னநூல் கற்பாய்,
இன்னவ றுறவுகொள், இன்னவை விரும்புவாய்''
எனப்பல தருமம் எடுத்தெடுத் தோதி
ஓய்விலா தவனோ டுயிர்விட லானேன்.
கதையிலே கணவன் சொல்லினுக் கெல்லாம்
எதிர்செயும் மனைவிபோல், இவனும்நான் காட்டும்

இனையன – இத்தன்மையுடையன

நெறியினுக் கெல்லாம் நேரெதிர் நெறியே
நடப்பா னாயினன். நானிலத் தவர்தம்
மதிப்பையும் புகழுறு வாழ்வையும் புகழையும்
தெய்வமாய்க் கொண்ட சிறுமதி யுடையேன்,
கண்ணனாஞ் சீடன்யான் காட்டிய வழியெலாம்
விலகியே நடக்கும் விநோதமிங் கன்றியும்,
உலகினர் வெறுப்புறும் ஒழுக்கமத் தனையும்
தலையாய்க் கொண்டு சார்பெலாம் பழிச்சொலும்
இகழுமிக் கவனாய் என்மனம் வருந்த
நடந்திடல் கண்டேன். நாட்பட நாட்படக்
கண்ணனுந் தனது கழிபடு நடையில்
மிஞ்சுவா னாகி, வீதியிற் பெரியோர்
கிழவிய ரெல்லாங் கிறுக்கனென் றிவனை
இகழ்ச்சியோ டிரக்கமுற் றேளனம் புரியும்
நிலையும் வந்திட்டான். நெஞ்சிலே யெனக்குத்
தோன்றிய வருத்தஞ் சொல்லிடப் படாது.
முத்தனாக் கிடநான் முயன்றதோ ரிளைஞன்
பித்தனென் றுலகினர் பேசிய பேச்சென்
நெஞ்சினை யறுத்தது. நீதிகள் பலவும்
தந்திரம் பலவும் சாத்திரம் பலவும்
சொல்லிநான் கண்ணனைத் தொளைத்திட லாயினேன்.
தேவ நிலையிலே சேர்ந்திடா விடினும்
மானுடந் தவறி மடிவுறா வண்ணம்
கண்ணனை நானுங் காத்திட விரும்பித்
தீயெனக் கொதித்துச் சினமொழி யுரைத்தும்
சிரித்துரை கூறியும் செள்ளென விழுந்தும்
கேலிகள் பேசிக் கிளறியும் இன்னும்
எத்தனை வகையிலோ என்வழிக் கவனைக்
கொணர்ந்திட முயன்றேன், கொள்பய னொன்றிலை.
கண்ணன் பித்தனாய்க் காட்டா ளாகி,
எவ்வகைத் தொழிலினும் எண்ணமற் றவனாய்
எவ்வகைப் பயனிலுங் கருத்திழந் தவனாய்
குரங்காய்க் கரடியாய்க் கொம்புடைப் பிசாசாய்
யாதோ பொருளாய் எங்ஙனோ நின்றான்.
இதனால்,

அகந்தையும் மமதையும் ஆயிரம் புண்ணுற
யான்கடுஞ் சினமுற்று 'எவ்வகை யானும்
கண்ணனை நேருறக் கண்டே தீர்ப்பேன்'

கழிபடு நடை – அறத்திற்குப்புறம்பான நடை, செள்ளென – சினக்குறிப்பு

எனப்பெருந் தாப மெய்தினே னாகி,
'எவ்வா றேனும் இவனையோர் தொழிலில்
ஓரிடந் தன்னில் ஒருவழி வலிய
நிறுத்துவோ மாயின் நேருற் றிடுவான்'
என்றுளத் தெண்ணி, இசைந்திடுஞ் சமயங்
காத்திருந் திட்டேன். ஒருநாள் கண்ணனைத்
தனியே எனது வீட்டினிற் கொண்டு,
"மகனே, என்பால் வரம்பிலா நேசமும்
அன்பும்நீ யுடையை. அதனையான் நம்பி,
நின்னிட மொன்று கேட்பேன்; நீயது
செய்திடல் வேண்டும். சேர்க்கையின் படியே
மாந்தர்தஞ் செயலெலாம் வகுப்புறல் கண்டாய்.
சாத்திர நாட்டமும் தருக்கமும், கவிதையில்
மெய்ப்பொரு ளாய்வதில் மிஞ்சிய விழைவும்
கொண்டோர் தமையே அருகினிற் கொண்டு
பொருளினுக் கலையும் நேரம் போக
மிஞ்சிய பொழுதெலாம் அவருடன் மேவி
இருந்திட லாகுமேல், எனக்குநன் றுண்டாம்;
பொழுதெலாம் என்னுடன் போக்கிட விரும்பும்
அறிவுடை மகனிங் குனையலால் அறிந்திடேன்.
ஆதலால்,
என்பயன் கருதி, எனக்கொரு துணையாய்
என்னுடன் சிலநாள் இருந்திட நின்னை
வேண்டிநிற் கின்றேன். வேண்டுதல் மறுத்தே
என்னைநீ துன்பம் எய்துவித் திடாமே,
இவ்வுரைக் கிணங்குவாய்" என்றேன். கண்ணனும்,
"அங்ஙனே புரிவேன். ஆயின்நின் னிடத்தே
தொழிலிலா தியாங்ஙனம் சோம்பரில் இருப்பது?
காரிய மொன்று காட்டுவை யாயின்,
இருப்பேன்" என்றான். இவனுடை இயல்பையும்
திறனையுங் கருதி,"என் செய்யுளை யெல்லாம்
நல்லதோர் பிரதியில் நாடொறும் எழுதிக்
கொடுத்திடுந் தொழிலினைக் கொள்ளுதி'' என்றேன்.
நன்றெனக் கூறியோர் நாழிகை யிருந்தான்;
"செல்வேன்'' என்றான். சினத்தோடு நானும்
பழங்கதை யெழுதிய பகுதியொன் றினையவன்
கையினிற் கொடுத்துக் "கவினுற இதனை
எழுதுக" என்றேன். இணங்குவான் போன்றதைக்
கையிலே கொண்டு கணப்பொழு திருந்தான்;
"செல்வேன்'' என்றான். சினந்தீ யாகிநான்,

“ஏதடா, சொன்னசொல் அழித்துரைக் கின்றாய்?
பித்தனென் றுன்னை உலகினர் சொல்வது
பிழையிலை போலும்'' என்றேன். அதற்கு
“நாளைவந் திவ்வினை நடத்துவேன்'' என்றான்.
“இத்தொழி லிங்கே இப்பொழு தெடுத்துச்
செய்கின் றனையா? செய்குவ தில்லையா?
ஓருரை சொல்'' என் றுறுமினேன். கண்ணனும்
“இல்லை''யென் றொருசொல் இமைக்குமுன் கூறினான்.
வெடுக்கெனச் சினத்தீ வெள்ளமாய்ப் பாய்ந்திடக்
கண்செவந் திதழ்கள் துடித்திடக் கனன்றுநான்
“சீச்சீ, பேயே, சிறிதுபோழ் தேனும்
இனியென் முகத்தி னெதிர்நின் றிடாதே.
என்று மிவ்வுலகில் என்னிடத் தினில்நீ
போந்திடல் வேண்டா, போ, போ, போ” என்று
இடியுறச் சொன்னேன். கண்ணனும் எழுந்து
செல்குவ னாயினன். விழிநீர் சேர்ந்திட
“மகனே, போகுதி, வாழ்கநீ, நின்னைத்
தேவர்காத் திடுக! நின்றனைச் செம்மை
செய்திடக் கருதிஏ தேதோ செய்தேன்.
தோற்றுவிட் டேனடா! சூழ்ச்சிக ளழிந்தேன்.
மறித்தினி வாராய், செல்லுதி, வாழிநீ!''
எனத்துயர் நீங்கி, அமைதியோ டிசைத்தேன்.
சென்றனன் கண்ணன். திரும்பியோர் கணத்தே
எங்கிருந் தோநல் லெழுதுகோல் கொணர்ந்தான்;
காட்டிய பகுதியைக் கவினுற வரைந்தான்.
“ஐயனே, நின்வழி யனைத்தையுங் கொள்வேன்,
தொழில்பல புரிவேன். துன்பமிங் கென்றும்,
இனிநினக் கென்னால் எய்திடா'' தெனப்பல
நல்லசொல் லுரைத்து நகைத்தனன் மறைந்தான்.
மறைந்ததோர் கண்ணன் மறுகணத் தென்றன்
நெஞ்சிலே தோன்றி நிகழ்த்துவா னாயினன்.
“மகனே, ஒன்றை யாக்குதல், மாற்றுதல்,
அழித்திட லெல்லாம் நின்செய லன்றுகாண்.
தோற்றேன் எனநீ உரைத்திடும் பொழுதிலே
வென்றாய்; உலகினில் வேண்டிய தொழிலெலாம்
ஆசையுந் தாபமும் அகற்றியே புரிந்து
வாழ்கநீ!'' என்றான். வாழ்கமற் றவனே!

போந்து – வந்து

7. கண்ணன் – எனது சற்குரு

புன்னாகவராளி
திஸ்ரஜாதி ஏகதாளம்
ரஸங்கள்: அற்புதம், பக்தி

1. சாத்திரங் கள்பல தேடினேன் – அங்கு
சங்கையில் லாதன சங்கையாம் – பழங்
கோத்திரங் கள்சொல்லும் மூடர்தம் – பொய்மைக்
கூடையி லுண்மை கிடைக்குமோ? – நெஞ்சில்
மாத்திரம் எந்த வகையிலும் – சக
மாயம் உணர்ந்திடல் வேண்டுமே – என்னும்
ஆத்திரம் நின்ற திதனிடை – நித்தம்
ஆயிரந் தொல்லைகள் சூழ்ந்தன.

2. நாடு முழுதிலுஞ் சுற்றிநான் – பல
நாட்க ளலைந்திடும் போதினில் – நிறைந்
தோடும் யமுனைக் கரையிலே – தடி
ஊன்றிச்சென் றாரொர் கிழவனார் – ஒளி
கூடும் முகமும் தெளிவுதான் – குடி
கொண்ட விழியும் சடைகளும் – வெள்ளைத்
தாடியுங் கண்டு வணங்கியே – பல
சங்கதி பேசி வருகையில்,

3. என்னுளத் தாசை யறிந்தவர் – மிக
இன்புற் றுரைத்திட லாயினர் – "தம்பி!
நின்னுளத் திற்குத் தகுந்தவன் – சுடர்
நித்திய மோனத் திருப்பவன் – உயர்
மன்னர் குலத்திற் பிறந்தவன் – வட
மாமது ரைப்பதி யாள்கின்றான் – கண்ணன்
தன்னைச் சரணென்று போவையேல் – அவன்
சத்தியங் கூறுவன்'' என்றனர்.

4. மாமது ரைப்பதி சென்றுநான் – அங்கு
வாழ்கின்ற கண்ணனைப் போற்றியே – என்றன்
நாமமும் ஊருங் கருத்துமே – சொல்லி
நன்மை தருகென வேண்டினன் – அவன்

சங்கை – மதிப்பு; வழக்கம், ஆத்திரம் – அவசரம் அல்லது பரபரப்பு

காமனைப் போன்ற வடிவமும் – இளங்
காளையர் நட்பும் பழக்கமும் – கெட்ட
பூமியைக் காக்குந் தொழிலிலே – எந்தப்
போதுஞ் செலுத்திடுஞ் சிந்தையும்,

5. ஆடலும் பாடலுங் கண்டுநான் – 'முன்னர்
ஆற்றங் கரையினிற் கண்டதோர் – முனி
வேடந் தரித்த கிழவரைக் – கொல்ல
வேண்டுமென் று'ள்ளத்தில் எண்ணினேன் – 'சிறு
நாடு புரந்திடும் மன்னவன் – கண்ணன்
நாளுங் கவலையில் மூழ்கினோன்; – தவப்
பாடுபட் டோர்க்கும் விளங்கிடா – உண்மை
பார்த்திவன் எங்ஙனங் கூறுவான்?'

6. என்று கருதி யிருந்திட்டேன் – பின்னர்
என்னைத் தனியிடங் கொண்டுபோய் – "நினை
நன்று மருவுக! மைந்தனே! – பர
ஞான முரைத்திடக் கேட்பைநீ – நெஞ்சில்
ஒன்றுங் கவலையில் லாமலே – சிந்தை
ஊன்ற நிறுத்திக் களிப்புற்றே – தன்னை
வென்று மறந்திடும் போழ்தினில் – அங்கு
விண்ணை யளக்கும் அறிவுதான்;

7. சந்திரன் சோதி யுடையதாம் – அது
சத்திய நித்திய வஸ்துவாம் – அதைச்
சிந்திக்கும் போதினில் வந்துதான் – நினைச்
சேர்ந்து தழுவி யருள்செயும் – அதன்
மந்திரத் தாலிவ் வுலகெலாம் – வந்த
மாயக் களிப்பெருங் கூத்துக்காண் – இதைச்
சந்ததம் பொய்யென் றுரைத்திடும் – மடச்
சாத்திரம் பொய்யென்று தள்ளடா.

8. ஆதித் தனிப்பொரு ளாகுமோர் – கடல்
ஆருங் குமிழி உயிர்களாம் – அந்தச்
சோதி யறிவென்னும் ஞாயிறு – தன்னைச்
சூழ்ந்த கதிர்கள் உயிர்களாம் – இங்கு

புரத்தல் – காத்தல், மருவுக – பொருந்துக

மீதிப் பொருள்கள் எவையுமே – அதன்
மேனியில் தோன்றிடும் வண்ணங்கள் – வண்ண
நீதி யறிந்தின்பம் எய்தியே – ஒரு
நேர்மைத் தொழிலில் இயங்குவார்,

9. சித்தத்தி லேசிவம் நாடுவார் – இங்கு
சேர்ந்து களித்துல காளுவார் – நல்ல
மத்த மதவெங் களிறுபோல் – நடை
வாய்ந்திறு மாந்து திரிகுவார்; – 'இங்கு
நித்தம் நிகழ்வ தனைத்துமே – எந்தை
நீண்ட திருவரு ளால்வரும் – இன்பம்
சுத்த சுகந்தனி யாநந்தம்' எனச்
சூழ்ந்து கவலைகள் தள்ளியே

10. சோதி யறிவில் விளங்கவும் – உயர்
சூழ்ச்சி மதியில் விளங்கவும் – அற
நீதி முறைவழு வாமலே – எந்த
நேரமும் பூமித் தொழில்செய்து – கலை
ஓதிப் பொருளியல் கண்டுதாம் – பிறர்
உற்றிடுந் தொல்லைகள் மாற்றியே – இன்பம்
மோதி விழிக்கும் விழியினார் – பெண்மை
மோகத்தில், செல்வத்தில், கீர்த்தியில்,

11. ஆடுதல், பாடுதல், சித்திரம் – கவி
யாதி யினைய கலைகளில் – உள்ளம்
ஈடுபட் டென்றும் நடப்பவர் – பிறர்
ஈன நிலைகண்டு துள்ளுவார் – அவர்
நாடும் பொருள்க ளனைத்தையும் – சில
நாளினி லெய்தப் பெறுகுவார் – அவர்
காடு புதரில் வளரினும் – தெய்வக்
காவன மென்றதைப் போற்றலாம்.

12. ஞானியர் தம்மியல் கூறினேன் – இந்த
ஞானம் விரைவினி யெய்துவாய்" எனத்
தேனி லினிய குரலிலே – கண்ணன்
செப்பவும் உண்மை நிலைகண்டேன் – பண்டை

இறுமாந்து – நிமிர்ந்து; மிகமகிழ்ந்து

ஈன மனிதக் கனவெலாம் – எங்ஙன்
ஏகி மறைந்தது கண்டிலேன்! – அறி
வான தனிச்சுடர் நான்கண்டேன்! – அதன்
ஆட லுலகென நான்கண்டேன்! 12

8. கண்ணம்மா - என் குழந்தை

(பராசக்தியைக் குழந்தையாகக் கண்டு சொல்லிய பாட்டு)

ராகம் – பைரவி
தாளம் – ரூபகம்

ஸ ஸ ஸ – ஸா ஸா ஸா – பபபா
தநீத – பதப – பா
பபப – பதப – பமா – கரிஸா
ரிகம – ரிகரி – ஸா

என்ற ஸ்வர வரிசைகளை மாதிரியாக வைத்துக்கொண்டு மனோபாவப்படி மாற்றிப் பாடுக.

1. சின்னஞ் சிறுகிளியே – கண்ணம்மா!
செல்வக் களஞ்சியமே!
என்னைக் கலிதீர்த்தே – உலகில்
ஏற்றம் புரியவந்தாய்!

2. பிள்ளைக் கனியமுதே – கண்ணம்மா!
பேசும்பொற் சித்திரமே!
அள்ளி யணைத்திடவே – என்முன்னே
ஆடி வருந்தேனே!

3. ஓடி வருகையிலே – கண்ணம்மா!
உள்ளங் குளிருதடீ!
ஆடித்திரிதல் கண்டால் – உன்னைப்போய்
ஆவி தழுவுதடீ!

4. உச்சி தனைமுகந்தால் – கருவம்
ஓங்கி வளருதடீ!
மெச்சி யுனையூரார் – புகழ்ந்தால்
மேனி சிலிர்க்குதடீ!

5. கன்னத்தில் முத்தமிட்டால் – உள்ளந்தான்
கள்வெறி கொள்ளுதடீ!
உன்னைத் தழுவிடிலோ – கண்ணம்மா!
உன்மத்த மாகுதடீ!

கலி – துன்பம்

6. சற்றுன் முகஞ்சிவந்தால் – மனது
சஞ்சல மாகுதடீ!
நெற்றி சுருங்கக்கண்டால் – எனக்கு
நெஞ்சம் பதைக்குதடீ!

7. உன்கண்ணில் நீர்வழிந்தால் – என்னெஞ்சில்
உதிரங் கொட்டுதடீ!
என்கண்ணிற் பாவையன்றோ? – கண்ணம்மா!
என்னுயிர் நின்னதன்றோ?

8. சொல்லு மழலையிலே – கண்ணம்மா!
துன்பங்கள் தீர்த்திடுவாய்;
முல்லைச் சிரிப்பாலே – எனது
மூர்க்கந் தவிர்த்திடுவாய்!

9. இன்பக் கதைகளெல்லாம் – உன்னைப்போல்
ஏடுகள் சொல்வதுண்டோ?
அன்பு தருவதிலே – உனைநேர்
ஆகுமோர் தெய்வமுண்டோ?

10. மார்பி லணிவதற்கே – உன்னைப்போல்
வைர மணிகளுண்டோ?
சீர்பெற்று வாழ்வதற்கே – உன்னைப்போல்
செல்வம் பிறிதுமுண்டோ?

9. கண்ணன் – என் விளையாட்டுப் பிள்ளை

கேதாரம், கண்டஜாதி
ஏகதாளம்
ரஸங்கள்: அற்புதம், சிருங்காரம்

தீராத விளையாட்டுப் பிள்ளை – கண்ணன்
தெருவிலே பெண்களுக் கோயாத தொல்லை.   (தீராத)

1. தின்னப் பழங்கொண்டு தருவான் – பாதி
    தின்கின்ற போதிலே தட்டிப் பறிப்பான்;
    என்னப்ப னென்னையன் என்றால் – அதனை
    எச்சிற் படுத்திக் கடித்துக் கொடுப்பான்.   (தீராத)

2. தேனொத்த பண்டங்கள் கொண்டு – என்ன
    செய்தாலும் எட்டாத உயரத்தில் வைப்பான்;
    மானொத்த பெண்ணடி யென்பான் – சற்று
    மனமகிழும் நேரத்தி லேகிள்ளி விடுவான்.   (தீராத)

3. அழகுள்ள மலர்கொண்டு வந்தே – என்னை
    அழஅழச் செய்துபின் "கண்ணைமூ டிக்கொள்,
    குழலிலே சூட்டுவேன்" என்பான் – என்னைக்
    குருடாக்கி மலரினைத் தோழிக்கு வைப்பான்.   (தீராத)

4. பின்னலைப் பின்னின் றிழுப்பான் – தலை
    பின்னேதி ரும்புமுன் னேசென்று மறைவான்!
    வன்னப் புதுச்சேலை தனிலே – புழுதி
    வாரிச் சொரிந்தே வருத்திக் குலைப்பான்.   (தீராத)

5. புள்ளாங் குழல்கொண்டு வருவான் – அமுது
    பொங்கித் ததும்புநற் கீதம் படிப்பான்;
    கள்ளால் மயங்குவது போல – அதைக்
    கண்மூடி வாய்திறந் தேகேட் டிருப்போம்.   (தீராத)

வன்னம் – வர்ணம்(நிறம்), புள்ளாங்குழல் – புல்லாங்குழல்

6. அங்காந் திருக்கும்வாய் தனிலே – கண்ணன்
ஆறெழு கட்டெறும் பைப்போட்டு விடுவான்!
எங்காகி லும்பார்த்த துண்டோ? – கண்ணன்
எங்களைச் செய்கின்ற வேடிக்கை யொன்றோ? (தீராத)

7. விளையாட வாவென் றழைப்பான் – வீட்டில்
வேலையென் றாலதைக் கேளா திழுப்பான்;
இளையாரொ டாடிக் குதிப்பான் – எம்மை
இடையிற் பிரிந்துபோய் வீட்டிலே சொல்வான்.(தீராத)

8. அம்மைக்கு நல்லவன் கண்டீர்! – மூளி
அத்தைக்கு நல்லவன் – தந்தைக்கு மஃதே,
எம்மைத் துயர்செய்யும் பெரியோர் – வீட்டில்
யாவர்க்கும் நல்லவன் போலே நடப்பான். (தீராத)

9. கோளுக்கு மிகவும் சமர்த்தன் – பொய்மை
குத்திரம் பழிசொலக் கூசாச் சழக்கன்;
ஆளுக் கிசைந்தபடி பேசி – தெருவில்
அத்தனை பெண்களையு மாகா தடிப்பான்.(தீராத)

குத்திரம் – வஞ்சகம், சழக்கன் – பொய்யன்

10. கண்ணன் – என் காதலன்

செஞ்சுருட்டி
திஸ்ர ஏக தாளம்
சிருங்கார ரஸம்

1. தூண்டிற் புழுவினைப்போல் – வெளியே
சுடர்வி ளக்கினைப் போல்,
நீண்ட பொழுதாக – எனது
நெஞ்சந் துடித்ததடீ.
கூண்டுக் கிளியினைப்போல் – தனிமை
கொண்டு மிகவும்நொந்தேன்
வேண்டும் பொருளையெல்லாம் – மனது
வெறுத்து விட்டதடீ.

2. பாயின் மிசைநானும் – தனியே
படுத்தி ருக்கையிலே
தாயினைக் கண்டாலும் – ஸகியே
சலிப்பு வந்ததடீ.
வாயினில் வந்ததெல்லாம் – ஸகியே
வளர்த்துப் பேசிடுவீர்,
நோயினைப் போலஞ்சினேன் – ஸகியே
நுங்க ளுறவையெல்லாம்.

3. உணவு செல்லவில்லை – ஸகியே
உறக்கங் கொள்ளவில்லை
மணம்வி ரும்பவில்லை – ஸகியே
மலர்பி டிக்கவில்லை
குணமு றுதியில்லை – எதிலும்
குழப்பம் வந்ததடீ;
கணமும் உள்ளத்திலே – சுகமே
காணக் கிடைத்ததில்லை.

4. பாலுங் கசந்ததடீ – ஸகியே
படுக்கை நொந்ததடீ.
கோலக் கிளிமொழியும் – செவியில்
குத்த லெடுத்ததடீ.

நாலு வயித்தியரும் – இனிமேல்
நம்புதற் கில்லையென்றார்;
பாலத்துச் சோசியனும் – கிரகம்
படுத்து மென்றுவிட்டான்.

5. கனவு கண்டதிலே – ஒருநாள்
கண்ணுக்குத் தோன்றாமல்,
இனம்வி ளங்கவில்லை – எவனோ
என்னகந் தொட்டுவிட்டான்;
வினவக் கண்விழித்தேன் – ஸகியே
மேனி மறைந்துவிட்டான்;
மனதில் மட்டிலுமே – புதிதோர்
மகிழ்ச்சி கண்டதடீ.

6. உச்சி குளிர்ந்ததடீ – ஸகியே
உடம்பு நேராச்சு,
மச்சிலும் வீடுமெல்லாம் – முன்னைப்போல்
மனத்துக் கொத்ததடீ.
இச்சை பிறந்ததடீ – எதிலும்
இன்பம் விளைந்ததடீ.
அச்ச மொழிந்ததடீ – ஸகியே
அழகு வந்ததடீ.

7. எண்ணும் பொழுதிலெல்லாம் – அவன்கை
இட்ட விடத்தனிலே
தண்ணென் றிருந்ததடீ – புதிதோர்
சாந்தி பிறந்ததடீ.
எண்ணியெண்ணிப் பார்த்தேன் – அவன்தான்
யாரெனச் சிந்தைசெய்தேன்;
கண்ணன் திருவுருவம் – அங்ஙனே
கண்ணின்முன் னின்றதடீ.

இச்சை – விருப்பம், சாந்தி – அமைதி

11. கண்ணன் என் காதலன் -2

உறக்கமும் விழிப்பும்

நாதநாமக்கிரியை
ஆதிதாளம்
ரஸங்கள்: வீபத்ஸம், சிருங்காரம்

1. நேரம் மிகுந்ததின்னும் நித்திரையின்றி – உங்கள்
நினைப்புத் தெரியவில்லை, கூத்தடிக்கிறீர்;
சோர னுறங்கிவிழும் நள்ளிரவிலே – என்ன
தூளி படுகுதடி இவ்விடத்திலே
ஊரை யெழுப்பிவிட நிச்சயங்கொண்டீர் – அன்னை
ஒருத்தியுண் டென்பதையும் மறந்துவிட்டீர்
சாரம் மிகுந்ததென்று வார்த்தைசொல்கிறீர் – மிகச்
சலிப்புத் தருகுதடி சகிப்பெண்களே!

2. நானும் பலதினங்கள் பொறுத்திருந்தேன் – இது
நாளுக்கு நாளதிக மாகிவிட்டதே
கூன னொருவன் வந்திந் நாணிபின்னலைக்
கொண்டை மலர்சிதற நின்றிழுத்ததும்
ஆனை மதம்பிடித்திவ் வஞ்சியம்மையின்
அருகினி லோடஇவள் மூர்ச்சையுற்றதும்
பானையில் வெண்ணெய்முற்றும் தின்றுவிட்டதால்
பாங்கி யுரோகிணிக்கு நோவு கண்டதும்

3. பத்தினி யாளையொரு பண்ணைவெளியில்
பத்துச் சிறுவர்வந்து முத்தமிட்டதும்
நத்தி மகளினுக்கோர் சோதிடன்வந்து
நாற்ப தரசர்தம்மை வாக்களித்ததும்,
கொத்துக் கனல்விழியக் கோவினிப்பெண்ணைக்
கொங்கத்து மூளிகண்டு கொக்கரித்ததும்
வித்தைப் பெயருடைய வீணியவளும்
மேற்குத் திசைமொழிகள் கற்றுவந்ததும்;

சோரன் – திருடன், தூளி – ஆரவாரம் (கூச்சல்), சாரம் – இனிமை, சகிப்பெண்கள் – தோழிப்பெண்கள், பாங்கி – தோழி

4. எத்தனை பொய்களடி, என்னகதைகள்!
என்னை யுறக்கமின்றி இன்னல்செய்கிறீர்;
சத்த மிடுங்குழல்கள் வீணைகளெல்லாம்
தாளங்க ளோடுகட்டி மூடிவைத்தங்கே,
மெத்த வெளிச்சமின்றி யொற்றைவிளக்கை
மேற்குச் சுவரருகில் வைத்ததன்பின்னர்,
நித்திரை கொள்ளஎனைத் தனியில்விட்டே
நீங்களெல் லீருமுங்கள் வீடுசெல்லுவீர்!

பாங்கியர் போன பின்பு தனியிருந்து சொல்லுதல்

5. கண்க ளுறங்கவொரு காரணமுண்டோ,
கண்ணனை யின்றிரவு காண்பதன்முன்னே?
பெண்க ளெல்லோருமவர் வீடுசென்றிட்டார்;
பிரிய மிகுந்தகண்ணன் காத்திருக்கின்றான்;
வெண்கல வாணிகரின் வீதிமுனையில்
வேலிப் புறத்திலெனைக் காணடியென்றான்;
கண்க ளுறங்கலெனுங் காரியமுண்டோ?
கண்ணனைக் கையிரண்டுங் கட்டலின்றியே?

12. கண்ணன் - என் காதலன் - 3

காட்டிலே தேடுதல்

ஹிந்துஸ்தானி தோடி
ஆதிதாளம்
ரஸங்கள்: பயாநகம், அற்புதம்

பல்லவி

திக்குத் தெரியாத காட்டில் – உனைத்
தேடித் தேடி இளைத்தேனே.

1. மிக்க நலமுடைய மரங்கள் – பல
   விந்தைச் சுவையுடைய கனிகள் – எந்தப்
   பக்கத்தையும் மறைக்கும் வரைகள் – அங்கு
   பாடி நகர்ந்துவரும் நதிகள் – ஒரு   (திக்குத்)

2. நெஞ்சிற் கனல்மணக்கும் பூக்கள் – எங்கும்
   நீளக் கிடக்குமிலைக் கடல்கள் – மதி
   வஞ்சித் திடுமகழிச் சுனைகள் – முட்கள்
   மண்டித் துயர்கொடுக்கும் புதர்கள் – ஒரு   (திக்குத்)

3. ஆசை பெறவிழிக்கும் மான்கள் – உள்ளம்
   அஞ்சக் குரல்பழகும் புலிகள் – நல்ல
   நேசக் கவிதைசொல்லும் பறவை – அங்கு
   நீண்டே படுத்திருக்கும் பாம்பு – ஒரு   (திக்குத்)

4. தன்னிச்சை கொண்டலையும் சிங்கம் – அதன்
   சத்தத்தி னிற்கலங்கும் யானை – அதன்
   முன்னின் றோடுமிள மான்கள் – இவை
   முட்டா தயல்பதுங்குத் தவளை – ஒரு   (திக்குத்)

5. கால்கை சோர்ந்துவிழ லானேன் – இரு
   கண்ணுந் துயில்படர லானேன் – ஒரு
   வேல்கைக் கொண்டுகொலை வேடன் – உள்ளம்
   வெட்கங் கொண்டொழிய விழித்தான் – ஒரு   (திக்குத்)

முட்டாது – நெருங்காது

6. “பெண்ணே, உனதழகைக் கண்டு – மனம்
பித்தங் கொள்ளு’’ தென்று நகைத்தான் – “அடி
கண்ணே, எனதிருகண் மணியே – உனைக்
கட்டித் தழுவமனங் கொண்டேன்.

7. “சோர்ந்தே படுத்திருக்க லாமோ? – நல்ல
துண்டக் கறிசமைத்துத் தின்போம் – சுவை
தேர்ந்தே கனிகள்கொண்டு தருவேன் – நல்ல
தேங்கள் ளுண்டினிது களிப்போம்’’

8. என்றே கொடியவிழி வேடன் – உயிர்
இற்றுப் போகவிழித் துரைத்தான் – தனி
நின்றே இருகரமுங் குவித்து – அந்த
நீசன் முன்னரிவை சொல்வேன்:

9. “அண்ணா, உனதடியில் வீழ்வேன் – எனை
அஞ்சக் கொடுமைசொல்ல வேண்டா – பிறன்
கண்ணாலஞ் செய்துவிட்ட பெண்ணை – உன்றன்
கண்ணாற் பார்த்திடவுந் தகுமோ?”

10. “ஏடீ, சாத்திரங்கள் வேண்டேன் – நின
தின்பம் வேண்டுமடி, கனியே! – நின்றன்
மோடி கிறுக்குதடி தலையை – நல்ல
மொந்தைப் பழையகள்ளைப் போலே.”

11. காதா லிந்தவுரை கேட்டேன் – ‘அட
கண்ணா!’ என்றலறி வீழ்ந்தேன் – மிகப்
போதாக வில்லையிதற் குள்ளே – என்றன்
போதந் தெளியநினைக் கண்டேன்.

12. கண்ணா, வேடனெங்கு போனான்? – உனைக்
கண்டே யலறிவிழுந் தானோ? – மணி
வண்ணா! எனதபயக் குரலில் – எனை
வாழ்விக்க வந்தஅருள் வாழி!

மோடி – பிணக்கு; மேட்டிமை, போதம் – அறிவு

13. கண்ணன் - என் காதலன் - 4

பாங்கியைத் தூது விடுத்தல்

தங்கப்பாட்டு மெட்டு
ரஸங்கள்: சிருங்காரம், ரௌத்ரம்

1. கண்ணன் மனநிலையைத் தங்கமே தங்கம்
(அடி தங்கமே தங்கம்)
கண்டுவர வேணுமடி தங்கமே தங்கம்;
எண்ண முரைத்துவிடில் தங்கமே தங்கம் - பின்னர்
ஏதெனிலுஞ் செய்வமடி தங்கமே தங்கம்.

2. கன்னிகை யாயிருந்து தங்கமே தங்கம் - நாங்கள்
காலங் கழிப்பமடி தங்கமே தங்கம்;
அன்னிய மன்னர்மக்கள் பூமியி லுண்டாம் - என்னும்
அதனையுஞ் சொல்லிடடி தங்கமே தங்கம்.

3. சொன்ன மொழிதவறும் மன்னவ னுக்கே - எங்கும்
தோழமை யில்லையடி தங்கமே தங்கம்;
என்ன பிழைகளிங்கு கண்டிருக் கின்றான்? அவை
யாவுந் தெளிவுபெறக் கேட்டு விடடீ.

4. மையல் கொடுத்துவிட்டுத் தங்கமே தங்கம் - தலை
மறைந்து திரிபவர்க்கு மானமு முண்டோ?
பொய்யை யுருவமெனக் கொண்டவ னென்றே - கிழப்
பொன்னி யுரைத்ததுண்டு தங்கமே தங்கம்.

5. ஆற்றங் கரையதனில் முன்ன மொருநாள் - எனை
அழைத்துத் தனியிடத்திற் பேசிய தெல்லாம்
தூற்றி நகர்முரசு சாற்றுவ னென்றே
சொல்லி வருவையடி தங்கமே தங்கம்.

6. சோர மிழைத்திடையர் பெண்க ளுடனே - அவன்
சூழ்ச்சித் திறமைபல காட்டுவ தெல்லாம்
வீர மறக்குலத்து மாத ரிடத்தே
வேண்டிய தில்லையென்று சொல்லி விடடீ.

பாங்கி - தோழி

7. பெண்ணென்று பூமிதனிற் பிறந்து விட்டால் – மிகப்
 பீழை யிருக்குதடி தங்கமே தங்கம்;
 பண்ணொன்று வேய்ங்குழலில் ஊதி வந்திட்டான் – அதைப்
 பற்றி மறக்குதில்லை பஞ்சை யுள்ளமே.

8. நேர முழுதிலுமப் பாவி தன்னையே – உள்ளம்
 நினைத்து மறுகுதடி தங்கமே தங்கம்;
 தீர வொருசொலின்று கேட்டு வந்திட்டால் – பின்பு
 தெய்வ மிருக்குதடி தங்கமே தங்கம்.

பீழை – துன்பம், பஞ்சையுள்ளம் – எளிய உள்ளம்

14. கண்ணன் – என் காதலன் – 5

ராகம் – பிலஹரி

1. ஆசை முகம்மறந்து போச்சே – இதை
   ஆரிடம் சொல்வேனடி தோழி?
   நேசம் மறக்கவில்லை நெஞ்சம் – எனில்
   நினைவு முகம்மறக்க லாமோ?

2. கண்ணில் தெரியுதொரு தோற்றம் – அதில்
   கண்ண னழகுமுழு தில்லை;
   நண்ணு முகவடிவு காணில் – அந்த
   நல்ல மலர்ச்சிரிப்பைக் காணோம்.

3. ஓய்வும் ஒழிதலுமில் லாமல் – அவன்
   உறவை நினைத்திருக்கு முள்ளம்;
   வாயும் உரைப்பதுண்டு கண்டாய் – அந்த
   மாயன் புகழினையெப் போதும்.

4. கண்கள் புரிந்துவிட்ட பாவம் – உயிர்க்
   கண்ண னுருமறக்க லாச்சு;
   பெண்க ளினத்தி லிதுபோலே – ஒரு
   பேதையை முன்புகண்ட துண்டோ?

5. தேனை மறந்திருக்கும் வண்டும் – ஒளிச்
   சிறப்பை மறந்துவிட்ட பூவும்
   வானை மறந்திருக்கும் பயிரும் – இந்த
   வையம் முழுதுமில்லை தோழி.

6. கண்ணன் முகம்மறந்து போனால் – இந்தக்
   கண்க ளிருந்துபய னுண்டோ?
   வண்ணப் படமுமில்லை கண்டாய் – இனி
   வாழும் வழியென்னடி தோழி?

நண்ணும் – கிடைக்கும், வண்ணம் – வடிவு

15. கண்ணன் - என் காந்தன்

வராளி, திஸ்ர
ஏகதாளம்
சிருங்கார ரஸம்.

1. கனிகள் கொண்டுதரும் – கண்ணன்
கற்கண்டு போலினிதாய்
பனிசெய் சந்தனமும் – பின்னும்
பல்வகை யத்தர்களும்
குனியும் வாண்முகத்தான் – கண்ணன்
குலவி நெற்றியிலே
இனிய பொட்டிடவே – வண்ணம்
இயன்ற சவ்வாதும்.

2. கொண்டை முடிப்பதற்கே – மணங்
கூடு தயிலங்களும்
வண்டு விழியினுக்கே – கண்ணன்
மையுங் கொண்டுதரும்
தண்டைப் பதங்களுக்கே – செம்மை
சார்த்துசெம் பஞ்சுதரும்
பெண்டிர் தமக்கெல்லாம் – கண்ணன்
பேசருந் தெய்வமடீ!

3. குங்குமங் கொண்டுவரும் – கண்ணன்
குழைத்து மார்பெழுத
சங்கையி லாதபணம் – தந்தே
தழுவி மையல்செய்யும்
பங்கமொன் றில்லாமல் – முகம்
பார்த்திருந் தாற்போதும்
மங்கள மாகுமடீ – பின்னோர்
வருத்த மில்லையடீ!

பனி – குளிர், வாண்(வாள்) – ஒளி, சங்கை – அளவு

16. கண்ணம்மா – என் காதலி

காட்சி வியப்பு

ராகம் – செஞ்சுருட்டி
தாளம் – ஏகதாளம்
ரஸங்கள்: சிருங்காரம்; அற்புதம்

1. சுட்டும் விழிச்சுடர்தான் – கண்ணம்மா!
சூரிய சந்திரரோ?
வட்டக் கரியவிழி – கண்ணம்மா!
வானக் கருமைகொல்லோ?
பட்டுக் கருநீலப் – புடவை
பதித்த நல்வயிரம்
நட்ட நடுநிசியில் – தெரியும்
நக்ஷத்தி ரங்களடீ!

2. சோலை மலரொளியோ – உனது
சுந்தரப் புன்னகைதான்?
நீலக் கடலலையே – உனது
நெஞ்சி லலைகளடீ!
கோலக் குயிலோசை – உனது
குரலி னிமையடீ!
வாலைக் குமரியடீ – கண்ணம்மா!
மருவக் காதல்கொண்டேன்.

3. சாத்திரம் பேசுகிறாய் – கண்ணம்மா!
சாத்திர மேதுக்கடீ?
ஆத்திரங் கொண்டவர்க்கே – கண்ணம்மா!
சாத்திர முண்டோடீ?
மூத்தவர் சம்மதியில் – வதுவை
முறைகள் பின்புசெய்வோம்
காத்திருப் பேனோடீ? – இதுபார்
கன்னத்து முத்தமொன்று!

கோலம் – அழகு, வாலை – பன்னிரு வயது, மருவ – தழுவ, வதுவை – திருமணம்

17. கண்ணம்மா – என் காதலி –2

பின்னே வந்து நின்று கண் மறைத்தல்

நாதநாமக்கிரியை
ஆதிதாளம்
சிருங்கார ரஸம்

1. மாலைப் பொழுதிலொரு மேடைமிசையே
 வானையுங் கடலையும் நோக்கியிருந்தேன்;
 மூலைக் கடலினையவ் வானவளையம்
 முத்தமிட் டேதழுவி முகிழ்த்தல்கண்டேன்;
 நீல நெருக்கிடையில் நெஞ்சுசெலுத்தி,
 நேரங் கழிவதிலு நினைப்பின்றியே
 சாலப் பலபலநற் பகற்கனவில்
 தன்னை மறந்தலயந் தன்னிலிருந்தேன்.

2. ஆங்கப் பொழுதிலென் பின்புறத்திலே
 ஆள்வந்து நின்றெனது கண்மறைக்கவே,
 பாங்கினிற் கையிரண்டுந் தீண்டியறிந்தேன்!
 பட்டுடை வீசுகமழ் தன்னிலறிந்தேன்;
 ஓங்கி வருமுவகை யூற்றிலறிந்தேன்
 ஒட்டும் இரண்டுளத்தின் தட்டிலறிந்தேன்
 "வாங்கி விடடிகையை ஏடிகண்ணம்மா,
 மாய மெவரிடத்தில்?'' என்றுமொழிந்தேன்.

3. சிரித்த ஒலியிலவள் கைவிலக்கியே
 திருமித் தழுவி,"என்ன செய்திசொல்''லென்றேன்;
 "நெரித்த திரைக்கடலில் என்னகண்டிட்டாய்?
 நீல விசும்பினிடை என்னகண்டிட்டாய்?
 திரித்த நுரையினிடை என்னகண்டிட்டாய்?
 சின்னக் குமிழிகளில் என்னகண்டிட்டாய்?
 பிரித்துப் பிரித்துநிதம் மேகமளந்தே
 பெற்ற நலங்களென்ன? பேசுதி''என்றாள்.

நெருக்கு – செறிவு, விசும்பு – ஆகாயம்

4. "நெரித்த திரைக்கடலில் நின்முகங்கண்டேன்;
    நீல விசும்பினிடை நின்முகங்கண்டேன்;
   திரித்த நுரையினிடை நின்முகங்கண்டேன்;
    சின்னக் குமிழிகளில் நின்முகங்கண்டேன்;
   பிரித்துப் பிரித்துநிதம் மேகமளந்தே
    பெற்றதுன் முகமன்றிப் பிறிதொன்றில்லை;
   சிரித்த வொலியினிலுன் கைவிலக்கியே
    திருமித் தழுவியதில் நின்முகங்கண்டேன்''

18. கண்ணம்மா - என் காதலி - 3

முகத்திரை களைதல்

நாதநாமக்கிரியை
ஆதி தாளம்
சிருங்கார ரஸம்

1. தில்லித் துருக்கர்செய்த வழக்கமடீ – பெண்கள்
 திரையிட்டு முகமலர் மறைத்துவைத்தல்;
 வல்லி யிடையினையும் ஓங்கிமுன்னிற்கும் – இந்த
 மார்பையும் மூடுவது சாத்திரங்கண்டாய்;
 வல்லி யிடையினையும் மார்பிரண்டையும் – துணி
 மறைத்தத னாலழகு மறைந்ததில்லை;
 சொல்லித் தெரிவதில்லை மன்மதக்கலை – முகச்
 சோதி மறைத்துமொரு காதலிங்குண்டோ?

2. ஆரியர் முன்னெறிகள் மேன்மையென்கிறாய் – பண்டை
 ஆரியப் பெண்களுக்குத் திரைகளுண்டோ?
 ஓரிரு முறைகண்டு பழகியபின் – வெறும்
 ஒப்புக்குக் காட்டுவதிந் நாணமென்னடீ?
 யாரிருந் தென்னையிங்கு தடுத்திடுவார் – வலு
 வாக முகத்திரையை யகற்றிவிட்டால்?
 காரிய மில்லையடி வீண்பசப்பிலே – கனி
 கண்டவன் தோலுரிக்கக் காத்திருப்பேனோ?

வல்லி – கொடி

19. கண்ணம்மா – என் காதலி – 4

நாணிக் கண் புதைத்தல்

நாதநாமக்கிரியை
ஆதிதாளம்
சிருங்கார ரஸம்

1. மன்னர் குலத்தினிடைப் பிறந்தவளை – இவன்
   மருவ நிகழ்ந்ததென்று நாணமுற்றதோ?
   சின்னஞ் சிறுகுழந்தை யென்றகருத்தோ – இங்கு
   செய்யத் தகாதசெய்கை செய்தவருண்டோ?
   வன்ன முகத்திரையைக் களைந்திடென்றேன் – நின்றன்
   மதங்கண்டு துகிலினை வலிதுரிந்தேன்.
   என்ன கருத்திலடி கண்புதைக்கிறாய்? – எனக்
   கெண்ணப் படுவதில்லை ஏடிகண்ணம்மா!

2. கன்னி வயதிலுனைக் கண்டதில்லையோ? – கன்னங்
   கன்றிச் சிவக்கமுத்த மிட்டதில்லையோ?
   அன்னியமாக நம்முள் எண்ணுவதில்லை – இரண்டு
   ஆவியுமொன் றாகுமெனக் கொண்டதில்லையோ?
   பன்னிப் பலவுரைகள் சொல்லுவதென்னே? – துகில்
   பறித்தவன் கைபறிக்கப் பயங்கொள்வனோ?
   என்னைப் புறமெனவுங் கருதுவதோ? – கண்கள்
   இரண்டினி லொன்றையொன்று கண்டுவெள்குமோ?

3. நாட்டினிற் பெண்களுக்கு நாயகர்சொல்லும் – சுவை
   நைந்த பழங்கதைகள் நானுரைப்பதோ?
   பாட்டுஞ் சுதியுமொன்று கலந்திடுங்கால் – தம்முள்
   பன்னி யுபசரணை பேசுவதுண்டோ?
   நீட்டுங் கதிர்களொடு நிலவுவந்தே – விண்ணை
   நின்று புகழ்ந்துவிட்டுப் பின்மருவுமோ?
   மூட்டும் விறகினையச் சோதிகவ்வுங்கால் – அவை
   முன்னுப சாரவகை மொழிந்திடுமோ?

மருவுதல் – கலத்தல்; தழுவுதல், மதம் – நோக்கம், பன்னி – தேர்ந்து;
திரும்பவும், வெள்குமோ – வெட்குமோ

4. சாத்திரக் காரரிடம் கேட்டுவந்திட்டேன் – அவர்
சாத்திரஞ் சொல்லியதை நினக்குரைப்பேன்;
நேற்றுமுன் னாளில்வந்த உறவன்றடீ – மிக
நெடும்பண்டைக் காலமுதல் நேர்ந்துவந்ததாம்.
போற்றும் இராமனென முன்புதித்தனை – அங்கு
பொன்மிதி லைக்கரசன் பூமடந்தைநான்;
ஊற்றமு தென்னவொரு வேய்ங்குழல்கொண்டோன் கண்ணன்
உருவம் நினக்கமையப் பார்த்தனங்குநான்;

5. முன்னை மிகப்பழமை இரணியனாம் – எந்தை
மூர்க்கந் தவிர்க்கவந்த நரசிங்கன்நீ
பின்னையொர் புத்தனென நான்வளர்ந்திட்டேன் – ஒளிப்
பெண்மை அசோதரையென் றுன்னையெய்தினேன்.
சொன்னவர் சாத்திரத்தில் மிகவல்லர்காண் – அவர்
சொல்லிற் பழுதிருக்கக் காரணமில்லை;
இன்னுங் கடைசிவரை ஒட்டிருக்குமாம் – இதில்
ஏதுக்கு நாணமுற்றுக் கண்புதைப்பதே?

20. கண்ணம்மா - என் காதலி - 5

குறிப்பிடம் தவறியது

செஞ்சுருட்டி
ஆதிதாளம்
சிருங்கார ரஸம்

1. தீர்த்தக் கரையினிலே - தெற்குமூலையில்
செண்பகத் தோட்டத்திலே,
பார்த்திருந்தால் வருவேன் - வெண்ணிலாவிலே
பாங்கியோ டென்றுசொன்னாய்
வார்த்தை தவறிவிட்டாய் - அடிகண்ணம்மா!
மார்பு துடிக்குதடீ
பார்த்த இடத்திலெல்லாம் - உன்னைப்போலவே
பாவை தெரியுதடி!

2. மேனி கொதிக்குதடீ - தலைசுற்றியே
வேதனை செய்குதடீ!
வானி லிடத்தையெல்லாம் - இந்தவெண்ணிலா
வந்து தழுவுதுபார்.
மோனத் திருக்குதடீ - இந்தவையகம்
மூழ்கித் துயிலினிலே
நானொருவன் மட்டிலும் - பிரிவென்பதோர்
நரகத் துழலுவதோ?

3. கடுமை யுடையதடீ - எந்தநேரமும்
காவலுன் மாளிகையில்,
அடிமை புகுந்தபின்னும் - எண்ணும்போதுநான்
அங்கு வருதற்கில்லை
கொடுமை பொறுக்கவில்லை - கட்டுங்காவலும்
கூடிக் கிடக்குதங்கே
நடுமை யரசியவள் - எதற்காகவோ
நாணிக் குலைந்திடுவாள்.

தீர்த்தக்கரை - ஆற்றங்கரை, பாங்கி - தோழி, மோனம் - மௌனம்

4. கூடிப் பிரியாமலே – ஓரிராவெலாம்
    கொஞ்சிக் குலவியங்கே,
   ஆடி விளையாடியே – உன்றன்மேனியை
    ஆயிரங் கோடிமுறை,
   நாடித் தழுவிமனக் – குறைதீர்ந்துநான்
    நல்ல களியெய்தியே
   பாடிப் பரவசமாய் – நிற்கவேதவம்
    பண்ணிய தில்லையடி!

21. கண்ணம்மா - என் காதலி -6

யோகம்

1. பாயுமொளி நீயெனக்கு – பார்க்கும்விழி நானுனக்கு
தோயும்மது நீயெனக்கு – தும்பியடி நானுனக்கு
வாயுரைக்க வருகுதில்லை – வாழிநின்றன்
மேன்மையெல்லாம்
தூயசுடர் வானொளியே – சூறையமுதே கண்ணம்மா!

2. வீணையடி நீயெனக்கு – மேவும்விரல் நானுனக்கு
பூணும்வடம் நீயெனக்கு – புதுவயிரம் நானுனக்கு
காணுமிடந் தோறும்நின்றன் – கண்ணினொளி வீசுதடீ!
மாணுடைய பேரரசே வாழ்வுநிலையே!
கண்ணம்மா!

3. வானமழை நீயெனக்கு – வண்ணமயில் நானுனக்கு
பானமடி நீயெனக்கு – பாண்டமடி நானுனக்கு
ஞானவொளி வீசுதடி – நங்கைநின்றன் சோதிமுகம்
ஊனமறு நல்லழகே – ஊறுசுவையே! கண்ணம்மா!

4. வெண்ணிலவு நீயெனக்கு – மேவுகடல் நானுனக்கு
பண்ணுசுதி நீயெனக்கு – பாட்டினிமை நானுனக்கு
எண்ணியெண்ணிப் பார்த்திடிலோர் எண்ணமில்லை
நின்சுவைக்கே
கண்ணின்மணி போன்றவளே! கட்டியமுதே!
கண்ணம்மா!

5. வீசுகமழ் நீயெனக்கு – விரியுமலர் நானுனக்கு
பேசுபொருள் நீயெனக்கு – பேணுமொழி நானுனக்கு
நேசமுள்ள வான்சுடரே! நின்னழகை யேதுரைப்பேன்?
ஆசைமதுவே, கனியே, அள்ளுசுவையே!
கண்ணம்மா!

சூறை – கொள்ளை, மாண் – மாட்சிமை, போதம் – அறிவு; ஞானம்

6. காதலடி நீயெனக்கு – காந்தமடி நானுனக்கு
வேதமடி நீயெனக்கு – வித்தையடி நானுனக்கு
போதமுற்ற போதினிலே பொங்கிவருந் தீஞ்சுவையே!
நாதவடி வானவளே, நல்லவுயிரே, கண்ணம்மா!

7. நல்லவுயிர் நீயெனக்கு – நாடியடி நானுனக்கு
செல்வமடி நீயெனக்கு – சேமநிதி நானுனக்கு
எல்லையற்ற பேரழகே! எங்கும்நிறை பொற்சுடரே!
முல்லைநிகர் புன்னகையாய் மோதுமின்பமே!
கண்ணம்மா!

8. தாரையடி நீயெனக்கு – தண்மதியம் நானுனக்கு
வீரமடி நீயெனக்கு – வெற்றியடி நானுனக்கு
தாரணியில், வானுலகில் சார்ந்திருக்கும் இன்பமெலாம்
ஓருருவ மாய்ச்சமைந்தாய்! உள்ளமுதமே
கண்ணம்மா!

தாரை – விண்மீன், தண்மதியம் – குளிர்நிலவு, தாரணி – பூமி

22. கண்ணன் – என் ஆண்டான்

புன்னாகவராளி
திஸ்ர ஏகதாளம்
ரஸங்கள்: அற்புதம், கருணை

1. தஞ்சம் உலகினில் எங்கணு மின்றித்
 தவித்துத் தடுமாறி
பஞ்சைப் பறைய னடிமை புகுந்தேன்
 பார முனக்காண்டே –
 ஆண்டே – பாரமுனக் காண்டே.

2. துன்பமும் நோயும் மிடிமையுந் தீர்த்துச்
 சுகமரு ளல்வேண்டும்!
அன்புடன் நின்புகழ் பாடிக்குதித்துநின்
 ஆணை வழிநடப்பேன் –
 ஆண்டே – ஆணை வழிநடப்பேன்.

3. சேரி முழுதும் பறையடித் தேயருட்
 சீர்த்திகள் பாடிடுவேன்
பேரிகை கொட்டித் திசைக ளதிரநின்
 பெயர்மு ழக்கிடுவேன் –
 ஆண்டே – பெயர்மு ழக்கிடுவேன்.

4. பண்ணைப் பறையர்தங் கூட்டத்தி லேயிவன்
 பாக்கிய மோங்கிவிட்டான்
கண்ண னடிமை யிவனெனுங் கீர்த்தியில்
 காதலுற் றிங்குவந்தேன் –
 ஆண்டே – காதலுற் றிங்குவந்தேன்.

5. காடு கழனிகள் காத்திடு வேன்நின்றன்
 காலிகள் மேய்த்திடுவேன்
பாடுபடச் சொல்லிப் பார்த்ததன் பின்னரென்
 பக்குவஞ் சொல்லாண்டே –
 ஆண்டே – பக்குவஞ் சொல்லாண்டே!

பஞ்சை – ஏழை, மிடிமை – வறுமை, காலிகள் – கால்நடைகள் (ஆடுமாடுகள்)

6. தோட்டங்கள் கொத்திச் செடிவளர்க் கச்சொல்லிச்
சோதனை போடாண்டே!
காட்டு மழைக்குறி தப்பிச்சொன் னாலெனைக்
கட்டியடி யாண்டே –
ஆண்டே – கட்டியடி யாண்டே!

7. பெண்டு குழந்தைகள் கஞ்சி குடித்துப்
பிழைத்திட வேண்டுமையே!
அண்டை அயலுக்கென் னாலுப காரங்கள்
ஆகிட வேண்டுமையே –
உபகாரங்கள் – ஆகிட வேண்டுமையே!

8. மானத்தைக் காக்கவோர் நாலு முழத்துணி
வாங்கித் தரவேணும்
தானத்துக் குச்சில வேட்டிகள் வாங்கித்
தரவும் கடனாண்டே –
சிலவேட்டி – தரவுங் கடனாண்டே!

9. ஒன்பது வாயிற் குடிலினைச் சுற்றி
யொருசில பேய்கள் வந்தே
துன்பப் படுத்துது, மந்திரஞ் செய்து
தொலைத்திட வேண்டுமையே –
பகையாவுந் – தொலைத்திட வேண்டுமையே!

10. பேயும் பிசாசுந் திருடரு மென்றன்
பெயரினைக் கேட்டளவில்
வாயுங் கையுங்கட்டி அஞ்சி நடக்க
வழிசெய்ய வேண்டுமையே –
தொல்லைதீரும் – வழிசெய்ய வேண்டுமையே!

குடில் – உடல்

பாஞ்சாலி சபதம்

முகவுரை

எளிய பதங்கள், எளிய நடை, எளிதில் அறிந்துகொள்ளக் கூடிய சந்தம், பொது ஜனங்கள் விரும்பும் மெட்டு இவற்றினையுடைய காவியமொன்று தற்காலத்திலே செய்து தருவோன் நமது தாய்மொழிக்குப் புதிய உயிர் தருவோனாகின்றான். ஓரிரண்டு வருஷத்து நூற்பழக்கமுள்ள தமிழ் மக்கள் எல்லோருக்கும் நன்கு பொருள் விளங்கும்படி எழுதுவதுடன், காவியத்துக்குள்ள நயங்கள் குறைவுபடாமலும் நடத்துதல் வேண்டும்.

காரியம் மிகப் பெரிது; எனது திறமை சிறிது. ஆசையால் இதனை எழுதி வெளியிடுகிறேன். பிறருக்கு ஆதர்சமாகவன்று, வழிகாட்டியாக.

இந்நூலிடையே திருதராட்டிரனை உயர்ந்த குணங்கள் உடையவனாகவும், சூதில் விருப்பமில்லாதவனாகவும், துரியோதனனிடம் வெறுப்புள்ளவனாகவும் காட்டியிருக்கின்றேன். அவனும் மகனைப் போலவே துர்க்குணங்களுடையவன் என்று கருதுவோருமுளர். எனது சித்திரம் வியாசர் பாரதக் கருத்தைத் தழுவியது. பெரும்பான்மையாக, இந்நூலை வியாசர் பாரதத்தின் மொழிபெயர்ப்பென்றே கருதிவிடலாம். அதாவது, கற்பனை திருஷ்டாந்தங்களில் எனது சொந்தச் சரக்கு அதிகமில்லை; தமிழ் நடைக்கு மாத்திரமே நான் பொறுப்பாளி.

தமிழ் ஜாதிக்குப் புதிய வாழ்வு தர வேண்டுமென்று கங்கணங்கட்டி நிற்கும் பராசக்தியே என்னை இத்தொழிலிலே தூண்டினாளாதலின், இதன் நடை நம்மவர்க்குப் பிரியந் தருவதாகுமென்றே நம்புகிறேன்.

ஓம் வந்தே மாதரம்!

– சுப்பிரமணிய பாரதி

முதற் பாகம்

1. அழைப்புச் சருக்கம்

பிரம ஸ்துதி

தொண்டிச் சிந்து

1. ஓமெனப் பெரியோர்கள் – என்றும்
ஓதுவ தாய், வினை மோதுவதாய்த்
தீமைகள் மாய்ப்பதுவாய் – துயர்
தேய்ப்பதுவாய், நலம் வாய்ப்பதுவாய்,
நாமமும் உருவுமற்றே – மனம்
நாடரி தாய்ப்புந்தி தேடரி தாய்,
ஆமெனும் பொருளனைத்தாய் – வெறும்
அறிவுட னாநந்த இயல்புடைத் தாய்,

2. நின்றிடும் பிரம மென்பார் – அந்த
நிர்மலப் பொருளினை நினைத்திடு வேன்,
நன்றுசெய் தவம், யோகம் – சிவ
ஞானமும் பக்தியும் நணுகிட வே,
வென்றிகொள் சிவசக்தி – எனை
மேவுற வேயிருள் சாவுற வே
இன்தமிழ் நூலிதுதான் – புகழ்
ஏய்ந்தினி தாயென்றும் இலகிட வே.

மாய்ப்பது – அழிப்பது, தேய்ப்பது – தீர்ப்பது, நாமம் – பெயர், புந்தி – புத்தி, ஆமெனும் பொருளனைத்தாய் – உள்ள வஸ்துக்கள் யாவுமாகி (பாரதியார்), ஏய்ந்து – சேர்ந்து

ஸரஸ்வதி வணக்கம்

3. வெள்ளைக் கமலத்திலே – அவள்
 வீற்றிருப் பாள், புக ழேற்றிருப் பாள்,
கொள்ளைக் கனியிசைதான் – நன்கு
 கொட்டுநல் யாழினைக் கொண்டிருப் பாள்,
கள்ளைக் கடலமுதை – நிகர்
 கண்டதொர் பூந்தமிழ்க் கவிசொல வே
பிள்ளைப் பருவத்திலே – எனைப்
 பேணவந் தாளருள் பூணவந் தாள்.

4. வேதத் திருவிழியாள் – அதில்
 மிக்கபல் லுரையெனுங் கருமையிட் டாள்
சீதக் கதிர்மதியாம் – நுதல்
 சிந்தனையே குழலென் றுடையாள்
வாதத் தருக்கமெனுஞ் – செவி
 வாய்ந்தநற் றுணிவெனுந் தோடணிந் தாள்,
போதமென் நாசியினாள் – நலம்
 பொங்குபல் சாத்திர வாயுடை யாள்.

5. கற்பனைத் தேனிதழாள் – சுவைக்
 காவிய மெனும்மணிக் கொங்கையி னாள்,
சிற்ப முதற்கலைகள் – பல
 தேமலர்க் கரமெனத் திகழ்ந்திருப் பாள்,
சொற்படு நயமறிவார் – இசை
 தோய்ந்திடத் தொகுப்பதின் சுவையறி வார்
விற்பனத் தமிழ்ப்புலவோர் – அந்த
 மேலவர் நாவெனும் மலர்ப்பதத் தாள்:

6. வாணியைச் சரண்புகுந்தேன் – அருள்
 வாக்களிப் பாளெனத் திடம்மிகுந் தேன்;
பேணிய பெருந்தவத்தாள் – நிலம்
 பெயரள வும்பெயர் பெயரா தாள்,
பூணியல் மார்பகத்தாள் – ஐவர்
 பூவை திரௌபதி புகழ்க்கதை யை
மாணியல் தமிழ்ப்பாட்டால் – நான்
 வகுத்திடக் கலைமகள் வாழ்த்துக வே.

மிக்க பல்லுரை – வியாக்கியானங்கள், பாஷ்யங்கள் (பாரதியார்), சீதக்கதிர்மதி – குளிர்ந்த ஒளியுடைய நிலவு (பாரதியார்), நுதல் – நெற்றி, போதம் – ஞானம், மாண் – மாட்சிமை; சிறப்பு

நூல்
அஸ்தினாபுரம்

7. அத்தினா புரமுண்டாம் – இவ்
   வவனியி லேயதற் கிணையிலை யாம்;
   பத்தியில் வீதிகளாம் – வெள்ளைப்
   பனிவரை போற்பல மாளிகை யாம்;
   முத்தொளிர் மாடங்களாம் – எங்கும்
   மொய்த்தளி சூழ்மலர்ச் சோலைக ளாம்;
   நத்தியல் வாவிகளாம் – அங்கு
   நாடுமி ரதிநிகர் தேவிக ளாம்;

8. அந்தணர் வீதிகளாம் – மறை
   யாதிக ளாம்கலைச் சோதிக ளாம்;
   செந்தழல் வேள்விகளாம் – மிகச்
   சீர்பெறுஞ் சாத்திரக் கேள்விக ளாம்;
   மந்திர கீதங்களாம் – தர்க்க
   வாதங்க ளாம்; தவ நீதங்க ளாம்;
   சிந்தையி லறமுண்டாம் – கலி
   சேர்வதைக் காட்டவன் மறமுமுண் டாம்.

9. மெய்த்தவர் பலருண்டாம் – வெறும்
   வேடங்கள் பூண்டவர் பலருமுண் டாம்;
   உய்த்திடு சிவஞானங் – கனிந்
   தோர்ந்திடு மேலவர் பலருண் டாம்;
   பொய்த்தஇந் திரசாலம் – நிகர்
   பூசையுங் கிரியையும் புலைநடை யும்
   கைத்திடு பொய்ம்மொழியும் – கொண்டு
   கண்மயக் காற்பிழைப் போர்பல ராம்.

10. மாலைகள் புரண்டசையும் – பெரு
    வரையெனத் திரண்டவன் தோளுடை யார்,
    வேலையும் வாளினையும் – நெடு
    வில்லையுந் தண்டையும் விரும்பிடு வார்,
    காலையும் மாலையிலும் – பகை
    காய்ந்திடு தொழில்பல பழகிவெம் போர்
    நூலையுந் தேர்ச்சிகொள்வார் – கரி
    நூறினைத் தனிநின்று நொறுக்கவல் லார்.

அவனி – பூமி, பத்தி – வரிசை; ஒழுங்கு, வரை – மலை, அளி – தேனீ; வண்டு, நத்து – சங்கு, வாவி – குளம், நீதம் – நன்னெறி, கிரியை – செயல், கைத்தல் – கசத்தல், கரி – யானை

11. ஆரிய வேன்மறவர் – புவி
யாளுமொர் கடுந்தொழி லினிதுணர்ந் தோர்
சீரியல் மதிமுகத்தார் – மணித்
தேனித ழமுதென நுகர்ந்திடு வார்,
வேரியங் கள்ளருந்தி – எங்கும்
வெம்மத யானைக ளெனத்திரி வோர்,
பாரினில் இந்திரர் போல் – வளர்
பார்த்திவர் வீதிகள் பாடுவ மே.

12. நல்லிசை முழக்கங்களாம் – பல
நாட்டிய மாதர்தம் பழக்கங்க ளாம்;
தொல்லிசைக் காவியங்கள் – அருந்
தொழிலுணர் சிற்பர்செய் ஓவியங் கள்
கொல்லிசை வாரணங்கள் – கடுங்
குதிரைக ளொடுபெருந் தேர்களுண் டாம்;
மல்லிசை போர்களுண்டாம் – திரள்
வாய்ந்திவை பார்த்திடு வோர்களுண் டாம்.

13. எண்ணரு மணிவகையும் – இவை
இலகிநல் லொளிதரும் பணிவகை யும்,
தண்ணருஞ் சாந்தங்களும் – மலர்த்
தார்களும் மலர்விழிக் காந்தங்க ளும்
சுண்ணமும் நறும்புகையும் – சுரர்
துய்ப்பதற் குரியபல் பண்டங்க ளும்
உண்ணநற் கனிவகையும் – களி
உவகையுங் கேளியு மோங்கின வே.

14. சிவனுடை நண்பனென்பார் – வட
திசைக்கதி பதியள கேசனென் பார்,
அவனுடைப் பெருஞ்செல்வம் – இவர்
ஆவணந் தொறும்புகுந் திருப்பது வாம்;
தவனுடை வணிகர்களும் – பல
தரனுடைத் தொழில்செயும் மாசன மும்
எவனுடைப் பயமுமிலாது – இனிது
இருந்திடுந் தன்மையது எழில்நக ரே.

பார்த்திவர் – அரசர்கள், வாரணம் – யானை, பணி – ஆபரணம், மாசனம் – பொதுப்படையான குடிகள்; இவர்களே தேசத்திற்கு உயிராவர் (பாரதியார்)

துரியோதனன் சபை

15. கன்னங் கரியதுவாய் – அகல்
 காட்சிய தாய்மிகு மாட்சிய தாய்
துன்னற் கினியதுவாய் – நல்ல
 சுவைதரும் நீருடை யமுனையெ னும்
வன்னத் திருநதியின் – பொன்
 மருங்கிடைத் திகழ்ந்தஅம் மணிநக ரில்
மன்னவர் தங்கோமான் – புகழ்
 வாளர வக்கொடி யுயர்த்துநின் றான்.

16. துரியோ தனப்பெயரான் – நெஞ்சத்
 துணிவுடை யான், முடி பணிவறி யான்
'கரியோ ராயிரத்தின் – வலி
 காட்டிடு வோன்' என்றக் கவிஞர்பி ரான்
பெரியோன் வேதமுனி – அன்று
 பேசிடும் படிதிகழ் தோள்வலி யோன்,
உரியோர் தாமெனினும் – பகைக்
 குரியோர் தமக்குவெந் தீயனை யான்.

17. தந்தைசொல் நெறிப்படியே – இந்தத்
 தடந்தோள் மன்னவன் அரசிருந் தான்
மந்திர முணர்பெரியோர் – பலர்
 வாய்த்திருந் தார்அவன் சபைதனி லே,
அந்தமில் புகழுடையான் – அந்த
 ஆரிய வீட்டுமன், அறமறிந் தோன்;
வந்தனை பெறுங்குரவோர் – பழ
 மறைக்குல மறவர்கள் இருவரொ டே.

18. மெய்ந்நெறி யுணர்விதுரன் – இனி
 வேறுபல் அமைச்சரும் விளங்கிநின் றார்;
பொய்ந்நெறித் தம்பியரும் – அந்தப்
 புலைநடைச் சகுனியும் புறமிருந் தார்;
மைந்நெறி வான்கொடையான் – உயர்
 மானமும் வீரமும் மதியுமு ளோன்,
உய்ந்நெறி யறியாதான் – இறைக்(கு)
 உயிர்நிகர் கன்னனும் உடனிருந் தான்.

துன்னல் – நெருங்குதல், வாள் – ஒளி, அரவம் – பாம்பு, கரி – யானை, உரியோர் – பந்துக்கள் (பாரதியார்) இருவர் – துரோணரும் கிருபரும் (பாரதியார்), கன்னன் – கர்ணன்

வேறு

19. எண்ணி லாத பொருளின் குவையும்
யாங்க ணுஞ்செலுஞ் சக்கர மாண்பும்
மண்ணி லார்க்கும் பெறலரி தாமோர்
வார்க டற்பெருஞ் சேனையு மாங்கே
விண்ணி லிந்திரன் துய்ப்பன போன்று
வேண்டு மின்பமும் பெற்றவ னேனும்
கண்ணி லாத்திரி தராட்டிரன் மைந்தன்
காய்ந்த நெஞ்சுடன் எண்ணுவ கேளீர்.

வேறு

20. 'பாண்டவர் முடியுயர்த்தே – இந்தப்
பார்மிசை யுலவிடும் நாள்வரை, நான்
ஆண்டதொர் அரசாமோ? – என(து)
ஆண்மையும் புகழுமொர் பொருளா மோ?
காண்டகு வில்லுடையோன் – அந்தக்
காளை யருச்சுனன் கண்களி லும்
மாண்டகு திறல்வீமன் – தட
மார்பிலும் எனதிகழ் வரைந்துள தே!

21. 'பாரத நாட்டிலுள்ள – முடிப்
பார்த்திவர் யார்க்குமொர் பதியென் றே
நாரதன் முதன்முனிவோர் – வந்து
நாட்டிடத் தருமன்அவ் வேள்விசெய் தான்;
சோரனவ் வெதுகுலத்தான் – சொலுஞ்
சூழ்ச்சியுந் தம்பியர் தோள்வலி யும்
வீரமி லாத்தருமன் – தனை
வேந்தர்தம் முதலென விதித்தன வே.

22. 'ஆயிர முடிவேந்தர் – பதி
னாயிர மாயிரம் குறுநிலத் தார்
மாயிருந் திறைகொணர்ந்தே – அங்கு
வைத்ததொர் வரிசையை மறந்திட வோ?
தூயிழை யாடைகளும் – மணித்
தொடையலும் பொன்னுமொர் தொகைப்படு மோ?
சேயிழை மடவாரும் – பரித்
தேர்களுங் கொடுத்தவர் சிறுதொகை யோ?

மாண் – மாட்சிமை, பதி – தலைவன், தொடையல் – மாலை

23. 'ஆணிப்பொற் கலசங்களும் – ரவி
      யன்னநல் வயிரத்தின் மகுடங்க ளும்
    மாணிக்கக் குவியல்களும் – பச்சை
      மரகதத் திரளும்நன் முத்துக்களும்
    பூணிட்ட திருமணிதாம் – பல
      புதுப்புது வகைகளிற் பொலிவன வும்
    காணிக்கை யாக்கொணர்ந்தார் – அந்தக்
      காட்சியை மறப்பதும் எளிதா மோ?

24. 'நால்வகைப் பசும்பொன்னும் – ஒரு
      நாலா யிரவகைப் பணக்குவை யும்
    வேல்வகை வில்வகையும் – அம்பு
      விதங்களும் தூணியும் வாள்வகை யும்
    சூல்வகை தடிவகையும் – பல
      தொனிசெயும் பறைகளும் கொணர்ந்துவைத் தே
    பால்வளர் மன்னவர்தாம் – அங்கு
      பணிந்ததை என்னுளம் மறந்திடு மோ?

25. "கிழவியர் தபசியர்போல் – பழங்
      கிளிக்கதை படிப்பவன் பொறுமை யென்றும்
    பழவினை முடிவென்றும் – சொலிப்
      பதுங்கிநிற் போன், மறத் தன்மையி லான்
    வழவழத் தருமனுக்கோ – இந்த
      மாநில மன்னவர் தலைமை தந்தார்?
    முழவினைக் கொடிகொண்டான் – புவி
      முழுதையுந் தனியே குடிகொண் டான்.

26. 'தம்பியர் தோள்வலியால் – இவன்
      சக்கர வர்த்தியென் றுயர்ந்தது வும்
    வெம்பிடு மதகரியான் – புகழ்
      வேள்விசெய் தந்நிலை முழக்கிய தும்
    அம்புவி மன்னரெலாம் – இவன்
      ஆணைதஞ் சிரத்தினில் அணிந்தவ ராய்
    நம்பரும் பெருஞ்செல்வம் – இவன்
      நலங்கிளர் சபையினிற் பொழிந்தது வும்

தூணி – அம்புக்கூடு, பால்வளர் மன்னவர் – பல பகுதிகளாக வகுக்கப்பட்ட அரசர் கூட்டங்கள் (பாரதியார்), வழவழத் தருமன் – உக்கிரத்தன்மை முதலிய மறவர் குணங்களில்லாத தருமன் (பாரதியார்), அம்புவி – பூமி

27. 'எப்படிப் பொறுத்திடுவேன்? – இவன்
இளமையின் வளமைகள் அறியேனோ?
குப்பைகொ லோமுத்தும் – அந்தக்
குரைகட னிலத்தவர் கொணர்ந்துபெய் தார்;
சிப்பியும் பவளங்களும் – ஒளி
திரண்டவெண் சங்கத்தின் குவியல்க ளும்
ஒப்பில்வை டூரியமும் – கொடுத்(து)
ஒதுங்கிநின் றாரிவன் ஒருவனுக் கே.

28. 'மலைநா டுடையமன்னர் – பல
மான்கொணர்ந் தார், புதுத் தேன்கொணர்ந் தார்,
கொலைநால் வாய்கொணர்ந்தார் – மலைக்
குதிரையும் பன்றியும் கொணர்ந்துதந் தார்,
கலைமான் கொம்புகளும் – பெருங்
களிறுடைத் தந்தமும் கவரிக ளும்
விலையார் தோல்வகையும் – கொண்டு
மேலும்பொன் வைத்தங்கு வணங்கிநின் றார்.

29. 'செந்நிறத் தோல், கருந்தோல் – அந்தத்
திருவளர் கதலியின் தோலுடனே
வெந்நிறப் புலித்தோல்கள் – பல
வேழங்கள் ஆடுகள் இவற்றுடைத் தோல்,
பன்னிற மயிருடைகள் – விலை
பகரரும் பறவைகள், விலங்கினங் கள்,
பொன்னிறப் பாஞ்சாலி – மகிழ்
பூத்திடும் சந்தனம் அகில்வகை கள்,

30. 'ஏலங் கருப்பூரம் – நறும்
இலவங்கம் பாக்குநற் சாதிவ கை,
கோலம் பெறக்கொணர்ந்தே – அவர்
கொட்டிநின் றார், கரம் கட்டிநின் றார்;
மேலும்த லத்திலுளார் – பல
வேந்தர்அப் பாண்டவர் விழைந்திட வே
ஓலம்த ரக்கொணர்ந்தே – வைத்த(து)
ஒவ்வொன்றும் என்மனத் துறைந்தது வே.

வளமைகள் – பெருமைகள் (பாரதியார்), குரைகடல் – ஒலிகடல், நால்வாய்; களிறு; வேழம் – யானை, கதலி – ஒருவகை மான் (பாரதியார்)

31. ‘மாலைகள் பொன்னும்முத்தும் – மணி
வகைகளிற் புனைந்தவும் கொணர்ந்துபெய் தார்;
சேலைகள் நூறுவன்னம் – பல
சித்திரத் தொழில்வகை சேர்ந்தன வாய்
சாலவும் பொன்னிழைத்தே – தெய்வத்
தையலர் விழைவன பலர்கொணர்ந் தார்;
கோலநற் பட்டுக்களின் – வகை
கூறுவதோ? எண்ணி லேறுவ தோ?

32. ‘கழல்களுங் கடகங்களும் – மணிக்
கவசமும் மகுடமும் கணக்கில வாம்;
நிழல்நிறப் பரிபலவும் – செந்
நிறத்தன பலவும்வெண் ணிறம்பல வும்
தழல்நிறம் மேகநிறம் – விண்ணிற்
சாருமிந் திரவில்லை நேருநி றம்
அழகிய கிளிவயிற்றின் – வண்ணம்
ஆர்ந்தன வாய்ப்பணி சேர்ந்தன வாய்,

33. ‘காற்றெனச் செல்வனவாய் – இவை
கடிதுகைத் திடுந்திறன் மறவரோ டே,
போற்றிய கையினராய்ப் – பல
புரவலர் கொணர்ந்தவன் சபைபுகுந் தார்.
சீற்றவன் போர்யானை – மன்னர்
சேர்த்தவை பலபல மந்தையுண் டாம்;
ஆற்றன்மி லேச்சமன்னர் – தொலை
அரபியர் ஒட்டைகள் கொணர்ந்துதந் தார்.

34. ‘தென்றிசைச் சாவகமாம் – பெருந்
தீவுதொட் டேவட திசையத னில்
நின்றிடும் புகழ்ச்சீனம் – வரை
நேர்ந்திடும் பலபல நாட்டின ரும்
வென்றிகொள் தருமனுக்கே – அவன்
வேள்வியிற் பெரும்புகழ் விளையும்வண் ணம்
நன்றுபல் பொருள்கொணர்ந்தார் – புவி
நாயகன் யுதிட்டிரன் எனவுணர்ந் தார்.

வன்னம் – வர்ணம், கழல் – வீர ஆடவர் அணியும் பூண் (அணிகலன்), கடகம் – கங்கணம், பரி – குதிரை, இந்திரவில் – வானவில், ஆர்ந்த – பொருந்திய, பணி – செய்கை, கடிதுகைத்திடல் – கடுமையாகத் தாக்குதல்

35. 'ஆடுகள் சிலர்கொணர்ந்தார் - பலர்
    ஆயிர மாயிரம் பசுக்கொணர்ந் தார்;
    மாடுகள் பூட்டினவாய்ப் - பல
    வகைப்படு தானியஞ் சுமந்தன வாய்
    ஈடுறு வண்டிகொண்டே - பலர்
    எய்தினர்; கரும்புகள் பலர்கொணர்ந் தார்;
    நாடுறு தயிலவகை - நறு
    நானத்தின் பொருள்பலர் கொணர்ந்துதந் தார்.

36. 'நெய்க்குடம் கொண்டுவந்தார் - மறை
    நியமங்கொள் பார்ப்பனர் மகத்தினுக் கே;
    மொய்க்குமின் கள்வகைகள் - கொண்டு
    மோதினர் அரசினம் மகிழ்வுற வே;
    தைக்கும்நற் குப்பாயம் - செம்பொற்
    சால்வைகள், போர்வைகள், கம்பளங் கள்
    கைக்குமட் டினுந்தானோ - அவை
    காண்பவர் விழிகட்கும் அடங்குப வோ?

37. 'தந்தத்தில் கட்டில்களும் - நல்ல
    தந்தத்தில் பல்லக்கும் வாகன மும்,
    தந்தத்தின் பிடிவாளும் - அந்தத்
    தந்தத்தி லேசிற்பத் தொழில்வகை யும்,
    தந்தத்தி லாதனமும் - பின்னுந்
    தமனிய மணிகளில் இவையனைத் தும்
    தந்தத்தைக் கணக்கிடவோ? - முழுத்
    தரணியின் திருவுமித் தருமனுக் கோ?'

வேறு

38. என்றிவ் வாறு பலபல வெண்ணி
    ஏழை யாகி இரங்குத லுற்றான்
    வன்றி றத்தொரு கல்லெனு நெஞ்சன்,
    வானம் வீழினும் அஞ்சுத லில்லான்,
    குன்ற மொன்று குழைவுற் றிளகிக்
    குழம்பு பட்டழி வெய்திடும் வண்ணம்
    கன்று பூதலத் துள்ளுறை வெம்மை
    காய்ந்தெ ழுந்து வெளிப்படல் போல.

நறுநானம் - நறுமணம், மகம் - யாகம், தமனியம் - பொன், திரு - செல்வம், பூதலம் - பூமி

39. நெஞ்சத் துள்ளொர் பொறாமை யெனுந்தீ
நீள்வ தாலுள்ளம் நெக்குரு கிப்போய்,
மஞ்சன் ஆண்மை மறம்திண்மை மானம்
வன்மை யாவும் மறந்தன னாகிப்
பஞ்சை யாமொரு பெண்மகள் போலும்
பாலர் போலும் பரிதவிப் பானாய்க்
கொஞ்ச நேரத்திற் பாதகத் தோடு
கூடி யேஉற வெய்திநின் றானால்.

40. யாது நேரினும் எவ்வகை யானும்
யாது போயினும் பாண்டவர் வாழ்வைத்
தீது செய்து மடித்திட வெண்ணிச்
செய்கை யொன்றறி யான்திகைப் பெய்திச்
சூதும் பொய்யு முருவெனக் கொண்ட
துட்ட மாமனைத் தான்சர ணெய்தி,
'ஏது செய்வம்' எனச்சொலி நைந்தான்,
எண்ணத் துள்ளன யாவும் உரைத்தே.

41. மன்னர் மன்னன் யுதிட்டிரன் செய்த
மாம கத்தினில் வந்து பொழிந்த
சொன்னம் பூண்மணி முத்திவை கண்டும்
தோற்றங் கண்டும் மதிப்பினைக் கண்டும்
என்ன பட்டது தன்னுளம் என்றே
ஈன மாமன் அறிந்திடும் வண்ணம்
முன்னம் தானெஞ்சிற் கூறிய வெல்லாம்
மூடன் பின்னும் எடுத்து மொழிந்தான்.

மஞ்சன் – மகன் (ஆண்மகன்), பஞ்சை – பலவீனம், சொன்னம் – சொர்ணம் (பொன்)

துரியோதனன் சகுனியிடம் சொல்வது

வேறு

42. 'உலகு தொடங்கிய நாள்முத லாகநம் சாதியில் – புகழ்
ஓங்கிநின் றாரித் தருமனைப் போலெவர் மாமனே?
இலகு புகழ்மனு வாதிமுது வர்க்கு மாமனே
– பொருள்
ஏற்றமும் மாட்சியும் இப்படி யுண்டுகொல் மாமனே?
கலைக ளுணர்ந்தநல் வேதியப் பாவலர்
செய்தவாம் – பழங்
கற்பனைக் காவியம் பற்பல கற்றனை மாம னே!
பலகடல் நாட்டையும் இப்படி வென்றதை யெங்கணும்
சொல்லப்
பார்த்ததுண் டோ? கதை கேட்டதுண்டோ? புகல்,
மாமனே!

43. 'எதனை யுலகில் மறப்பினும், யானினி, மாமனே – இவர்
யாகத்தை என்றும் மறந்திட லென்பதொன் றேது
காண்?
விதமுறச் சொன்ன பொருட்குவை யும்பெரி
தில்லைகாண் – அந்த
வேள்வியில் என்னை வெதுப்பின வேறு பலவுண்டே;
இதனை யெலாமவ் விழியற்ற தந்தையின் பாற்சென்றே–
சொல்லி
இங்கிவர் மீதவ னும்பகை யெய்திடச் செய்குவாய்
மிதமிகு மன்பவர் மீதுகொண் டானவன் கேட்கவே
– அந்த
வேள்விகண் டென்னுயிர் புண்படுஞ் செய்திவி ளம்புவாய்.

44. 'கண்ணைப் பறிக்கும் அழகுடை யாரிள மங்கையர் – பல
காமரு பொன்மணிப் பூண்க ளணிந்தவர் தம்மையே
மண்ணைப் புரக்கும் புரவலர் தாமந்த வேள்வியில் –
கொண்டு
வாழ்த்தி யளித்தனர் பாண்டவர்க் கேயெங்கள் –
மாமனே!

புகல் – சொல், வெதுப்பல் – வாட்டல்

எண்ணைப் பழிக்குந் தொகையுடை யாரிள
மஞ்சரைப் – பலர்
ஈந்தனர் மன்ன ரிவர்தமக் குத்தொண் டியற்றவே;
விண்ணைப் பிளக்கும் தொனியுடைச் சங்குகள் ஊதினார்
– தெய்வ
வேதியர் மந்திரத் தோடுபல் வாழ்த்துக்கள் ஓதினார்.

45. 'நாரதன் தானும்அவ் வேதவி யாசனும் ஆங்ஙனே – பலர்
நானிங் குரைத்தற்கு அரிய பெருமை முனிவரும்
மாரத வீரர்அப் பாண்டவர் வேள்விக்கு வந்ததும் – வந்து
மாமறை யாசிகள் கூறிப் பெரும்புகழ் தந்ததும்,
வீரர்தம் போரி னரியநற் சாத்திர வாதங்கள் – பல
விப்பிரர் தம்முள் விளைத்திட வுண்மைகள் வீசவே
சாரமறிந்த யுதிட்டிரன் கேட்டு வியந்ததும் – நல்ல
தங்கம ழைபொழிந் தாங்கவர்க் கேமகிழ் தந்ததும்,

46. 'விப்பிர ராதிய நால்வரு ணத்தவர் துய்ப்பவே – நல்
விருந்து செயலில் அளவற்ற பொன்செல விட்டதும்,
இப்பிற விக்குள் இவையொத்த வேள்வி விருந்துகள் – புவி
எங்கணும் நான்கண்ட தில்லை யெனத்தொனி பட்டதும்,
தப்பின்றி யேநல் விருந்தினர் யார்க்குந் தகுதிகள் – கண்டு
தக்கசம் மானம் அளித்து வரிசைக ளிட்டதும்,
செப்புக நீயவ் விழியற்ற தந்தைக்கு; "நின்மகன் – இந்தச்
செல்வம் பெறாவிடிற் செத்திடு வான்'' என்றுஞ் செப்பு
வாய்.

47. 'அண்ணன் மைந்தன் அவனிக்கு ரியவன் யானன்றோ?
– அவர்
அடிய ராகி யெமைப்பற்றி நிற்றல் விதியன்றோ?
பண்ணும் வேள்வியில் யார்க்கு முதன்மை அவர்தந்தார்
– அந்தப்
பாண்ட வர்நமைப் புல்லென எண்ணுதல் பார்த்தையோ?

வீரர்தம் போரினரியநற் சாத்திர வாதங்கள் – ஆயுதங்களுடன் செய்யப்படும் உடற்போரைக் காட்டிலும், பண்டிதர் செய்யும் சாஸ்திர வாதங்களை அருமையுடையன வென்பது கருத்து (பாரதியார்), விப்பிரர் – பிராமணர்

கண்ண னுக்கு முதலுப சாரங்கள் காட்டினார்
– சென்று
கண்ணி லாத்தந்தைக் கிச்செய லின்பொருள்
காட்டுவாய்;
மண்ணில் வேந்தருள் கண்ணனெவ் வாறு
முதற்பட்டான் – என்றன்
மாமனே!அவன் நம்மில் உயர்ந்த வகைசொல்வாய்.

48. ‘சந்தி ரன்குலத் தேபிறந் தோர்தந் தலைவன்யான் – என்று
சகமெ லாஞ்சொலும் வார்த்தைமெய் யோவெறுஞ்
சாலமோ?
தந்தி ரத்தொழி லொன்றுண ருஞ்சிறு வேந்தனை – இவர்
தரணி மன்னருள் முற்பட வைத்திடல் சாலுமோ?
மந்தி ரத்திலச் சேதியர் மன்னனை மாய்த்திட்டார் – ஐய!
மாம கத்தி லதிதியைக் கொல்ல மரபுண்டோ?
இந்தி ரத்துவம் பெற்றிவர் வாழும் நெறிநன்றே! – இதை
எண்ணி யெண்ணிஎன் நெஞ்சு கொதிக்குது, மாமனே.

49. ‘சதிசெய் தார்க்குச் சதிசெயல் வேண்டும்என்
மாமனே! – இவர்
தாமென் அன்பன் சராசந்த னுக்குமுன் எவ்வகை
விதிசெய் தார்? அதை யென்றுமெ னுள்ளம்
மறக்குமோ? – இந்த
மேதினி யோர்கள் மறந்துவிட்டார், இஃதோர் விந்தையே.
நிதிசெய் தாரைப் பணிகுவர் மானிடர், மாமனே! – எந்த
நெறியி னாலது செய்யினும், நாயென நீள்புவி
துதிசெய் தேயடி நக்குதல் கண்டனை, மாமனே! – வெறுஞ்
சொல்லுக் கேயற நூல்கள் உரைக்கும் துணிவெலாம்.

50. பொற்றடந் தேரொன்று வாலிகன் கொண்டு விடுத்ததும்
– அதில்
பொற்கொடி சேதியர் கோமகன் வந்துதொ டுத்ததும்,
உற்றதோர் தம்பிக்குத் தென்னவன் மார்பணி தந்ததும் – ஒளி
யோங்கிய மாலையம் மாகதன் றான்கொண்டு வந்ததும்

அதிதி – விருந்தினர், பற்றலர் – பகைவர்கள்

454 ● மகாகவி பாரதியார் கவிதைகள்

பற்றல ரஞ்சும் பெரும்புக ழேக லவியனே – செம்பொற்
பாதுகை கொண்டு யுதிட்டிரன் தாளினில் ஆர்த்ததும்
முற்றிடு மஞ்சனத் திற்குப் பல பல தீர்த்தங்கள் – மிகு
மொய்ம்புடை யான்அவ் அவந்தியர் மன்னவன்
சேர்த்ததும்

51.‘ மஞ்சன நீர்தவ வேதவி யாசன் பொழிந்ததும் – பல
வைதிகர் கூடிநன் மந்திர வாழ்த்து மொழிந்ததும்
குஞ்சரச் சாத்தகி வெண்குடை தாங்கிட, வீமனும் – இளங்
கொற்றவ னும்பொற் சிவிறிகள் வீச, இரட்டையர்
அஞ்சுவர் போலங்கு நின்று கவரி இரட்டவே – கடல்
ஆளு மொருவன் கொடுத்ததொர் தெய்விகச் சங்கினில்
வஞ்சகன் கண்ணன் புனித முறுங் கங்கை நீர்கொண்டு –
திரு
மஞ்சன மாட்டுமப் போதில் எவரும் மகிழ்ந்ததும்

52. ‘மூச்சை யடைத்த தடா! சபை தன்னில் விழுந்துநான் –
அங்கு
மூர்ச்சை யடைந்தது கண்டனையே! என்றன் மாமனே!
ஏச்சையும் அங்கவர் கொண்ட நகைப்பையும்
எண்ணுவாய் – அந்த
ஏந்திழை யாளும் எனைச்சிரித் தாளிதை யெண்ணுவாய்
பேச்சை வளர்த்துப் பயனொன்று மில்லை, என்
மாமனே! – அவர்
பேற்றை அழிக்க உபாயஞ்சொல் வாய், என்றன்
மாமனே!
தீச்செயல் நற்செயல் ஏதெனி னும்ஒன்று செய்துநாம் –
அவர்
செல்வங் கவர்ந்துஅவரைவிட வேண்டும் தெருவிலே.’

மொய்ம்பு – வலிமை, சிவிறி – விசிறி, கவரி இரட்டல் – சாமரம் வீசுதல், திருமஞ்சனமாட்டல்– புனித நீராட்டுதல்

சகுனியின் சதி

வேறு

53. என்று சுயோதனன் கூறியே – நெஞ்சம்
 ஈர்ந்திடக் கண்ட சகுனிதான் – 'அட!
 இன்று தருகுவன் வெற்றியே – இதற்(கு)
 இத்தனை வீண்சொல் வளர்ப்பதேன்? – இனி
 ஒன்றுரைப் பேன்நல் லுபாயந்தான் – அதை
 யூன்றிக் கருத்தொடு கேட்பையால் – ஒரு
 மன்று புனைந்திடச் செய்திநீ – தெய்வ
 மண்டப மொத்த நலங்கொண்டே;

54. 'மண்டபங் காண வருவிரென்(று) – அந்த
 மன்னவர் தம்மை வரவழைத்(து) – அங்கு
 கொண்ட கருத்தை முடிப்பவே – மெல்லக்
 கூட்டிவன் சூது பொரச்செய்வோம் – அந்த
 வண்டரை நாழிகை யொன்றிலே – தங்கள்
 வான்பொருள் யாவையுந் தோற்றுனைப் – பணி
 தொண்ட ரெனச்செய் திடுவன்யான் – என்றன்
 சூதின் வலிமை அறிவைநீ.

55. வெஞ்சமர் செய்திடு வோமெனில் – அதில்
 வெற்றியும் தோல்வியும் யார்கண்டார்? – அந்தப்
 பஞ்சவர் வீரம் பெரிதுகாண்! – ஒரு
 பார்த்தன்கை வில்லுக் கெதிருண்டோ? – உன்றன்
 நெஞ்சத்திற் சூதை யிகழ்ச்சியாக் – கொள்ள
 நீதமில் லை, முன்னைப் பார்த்திவர் – தொகை
 கொஞ்சமி லைப்பெருஞ் சூதினால் – வெற்றி
 கொண்டு பகையை அழித்துளோர்.

56. 'நாடும் குடிகளும் செல்வமும் – எண்ணி,
 நானிலத் தோர்கொடும் போர்செய்வார் – அன்றி
 ஓடுங் குருதியைத் தேக்கவோ? – தமர்
 ஊன்குவை கண்டுக ளிக்கவோ? – அந்த

ஈர்ந்திட – வருந்திட, மன்று – மன்றம், பொர – பொருத, வண்டர் – திண்ணியர் (வலிமையுடையோர்), தமர் – உறவினர்

நாடும் குடிகளும் செல்வமும் – ஒரு
நாழிகைப் போதினில் சூதினால் – வெல்லக்
கூடுமெ னிற்பிறி தெண்ணலேன்? – என்றன்
கொள்கை யிதுவெனக் கூறினான்.

57. இங்கிது கேட்ட சுயோதனன் – 'மிக
இங்கிதஞ் சொல்லினை, மாமனே!' – என்று
சங்கிலிப் பொன்னின் மணியிட்ட – ஒளித்
தாமம் சகுனிக்குச் சூட்டினான்; – பின்னர்,
'எங்கும் புவிமிசை உன்னைப்போல் – எனக்
கில்லை இனியது சொல்லுவோர்' – என்று
பொங்கும் உவகையின் மார்புறக் – கட்டிப்
பூரித்து விம்மித் தழுவினான்.

தாமம் – மாலை

சகுனி திருதராட்டிரனிடம் சொல்லுதல்

58. மற்றதன் பின்ன ரிருவரும் – அரு
    மந்திரக் கேள்வி யுடையவன் – பெருங்
    கொற்றவர் கோன்திரி தாட்டிரன் – சபை
    கூடி வணங்கி யிருந்தனர் – அருள்
    அற்ற சகுனியும் சொல்லுவான் – 'ஐய,
    ஆண்டகை நின்மகன் செய்திகேள் – உடல்
    வற்றித் துரும்பொத் திருக்கின்றான் – உயிர்
    வாழ்வை முழுதும் வெறுக்கின்றான்.

59. 'உண்ப சுவையின்றி யுண்கின்றான் – பின்
    உடுப்ப திகழ வுடுக்கின்றான் – பழ
    நண்பர்க ளோடுற வெய்திடான் – இள
    நாரிய ரைச்சிந்தை செய்திடான் – பிள்ளை
    கண்பச லைகொண்டு போயினான் – இதன்
    காரணம் யாதென்று கேட்பையால் – உயர்
    திண்பரு மத்தடந் தோளினாய்!' – என்று
    தீய சகுனியுஞ் செப்பினான்.

60. தந்தையும் இவ்வுரை கேட்டதால் – உளம்
    சாலவுங் கன்றி வருந்தியே – 'என்றன்
    மைந்த! நினக்கு வருத்தமேன்? – இவன்
    வார்த்தையி லேதும் பொருளுண்டோ? – நினக்(கு)
    எந்த விதத்துங் குறையுண்டோ? – நினை
    யாரு மெதிர்த்திடு வாருண்டோ? – நின்றன்
    சிந்தையி லெண்ணும் பொருளெலாம் – கணந்
    தேடிக் கொடுப்பவர் இல்லையோ?

61. 'இன்னமு தொத்த வுணவுகள் – அந்த
    இந்திரன் வெஃகுறும் ஆடைகள் – பலர்
    சொன்ன பணிசெயும் மன்னவர் – வருந்
    துன்பம் தவிர்க்கும் அமைச்சர்கள் – மிக
    நன்னலங் கொண்ட குடிபடை – இந்த
    நானில மெங்கும் பெரும்புகழ் – மிஞ்சி
    மன்னும்அப் பாண்டவச் சோதரர் – இவை
    வாய்ந்தும் உனக்குத் துயருண்டோ?'

இளநாரியர் – இளம்பெண்கள்

62. தந்தை வசனஞ் செவியுற்றே – கொடி
சர்ப்பத்தைக் கொண்டதோர் கோமகன் – சுடு
வெந்தழல் போலச் சினங்கொண்டே – தன்னை
மீறிப் பலசொல் விளம்பினான் – இவன்
மந்த மதிகொண்டு சொல்வதை – அந்த
மாமன் மறித்துரை செய்குவான் – 'ஐய,
சிந்தை வெதுப்பத்தி னாலிவன் – சொலும்
சீற்ற மொழிகள் பொறுப்பையால்.

63. 'தன்னுளத் துள்ள குறையெலாம் – நின்றன்
சந்நிதி யிற்சென்று சொல்லிட – முதல்
என்னைப் பணித்தனன்; யானிவன் – றனை
இங்கு வலியக் கொணர்ந்திட்டேன் – பிள்ளை
நன்னய மேசிந்தை செய்கின்றான் – எனில்
நன்கு மொழிவ தறிந்திலன் – நெஞ்சைத்
தின்னுங் கொடுந்தழல் கொண்டவர் – சொல்லுஞ்
செய்தி தெளிய உரைப்பரோ?

64. 'நீபெற்ற புத்திரனே யன்றோ? – மன்னர்
நீதி யியல்பி லறிகின்றான் – ஒரு
தீபத்திற் சென்று கொளுத்திய – பந்தந்
தேசு குறைய வெரியுமோ? – செல்வத்
தாபத்தை நெஞ்சில் வளர்த்திடல் – மன்னர்
சாத்திரத் தேமுதற் சூத்திரம் – பின்னும்
ஆபத் தரசர்க்கு வேறுண்டோ – தம்மில்
அன்னியர் செல்வ மிகுதல்போல்?

65. 'வேள்வியில் அன்றந்தப் பாண்டவர் – நமை
வேண்டு மட்டுங்குறை செய்தனர் – ஒரு
கேள்வியி லாதுன் மகன்றனைப் – பலர்
கேலிசெய் தேநகைத் தார்கண்டாய் – புவி
ஆள்வினை முன்னவர்க் கின்றியே – புகழ்
ஆர்ந்திளை யோரது கொள்வதைப் – பற்றி
வாள்விழி மாதரும் நம்மையே – கய
மக்களென் றெண்ணி நகைத்திட்டார்.

வெதுப்பம் – காய்ச்சல், தேசு – ஒளி

66. 'ஆயிரம் யானை வலிகொண்டான் – உன்றன்
ஆண்டகை மைந்த னிவன்கண்டாய்! – இந்த
மாயிரு ஞாலத் துயர்ந்ததாம் – மதி
வான்குலத் திற்கு முதல்வனாம் – ஒளி
ஞாயிறு நிற்பவும் மின்மினி – தன்னை
நாடித் தொழுதிடுந் தன்மைபோல் – அவர்
வேயிருந் தூதுமோர் கண்ணனை – அந்த
வேள்வியிற் சால உயர்த்தினார்.

67. 'ஐய! நின் மைந்தனுக் கில்லைகாண் – அவர்
அர்க்கியம் முற்படத் தந்ததே – இந்த
வையகத் தார்வியப் பெய்தவே – புவி
மன்னவர் சேர்ந்த சபைதனில் – மிக
நொய்யதோர் கண்ணனுக் காற்றினார் – மன்னர்
நொந்து மனங்குன்றிப் போயினர் – பணி
செய்யவுங் கேலிகள் கேட்கவும் – உன்றன்
சேயினை வைத்தனர் பாண்டவர்.

68. 'பாண்டவர் செல்வம் விழைகின்றான் – புவிப்
பாரத்தை வேண்டிக் குழைகின்றான் – மிக
நீண்ட மகிதல முற்றிலும் – உங்கள்
நேமி செலும்புகழ் கேட்கின்றான் – குலம்
பூண்ட பெருமை கெடாதவா – றெண்ணிப்
பொங்கு கின்றான்நலம் வேட்கின்றான் – மைந்தன்
ஆண்டகைக் கிஃது தகுமன்றோ? – இல்லை
யாமெனில் வையம் நகுமன்றோ?

69. 'நித்தங் கடலினிற் கொண்டுபோய் – நல்ல
நீரை யளவின்றிக் கொட்டுமாம் – உயர்
வித்தகர் போற்றிடுங் கங்கையா – றது
வீணிற் பொருளை யழிப்பதே! – ஒரு
சத்த மிலாநடுக் காட்டினில் – புனல்
தங்கிநிற் குங்குளம் ஒன்றுண்டாம் – அது
வைத்த தன்னீரைப் பிறர்கொளா – வகை
வாரடைப் பாசியில் மூடியே.

வேய் – மூங்கில் (புல்லாங்குழல்), அர்க்கியம் – விருந்தினர்களுக்குச் செய்யும் உபசாரம்

70. 'சூரியன் வெப்பம் படாமலே – மரஞ்
  சூழ்ந்த மலையடிக் கீழ்ப்பட்டே – முடை
  நீரினை நித்தலுங் காக்குமாம் – இந்த
  நீள்சுனை போல்வர் பலருண்டே? – எனில்
  ஆரியர் செல்வம் வளர்தற்கே – நெறி
  ஆயிரம் நித்தம் புதியன – கண்டு
  வாரிப் பழம்பொருள் எற்றுவார் – இந்த
  வண்மையும் நீயறி யாததோ?'

வண்மை – வழக்கம்

திருதராட்டிரன் பதில் கூறுதல்

71\. கள்ளச் சகுனியு மிங்ஙனே – பல
கற்பனை சொல்லித்தன் உள்ளத்தின் – பொருள்
கொள்ளப் பகட்டுதல் கேட்டபின் – பெருங்
கோபத் தொடேதிரி தாட்டிரன் – ‘அட,
பிள்ளையை நாசம் புரியவே – ஒரு
பேயென நீவந்து தோன்றினாய் – பெரு
வெள்ளத்தைப் புல்லொன் றெதிர்க்குமோ – இள
வேந்தரை நாம்வெல்ல லாகுமோ?

72\. ‘சோதரர் தம்முட் பகையுண்டோ? – ஒரு
சுற்றத்தி லேபெருஞ் செற்றமோ? – நம்மில்
ஆதரங் கொண்டவ ரல்லரோ? – முன்னர்
ஆயிரஞ் சூழ்ச்சி இவன்செய்தும் – அந்தச்
சீதரன் தண்ணரு ளாலுமோர் – பெருஞ்
சீலத்தி னாலும் புயவலி – கொண்டும்
யாதொரு தீங்கு மில்லாமலே – பிழைத்(து)
எண்ணருங் கீர்த்திபெற் றாரன்றோ?

73\. ‘பிள்ளைப் பருவந் தொடங்கியே – இந்தப்
பிச்சன் அவர்க்குப் பெரும்பகை – செய்து
கொள்ளப் படாத பெரும்பழி – யன்றிக்
கொண்டதொர் நன்மை சிறிதுண்டோ? – நெஞ்சில்
எள்ளத் தகுந்த பகைமையோ? – அவர்
யார்க்கும் இளைத்த வகையுண்டோ? – வெறும்
நொள்ளைக் கதைகள் கதைக்கிறாய் – பழ
நூலின் பொருளைச் சிதைக்கிறாய்.

74\. ‘மன்னவர் நீதி சொலவந்தாய் – பகை
மாம லையைச்சிறு மட்குடம் – கொள்ளச்
சொன்னதோர் நூல்சற்றுக் காட்டுவாய்! – விண்ணிற்
சூரியன் போல்நிக ரின்றியே – புகழ்
துன்னப் புவிச்சக்க ராதிபம் – உடற்
சோதரர் தாங்கொண் டிருப்பவும் – தந்தை
என்னக் கருதி அவரெனைப் – பணிந்(து)
என்சொற் கடங்கி நடப்பவும்

பகட்டுதல் – வெளிவேடம் காட்டுதல் (நடிப்பு), செற்றம் – பகை, சீலம் – குணம்; நல்லறிவு, துன்ன – பொருந்த

462 ● மகாகவி பாரதியார் கவிதைகள்

75\. 'முன்னை இவன்செய்த தீதெலாம் – அவர்
முற்றும் மறந்தவ ராகியே – தன்னைத்
தின்ன வருமொர் தவளையைக் – கண்டு
சிங்கஞ் சிரித்தருள் செய்தல்போல் – துணை
யென்ன இவனை மதிப்பவும் – அவர்
ஏற்றத்தைக் கண்டும்அஞ் சாமலே – (நின்றன்
சின்ன மதியினை என்சொல்வேன்!) – பகை
செய்திட வெண்ணிப் பிதற்றினாய்.

76\. 'ஒப்பில் வலிமை யுடையதாந் – துணை
யோடு பகைத்தல் உறுதியோ? – நமைத்
தப்பிழைத் தாரந்த வேள்வியில் – என்று
சாலம் எவரிடஞ் செய்கிறாய்? – மயல்
அப்பி விழிதடு மாறியே – இவன்
அங்கு மிங்கும்விழுந் தாடல்கண் – டந்தத்
துப்பிதழ் மைத்துனி தான்சிரித் – திடில்
தோஷ மிதில்மிக வந்ததோ?

77\. 'தவறி விழுபவர் தம்மையே – பெற்ற
தாயுஞ் சிரித்தல் மரபன்றோ? – எனில்
இவனைத் துணைவர் சிரித்ததோர் – செயல்
எண்ணரும் பாதக மாகுமோ? – மனக்
கவலை வளர்த்திடல் வேண்டுவோர் – ஒரு
காரணங் காணுதல் கஷ்டமோ? – வெறும்
அவல மொழிகள் அளப்பதேன்? – தொழில்
ஆயிர முண்டவை செய்குவீர்.

78\. 'சின்னஞ் சிறிய வயதிலே – இவன்
தீமை அவர்க்குத் தொடங்கினான் – அவர்
என்னரும் புத்திரன் என்றெண்ணித் – தங்கள்
யாகத் திவனைத் தலைக்கொண்டு – பசும்
பொன்னை நிறைத்ததொர் பையினை – 'மனம்
போலச் செலவிடு வாய்' என்றே – தந்து
மன்னவர் காண விவனுக்கே – தம்முள்
மாண்பு கொடுத்தன ரல்லரோ?

மயல் – மயக்கம், துப்பிதழ் – செவ்விதழ்

79. 'கண்ணனுக் கேமுதல் அர்க்கியம் – அவர்
    காட்டின ரென்று பழித்தனை – எனில்
    நண்ணும் விருந்தினர்க் கன்றியே – நம்முள்
    நாமுப சாரங்கள் செய்வதோ? – உறவு
    அண்ணனுந் தம்பியும் ஆதலால் – அவர்
    அன்னிய மாநமைக் கொண்டிலர் – முகில்
    வண்ணன் அதிதியர் தம்முளே – முதல்
    மாண்புடை யானெனக் கொண்டனர்.

80. 'கண்ணனுக் கேயது சாலுமென் – றுயர்
    கங்கை மகன்சொலச் செய்தனர் – இதைப்
    பண்ணரும் பாவமென் றெண்ணினால் – அதன்
    பார மவர்தமைச் சாருமோ? – பின்னும்
    கண்ணனை ஏதெனக் கொண்டனை? – அவன்
    காலிற் சிறுதுக ளொப்பவர் – நிலத்(து)
    எண்ணரும் மன்னவர் தம்முளே – பிறர்
    யாரு மிலையெனல் காணுவாய்.

81. 'ஆதிப் பரம்பொருள் நாரணன் – தெளி
    வாகிய பாற்கடல் மீதிலே – நல்ல
    சோதிப் பணாமுடி யாயிரம் – கொண்ட
    தொல்லறி வென்னுமொர் பாம்பின்மேல் – ஒரு
    போதத் துயில்கொளும் நாயகன் – கலை
    போந்து புவிமிசைத் தோன்றினான் – இந்தச்
    சீதக் குவளை விழியினான் – என்று
    செப்புவர் உண்மை தெளிந்தவர்.

82. 'நானெனும் ஆணவந் தள்ளலும் – இந்த
    ஞாலத்தைத் தானெனக் கொள்ளலும் – பர
    மோன நிலையில் நடத்தலும் – ஒரு
    மூவகைக் காலங் கடத்தலும் – நடு
    வான கருமங்கள் செய்தலும் – உயிர்
    யாவிற்கும் நல்லருள் பெய்தலும் – பிறர்
    ஊனைச் சிதைத்திடும் போதினும் – தன(து)
    உள்ளம் அருளின் நெகுதலும்.

பணாமுடி – பாம்பின் முடி (படமெடுத்திருக்கும் தோற்றம்)

83. 'ஆயிரங் கால முயற்சியாற் – பெறல்
 ஆவர் இப்பேறுகள் ஞானியர் – இவை
 தாயின் வயிற்றிற் பிறந்தன்றே – தமைச்
 சார்ந்து விளங்கப் பெறுவரேல் – இந்த
 மாயிரு ஞாலம் அவர்தமைத் – தெய்வ
 மாண்புடை யாரென்று போற்றுங்காண்! – ஒரு
 பேயினை வேதம் உணர்த்தல்போல் – கண்ணன்
 பெற்றி உனக்கெவர் பேசுவார்?'

பெற்றி – தன்மை; குணம்

துரியோதனன் சினங் கொள்ளுதல்

வேறு

84. வெற்றி வேற்கைப் பரதர்தங் கோமான்,
மேன்மை கொண்ட விழியகத் துள்ளோன்
பெற்றி மிக்க விதுர னறிவைப்
பின்னும் மற்றொரு கண்ணெனக் கொண்டோன்,
முற்று ணர்திரி தாட்டிரன் என்போன்,
மூடப் பிள்ளைக்கு மாமன்சொல் வார்த்தை
எற்றி நல்ல வழக்குரை செய்தே
ஏன்ற வாறு நயங்கள் புகட்ட,

85. கொல்லும் நோய்க்கு மருந்துசெய் போழ்தில்
கூடும் வெம்மைய தாய்ப்பிணக் குற்றே,
தொல்லு ணர்வின் மருத்துவன் தன்னைச்
சோர்வு றுத்துதல் போலொரு தந்தை
சொல்லும் வார்த்தையி லேதெரு ளாதான்
தோமி ழைப்பதி லோர்மதி யுள்ளான்
கல்லும் ஒப்பிடத் தந்தை விளக்கும்
கட்டு ரைக்குக் கடுஞ்சின முற்றான்.

ஏன்றவாறு – இயன்றவாறு, தெருளாதான் – தெளிவிடையாதவன்,
தோம் – குற்றம்

துரியோதனன் தீமொழி

வேறு

86. பாம்பைக் கொடியென் றுயர்த்தவன் – அந்தப்
பாம்பெனச் சீறி மொழிகுவான் – 'அட!
தாம்பெற்ற மைந்தர்க்குத் தீதுசெய் – திடும்
தந்தையர் பார்மிசை உண்டுகொல்? – கெட்ட
வேம்பு நிகரி வனுக்குநான் – சுவை
மிக்க சருக்கரை பாண்டவர் – அவர்
தீம்புசெய் தாலும் புகழ்கின்றான் – திருத்
தேடினும் என்னை இகழ்கின்றான்.

87. 'மன்னர்க்கு நீதி யொருவகை – பிற
மாந்தர்க்கு நீதிமற் றோர்வகை' – என்று
சொன்ன வியாழ முனிவனை – இவன்
சுத்த மடையனென் றெண்ணியே – மற்றும்
என்னென்ன வோகதை சொல்கிறான் – உற
வென்றும்நட் பென்றுங் கதைக்கிறான் – அவர்
சின்ன முறச்செய வேதிறங் – கெட்ட
செத்தையென் றென்னை நினைக்கிறான்.

88. 'இந்திர போகங்கள் என்கிறான் – உண
வின்பமும் மாதரி னின்பமும் – இவன்
மந்திர மும்படை மாட்சியும் – கொண்டு
வாழ்வதை விட்டிங்கு வீணிலே – பிறர்
செந்திரு வைக்கண்டு வெம்பியே – உளம்
தேம்புதல் பேதைமை என்கிறான் – மன்னர்
தந்திரந் தேர்ந்தவர் தம்மிலே – எங்கள்
தந்தையை யொப்பவர் இல்லைகாண்!

89. 'மாதர்தம் இன்பம் எனக்கென்றான் – புவி
மண்டலத் தாட்சி யவர்க்கென்றான் – நல்ல
சாதமும் நெய்யு மெனக்கென்றான் எங்கும்
சாற்றிடுங் கீர்த்தி யவர்க்கென்றான் – அட!

சின்னம் – சிறுமை, செத்தை – துரும்பு

ஆதர விங்ஙனம் பிள்ளைமேல் – வைக்கும்
அப்பன் உலகினில் வேறுண்டோ! – உயிர்ச்
சோதரர் பாண்டவர், தந்தைநீ – குறை
சொல்ல வினியிடம் ஏதையா!

90. ‘சொல்லின் நயங்கள் அறிந்திலேன் – உனைச்
சொல்லினில் வெல்ல விரும்பிலேன் – கருங்
கல்லிடை நாருரிப் பாருண்டோ? – நினைக்
காரணங் காட்டுத லாகுமோ? – எனைக்
கொல்லினும் வேறெது செய்யினும் – நெஞ்சிற்
கொண்ட கருத்தை விடுகிலேன் – அந்தப்
புல்லிய பாண்டவர் மேம்படக் – கண்டு
போற்றி யுயிர்கொண்டு வாழ்கிலேன்.

91. ‘வாதுநின் னோடு தொடுக்கிலேன் – ஒரு
வார்த்தைமட் டுஞ்சொலக் கேட்பையால் – ஒரு
தீது நமக்கு வராமலே – வெற்றி
சேர்வதற் கோர்வழி யுண்டுகாண்! – களிச்
சூதுக் கவரை யழைத்தெல்லாம் – அதில்
தோற்றிடு மாறு புரியலாம் – இதற்
கேதுந் தடைகள்சொல் லாமலே – என(து)
எண்ணத்தை நீகொளல் வேண்டுமால்.’

திருதராட்டிரன் பதில்

வேறு

92. திருதராட்டிரன்செவியில் – இந்தத்
தீமொழி புகுதலுந் திகைத்து விட்டான்;
‘பெரிதாத் துயர்கொணர்ந்தாய் – கொடும்
பேயெனப் பிள்ளைகள் பெற்று விட்டேன்;
அரிதாக் குதல்போலே – அமர்
ஆங்கவ ரொடுபொரல் அவலமென்றேன்;
நரிதாக் குதல்போலாம் – இந்த
நாணமில் செயலினை நாடுவ னோ?

93. ‘ஆரியர் செய்வாரோ? – இந்த
ஆண்மையி லாச்செயல் எண்ணுவ ரோ?
பாரினிற் பிறருடைமை – வெஃகும்
பதரினைப் போலொரு பதருண் டோ?
பேரியற் செல்வங்களும் – இசைப்
பெருமையும் எய்திட விரும்புதி யேல்,
காரியம் இதுவாமோ? – என்றன்
காளை யன்றோ? இது கருத லடா!

94. ‘வீரனுக் கேயிசைவார் – திரு
மேதினி எனுமிரு மனைவியர் தாம்;
ஆரமர் தமரல்லார் – மிசை
ஆற்றிநல் வெற்றியில் ஓங்குதி யேல்,
பாரத நாட்டினிலே – அந்தப்
பாண்டவ ரெனப்புகழ் படைத்திடுவாய்;
சோரர்தம் மகனோநீ? – உயர்
சோமன்ற னொருகுலத் தோன்ற லன்றோ?

95. ‘தம்மொரு கருமத்திலே – நித்தந்
தளர்வறு முயற்சி,மற் றோர்பொரு ளை
இம்மியுங் கருதாமை – சார்ந்
திருப்பவர் தமைநன்கு காத்திடு தல்

அரி – சிங்கம், வெஃகும் – விரும்பும், திரு – செல்வம், மேதினி – பூமி, சோரர் – திருடர், சோமன் – சந்திரன்

இம்மையில் இவற்றினையே – செல்வத்
 திலக்கணம் என்றனர் மூதறிஞர்;
அம்ம, இங் கிதனையெலாம் – நீ
 அறிந்திலை யோ? பிழை யாற்றல்நன் றோ?

96. 'நின்னுடைத் தோளனையார் – இள
 நிருபரைச் சிதைத்திட நினைப்பா யோ?
என்னுடை உயிரன்றோ? – எனை
 எண்ணிஇக் கொள்கையை நீக்குதி யால்!
பொன்னுடை மார்பகத்தார் – இளம்
 பொற்கொடி மாதரைக் களிப்பதி னும்
இன்னும்பல் இன்பத்தினும் – உளம்
 இசையவிட் டேயிதை மறந்திட டா.

நிருபர் – அரசர்

துரியோதனன் பதில்

வேறு

97. தந்தை இஃது மொழிந்திடல் கேட்டே
தாரி சைந்த நெடுவரைத் தோளான்
'எந்தை, நின்னொடு வாதிடல் வேண்டேன்
என்று பன்முறை கூறியுங் கேளாய்;
வந்த காரியங் கேட்டி; மற் றாங்குன்
வார்த்தை யின்றிஅப் பாண்டவர் வாரார்,
இந்த வார்த்தை உரைத்து விடாயேல்,
இங்கு நின்முன் என் ஆவி இறுப்பேன்.

98. 'மதித மக்கென் றிலாதவர் கோடி
வண்மைச் சாத்திரக் கேள்விகள் கேட்டும்
பதியுஞ் சாத்திரத் துள்ளுறை காணார்,
பானைத் தேனில் அகப்பையைப் போல்வார்;
துதிகள் சொல்லும் விதுரன் மொழியைச்
சுருதி யாமெனக் கொண்டனை நீதான்;
அதிக மோகம் அவனுளங் கொண்டான்
ஐவர் மீதில்இங் கெம்மை வெறுப்பான்.

99. 'தலைவன் ஆங்கு பிறர்கையிற் பொம்மை;
சார்ந்து நிற்பவர்க் குய்ந்நெறி உண்டோ?
உலைவ லால், திரி தாட்டிரர் வர்க்கத்
துள்ள வர்க்கு நலமென்ப தில்லை;
நிலையி லாதன செல்வமும் மாண்பும்
நித்தம் தேடி வருந்த லிலாமே
விலையி லாநிதி கொண்டனம் என்றே
மெய்கு ழைந்து துயில்பவர் மூடர்.

100. 'பழைய வானிதி போதுமென் றெண்ணிப்
பாங்கு காத்திடு மன்னவர் வாழ்வை
விழையும் அன்னிய ரோர்கணத் துற்றே
வென்ற ழிக்கும் விதியறி யாயோ?
குழைத லென்பது மன்னவர்க் கில்லை;
கூடக்கூ டப்பின் கூட்டுதல் வேண்டும்:

தார் – மாலை, இறுப்பேன் – முறிப்பேன், சுருதி – வேதம்

பிழையொன் றேஅர சர்க்குண்டு கண்டாய்;
பிறரைத் தாழ்த்து வதிற்சலிப் பெய்தல்.

வேறு

101\. ‘வெல்வதெங் குலத்தொழிலாம் – எந்த
விதத்தினி லிசையினுந் தவறிலை காண்!
நல்வழி தீயவழி – என
நாமதிற் சோதனை செயத்தகுமோ?
செல்வழி யாவினுமே – பகை
தீர்த்திடல் சாலுமென் றனர்பெரியோர்;
கொல்வது தான்படையோ? – பகை
குமைப்பன யாவும்நற் படையலவோ?

வேறு

102\. ‘சுற்றத் தாரிவர் என்றனை ஐயா!
தோற்றத் தாலும் பிறவியி னாலும்,
பற்ற லாரென்றும் நண்பர்க ளென்றும்
பார்ப்ப தில்லை யுலகினில் யாரும்;
மற்றெத் தாலும் பகையுற லில்லை;
வடிவினி லில்லை, யளவினி லில்லை;
உற்ற துன்பத்தி னாற்பகை யுண்டாம்,
ஓர்தொ ழில்பயில் வார்தமக் குள்ளே.

103\. ‘பூமித் தெய்வம் விழுங்கிடுங் கண்டாய்
புரவ லர்பகை காய்கிலர் தம்மை.
நாமிப் பூதலத் தேகுறை வெய்த
நாளும் பாண்டவ ரேறுகின் றாரால்.
நேமி மன்னர் பகைசிறி தென்றே
நினைவ யர்ந்திருப் பாரெனில், நோய்போல்
சாமி யந்தப் பகைமிக லுற்றே
சடிதி மாய்த்திடு மென்பதுங் காணாய்.

104\. ‘போர்செய் வோமெனில் நீதடுக் கின்றாய்;
புவியி னோரும் பழிபல சொல்வார்;
தார்செய் தோளிளம் பாண்டவர் தம்மைச்
சமரில் வெல்வதும் ஆங்கெளி தன்றாம்;

சாலும் – தகும், குமைப்பன – குழைப்பன (தளரச்செய்வன)

யார்செய் புண்ணியத் தோநமக் குற்றான்
எங்க ளாருயிர் போன்றவிம் மாமன்;
நேர்செய் சூதினில் வென்று தருவான்;
நீதித் தர்மனும் சூதில்அன் புள்ளோன்.

105. ‘பகைவர் வாழ்வினில் இன்புறு வாயோ?
பார தர்க்கு முடிமணி யன்னாய்!
புகையும் என்றன் உளத்தினை வீறில்
புன்சொல் கூறி அவித்திட லாமோ?
நகைசெய் தார்தமை நாளை நகைப்போம்;
நமரிப் பாண்டவர் என்னில் இஃதாலே
மிகையு றுந்துன்ப மேது? நம் மோடு
வேறு றாதெமைச் சார்ந்துநன் குய்வார்.

106. ‘ஐய சூதிற் கவரை யழைத்தால்,
ஆடி யுய்குதும்; அஃதியற் றாயேல்,
(பொய்யன்(று) என்னுரை – என்னியல்(பு) ஓர்வாய் –
பொய்ம்மை வீறென்றுஞ் சொல்லிய துண்டோ?)
நைய நின்முனர் என்சிரங் கொய்தே
நானிங்கு ஆவி இறுத்திடு வேனால்;
செய்ய லாவது செய்குதி’ என்றான்;
திரித ராட்டிரன் நெஞ்சமு டைந்தான்.

வீறு – பெருமை

திருதராட்டிரன் சம்மதித்தல்

வேறு

107. 'விதிசெயும் விளைவினுக்கே – இங்கு
வேறுசெய் வார்புவி மீதுளரோ?
மதிசெறி விதுரனன்றே – இது
வருந்திறன் அறிந்துமுன் எனக்குரைத்தான்.
அதிசயக் கொடுங்கோலம் – விளைந்
தரசர்தங் குலத்தினை அழிக்கும் என்றான்;
சதிசெயத் தொடங்கிவிட்டாய் – நின்றன்
சதியினிற் றானது விளையும் என்றான்.

108. 'விதி! விதி! விதி! மகனே – இனி
வேறெது சொல்லுவன் அட மகனே!
கதியுறுங் காலனன்றோ – இந்தக்
கயமக னெனநினைச் சார்ந்துவிட்டான்?
கொதியுறும் உளம்வேண்டா – நின்றன்
கொள்கையின் படிஅவர் தமையழைப்பேன்;
வதியுறு மனைசெல்வாய்' – என்று
வழியுங்கண் ணீரொடு விடைகொடுத்தான்.

சபா நிர்மாணம்

வேறு

109. மஞ்சனும் மாமனும் போயின பின்னர்
மன்னன் வினைஞர் பலரை அழைத்தே,
'பஞ்சவர் வேள்வியிற் கண்டது போலப்
பாங்கி னுயர்ந்ததொர் மண்டபஞ் செய்வீர்!
மிஞ்சு பொருளதற் காற்றுவன்' என்றான்;
மிக்க வுவகையொ டாங்கவர் சென்றே
கஞ்ச மலரிற் கடவுள் வியப்பக்
கட்டி நிறுத்தினர் பொற்சபை யொன்றே.

வேறு

110. வல்லவன் ஆக்கிய சித்திரம் போலும்
வண்மைக் கவிஞர் கனவினைப் போலும்
நல்ல தொழிலுணர்ந் தார்செய லென்றே
நாடு முழுதும் புகழ்ச்சிகள் கூறக்
கல்லையும் மண்ணையும், பொன்னையுங் கொண்டு
காமர் மணிகள் சிலசில சேர்த்துச்
சொல்லையி சைத்துப் பிறர்செயு மாறே
சுந்தர மாமொரு காப்பியஞ் செய்தார்.

மஞ்சன் – மகன், கஞ்சமலர் – தாமரைமலர், காமர் – அழகு; ஒளி, சுந்தரம் – அழகு

விதுரனைத் தூது விடல்

111. தம்பி விதுரனை மன்னன் அழைத்தான்;
    'தக்க பரிசுகள் கொண்டினி தேகி,
எம்பியின் மக்கள் இருந்தர சாளும்
    இந்திர மாநகர் சார்ந்தவர் தம்பால்,
கொம்பினை யொத்த மடப்பிடி யோடும்
    கூடிஇங் கெய்தி விருந்து களிக்க
நம்பி அழைத்தனன், கௌரவர் கோமான்
    நல்லதொர் நுந்தை'' எனவுரை செய்வாய்.

112. 'நாடு முழுவதும் புகழ்ச்சிகள் கூறும்
    நன்மணி மண்டபம் செய்ததும் சொல்வாய்;
"நீடு புகழ்ப்பெரு வேள்வியில் அந்நாள்
    நேயமொ டேகித் திரும்பிய பின்னர்
பீடுறு மக்களை ஓர்முறை இங்கே
    பேணி அழைத்து விருந்துக ளாற்றக்
கூடும் வயதிற் கிழவன் விரும்பிக்
    கூறினன் இஃதெ'' னச் சொல்லுவை கண்டாய்.

113. 'பேச்சி னிடையிற் "சகுனிசொற் கேட்டே
    பேயெனும் பிள்ளை கருத்தினிற் கொண்ட!
தீச்செயல் இஃது"என் றதையுங் குறிப்பாற்
    செப்பிடு வாய்' என மன்னவன் கூறப்
'போச்சுது! போச்சுது பாரத நாடு!
    போச்சுது நல்லறம்! போச்சுது வேதம்!
ஆச்சரி யக்கொடுங் கோலங்கள் காண்போம்!
    ஐய, இதனைத் தடுத்தல் அரிதோ?'

114. என்று விதுரன் பெருந்துயர் கொண்டே
    ஏங்கிப் பலசொல் இயம்பிய பின்னர்,
'சென்று வருகுதி, தம்பி, இனிமேல்
    சிந்தனை ஏதும் இதிற்செய மாட்டேன்.
வென்று படுத்தனன் வெவ்விதி என்னை;
    மேலை விளைவுகள் நீயறி யாயோ?
அன்று விதித்ததை யின்று தடுத்தல்
    யார்க்கெளிது' என்றுமெய் சோர்ந்து விழுந்தான்.

விதுரன் தூது செல்லுதல்

வேறு

115. அண்ணனிடம் விடைபெற்று விதுரன் சென்றான்;
அடவிமலை ஆறெல்லாம் கடந்து போகித்
திண்ணமுறு தடந்தோளும் உளமுங் கொண்டு
திருமலியப் பாண்டவர்தாம் அரசு செய்யும்
வண்ணமுயர் மணிநகரின் மருங்கு செல்வான்,
வழியிடையே நாட்டினுறு வளங்கள் நோக்கி
எண்ணமுற லாகித்தன் இதயத் துள்ளே
இனையபல மொழிகூறி இரங்கு வானால்.

116. 'நீலமுடி தரித்தபல மலைசேர் நாடு,
நீரமுத மெனப்பாய்ந்து நிரம்பும் நாடு,
கோலமுறு பயன்மரங்கள் செறிந்து வாழுங்
குளிர்காவுஞ் சோலைகளும் குலவு நாடு,
ஞாலமெலாம் பசியின்றிக் காத்தல் வல்ல
நன்செய்யும் புன்செய்யும் நலமிக் கோங்கப்
பாலடையும் நறுநெய்யும் தேனு முண்டு
பண்ணவர்போல் மக்களெலாம் பயிலும் நாடு.

117. 'அன்னங்கள் பொற்கமலத் தடத்தி னூர
அளிமுரலக் கிளிமழலை அரற்றக் கேட்போர்
கன்னங்கள் அமுதூறக் குயில்கள் பாடும்
காவினத்து நறுமலரின் கமழைத் தென்றல்
பொன்னங்க மணிமடவார் மாட மீது
புலவிசெயும் போழ்தினிலே போந்து வீச,
வன்னங்கொள் வரைத்தோளார் மகிழ, மாதர்
மையல்விழி தோற்றுவிக்கும் வண்மை நாடு.

118. 'பேரறமும் பெருந்தொழிலும் பிறங்கும் நாடு,
பெண்களெலாம் அரம்பையர்போல் ஒளிரும் நாடு,
வீரமொடு மெய்ஞ்ஞானந் தவங்கள் கல்வி
கேள்விஎனும் இவையெல்லாம் விளங்கும் நாடு,
சோரமுதற் புன்மையெதுந் தோன்றா நாடு,
தொல்லுலகின் முடிமணிபோல் தோன்றும் நாடு,
பாரதர்தந் நாட்டினிலே நாச மெய்தப்
பாவியேன் துணைபுரியும் பான்மை என்னே!'

அடவி – காடு, பண்ணவர் – தேவர், அளி – வண்டு

விதுரனை வரவேற்றல்

வேறு

119. விதுரன் வருஞ்செய்தி தாஞ்செவி யுற்றே,
 வீறுடை ஐவர் உளமகிழ் பூத்துச்
 சதுரங்க சேனை யுடன்பல பரிசும்
 தாளமும் மேளமும் தாங்கொண்டு சென்றே
 எதிர்கொண் டழைத்து, மணிமுடி தாழ்த்தி,
 ஏந்தல் விதுரன் பதமலர் போற்றி,
 மதுர மொழியிற் குசலங்கள் பேசி,
 மன்ன னொடுந்திரு மாளிகை சேர்ந்தார்.

120. குந்தி எனும்பெயர்த் தெய்வதந் தன்னைக்
 கோமகன் கண்டுவ ணங்கிய பின்னர்,
 வெந்திறல் கொண்ட துருபதன் செல்வம்
 வெள்கித் தலைகுனிந் தாங்குவந் தெய்தி,
 அந்தி மயங்க விசும்பிடைத் தோன்றும்
 ஆசைக் கதிர்மதி யன்ன முகத்தை
 மந்திரந் தேர்ந்ததொர் மாமன் அடிக்கண்
 வைத்து வணங்கி வனப்புற நின்றாள்.

121. தங்கப் பதுமை எனவந்து நின்ற
 தையலுக்கு ஐயன்நல் லாசிகள் கூறி
 அங்கம் குளிர்ந்திட வாழ்த்திய பின்னர்,
 ஆங்குவந் துற்ற உறவினர், நண்பர்,
 சிங்க மெனத்திகழ் வீரர், புலவர்,
 சேவகர் யாரொடுஞ் செய்திகள் பேசிப்
 பொங்கு திருவின் நகர்வலம் வந்து
 போழ்து கழிந்திர வாகிய பின்னர்,

வெள்குதல் – நாணுதல், மந்திரம் – ஆலோசனை

விதுரன் அழைத்தல்

122. ஐவர் தமையுந் தனிக்கொண்டு போகி,
ஆங்கொரு செம்பொன் னரங்கி லிருந்தே
'மைவரைத் தோளன், பெரும்புக ழாளன்,
மாமகள் பூமகட் கோர்மண வாளன்,
மெய்வரு கேள்வி மிகுந்த புலவன்,
வேந்தர் பிரான், திரி தாட்டிரக் கோமான்
தெய்வ நலங்கள் சிறந்திட நும்மைச்
சீரொடு நித்தலும் வாழ்கென வாழ்த்தி,

123. 'உங்களுக் கென்னிடம் சொல்லி விடுத்தான்
ஓர்செய்தி; மற்றஃ துரைத்திடக் கேளீர்!
மங்களம் வாய்ந்தநல் அத்தி புரத்தே
வையக மீதில் இணையற்ற தாகத்
தங்கும் எழிற்பெரு மண்டபம் ஒன்று
தம்பியர் சூழ்ந்து சமைத்தனர் கண்டீர்!
அங்கதன் விந்தை யழகினைக் காண
அன்பொடு நும்மை அழைத்தனன் வேந்தன்.

124. 'வேள்விக்கு நாங்கள் அனைவரும் வந்து
மீண்டு பலதின மாயின வேனும்,
வாள்வைக்கு நல்விழி மங்கையொ டேநீர்
வந்தெங்க ளூரில் மறுவிருந் தாட
நாள்வைக்குஞ் சோதிட ராலிது மட்டும்
நாயகன் நும்மை அழைத்திட வில்லை;
கேள்விக் கொருமிதி லாதிப னொத்தோன்
கேடற்ற மாதம் இதுவெனக் கண்டே,

125. 'வந்து விருந்து களித்திட நும்மை
வாழ்த்தி அழைத்தனன், என்னரு மக்காள்!
சந்து கண்டேஅச் சகுனிசொற் கேட்டுத்
தன்மை இழந்த சுயோதன மூடன்
விந்தை பொருந்திய மண்டபத் தும்மை
வெய்யபுன் சூது களித்திடச் செய்யும்
மந்திர மொன்று மனத்திடைக் கொண்டான்;
வன்ம மிதுவும் நுமக்கறி வித்தேன்.'

மந்திரம் – எண்ணம்

தருமபுத்திரன் பதில்

126. என்று விதுரன் இயம்பத் தருமன்
எண்ணங் கலங்கிச் சிலசொல் உரைப்பான்:
'மன்று புனைந்தது கேட்டுமிச் சூதின்
வார்த்தையைக் கேட்டுமிங் கென்றன் மனத்தே
சென்று வருத்தம் உளைகின்ற தையா,
சிந்தையி லையம் விளைகின்ற தையா,
நன்று நமக்கு நினைப்பவ னல்லன்;
நம்ப லரிது சுயோதனன் றன்னை.

127. 'கொல்லக் கருதிச் சுயோதனன் முன்பு
குத்திர மான சதிபல செய்தான்;
சொல்லப் படாதவ னாலெமக் கான
துன்ப மனைத்தையும் நீயறி யாயோ?
வெல்லக் கடவர் எவரென்ற போதும்
வேந்தர்கள் சூதை விரும்பிட லாமோ?
தொல்லைப் படுமென் மனந்தெளி வெய்தச்
சொல்லுதி நீயொரு சூழ்ச்சிஇங்' கென்றான்.

குத்திரம் – வஞ்சகம்

விதுரன் பதில்

வேறு

128. விதுரனுஞ் சொல்லுகிறான் – 'இதை
 விடமெனச் சான்றவர் வெகுளுவர் காண்;
 சதுரெனக் கொள்ளுவரோ? – இதன்
 தாழ்மையெ லாமவர்க் குரைத்து விட்டேன்;
 இதுமிகத் தீதென்றே – அண்ணன்
 எத்தனை சொல்லியு மிளவரசன்
 மதுமிகுத் துண்டவன்போல் – ஒரு
 வார்த்தையை யேபற்றிப் பிதற்றுகி றான்.

129. 'கல்லெனில் இணங்கிவிடும் – அண்ணன்
 காட்டிய நீதிகள் கணக்கில வாம்;
 புல்லனிங் கவற்றையெலாம் – உளம்
 புகுதவொட் டாதுதன் மடமையி னால்
 சல்லியச் சூதினிலே – மனத்
 தளர்வற நின்றிடுந் தகைமைசொன் னேன்;
 சொல்லிய குறிப்பறிந்தே – நலந்
 தோன்றிய வழியினைத் தொடர்க' வென் றான்.

வெகுளுவர் – சினம்கொள்வர், சதுர் – திறம், புல்லன் – அறிவீனன்;
கீழ்மகன், சல்லியம் – மாயவித்தை; நஞ்சு

தருமபுத்திரன் தீர்மானம்

130. தருமனும் இவ்வளவில் – உளத்
தளர்ச்சியை நீக்கியொ ருறுதிகொண் டே
பருமங்கொள் குரலினனாய் – மொழி
பதைத்திட லின்றிஇங் கிவையுரைப் பான்;
'மருமங்கள் எவைசெயினும் – மதி
மருண்டவர் விருந்தறஞ் சிதைத்திடி னும்,
கருமமொன் றேயுளதாம் – நங்கள்
கடனதை நெறிப்படி புரிந்திடு வோம்.

131. 'தந்தையும் வரப்பணித்தான் – சிறு
தந்தையுந் தூதுவந்து அதையுரைத் தான்;
சிந்தையொன் றினியில்லை – எது
சேரினும் நலமெனத் தெளிந்துவிட் டேன்.
முந்தையச் சிலைராமன் – செய்த
முடிவினை நம்மவர் மறுப்பது வோ?
நொந்தது செயமாட்டோம் – பழ
நூலினுக் கிணங்கிய நெறிசெலு வோம்.

132. 'ஐம்பெருங் குரவோர்தாம் – தரும்
ஆணையைக் கடப்பது மறநெறி யோ?
வெம்பெரு மதயானை – பரி
வியன்றேர் ஆளுடன் இருதினத் தில்
பைம்பொழில் அத்திநகர் – செலும்
பயணத்திற் குரியன புரிந்திடு வாய்,
மொய்ம்புடை விறல்வீமா!' – என
மொழிந்தனன் அறநெறி முழுதுணர்ந் தான்.

பருமம் – பருமை (கனம்), சிலை – வில், மொய்ம்பு – வலிமை

வீமனுடைய வீரப்பேச்சு

133. வீமனும் திகைத்துவிட் டான் – இள
 விசயனை நோக்கிஇங் கிதுசொலு வான்:
'மாமனும் மருமகனுமா – நமை
 யழித்திடக் கருதிஇவ் வழிதொடர்ந் தார்.
தாமதஞ் செய்வோமோ? – செலத்
 தகுந்தகு' மெனவிடி யுறநகைத் தான்;
'கோமகன் உரைப்படியே – படை
 கொண்டுசெல் வோமொரு தடையிலை காண்!

134. 'நெடுநாட் பகைகண்டாய் இந்த
 நினைவினில் யான்கழித் தனபல நாள்;
கெடுநாள் வருமளவும் – ஒரு
 கிருமியை யழிப்பவ ருலகிலுண் டோ?
படுநாட் குறியன்றோ – இந்தப்
 பாதகம் நினைப்பவர் நினைத்தது தான்!
விடுநாண் கோத்திடடா – தம்பி,
 வில்லினுக் கிரைமிக விளையுத டா.

135. 'போரிடச் செல்வமடா – மகன்
 புலைமையுந் தந்தையின் புலமைக ளும்
யாரிடம் அவிழ்க்கின்றார்? – இதை
 எத்தனை நாள்வரை பொறுத்திருப் போம்?
பாரிடத் திவரொடுநாம் – எனப்
 பகுதியிவ் விரண்டிற்கும் காலமொன் றில்
நேரிட வாழ்வுண்டோ? – இரு
 நெருப்பினுக் கிடையினி லொருவிற கோ?'

தருமபுத்திரன் முடிவுரை

வேறு

136\. வீம னுரைத்தது போலவே – உளம்
வெம்பி நெடுவில் விசயனும் – அங்கு
காமனும் சாமனும் ஒப்பவே – நின்ற
காளை இளைஞர் இருவரும் – செய்ய
தாமரைக் கண்ணன் யுதிட்டிரன் – சொல்லைத்
தட்டிப் பணிவொடு பேசினார் – தவ
நேமந் தவறலும் உண்டுகாண் – நரர்
நெஞ்சம் கொதித்திடு போழ்திலே.

137\. அன்பும் பணிவும் உருக்கொண்டோர் – அணு
வாயினும் தன்சொல் வழாதவர் – அங்கு
வன்பு மொழிசொலக் கேட்டனன் – அற
மன்னவன் புன்னகை பூத்தனன் – 'அட!
முன்பு சுயோதனன் செய்ததும் – இன்று
மூண்டிருக் குங்கொடுங் கோலமும் – இதன்
பின்பு விளைவதும் தேர்ந்துளேன் – எனைப்
பித்தனென் றெண்ணி உரைத்திட்டீர்!

138\. 'கைப்பிடி கொண்டு சுழற்றுவோன் – தன்
கணக்கிற் சுழன்றிடும் சக்கரம் – அது
தப்பி மிகையுங் குறையுமாச் – சுற்றும்
தன்மை அதற்குள தாகுமோ? – இதை
ஒப்பிட லாகும் புவியின்மேல் – என்றும்
உள்ள உயிர்களின் வாழ்விற்கே – ஒரு
செப்பிடு வித்தையைப் போலவே – புவிச்
செய்திகள் தோன்றிடு மாயினும்,

139\. 'இங்கிவை யாவுந் தவறிலா – விதி
யேற்று நடக்குஞ் செயல்களாம் – முடி
வெங்கணு மின்றி யெவற்றினும் – என்றும்
ஏறி இடையின்றிச் செல்வதாம் – ஒரு
சங்கிலி யொக்கும் விதிகண்டீர் – வெறுஞ்
சாத்திர மன்றிது சத்தியம் – நின்று

மங்கியொர் நாளில் அழிவதாம் – நங்கள்
வாழ்க்கை இதனைக் கடந்ததோ?

140. ‘தோன்றி யழிவது வாழ்க்கைதான் – இங்கு
துன்பத்தொ டின்பம் வெறுமையாம் – இவை
மூன்றில் எதுவரு மாயினும் – களி
மூழ்கி நடத்தல் முறைகண்டோர் – நெஞ்சில்
ஊன்றிய கொள்கை தழைப்பரே – துன்பம்
உற்றிடு மென்பதொர் அச்சத்தால்? – விதி
போன்று நடக்கும் உலகென்றே – கடன்
போற்றி யொழுகுவர் சான்றவர்.

141. சேற்றி லுழலும் புழுவிற்கும் – புவிச்
செல்வ முடைய அரசர்க்கும் – பிச்சை
ஏற்றுடல் காத்திடும் ஏழைக்கும் – உயிர்
எத்தனை உண்டவை யாவிற்கும் – நித்தம்
ஆற்றுதற் குள்ள கடமைதான் – முன்வந்து
அவ்வக் கணந்தொறும் நிற்குமால் – அது
தோற்றும் பொழுதிற் புரிகுவார் – பல
சூழ்ந்து கடமை அழிப்பரோ?

142. யாவருக் கும்பொது வாயினும் – சிறப்
பென்பர் அரசர் குலத்திற்கே – உயர்
தேவரை யொப்பமுன் னோர்தமைத் – தங்கள்
சிந்தையிற் கொண்டு பணிகுதல் – தந்தை
ஏவலை மைந்தர் புரிதற்கே – வில்
இராமன் கதையையுங் காட்டினேன் – புவிக்
காவலர் தம்மிற் சிறந்தநீர் – இன்று
கர்மம் பிழைத்திடு வீர் கொலோ?’

நால்வரும் சம்மதித்தல்

வேறு

143\. என்றினைய நீதிபல தரும ராசன்
எடுத்துரைப்ப, இளைஞர்களும் தம்கை கூப்பிக்
'குன்றினிலே யேற்றிவைத்த விளக்கைப் போலக்
குவலயத்திற் கறங்காட்டத் தோன்றி னாய்நீ!
வென்றிபெருந் திருவடியாய், நினது சொல்லை
மீறிஒரு செயலுண்டோ? ஆண்டான் ஆணை
யன்றிஅடி யார்தமக்குக் கடன்வே றுண்டோ?
ஐயனே, பாண்டவர்தம் ஆவி நீயே!

144\. 'துன்பமுறும் எமக்கென்றே எண்ணி நின்வாய்ச்
சொல்லைமறுத் துரைத்தோமோ? நின்பா லுள்ள
அன்புமிகை யாலன்றோ திருவு ளத்தின்
ஆக்கினையை யெதிர்த்துரைத்தோம் அறிவில் லாமல்!
மன்பதையின் உளச்செயல்கள் தெளியக் காணும்
மன்னவனே! மற்றிதுநீ யறியா தொன்றோ?
வன்புமொழி பொறுத்தருள்வாய், வாழி! நின்சொல்
வழிச்செல்வோம்' எனக்கூறி வணங்கிச் சென்றார்.

இளைஞர் – இளையோர், ஆக்கினை – கட்டளை

பாண்டவர் பயணமாதல்

145. ஆங்கதன்பின் மூன்றாம்நாள் இளைஞ ரோடும்
அணியிழையப் பாஞ்சாலர் விளக்கி னோடும்
பாங்கினுறு பரிசனங்கள் பலவி னோடும்
படையினொடும் இசையினொடும் பயண மாகித்
தீங்கதனைக் கருதாத தருமக் கோமான்
திருநகர்விட் டகல்கின்றான் தீயோர் ஊர்க்கே!
நீங்கிஅகன் றிடலாகுந் தன்மை யுண்டோ,
நெடுங்கரத்து விதிகாட்டும் நெறியி னின்றே?

146. நரிவகுத்த வலையினிலே தெரிந்து சிங்கம்
நழுவிவிழும், சிற்றெறும்பால் யானை சாகும்,
வரிவகுத்த உடற்புலியைப் புழுவுங் கொல்லும்,
வருங்கால முணர்வோரும் மயங்கி நிற்பார்,
கிரிவகுத்த ஓடையிலே மிதந்து செல்லும்;
கீழ்மேலாம் மேல்கீழாங் கிழக்கு மேற்காம்,
புரிவகுத்த முந்நூலார் புலையர் தம்மைப்
போற்றிடுவர், விதிவகுத்த போழ்தி னன்றே.

மாலை வருணனை

147. மாலைப்போ தாதலுமே, மன்னன் சேனை
வழியிடைஓர் பூம்பொழிலின் அமர்ந்த காலை,
சேலைப்போல் விழியாளைப் பார்த்தன் கொண்டு
சென்றாங்கோர் தனியிடத்தே பசும்புல் மேட்டில்
மேலைப்போம் பரிதியினைத் தொழுது கண்டான்;
மெல்லியலும் அவன்தொடைமேல் மெல்லச் சாய்ந்து
பாலைப்போல் மொழிபிதற்ற அவளை நோக்கிப்
பார்த்தனும் அப்பரிதியெழில் விளக்கு கின்றான்.

148. 'பாரடியோ! வானத்திற் புதுமை யெல்லாம்,
பண்மொழீ! கணந்தோறும் மாறி மாறி
ஓரடிமற் றோரடியோ டொத்த லின்றி
உவகையுற நவநவமாத் தோன்றுங் காட்சி;
யாரடிஇங் கிவைபோலப் புவியின் மீதே
எண்ணரிய பொருள்கொடுத்தும் இயற்ற வல்லார்?
சீரடியாற் பழவேத முனிவர் போற்றுஞ்
செழுஞ்சோதி வனப்பையெலாஞ் சேரக் காண்பாய்.

149. 'கணந்தோறும் வியப்புக்கள் புதிய தோன்றும்!
கணந்தோறும் வெவ்வேறு கனவு தோன்றும்!
கணந்தோறும் நவநவமாம் களிப்புத் தோன்றும்!
கருதிடவும் சொல்லிடவும் எளிதோ? அங்கே,
கணந்தோறு மொருபுதிய வண்ணங் காட்டிக்
காளிபரா சத்தியவள் களிக்குங் கோலம்,
கணந்தோறும் அவள்பிறப்பாள் என்று மேலோர்
கருதுவதன் விளக்கத்தை இங்கு காண்பாய்.

150. 'அடிவானத் தேஅங்கு பரிதிக் கோளம்
அளப்பரிய விரைவினொடு சுழலக் காண்பாய்;
இடிவானத் தொளிமின்னல் பத்துக் கோடி
எடுத்தவற்றை யொன்றுபட உருக்கி வார்த்து,
முடிவான வட்டத்தைக் காளி ஆங்கே,
மொய்குழலாய் சுழற்றுவதன் மொய்ம்பு காணாய்!
வடிவான தொன்றாகத் தகடி ரண்டு
வட்டமுறச் சுழலுவதை வளைந்து காண்பாய்.

151. ‘அமைதியொடு பார்த்திடுவாய் மின்னே, பின்னே
அசைவுறுமோர் மின்செய்த வட்டு! முன்னே
சமையுமொரு பச்சைநிற வட்டங் காண்பாய்;
தரணியிலிங் கிதுபோலோர் பசுமை யுண்டோ?
இமைகுவிய மின்வட்டின் வயிரக் கால்கள்
எண்ணில்லா திடையிடையே யெழுதல் காண்பாய்;
உமைகவிதை செய்கின்றாள், எழுந்து நின்றே
உரைத்திடுவோம், “பல்லாண்டு வாழ்க” என்றே!

வேறு

152.‘பார்! சுடர்ப் பரிதியைச் சூழவே படர்முகில்
எத்தனை தீப்பட் டெரிவன! ஓகோ!
என்னடீ யிந்த வன்னத் தியல்புகள்!
எத்தனை வடிவம்! எத்தனை கலவை!
தீயின் குழம்புகள்! – செழும்பொன் காய்ச்சி
விட்ட ஓடைகள்! வெம்மைதோன் றாமே
எரிந்திடுந் தங்கத் தீவுகள்! – பாரடீ!
நீலப் பொய்கைகள்! – அடடா, நீல
வன்ன மொன்றி லெத்தனை வகையடீ!
எத்தனை செம்மை! பசுமையுங் கருமையும்
எத்தனை! – கரிய பெரும்பெரும் பூதம்!
நீலப் பொய்கையில் மிதந்திடுந் தங்கத்
தோணிகள், சுடரொளிப் பொற்கரை யிட்ட
கருஞ்சிக ரங்கள்! காணடி, ஆங்கு
தங்கத் திமிங்கிலந் தாம்பல மிதக்கும்
இருட்கடல்! – ஆஹா! எங்குநோக் கிடினும்
ஒளித்திரள்! ஒளித்திரள்! வன்னக் களஞ்சியம்!

வேறு

153.‘செங்கதிர்த் தேவன் சிறந்த ஒளியினைத்
தேர்கின்றோம் – அவன்
எங்கள றிவினைத் தூண்டி நடத்துக’
என்பதோர் – நல்ல
மங்களம் வாய்ந்த சுருதி மொழிகொண்டு
வாழ்த்தியே – இவர்
தங்களி னங்களி ருந்த பொழிலிடைச்
சார்ந்தனர் – பின்னர்

அங்கவ் விரவு கழிந்திட வைகறை
                              யாதலும் – மன்னர்
பொங்கு கடலொத்த சேனைக ளோடு
                              புறப்பட்டே – வழி
எங்குந் திகழும் இயற்கையின் காட்சியில்
                              இன்புற்றே – கதிர்
மங்கிடு முன்னொளி மங்கு நகரிடை வந்துற்றார்.

துரியோதனன் சூழ்ச்சிச் சருக்கம் நிறைந்தது

'செங்கதிர்த்தேவன் சிறந்த ஒளியினைத் தேர்கின்றோம் – அவன் எங்களறிவினைத் தூண்டி நடத்துக' – இது 'தத் ஸவிதுர்வரேண்யம்' என்று தொடங்கும் காயத்ரி மந்திரத்தின் தமிழ்மொழிபெயர்ப்பு (பாரதியார்)

2. சூதாட்டச் சருக்கம்

வாணியை வேண்டுதல்

154. தெளிவுறவே அறிந்திடுதல், தெளிவுதர மொழிந்திடுதல்;
சிந்திப் பார்க்கே
களிவளர உள்ளத்தில் ஆனந்தக் கனவுபல காட்டல்,
கண்ணீர்த்
துளிவரவுள் ளுருக்குதல், இங் கிவையெல்லாம் நீயருளும்
தொழில்க ளன்றோ?
ஒளிவளருந் தமிழ்வாணீ, அடியனேற் கிவையனைத்தும்
உதவுவாயே.

பாண்டவர் வரவேற்பு

155. அத்தின மாநக ரத்தினில் வந்தனர்
 ஆரியப் பாண்டவர் என்றது கேட்டலும்,
 தத்தி யெழுந்தன எண்ணருங் கூட்டங்கள்;
 சந்திகள், வீதிகள், சாலைகள், சோலைகள்
 எத்திசை நோக்கினும் மாந்தர் நிறைந்தனர்;
 இத்தனை மக்களும் எங்கண் இருந்தனர்
 இத்தின மட்டும் எனவியப் பெய்துற
 எள்ளும் விழற்கிட மின்றி யிருந்தார்.

156. மந்திர கீதம் முழக்கினர் பார்ப்பனர்;
 வன்தடந் தோள்கொட்டி ஆர்த்தனர் மன்னவர்;
 வெந்திறல் யானையுந் தேருங் குதிரையும்
 வீதிகள் தோறும் ஒலிமிகச் செய்தன;
 வந்தியர் பாடினர், வேசைய ராடினர்;
 வாத்தியங் கோடி வகையி னொலித்தன;
 செந்திரு வாழும் நகரினில் அத்தினம்
 சேர்ந்த வொலியைச் சிறிதென லாமோ?

157. வாலிகன் தந்ததொர் தேர்மிசை ஏறிஅம்
 மன்னன் யுதிட்டிரன் தம்பியர் மாதர்கள்
 நாலிய லாம்படை யோடு நகரிடை
 நல்ல பவனி யெழுந்த பொழுதினில்,
 சேலியல் கண்ணியர் பொன்விளக் கேந்திடச்
 சீரிய பார்ப்பனர் கும்பங்கள் ஏந்திடக்
 கோலிய பூமழை பெய்திடத் தோரணங்
 கொஞ்ச நகரெழில் கூடிய தன்றே.

வேறு

158. மன்னவன் கோயிலிலே – இவர்
 வந்து புகுந்தனர் வரிசையொ டே,
 பொன்னரங் கினிலிருந்தான் – கண்ணில்
 புலவனைப் போய்நின்று போற்றிய பின்,

கண்ணில் புலவன் – திருதராட்டிரன்

அன்னவன் ஆசிகொண்டே – உயர்
ஆரிய வீட்டுமன் அடிவணங் கி,
வின்னய முணர்கிருபன் – புகழ்
வீரத் துரோணன்அங் கவன்புதல் வன்

159. மற்றுள பெரியோர்கள் – தமை
வாழ்த்தியுள் ளன்பொடு வணங்கிநின் றார்;
கொற்றமிக் குயர்கன்னன் – பணிக்
கொடியோன் இளையவர் சகுனியொ டும்
பொற்றடந் தோள்சருவப் – பெரும்
புகழினர் தழுவினர் மகிழ்ச்சிகொண் டார்;
நற்றவக் காந்தாரி – முதல்
நாரியர் தமைமுறைப் படிதொழு தார்.

160. குந்தியும் இளங்கொடியும் – வந்து
கூடிய மாதர்தம் மொடுகுல வி
முந்திய கதைகள்சொல்லி – அன்பு
மூண்டுரை யாடிப்பின் பிரிந்துவிட் டார்
அந்தியும் புகுந்ததுவால் – பின்னர்
ஐவரு முடல்வலித் தொழில்முடித் தே
சந்தியுஞ் சபங்களுஞ்செய் – தங்கு
சாருமின் னுணவமு துண்டதன் பின்,

161. சந்தன மலர்புனைந்தே – இளந்
தையலர் வீணைகொண் டுயிருருக் கி
விந்தைகொள் பாட்டிசைப்ப – அதை
விழைவொடு கேட்டனர் துயில்புரிந் தார்;
வந்ததொர் துன்பத்தினை – அங்கு
மடித்திட லன்றிப்பின் வருந்துயர்க் கே
சிந்தனை யுழல்வாரோ? – உளச்
சிதைவின்மை ஆரியர் சிறப்பன் றோ?

வின்னயம் – வில்வித்தை, யுத்த சாஸ்திரம் (பாரதியார்),
பணிக்கொடியோன் – துரியோதனன், நாரியர் – பெண்கள்,
இளங்கொடி – பாஞ்சாலி

பாண்டவர் சபைக்கு வருதல்

162. பாணர்கள் துதிகூற – இளம்
பகலவன் எழுமுனர்த் துயிலெழுந் தார்;
தோணலத் திணையில்லார் – தெய்வந்
துதித்தனர்; செய்யபொற் பட்டணிந் து
பூணணிந் தாயுதங்கள் – பல
பூண்டுபொற் சபையிடைப் போந்தன ரால்;
நாணமில் கவுரவரும் – தங்கள்
நாயக னொடுமங்கு வீற்றிருந் தார்.

163. வீட்டுமன் தானிருந்தான் – அற
விதுரனும் பார்ப்பனக் குரவர்க ளும்
நாட்டுமந் திரிமாரும் – பிற
நாட்டினர் பலபல மன்னர்க ளும்
கேட்டினுக் கிரையாவான் – மதி
கெடுந்துரி யோதனன் கிளையின ரும்
மாட்டுறு நண்பர்களும் – அந்த
வான்பெருஞ் சபையிடை வயங்கிநின் றார்.

தோணலம் – தோள்நலம் (வலிமை), வயங்கி – விளங்கி

சூதுக்கு அழைத்தல்

164\. புன்றொழிற் கவறதனில் – இந்தப்
புவிமிசை யிணையிலை எனும்புக ழான்,
நன்றறி யாச்சகுனி – சபை
நடுவினி லேறெனக் களித்திருந் தான்;
வென்றி கொள் பெருஞ்சூதர் – அந்த
விவிஞ்சதி சித்திர சேனனு டன்
குன்றுசத் தியவிரதன் – இகழ்
கூர்புரு மித்திரன் சயனென் பார்

165\. சாலவும் அஞ்சுதரும் – கெட்ட
சதிக்குணத் தார்பல மாயம்வல் லோர்
கோலநற் சபைதனிலே – வந்து
கொக்கரித் தார்ப்பரித் திருந்தன ரால்;
மேலவர் தமைவணங்கி – அந்த
வெந்திறற் பாண்டவர் இளைஞர்த மை
ஆலமுற் றிடத்தழுவி – செம்பொன்
ஆதனத் தமர்ந்தவப் பொழுதினி லே,

166\. சொல்லுகின் றான்சகுனி – ‘அறத்
தோன்றலுன் வரவினைக் காத்துளர் காண்
மல்லுறு தடந்தோளார் – இந்த
மன்னவ ரனைவரும் நெடும்பொழு தாய்;
வில்லுறு போர்த்தொழிலாற் – புவி
வென்றுநங் குலத்தினை மேம்படுத் தீர்!
வல்லுறு சூதெனும்போர் – தனில்
வலிமைகள் பார்க்குதும் வருதி’என் றான்.

கவறு – தாயக்கட்டை (சூதாட்டம்), விவிஞ்சதி, சித்திரசேனன், புருமித்திரன், சயன் – இவர்கள் நால்வரும் துரியோதனன் சபையில் சகுனியுடனிருந்த சூதர்கள், ஆலமுற்றிடத்தழுவி – மார்புறத்தழுவி (பாரதியார்), அறத்தோன்றல் – தருமபுத்திரனே என்னும் விளி (பாரதியார்)

தருமன் மறுத்தல்

167. தருமனங் கிவைசொல்வான் – 'ஐய!
    சதியுறு சூதினுக் கெனையழைத் தாய்;
பெருமையிங் கிதிலுண்டோ? – அறப்
    பெற்றியுண்டோ? மறப்பீடுள தோ?
வருமம்நின் மனத்துடையாய்! – எங்கள்
    வாழ்வினை யுகந்திலை எனலறி வேன்;
இருமையுங் கெடுப்பதுவாம் – இந்த
    இழிதொழி லாலெமை அழித்தலுற் றாய்.'

வருமம் – வன்மம், இருமை – இகம், பரம் என்னும் இரண்டின் வாழ்வு
(பாரதியார்)

சகுனியின் ஏச்சு

168. கலகல வெனச்சிரித்தான் – பழிக்
கவற்றையொர் சாத்திர மெனப்பயின் றோன்,
'பலபல மொழிகுவதேன் – உனைப்
பார்த்திவன் என்றெ(ண்)ணி அழைத்துவிட் டேன்,
"நிலமுழு தாட்கொண்டாய் – தனி
நீ" எனப் பலர்சொலக் கேட்டத னால்,
சிலபொருள் விளையாட்டிற் – செலுஞ்
செலவினுக் கழிகலை யெனநினைந் தேன்.

169. 'பாரத மண்டலத்தார் – தங்கள்
பதியொரு பிசுனனென் றறிவே னோ?
சோரமிங் கிதிலுண்டோ? – தொழில்
சூதெனி லாடுநர் அரசரன் றோ?
மாரத வீரர்முன்னே – நடு
மண்டபத் தே, பட்டப் பகலினி லே,
சூர சிகாமணியே – நின்றன்
சொத்தினைத் திருடுவ மெனுங்கருத் தோ?

170. 'அச்சமிங் கிதில்வேண்டா – விரைந்
தாடுவம் நெடும்பொழு தாயின தால்;
கச்சையொர் நாழிகையா – நல்ல
காயுடன் விரித்திங்கு கிடந்திடல் காண்!
நிச்சயம் நீவெல்வாய் – வெற்றி
நினக்கியல் பாயின தறியா யோ?
நிச்சயம் நீவெல்வாய் – பல
நினைகுவ தேன்? களி தொடங்குக'என் றான்.

செலவினுக்கு அழிகலை – செலவுக்கு நெஞ்சழிய மாட்டாய் (பாரதியார்), பிசுனன் – உலோபி (பாரதியார்)

தருமனின் பதில்

வேறு

171\. தோல்வி லைக்குப் பசுவினைக் கொல்லும்
துட்ட னிவ்வுரை கூறுதல் கேட்டே,
நூல்வி லக்கிய செய்கைக ளஞ்சும்
நோன்பி னோனுளம் நொந்திவை கூறும்:
'தேவ லப்பெயர் மாமுனி வோனும்
செய்ய கேள்வி அசிதனும் முன்னர்
காவ லர்க்கு விதித்த தந்நூலிற்
கவறு நஞ்செனக் கூறினர் கண்டாய்!

172\. 'வஞ்ச கத்தினில் வெற்றியை வேண்டார்,
மாயச் சூதைப் பழியெனக் கொள்வார்,
அஞ்ச லின்றிச் சமர்க்களத் தேறி
ஆக்கும் வெற்றி யதனை மதிப்பார்,
துஞ்ச னேரினுந் தூயசொல் லன்றிச்
சொல்மி லேச்சரைப் போலென்றுஞ் சொல்லார்
மிஞ்சு சீர்த்திகொள் பாரத நாட்டில்
மேவும் ஆரிய ரென்றனர் மேலோர்.

173\. 'ஆத லாலிந்தச் சூதினை வேண்டேன்!
ஐய, செல்வம் பெருமை இவற்றின்
காத லாலர சாற்றுவ னல்லேன்;
காழ்த்த நல்லறம் ஓங்கவும் ஆங்கே
ஓத லானும் உணர்த்துத லானும்
உண்மை சான்ற கலைத்தொகை யாவும்
சாத லின்றி வளர்ந்திடு மாறும்,
சகுனி, யான்அர சாளுதல் கண்டாய்!

174\. 'என்னை வஞ்சித்தென் செல்வத்தைக் கொள்வோர்
என்ற னக்கிடர் செய்பவ ரல்லர்;
முன்னை நின்றதொர் நான்மறை கொல்வார்,
மூது ணர்விற் கலைத்தொகை மாய்ப்பார்,
பின்னை யென்னுயிர்ப் பாரத நாட்டில்
பீடை செய்யுங் கலியை யழைப்பார்.
நின்னை மிக்க பணிவொடு கேட்பேன்:
நெஞ்சிற் கொள்கையை நீக்குதி' என்றான்.

செய்ய – சிறந்த, துஞ்ச – இறக்க, சீர்த்தி – மிகுபுகழ்

சகுனி வல்லுக்கு அழைத்தல்

வேறு

175. 'சாத்திரம் பேசுகின் றாய்' – எனத்
தழல்படு விழியொடு சகுனிசொல் வான்:
'கோத்திரக் குலமன்னர் – பிறர்
குறைபடத் தம்புகழ் கூறுவ ரோ?
நாத்திரன் மிகவுடையாய் – எனில்
நம்மவர் காத்திடும் பழவழக் கை
மாத்திரம் மறந்துவிட்டாய் – மன்னர்
வல்லினுக் கழைத்திடில் மறுப்ப துண்டோ?

176. 'தேர்ந்தவன் வென்றிடு வான் – தொழில்
தேர்ச்சியில் லாதவன் தோற்றிடு வான்;
நேர்ந்திடும் வாட்போ ரில் – குத்து
நெறியறிந் தவன்வெலப் பிறனழி வான்;
ஓர்ந்திடு சாத்திரப் போர் – தனில்
உணர்ந்தவன் வென்றிட உணரா தான்
சோர்ந்தழி வெய்திடு வான் – இவை
சூதென்றும் சதியென்றும் சொல்வா ரோ?

177. 'வல்லவன் வென்றிடு வான் – தொழில்
வன்மை இலாதவன் தோற்றிடு வான்;
நல்லவ னல்லா தான் – என
நாணமி லார்சொலுங் கதைவேண் டா;
வல்லமர் செய்திட வே – இந்த
மன்னர்முன் னேநினை அழைத்துவிட் டேன்;
சொல்லுக வருவதுண் டேல் – மனத்
துணிவிலை யேல்அதுஞ் சொல்லுக' என்றான்.

திரன் – திறன், வல் – சூது (பாரதியார்), வல்லமர் – சூதுப்போர் (பாரதியார்)

தருமன் இணங்குதல்

வேறு

178. வெய்ய தான விதியை நினைந்தான்
விலக்கொ ணாதறம் என்ப துணர்ந்தோன்;
பொய்ய தாகுஞ் சிறுவழக் கொன்றைப்
புலனி லாதவர் தம்முடம் பாட்டை
ஐயன் நெஞ்சில் அறமெனக் கொண்டான்.
ஐய கோ! அந்த நாண்முத லாகத்
துய்ய சிந்தைய ரெத்தனை மக்கள்
துன்ப மிவ்வகை யெய்தினர் அம்மா!

179. முன்பி ருந்ததொர் காரணத் தாலே,
மூடரே, பொய்யை மெய்யென லாமோ?
முன்பெ னச்சொலுங் கால மதற்கு
மூடரே, யொர் வரையறை யுண்டோ?
முன்பெ னச்சொலி நேற்றுமுன் பேயாம்;
மூன்று கோடி வருடமும் முன்பே;
முன்பி ருந்தெண்ணி லாது புவிமேல்
மொய்த்த மக்க ளெலாம்முனி வோரோ?

180. நீர்பி றக்குமுன் பார்மிசை மூடர்
நேர்ந்த தில்லை யெனநினைந் தீரோ?
பார்பி றந்தது தொட்டின்று மட்டும்,
பலப லப்பல பற்பல கோடி
கார்பி றக்கும் மழைத்துளி போலே
கண்ட மக்க ளனைவருள் ளேயும்,
நீர்பி றப்பதன் முன்பு மடமை
நீசத் தன்மை இருந்தன வன்றோ?

181. பொய்யொ ழுக்கை அறமென்று கொண்டும்,
பொய்யர் கேலியைச் சாத்திர மென்றும்,
ஐயகோ! நங்கள் பாரத நாட்டில்
அறிவி லாரறப் பற்றுமிக் குள்ளோர்

வெய்யது – பொல்லாதது, நாண் – நாள், மடமை – அறிவின்மை, நீசத்தன்மை – இழிதன்மை

நொய்ய ராகி அழிந்தவர் கோடி.
நூல்வ கைபல தேர்ந்து தெளிந்தோன்
மெய்ய றிந்தவர் தம்மு ளுயர்ந்தோன்
விதியி னாலத் தருமனும் வீழ்ந்தான்.

182. மதியி னும்விதி தான்பெரி தன்றோ?
வையம் மீதுள வாகு மவற்றுள்
விதியி னும்பெரி தோர்பொரு ளுண்டோ?
மேலை நாம்செயுங் கர்மமல் லாதே,
நதியி லுள்ள சிறுகுழி தன்னில்
நான்கு திக்கி லிருந்தும் பன்மாசு
பதியு மாறு பிறர்செயுங் கர்மப்
பயனும் நம்மை யடைவதுண் டன்றோ?

சூதாடல்

வேறு

183. மாயச் சூதி னுக்கே – ஐயன்
 மனமி ணங்கி விட்டான்;
 தாய முருட்ட லானார் – அங்கே
 சகுனி ஆர்ப்ப ரித்தான்;
 நேய முற்ற விதுரன் – போலே
 நெறியு ளோர்க ளெல்லாம்
 வாயை மூடிவிட்டார் – தங்கள்
 மதிம யங்கி விட்டார்.

184. அந்த வேளை யதனில் – ஐவர்க்
 கதிபன் இஃது ரைப்பான்:
 'பந்த யங்கள் சொல்வாய் – சகுனி
 பரப ரத்தி டாதே!
 விந்தை யான செல்வம் – கொண்ட
 வேந்த ரோடு நீதான்
 வந்தெ திர்த்து விட்டாய் – எதிரே
 வைக்க நிதிய முண்டோ?'

185. தருமன் வார்த்தை கேட்டே – துரியோ
 தனனெ ழுந்து சொல்வான்:
 'அருமை யான செல்வம் – என்பால்
 அளவி லாத துண்டு;
 ஒரும டங்கு வைத்தால் – எதிரே
 ஒன்ப தாக வைப்பேன்;
 பெருமை சொல்ல வேண்டா – ஐயா,
 பின்ன டக்குக' என்றான்.

186. 'ஒருவ னாடப் பணயம் – வேறே
 ஒருவன் வைப்ப துண்டோ?
 தரும மாகு மோடா – சொல்வாய்
 தம்பி இந்த வார்த்தை?'

பின்னடக்குக – மேலே விளையாட்டு நடக்குக (பாரதியார்)

‘வரும மில்லை ஐயா – இங்கு
மாம னாடப் பணயம்
மருகன் வைக்கொ ணாதோ? – இதிலே
வந்த குற்ற மேதோ?’

187. ‘பொழுது போக்கு தற்கே – சூதுப்
போர்தொ டங்கு கின்றோம்;
அழுத லேனி தற்கே’ என்றே
அங்கர் கோன் நகைத்தான்.
‘பழுதி ருப்ப தெல்லாம் – இங்கே
பார்த்தி வர்க்கு ரைத்தேன்;
முழுது மிங்கி தற்கே – பின்னர்
முடிவு காண்பிர்’ என்றான்.

188. ஒளிசி றந்த மணியின் – மாலை
ஒன்றை அங்கு வைத்தான்;
களிமி குந்த பகைவன் – எதிரே
கனத னங்கள் சொன்னான்;
விழியி மைக்கு முன்னே – மாமன்
வென்று தீர்த்து விட்டான்;
பழியி லாத தருமன் – பின்னும்
பந்த யங்கள் சொல்வான்:

189. ‘ஆயி ரங்கு டம்பொன் – வைத்தே
ஆடு வோ’மிது என்றான்;
மாயம் வல்ல மாமன் – அதனை
வசம தாக்கி விட்டான்.
‘பாயு மாவோ ரெட்டில் – செல்லும்
பார மான பொற்றேர்.’
தாய முருட்ட லானார் – அங்கே
சகுனி வென்று விட்டான்.

190. ‘இளைய ரான மாதர் – செம்பொன்
எழிலி ணைந்த வடிவும்
வளைய ணிந்த தோளும் – மாலை
மணிகு லுங்கு மார்பும்

வருமம் – வன்மம், அங்கர்கோன் – கர்ணன்

விளையு மின்ப நூல்கள் – தம்மில்
மிக்க தேர்ச்சி யோடு
களையி லங்கு முகமும் – சாயற்
கவினும் நன்கு கொண்டோர்,

191. 'ஆயி ரக்க ணக்கா – ஐவர்க்
கடிமை செய்து வாழ்வோர்.'
தாய முருட்ட லானார் – அந்தச்
சகுனி வென்று விட்டான்.
ஆயி ரங்க ளாவார் – செம்பொன்
அணிகள் பூண்டி ருப்பார்
தூயி ழைப்பொ னாடை – சுற்றுந்
தொண்டர் தம்மை வைத்தான்.

192. சோர னங்க வற்றை – வார்த்தை
சொல்லு முன்னர் வென்றான்.
தீர மிக்க தருமன் – உள்ளத்
திடன ழிந்தி டாதே,
'நீரை யுண்ட மேகம் – போலே
நிற்கு மாயி ரங்கள்
வார ணங்கள் கண்டாய் – போரில்
மறலி யொத்து மோதும்'

193. என்று வைத்த பணயந் – தன்னை
இழிஞன் வென்று விட்டான்;
வென்றி மிக்க படைகள் – பின்னர்
வேந்தன் வைத்தி ழந்தான்;
நன்றி ழைத்த தேர்கள் – போரின்
நடையு ணர்ந்த பாகர்
என்றி வற்றை யெல்லாம் – தருமன்
ஈடு வைத்தி ழந்தான்.

194. எண்ணி லாத கண்டீர் – புவியில்
இணையி லாத வாகும்
வண்ண முள்ள பரிகள் – தம்மை
வைத்தி ழந்து விட்டான்;

சோரன் – திருடன், வாரணம் – யானை, மறலி – எமன்

நண்ணு பொற்க டாரந் – தம்மில்
நாலு கோடி வைத்தான்;
கண்ணி ழுப்ப வன்போல் – அவைஓர்
கணமி ழந்து விட்டான்.

195. மாடி ழந்து விட்டான் – தருமன்
மந்தை மந்தை யாக;
ஆடி ழந்து விட்டான் – தருமன்
ஆளி ழந்து விட்டான்;
பீடி ழந்த சகுனி – அங்கு
பின்னுஞ் சொல்லு கின்றான்,
'நாடி ழக்க வில்லை – தருமா!
நாட்டை வைத்திடு' என்றான்.

நாட்டை வைத்தாடுதல்

வேறு

196. ‘ஐய கோ!இதை யாதெனச் சொல்வோம்?
அரச ரானவர் செய்குவ தொன்றோ?
மெய்ய தாகவொர் மண்டலத் தாட்சி
வென்று சூதினி லாளுங் கருத்தோ?
வைய மிஃது பொறுத்திடு மோ? மேல்
வான்பொ றுத்திடு மோ? பழி மக்காள்!
துய்ய சீர்த்தி மதிக்குல மோ நாம்?
தூ!’ வென் றெள்ளி விதுரனும் சொல்வான்.

197. ‘பாண்ட வர்பொறை கொள்ளுவ ரேனும்,
பைந்து ழாயனும் பாஞ்சலத் தானும்
மூண்ட வெஞ்சினத் தோடுநம் சூழல்
முற்றும் வேரறச் செய்குவ ரன்றோ?
ஈண்டி ருக்குங் குருகுல வேந்தர்
யார்க்கு மிஃதுரைப் பேன், குறிக் கொண்மின்:
“மாண்டு போரில் மடிந்து நரகில்
மாழ்கு தற்கு வகைசெயல் வேண்டா.”

198. ‘குலமெ லாமழி வெய்திடற் கன்றோ
குத்தி ரத்துரி யோதனன் தன்னை
நலமி லாவிதி நம்மிடை வைத்தான்;
ஞால மீதி லவன்பிறந் தன்றே
அலறி யோர்நரி போற்குரைத் திட்டான்;
அஃது ணர்ந்த நிமித்திகர் “வெய்ய
கலகந் தோன்றுமிப் பாலக னாலே
காணு வீ”ரெனச் சொல்லிடக் கேட்டோம்.

199. ‘சூதிற் பிள்ளை கெலித்திடல் கொண்டு
சொர்க்க போகம் பெறுபவன் போலப்
பேதை நீயும் முகமலர் வெய்திப்
பெட்பு மிக்குற வீற்றிருக் கின்றாய்;

குத்திரன் – வஞ்சகன், நிமித்திகர் – வருங்காலத்தில் நடப்பவற்றைச் சொல்பவர், கெலித்திடல் – வெல்லுதல் (பாரதியார்)

மீது சென்று மலையிடைத் தேனில்
மிக்க மோகத்தி னாலொரு வேடன்
பாத மாங்கு நழுவிட மாயும்
படும லைச்சரி வுள்ளது காணான்.

200.'மற்று நீருமிச் சூதெனுங் கள்ளால்
மதிம யங்கி வருஞ்செயல் காணீர்!
முற்றுஞ் சாதி சுயோதன னாமோர்
மூடற் காக முழுகிட லாமோ?
பற்று மிக்கவிப் பாண்டவர் தம்மைப்
பாத கத்தி லழித்திடு கின்றாய்;
கற்ற கல்வியுங் கேள்வியும் அண்ணே,
கடலிற் காயங் கரைத்ததொப் பாமே?

201.'வீட்டு ளேநரி யை, விடப் பாம்பை
வேண்டிப் பிள்ளை யெனவளர்த் திட்டோம்;
நாட்டு ளேபுக ழோங்கிடு மாறிந்
நரியை விற்றுப் புலிகளைக் கொள்வாய்;
மோட்டுக் கூகையைக் காக்கையை விற்று
மொய்ம்பு சான்ற மயில்களைக் கொள்வாய்;
கேட்டி லேகளி யோடுசெல் வாயோ?
கேட்குங் காதும் இழந்துவிட் டாயோ?

202.'தம்பி மக்கள் பொருள்வெஃகு வாயோ
சாதற் கான வயதினில் அண்ணே?
நம்பி நின்னை யடைந்தவ ரன்றோ?
நாத னென்றுனைக் கொண்டவ ரன்றோ?
எம்பி ரானுளங் கொள்ளுதி யாயின்
யாவுந் தான மெனக்கொடுப் பாரே!
கும்பி மாநர கத்தினி லாழ்த்துங்
கொடிய செய்கை தொடர்வது மென்னே?

மீது – மேல், காயம் – பெருங்காயம், கூகை – கோட்டான், வெஃகுதல் – விரும்புதல்

203.'குருகு லத்தலை வன் சபைக் கண்ணே,
    கொற்ற மிக்க துரோணன், கிருபன்,
பெருகு சீர்த்திஅக் கங்கையின் மைந்தன்,
    பேதை நானும் மதிப்பிழந் தேகத்
திருகு நெஞ்சச் சகுனி ஒருவன்
    செப்பு மந்திரஞ் சொல்லுதல் நன்றே!
அருகு வைக்கத் தகுதியுள் ளானோ?
    அவனை வெற்பிடைப் போக்குதி அண்ணே!

204.'நெறியி ழந்தபின் வாழ்வதி லின்பம்
    நேரு மென்று நினைத்திடல் வேண்டா.
பொறியி ழந்த சகுனியின் சூதால்
    புண்ணி யர்தமை மாற்றல ராக்கிச்
சிறியர் பாதகர் என்றுல கெல்லாம்
    சீயென் றேச உகந்தர சாளும்
வறிய வாழ்வை விரும்பிட லாமோ?
    வாழி, சூதை நிறுத்துதி' என்றான்.

        சூதாட்டச் சருக்கம் நிறைந்தது.
          முதற்பாகம் நிறைந்தது.

மந்திரம் – சூழ்ச்சி (பாரதியார்), வெற்பிடைப் போக்குதி – 'காந்தாரத்து மலைநாட்டிலிருந்து வந்தவனாதலால், சகுனியை மீட்டும் அவனது மலைநாட்டுக்கு அனுப்பிவிடுக' என்று சொல்லியது (பாரதியார்), மாற்றலர் – பகைவர்

பாஞ்சாலி சபதம்
இரண்டாம் பாகம்

பராசக்தி வணக்கம்

1. ஆங்கொரு கல்லை வாயிலிற் படியென்று
   அமைத்தனன் சிற்பி, மற் றொன்றை
   ஓங்கிய பெருமைக் கடவுளின் வடிவென்று
   உயர்த்தினான், உலகினோர் தாய்நீ;
   யாங்கணே, எவரை, எங்ஙனஞ் சமைத்தற்கு
   எண்ணமோ, அங்ஙனஞ் சமைப்பாய்
   ஈங்குனைச் சரணென் றெய்தினேன்; என்னை
   இருங்கலைப் புலவனாக் குதியே.

இருங்கலை – பெரிய கலை

ஸரஸ்வதி வணக்கம்

2\. இடையின்றி அணுக்களெலாஞ் சுழலுமென
இயல்நூலார் இசைத்தல் கேட்டோம்;
இடையின்றிக் கதிர்களெலாஞ் சுழலுமென
வானூலார் இயம்பு கின்றார்;
இடையின்றித் தொழில்புரிதல் உலகினிடைப்
பொருட்கெல்லாம் இயற்கை யாயின்,
இடையின்றிக் கலைமகளே நினதருளில்
எனதுள்ளம் இயங்கொ ணாதோ?

3. அடிமைச் சருக்கம்

விதுரன் சொல்லியதற்குத் துரியோதனன் மறுமொழி சொல்லுதல்

3. அறிவு சான்ற விதுரன்சொற் கேட்டான்
அழலும் நெஞ்சின் அரவை யுயர்த்தான்.
நெறியு ரைத்திடும் மேலவர் வாய்ச்சொல்
நீச ரானவர் கொள்ளுவ துண்டோ?
பொறிப றக்க விழிக ளிரண்டும்
புருவ மாங்கு துடிக்கச் சினத்தின்
வெறித லைக்க, மதிமழுங் கிப்போய்
வேந்தன் இஃது விளம்புத லுற்றான்:

வேறு

4. 'நன்றி கெட்ட விதுரா, சிறிதும்
நாண மற்ற விதுரா,
தின்ற உப்பி னுக்கே – நாசந்
தேடுகின்ற விதுரா,
அன்று தொட்டு நீயும் எங்கள்
அழிவு நாடு கின்றாய்!
மன்றி லுன்னை வைத்தான் – எந்தை
மதியை யென்னு ரைப்பேன்!

5. 'ஐவ ருக்கு நெஞ்சும் – எங்கள்
அரம னைக்கு வயிறும்,
தெய்வ மன்று னக்கே – விதுரா,
செய்து விட்ட தேயோ?
மெய்வ குப்ப வன்போல் – பொதுவாம்
விதியு ணர்ந்த வன்போல்,
ஐவர் பக்கம் நின்றே – எங்கள்
அழிவு தேடு கின்றாய்.

6. 'மன்னர் சூழ்ந்த சபையில் – எங்கள்
மாற்ற லார்க ளோடு
முன்னர் நாங்கள் பணையம் – வைத்தே
முறையில் வெல்லு கின்றோம்.

என்ன குற்றங் கண்டாய்? – தருமம்
யார்க்கு ரைக்க வந்தாய்?
கன்னம் வைக்கி றோமோ? – பல்லைக்
காட்டி யேய்க்கி றோமோ?

7. ‘பொய்யு ரைத்து வாழ்வார் – இதழிற்
புகழு ரைத்து வாழ்வார்,
வைய மீதி லுள்ளார் – அவர்தம்
வழியில் வந்த துண்டோ?
செய்யொ ணாத செய்யார் – தம்மைச்
சீரு றுத்த நாடி,
ஐய, நீயெ ழுந்தால் – அறிஞர்
அவல மெய்தி டாரோ?

8. ‘அன்பி லாத பெண்ணுக்கு – இதமே
ஆயி ரங்கள் செய்தும்,
முன்பின் எண்ணு வாளோ? – தருணம்
மூண்ட போது கழிவாள்.
வன்பு ரைத்தல் வேண்டா – எங்கள்
வலிபொ றுத்தல் வேண்டா,
இன்ப மெங்க ணுண்டோ – அங்கே
ஏகிடு’ என்று ரைத்தான்.

கன்னம் – திருடுவதற்காகச் சுவரில் இடும் துளை

விதுரன் சொல்வது

வேறு

9. நன்றாகு நெறியறியா மன்னன் அங்கு
 நான்குதிசை அரசர்சபை நடுவே, தன்னைக்
 கொன்றாலும் ஒப்பாகா வடுச்சொற் கூறிக்
 குமைவதனில் அணுவளவுங் குழப்ப மெய்தான்;
 'சென்றாலும் இருந்தாலும் இனியென் னேடா?
 செய்கைநெறி யறியாத சிறியாய், நின்னைப்
 பொன்றாத வழிசெய்ய முயன்று பார்த்தேன்;
 பொல்லாத விதியென்னைப் புறங்கண் டானால்!

10. 'கடுஞ்சொற்கள் பொறுக்காத மென்மைக் காதும்
 கருங்கல்லில் விடந்தோய்த்த நெஞ்சுங் கொண்டோர்
 படுஞ்செய்தி தோன்றுமுனே படுவர் கண்டாய்.
 "பால்போலுந் தேன்போலும் இனிய சொல்லோர்
 இடும்பைக்கு வழிசொல்வார்; நன்மை காண்பார்
 இளகுமொழி கூறார்'' என் றினைத்தே தானும் –
 நெடும்பச்சை மரம்போலே வளர்ந்து விட்டாய் –
 நினக்கெவரும் கூறியவ ரில்லை கொல்லோ?

11. நலங்கூறி இடித்துரைப்பார் மொழிகள் கேளா
 நரபதி, நின் அவைக்களத்தே அமைச்ச ராக
 வலங்கொண்ட மன்னரொடு பார்ப்பார் தம்மை
 வைத்திருத்தல் சிறிதேனுந் தகாது கண்டாய்.
 சிலங்கைப்பொற் கச்சணிந்த வேசை மாதர்,
 சிறுமைக்குத் தலைகொடுத்த தொண்டர்; மற்றுங்
 குலங்கெட்ட புலைநீசர், முடவர், பித்தர்,
 கோமகனே! நினக்குரிய அமைச்சர் கண்டாய்!

12. 'சென்றாலும் நின்றாலும் இனியென் னேடா?
 செப்புவன நினக்கெனநான் செப்பி னேனோ?
 மன்றார நிறைந்திருக்கும் மன்னர், பார்ப்பார்,
 மதியில்லா மூத்தோனும் அறியச் சொன்னேன்.

பொன்றாத – அழியாத, இடும்பை – துன்பம்

இன்றோடு முடிகுவதோ? வருவ தெல்லாம்
 யானறிவேன்; வீட்டுமனும் அறிவான் கண்டாய்.
வென்றான்உள் ளாசையெலாம் யோகி யாகி
 வீட்டுமனும் ஒன்றுரையா திருக்கின் றானே.

13. 'விதிவழிநன் குணர்ந்திடினும், பேதை யேன்யான்
 வெள்ளைமன முடைமையினால், மகனே, நின்றன்
சதிவழியைத் தடுத்துரைகள் சொல்லப் போந்தேன்.
 சரி,சரி யிங் கேதுரைத்தும் பயனொன் றில்லை;
மதிவழியே செல்லுக'என விதுரன் கூறி
 வாய்மூடித் தலைகுனிந்தே இருக்கை கொண்டான்.
பதிவுறுவோம் புவியிலெனக் கலிம கிழ்ந்தான்,
 பாரதப்போர் வருமென்று தேவ ரார்த்தார்.

சூது மீட்டும் தொடங்குதல்

வேறு

14. காயு ருட்ட லானார் – சூதுக்
 களிதொ டங்க லானார்
 மாய முள்ள சகுனி – பின்னும்
 வார்த்தை சொல்லு கின்றான்:
 'நீய ழித்த தெல்லாம் – பின்னும்
 நின்னி டத்து மீளும்,
 ஓய் வடைந்தி டாதே – தருமா!
 ஊக்க மெய்துக' என்றான்.

15. கோயிற் பூசை செய்வோர் – சிலையைக்
 கொண்டு விற்றல் போலும்,
 வாயில் காத்து நிற்போன் – வீட்டை
 வைத்தி ழத்தல் போலும்,
 ஆயி ரங்க ளான – நீதி
 யவையு ணர்ந்த தருமன்
 தேயம் வைத்தி ழந்தான் – சிச்சீ!
 சிறியர் செய்கை செய்தான்.

16. நாட்டு மாந்த ரெல்லாம் – தம்போல்
 நரர்க ளென்று கருதார்;
 ஆட்டு மந்தை யாமென் – றுலகை
 அரச ரெண்ணி விட்டார்.
 காட்டு முண்மை நூல்கள் – பலதாம்
 காட்டி னார்க ளேனும்,
 நாட்டு ராஜ நீதி – மனிதர்
 நன்கு செய்ய வில்லை.

17. ஓரஞ் செய்தி டாமே – தருமத்து
 உறுதி கொன்றி டாமே,
 சோரஞ் செய்தி டாமே – பிறரைத்
 துயரில் வீழ்த்தி டாமே,
 ஊரை யாளும் முறைமை – உலகில்
 ஓர்பு றத்து மில்லை –
 சார மற்ற வார்த்தை! – மேலே
 சரிதை சொல்லு கின்றோம்.

சகுனி சொல்வது

வேறு

18. 'செல்வமுற் றிழந்துவிட்டாய் – தருமா,
தேசமுங் குடிகளுஞ் சேர்த்திழந்தாய்,
பல்வள நிறைபுவிக்கே – தருமன்
பார்த்திவன் என்பதினிப் பழங்கதைகாண்!
சொல்வதோர் பொருள்கேளாய் – இன்னுஞ்
சூழ்ந்தொரு பணயம்வைத் தாடுதியேல்,
வெல்வதற் கிடமுண்டாம் – ஆங்கவ்
வெற்றியி லனைத்தையும் மீட்டிடலாம்.

19. 'எல்லா மிழந்தபின்னர் – நின்றன்
இளைஞரும் நீரும்மற் றெதில்பிழைப்பீர்?
பொல்லா விளையாட்டில் – பிச்சை
புகநினை விடுவதை விரும்புகிலோம்.
வல்லார் நினதிளைஞர் – சூதில்
வைத்திடத் தகுந்தவர் பணயமென்றே
சொல்லால் உளம்வருந்தேல் – வைத்துத்
தோற்றதை மீட்'டென்று சகுனி சொன்னான்.

வேறு

20. கருண னும்சிரித்தான் – சபையோர்
கண்ணின் நீருதிர்த் தார்
இருள்நி றைந்தநெஞ்சன் – களவே
இன்ப மென்று கொண்டான்,
அரவு யர்த்தவேந்தன் – உவகை
ஆர்த்தெ ழுந்து சொல்வான்:
'பரவு நாட்டையெல்லாம் – எதிரே
பணய மாக வைப்போம்.

21. 'தம்பிமாரை வைத்தே – ஆடித்
தருமன் வென்று விட்டால்,
முன்பு மாமன்வென்ற – பொருளை
முழுது மீண்ட ளிப்போம்.

நம்பி வேலைசெய்வாய் – தருமா,
நாடி ழுந்த பின்னர்,
அம்பி னொத்தவிழியாள் – உங்கள்
ஐவ ருக்கு முரியாள்

22. ‘அவளி கழ்ந்திடாளோ? – அந்த
ஆயன் பேசு வானோ? –
கவலை தீர்த்துவைப்போம் – மேலே
களிந டக்குக’ என்றான்.
இவள வானபின்னும் – இளைஞர்
ஏதும் வார்த்தை சொல்லார்,
துவளு நெஞ்சினாராய் – வதனம்
தொங்க வீற்றி ருந்தார்.

23. வீமன் மூச்சுவிட்டான் – முழையில்
வெய்ய நாகம் போலே;
காம னொத்தபார்த்தன் – வதனக்
களையி ழந்து விட்டான்;
நேம மிக்கநகுலன் – ஐயோ!
நினைவ யர்ந்து விட்டான்;
ஊமை போலிருந்தான் – பின்னோன்
உண்மை முற்றுணர்ந் தான்.

24. கங்கை மைந்தனங்கே – நெஞ்சம்
கனலு றத்து டித்தான்;
பொங்கு வெஞ்சினத்தால் – அரசர்
புகையு யிர்த்தி ருந்தார்;
அங்கம் நொந்துவிட்டான் – விதுரன்
அவல மெய்தி விட்டான்,
சிங்க மைந்தைநாய்கள் – கொல்லுஞ்
செய்தி காண லுற்றே.

ஸஹாதேவனைப் பந்தயங் கூறுதல்

வேறு

25. எப்பொ ழுதும்பிர மத்திலே – சிந்தை
யேற்றி உலகமொ ராடல்போல் – எண்ணித்
தப்பின்றி இன்பங்கள் துய்த்திடும் – வகை
தானுணர்ந் தான்ஸஹ தேவனாம் – எங்கும்
ஒப்பில் புலவனை ஆட்டத்தில் – வைத்தல்
உன்னித் தருமன் பணயமென்று – அங்கு
செப்பினன் காயையு ருட்டினார் – அங்கு
தீய சகுனி கெலித்திட்டான்.

நகுலனை இழத்தல்

சகுனி சொல்வது

26. நகுலனை வைத்தும் இழந்திட்டான்; – அங்கு
நள்ளிருட் கண்ணொரு சிற்றொளி – வந்து
புகுவது போலவன் புந்தியில் – 'என்ன
புன்மை செய்தோம்'என எண்ணினான் – அவ்வெண்ணம்
மிகுவதன் முன்பு சகுனியும் – 'ஐய,
வேறொரு தாயிற் பிறந்தவர் – வைக்கத்
தகுவரென் றிந்தச் சிறுவரை – வைத்துத்
தாயத்தி லேஇழந் திட்டனை.

27. 'திண்ணிய வீமனும் பார்த்தனும் – குந்தி
தேவியின் மக்க ளுனையொத்தே – நின்னிற்
கண்ணிய மிக்கவர் என்றவர் – தமைக்
காட்டுதற் கஞ்சினை போலும் நீ?' – என்று
புண்ணிய மிக்க தருமனை – அந்தப்
புல்லன் வினவிய போதினில் – தர்மன்
துண்ணென வெஞ்சினம் எய்தியே – 'அட,
சூதில் அரசிழந் தேகினும்,

பார்த்தனை இழத்தல்

தர்மன் சொல்வது

28. 'எங்களில் ஒற்றுமை தீர்ந்திடோம் – ஐவர்
    எண்ணத்தில், ஆவியில் ஒன்றுகாண் – இவர்
    பங்க முற்றேபிரி வெய்துவார் – என்று
    பாதகச் சிந்தனை கொள்கிறாய் – அட,
    சிங்க மறவர் தமக்குள்ளே – வில்லுத்
    தேர்ச்சியி லேநிக ரற்றவன் – எண்ணில்
    இங்கு புவித்தலம் ஏழையும் – விலை
    ஈடெனக் கொள்ளத் தகாதவன்,

29. 'கண்ணனுக் காருயிர்த் தோழனாம் – எங்கள்
    கண்ணிலுஞ் சால இனியவன்,
    வண்ணமுந் திண்மையுஞ் சோதியும் – பெற்று
    வானத் தமரரைப் போன்றவன் – அவன்
    எண்ணரு நற்குணஞ் சான்றவன் – புக
    ழேறும் விஜயன் பணையங்காண்! – பொய்யிற்
    பண்ணிய காயை யுருட்டுவாய்' என்று
    பார்த்திவன் விம்மி யுரைத்திட்டான்.

30. மாயத்தை யேஉரு வாக்கிய – அந்த
    மாமனும் நெஞ்சில் மகிழ்வுற்றே – கெட்ட
    தாயத்தைக் கையினிற் பற்றினான்! – பின்பு
    சாற்றி விருத்தமங் கொன்றையே – கையில்
    தாய முருட்டி விழுத்தினான்; – அவன்
    சாற்றிய தேவந்து வீழ்ந்ததால் – வெறும்
    ஈயத்தைப் பொன்னென்றும் காட்டுவார் – மன்னர்
    இப்புவி மீதுள ராமன்றோ?

விருத்தம் – தாயக்கட்டை எண்களுள் ஓர் எண்

வீமனை இழத்தல்

31\. கொக்கரித் தார்த்து முழங்கியே – களி
கூடிச் சகுனியுஞ் சொல்லுவான்: – 'எட்டுத்
திக்கனைத் தும்வென்ற பார்த்தனை – வென்று
தீர்த்தனம்; வீமனைக் கூ'றென்றான் – தர்மன்
தக்கது செய்தல் மறந்தனன் – உளஞ்
சார்ந்திடும் வெஞ்சின வெள்ளத்தில் – எங்கும்
அக்கரை இக்கரை காண்கிலன் – அறத்
தண்ணல் இதனை உரைக்கின்றான்:

32\. 'ஐவர் தமக்கோர் தலைவனை – எங்கள்
ஆட்சிக்கு வேர்வலி அஃதினை – ஒரு
தெய்வம்முன் னேநின் றெதிர்ப்பினும் – நின்று
சீறி யடிக்குந் திறலனை – நெடுங்
கைவளர் யானை பலவற்றின் – வலி
காட்டும் பெரும்புகழ் வீமனை – உங்கள்
பொய்வளர் சூதினில் வைத்திட்டேன் – வென்று
போ!'என் றுரைத்தனன் பொங்கியே.

33\. போரினில் யானை விழக்கண்ட – பல
பூதங்கள் நாய்நரி காகங்கள் – புலை
ஓரி கழுகென் றிவையெலாம் – தம
துள்ளங் களிகொண்டு விம்மல்போல் – மிகச்
சீரிய வீமனைச் சூதினில் – அந்தத்
தீயர் விழுந்திடக் காணலும் – நின்று
மார்பிலுந் தோளிலுங் கொட்டினார் – களி
மண்டிக் குதித்தெழுந் தாடுவார்.

அறத்தண்ணல் – தருமன், ஓரி – கிழநரி

தருமன் தன்னைத்தானே பணயம் வைத்திழத்தல்

34. மன்னவர், தம்மை மறந்துபோய் – வெறி
வாய்ந்த திருடரை யொத்தனர் – அங்கு
சின்னச் சகுனி சிரிப்புடன் – இன்னும்
'செப்புக பந்தயம் வே'றென்றான் – இவன்
தன்னை மறந்தவ னாதலால் – தன்னைத்
தான்பண யமென வைத்தனன் – பின்பு
முன்னைக் கதையன்றி வேறுண்டோ? அந்த
மோசச் சகுனி கெலித்தனன்.

துரியோதனன் சொல்வது

35. பொங்கி யெழுந்து சுயோதனன் – அங்கு
 பூதல மன்னர்க்குச் சொல்லுவான்: – 'ஒளி
 மங்கி யழிந்தனர் பாண்டவர் – புவி
 மண்டலம் நம்ம தினிக்கண்டீர் – இவர்
 சங்கை யிலாத நிதியெலாம் – நம்மைச்
 சார்ந்தது; வாழ்த்துதிர் மன்னர்காள்! – இதை
 எங்கும் பறையறை வாயடா – தம்பி!'
 என்றது கேட்டுச் சகுனிதான்:

சங்கை – அளவு

சகுனி சொல்வது

36. 'புண்ணிடைக் கோல்கொண்டு குத்துதல் – நின்னைப்
     போன்றவர் செய்யத் தகுவதோ? – இரு
     கண்ணி லினியவ ராமென்றே – இந்தக்
         காளையர் தம்மைஇங் குந்தைதான் – நெஞ்சில்
     எண்ணி யிருப்ப தறிகுவாய்! – இவர்
     யார்? நின்றன் சோதர ரல்லரோ? – களி
     நண்ணித் தொடங்கிய சூதன்றோ? – இவர்
     நாணுறச் செய்வது நேர்மையோ?

37. இன்னும் பணையம்வைத் தாடுவோம்; – வெற்றி
     இன்னும் இவர்பெற லாகுங்காண்,
     பொன்னுங் குடிகளுந் தேசமும் – பெற்றுப்
     பொற்பொடு போதற் கிடமுண்டாம்; – ஒளி
     மின்னும் அமுதமும் போன்றவள் – இவர்
     மேவிடு தேவியை வைத்திட்டால் (அவள்
     துன்னு மதிட்ட முடையவள்) – இவர்
     தோற்ற தனைத்தையும் மீட்டலாம்'

38. என்றந்த மாமன் உரைப்பவே – வளர்
     இன்ப மனத்தி லுடையனாய் – 'மிக
     நன்று,நன்'றென்று சுயோதனன் – சிறு
     நாயொன்று தேன்கல சத்தினை – எண்ணித்
     துன்று முவகையில் வெற்றுநா – வினைத்
     தோய்த்துச் சுவைத்து மகிழ்தல்போல் – அவன்
     ஒன்றுரை யாம லிருந்திட்டான் – அழி
     வுற்ற துலகத் தறமெலாம்.

அடிமைச் சருக்கம் நிறைந்தது

துன்னும் அதிட்டம் – மிகு அதிர்ஷ்டம்

4. துகிலுரிதற் சருக்கம்
திரௌபதியை இழத்தல்

39. பாவியர் சபைதனிலே – புகழ்ப்
    பாஞ்சால நாட்டினர் – தவப்பயனை,
    ஆவியில் இனியவளை – உயிர்த்
    தணிசுமந் துலவிடும் செய்யமுதை
    ஓவியம் நிகர்த்தவளை – அரு
    ளொளியினைக் கற்பனைக் குயிரதனைத்
    தேவியை, நிலத்திருவை – எங்குந்
    தேடினுங் கிடைப்பருந் திரவியத்தை.

40. படிமிசை இசையுறவே – நடை
    பயின்றிடுந் தெய்விக மலர்க்கொடியைக்
    கடிகமழ் மின்னுருவை – ஒரு
    கமனியக் கனவினைக் காதலினை,
    வடிவுறு பேரழகை – இன்ப
    வளத்தினைச் சூதினிற் பணையமென்றே
    கொடியவர் அவைக்களத்தில் – அறக்
    கோமகன் வைத்திடல் குறித்துவிட்டான்.

வேறு

41. வேள்விப் பொருளினையே – புலைநாயின்முன்
    மென்றிட வைப்பவர்போல்,
    நீள்விட்டப் பொன்மாளிகை – கட்டிப்பேயினை
    நேர்ந்துகுடி யேற்றல்போல்,
    ஆள்விற்றுப் பொன்வாங்கியே – செய்தபூணையோர்
    ஆந்தைக்குப் பூட்டுதல்போல்;
    கேள்விக் கொருவரில்லை – உயிர்த்தேவியைக்
    கீழ்மக்கட் காளாக்கினான்.

42. செருப்புக்குத் தோல்வேண்டியே – இங்குகொல்வரோ
    செல்வக் குழந்தையினை?
    விருப்புற்ற சூதினுக்கே – ஒத்தபந்தயம்
    மெய்த்தவப் பாஞ்சாலியோ?
    ஒருப்பட்டுப் போனவுடன் – கெட்ட மாமனும்
    உன்னியத் தாயங்கொண்டே
    இருப்பகடை போடென்றான் – பொய்மைக்காய்களும்
    இருப்பகடை போட்டவே.

திரௌபதி சூதில் வசமானது பற்றிக் கௌரவர் கொண்ட மகிழ்ச்சி

43. திக்குக் குலுங்கிடவே – எழுந்தாடுமாம்
தீயவர் கூட்டமெல்லாம்
தக்குத்தக் கென்றேயவர் – குதித்தாடுவார்
தம்மிரு தோள்கொட்டுவார்.
ஒக்குந் தருமனுக்கே – இஃதென்பரோ!
ஓ! வென் றிரைந்திடுவார்;
கக்கக்கென் றேநகைப்பார் – 'துரியோதனா,
கட்டிக்கொள் எம்மை'யென்பார்.

44. மாமனைத் தூக்காயென்பார்; – அந்தமாமன்மேல்
மாலை பலவீசுவார்.
சேமத் திரவியங்கள் – பலநாடுகள்
சேர்ந்ததி லொன்றுமில்லை;
காமத் திரவியமாம் – இந்தப்பெண்ணையும்
கைவச மாகச்செய்தான்;
மாமனோர் தெய்வமென்பார் – 'துரியோதனன்
வாழ்க' வென் றார்த்திடுவார்.

துரியோதனன் சொல்வது

45. நின்று துரியோதனன் – அந்தமாமனை
நெஞ்சொடு சேரக்கட்டி,
‘என்துயர் தீர்த்தாயடா – உயிர்மாமனே,
ஏளனந் தீர்த்துவிட்டாய்.
அன்று நகைத்தாளடா! – உயிர்மாமனே,
அவளையென் ஆளாக்கினாய்.
என்றும் மறவேனடா! – உயிர்மாமனே,
என்னகைம் மாறுசெய்வேன்!

46. ‘ஆசை தணித்தாயடா – உயிர்மாமனே,
ஆவியைக் காத்தாயடா.
பூசை புரிவோமடா – உயிர்மாமனே,
பொங்க லுனக்கிடுவோம்.
நாச மடைந்ததடா – நெடுநாட்பகை,
நாமினி வாழ்ந்தோமடா!
பேசவுந் தோன்றுதில்லை! – உயிர்மாமனே,
பேரின்பங் கூட்டிவிட்டாய்’

47. என்று பலசொல்லுவான் – துரியோதனன்
எண்ணி யெண்ணிக்குதிப்பான்;
குன்று குதிப்பதுபோல் – துரியோதனன்
கொட்டிக் குதித்தாடுவான்.
மன்று குழப்பமுற்றே – அவர்யாவரும்
வகைதொகை யொன்றுமின்றி
அன்று புரிந்ததெல்லாம் – என்றன்பாட்டிலே
ஆக்கல் எளிதாகுமோ?

திரௌபதியைத் துரியோதனன் மன்றுக்கு அழைத்து வரச் சொல்லியது பற்றி ஜகத்தில் உண்டான அதர்மக் குழப்பம்

வேறு

48. தருமம் அழிவெய்தச் சத்தியமும் பொய்யாகப்
பெருமைத் தவங்கள் பெயர்கெட்டு மண்ணாக,
வானத்துத் தேவர் வயிற்றிலே தீப்பாய,
மோன முனிவர் முறைகெட்டுத் தாமயங்க,
வேதம் பொருளின்றி வெற்றுரையே யாகிவிட,
நாதங் குலைந்து நடுமையின்றிப் பாழாக,
கந்தருவ ரெல்லாங் களையிழக்கச் சித்தர்முதல்
அந்தரத்து வாழ்வோ ரனைவோரும் பித்துறவே,
நான்முகனார் நாவடைக்க, நாமகட்குப் புத்திகெட,
வான்முகிலைப் போன்றதொரு வண்ணத் திருமாலும்
அறிதுயில்போய் மற்றாங்கே ஆழ்ந்ததுயி லெய்திவிடச்
செறிதருநற் சீரழகு செல்வமெலாந் தானாகுஞ்
சீதேவி தன்வதனஞ் செம்மைபோய்க் காரடைய,
மாதேவன் யோகம் மதிமயக்க மாகிவிட –
வாலை, உமாதேவி, மாகாளி, வீறுடையாள்,
மூலமா சக்தி, ஒரு மூவிலைவேல் கையேற்றாள்;
மாயை தொலைக்கும் மஹாமாயை தானாவாள்,
பேயைக் கொலையைப் பிணக்குவையைக் கண்டுவப்பாள்,
சிங்கத்தி லேறிச் சிரிப்பா லுலகழிப்பாள்
சிங்கத்தி லேறிச் சிரித்தெவையுங் காத்திடுவாள்
நோவுங் கொலையும் நுவலொணாப் பீடைகளும்
சாவுஞ் சலிப்புமெனத் தான்பல் கணமுடையாள்;
கடாவெருமை யேறுங் கருநிறத்துக் காலனார்
இடாதுபணி செய்ய இலங்கு மஹாராணி,
மங்களம் செல்வம் வளர்வாழ்நாள் நற்கீர்த்தி
துங்கமுறு கல்வியெனச் சூழும் பலகணத்தாள்,
ஆக்கந்தா னாவாள், அழிவு நிலையாவாள்,

கார் – இருள்; கருமை, துங்கம் – உயர்ச்சி; பெருமை

போக்கு வரவெய்தும் புதுமையெலாந் தானாவாள்;
மாறிமா றிப்பின்னும் மாறிமா றிப்பின்னும்
மாறிமா றிப்போம் வழக்கமே தானாவாள் 30
ஆதிபரா சக்தி – அவள்நெஞ்சம் வன்மையுற,
சோதிக் கதிர்விடுக்கும் சூரியனாந் தெய்வத்தின்
முகத்தே இருள்படர–

துரியோதனன் விதுரனை நோக்கி உரைப்பது

மூடப் புலைமையினோன்,
அகத்தே இருளுடையான், ஆரியரின் வேறானோன்
துரியோ தனனும் சுறுக்கெனவே தான்திரும்பி   35
அரியோன் விதுர னவனுக் குரைசெய்வான்:
'செல்வாய், விதுரா! நீ சிந்தித் திருப்பதேன்?
வில்வா ணுதலினாள், மிக்க எழிலுடையாள்,
முன்னேபாஞ் சாலர் முடிவேந்தன் ஆவிமகள்,
இன்னேநாம் சூதில் எடுத்த விலைமகள்பால்   40
சென்று விளைவெல்லாஞ் செவ்வனே தானுணர்த்தி,
"மன்றினிடை யுள்ளான்நின் மைத்துனன்நின் ஓர்தலைவன்
நின்னை யழைக்கின்றான் நீள்மனையில் ஏவலுக்கே''
என்ன வுரைத்தவளை இங்குகொணர் வாய்' என்றான்.

விதுரன் சொல்வது

துரியோ தனன்இச் சுடுசொற்கள் கூறிடவும்,
பெரியோன் விதுரன் பெரிதுஞ் சினங்கொண்டு,
'மூட மகனே, மொழியொணா வார்த்தையினைக்
கேடு வரலறியாய், கீழ்மையினாற் சொல்லிவிட்டாய்.
புள்ளிச் சிறுமான் புலியைப்போய்ப் பாய்வதுபோல்
பிள்ளைத் தவளை பெரும்பாம்பை மோதுதல்போல்
ஐவர் சினத்தின் அழலை வளர்க்கின்றாய்,
தெய்வத் தவத்தியைச் சீர்குலையப் பேசுகிறாய்;
நின்னுடைய நன்மைக்கிந் நீதியெலாஞ் சொல்லுகிறேன்,
என்னுடைய சொல்வே றெவர்பொருட்டும் இல்லையடா!
பாண்டவர்தாம் நாளைப் பழியிதனைத் தீர்த்திடுவார்,
மாண்டு தரைமேல், மகனே, கிடப்பாய்நீ.
தன்னழிவு நாடுந் தறுகண்மை என்னேடா?
முன்னமொரு வேனன் முடிந்தகதை கேட்டிலையோ?
நல்லோர் தமதுள்ளம் நையச் செயல்செய்தான்
பொல்லாத வேனன், புழுவைப்போல் மாய்ந்திட்டான்.
நெஞ்சஞ் சுடவுரைத்தல் நேர்மையெனக் கொண்டாயோ?
மஞ்சனே, அச்சொல் மருமத்தே பாய்வதன்றோ?
கெட்டார்தம் வாயில் எளிதே கிளைத்துவிடும்;
பட்டார்தம் நெஞ்சிற் பலநாள் அகலாது.
வெந்நரகு சேர்த்துவிடும்; வித்தை தடுத்துவிடும்;
மன்னவனே, நொந்தார் மனஞ்சுடவே சொல்லுஞ்சொல்
சொல்லிவிட்டேன்; பின்னொருகால் சொல்லேன்,
கவுரவர்காள்!
புல்லியர்கட் கின்பம் புவித்தலத்தில் வாராது.
பேராசை கொண்டு பிழைச்செயல்கள் செய்கின்றீர்!
வாராத வன்கொடுமை மாவிபத்து வந்துவிடும்.
பாண்டவர்தம் பாதம் பணிந்தவர்பாற் கொண்டதெலாம்
மீண்டவர்க் கேஈந்து விட்டு, விநயமுடன்,
"ஆண்டவரே! யாங்கள் அறியாமை யால்செய்த
நீண்ட பழியிதனை நீர்பொறுப்பீர்'' என்றுரைத்து,
மற்றவரைத் தங்கள் வளநகர்க்கே செல்லவிடீர்.
குற்றந் தவிர்க்கும் நெறியிதனைக் கொள்ளீரேல்,

தறுகண்மை – வீரம், விநயம் – வணக்கம்

மாபா ரதப்போர் வரும், நீர் அழிந்திடுவீர்,
பூபாலரே, என்றப் புண்ணியனும் கூறினான்.
சொல்லிதனைக் கேட்டுத் துரியோ தனமூடன்,
வல்லிடிபோல்: 'சீச்சி! மடையா, கெடுக நீ!
எப்போதும் எம்மைச் சபித்தல் இயல்புனக்கே.
இப்போதுன் சொல்லை எவருஞ் செவிக்கொளார்.
யாரடா, தேர்ப்பாகன்! நீபோய்க் கணமிரண்டில்
"பாரதர்க்கு வேந்தன் பணித்தா'' னெனக்கூறிப்
பாண்டவர்தந் தேவிதனைப் பார்வேந்தன் மன்றினிலே
ஈண்டழைத்து வா'என் றியம்பினான். ஆங்கேதேர்ப்
பாகன் விரைந்துபோய்ப் பாஞ்சாலி வாழ்மனையில்
சோகந் ததும்பித் துடித்த குரலுடனே,
'அம்மனே போற்றி! அறங்காப்பாய், தாள்போற்றி!
வெம்மை யுடைய விதியால் யுதிட்டிரனார்
மாமன் சகுனியொடு மாயச்சூ தாடியதில்,
பூமி யிழந்து பொருளிழந்து தம்பியரைத்
தோற்றுத் தமது சுதந்திரமும் வைத்திழந்தார்.
சாற்றும் பணையமெனத் தாயே உனைவைத்தார்.
சொல்லவுமே நாவு துணியவில்லை! தோற்றிட்டார்.
எல்லாருங் கூடி யிருக்கும் சபைதனிலே,
நின்னை அழைத்துவர நேமித்தான் எம்மரசன்'
என்ன வுரைத்திடலும்; 'யார்சொன்ன வார்த்தையடா!
சூதர் சபைதனிலே தொல்சீர் மறக்குலத்து
மாதர் வருதல் மரபோடா? யார்பணியால்
என்னை அழைக்கின்றாய்?' என்றாள். அதற்கவனும்
'மன்னன் சுயோதனன்றன் வார்த்தையினால்' என்றிட்டான்.
'நல்லது; நீ சென்று நடந்தகதை கேட்டுவா.
வல்ல சகுனிக்கு மாண்பிழந்த நாயகர்தாம்
என்னைமுன் னேகூறி இழந்தாரா? தம்மையே
முன்ன மிழந்து முடித்தென்னைத் தோற்றாரா?
சென்று சபையில்இச் செய்தி தெரிந்துவா'
என்றவளுங் கூறி, இவன்போ கியபின்னர்த்
தன்னந் தனியே தவிக்கும் மனத்தாளாய்,
வன்னங் குலைந்து மலர்விழிகள் நீர்சொரிய,
உள்ளத்தை அச்சம் உலைவுறுத்தப் பேய்கண்ட
பிள்ளையென வீற்றிருந்தாள். பின்னந்தத் தேர்ப்பாகன்
மன்னன் சபைசென்று, 'வாள்வேந்தே! ஆங்கந்தப்

பொன்னரசி தாள்பணிந்து "போதருவீர்" என்றிட்டேன்.
"என்னை முதல்வைத் திழந்தபின்பு தன்னைஎன் 115
மன்னர் இழந்தாரா? மாறித் தமைத்தோற்ற
பின்னரெனைத் தோற்றாரா?" என்றேனும் பேரவையை
மின்னற் கொடியார் வினவிவரத் தாம்பணித்தார்.
வந்துவிட்டேன்' என்றுரைத்தான். மாண்புயர்ந்த
பாண்டவர்தாம்
நொந்துபோ யொன்றும் நுவலா திருந்துவிட்டார். 120
மற்றும் சபைதனிலே வந்திருந்த மன்னரெலாம்
முற்று முரையிழந்து மூங்கையர்போல் வீற்றிருந்தார்.

நுவலாது – சொல்லாது, மூங்கையர் – ஊமையர்

துரியோதனன் சொல்வது

வேறு

49. உள்ளந் துடித்துச் சுயோதனன் – சினம்
    ஓங்கி வெறிகொண்டு சொல்வான்: – 'அட,
    பிள்ளைக் கதைகள் விரிக்கிறாய் – என்றன்,
    பெற்றி யறிந்திலை போலும் நீ! – அந்தக்
    கள்ளக் கரிய விழியினாள் – அவள்
    கல்லிகள் கொண்டிங்கு வந்தனை! – அவள்
    கிள்ளை மொழியி னலத்தையே – இங்கு
    கேட்க விரும்புமென் னுள்ளமே.

50. 'வேண்டிய கேள்விகள் கேட்கலாம் – சொல்ல
    வேண்டிய வார்த்தைகள் சொல்லலாம் – மன்னர்
    நீண்ட பெருஞ்சபை தன்னிலே – அவள்
    நேரிடவே வந்த பின்புதான்! – சிறு
    கூண்டிற் பறவையு மல்லளே! – ஐவர்
    கூட்டு மனைவிக்கு நாணமேன்? – சினம்
    மூண்டு கடுஞ்செயல் செய்யுமுன் – அந்த
    மொய்குழ லாளையிங் கிட்டுவா.

51. 'மன்னன் அழைத்தனன் என்றுநீ – சொல்ல
    மாறி யவளொன்று சொல்வதோ? – உன்னைச்
    சின்ன முறச்செய்கு வேனடா! – கணஞ்
    சென்ற வளைக்கொணர் வாய்' என்றான் – அவன்
    சொன்ன மொழியினைப் பாகன்போய் – அந்தத்
    தோகைமுன் கூறி வணங்கினான் – அவள்
    இன்னல் விளைந்திவை கூறுவாள் – 'தம்பி,
    என்றனை வீணி லழைப்பதேன்?

கல்லிகள் – வேடிக்கைகள்

திரௌபதி சொல்லுவது

52. 'நாயகர் தாந்தம்மைத் தோற்றபின் – என்னை
நல்கும் உரிமை அவர்க்கில்லை – புலைத்
தாயத்தி லேவிலைப் பட்டபின் – என்ன
சாத்திரத் தாலெனைத் தோற்றிட்டார்? அவர்
தாயத்தி லேவிலைப் பட்டவர்; – புவி
தாங்கும் துருபதன் கன்னிநான் – நிலை
சாயப் புலைத்தொண்டு சார்ந்திட்டால் – பின்பு
தார முடைமை அவர்க்குண்டோ?

53. 'கௌரவ வேந்தர் சபைதன்னில் – அறங்
கண்டவர் யாவரும் இல்லையோ? – மன்னர்
சௌரியம் வீழ்ந்திடும் முன்னரே – அங்கு
சாத்திரஞ் செத்துக் கிடக்குமோ? – புகழ்
ஒவ்வுற வாய்ந்த குருக்களும் – கல்வி
ஓங்கிய மன்னருஞ் சூதிலே – செல்வம்
வவ்வுறத் தாங்கண் டிருந்தனர் – (என்றன்)
மான மழிவதுங் காண்பரோ?

54. 'இன்பமுந் துன்பமும் பூமியின் – மிசை
யாருக்கும் வருவது கண்டனம்; – எனில்
மன்பதை காக்கும் அரசர்தாம் – அற
மாட்சியைக் கொன்று களிப்பரோ? – அதை
அன்புந் தவமுஞ் சிறந்துளார் – தலை
யந்தணர் கண்டு களிப்பரோ? – அவர்
முன்பென் வினாவினை மீட்டும்போய்ச் – சொல்லி
முற்றுந் தெளிவுறக் கேட்டுவா'

55. என்றந்தப் பாண்டவர் தேவியும் – சொல்ல,
என்செய்வன் ஏழையப் பாகனே? – 'என்னைக்
கொன்றுவிட் டாலும் பெரிதில்லை – இவள்
கூறும் வினாவிற் கவர்விடை – தரி

சௌரியம் – வீரம், வவ்வுற – கவர்ந்திட

னன்றி இவளை மறுமுறை – வந்
தழைத்திட நானங் கிசைந்திடேன்’ – என
நன்று மனத்திடைக் கொண்டவன் – சபை
நண்ணி நிகழ்ந்தது கூறினான்.

56. ‘மாத விடாயி லிருக்கிறாள் – அந்த
மாதர’ சென்பதுங் கூறினான் – கெட்ட
பாதகன் நெஞ்ச மிளகிடான் – நின்ற
பாண்டவர் தம்முகம் நோக்கினான்; – அவர்
பேதுற்று நிற்பது கண்டனன் – மற்றும்
பேரவை தன்னில் ஒருவரும் – இவன்
தீதுற்ற சிந்தை தடுக்கவே – உள்ளத்
திண்மை யிலாதங் கிருந்தனர்.

57. பாகனை மீட்டுஞ் சினத்துடன் – அவன்
பார்த்திடி போலுரை செய்கின்றான்: – ‘பின்னும்
ஏகி நமதுளங் கூறடா! – அவள்
ஏழு கணத்தில் வரச்செய்வாய்! – உன்னைச்
சாக மிதித்திடு வேனடா!’ – என்று
தார்மன்னன் சொல்லிடப் பாகனும் – மன்னன்
வேகந் தனைப்பொருள் செய்திடான் – அங்கு
வீற்றிருந் தோர்தமை நோக்கியே,

58. ‘சீறும் அரசனுக் கேழையேன் – பிழை
செய்ததுண் டோ? அங்கு தேவியார் – தமை
நூறு தரஞ்சென் றழைப்பினும்; – அவர்
நுங்களைக் கேட்கத் திருப்புவார் – அவர்
ஆறுதல் கொள்ள ஒருமொழி – சொல்லில்
அக்கண மேசென் றழைக்கின்றேன்; – மன்னன்
கூறும் பணிசெய வல்லன்யான் – அந்தக்
கோதை வராவிடி லென்செய்வேன்?’

துரியோதனன் சொல்வது

59. பாகனு ரைத்தது கேட்டனன் – பெரும்
 பாம்புக் கொடியவன் சொல்கின்றான்: – 'அவள்
 பாகன யழைக்க வருகிலள்; – இந்தப்
 பையலும் வீமனை யஞ்சியே – பல
 வாகத் திகைப்புற்று நின்றனன்; – இவன்
 அச்சத்தைப் பின்பு குறைக்கிறேன்; – 'தம்பீ!
 போகக் கடவைஇப் போதங்கே – இங்கப்
 பொற்றொடி யோடும் வருகநீ!'

துகிலுரிதல் சருக்கம் நிறைந்தது

5. சபதச் சருக்கம்

துச்சாதனன் திரௌபதியை சபைக்குக் கொணர்தல்

60. இவ்வுரை கேட்டதுச் சாதனன் – அண்ண
  னிச்சையை மெச்சி யெழுந்தனன்: – இவன்
செவ்வி சிறிது புகலுவோம் – இவன்
  தீமையில் அண்ணனை வென்றவன்; – கல்வி
எவ்வள வேனு மிலாதவன்; – கள்ளும்
  ஈரக் கறியும் விரும்புவோன்; – பிற
தெவ்வர் இவன்றனை யஞ்சுவார்; – தன்னைச்
  சேர்ந்தவர் பேயென் றொதுங்குவார்.

61. புத்தி விவேக மில்லாதவன்; – புலி
  போல வுடல்வலி கொண்டவன்; – கரை
தத்தி வழியுஞ் செருக்கினால் – கள்ளின்
  சார்பின்றி யேவெறி சான்றவன்; – அவ
சக்தி வழிபற்றி நின்றவன்; – சிவ
  சக்தி நெறியுண ராதவன்; – இன்பம்
நத்தி மறங்க ளிழைப்பவன்; – என்றும்
  நல்லவன் கேண்மை விலக்கினோன்.

62. அண்ண னொருவனை யன்றியே – புவி
  யத்தனைக் குந்தலை யாயினோம் – என்னும்
எண்ணந் தனதிடைக் கொண்டவன்; – அண்ணன்
  ஏதுசொன் னாலும் மறுத்திடான்; – அருட்
கண்ணழி வெய்திய பாதகன்; – 'அந்தக்
  காரிகை தன்னை அழைத்துவா' என்றவ்
வண்ண னுரைத்திடல் கேட்டனன்; – நல்ல
  தாமென் றுறுமி யெழுந்தனன்.

63. பாண்டவர் தேவி யிருந்ததோர் – மணிப்
  பைங்கதிர் மாளிகை சார்ந்தனன்; – அங்கு
நீண்ட துயரிற் குலைந்துபோய் – நின்ற
  நேரிழை மாதினைக் கண்டனன்; – அவள்
தீண்டலை யெண்ணி யொதுங்கினாள்; – 'அடி,
  செல்வதெங்கே' யென் றிரைந்திட்டான் – இவன்
ஆண்டகை யற்ற புலையனென்று – அவள்
  அச்சமி லாதெதிர் நோக்கியே,

நத்தி – விரும்பி, கேண்மை – உறவு, ஆண்டகை – ஆண்தகை

திரௌபதிக்கும் துச்சாதனனுக்கும் ஸம்வாதம்

64. 'தேவர் புவிமிசைப் பாண்டவர் – அவர்
    தேவி, துருபதன் கன்னிநான் – இதை
யாவரும் இற்றை வரையினும் – தம்பி,
    என்முன் மறந்தவ ரில்லைகாண், – தம்பி,
காவ லிழந்த மதிகொண்டாய்! – இங்கு
    கட்டுத் தவறி மொழிகிறாய் – தம்பி,
நீவந்த செய்தி விரைவிலே – சொல்லி
    நீங்குக' என்றனள் பெண்கொடி.

65. 'பாண்டவர் தேவியு மல்லைநீ; – புகழ்ப்
    பாஞ்சாலத் தான்மக ளல்லைநீ; – புவி
யாண்டருள் வேந்தர் தலைவனாம் – எங்கள்
    அண்ணனுக் கேயடி மைச்சிநீ – மன்னர்
நீண்ட சபைதனிற் சூதிலே – எங்கள்
    நேசச் சகுனியொ டாடியங்கு – உன்னைத்
தூண்டும் பணைய மெனவைத்தான் – இன்று
    தோற்று விட்டான்தரு மேந்திரன்.

66. 'ஆடி விலைப்பட்ட தாதிநீ; – உன்னை
    ஆள்பவன் அண்ணன் சுயோதனன் – மன்னர்
கூடி யிருக்குஞ் சபையிலே – உன்னைக்
    கூட்டி வருகென்று மன்னவன் – சொல்ல
ஓடிவந் தேனிது செய்திகாண், – இனி
    ஒன்றுஞ் சொலாதென்னோ டேகுவாய், – அந்தப்
பேடி மகனொரு பாகன்பாற் – சொன்ன
    பேச்சுக்கள் வேண்டிலன் கேட்கவே'

வேறு

67. துச்சா தனனிதனைச் சொல்லினான். பாஞ்சாலி:
'அச்சா, கேள். மாதவிலக் காதலா லோராடை
தன்னி லிருக்கின்றேன். தார்வேந்தர் பொற்சபைமுன்
என்னை யழைத்தல் இயல்பில்லை. அன்றியுமே,
சோதரர்தந் தேவிதனைச் சூதில் வசமாக்கி
ஆதரவு நீக்கி யருமை குலைத்திடுதல்

மன்னர் குலத்து மரபோகாண்? – அண்ணன்பால்
என்னிலைமை கூறிடுவாய் ஏகுகநீ' என்றிட்டாள்.
கக்கக்க வென்று கனைத்தே பெருமூடன்
பக்கத்தில் வந்தேயப் பாஞ்சாலி கூந்தலினைக்   10
கையினாற் பற்றிக் கரகரெனத் தானிழுத்தான்;
'ஐயகோ' வென்றே யலறி யுணர்வற்றுப்
பாண்டவர்தந் தேவியவள் பாதியுயிர் கொண்டுவர,
நீண்ட கருங்குழலை நீசன் கரம்பற்றி
முன்னிழுத்துச் சென்றான். வழிநெடுக மொய்த்தவராய், 15
என்ன கொடுமை யிதுவென்று பார்த்திருந்தார்
ஊரவர்தங் கீழ்மை உரைக்குந் தரமாமோ?
வீரமிலா நாய்கள், விலங்காம் இளவரசன்
தன்னை மிதித்துத் தராதலத்திற் போக்கியே
பொன்னையவ எந்தப் புரத்தினிலே சேர்க்காமல்,   20
நெட்டை மரங்களென நின்று புலம்பினார்.
பெட்டைப் புலம்பல் பிறர்க்குத் துணையாமோ?
பேரழகு கொண்ட பெருந்தவத்து நாயகியைச்
சீரழியக் கூந்தல் சிதையக் கவர்ந்துபோய்க்
கேடுற்ற மன்னரறங் கெட்ட சபைதனிலே   25
கூடுதலு மங்கேபோய்க் 'கோ'வென் றலறினாள்.

சபையில் திரௌபதி நீதி கேட்டழுதல்

விம்மி யழுதாள்: – ‘விதியோ கணவரே,
அம்மி மிதித்தே யருந்ததியைக் காட்டியெனை
வேதச் சுடர்த்தீமுன் வேண்டி மணஞ்செய்து,
பாதகர்முன் இந்நாள் பரிசழிதல் காண்பீரோ?’
என்றாள். விஜயனுடன் ஏறுதிறல் வீமனுமே
குன்றா மணித்தோள் குறிப்புடனே நோக்கினார்.
தருமனும்மற் றாங்கே தலைகுனிந்து நின்றிட்டான்.
பொருமியவள் பின்னும் புலம்புவாள்: – ‘வான்சபையில்
கேள்வி பலவுடையோர், கேடிலா நல்லிசையோர்,
வேள்வி தவங்கள் மிகப்புரிந்த வேதியர்கள்,
மேலோ ரிருக்கின்றார் வெஞ்சினமேன் கொள்கிலரோ?
வேலோ ரெனையுடைய வேந்தர் பிணிப்புண்டார்.
இங்கிவர்மேற் குற்றம் இயம்ப வழியில்லை.
மங்கியதோர் புன்மதியாய்! மன்னர் சபைதனிலே
என்னைப் பிடித்திழுத்தே ஏச்சுக்கள் சொல்லுகிறாய்.
நின்னை யெவரும் “நிறுத்தடா” என்பதிலர்,
என் செய்கேன்?’ என்றே இரைந்தழுதாள். பாண்டவரை
மின்செய் கதிர்விழியால் வெந்நோக்கு நோக்கினாள்.
மற்றவர்தாம் முன்போல் வாயிழந்து சீர்குன்றிப்
பற்றைகள்போல் நிற்பதனைப் பார்த்து, வெறிகொண்டு,
‘தாதியடி தாதி!’ யெனத் துச்சா தனன் அவளைத்
தீதுரைகள் கூறினான். கர்ணன் சிரித்திட்டான்.
சகுனி புகழ்ந்தான். சபையினோர்? ...வீற்றிருந்தார்!
தகுதியுயர் வீட்டுமனுஞ் சொல்லுகிறான்: ‘தையலே,

பரிசழிதல் – பெருமையழிதல்

வீட்டுமாசார்யன் சொல்வது

சூதாடி நின்னை யுதிட்டிரனே தோற்றுவிட்டான்,
வாதாடி நீயவன்றன் செய்கை மறுக்கின்றாய்.
சூதிலே வல்லான் சகுனி; தொழில்வலியால்,
மாதரசே, நின்னுடைய மன்னவனை வீழ்த்திவிட்டான்.
மற்றிதனி லுன்னையொரு பந்தயமா வைத்ததே
குற்றமென்று சொல்லுகிறாய்! கோமகளே, பண்டையுக
வேத முனிவர் விதிப்படிநீ சொல்லுவது
நீதமெனக் கூடும்; நெடுங்காலச் செய்தியது!
ஆணொடுபெண் முற்றும் நிகரெனவே யந்நாளில்
பேணிவந்தார். பின்னாளி லிஃது பெயர்ந்துபோய்,
இப்பொழுதை நூல்களினை யெண்ணுங்கால், ஆடவருக்
கொப்பில்லை மாதர், ஒருவன்தன் தாரத்தை
விற்றிடலாம்; தானமென வேற்றுவர்க்குத் தந்திடலாம்.
முற்றும் விலங்கு முறைமையன்றி வேறில்லை
தன்னை யடிமையென விற்றபின் னுந்தருமன்
நின்னை யடிமையெனக் கொள்வதற்கு நீதியுண்டு.
செல்லும் நெறியறிவார் செய்கையிங்கு பார்த்திடிலோ,
கல்லும் நடுங்கும், விலங்குகளும் கண்புதைக்கும்
செய்கை அநீதியென்று தேர்ந்தாலும், சாத்திரந்தான்
வைகும் நெறியும் வழக்கமுநீ கேட்பதனால்,
ஆங்கவையும் நின்சார்பி லாகா வகையுரைத்தேன்.
தீங்கு தடுக்குந் திறமிலேன்!' என்றந்த
மேலோன் தலைகவிழ்ந்தான். மெல்லியளுஞ் சொல்லுகிறாள்:

நீதம் – நீதி

திரௌபதி சொல்வது

‘சாலநன்கு கூறினீ ரையா, தருமநெறி.
பண்டோர் இராவணனும் சீதைதன்னைப் பாதகத்தால்
கொண்டோர் வனத்திடையே வைத்துப்பின் கூட்டமுற
மந்திரிகள் சாத்திரிமார் தம்மை வரவழைத்தே,
செந்திருவைப் பற்றிவந்த செய்தி யுரைத்திடுங்கால்
“தக்கதுநீர் செய்தீர்; தருமத்துக் கிச்செய்கை
ஒக்கும்” என்றுகூறி உகந்தனராம் சாத்திரிமார்!
பேயரசு செய்தால், பிணந்தின்னும் சாத்திரங்கள்!
மாய முணராத மன்னவனைச் சூதாட
வற்புறுத்திக் கேட்டதுதான் வஞ்சனையோ, நேர்மையோ?
முற்படவே சூழ்ந்து முடித்ததொரு செய்கையன்றோ?
மண்டபம்நீர் கட்டியது மாநிலத்தைக் கொள்ளவன்றோ?
பெண்டிர் தமையுடையீர்! பெண்க ளுடன்பிறந்தீர்!
பெண்பாவ மன்றோ? பெரியவசை கொள்வீரோ?
கண்பார்க்க வேண்டும்!’ என்று கையெடுத்துக்
கும்பிட்டாள்.
அம்புபட்ட மான்போ லழுது துடிதுடித்தாள்.
வம்பு மலர்க்கூந்தல் மண்மேற் புரண்டுவிழத்
தேவி கரைந்திடுதல் கண்டே, சிலமொழிகள்
பாவிதுச் சாதனனும் பாங்கிழந்து கூறினான்.

வேறு

68\. ஆடை குலைவுற்று நிற்கிறாள் – அவள்
ஆவென் றழுது துடிக்கிறாள் – வெறும்
மாடு நிகர்த்ததுச் சாதனன் – அவள்
மைக்குழல் பற்றி யிழுக்கிறான்; – இந்தப்
பீடையை நோக்கினன் வீமனும் – கரை
மீறி யெழுந்தது வெஞ்சினம்; – துயர்
கூடித் தருமனை நோக்கியே – அவன்
கூறிய வார்த்தைகள் கேட்டிரோ?

சூழ்ந்து – ஆலோசித்து, வம்பு – மணம்

வீமன் சொல்வது

வேறு

69. "சூதர் மனைகளிலே – அண்ணே!
    தொண்டு மகளிருண்டு.
    சூதிற் பணையமென்றே – அங்கோர்
    தொண்டச்சி போவதில்லை.

70. 'ஏது கருதி வைத்தாய்? – அண்ணே,
    யாரைப் பணையம் வைத்தாய்?
    மாதர் குலவிளக்கை – அன்பே
    வாய்ந்த வடிவழகை,

71. 'பூமி யரசரெல்லாங் – கண்டே
    போற்ற விளங்குகிறான் –
    சாமி புகழினுக்கே – வெம்போர்ச்
    சண்டனப் பாஞ்சாலன் –

72. 'அவன்சு டர்மகளை – அண்ணே,
    ஆடி யிழந்துவிட்டாய்;
    தவறு செய்துவிட்டாய்; – அண்ணே
    தருமங் கொன்றுவிட்டாய்.

73. 'சோரத்திற் கொண்டதில்லை – அண்ணே,
    சூதிற் படைத்ததில்லை.
    வீரத்தி னாற்படைத்தோம்; – வெம்போர்
    வெற்றி யினாற்படைத்தோம்;

74. 'சக்கர வர்த்தியென்றே – மேலாந்
    தன்மை படைத்திருந்தோம்;
    பொக்கென ஓர்கணத்தே – எல்லாம்
    போகத் தொலைத்துவிட்டாய்.

75. 'நாட்டையெல் லாந்தொலைத்தாய்; – அண்ணே,
நாங்கள் பொறுத்திருந்தோம்,
மீட்டு மெமையடிமை – செய்தாய்,
மேலும் பொறுத்திருந்தோம்.

76. 'துருப தன்மகளைத் – திட்டத்
துய்ந னுடற்பிறப்பை,
இருபகடை யென்றாய் – ஐயோ!
இவர்க்க டிமையென்றாய்!

77. 'இதுபொ றுப்பதில்லை – தம்பி!
எரிதழல் கொண்டுவா,
கதிரை வைத்திழந்தான் – அண்ணன்
கையை எரித்திடுவோம்.'

விஜயன் வீமனுக்குச் சொல்வது

வேறு

78. எனவீமன் ஸஹதேவ னிடத்தே சொன்னான்.
இதைக்கேட்டு வில்விஜயன் எதிர்த்துச் சொல்வான்:
'மனமாரச் சொன்னாயோ, வீமா? என்ன
வார்த்தை சொன்னாய்? எங்குசொன்னாய்?
யாவர்முன்னே?
கனமாருந் துருபதனார் மகளைச் சூதுக்
களியிலே இழந்திடுதல் குற்ற மென்றாய்;
சினமான தீயறிவைப் புதைத்த லாலே,
திரிலோக நாயகனைச் சினந்து சொன்னாய்.

79. "தருமத்தின் வாழ்வதனைச் சூது கவ்வும்;
தருமம்மறு படிவெல்லும்" எனுமி யற்கை
மருமத்தை நம்மாலே உலகங் கற்கும்
வழிதேடி விதியிந்தச் செய்கை செய்தான்.
கருமத்தை மேன்மேலுங் காண்போம்; இன்று
கட்டுண்டோம்; பொறுத்திருப்போம்; காலம் மாறும்.
தருமத்தை யப்போது வெல்லக் காண்போம்.
தனுவுண்டு காண்டீவம் அதன்பேர்' என்றான்.

கனம் – பெருமை, தனு – வில், காண்டீவம் – அருச்சுனன் வில்

விகர்ணன் சொல்வது

80. அண்ணனுக்குத் திறல்வீமன் வணங்கி நின்றான்.
அப்போது விகர்ணனெழுந் தவைமுன் சொல்வான்:
'பெண்ணரசி கேள்விக்குப் பாட்டன் சொன்ன
பேச்சதனை நான்கொள்ளேன். பெண்டிர் தம்மை
எண்ணமதில் விலங்கெனவே கணவ ரெண்ணி
ஏதெனிலுஞ் செய்திடலாமென்றான் பாட்டன்.
வண்ணமுயர் வேதநெறி மாறிப் பின்னாள்
வழங்குவதிந் நெறியென்றான்; வழுவே சொன்னான்.

81. 'எந்தையர்தம் மனைவியரை விற்ற துண்டோ?
இதுகாறும் அரசியரைச் சூதில் தோற்ற
விந்தையைநீர் கேட்டதுண்டோ? விலைமா தர்க்கு
விதித்ததையே பிற்கால நீதிக் காரர்
சொந்தமெனச் சாத்திரத்தில் புகுத்து விட்டார்!
சொல்லளவே தானாலும் வழக்கந் தன்னில்
இந்தவிதஞ் செய்வதில்லை; சூதர் வீட்டில்
ஏவற்பெண் பணையமில்லை யென்றுங் கேட்டோம்.

82. "தன்னையிவன் இழந்தடிமை யான பின்னர்த்
தாரமெது? வீடேது? தாத னான
பின்னையுமோர் உடைமை உண்டோ?'' என்று நும்மைப்
பெண்ணரசு கேட்கின்றார் பெண்மை வாயால்.
மன்னர்களே, களிப்பதுதான் சூதென் றாலும்
மனுநீதி துறந்திங்கே வலிய பாவந்
தன்னைஇரு விழிபார்க்க வாய்பே சீரோ?
தாத்தனே, நீதியிது தகுமோ?' என்றான்.

83. இவ்வாறு விகருணனும் உரைத்தல் கேட்டார்;
எழுந்திட்டார் சிலவேந்தர், இரைச்ச லிட்டார்,
'ஒவ்வாது சகுனிசெய்யுங் கொடுமை' யென்பார்;
'ஒருநாளும் உலகிதனை மறக்கா' தென்பார்;
'எவ்வாறு புகைந்தாலும் புகைந்து போவீர்;
ஏந்திழையை அவைக்களத்தே இகழ்தல் வேண்டா.
செவ்வானம் படர்ந்தாற்போல் இரத்தம் பாயச்
செருக்களத்தே தீருமடா பழியிஃ' தென்பார்.

செருக்களம் – போர்க்களம்

கர்ணன் சொல்வது.

வேறு

84. விகருணன் சொல்லைக் கேட்டு
வில்லிசைக் கர்ணன் சொல்வான்:
'தகுமடா, சிறியாய்! நின்சொல்;
தாரணி வேந்தர் யாரும்
புகுவது நன்றன் றெண்ணி
வாய்புதைத் திருந்தார். நீதான்
மிகுமுரை சொல்வி விட்டாய்.
விரகிலாய்! புலனு மில்லாய்!

85. 'பெண்ணிவள் தூண்ட லெண்ணிப்
பசுமையால் பிதற்று கின்றாய்;
எண்ணிலா துரைக்க லுற்றாய்;
இவளைநாம் வென்ற தாலே
நண்ணிடும் பாவ மென்றாய்!
நாணிலாய்! பொறையு மில்லாய்!
கண்ணிய நிலைமை யோராய்;
நீதிநீ காண்ப துண்டோ?

86. 'மார்பிலே துணியைத் தாங்கும்
வழக்கங்கீ ழடியார்க் கில்லை.
சீரிய மகளு மல்லள்,
ஐவரைக் கலந்த தேவி.
யாரடா பணியாள்! வாராய்,
பாண்டவர் மார்பி லேந்தும்
சீரையுங் களைவாய்; தையல்
சேலையுங் களைவாய்' என்றான்.

87. இவ்வுரை கேட்டார் ஐவர்;
பணிமக்கள் ஏவா முன்னம்
தெவ்வர்கண் டஞ்சும் மார்பைத்
திறந்தனர் துணியைப் போட்டார்.
நவ்வியைப் போன்ற கண்ணாள்,
ஞானசுந் தரி,பாஞ் சாலி
எவ்வழி உய்வோ மென்றே
தியங்கினாள்; இணைக்கை கோத்தாள்.

விரகு – விவேகம், புலன் – அறிவு, கண்ணிய – கருதிய, தெவ்வர் – பகைவர், நவ்வி – பெண்மான், தியங்கினாள் – கலங்கினாள்

துகிலுரிதல்

திரௌபதி கண்ணனுக்குச் செய்யும் பிரார்த்தனை

வேறு

88. துச்சா தனன்எழுந்தே – அன்னை
துகிலினை மன்றிடை யுரிதலுற்றான்.
'அச்சோ, தேவர்களே!' – என்
றலறியவ் விதுரனுந் தரைசாய்ந்தான்.
பிச்சேறி யவனைப்போல் – அந்தப்
பேயனுந் துகிலினை யுரிகையிலே,
உட்சோதி யிற்கலந்தாள் – அன்னை
உலகத்தை மறந்தாள், ஒருமையுற்றாள்.

89. 'ஹரி, ஹரி, ஹரிஎன்றாள் – கண்ணா!
அபய மபயமுனக் கபயமென்றாள்.
கரியினுக் கருள்புரிந்தே – அன்று
கயத்திடை முதலையி னுயிர்மடித்தாய்,
கரியநன் னிறமுடையாய் – அன்று
காளிங்கன் தலைமிசை நடம்புரிந்தாய்!
பெரியதொர் பொருளாவாய் – கண்ணா!
பேசரும் பழமறைப் பொருளாவாய்!

90. 'சக்கர மேந்திநின்றாய் – கண்ணா!
சார்ங்கமென் றொருவில்லைக் கரத்துடையாய்!
அக்ஷரப் பொருளாவாய் – கண்ணா!
அக்கார அமுதுண்ணும் பசுங்குழந்தாய்!
துக்கங்கள் அழித்திடுவாய் – கண்ணா!
தொண்டர்கண் ணீர்களைத் துடைத்திடுவாய்!
தக்கவர் தமைக்காப்பாய் – அந்தச்
சதுர்முக வேதனைப் படைத்துவிட்டாய்.

பிச்சு – பித்து, கரி – யானை, கயம் – நீர்நிலை, காளிங்கன் – நாகம், அக்ஷரம் – வேதம்; பிரணவம், சதுர்முக வேதன் – பிரமன்

91. ‘வானத்துள் வானாவாய்! – தீ,
மண்,நீர், காற்றினில் அவையாவாய்!
மோனத்துள் வீழ்ந்திருப்பார் – தவ
முனிவர்தம் அகத்தினி லொளிர்தருவாய்!
கானத்துப் பொய்கையிலே – தனிக்
கமலமென் பூமிசை வீற்றிருப்பாள்,
தானத்து ஸ்ரீதேவி – அவள்
தாளிணை கைக்கொண்டு மகிழ்ந்திருப்பாய்!

92. ‘ஆதியி லாதியப்பா – கண்ணா!
அறிவினைக் கடந்தவிண் ணகப்பொருளே!
சோதிக்குச் சோதியப்பா! – என்றன்
சொல்லினைக் கேட்டருள் செய்திடுவாய்!
மாதிக்கு வெளியினிலே – நடு
வானத்திற் பறந்திடுங் கருடன்மிசை
சோதிக்குள் ஊர்ந்திடுவாய் – கண்ணா!
சுடர்ப்பொரு ளே! பே ரடற்பொருளே!

93. “கம்பத்தி லுள்ளானோ? – அடா!
காட்டுன்றன் கடவுளைத் தூணிடத்தே!
வம்புரை செயுமூடா” – என்று
மகன்மிசை யுறுமியத் தூணுதைத்தான்,
செம்பவிர் குழலுடையான் – அந்தத்
தீயவல் லிரணிய னுடல்பிளந்தாய்!
நம்பிநின் னடிதொழுதேன்; – என்னை
நாணழி யாதிங்கு காத்தருள்வாய்.

94. ‘வாக்கினுக் கீசனையும் – நின்றன்
வாக்கினி லசைத்திடும் வலிமையினாய்!
ஆக்கினை கரத்துடையாய்! – என்றன்
அன்புடை எந்தை, என் னருட்கடலே!
நோக்கினிற் கதிருடையாய்! – இங்கு
நூற்றுவர் கொடுமையைத் தவிர்த்தருள்வாய்!
தேக்குநல் வானமுதே! – இங்கு
சிற்றிடை யாய்ச்சியில் வெண்ணெயுண்டாய்!

அடல் – வலிமை

95. ‘வையகம் காத்திடுவாய்! – கண்ணா!
மணிவண்ணா, என்றன் மனச்சுடரே!
ஐய, நின் பதமலரே – சரண்
ஹரி, ஹரி, ஹரி, ஹரி, ஹரி!’ என்றாள்.
பொய்யர்தந் துயரினைப்போல் – நல்ல
புண்ணிய வாளர்தம் புகழினைப்போல்,
தையலர் கருணையைப்போல் – கடல்
சலசலத் தெறிந்திடும் அலைகளைப்போல்,

96. பெண்ணொளி வாழ்த்திடுவார் – அந்தப்
பெருமக்கள் செல்வத்தின் பெருகுதல்போல்,
கண்ண பிரானருளால் – தம்பி
கழற்றிடக் கழற்றிடத் துணிபுதிதாய்
வண்ணப்பொற் சேலைகளாம் – அவை
வளர்ந்தன, வளர்ந்தன, வளர்ந்தனவே!
எண்ணத்தி லடங்காவே – அவை
எத்தனை யெத்தனை நிறத்தனவோ!

97. பொன்னிழை பட்டிழையும் – பல
புதுப்புதுப் புதுப்புதுப் புதுமைகளாய்ச்
சென்னியிற் கைகுவித்தாள் – அவள்
செவ்விய மேனியைச் சார்ந்துநின்றே,
முன்னிய ஹரிநாமம் – தன்னில்
மூளுநற் பயனுல கறிந்திடவே,
துன்னிய துகிற்கூட்டம் – கண்டு
தொழும்பத்துச் சாதனன் வீழ்ந்துவிட்டான்.

98. தேவர்கள் பூச்சொரிந்தார் – ‘ஓம்
ஜயஜய பாரத சக்தி!’ யென்றே;
ஆவலொ டெழுந்துநின்று – முன்னை
ஆரிய வீட்டுமன் கைதொழுதான்;
சாவடி மறவரெல்லாம் ‘ஓம்
சக்தி, சக்தி, சக்தி’ யென்று கரங்குவித்தார்.
காவலின் நெறி பிழைத்தான் – கொடி
கடியர வுடையவன் தலைகவிழ்ந்தான்.

முன்னிய – நினைத்த, துன்னிய – மிகுந்த, தொழும்பன் – கீழ்மகன்

வீமன் செய்த சபதம்

வேறு

99. வீம னெழுந்துரை செய்வான்: – 'இங்கு
    விண்ணவ ராணை; பராசக்தி யாணை;
    தாமரைப் பூவினில் வந்தான் – மறை
    சாற்றிய தேவன் திருக்கழ லாணை;
    மாமக ளைக்கொண்ட தேவன் – எங்கள்
    மரபுக்குத் தேவன்கண் ணன்பதத் தாணை;
    காமனைக் கண்ணழ லாலே – சுட்டுக்
    காலனை வென்றவன் பொன்னடி மீதில்,

100. 'ஆணையிட் டிஃதுரை செய்வேன்: – இந்த
    ஆண்மையி லாத்துரி யோதனன் றன்னை;
    பேணும் பெருங்கன லொத்தாள் – எங்கள்
    பெண்டு திரௌபதி யைத்தொடை மீதில்
    நாணின்றி 'வந்திரு' வென்றான் – இந்த
    நாய்மக னாந்துரி யோதனன் றன்னை,
    மாணற்ற மன்னர்கண் முன்னே – என்றன்
    வன்மையி னால்யுத்த ரங்கத்தின் கண்ணே,

101. 'தொடையைப் பிளந்துயிர் மாய்ப்பேன் – தம்பி
    சூரத்துச் சாதனன் தன்னையு மாங்கே
    கடைபட்ட தோள்களைப் பிய்ப்பேன்; – அங்கு
    கள்ளென ஊறுமி ரத்தங் குடிப்பேன்.
    நடைபெறுங் காண்பிர் உலகீர்! – இது
    நான்சொல்லும் வார்த்தையென் றெண்ணிடல் வேண்டா!
    தடையற்ற தெய்வத்தின் வார்த்தை; – இது
    சாதனை செய்க, பராசக்தி!' என்றான்.

அர்ஜுனன் சபதம்

102. பார்த்த னெழுந்துரை செய்வான்: – 'இந்தப்
பாதகக் கர்ணனைப் போரில் மடிப்பேன்.
தீர்த்தன் பெரும்புகழ் விஷ்ணு – எங்கள்
சீரிய நண்பன் கண்ணன்கழ லாணை;
கார்த்தடங் கண்ணியெந் தேவி – அவள்
கண்ணிலும் காண்டிவ வில்லிலு மாணை!
போர்த்தொழில் விந்தைகள் காண்பாய் – ஹே!
பூதல மே! அந்தப் போதினில்' என்றான்.

பாஞ்சாலி சபதம்

103. தேவி திரௌபதி சொல்வாள்: – 'ஓம்
தேவி பராசக்தி யாணை யுரைத்தேன்:
பாவிதுச் சாதனன் செந்நீர்; – அந்தப்
பாழ்த்துரி யோதனன் ஆக்கை இரத்தம்,
மேவி யிரண்டுங் கலந்து – குழல்
மீதினிற் பூசி நறுநெய்கு ளித்தே
சீவிக் குழல்முடிப் பேன்யான், – இது
செய்யுமுன் னேமுடி யே' னென் றுரைத்தாள்.

104. ஓமென் றுரைத்தனர் தேவர்; – ஓம்
ஓமென்று சொல்லி யுறுமிற்று வானம்;
பூமி யதிர்ச்சியுண் டாச்சு – விண்ணைப்
பூழிப் படுத்திய தாஞ்சுழற் காற்று;
'சாமி தருமன் புவிக்கே' – என்று
சாட்சி யுரைத்தன பூதங்க ளைந்தும்.
நாமும் கதையை முடித்தோம் – இந்த
நானிலம் முற்றும்நல் லின்பத்தில் வாழ்க!

சபதச் சுருக்கம் நிறைந்தது.

பாஞ்சாலி சபதம் நிறைந்தது.

பூழி – புழுதி

குயில் பாட்டு

குயில்

காலை யிளம்பரிதி வீசுங் கதிர்களிலே
நீலக் கடலோர் நெருப்பெதிரே சேர்மணிபோல்
மோகனமாஞ் சோதி பொருந்தி முறைதவறா
வேகத் திரைகளினால் வேதப் பொருள்பாடி
வந்து தழுவும் வளஞ்சார் கரையுடைய
செந்தமிழ்த் தென்புதுவை யென்னுந் திருநகரின்
மேற்கே சிறுதொலையில் மேவுமொரு மாஞ்சோலை;
நாற்கோணத் துள்ளபல நத்தத்து வேடர்களும்
வந்து பறவைசுட வாய்ந்த பெருஞ்சோலை:
அந்தமாஞ் சோலை யதனிலோர் காலையிலே,
வேடர் வாராத விருந்துத் திருநாளில்,
பேடைக் குயிலொன்று பெட்புறவோர் வான்கிளையில்
வீற்றிருந்தே, ஆண்குயில்கள் மேனி புளகமுற,
ஆற்ற லழிவுபெற, உள்ளத் தனல்பெருக,
சோலைப் பறவையெலாம் சூழ்ந்து பரவசமாய்க்
காலைக் கடனிற் கருத்தின்றிக் கேட்டிருக்க,
இன்னமுதைக் காற்றினிடை யெங்குங் கலந்ததுபோல்
மின்னற் சுவைதான் மெலிதாய், மிகவினிதாய்
வந்து பரவுதல்போல் வானத்து மோகினியாள்
இந்தவுரு வெய்தித்தன் னேற்றம் விளக்குதல்போல்,
இன்னிசைத் தீம்பாடல் இசைத்திருக்கும் விந்தைதனை
முன்னிக் கவிதைவெறி மூண்டே நனவழியப்
பட்டப் பகலிலே பாவலர்க்குத் தோன்றுவதாம்
நெட்டைக் கனவின் நிகழ்ச்சியிலே – கண்டேன்யான்.
கன்னிக் குயிலன்று காவிடத்தே பாடியதோர்
இன்னிசைப் பாட்டினிலே யானும் பரவசமாய்,
"மனிதவுரு நீங்கிக் குயிலுருவம் வாராதோ?
இனிதிக் குயிற்பேட்டை யென்றும் பிரியாமல்
காதலித்துக் கூடிக் களியுடனே வாழோமோ?
நாதக் கனலிலே நம்முயிரைப்போக்கோமோ?"
என்று பலவெண்ணி ஏக்கமுறப் பாடிற்றால்;
அன்றுநான் கேட்டது அமரர்தாங் கேட்பாரோ?
குக்குக்கு வென்று குயில்பாடும் பாட்டினிலே
தொக்க பொருளெல்லாந் தோன்றியதென் சிந்தைக்கே;
அந்தப் பொருளை அவனிக்குரைத்திடுவேன்;
விந்தைக் குரலுக்கு, மேதினியீர், என்செய்கேன்!

கோணம் – திசை, நத்தம் – ஊர், கா – சோலை, தொக்கபொருள் – உட்கருத்து, அவனி – உலகம்

குயிலின் பாட்டு

சங்கராபரணம்
ஏகதாளம்

1. காதல் காதல் காதல்,
   காதல் போயின் காதல் போயின்
   சாதல் சாதல் சாதல்.   (காதல்)

2. அருளே யாம்நல் லொளியே,
   ஒளிபோ மாயின் ஒளிபோ மாயின்
   இருளே இருளே இருளே.   (காதல்)

3. இன்பம் இன்பம் இன்பம்,
   இன்பத் திற்கோ ரெல்லை காணில்
   துன்பம் துன்பம் துன்பம்.   (காதல்)

4. நாதம் நாதம் நாதம்,
   நாதத் தேயோர் நலிவுண் டாயின்
   சேதம் சேதம் சேதம்.   (காதல்)

5. தாளம் தாளம் தாளம்,
   தாளத் திற்கோர் தடையுண் டாயின்
   கூளம் கூளம் கூளம்.   (காதல்)

6. பண்ணே பண்ணே பண்ணே,
   பண்ணிற் கேயோர் பழுதுண் டாயின்
   மண்ணே மண்ணே மண்ணே.   (காதல்)

7. புகழே புகழே புகழே,
   புகழுக் கேயோர் புரையுண் டாயின்
   இகழே இகழே இகழே.   (காதல்)

கூளம் – தூசிதும்பாக உள்ள குப்பை, புரை – பழுது; குற்றம்

8. உறுதி உறுதி உறுதி,
உறுதிக் கேயோர் உடைவுண் டாயின்
இறுதி இறுதி இறுதி. (காதல்)

9. கூடல் கூடல் கூடல்,
கூடிப் பின்னே குமரன் போயின்
வாடல் வாடல் வாடல். (காதல்)

10. குழலே குழலே குழலே,
குழலிற் கீறல் கூடுங் காலை
விழலே விழலே விழலே. (காதல்)

மோகனப் பாட்டு முடிவுபெறப் பாரெங்கும்
ஏக மவுன மியன்றதுகாண்; மற்றதிலோர்
இன்ப வெறியுந் துயரும் இணைந்தனவால்,
பின்புநான் பார்க்கப் பெட்டைக்குயிலஃ தொன்றல்லால்
மற்றைப் பறவை மறைந்தெங்கோ போகவுமிவ்
ஒற்றைக் குயில்சோக முற்றுத் தலைகுனிந்து
வாடுவது கண்டேன், மரத்தருகே போய்நின்று
"பேடே, திரவியமே, பேரின்பப் பாட்டுடையாய்,
ஏழுலகும் இன்பத்தீ ஏற்றுந் திறனுடையாய்,
பீழையுனக் கெய்தியதேன்? பேசாய்'' எனக்கேட்டேன்.
மாயக் குயிலதுதான் மானுடவர் பேச்சினிலோர்
மாயச்சொல் கூற மனந் தீயுற நின்றேன்.
"காதலை வேண்டிக் கரைகின்றேன், இல்லையெனில்
சாதலை வேண்டித் தவிக்கின்றேன்'' என்றதுவால்.
"வானத்துப் புள்ளெல்லா மையலுறப் பாடுகிறாய்,
ஞாலத்திற் புட்களிலும் நன்கு சிறந்துள்ளாய்
காதலர்நீ யெய்துகிலாக் காரணந்தான் யாது" என்றேன்.
வேதனையும் நாணும் மிகுந்த குரலினிலே
கானக் குயிலிக் கதைசொல்ல லாயிற்று:

விழல் – கோரை (ஒருவகைப் புல்); வீண், பீழை – துன்பம்

குயிலின் காதற் கதை

"மானக் குலைவும் வருத்தமும்நான் பார்க்காமல்,
உண்மை முழுதும் உரைத்திடுவேன், மேற்குலத்தீர்!
பெண்மைக் கிரங்கிப் பிழைபொறுத்தல் கேட்கின்றேன்.
அறிவும் வடிவுங் குறுகி, அவனியிலே
சிறியதொரு புள்ளாய்ச் சிறியேன் பிறந்திடினும்,   60
தேவர் கருணையிலோ, தெய்வச் சினத்தாலோ,
யாவர் மொழியும் எளிதுணரும் பேறுபெற்றேன்;
மானுடவர் நெஞ்ச வழக்கெல்லாந் தேர்ந்திட்டேன்.
கானப் பறவை கலகலெனும் ஓசையிலும்
காற்று மரங்களிடைக் காட்டும் இசைகளிலும்   65
ஆற்றுநீர் ரோசை, அருவி யொலியினிலும்,
நீலப் பெருங்கடலெந் நேரமுமே தானிசைக்கும்
ஓலத் திடையே உதிக்கும் இசையினிலும்,
மானுடப் பெண்கள் வளருமொரு காதலினால்
ஊனுருகப் பாடுவதி லூறிடுந்தேன் வாரியிலும்,   70
ஏற்றநீர்ப் பாட்டின் இசையினிலும் நெல்லிடிக்குங்
கோற்றொடியார் குக்குவெனக் கொஞ்சும் ஒலியினிலும்
சுண்ண மிடிப்பார்தஞ் சுவைமிகுந்த பண்களிலும்
பண்ணை மடவார் பழுகுபல பாட்டினிலும்
வட்டமிட்டுப் பெண்கள் வளைக்கரங்கள் தாமொலிக்கக் 75
கொட்டி யிசைத்திடுமோர் கூட்டமுதப் பாட்டினிலும்,
வேயின் குழலொடு வீணைமுத லாமனிதர்
வாயினிலுங் கையாலும் வாசிக்கும் பல்கருவி
நாட்டினிலுங் காட்டினிலும் நாளெல்லாம் நன்றொலிக்கும்
பாட்டினிலும், நெஞ்சைப் பறிகொடுத்தேன் பாவியேன்.   80
நாவு மொழிய நடுக்கமுறும் வார்த்தைகளைப்
பாவிமனந் தானிறுகப் பற்றிநிற்ப தென்னேயோ?
நெஞ்சத்தே தைக்க நெடுநோக்கு நோக்கிடுவீர்,
மஞ்சரே, என்றன் மனநிகழ்ச்சி காணீரோ?
காதலை வேண்டிக் கரைகின்றேன், இல்லையெனில்   85

வாரி – கடல், கோற்றொடியார் – அழகியவளையணிந்த பெண்கள், வேயின்குழல் – புல்லாங்குழல், மஞ்சரே – மைந்தரே

சாதலை வேண்டித் தவிக்கின்றேன்” என்றதுவே.
சின்னக் குயிலிதனைச் செப்பியவப் போழ்தினிலே
என்னைப் புதியதோர் இன்பச் சுரங்கவர,
உள்ளத் திடையும் உயிரிடையும் ஆங்கந்தப்
பிள்ளைக் குயிலினதோர் பேச்சன்றி வேறற்றேன்;
‘காதலோ காதல்இனிக் காதல் கிடைத்திலதேல்
சாதலோ சாதல்’ எனச் சாற்றுமொரு பல்லவியென்
உள்ளமாம் வீணைதனில் உள்ளவீ டத்தனையும்
விள்ள ஒலிப்பதலால் வேறோர் ஒலியில்லை.
சித்தம் மயங்கித் திகைப்பொடுநான் நின்றிடவும்,
அத்தருணத் தேபறவை யத்தனையுந் தாம்திரும்பிச்
சோலைக் கிளையிலெலாந் தோன்றி யொலித்தனவால்.
நீலக் குயிலும் நெடிதுயிர்த்தாங் கிஃதுரைக்கும்:
“காதல் வழிதான் கரடுமுர டாமென்பர்;
சோதித் திருவிழியீர்! துன்பக் கடலினிலே
நல்லுறுதி கொண்டதோர் நாவாய்போல் வந்திட்டீர்
அல்லலற நும்மோடு அளவளாய் நான்பெறுமிவ்
வின்பத் தினுக்கும் இடையூறு மூண்டதுவே!
அன்பொடுநீ ரிங்கே அடுத்தநான் காநாளில்
வந்தருளல் வேண்டும் மறவாதீர், மேற்குலத்தீர்!
சிந்தை பறிகொண்டு செல்கின்றீர்; வாரீரேல்,
ஆவி தரியேன், அறிந்திடுவீர், நான்காநாள்.
பாவியிந்த நான்குநாள் பத்துயுக மாக்கழிப்பேன்;
சென்றுவரு வீர்,என் சிந்தைகொடு போகின்றீர்,
சென்று வருவீர்’’ எனத் தேறாப் பெருந்துயரங்
கொண்டு சிறுகுயிலுங் கூறி மறைந்ததுகாண்.

சிந்தைகொடு – சிந்தைகொண்டு

காதலோ காதல்

கண்டதொரு காட்சி கனவுநன வென்றறியேன்.
எண்ணுதலுஞ் செய்யேன், இருபதுபேய் கொண்டவன்போல்
கண்ணும் முகமுங் களியேறிக் காமனார்
அம்பு நுனிகள கத்தே யமிழ்ந்திருக்கக்
கொம்புக் குயிலுருவங் கோடிபல கோடியாய்,
ஒன்றே யதுவாய் உலகமெலாந் தோற்றமுறச்
சென்றே மனைபோந்து சித்தந் தனதின்றி
நாளொன்று போவதற்கு நான்பட்ட பாடனைத்தும்
தாளம் படுமோ? தறிபடுமோ? யார்படுவார்?
நாளொன்று போயினது; நானு மெனதுயிரும்,
நீளச் சிலைகொண்டு நின்றதொரு மன்மதனும்,
மாயக் குயிலுமதன் மாமாயத் தீம்பாட்டும்,
சாயைபோல் இந்திரமா சாலம்போல் வையமுமா
மிஞ்சிநின்றோம். ஆங்கு மறுநாள் விடிந்தவுடன்,
வஞ்சனைநான் கூறவில்லை மன்மதனார் விந்தையால்
புத்தி மனஞ்சித்தம் புலனொன் றறியாமல்,
வித்தைசெயுஞ் சூத்திரத்தின் மேவுமொரு பொம்மையெனக்
காலிரண்டுங் கொண்டு கடுகவும்நான் சோலையிலே
நீலிதனைக் காணவந்தேன், நீண்ட வழியினிலே
நின்றபொருள் கண்ட நினைவில்லை, சோலையிடைச்
சென்றுநான் பார்க்கையிலே செஞ்ஞாயிற் றொண்கதிரால்
பச்சைமர மெல்லாம் பளபளென, என்னுளத்தின்
இச்சை யுணர்ந்தனபோல் ஈண்டும் பறவையெலாம்
வேறெங்கோ போயிருப்ப, வெம்மைக் கொடுங்காதல்
மீறவெனைத் தான்புரிந்த விந்தைச் சிறுகுயிலைக்
காணநான் வேண்டிக் கரைகடந்த வேட்கையுடன்
கோணமெலாஞ் சுற்றிமரக் கொம்பையெலாம் நோக்கிவந்தேன்.

சிலை – வில், ஒண்கதிர் – பிரகாசமான ஒளி, கோணம் – திசை

குயிலும் குரங்கும்

மற்றைநாள் கண்ட மரத்தே குயிலில்லை.
சுற்றுமுற்றும் பார்த்துத் துடித்து வருகையிலே,
வஞ்சனையே! பெண்மையே! மன்மதனாம் பொய்த்தேவே!
நெஞ்சகமே! தொல்விதியின் நீதியே! பாழுலகே!
கண்ணாலே நான்கண்ட காட்சிதனை யென்னுரைப்பேன்!
பெண்ணால் அறிவிழக்கும் பித்தரெலாங் கேண்மினோ!
காதலினைப் போற்றுங் கவிஞரெலாங் கேண்மினோ!
மாதரெலாங் கேண்மினோ! வல்விதியே கேளாய்நீ!
மாயக் குயிலோர் மரக்கிளையில் வீற்றிருந்தே,
பாயும் விழிநீர், பதைக்குஞ் சிறியவுடல்,
விம்மிப் பரிந்துசொலும் வெந்துயர்ச்சொல் கொண்டதுவாய்,
அம்மவோ! மற்றாங்கோர் ஆண்குரங்கு தன்னுடனே
ஏதேதோ கூறி யிரங்கும் நிலைகண்டேன்.
தீதேது? நன்றேது? செய்கைத் தெளிவேது?
அந்தக் கணமே அதையுங் குரங்கினையும்
சிந்தக் கருதி உடைவாளிற் கைசேர்த்தேன்.

குயில் குரங்கினிடம் சொல்லிய காதற் கதை

கொன்றுவிடும் முன்னே, குயிலுரைக்கும் வார்த்தைகளை
நின்றுசற்றே கேட்பதற்கென் நெஞ்சம் விரும்பிடவும்,
ஆங்கவற்றின் கண்ணில் அகப்படா வாறருகே
ஓங்கு மரத்தின்பால் ஒளிந்துநின்று கேட்கையிலே,
பேடைக் குயிலிதனைப் பேசியது: "வானரரே!
ஈடறியா மேன்மையழ கேய்ந்தவரே! பெண்மைதான்
எப்பிறப்புக் கொண்டாலும், ஏந்தலே! நின்னழகைத்
தப்புமோ? மையல் தடுக்குந் தரமாமோ?
மண்ணிலுயிர்க் கெல்லாந் தலைவரென மானிடரே
எண்ணிநின்றார் தம்மை; எனிலொருகால் ஊர்வகுத்தல்,
கோயில், அரசு, குடிவகுப்புப் போன்றசில
வாயிலிலே அந்த மனிதர் உயர்வெனலாம்.
மேனி யழகினிலும் விண்டுரைக்கும் வார்த்தையிலும்
கூனி யிருக்குங் கொலுநேர்த்தி தன்னிலுமே

சிந்த – அழிக்க, ஏய்ந்தவரே – பொருந்தியவரே, வானரம் – குரங்கு

வானரர்தஞ் சாதிக்கு மாந்தர்நிக ராவாரோ?
ஆன வரையும் அவர்முயன்று பார்த்தாலும்,
பட்டுமயிர் மூடப் படாத தமதுடலை
எட்டுடையால் மூடி எதிருமக்கு வந்தாலும்,
மீசையையும் தாடியையும் விந்தைசெய்து வானரர்தம்
ஆசை முகத்தினைப்போ லாக்க முயன்றிடினும்,
ஆடிக் குதிக்கும் அழகிலுமை நேர்வதற்கே
கூடிக் குடித்துக் குதித்தாலும், கோபுரத்தில்
ஏறத் தெரியாமல் ஏணிவைத்துச் சென்றாலும்,
வேறெத்தைச் செய்தாலும், வேகமுறப் பாய்வதிலே
வானரர்போ லாவரோ? வாலுக்குப் போவதெங்கே?
ஈனமுறுங் கச்சை இதற்கு நிகராமோ?
பாகையிலே வாலிருக்கப் பார்த்ததுண்டு கந்தைபோல்;
வேகமுறத் தாவுகையில் வீசி யெழுவதற்கே
தெய்வங் கொடுத்த திருவாலைப் போலாமோ?
சைவசுத்த போசனமும் சாதுரியப் பார்வைகளும்
வானரர்போற் சாதியொன்று மண்ணுலகின் மீதுளதோ?
வானரர் தம்முள்ளே மணிபோ லுமையடைந்தேன்.
பிச்சைப் பறவைப் பிறப்பிலே தோன்றிடினும்,
நிச்சயமா முன்புரிந்த நேமத் தவங்களினால்
தேவரீர் காதல்பெறுஞ் சீர்த்திகொண்டேன்; தம்மிடத்தே
ஆவலினாற் பாடுகின்றேன். ஆரியரே கேட்டருள்வீர்!"
(வானரப் பேச்சினிலே மைக்குயிலி பேசியதை
யானறிந்து கொண்டுவிட்டேன், யாதோ ஒருதிறத்தால்)

குயிலின் பாட்டு

நீசக் குயிலும் நெருப்புச் சுவைக்குரலில்
ஆசை ததும்பி அமுதூறப் பாடியதே:

> காதல் காதல் காதல்,
> காதல் போயின் காதல் போயின்
> சாதல் சாதல் சாதல். (முதலியன)

காட்டில் விலங்கறியும், கைக்குழந்தை தானறியும்,
பாட்டின் சுவையதனைப் பாம்பறியும் என்றுரைப்பார்.
வற்றற் குரங்கு மதிமயங்கிக் கள்ளினிலே
முற்றும் வெறிபோல் முழுவெறிகொண் டாங்ஙனே
தாவிக் குதிப்பதுவுந் தாளங்கள் போடுவதும்

“ஆவி யுருகுதடீ, ஆஹஹா!” என்பதுவும்,
கண்ணைச் சிமிட்டுவதும், காலாலுங் கையாலும்
மண்ணைப் பிறாண்டியெங்கும் வாரி யிறைப்பதுவும்,
“ஆசைக் குயிலே! அரும்பொருளே! தெய்வதமே!
பேச முடியாப் பெறுங்காதல் கொண்டுவிட்டேன்;
காதலில்லை யானாற் கணத்திலே சாதலென்றாய்,
காதலினாற் சாகுங் கதியினிலே என்னைவைத்தாய்.
எப்பொழுதும் நின்னை இனிப்பிரிவ தாற்றகிலேன்,
இப்பொழுதே நின்னைமுத்த மிட்டுக் களியுறுவேன்”
என்றுபல பேசுவதும் என்னுயிரைப் புண்செயவே,
கொன்றுவிட வெண்ணிக் குரங்கின்மேல் வீசினேன்
கைவாளை யாங்கே! கனவோ? நனவுகொலோ?
தெய்வ வலியோ? சிறுகுரங்கென் வாளுக்குத்
தப்பி, முகஞ்சுளித்துத் தாவி யொளித்திடவும்,
ஒப்பிலா மாயத் தொருகுயிலுந் தான்மறைய,
சோலைப் பறவை தொகைதொகையாத் தாமொலிக்க,
மேலைச் செயலறியா வெள்ளறிவில் பேதையேன்
தட்டுத் தடுமாறிச் சார்பனைத்துந் தேடியுமே
குட்டிப் பிசாசக் குயிலையெங்கும் காணவில்லை.

இருளும் ஒலியும்

வான நடுவிலே மாட்சியுற ஞாயிறுதான்
மோனவொளி சூழ்ந்திடவும் மொய்ம்பிற் கொலுவிருந்தான்.
மெய்யெல்லாஞ் சோர்வு விழியில் மயக்கமுற,
உய்யும் வழியுணரா துள்ளம் பதைபதைக்க,
நாணுந் துயரும் நலிவுறுத்த நான்மீண்டு
பேணுமனை வந்தேன்; பிரக்கினைபோய் வீழ்ந்துவிட்டேன்.
மாலையில் மூர்ச்சைநிலை மாறித் தெளிவடைந்தேன்,
நாலு புறமுமெனை நண்பர்வந்து சூழ்ந்துநின்றார்.
“ஏனடா மூர்ச்சையுற்றாய்? எங்குசென்றாய்? ஏதுசெய்தாய்?
வானம் வெளிறுமுன்னே வைகறையி லேதனித்துச்
சென்றனை யென்கின்றார்அச் செய்தியென்னே? ஊணின்றி
நின்றதென்னே?” என்று நெரித்துவிட்டார் கேள்விகளை.
இன்னார்க் கிதுசொல்வ தென்று தெரியாமல்,
“என்னாற் பலவுரைத்தல் இப்பொழுது கூடாதாம்.

வெள்ளறிவு – அறிவின்மை

நாளை வருவீரேல் நடந்ததெலாஞ் சொல்வேன்,இவ்
வேளை எனைத்தனியே விட்டகல்வீர்'' என்றுரைத்தேன்.
நண்பரெல்லாஞ் சென்றுவிட்டார். நைந்துநின்ற தாயார்தாம்
உண்பதற்குப் பண்டம் உதவிநல்ல பால்கொணர்ந்தார்.
சற்றுவிடாய் தீர்ந்து தனியே படுத்திருந்தேன்;
முற்றும் மறந்து முழுத்துயிலில் ஆழ்ந்துவிட்டேன்.
பண்டு நடந்ததனைப் பாடுகின்ற விப்பொழுதும்
மண்டு துயரெனது மார்பையெலாங் கவ்வுவதே!
ஓடித் தவறி யுடைவனவாம் சொற்களெலாம்;
கூடி மதியிற் குவிந்திடுமாம் செய்தியெலாம்.
நாசக் கதையை நடுவே நிறுத்திவிட்டுப்
பேசும் இடைப்பொருளின் பின்னே மதிபோக்கிக்
கற்பனையும் வர்ணனையுங் காட்டிக் கதைவளர்க்கும்
விற்பனர்தஞ் செய்கை விதமும் தெரிகிலன்யான்.
மேலைக் கதையுரைக்க வெள்கிக் குலையுமனம்.
காலைக் கதிரழகின் கற்பனைகள் பாடுகிறேன்.
தங்க முருக்கித் தழல்குறைத்துத் தேனாக்கி
எங்கும் பரப்பியதோர் இங்கிதமோ? வான்வெளியைச்
சோதி கவர்ந்து சுடர்மயமாம் விந்தையினை
ஓதிப் புகழ்வார் உவமையொன்று காண்பாரோ?
கண்ணையினி தென்றுரைப்பர்; கண்ணுக்குக் கண்ணாகி
விண்ணை யளக்குமொளி மேம்படுமோர் இன்பமன்றோ?
மூலத் தனிப்பொருளை மோனத்தே சிந்தைசெய்யும்
மேலவரும் அஃதோர் விரியுமொளி என்பாரேல்
நல்லொளிக்கு வேறுபொருள் ஞாலமிசை யொப்புளதோ?
புல்லை நகையுறுத்திப் பூவை வியப்பாக்கி,
மண்ணைத் தெளிவாக்கி, நீரில் மலர்ச்சிதந்து,
விண்ணை வெளியாக்கி விந்தைசெயுஞ் சோதியினைக்
காலைப் பொழுதினிலே கண்விழித்து நான்தொழுதேன்.
நாலு புறத்துமுயிர் நாதங்க ளோங்கிடவும்,
இன்பக் களியில் இயங்கும் புவிகண்டேன்.
துன்பக் கதையின் தொடருரைப்பேன், கேளீரோ!

பிரக்கினை – உணர்வு, பண்டு – முன்பு, மண்டு – மிகு, வெள்கி – வெட்கி

குயிலும் மாடும்

காலைத் துயிலெழுந்து காலிரண்டு முன்போலே
சோலைக் கிழுத்திட நான் சொந்தவுணர் வில்லாமே
சோலையினில் வந்துநின்று, சுற்றுமுற்றுந் தேடினேன்.
கோலப் பறவைகளின் கூட்டமெல்லாங் காணவில்லை.
மூலையிலோர் மாமரத்தின் மோட்டுக் கிளையினிலே
நீலக் குயிலிருந்து நீண்டகதை சொல்லுவதும்,
கீழே யிருந்தோர் கிழக்காளை மாடதனை
ஆழ மதியுடனே ஆவலுறக் கேட்பதுவும்,
கண்டேன், வெகுண்டேன், கலக்கமுற்றேன்; நெஞ்சிலனல்
கொண்டேன், குமைந்தேன், குமுறினேன்,
மெய்வெயர்த்தேன்;
கொல்லவாள் வீசல் குறித்தேன், இப் பொய்ப்பறவை
சொல்லுமொழி கேட்டதன்பின் கொல்லுதலே சூழ்ச்சியென
முன்போல் மறைந்துநின்றேன்; மோகப் பழங்கதையைப்
பொன்போற் குரலும் புதுமின்போல் வார்த்தைகளும்
கொண்டு குயிலாங்கே கூறுவதாம்: "நந்தியே,
பெண்டிர் மனத்தைப் பிடித்திழுக்கும் காந்தமே,
காமனே மாடாகக் காட்சிதரும் மூர்த்தியே!
பூமியிலே மாடுபோற் பொற்புடைய சாதியுண்டோ?
மானுடருந் தம்முள் வலிமிகுந்த மைந்தர்தமை
மேனியுறுங் காளையென்று மேம்பா டுறப்புகழ்வார்.
காளையர்த முள்ளே கனம்மிகுந்தீர், ஆரியரே!
நீள முகமும் நிமிர்ந்திருக்குங் கொம்புகளும்,
பஞ்சுப் பொதிபோல் படர்ந்த திருவடிவும்,
மிஞ்சு புறச்சுமையும் வீரத் திருவாலும்,
வானத் திடிபோல மாவென் றுறுமுவதும்,
ஈனப் பறவை முதுகின்மிசை ஏறிவிட்டால்
வாலைக் குழைத்து வளைத்தடிக்கும் நேர்மையும்பல்
காலம்நான் கண்டு கடுமோக மெய்திவிட்டேன்.
பார வடிவும் பயிலு முடல்வலியும்
தீர நடையும் சிறப்புமே யில்லாத
சல்லித் துளிப்பறவைச் சாதியிலே நான்பிறந்தேன்.

கோலம் – அழகு, மோட்டுக்கிளை – உயர்ந்த கிளை, வெயர்த்தேன் – வியர்த்தேன், பொற்பு – பொலிவு

அல்லும் பகலும்நிதம் அற்ப வயிற்றினுக்கே
காடெல்லாஞ் சுற்றிவந்து காற்றிலே எற்றுண்டு,
மூட மனிதர் முடைவயிற்றுக் கோருணவாம்
சின்னக் குயிலின் சிறுகுலத்தி லேதோன்றி
என்னபயன் பெற்றேன்? எனைப்போலோர் பாவியுண்டோ?
சேற்றிலே தாமரையும் சீழுடைய மீன்வயிற்றிற்
போற்றுமொளி முத்தும் புறப்படுதல் கேட்டிலிரோ?
நீசப் பிறப்பொருவர் நெஞ்சிலே தோன்றிவரும்
ஆசை தடுக்கவல்ல தாகுமோ? காமனுக்கே
சாதிப் பிறப்புத் தராதரங்கள் தோன்றிடுமோ?
வாதித்துப் பேச்சை வளர்த்தோர் பயனுமில்லை.
மூட மதியாலோ, முன்னைத் தவத்தாலோ,
ஆடவர்த முள்ளே அடியா ளுமைத்தெரிந்தேன்.
மானுடராம் பேய்கள் வயிற்றுக்குச் சோறிடவும்
கூனர்தமை ஊர்களிலே கொண்டு விடுவதற்கும்
தெய்வமென நீருதவி செய்தபின்னர், மேனிவிடாய்
எய்தி யிருக்கு மிடையினிலே, பாவியேன்
வந்துமது காதில் மதுரவிசை பாடுவேன்.
வந்து முதுகில் ஒதுங்கிப் படுத்திருப்பேன்,
வாலிலடி பட்டு மனமகிழ்வேன். மாவென்றே
ஓலிடுநும் பேரொலியோ டொன்றுபடக் கத்துவேன்.
மேனியிலே உண்ணிகளை மேவாது கொன்றிடுவேன்.
கானிடையே சுற்றிக் கழனியெலாம் மேய்ந்துநீர்
மிக்கவுண வுண்டுவாய் மென்றசைதான் போடுகையில்,
பக்கத் திருந்து பலகதைகள் சொல்லிடுவேன்.
காளை யெருதரே, காட்டிலுயர் வீரரே!
தாளைச் சரணடைந்தேன், தையலெனைக் காத்தருள்வீர்!
காதலுற்று வாடுகின்றேன். காதலுற்ற செய்தியினை
மாத ருரைத்தல் வழக்கமில்லை என்றறிவேன்.
ஆனாலும் என்போல் அபூருவமாங் காதல்கொண்டால்,
தானா வுரைத்தலன்றிச் சாரும் வழியுளதோ?
ஒத்த குலத்தவர்பால் உண்டாகும் வெட்கமெல்லாம்,
இத்தரையில் மேலோர்முன் ஏழையர்க்கு நாணமுண்டோ?
தேவர்முன்னே அன்புரைக்கச் சிந்தைவெட்கங்
கொள்வதுண்டோ?
காவலர்க்குந் தங்குறைகள் காட்டாரோ கீழடியார்?

முடை – நாற்றம், விடாய் – சேர்ப்பு, தையல் – பெண், காவலர் – அரசர்

ஆசைதான் வெட்க மறியுமோ?'' என்றுபல
நேசவுரை கூறி, நெடிதுயிர்த்துப் பொய்க்குயிலி
பண்டுபோ லேதனது பாழடைந்த பொய்ப்பாட்டை
எண்டிசையு மின்பக் களியேறப் பாடியதே.

குயிலின் பாட்டு

காதல் காதல் காதல்,
காதல் போயின் காதல் போயின்
சாதல் சாதல் சாதல். (முதலியன)

பாட்டு முடியும்வரை பாரறியேன், விண்ணறியேன்,
கோட்டுப் பெருமரங்கள் கூடிநின்ற காவறியேன்,
தன்னை யறியேன், தனைப்போல் எருதறியேன்;
பொன்னை நிகர்த்தகுரல் பொங்கிவரும் இன்பமொன்றே
கண்டேன், படைப்புக் கடவுளே, நான்முகனே!
பண்டே யுலகு படைத்தனைநீ என்கின்றார்.
நீரைப் படைத்து நிலத்தைத் திரட்டிவைத்தாய்;
நீரைப் பழைய நெருப்பிற் குளிர்வித்தாய்;
காற்றைமுன்னே ஊதினாய்; காணரிய வானவெளி
தோற்றுவித்தாய், நின்றன் தொழில்வலிமை யாரறிவார்?
உள்ளந்தான் கவ்வ ஒருசிறிதுங் கூடாத
கொள்ளைப் பெரியவுருக் கொண்ட பலகோடி
வட்ட வுருளைகள்போல் வானத்தில் அண்டங்கள்
எட்ட நிரப்பியவை யெப்போதும் ஓட்டுகின்றாய்;
எல்லாம் அசைவில் இருப்பதற்கே சக்திகளைப்
பொல்லாப் பிரமா, புகுத்துவிட்டாய், அம்மவோ!
காலம் படைத்தாய் கடப்பதிலாத் திக்கமைத்தாய்,
ஞாலம் பலவினிலும் நாடோறுந் தாம்பிறந்து
தோன்றி மறையுந் தொடர்பாய்ப் பலஅனந்தம்
சான்ற உயிர்கள் சமைத்துவிட்டாய், நான்முகனே!
சால மிகப்பெரிய சாதனைகாண் இஃதெல்லாம்!
தாலமிசை நின்றன் சமர்த்துரைக்க வல்லார்யார்?
ஆனாலும் நின்றன் அதிசயங்கள் யாவினுமே
கானா முதம்படைத்த காட்சிமிக விந்தையடா!
காட்டுநெடு வானங் கடலெல்லாம் விந்தையெனில்,
பாட்டினைப்போல் ஆச்சரியம் பாரின்மிசை இல்லையடா!

நாடோறும் – நாள்தோறும், ஞாலம்; தாலம் – பூமி, கானாமுதம் – கான அமுதம்

பூதங்க ளொத்துப் புதுமைதரல் விந்தையெனில்
நாதங்கள் சேரும் நயத்தினுக்கு நேராமோ?
ஆசைதருங் கோடி அதிசயங்கள் கண்டதிலே,
ஓசைதரும் இன்பம் உவமையிலா இன்பமன்றோ!
செத்தைக் குயில்புரிந்த தெய்விகத்தீம் பாட்டெனுமோர்
வித்தை முடிந்தவுடன் மீட்டும்அறி வெய்திநான்
கையில் வாளெடுத்துக் காளையின்மேல் வீசினேன்.
மெய்யிற் படுமுன் விரைந்ததுதான் ஓடிவிட,
வன்னக் குயில்மறைய மற்றைப் பறவையெலாம்
முன்னைப்போற் கொம்பு முனைகளிலே வந்தொலிக்க,
நாணமிலாக் காதல்கொண்ட நானுஞ் சிறுகுயிலை
வீணிலே தேடியபின், வீடுவந்து சேர்ந்துவிட்டேன்.
எண்ணியெண்ணிப் பார்த்தேன் எதுவும் விளங்கவில்லை.
கண்ணிலே நீர்ததும்பக் கானக் குயிலெனக்கே
காதற் கதையுரைத்து நெஞ்சங் கரைத்ததையும்,
பேதைநா னங்கு பெரியமயல் கொண்டதையும்,
இன்பக் கதையி னிடையே தடையாகப்
புன்பறவை யெல்லாம் புகுந்த வியப்பினையும்,
ஒன்றைப் பொருள்செய்யா வுள்ளத்தைக் காமவனல்
தின்றெனது சித்தந் திகைப்புறவே செய்ததையும்,
சொற்றைக் குரங்கும் தொழுமாடும் வந்தெனக்கு
முற்றும் வயிரிகளாய் மூண்ட கொடுமையையும்
இத்தனைகோ லத்தினுக்கும் யான்வேட்கை தீராமல்
பித்தம் பிடித்த பெரிய கொடுமையையும்
எண்ணியெண்ணிப் பார்த்தேன், எதுவும் விளங்கவில்லை;
கண்ணிரண்டும் மூடக் கடுந்துயிலில் ஆழ்ந்துவிட்டேன்.

வயிரிகள் – பகைவர்கள்

நான்காம் நாள்

நான்காம்நாள், என்னை நயவஞ் சனைபுரிந்து
வான்காதல் காட்டி மயக்கிச் சதிசெய்த
பொய்மைக் குயிலென்னைப் போந்திடவே கூறியநாள்
மெய்மை யறிவிழந்தென் வீட்டிலே மாடமிசை
சித்தத் திகைப்புற்றோர் செய்கை யறியாமல்,
எத்துக் குயிலென்னை எய்துவித்த தாழ்ச்சியெலாம்
மீட்டும் நினைந்தங்கு வீற்றிருக்கும் போழ்தினிலே
காட்டுத் திசையினிலென் கண்ணிரண்டும் நாடியவால்.
வானத்தே ஆங்கோர் கரும்பறவை வந்திடவும்
யானதனைக் கண்டே, 'இது நமது பொய்க்குயிலே?'
என்று திகைத்தேன்; இருந்தொலைக்கே நின்றதனால்
நன்று வடிவம் துலங்கவில்லை; நாடுமனம்
ஆங்கதனை விட்டுப் பிரிதற்கு மாகவில்லை.
ஓங்குந் திகைப்பில் உயர்மாடம் விட்டுநான்
வீதியிலே வந்துநின்றேன், மேற்றிசையில் அவ்வுருவம்
சோதிக் கடலிலே தோன்றுகரும் புள்ளியெனக்
காணுதலும், 'சற்றே கடுகி யருகேபோய்,
நாணமிலாப் பொய்க்குயிலோ என்பதனை நன்கறிவோம்'
என்ற கருத்துடனே யான்விரைந்து சென்றிடுங்கால்,
நின்ற பறவையுந்தான் நேராகப் போயினதால்.
யான்நின்றால் தான்நிற்கும், யான்சென்றால் தான்செல்லும்;
மேனிநன்கு தோன்ற அருகினிலே மேவாது
வானி லதுதான் வழிகாட்டிச் சென்றிடவும்
யான்நிலத்தே சென்றேன்; இறுதியிலே முன்புநாம்
கூறியுள்ள மாஞ்சோலை தன்னைக் குறுகியந்த
ஊறிலாப் புள்ளுமத னுள்ளே மறைந்ததுவால்.
மாஞ்சோலைக் குள்ளே மதியிலிநான் சென்றாங்கே
ஆஞ்சோதி வெள்ளம் அலையுமொரு கொம்பரின்மேல்
சின்னக் கருங்குயிலி செவ்வனே வீற்றிருந்து,
பொன்னங் குழலின் புதிய வொலிதனிலே
பண்டைப்பொய்க் காதற் பழம்பாட்டைத் தான்பாடிக்
கொண்டிருத்தல் கண்டேன், குமைந்தேன். எதிரேபோய்,
"நீசக் குயிலே, நிலையறியாப் பொய்மையே,
ஆசைக் குரங்கினையும் அன்பார் எருதினையும்

இருந்தொலைக்கே – நெடுந்தொலைக்கே, கடுகி – விரைந்து, குறுகி – அணுகி

எண்ணிநீ பாடும் இழிந்த புலைப்பாட்டை
நண்ணியிங்கு கேட்க நடத்திவந்தாய் போலுமெனை''
என்று சினம்பெருகி ஏதேதோ சொல்லுரைத்தேன்.
கொன்றுவிட நெஞ்சிற் குறித்தேன்; மறுபடியும்
நெஞ்ச மிளகி நிறுத்திவிட்டேன். ஈங்கிதற்குள்,   425
வஞ்சக் குயிலி மனத்தை இரும்பாக்கிக்
கண்ணிலே பொய்நீர் கடகடெனத் தானூற்றப்
பண்ணிசைபோ லின்குரலாற் பாவியது கூறிடுமால்:
"ஐயனே, என்னுயிரின் ஆசையே! ஏழையெனை
வையமிசை வைக்கத் திருவுளமோ? மற்றெனையே   430
கொன்றுவிடச் சித்தமோ? கூறீர் ஒருமொழியில்!
அன்றிற் சிறுபறவை ஆண்பிரிய வாழாது,
ஞாயிறுதான் வெம்மைசெயில் நாண்மலர்க்கு வாழ்வுளதோ?
தாயிருந்து கொன்றால் சரண்மதலைக்கு ஒன்றுளதோ?
தேவர் சினந்துவிட்டால் சிற்றுயிர்கள் என்னாகும்?   435
ஆவற் பொருளே, அரசே, என் ஆரியரே!
சிந்தையில்நீர் என்மேற் சினங்கொண்டால் மாய்ந்திடுவேன்,
வெந்தழலில் வீழ்வேன், விலங்குகளின் வாய்ப்படுவேன்.
குற்றம்நீர் என்மேற் கொணர்ந்ததனை யானறிவேன்;
குற்றம்நுமைக் கூறுகிலேன், குற்றமிலேன் யானம்ம!   440
புன்மைக் குரங்கைப் பொதிமாட்டை நான்கண்டு
மென்மையுறக் காதல் விளையாடினேன் என்றீர்,
என்சொல்கேன்! எங்ஙனுய்வேன்! ஏதுசெய்கேன், ஐயனே!
நின்சொல் மறுக்க நெறியில்லை; ஆயிடினும்
என்மேல் பிழையில்லை! யாரிதனை நம்பிடுவார்?   445
நின்மேல் சுமைமுழுதும் நேராகப் போட்டுவிட்டேன்,
வெவ்விதியே! நீயென்னை மேம்பா டுறச்செய்து
செவ்வினிங் கென்னையென்றன் வேந்தனொடு சேர்த்திடினும்
அல்லாதென் வார்த்தை அவர்சிறிதும் நம்பாமே
புல்லாக எண்ணிப் புறக்கணித்துப் போய்விட, நான்   450
அக்கணத்தே தீயில் அழிந்துவிழ நேரிடினும்,
எக்கதிக்கும் ஆளாவேன்; என்செய்கேன், வெவ்விதியே!"

நாண்மலர் – நாள்மலர் (அன்று பூத்த மலர்), மதலை – பிள்ளை

குயில் தனது பூர்வ ஜன்மக் கதையுரைத்தல்

“தேவனே! என்னருமைச் செல்வமே, என்னுயிரே!
போவதன்முன் னொன்று புகல்வதனைக் கேட்டருள்வீர்!
முன்ன மொருநாள் முடிநீள் பொதியமலை
தன்னருகே நானும் தனியேயோர் சோலைதனில்,
மாங்கிளையி லேதோ மனதிலெண்ணி வீற்றிருந்தேன்,
ஆங்குவந்தார் ஓர்முனிவர். ஆரோ பெரியரென்று
பாதத்தில் வீழ்ந்து பரவினேன்; ஐயரெனை
ஆதரித்து வாழ்த்தி யருளினார். மற்றதின்பின்,
‘வேத முனிவரே, மேதினியில் கீழ்ப்பறவைச்
சாதியிலே நான்பிறந்தேன்; சாதிக் குயில்களைப்போல்
இல்லாமல் என்றன் இயற்கை பிரிவாகி,
எல்லார் மொழியும் எனக்கு விளங்குவதேன்?
மானுடர்போற் சித்தநிலை வாய்ந்திருக்குஞ் செய்தியேன்?
யானுணரச் சொல்வீர்’ என வணங்கிக் கேட்கையிலே,
கூறுகின்றார் ஐயர்: ‘குயிலே!கேள், முற்பிறப்பில்
வீறுடைய வெந்தொழிலார் வேடர் குலத்தலைவன்
வீர முருகனெனும் வேடன் மகளாகச்
சேர வளநாட்டில் தென்புறத்தே ஓர்மலையில்
வந்து பிறந்து வளர்ந்தாய்நீ, நல்லிளமை
முந்தும் அழகினிலே மூன்று தமிழ்நாட்டில்
யாரும் நினக்கோர் இணையில்லை யென்றிடவே
சீருயர நின்றாய். செழுங்கான வேடரிலுன்
மாமன் மகனொருவன் மாடனெனும் பேர்கொண்டான்
காமன் கணைக்கிரையாய், நின்னழகைக் கண்டுருகி
நின்னை மணக்க நெடுநாள் விரும்பிஅவன்
பொன்னை மலரைப் புதுத்தேனைக் கொண்டுனக்கு
நித்தம் கொடுத்து நினைவெல்லாம் நீயாகச்
சித்தம் வருந்துகையில், தேமொழியே, நீயவனை
மாலையிட வாக்களித்தாய்; மையலினா லில்லை;அவன்
சால வருந்தல் சகிக்காமல் சொல்லிவிட்டாய்.
ஆயிடையே நின்றன் அழகின் பெருங்கீர்த்தி
தேயமெங்குந் தான்பரவத் தேன்மலையின் சார்பினிலோர்
வேடர்கோன், செல்வமும்நல் வீரமுமே தானுடையான்,

புகல்வது – சொல்வது, மேதினி – உலகம்

நாடனைத்தும் அஞ்சி நடுங்குஞ் செயலுடையான்,
மொட்டைப் புலியனுந்தன் மூத்த மகனான
நெட்டைக் குரங்கனுக்கு நேரான பெண்வேண்டி,
நின்னை மணம்புரிய நிச்சயித்து, நின்னப்பன்
தன்னை யணுகி, 'நின்னோர் தையலையென் பிள்ளைக்குக்
கண்ணாலஞ் செய்யும் கருத்துடையேன்' என்றிடலும்,
எண்ணாப் பெருமகிழ்ச்சி எய்தியே, நின்தந்தை
ஆங்கே யுடம்பட்டான்; ஆறிரண்டு நாட்களிலே
பாங்காய் மணம்புரியத் தாமுறுதி பண்ணிவிட்டார்.
பன்னிரண்டு நாட்களிலே பாவையுனைத் தேன்மலையில்
அன்னியன்கொண் டேகிடுவான் என்னும் அதுகேட்டு
மாடன் மனம்புகைந்து மற்றைநாள் உன்னைவந்து
நாடிச் சினத்துடனே நானா மொழிகூற,
நீயும் அவனிடத்தே நீண்ட கருணையினால்,
'காயுஞ் சினந்தவிர்ப்பாய் மாடா, கடுமையினால்
நெட்டைக் குரங்கனுக்குப் பெண்டாக நேர்ந்தாலும்,
கட்டுப் படிஅவர்தங் காவலிற்போய் வாழ்ந்தாலும்,
மாதமொரு மூன்றில் மருமம் சிலசெய்து
பேதம் விளைவித்துப் பின்னிங்கே வந்திடுவேன்;
தாலிதனை மீட்டுமவர் தங்களிட மேகொடுத்து
நாலிரண்டு மாதத்தே நாயகனா நின்றனையே
பெற்றிடுவேன்; நின்னிடத்தே பேச்சுத் தவறுவெனோ?
மற்றிதனை நம்பிடுவாய் மாடப்பா' என்றுரைத்தாய்;
காதலினா லில்லை, கருணையினால் இஃதுரைத்தாய்.
(மாதரசாய் வேடன் மகளான முற்பிறப்பில்
சின்னக் குயிலியென்று செப்பிடுவார் நின்நாமம்.)
பின்னர்ச் சிலதினங்கள் சென்றதன்பின், பெண்குயிலி,
நின்னொத்த தோழியரும் நீயுமொரு மாலையிலே
மின்னற் கொடிகள் விளையா டுதல்போலே
காட்டி னிடையே களித்தாடி நிற்கையிலே,
வேட்டைக் கெனவந்தான் வெல்வேந்தன் சேரமான்
தன்னருமை மைந்தன்; தனியே, துணைபிரிந்து
மன்னவன்றன் மைந்தனொரு மானைத் தொடர்ந்துவரத்
தோழியரும் நீயும் தொகுத்துநின்றே ஆடுவதை
வாழியவன் கண்டுவிட்டான். மையல் கரைகடந்து

நின்னைத் தனதாக்க நிச்சயித்தான். மாதுநீ
மன்னவனைக் கண்டவுடன் மாமோகங் கொண்டுவிட்டாய்.
நின்னையவன் நோக்கினான்; நீயவனை நோக்கிநின்றாய்;
அன்னதொரு நோக்கினிலே ஆவி கலந்துவிட்டீர்,
தோழியரும் வேந்தன் சுடர்க்கோலந் தான்கண்டே   525
ஆழி யரசன் அரும்புதல்வன் போலுமென்றே
அஞ்சி மறைந்துவிட்டார். ஆங்கவனும் நின்னிடத்தே,
'வஞ்சித் தலைவன் மகன்யான்' எனவுரைத்து,
'வேடர் தவமகளே! விந்தை யழகுடையாய்!
ஆடவனாய்த் தோன்றி யதன்பயனை இன்றுபெற்றேன்;   530
கண்டதுமே நின்மிசைநான் காதல்கொண்டேன்' என்றிசைக்க,
மண்டுபெருங் காதல் மனத்தடக்கி நீமொழிவாய்:
'ஐயனே! உங்கள் அரண்மனையில் ஐந்நூறு
தையலருண் டாம்அழகில் தந்நிகரில் லாதவராம்;
கல்வி தெரிந்தவராம், கல்லுருகப் பாடுவராம்,   535
பல்விதமாங் கூத்துப் பழகி யிருப்பவராம்
அன்னவரைச் சேர்ந்தேநீர் அன்புடனே வாழ்ந்திருப்பீர்;
மன்னவரை வேண்டேன், மலைக்குறவர் தம்மகள்யான்.
கொல்லுமடற் சிங்கம் குழிமுயலை வேட்பதுண்டோ?
வெல்லுதிறல் மூவேந்தர் வேடருள்ளோ பெண்ணெடுப்பார்?540
பத்தினியாய் வாழ்வதல்லால் பார்வேந்தர் தாமெனினும்
நத்தி விலைமகளாய் நாங்கள்குடி போவதில்லை.
பொன்னடியைப் போற்றுகின்றேன், போய்வருவீர், தோழியரும்
என்னைவிட்டுப் போயினரே, என்செய்கேன்?' என்றுநீ
நெஞ்சங் கலக்கமெய்தி நிற்கையிலே, வேந்தன்மகன்   545
மிஞ்சுநின்றன் காதல் விழிக்குறிப்பி னாலறிந்தே,
பக்கத்தில் வந்து பளிச்சென் றுனதுகன்னஞ்
செக்கச் சிவக்கமுத்த மிட்டான். சினங்காட்டி
நீவிலகிச் சென்றாய் – நெறியேது காமியர்க்கே?
தாவிநின்னை வந்து தழுவினான் மார்பிறுக.   550
"நின்னையன்றி ஓர்பெண் நிலத்திலுண்டோ என்றனுக்கே?
பொன்னே, ஒளிர்மணியே, புத்தமுதே, இன்பமே,
நீயே மனையாட்டி, நீயே அரசாணி,
நீயே துணையெனக்கு நீயே குலதெய்வம்;
நின்னையன்றிப் பெண்ணை நினைப்பேனோ? வீணிலே   555
என்னைநீ ஐயுறுதல் ஏதுக்காம்? இப்பொழுதே
நின்மனைக்குச் சென்றிடுவோம், நின்வீட்டி லுள்ளோர்பால்
என்மனத்தைச் சொல்வேன், எனது நிலையுரைப்பேன்.

வேத நெறியில் விவாகமுனைச் செய்துகொள்வேன்,
மாதரசே!' என்று வலக்கைதட்டி வாக்களித்தான்.   560
பூரிப்புக் கொண்டாய்; புளகம்நீ எய்திவிட்டாய்.
வாரிப் பெருந்திரைபோல் வந்த மகிழ்ச்சியிலே
நாணந் தவிர்த்தாய்; நனவே தவிர்ந்தவளாய்க்
காணத் தெவிட்டாதோர் இன்பக் கனவினிலே
சேர்ந்துவிட்டாய். மன்னவன்றன் திண்டோளை
                                                  நீயுவகை   565
ஆர்ந்து தழுவி அவனிதழில் தேன்பருகச்
சிந்தைகொண்டாய். வேந்தன்மகன் தேனில்விழும்
                                                  வண்டினைப்போல்
விந்தையுறு காந்தமிசை வீழும் இரும்பினைப்போல்,
ஆவலுடன் நின்னை யறத்தழுவி, ஆங்குனது
கோவை யிதழ்பருகிக் கொண்டிருக்கும் வேளையிலே,   570
சற்றுமுன்னே ஊரினின்று தான்வந் திறங்கியவன்,
மற்றுநீ வீட்டைவிட்டு மாதருடன் காட்டினிலே
கூத்தினுக்குச் சென்றதனைக் கேட்டுக் குதூகலமாய்
ஆத்திரந்தான் மிஞ்சிநின்னை ஆங்கெய்திக் காணவந்தோன்,
நெட்டைக் குரங்கன் நெருங்கிவந்து பார்த்துவிட்டான்.   575
'பட்டப் பகலிலே! பாவிமகள் செய்தியைப்பார்!
கண்ணாலங் கூடஇன்னுங் கட்டி முடியவில்லை
மண்ணாக்கி விட்டாள்!என் மானந் தொலைத்துவிட்டாள்!
'நிச்சயதாம் பூலம்' நிலையாய் நடந்திருக்கப்
பிச்சைச் சிறுக்கிசெய்த பேதகத்தைப் பார்த்தாயோ?'   580
என்று மனதில் எழுகின்ற தீயுடனே
நின்று கலங்கினான் நெட்டைக் குரங்கனங்கே.
மாப்பிளைதான் ஊருக்கு வந்ததையும், பெண்குயிலி
தோப்பிலே தானுந்தன் தோழிகளு மாய்ச்சென்று
பாடி விளையாடும் பண்புகேட் டேகுரங்கன்   585
ஓடி யிருப்பதோர் உண்மையையும் மாடனிடம்
யாரோ உரைத்துவிட்டார்; ஈரிரண்டு பாய்ச்சலிலே
நீரோடும் மேனி நெருப்போடுங் கண்ணுடனே
மாடனங்கு வந்துநின்றான். மற்றிதனைத் தேன்மலையின்
வேடர்கோன் மைந்தன் விழிகொண்டு பார்க்கவில்லை.   590
நெட்டைக் குரங்கனங்கு நீண்ட மரம்போலே
எட்டிநிற்குஞ் செய்தி இவன்பார்க்க நேரமில்லை.

வாரி – கடல்

அன்னியனைப் பெண்குயிலி ஆர்ந்திருக்குஞ் செய்தியொன்று
தன்னையே இவ்விருவர் தாங்கண்டார், வேறறியார்.
மாடனதைத் தான்கண்டான், மற்றவனும் அங்ஙனமே.
மாடன் வெறிகொண்டான், மற்றவனும் அவ்வாறே.
காவலன்றன் மைந்தனுமக் கன்னிகைநீ தானுமங்கு
தேவசுகங் கொண்டு விழியே திறக்கவில்லை.
ஆவிக் கலப்பின் அமுத சுகந்தனிலே
மேவியங்கு மூடி யிருந்த விழிநான்கு.
ஆங்கவற்றைக் கண்டமையால் ஆவியிலே தீப்பற்றி
ஓங்கும் பொறிக ளுதிர்க்கும் விழிநான்கு.
மாடனுந் தன்வாளுருவி மன்னவனைக் கொன்றிடவே
ஓடிவந்தான்; நெட்டைக் குரங்கனும்வா ளோங்கிவந்தான்,
வெட்டிரண்டு வீழ்ந்தனகாண் வேந்தன் முதுகினிலே;
சட்டெனவே மன்னவனும் தான்திரும்பி வாளுருவி
வீச்சிரண்டில் ஆங்கவரை வீழ்த்தினான்; வீழ்ந்தவர்தாம்
பேச்சிழந்தே அங்கு பிணமாய்க் கிடந்துவிட்டார்.
மன்னவனும் சோர்வெய்தி மண்மேல் விழுந்துவிட்டான்.
பின்னவனை நீயும் பெருந்துயர்கொண் டேமடியில்
வாரி யெடுத்துவைத்து வாய்புலம்பக் கண்ணிரண்டும்
மாரி பொழிய மனமழிந்து நிற்கையிலே,
கண்ணை விழித்துனது காவலனும் கூறுகின்றான்:
'பெண்ணே, இனிநான் பிழைத்திடேன்; சிலகணத்தே
ஆவி துறப்பேன், அழுதோர் பயனில்லை,
சாவிலே துன்பமில்லை தையலே, இன்னமுநாம்
பூமியிலே தோன்றிடுவோம். பொன்னே, நினைக்கண்டு
காமுறுவேன்; நின்னைக் கலந்தினிது வாழ்ந்திடுவேன்.
இன்னும் பிறவியுண்டு மாதரசே, இன்பமுண்டு.
நின்னுடனே வாழ்வெனினி நேரும் பிறப்பினிலே!'
என்றுசொல்லிக் கண்மூடி, இன்பமுறு புன்னகைதான்
நின்று முகத்தே நிலவுதர மாண்டனன்காண்.
மாடனிங்கு செய்ததோர் மாயத்தால் இப்பொழுது
பீடையுறு புள்வடிவம் பேதையுனக் கெய்தியது.
வாழிநின்றன் மன்னவனும் தொண்டை வளநாட்டில்
ஆழிக் கரையினருகேயோர் பட்டினத்தில்
மானிடனாய்த் தோன்றி வளருகின்றான், நின்னையொரு

ஆத்திரம் – பரபரப்பு, செய்தி – செய்கை

கானிடத்தே காண்பான், கனிந்துநீ பாடும்நல்ல
பாட்டினைத்தான் கேட்பான், பழவினையின் கட்டினால்
மீட்டுநின்மேற் காதல்கொள்வான், மென்குயிலே!' என்றந்தத்
தென்பொதியை மாமுனிவர் செப்பினார். "சாமீ!
குயிலுருவங் கொண்டேன்யான்; கோமானோ மேன்மை
பயிலு மனிதவுருப் பற்றிநின்றான், எம்முள்ளே
காதலிசைந் தாலும் கடிமணந்தான் கூடாதாம்.
சாதற் பொழுதிலே தார்வேந்தன் கூறியசொல்
பொய்யாய் முடியாதோ?' என்றிசைத்தேன், புன்னகையில்
ஐயர் உரைப்பார் 'அடிபேதாய், இப்பிறவி
தன்னிலுநீ விந்தகிரிச் சார்பினிலோர் வேடனுக்குக்
கன்னியெனத் தான்பிறந்தாய், கர்ம வசத்தினால்
மாடன் குரங்கன் இருவருமே வன்பேயாய்க்
காடுமலை சுற்றி வருகையிலே கண்டுகொண்டார்
நின்னையங்கே. இப்பிறப்பில் நீயும் பழமைபோல்
மன்னனையே சேர்வையென்று தாஞ்சூழ்ந்து மற்றவரும்
நின்னைக் குயிலாக்கி நீசெல்லுந் திக்கிலெலாம்
நின்னுடனே சுற்றுகின்றார். நீயிதனைத் தேர்கிலையோ?'
என்றார். 'விதியே! இறந்தவர்தாம் வாழ்வாரை
நின்று துயருறுத்தல் நீதியோ? பேய்களௌனைப்
பேதைப் படுத்திப் பிறப்பை மறப்புறுத்தி
வாதைப் படுத்தி வருமாயில், யானெனது
காதலனைக் காணுங்கால், காய்சினத்தால் ஏதேனுந்
தீதிழைத்தால் என்செய்வேன்? தேவரே, மற்றிதற்கோர்
மாற்றிலையோ?' என்று மறுகிநான் கேட்கையிலே,
தேற்றமுறு மாமுனிவர் செப்புகின்றார்: 'பெண்குயிலே!
தொண்டைவள நாட்டிலோர் சோலையிலே வேந்தன்மகன்
கண்டுனது பாட்டிற் கருத்திளகிக் காதல்கொண்டு
நேச மிகுதியுற்று நிற்கையிலே, பேயிரண்டும்
மோச மிகுந்த முழுமாயச் செய்கைபல
செய்துபல பொய்த்தோற்றங் காட்டித் திறல்வேந்தன்
ஐயமுறச் செய்துவிடும். ஆங்கவனும் நின்றனையே
வஞ்சகியென் றெண்ணி மதிமருண்டு நின்மீது
வெஞ்சினந்தா னெய்திநினை விட்டுவிட நிச்சயிப்பான்.
பிந்தி விளைவதெல்லாம் பின்னேநீ கண்டுகொள்வாய்,

சூழ்ந்து – எண்ணி, வாதை – துன்பம்

சந்திஜபம் செய்யுஞ் சமயமாய் விட்ட'தென்றே
காற்றில் மறைந்துசென்றார் மாமுனிவர். காதலரே!
மாற்றி யுரைக்கவில்லை; மாமுனிவர் சொன்னதெல்லாம்
அப்படியே சொல்லிவிட்டேன். ஐயோ! திருவுளத்தில்
எப்படிநீர் கொள்வீரோ? யானறியேன். ஆரியரே!
காத லருள்புரிவீர். காதலில்லை யென்றிடிலோ
சாத லருளித் தமதுகையாற் கொன்றிடுவீர்!"
என்று குயிலும் எனதுகையில் வீழ்ந்ததுகாண்.
கொன்று விடமனந்தான் கொள்ளுமோ? பெண்ணென்றால்
பேயு மிரங்காதோ? பேய்கள் இரக்கமின்றி
மாயமிழைத் தாலதனை மானிடனுங் கொள்ளுவதோ?
காதலிலே ஐயம் கலந்தாலும் நிற்பதுண்டோ?
மாதரன்பு கூறில் மனமிளகார் இங்குளரோ?
அன்புடனே யானும் அருங்குயிலைக் கைக்கொண்டு
முன்புவைத்து நோக்கியபின் மூண்டுவரு மின்பவெறி
கொண்டதனை முத்தமிட்டேன். கோகிலத்தைக் காணவில்லை!
விண்டுரைக்க மாட்டாத விந்தையடா! விந்தையடா!
ஆசைக் கடலின் அமுதடா! அற்புதத்தின்
தேசமடா! பெண்மைதான் தெய்விகமாங் காட்சியடா!
பெண்ணொருத்தி யங்குநின்றாள், பேருவகை கொண்டுதான்
கண்ணெடுக்கா தென்னைக் கணப்பொழுது நோக்கினாள்;
சற்றே தலைகுனிந்தாள். சாமீ! இவளழகை
எற்றே தமிழி லிசைத்திடுவேன்? கண்ணிரண்டும்
ஆளை விழுங்கும் அதிசயத்தைக் கூறுவனோ?
மீள விழியில் மிதந்த கவிதையெலாம்
சொல்லி லகப்படுமோ? தூயசுடர் முத்தையொப்பாம்
பல்லிற் கனியிதழிற் பாய்ந்த நிலவினையான்
என்று மறத்தல் இயலுமோ? பாரின்மிசை
நின்றதொரு மின்கொடிபோல் நேர்ந்தமணிப் பெண்ணரசின்
மேனி நலத்தினையும் வெட்டினையுங் கட்டினையும்
தேனி லினியாள் திருத்த நிலையினையும்
மற்றவர்க்குச் சொல்ல வசமாமோ? ஓர்வார்த்தை
கற்றவர்க்குச் சொல்வேன், கவிதைக் கனிபிழிந்த
சாற்றினிலே பண்,கூத் தெனுமிவற்றின் சாரமெலாம்

கோகிலம் – குயில், எற்றே – எத்தன்மைத்தே

ஏற்றி யதனோடே இன்னமுதைத் தான்கலந்து
காதல் வெயிலிலே காயவைத்த கட்டியினால்
மாதவளின் மேனி வகுத்தான் பிரமனென்பேன்.
பெண்ணவளைக் கண்டு பெருங்களிகொண் டாங்ஙனே   700
நண்ணித் தழுவி நறுங்கள் ளிதழினையே
முத்தமிட்டு முத்தமிட்டு மோகப் பெருமயக்கில்
சித்த மயங்கிச் சிலபோழ் திருந்தபின்னே
பக்கத் திருந்தமணிப் பாவையுடன் சோலையெலாம்
ஒக்க மறைந்திடலும், 'ஓஹோ!' வெனக்கதறி   705
வீழ்ந்தேன். பிறகு விழிதிறந்து பார்க்கையிலே
சூழ்ந்திருக்கும் பண்டைச் சுவடி, எழுதுகோல்,
பத்திரிகைக் கூட்டம், பழம்பாய் வரிசையெல்லாம்
ஒத்திருக்க 'நாம்வீட்டில் உள்ளோம்' எனவுணர்ந்தேன்.
சோலை – குயில் – காதல் – சொன்னகதை
                                     யத்தனையும்   710
மாலை யழகின் மயக்கத்தால் உள்ளத்தே
தோன்றியதோர் கற்பனையின் சூழ்ச்சியென்றே கண்டு
                                             கொண்டேன்.
ஆன்ற தமிழ்ப்புலவீர், கற்பனையே யானாலும்
வேதாந்த மாக விரித்துப் பொருளுரைக்க
யாதானுஞ் சற்றே இடமிருந்தாற் கூறீரோ?   715

ஆன்ற – மாட்சிமைப்பட்ட

வசன கவிதை

1. காட்சி

முதற்கிளை: இன்பம்

1

இவ்வுலகம் இனியது. இதிலுள்ள வான் இனிமையுடைத்து.

காற்றும் இனிது.
தீ இனிது. நீர் இனிது. நிலம் இனிது.
ஞாயிறு நன்று. திங்களும் நன்று.
வானத்துச் சுடர்களெல்லாம் மிக இனியன.
மழை இனிது. மின்னல் இனிது. இடி இனிது.
கடல் இனிது. மலை இனிது. காடு நன்று.
ஆறுகள் இனியன.
உலோஹமும், மரமும் செடியும் கொடியும்,
மலரும் காயும் கனியும் இனியன.
பறவைகள் இனிய. ஊர்வனவும் நல்லன.
விலங்குகளெல்லாம் இனியன.
நீர் வாழ்வனவும் நல்லன.
மனிதர் மிகவும் இனியர்.
ஆண் நன்று. பெண் இனிது.
குழந்தை இன்பம்.
இளமை இனிது. முதுமை நன்று.
உயிர் நன்று. சாதல் இனிது.

2

உடல் நன்று. புலன்கள் மிகவும் இனியன.
உயிர் சுவையுடையது.
மனம் தேன். அறிவு தேன். உணர்வு அமுதம்.
உணர்வே அமுதம்.
உணர்வு தெய்வம்.

3

மனம் தெய்வம், சித்தம் தெய்வம், உயிர் தெய்வம்.
காடு, மலை, அருவி, ஆறு,
கடல், நிலம், நீர், காற்று,
தீ, வான்,
ஞாயிறு, திங்கள், வானத்துச் சுடர்கள் – எல்லாம்

தெய்வங்கள்.
உலோஹங்கள், மரங்கள், செடிகள்,
விலங்குகள், பறவைகள், ஊர்வன, நீந்துவன,
மனிதர் – இவை அமுதங்கள்.

4

இவ்வுலகம் ஒன்று.
ஆண், பெண், மனிதர், தேவர்,
பாம்பு, பறவை, காற்று, கடல்,
உயிர், இறப்பு – இவையனைத்தும் ஒன்றே.
ஞாயிறு, வீட்டுச் சுவர், ஈ, மலையருவி,
குழல், கோமேதகம் – இவ்வனைத்தும் ஒன்றே.
இன்பம், துன்பம், பாட்டு,
வண்ணான், குருவி,
மின்னல், பருத்தி – இஃதெல்லாம் ஒன்று.
மூடன், புலவன், இரும்பு, வெட்டுக்கிளி –
இவை ஒரு பொருள்.
வேதம், கடல்மீன், புயற்காற்று, மல்லிகை மலர் –
இவை ஒரு பொருளின் பல தோற்றம்.
உள்ளதெல்லாம் ஒரே பொருள்; ஒன்று.
இந்த ஒன்றின் பெயர் "தான்'' (ஆத்மா)
தானே தெய்வம்.
தான் அமுதம், இறவாதது.

5

எல்லா உயிரும் இன்பமெய்துக.
எல்லா உடலும் நோய் தீர்க.
எல்லா உணர்வும் ஒன்றாதலுணர்க.
"தான்" வாழ்க
அமுதம் எப்போதும் இன்பமாகுக.

6

தெய்வங்களை வாழ்த்துகின்றோம்.
தெய்வங்கள் இன்பமெய்துக. அவை வாழ்க.
அவை வெல்க.
தெய்வங்களே!
என்றும் விளங்குவீர், என்றும் இன்ப மெய்துவீர்;
என்றும் வாழ்வீர், என்றும் அருள் புரிவீர்,
எவற்றையும் காப்பீர்.

உமக்கு நன்று.
தெய்வங்களே!
எம்மை உண்பீர், எமக்கு உணவாவீர்.
உலகத்தை உண்பீர், உலகத்துக்கு உணவாவீர்,
உமக்கு நன்று.
தெய்வங்களே!
காத்தல் இனிது, காக்கப்படுதலும் இனிது.
அழித்தல் நன்று, அழிக்கப்படுதலும் நன்று.
உண்பது நன்று, உண்ணப்படுதலும் நன்று.
சுவை நன்று, உயிர் நன்று, நன்று, நன்று.

7

உணர்வே, நீ வாழ்க. நீ ஒன்று. நீ ஒளி.
நீ ஒன்று. நீ பல.
நீ நட்பு. நீ பகை.
உள்ளதும் இல்லாததும் நீ.
அறிவதும் அறியாததும் நீ.
நன்றும் தீதும் நீ.
நீ அமுதம், நீ சுவை.
நீ நன்று. நீ இன்பம்.

இரண்டாம் கிளை: புகழ்
ஞாயிறு

1

ஒளி தருவது யாது? தீராத இளமையுடையது யாது?
வெய்யவன் யாவன்? இன்பம் எவனுடையது?
மழை எவன் தருகின்றான்? கண் எவனுடையது?
உயிர் எவன் தருகின்றான்?
புகழ் எவன் தருகின்றான்?
புகழ் எவனுக்குரியது?
அறிவு எதுபோல் சுடரும்?
அறிவுத் தெய்வத்தின் கோயில் எது?
ஞாயிறு. அது நன்று.

2

நீ ஒளி, நீ சுடர், நீ விளக்கம், நீ காட்சி.
மின்னல், இரத்தினம், கனல், தீக்கொழுந்து –
  இவையெல்லாம் நினது திகழ்ச்சி.
கண் நினது வீடு.
புகழ், வீரம் – இவை நினது லீலை.
அறிவு நின் குறி. அறிவின் குறி நீ.
நீ சுடுகின்றாய், வாழ்க. நீ காட்டுகின்றாய், வாழ்க.
உயிர் தருகின்றாய், உடல் தருகின்றாய்,
வளர்க்கின்றாய், மாய்க்கின்றாய்,
நீர் தருகின்றாய், காற்றை வீசுகின்றாய், வாழ்க.

3

வைகறையின் செம்மை இனிது.
மலர்கள் போல நகைக்கும் உஷை வாழ்க.
உஷையை நாங்கள் தொழுகின்றோம்.
அவள் திரு.
அவள் விழிப்புத் தருகின்றாள், தெளிவு தருகின்றாள்.
உயிர் தருகின்றாள், ஊக்கந் தருகின்றாள்.
அழகு தருகின்றாள், கவிதை தருகின்றாள்.
அவள் வாழ்க!
அவள் தேன், சித்த வண்டு அவளை விரும்புகின்றது.
அவள் அமுதம்.

உஷை – வைகறை தேவி

அவள் இறப்பதில்லை. வலிமையுடன் கலக்கின்றாள்.
வலிமை அழகுடன் கலக்கும் இனிமை மிகவும் பெரிது.
வட மேருவிலே பலவாகத் தொடர்ந்து வருவாள்.
வானடியைச் சூழ நகைத்துத் திரிவாள்.
அவளுடைய நகைப்புக்கள் வாழ்க.
தெற்கே நமக்கு ஒருத்தியாக வருகின்றாள், அன்பு மிகுதியால்.
ஒன்று பலவினும் இனிதன்றோ?
வைகறை நன்று. அதனை வாழ்த்துகின்றோம்.

4

நீ சுடுகின்றாய், நீ வருத்தந் தருகின்றாய்.
நீ விடாய் தருகின்றாய், சோர்வு தருகின்றாய்,
பசி தருகின்றாய்.
இவை இனியன.
நீ கடல்நீரை வற்றடிக்கிறாய்; இனிய மழை தருகின்றாய்.
வானவெளியிலே விளக்கேற்றுகிறாய்.
இருளைத் தின்றுவிடுகிறாய்.
நீ வாழ்க.

5

ஞாயிறே, இருளை என்ன செய்துவிட்டாய்?
ஓட்டினாயா? கொன்றாயா? விழுங்கிவிட்டாயா?
கட்டி முத்தமிட்டு நின் கதிர்களாகிய கைகளால்
    மறைத்துவிட்டாயா?
இருள் நினக்குப் பகையா?
இருள் நின் உணவுப்பொருளா?
அது நின் காதலியா?
இரவெல்லாம் நின்னைக் காணாத மயக்கத்தால்
    இருண்டிருந்ததா?
நின்னைக் கண்டவுடன் நின்னொளி தானுங் கொண்டு
    நின்னைக் கலந்துவிட்டதா?
நீங்கள் இருவரும் ஒரு தாய் வயிற்றுக் குழந்தைகளா?
முன்னும் பின்னுமாக வந்து உலகத்தைக் காக்கும்படி
    உங்கள் தாய் ஏவியிருக்கிறாளா?
உங்களுக்கு மரணமில்லையா? நீங்கள் அமுதமா?
உங்களைப் புகழ்கின்றேன்.
ஞாயிறே, உன்னைப் புகழ்கின்றேன்.

6

ஒளியே, நீ யார்?
ஞாயிற்றின் மகளா?
அன்று. நீ ஞாயிற்றின் உயிர். அதன் தெய்வம்.
ஞாயிற்றினிடத்தே நின்னைத்தான் புகழ்கின்றோம்.
ஞாயிற்றின் வடிவம் உடல். நீ உயிர்.
ஒளியே, நீ எப்போது தோன்றினாய்?
நின்னை யாவர் படைத்தனர்?
ஒளியே, நீ யார்?
உனதியல்பு யாது?
நீ அறிவின் மகள் போலும். அறிவுதான் தூங்கிக் கிடக்கும்.
தெளிவு நீ போலும்.
அறிவின் உடல் போலும்.
ஒளியே, நினக்கு வான வெளி எத்தனை நாட் பழக்கம்?
உனக்கு அதனிடத்தே இவ்வகைப்பட்ட அன்பு யாது
 பற்றியது?
அதனுடன் நீ எப்படி இரண்டறக் கலக்கிறாய்?
உங்களையெல்லாம் படைத்தவள் வித்தைக்காரி.
அவள் மோஹினி, மாயைக்காரி.
அவளைத் தொழுகின்றோம். ஒளியே, வாழ்க.

7

ஞாயிறே,
 நின்னிடத்து ஒளி எங்ஙனம் நிற்கின்றது?
 நீ அதனை உமிழ்கின்றாயா?
 அது நின்னைத் தின்னுகிறதா?
 அன்றி, ஒளிதவிர நீ வேறொன்றுமில்லையா?
 விளக்குத் திரி காற்றாகிச் சுடர் தருகின்றது.
 காற்றுக்கும் சுடருக்கும் எவ்வகை உறவு?
 காற்றின் வடிவே திரியென்றறிவோம்.
 ஒளியின் வடிவே காற்றுப் போலும்.
 ஒளியே, நீ இனியை.

8

ஒளிக்கும் வெம்மைக்கும் எவ்வகை உறவு?
வெம்மை யேற ஒளி தோன்றும்.
வெம்மையைத் தொழுகின்றோம்.
வெம்மை ஒளியின் தாய். ஒளியின் முன்னுருவம்.

வெம்மையே, நீ தீ.
தீதான் வீரத் தெய்வம்.
தீதான் ஞாயிறு.
தீயின் இயல்பே ஒளி.
தீ எரிக.
அதனிடத்தே நெய் பொழிகின்றோம்.
தீ எரிக.
அதனிடத்தே தசை பொழிகின்றோம்.
தீ எரிக.
அதனிடத்தே செந்நீர் பொழிகின்றோம்.
தீ எரிக.
அதற்கு வேள்வி செய்கின்றோம்.
தீ எரிக.
அறத் தீ, அறிவுத் தீ, உயிர்த் தீ,
விரதத் தீ, வேள்வித் தீ,
  சினத் தீ, பகைத் தீ, கொடுமைத் தீ –
  இவையனைத்தையும் தொழுகின்றோம்.
இவற்றைக் காக்கின்றோம்.
இவற்றை ஆளுகின்றோம்
தீயே, நீ எமது உயிரின் தோழன்.
உன்னை வாழ்த்துகின்றோம்.
நின்னைப்போல, எமதுயிர் நூறாண்டு வெம்மையும்
  சுடரும் தருக.
தீயே, நின்னைப்போல, எமதுள்ளம் சுடர்விடுக.
தீயே, நின்னைப்போல, எமதறிவு கனலுக.
ஞாயிற்றினிடத்தே, தீயே, நின்னைத்தான் போற்றுகின்றோம்.
ஞாயிற்றுத் தெய்வமே, நின்னைப் புகழ்கின்றோம்.
நினதொளி நன்று. நின் செயல் நன்று. நீ நன்று.

9

வானவெளி என்னும் பெண்ணை ஒளியென்னும் தேவன்
  மணந்திருக்கின்றான்.
அவர்களுடைய கூட்டம் இனிது.
இதனைக் காற்றுத் தேவன் கண்டான்.
காற்று வலிமையுடையவன்.
இவன் வானவெளியைக் கலக்க விரும்பினான்.
ஒளியை விரும்புவதுபோல வானவெளி இவனை
  விரும்பவில்லை.

இவன் தனது பெருமையை ஊதிப் பறையடிக்கின்றான்.
வெளியும் ஒளியும் இரண்டு உயிர்கள் கலப்பதுபோல்
    கலந்தன.
காற்றுத் தேவன் பொறாமை கொண்டான்.
அவன் அமைதியின்றி உழலுகிறான்.
அவன் சீறுகின்றான், புடைக்கின்றான், குமுறுகின்றான்,
ஓலமிடுகின்றான், சுழலுகின்றான், துடிக்கின்றான்;
ஓடுகின்றான், எழுகின்றான், நிலையின்றிக் கலங்குகின்றான்.
வெளியும் ஒளியும் மோனத்திலே கலந்து நகை
    செய்கின்றன.
காற்றுத் தேவன் வலிமையுடையவன்.
அவன் புகழ் பெரிது. அப்புகழ் நன்று.
ஆனால் வானவெளியும் ஒளியும் அவனிலும் சிறந்தன.
அவை மோனத்தில் கலந்து நித்தம் இன்புறுவன.
அவை வெற்றியுடையன.
ஞாயிறே, நீதான் ஒளித் தெய்வம்.
நின்னையே வெளிப் பெண் நன்கு காதல் செய்கின்றாள்.
உங்கள் கூட்டம் மிக இனிது.
நீவிர் வாழ்க.

10

ஞாயிறே, நின் முகத்தைப் பார்த்த பொருளெல்லாம் ஒளி
    பெறுகின்றது.
பூமி, சந்திரன், செவ்வாய், புதன், சனி, வெள்ளி, வியாழன்,
    யுரேனஸ், நெப்த்யூன் முதலிய பல நூறு வீடுகள் –
இவையெல்லாம் நின் கதிர்கள் பட்ட மாத்திரத்திலே ஒளியுற
    நகை செய்கின்றன.
தீப்பந்திலிருந்து பொறிகள் வீசுவது போல,
    இவையெல்லாம் ஞாயிற்றிலிருந்து வெடித்து
    வெளிப்பட்டன வென்பர்.
இவற்றைக் காலம் என்னும் கள்வன் மருவினான்.
இவை ஒளி குன்றிப் போயின.
ஒளி யிழந்தன வல்ல. குறைந்த ஒளியுடையன.
ஒளியற்ற பொருள் சகத்திலே யில்லை.
இருளென்பது குறைந்த ஒளி.
செவ்வாய், புதன் முதலிய பெண்கள் ஞாயிற்றை

மருவல் – கலத்தல்; பொருந்துதல்

வட்டமிடுகின்றன.
இவை தமது தந்தைமீது காதல் செலுத்துகின்றன.
அவன் மந்திரத்திலே கட்டுண்டு வரைகடவாது
சுழல்கின்றன.
அவனுடைய சக்தியெல்லையை என்றும் கடந்து
செல்ல மாட்டா.
அவன் எப்போதும் இவற்றை நோக்கி யிருக்கின்றான்.
அவனுடைய ஒளி யமுதத்தில் உடல் முழுதும் நனையும்
பொருட்டாகவே இவை உருளுகின்றன.
அவனொளியை இவை மலரிலும் நீரிலும் காற்றிலும்
பிடித்து வைத்துக்கொள்ளும்.
ஞாயிறு மிகச் சிறந்த தேவன். அவன் கைபட்ட
இடமெல்லாம் உயிருண்டாகும்.
அவனையே மலர் விரும்புகின்றது.
இலைகள் அவனுடைய அழகிலே
யோகமெய்தியிருக்கின்றன.
அவனை நீரும் நிலமும் காற்றும் உகந்து களியுறும்.
அவனை வான் கவ்விக்கொள்ளும்.
அவனுக்கு மற்றெல்லாத் தேவரும் பணி செய்வர்.
அவன் புகழைப் பாடுவோம்.
அவன் புகழ் இனிது.

11

புலவர்களே, அறிவுப் பொருள்களே, உயிர்களே, பூதங்களே,
சத்திகளே – எல்லோரும் வருவீர்.
ஞாயிற்றைத் துதிப்போம், வாருங்கள்.
அவன் நமக்கெல்லாம் தலைவன்.
அவன் மழை தருகின்றான்.
மழை நன்று.
மழைத் தெய்வத்தை வாழ்த்துகின்றோம்.
ஞாயிறு வித்தை காட்டுகிறான்.
கடல் நீரைக் காற்றாக்கி மேலே கொண்டு போகிறான்.
அதனை மீளவும் நீராக்கும்படி காற்றை ஏவுகின்றான்.
மழை இனிமையுறப் பெய்கின்றது.
மழை பாடுகின்றது.
அது பல கோடி தந்திகளுடையதோர் இசைக் கருவி.
வானத்திலிருந்து அமுத – வயிரக்கோல்கள் விழுகின்றன.

பூமிப்பெண் விடாய் தீர்கிறாள். குளிர்ச்சி பெறுகின்றாள்.
வெப்பத்தால் தண்மையும், தண்மையால் வெப்பமும் விளைகின்றன.
அனைத்தும் ஒன்றாதலால்.
வெப்பம் தவம். தண்மை யோகம்.
வெப்பம் ஆண். தண்மை பெண்.
வெப்பம் வலியது. தண்மை இனிது.
ஆணிலும் பெண் சிறந்ததன்றோ?
நாம் வெம்மைத் தெய்வத்தைப் புகழ்கின்றோம்.
அது வாழ்க.

12

நாம் வெம்மையைப் புகழ்கின்றோம்.
வெம்மைத் தெய்வமே, ஞாயிறே, ஒளிக்குன்றே,
அமுதமாகிய உயிரின் உலகமாகிய உடலிலே மீன்களாகத் தோன்றும் விழிகளின் நாயகமே,
பூமியாகிய பெண்ணின் தந்தையாகிய காதலே,
வலிமையின் ஊற்றே, ஒளி மழையே, உயிர்க்கடலே,
சிவனென்னும் வேடன் சக்தியென்னும் குறத்தியை உலகமென்னும் புனங் காக்கச் சொல்லிவைத்து விட்டுப் போன விளக்கே,
கண்ணனென்னும் கள்வன் அறிவென்னும் தன் முகத்தை மூடிவைத்திருக்கும் ஒளியென்னும் திரையே,
ஞாயிறே, நின்னைப் பரவுகின்றோம்.
மழையும் நின் மகள், மண்ணும் நின் மகள்;
காற்றும் கடலும் கனலும் நின் மக்கள்;
வெளி நின் காதலி;
இடியும் மின்னலும் நினது வேடிக்கை.
நீ தேவர்களுக்குத் தலைவன்.
நின்னைப் புகழ்கின்றோம்.
தேவர்களெல்லாம் ஒன்றே.
காண்பனவெல்லாம் அவருடல்.
கருதுவன அவருயிர்.
அவர்களுடைய தாய் அமுதம்.
அமுதமே தெய்வம், அமுதமே மெய்யொளி.
அஃது ஆத்மா.
அதனைப் புகழ்கின்றோம்.

அதன் வீடாகிய ஞாயிற்றைப் புகழ்கின்றோம்.
ஞாயிற்றின் புகழ் பேசுதல் நன்று.

13

மழை பெய்கிறது. காற்றடிக்கின்றது. இடி குமுறுகின்றது.
மின்னல் வெட்டுகின்றது.
புலவர்களே, மின்னலைப் பாடுவோம், வாருங்கள்.
மின்னல் ஒளித் தெய்வத்தின் ஒரு லீலை –
ஒளித்தெய்வத்தின் ஒரு தோற்றம்.
அதனை யவனர் வணங்கி ஒளி பெற்றனர்.
மின்னலைத் தொழுகின்றோம்.
அது நம்மறிவை ஒளியுறச் செய்க.
மேகக் குழந்தைகள் மின்னற் பூச் சொரிகின்றன.
மின் சக்தி இல்லாத இடமில்லை.
எல்லாத் தெய்வங்களும் அங்ஙனமே.
கருங்கல்லிலே, வெண்மணலிலே, பச்சை இலையிலே,
செம்மலரிலே, நீல மேகத்திலே, காற்றிலே, வரையிலே –
எங்கும்
மின்சக்தி உறங்கிக் கிடக்கின்றது.
அதனைப் போற்றுகின்றோம்.
நமது விழிகளிலே மின்னல் பிறந்திடுக.
நமது நெஞ்சிலே மின்னல் விசிறிப் பாய்க.
நமது வலக்கையிலே மின்னல் தோன்றுக.
நமது பாட்டு மின்னலுடைத்தாகுக.
நமது வாக்கு மின்போல் அடித்திடுக.
மின் மெலியதைக் கொல்லும்.
வலியதிலே வலிமை சேர்க்கும்.
அது நம் வலிமையை வளர்த்திடுக.
ஒளியை, மின்னலை, சுடரை, மணியை,
ஞாயிற்றை, திங்களை, வானத்து வீடுகளை, மீன்களை–
ஒளியுடைய தனைத்தையும் வாழ்த்துகின்றோம்.
அனைத்தையும் வாழ்த்துகின்றோம்.
ஞாயிற்றை வாழ்த்துகின்றோம்.

2. சக்தி

1

சக்தி வெள்ளத்திலே ஞாயிறு ஓர் குமிழியாம்.
சக்திப் பொய்கையிலே ஞாயிறு ஒரு மலர்.
சக்தி அநந்தம், எல்லையற்றது, முடிவற்றது.
அசையாமையில் அசைவு காட்டுவது.
சக்தி அடிப்பது, துரத்துவது, கூட்டுவது,
பிணைப்பது, கலப்பது, உதறுவது,
புடைப்பது, வீசுவது, சுழற்றுவது,
கட்டுவது, சிதறடிப்பது, தூற்றுவது,
ஊதிவிடுவது, நிறுத்துவது, ஓட்டுவது,
ஒன்றாக்குவது, பலவாக்குவது.
சக்தி குளிர் செய்வது, அனல் தருவது.
 குதுகுதுப்புத் தருவது, குதூஹலந் தருவது,
 நோவு தருவது, நோவு தீர்ப்பது,
 இயல்பு தருவது, இயல்பு மாற்றுவது,
 சோர்வு தருவது, ஊக்கந் தருவது,
 எழுச்சி தருவது, கிளர்ச்சி தருவது,
 மலர்விப்பது, புளகஞ் செய்வது,
 கொல்வது, உயிர் தருவது.
சக்தி மகிழ்ச்சி தருவது, சினந் தருவது,
 வெறுப்புத் தருவது, உவப்புத் தருவது,
 பகைமை தருவது, காதல் மூட்டுவது.
 உறுதி தருவது, அச்சந் தருவது,
 கொதிப்புத் தருவது, ஆற்றுவது.
சக்தி முகர்வது, சுவைப்பது, தீண்டுவது, கேட்பது,
 காண்பது.
சக்தி நினைப்பது, ஆராய்வது, கணிப்பது, தீர்மானஞ்
 செய்வது.
கனாக் காண்பது, கற்பனை புரிவது, தேடுவது, சுழல்வது,
பற்றி நிற்பது, எண்ணமிடுவது, பகுத்தறிவது.
சக்தி மயக்கந் தருவது, தெளிவு தருவது.
சக்தி உணர்வது.
பிரமன் மகள், கண்ணன் தங்கை, சிவன் மனைவி.
கண்ணன் மனைவி, சிவன் மகள், பிரமன் தங்கை.
பிரமனுக்கும் கண்ணனுக்கும் சிவனுக்கும் தாய்.

சக்தி முதற் பொருள்.
பொருளில்லாப் பொருளின் விளைவில்லா விளைவு.
சக்திக் கடலிலே ஞாயிறு ஓர் நுரை;
சக்தி வீணையிலே ஞாயிறு ஒரு வீடு;
ஒரு ஸ்வர ஸ்தானம்.
சக்திக் கூத்திலே ஒளி ஒரு தாளம்.
சக்தியின் கலைகளிலே ஒளி யொன்று.
சக்தி வாழ்க.

2

காக்கை கத்துகிறது.
ஞாயிறு வையகமாகிய கழனியில் வயிர வொளியாகிய
    நீர் பாய்ச்சுகிறது.
அதனை மேகங்கள் வந்து மறைக்கின்றன.
அஃது மேகங்களை ஊடுருவிச் செல்லுகின்றது.
மேகமாகிய சல்லடையில் ஒளியாகிய புனலை வடிகட்டும்
    போது, மண்டி கீழும் தெளிவு மேலுமாக நிற்கின்றன.
கோழி கூவுகின்றது.
எறும்பு ஊர்ந்து செல்கின்றது.
ஈ பறக்கிறது.
இளைஞன் சித்திரத்திலே கருத்துச் செலுத்துகிறான்.
இவையனைத்தும் மஹாசக்தியின் தொழில்.
அவள் நம்மைக் கர்ம யோகத்திலே நாட்டுக.
நமக்குச் செய்கை இயல்பாகுக.
ரஸமுள்ள செய்கை, இன்பமுடைய செய்கை,
    வலிய செய்கை, சலிப்பில்லாத செய்கை
    விளையும் செய்கை, பரவும் செய்கை,
    கூடிவரும் செய்கை, இறுதியற்ற செய்கை,
    நமக்கு மஹாசக்தி அருள்செய்க.
கவிதை, காவல், ஊட்டுதல், வளர்த்தல்,
மாசெடுத்தல், நலந் தருதல், ஒளி பெய்தல் –
    இச்செயல்கள் நமக்கு மஹாசக்தி அருள் புரிக.
அன்புநீர் பாய்ச்சி, அறிவென்னும் ஏருழுது,
சாத்திரக் களை போக்கி, வேதப் பயிர் செய்து,
இன்பப் பயனறிந்து தின்பதற்கு மஹாசக்தியின் துணை
    வேண்டுகின்றோம்.
அதனை அவள் தருக.

3

இருள் வந்தது. ஆந்தைகள் மகிழ்ந்தன.
காட்டிலே காதலனை நாடிச் சென்ற ஒரு பெண் தனியே
 கலங்கிப் புலம்பினாள்.
ஒளி வந்தது; காதலன் வந்தான்; பெண் மகிழ்ந்தாள்.
பேயுண்டு, மந்திரமுண்டு.
பேயில்லை, மந்திரமுண்டு.
நோயுண்டு, மருந்துண்டு.
அயர்வு கொல்லும். அதனை ஊக்கம் கொல்லும்.
அவித்தை கொல்லும். அதனை வித்தை கொல்லும்.
நாம் அச்சங் கொண்டோம். தாய் அதனை நீக்கி உறுதி
 தந்தாள்.
நாம் துயர் கொண்டோம். தாய் அதை மாற்றிக்
 களிப்புத் தந்தாள்.
குனிந்த தலையை நிமிர்த்தினாள்.
சோர்ந்த விழியில் ஒளி சேர்த்தாள்.
கலங்கிய நெஞ்சிலே தெளிவு வைத்தாள்.
இருண்ட மதியிலே ஒளி கொடுத்தாள்.
மஹாசக்தி வாழ்க.

4

"மண்ணிலே வேலி போடலாம். வானத்திலே
 வேலி போடலாமா?" என்றான்
 ராமகிருஷ்ண முனி.
ஜடத்தைக் கட்டலாம். சக்தியைக் கட்டலாமா?
உடலைக் கட்டலாம். உயிரைக் கட்டலாமா?
என்னிடத்தே சக்தி எனதுயிரிலும் உள்ளத்திலும்
 நிற்கின்றாள்.
சக்திக்கு அநந்தமான கோயில்கள் வேண்டும்.
தொடக்கமும் முடிவுமில்லாத காலத்திலே நிமிஷந்தோறும்
 அவளுக்குப் புதிய கோயில்கள் வேண்டும்.
இந்த அநந்தமான கோயில்களிலே ஒன்றுக்கு 'நான்' என்று
 பெயர்.
இதனை ஓயாமல் புதுப்பித்துக்கொண்டிருந்தால் சக்தி
 இதிலிருப்பாள்.
இது பழமைப்பட்டுப் போனவுடன், இதை விட்டுவிடுவாள்.
இப்போது அவள் என்னுள்ளே நிறைந்திருக்கின்றாள்.

இப்போது எனதுயிரிலே வேகமும் நிறைவும் பொருந்தியிருக்கின்றன.
இப்போது எனதுடலிலே சுகமும் வலிமையும் அமைந்திருக்கின்றன.
இப்போது என்னுள்ளத்திலே தெளிவு நிலவிடுகின்றது.
இது எனக்குப் போதும்.
"சென்றது கருத'' மாட்டேன். "நாளைச் சேர்வது நினைக்க" மாட்டேன்.
இப்போது என்னுள்ளே சக்தி கொலு வீற்றிருக்கின்றாள். அவள் நீடூழி வாழ்க.
அவளைப் போற்றுகின்றேன், புகழ்கின்றேன், வாயோயாமல் வாழ்த்துகின்றேன்.

5

"மண்ணிலே வேலி போடலாம். வானத்திலே வேலி போடலாமா?''
போடலாம்.
மண்ணிலும் வானந்தானே நிரம்பி யிருக்கின்றது?
மண்ணைக் கட்டினால் அதிலுள்ள வானத்தைக் கட்டியதாகாதா?
உடலைக் கட்டு; உயிரைக் கட்டலாம்.
உயிரைக் கட்டு; உள்ளத்தைக் கட்டலாம்.
உள்ளத்தைக் கட்டு; சக்தியைக் கட்டலாம்.
அநந்த சக்திக்குக் கட்டுப்படுவதிலே வருத்தமில்லை.
என் முன்னே பஞ்சுத் தலையணை கிடக்கிறது.
அதற்கு ஒரு வடிவம், ஓரளவு, ஒரு நியமம் ஏற்பட்டிருக்கின்றது.
இந்த நியமத்தை அழியாதபடி, சக்தி பின்னே நின்று காத்துக்கொண்டிருக்கிறாள்.
மனித ஜாதி இருக்குமளவும் இதே தலையணை அழிவெய்தாதபடி காக்கலாம்.
அதனை அடிக்கடி புதுப்பித்துக்கொண்டிருந்தால், அந்த "வடிவ"த்திலே சக்தி நீடித்து நிற்கும்.
புதுப்பிக்காவிட்டால் அவ் "வடிவம்'' மாறும்.
அழுக்குத் தலையணை, ஓட்டைத் தலையணை, பழைய தலையணை – அதிலுள்ள பஞ்சை யெடுத்துப் புதிய மெத்தையிலே போடு; மேலுறையைக் கந்தையென்று வெளியே எறி. அந்த "வடிவம்" அழிந்துவிட்டது.

வடிவத்தைக் காத்தால், சக்தியைக் காக்கலாம்.
அதாவது சக்தியை அவ்வடிவத்திலே காக்கலாம்.
வடிவம் மாறினும் சக்தி மாறுவதில்லை.
எங்கும் எதனிலும் எப்போதும் எல்லாவிதத்
தொழில்களும் காட்டுவது சக்தி.
வடிவத்தைக் காப்பது நன்று; சக்தியின் பொருட்டாக.
சக்தியைப் போற்றுதல் நன்று, வடிவத்தைக்
காக்குமாறு.
ஆனால் வடிவத்தை மாத்திரம் போற்றுவோர் சக்தியை
இழந்துவிடுவர்.

6

பாம்புப் பிடாரன் குழலூதுகின்றான்.
"இனிய இசை சோகமுடையது" என்பது கேட்டுள்ளோம்.
ஆனால், இப்பிடாரன் ஒலிக்கும் இசை
மிகவும் இனியதாயினும் சோக ரஸந் தவிர்ந்தது.
இஃதோர் பண்டிதன் தர்க்கிப்பது போலிருக்கின்றது.
ஒரு நாவலன் பொருள் நிறைந்த சிறிய சிறிய
வாக்கியங்களை அடுக்கிக்கொண்டு போவது
போலிருக்கிறது.
இந்தப் பிடாரன் என்ன வாதாடுகிறான்?
"தானதந்தத் தானதந்தத் தா – தனத்
தானதந்தன தானதந்தன தா –
தந்தனத்தன தந்தனத்தன தா"
இவ்விதமாகப் பல வகைகளில் மாற்றிச் சுருள் சுருளாக
வாசித்துக்கொண்டு போகிறான். இதற்குப் பொருளென்ன?
ஒரு குழந்தை இதற்குப் பின்வருமாறு பொருள்
சொல்லலாயிற்று:
"காளிக்குப் பூச்சூட்டினேன். அதைக் கழுதை யொன்று
தின்ன வந்ததே."
பராசக்தியின் பொருட்டு இவ்வுடல் கட்டினேன்.
அதைப் பாவத்தால் விளைந்த நோய் தின்ன வந்தது.
பராசக்தியைச் சரணடைந்தேன்.
நோய் மறைந்துவிட்டது.
பராசக்தி ஒளியேறி என் அகத்திலே விளங்கலாயினள்.
அவள் வாழ்க.

7

பாம்புப் பிடாரன் குழலூதுகின்றான்.
குழலிலே இசை பிறந்ததா? தொளையிலே பிறந்ததா?
பாம்புப் பிடாரன் மூச்சிலே பிறந்ததா?
அவனுள்ளத்திலே பிறந்தது. குழலிலே வெளிப்பட்டது.
உள்ளம் தனியே ஒலிக்காது. குழல் தனியே இசை
  புரியாது. உள்ளம் குழலிலே ஒட்டாது.
உள்ளம் மூச்சிலே ஒட்டும். மூச்சுக் குழலிலே ஒட்டும்.
  குழல் பாடும்.
இஃது சக்தியின் லீலை.
அவள் உள்ளத்திலே பாடுகிறாள். அது குழலின்
  தொளையிலே கேட்கிறது.
பொருந்தாத பொருள்களைப் பொருத்தி வைத்து அதிலே
  இசை யுண்டாக்குதல் – சக்தி.
தொம்பப் பிள்ளைகள் பிச்சைக்குக் கத்துகின்றன.
பிடாரன் குழலையும் தொம்பக் குழந்தைகளின் குரலையும்
  யார் சுருதி சேர்த்து விட்டது? சக்தி.
"ஜரிகை வேணும்; ஜரிகை!" என்றொருவன் கத்திக்
  கொண்டு போகிறான், அதே சுருதியில்.
ஆ! பொருள் கண்டுகொண்டேன்.
பிடாரன் உயிரிலும், தொம்பக் குழந்தைகளின் உயிரிலும்,
  ஜரிகைக்காரன் உயிரிலும் ஒரே சக்தி விளையாடுகின்றது.
கருவி பல, பாணன் ஒருவன்.
தோற்றம் பல, சக்தி ஒன்று.
அஃது வாழ்க.

8

பராசக்தியைப் பாடுகின்றோம்.
இவள் எப்படி உண்டாயினாள்? அதுதான் தெரியவில்லை.
இவள் தானே பிறந்த தாய்; "தான்" என்ற பரம்பொருளி
  னிடத்தே.
இவள் எதிலிருந்து தோன்றினாள்? 'தான்' என்ற
பரம்பொருளிலிருந்து எப்படித் தோன்றினாள்? தெரியாது.
படைப்பு நமது கண்ணுக்குத் தெரியாது; அறிவுக்கும்
  தெரியாது.
சாவு நமது கண்ணுக்குத் தெரியும்; அறிவுக்குத் தெரியாது.

தொம்பம் – கழைக்கூத்து

வாழ்க்கை நமது கண்ணுக்குத் தெரியும்; அறிவுக்கும் தெரியும்.

வாழ்க்கையாவது சக்தியைப் போற்றுதல்; இதன் பயன் இன்பமெய்தல்.

உள்ளம் தெளிந்திருக்க; உயிர் வேகமும் சூடும் உடையதாக; உடல் அமைதியும் வலிமையும் பெற்றிருக்க.

மஹா சக்தியின் அருள் பெறுதலே வாழ்தல்.

நாம் வாழ்கின்றோம்.

எம்மை வாழ்வுறச் செய்த மஹாசக்தியை மீட்டும் வாழ்த்துகின்றோம்.

3. காற்று

1

ஒரு வீட்டு மேடையிலே ஒரு பந்தல், ஓலைப் பந்தல்.
தென்னோலை.
குறுக்கும் நெடுக்குமாக ஏழெட்டு மூங்கிற் கழிகளை
சாதாரணக் கயிற்றால் கட்டி மேலே தென்னங்
கிடுகுகளை விரித்திருக்கிறது.
ஒரு மூங்கிற் கழியிலே கொஞ்சம் மிச்சக் கயிறு தொங்குகிறது.
ஒரு சாண் கயிறு.
இந்தக் கயிறு, ஒருநாள் சுகமாக
ஊசலாடிக்கொண்டிருந்தது.
பார்த்தால் துளிகூடக் கவலை இருப்பதாகத் தெரியவில்லை.
சில சமயங்களில் அசையாமல் 'உம்'மென்றிருக்கும்.
கூப்பிட்டால்கூட ஏனென்று கேட்காது.
இன்று அப்படியில்லை 'குஷால்' வழியிலிருந்தது.
எனக்கும் இந்தக் கயிற்றுக்கும் ஸ்நேஹம். நாங்கள்
அடிக்கடி வார்த்தை சொல்லிக்கொள்வதுண்டு.
"கயிற்றினிடத்தில் பேசினால், அது மறுமொழி
சொல்லுமா?"
பேசிப் பார், மறுமொழி கிடைக்கிறதா இல்லையா என்பதை.
ஆனால் அது ஸந்தோஷமாக இருக்கும் ஸமயம் பார்த்து
வார்த்தை சொல்லவேண்டும். இல்லாவிட்டால்,
முகத்தைத் தூக்கிக்கொண்டு சும்மா இருந்துவிடும்,
பெண்களைப்போல.
எது எப்படியிருந்தாலும், இந்த வீட்டுக் கயிறு பேசும்.
அதில் ஸந்தேஹமேயில்லை
ஒரு கயிறா சொன்னேன்? இரண்டு கயிறுண்டு.
ஒன்று ஒரு சாண். மற்றொன்று முக்கால் சாண்.
ஒன்று ஆண்; மற்றொன்று பெண். கணவனும் மனைவியும்.
அவை யிரண்டும் ஒன்றையொன்று காமப் பார்வைகள்
பார்த்துக்கொண்டும், புன்சிரிப்புச் சிரித்துக்கொண்டும்,
வேடிக்கைப் பேச்சுப் பேசிக்கொண்டும் ரஸப்
போக்கிலே யிருந்தன.
அத்தருணத்திலே நான் போய்ச் சேர்ந்தேன்.
ஆண் கயிற்றுக்குக் 'கந்தன்' என்று பெயர்.
பெண் கயிற்றுக்குப் பெயர் 'வள்ளியம்மை.'

(மனிதர்களைப் போலவே துண்டுக் கயிறுகளுக்கும் பெயர் வைக்கலாம்.)

கந்தன் வள்ளியம்மைமீது கையைப் போட வருகிறது. வள்ளியம்மை சிறிது பின்வாங்குகிறது. அந்த சந்தர்ப்பத்திலே நான் போய்ச் சேர்ந்தேன்.

"என்ன, கந்தா, ஸௌக்கியம்தானா! ஒருவேளை, நான் சந்தர்ப்பந் தவறி வந்துவிட்டேனோ, என்னவோ? போய், மற்றொரு முறை வரலாமா?" என்று கேட்டேன்.

அதற்குக் கந்தன்: "அட போடா, வைதிக மனுஷன்! உன் முன்னேகூட லஜ்ஜையா? என்னடி வள்ளி, நமது ஸல்லாபத்தை ஐயர் பார்த்ததிலே உனக்குக் கோபமா?" என்றது.

"சரி, சரி, என்னிடத்தில் ஒன்றும் கேட்க வேண்டாம்" என்றது வள்ளியம்மை.

அதற்குக் கந்தன், கடகடவென்று சிரித்துக் கைதட்டிக் குதித்து, நான் பக்கத்திலிருக்கும்போதே வள்ளியம்மையைக் கட்டிக்கொண்டது.

வள்ளியம்மை கீச்சுக் கீச்சென்று கத்தலாயிற்று. ஆனால், மனதுக்குள்ளே வள்ளியம்மைக்கு ஸந்தோஷம். நாம் சுகப்படுவதைப் பிறர் பார்ப்பதிலே நமக்கு ஸந்தோஷந்தானே?

இந்த வேடிக்கை பார்ப்பதிலே எனக்கு மிகவும் திருப்தி தான். உள்ளதைச் சொல்லிவிடுவதிலே என்ன குற்றம்? இளமையின் ஸல்லாபம் கண்ணுக்குப் பெரியதோர் இன்பமன்றோ?

வள்ளியம்மை அதிகக் கூச்சலிடவே, கந்தன் அதை விட்டு விட்டது.

சில க்ஷணங்களுக்குப் பின், மறுபடி போய்த் தழுவிக் கொண்டது.

மறுபடியும் கூச்சல், மறுபடியும் விடுதல், மறுபடியும் தழுவல், மறுபடியும் கூச்சல் – இப்படியாக நடந்துகொண்டே வந்தது.

"என்ன, கந்தா, வந்தவனிடத்தில் ஒரு வார்த்தைகூடச் சொல்ல மாட்டேனென்கிறாயே? வேறொரு சமயம் வருகிறேன், போகட்டுமா?" என்றேன்.

"அட போடா! வைதிகம்! வேடிக்கைதானே பார்த்துக் கொண்டிருக்கிறாய். இன்னும் சிறிது நேரம் நின்று கொண்டிரு. இவளிடம் சில வ்யவஹாரங்கள் தீர்க்க வேண்டி யிருக்கிறது. தீர்ந்தவுடன் நீயும் நானும் சில

விஷயங்கள் பேசலாம் என்றிருக்கிறேன். போய்விடாதே, இரு!'' என்றது.

நின்று மேன்மேலும் பார்த்துக்கொண்டிருந்தேன்.

சிறிது நேரம் கழிந்தவுடன், பெண்ணும் இன்ப மயக்கத்திலே நான் நிற்பதை மறந்து நாணத்தை விட்டுவிட்டது.

உடனே பாட்டு. நேர்த்தியான துக்கடாக்கள். ஒரு வரிக்கு ஒரு வர்ணமெட்டு.

இரண்டே 'ஸங்கதி.' பின்பு மற்றொரு பாட்டு.

கந்தன் பாடி முடிந்தவுடன், வள்ளி. இது முடிந்தவுடன், அது. மாற்றி மாற்றிப் பாடி – கோலாஹலம்!

சற்றுநேரம் ஒன்றையொன்று தொடாமல் விலகி நின்று பாடிக்கொண்டேயிருக்கும். அப்போது வள்ளியம்மை தானாகவே போய்க் கந்தனைத் தீண்டும்.

அது தழுவிக்கொள்ள வரும். இது ஓடும். கோலாஹலம்!

இங்ஙனம் நெடும்பொழுது சென்றபின் வள்ளியம்மைக்குக் களியேறிவிட்டது.

நான் பக்கத்து வீட்டிலே தாகத்துக்கு ஜலம் குடித்துவிட்டு வரப் போனேன்.

நான் போவதை அவ்விரண்டு கயிறுகளும் கவனிக்கவில்லை.

நான் திரும்பி வந்து பார்க்கும்போது வள்ளியம்மை தூங்கிக் கொண்டிருந்தது.

கந்தன் என் வரவை எதிர்நோக்கி யிருந்தது.

என்னைக் கண்டவுடன், "எங்கடா போயிருந்தாய், வைதிகம்! சொல்லிக்கொள்ளாமல் போய்விட்டாயே'' என்றது.

"அம்மா நல்ல நித்திரை போலிருக்கிறதே?'' என்று கேட்டேன்.

ஆஹா! அந்த க்ஷணத்திலே கயிற்றிலிருந்து வெடித்து வெளிப்பட்டு என் முன்னே நின்ற தேவனுடைய மஹிமையை என்னென்று சொல்வேன்!

காற்றுத்தேவன் தோன்றினான்,

அவனுடல் விம்மி, விசாலமாக இருக்குமென்று நினைத்திருந்தேன்.

வயிர வூசிபோல் ஒளி வடிவமாக இருந்தது.

"நமஸ்தே வாயோ, த்வமேவ ப்ரத்யக்ஷம் ப்ரஹ்மாஸி.'' காற்றே, போற்றி. நீயே கண்கண்ட பிரமம்.

அவன் தோன்றிய பொழுதிலே வானமுழுதும் ப்ராண சக்தி நிரம்பிக் கனல் வீசிக்கொண்டிருந்தது.

ஆயிர முறை அஞ்சலி செய்து வணங்கினேன்.

காற்றுத் தேவன் சொல்வதாயினன்: "மகனே, ஏதடா
கேட்டாய்? அந்தச் சிறிய கயிறு உறங்குகிறதா என்று
கேட்கிறாயா? இல்லை. அது செத்துப் போய்விட்டது.
நான் ப்ராண சக்தி. என்னுடனே உறவு கொண்ட உடல்
இயங்கும். என்னுற
வில்லாதது சவம். நான் ப்ராணன். என்னாலேதான்
அச் சிறு கயிறு உயிர்த்திருந்து சுகம் பெற்றது.
சிறிது களைப்பெய்தியவுடனே அதை உறங்க – இறக்க–
விட்டுவிட்டேன். துயிலும் சாவுதான். சாவும் துயிலே.
நான் விளங்குமிடத்தே அவ்விரண்டும் இல்லை.
மாலையில் வந்து ஊதுவேன். அது மறுபடி பிழைத்து
விடும்.
நான் விழிக்கச் செய்கிறேன். அசையச் செய்கிறேன். நான்
சக்திகுமாரன். என்னை வணங்கி வாழ்க" என்றான்.
"நமஸ்தே வாயோ, த்வமேவ ப்ரத்யக்ஷம் ப்ரஹ்மாஸி.
த்வாமேவ ப்ரத்யக்ஷம் ப்ரஹ்ம வதிஷ்யாமி."

2

நடுக்கடல். தனிக் கப்பல்.
வானமே சினந்து வருவதுபோன்ற புயற்காற்று.
அலைகள் சாரி வீசுகின்றன. நிர்த்துளி படுகின்றன.
அவை மோதி வெடிக்கின்றன.
சூறை யாடுகின்றன.
கப்பல் நிர்த்தனஞ் செய்கிறது.
மின் வேகத்திலே எற்றப்படுகின்றது.
பாறையில் மோதிவிட்டது.
ஹதம்!
இருநூறு உயிர்கள் அழிந்தன.
அழியுமுன், அவை, யுக முடிவின் அனுபவம்
எங்ஙனமிருக்குமென்பதை அறிந்துகொண்டு போயின.
ஊழி முடிவும் இப்படியேதானிருக்கும்.
உலகம் நீராகிவிடும்; தீ நீர்!
சக்தி காற்றாகிவிடுவாள்.
சிவன் வெறியிலே யிருப்பான்.
இவ்வுலகம் ஒன்றென்பது தோன்றும்.
அஃது சக்தி யென்பது தோன்றும்.
அவள் பின்னே சிவன் நிற்பது தோன்றும்.

காற்றே பந்தற் கயிறுகளை அசைக்கின்றான். அவற்றில் உயிர் பெய்கிறான்.
காற்றே நீரில் சூறாவளி காட்டி, வானத்திலே மின்னேற்றி, நீரை நெருப்பாக்கி, நெருப்பை நீராக்கி, நீரைத் தூளாக்கித் தூளை நீராக்கிச் சண்ட மாருதம் செய்கின்றான்.
காற்றே யுகமுடிவு செய்கின்றான்.
காற்றே காக்கின்றான்.
அவன் நம்மைக் காத்திடுக.
“நமஸ்தே வாயோ, த்வமேவ ப்ரத்யக்ஷம் ப்ரஹ்மாஸி.’’

3

காற்றுக்குக் காது நிலை.
சிவனுடைய காதிலே காற்று நிற்கிறான்.
காற்றில்லாவிட்டால் சிவனுக்குக் காது கேட்காது.
காற்றுக்குக் காதில்லை.
அவன் செவிடன்.
காதுடையவன் இப்படி இரைச்சலிடுவானா?
காதுடையவன் மேகங்களை ஒன்றோடொன்று மோதவிட்டு, இடி யிடிக்கச் சொல்லி வேடிக்கை பார்ப்பானா?
காதுடையவன் கடலைக் கலக்கி விளையாடுவானா?
காற்றை, ஒலியை, வலிமையை வணங்குகின்றோம்.

4

பாலைவனம்,
மணல், மணல், மணல். பல யோஜனை தூரம் ஒரே மட்டமாக நான்கு திசையிலும் மணல்.
மாலை நேரம்.
அவ்வனத்தின் வழியே ஒட்டைகளின் மீதேறி ஒரு வியாபாரக் கூட்டத்தார் போகிறார்கள்.
வாயு சண்டனாகி வந்துவிட்டான்.
பாலைவனத்து மணல்களெல்லாம் இடை வானத்திலே சுழல்கின்றன.
ஒரு க்ஷணம், யம வாதனை. வியாபாரக் கூட்ட முழுதும் மணலிலே அழிந்துபோகிறது.
வாயு கொடியோன். அவன் ருத்ரன். அவனுடைய ஓசை அச்சந் தருவது.
அவனுடைய செயல்கள் கொடியன.
காற்றை வாழ்த்துகின்றோம்.

5

வீமனும் அனுமானும் காற்றின் மக்கள் என்று புராணங்கள்
கூறும்.
உயிருடையன வெல்லாம் காற்றின் மக்களே என்பது
வேதம்.
உயிர்தான் காற்று.
உயிர் பொருள். காற்று அதன் செய்கை.
பூமித்தாய் உயிரோ டிருக்கிறாள்.
அவளுடைய மூச்சே பூமியிலுள்ள காற்று.
காற்றே உயிர். அவன் உயிர்களை அழிப்பவன்.
காற்றே உயிர். எனவே, உயிர்கள் அழிவதில்லை.
சிற்றுயிர் பேருயிரோடு சேர்கிறது.
மரண மில்லை.
அகில வுலகமும் உயிர் நிலையே.
தோன்றுதல், வளர்தல், மாறுதல், மறைதல் – எல்லாம்
உயிர்ச் செயல்.
உயிரை வாழ்த்துகின்றோம்.

6

காற்றே, வா.
மகரந்தத் தூளைச் சுமந்துகொண்டு, மனத்தை
மயலுறுத்துகின்ற இனிய வாசனையுடன் வா.
இலைகளின் மீதும், நீரலைகளின் மீதும் உராய்ந்து,
மிகுந்த ப்ராண – ரஸத்தை எங்களுக்குக் கொண்டு கொடு.
காற்றே, வா.
எமது உயிர் – நெருப்பை நீடித்து நின்று நல்லொளி
தருமாறு
நன்றாக வீசு.
சக்தி குறைந்து போய், அதனை அவித்துவிடாதே.
பேய்போல வீசி, அதனை மடித்துவிடாதே.
மெதுவாக, நல்ல லயத்துடன், நெடுங்காலம் நின்று
வீசிக்கொண்டிரு.
உனக்குப் பாட்டுக்கள் பாடுகிறோம்.
உனக்குப் புகழ்ச்சிகள் கூறுகிறோம்.
உன்னை வழிபடுகின்றோம்.

7

சிற்றெறும்பைப் பார்.
எத்தனை சிறியது!
அதற்குள்ளே கை, கால், வாய், வயிறு எல்லா
 அவயவங்களும் கணக்காக வைத்திருக்கிறது.
யார் வைத்தனர்? மஹாசக்தி!
அந்த உறுப்புக்களெல்லாம் நேராகவே தொழில்
செய்கின்றன.
எறும்பு உண்ணுகின்றது, உறங்குகின்றது. மணம் செய்து
 கொள்ளுகின்றது. குழந்தை பெறுகிறது. ஓடுகிறது.
 தேடுகிறது. போர் செய்கிறது. நாடு காக்கிறது.
இதற்கெல்லாம் காற்றுத்தான் ஆதாரம்.
மஹாசக்தி காற்றைக் கொண்டுதான் உயிர் விளையாட்டு
 விளையாடுகின்றாள்.
காற்றைப் பாடுகிறோம்.
அஃது அறிவிலே துணிவாக நிற்பது.
உள்ளத்திலே விருப்பு வெறுப்புக்களாவது.
உயிரிலே உயிர் தானாக நிற்பது.
உடம்பிலே வலிமையாக நிற்பது.
வெளி யுலகத்திலே அதன் செய்கையை நாம் அறிவோம்.
 நாம் அறிவதில்லை.
காற்றுத் தேவன் வாழ்க.

8

மழைக் காலம்.
மாலை நேரம்.
குளிர்ந்த காற்று வருகிறது.
நோயாளி உடம்பை மூடிக்கொள்ளுகிறான்.
பயனில்லை.
காற்றுக்கஞ்சி உலகத்திலே இன்பத்துடன் வாழ
 முடியாது.
பிராணன் காற்றாயின், அதற்கஞ்சி வாழ்வதுண்டோ?
காற்று நம்மீது வீசுக.
அது நம்மை நோயின்றிக் காத்திடுக.
மலைக்காற்று நல்லது.
கடற்காற்று மருந்து.
வான் காற்று நன்று.

ஊர்க்காற்றை மனிதர் பகைவனாக்கிவிடுகின்றனர்.
அவர்கள் காற்றுத் தெய்வத்தை நேரே வழிபடுவதில்லை.
அதனால் காற்றுத் தேவன் சினமெய்தி அவர்களை
     அழிக்கின்றான்.
காற்றுத் தேவனை வணங்குவோம்.
அவன் வரும் வழியிலே சேறு தங்கலாகாது. நாற்றம்
   இருக்கலாகாது. அழுகின பண்டங்கள் போடலாகாது,
   புழுதி படிந்திருக்கலாகாது. எவ்விதமான அசுத்தமும்
   கூடாது.
காற்று வருகின்றான்.
அவன் வரும் வழியை நன்றாகத் துடைத்து நல்ல நீர்
   தெளித்து வைத்திடுவோம்.
அவன் வரும் வழியிலே சோலைகளும் பூந்தோட்டங்களும்
   செய்து வைப்போம்.
அவன் வரும் வழியிலே கற்பூரம் முதலிய நறும்பொருள்
   களைக் கொளுத்தி வைப்போம்.
அவன் நல்ல மருந்தாக வருக.
அவன் நமக்கு உயிராகி வருக.
அமுதமாகி வருக.
காற்றை வழிபடுகின்றோம்.
அவன் சக்தி குமாரன். மஹாராணியின் மைந்தன்.
அவனுக்கு நல்வரவு கூறுகின்றோம்.
அவன் வாழ்க.

9

காற்றே, வா. மெதுவாக வா.
ஜன்னல் கதவை அடித்து உடைத்துவிடாதே.
காயிதங்களை யெல்லாம் எடுத்து விசிறி எறியாதே.
அலமாரிப் புஸ்தகங்களைக் கீழே தள்ளிவிடாதே.
பார்த்தையா? இதோ, தள்ளிவிட்டாய்.
புஸ்தகத்தின் ஏடுகளைக் கிழித்துவிட்டாய்.
மறுபடி மழையைக் கொண்டுவந்து சேர்த்தாய்.
வலி யிழந்தவற்றைத் தொல்லைப்படுத்தி வேடிக்கை
பார்ப்பதிலே நீ மஹா ஸமர்த்தன்.
நொய்ந்த வீடு, நொய்ந்த கதவு, நொய்ந்த கூரை,
நொய்ந்த மரம், நொய்ந்த உடல், நொய்ந்த உயிர்,
   நொய்ந்த உள்ளம் – இவற்றைக் காற்றுத் தேவன்

புடைத்து நொறுக்கிவிடுவான்.
சொன்னாலும் கேட்க மாட்டான்.
ஆதலால், மானிடரே வாருங்கள்.
வீடுகளைத் திண்மையுறக் கட்டுவோம்.
கதவுகளை வலிமையுறச் சேர்ப்போம்.
உடலை உறுதி கொள்ளப் பழகுவோம்.
உயிரை வலிமையுற நிறுத்துவோம்.
உள்ளத்தை உறுதி செய்வோம்.
இங்ஙனம் செய்தால், காற்று நமக்குத் தோழனாகிவிடுவான்.
காற்று மெலிய தீயை அவித்துவிடுவான்;
வலிய தீயை வளர்ப்பான்.
அவன் தோழமை நன்று.
அவனை நித்தமும் வாழ்த்துகின்றோம்.

10

மழை பெய்கிறது,
ஊர் முழுதும் ஈரமாகிவிட்டது.
தமிழ் மக்கள், எருமைகளைப்போல, எப்போதும் ஈரத்திலேயே
  நிற்கிறார்கள், ஈரத்திலேயே உட்காருகிறார்கள்,
  ஈரத்திலேயே நடக்கிறார்கள், ஈரத்திலேயே
படுக்கிறார்கள்.
  ஈரத்திலேயே சமையல். ஈரத்திலேயே உணவு.
உலர்ந்த தமிழன் மருந்துக்குக்கூட அகப்படமாட்டான்.
ஓயாமல் குளிர்ந்த காற்று வீசுகிறது.
தமிழ் மக்களிலே பலருக்கு ஜ்வரம் உண்டாகிறது.
நாள்தோறும் சிலர் இறந்துபோகிறார்கள். மிஞ்சியிருக்கும்
  மூடர் 'விதிவசம்' என்கிறார்கள்.
ஆமடா, விதிவசந்தான்.
'அறிவில்லாதவர்களுக்கு இன்பமில்லை' என்பது ஈசனுடைய
  விதி.
சாஸ்த்ர மில்லாத தேசத்திலே நோய்கள் விளைவது விதி.
தமிழ்நாட்டிலே சாஸ்த்ரங்களில்லை. உண்மையான
  சாஸ்த்ரங்களை வளர்க்காமல், இருப்பனவற்றையும்
  மறந்துவிட்டுத் தமிழ்நாட்டுப் பார்ப்பார் பொய்க் கதைகளை
  மூடரிடம் காட்டி வயிறு பிழைத்து வருகிறார்கள்.
குளிர்ந்த காற்றையா விஷமென்று நினைக்கிறாய்?
அது அமிழ்தம், நீ ஈரமில்லாத வீடுகளில் நல்ல

உடைகளுடன் குடியிருப்பாயானால்.
காற்று நன்று.
அதனை வழிபடுகின்றோம்.

11

காற்றென்று சக்தியைக் கூறுகின்றோம்.
ஏற்றுகிற சக்தி, புடைக்கிற சக்தி, மோதுகிற சக்தி,
சுழற்றுவது, ஊதுவது.
சக்தியின் பல வடிவங்களிலே காற்றும் ஒன்று.
எல்லாத் தெய்வங்களும் சக்தியின் கலைகளேயாம்.
சக்தியின் கலைகளையே தெய்வங்க ளென்கிறோம்.
காற்று சக்தி குமாரன்.
அவனை வழிபடுகின்றோம்.

12

காக்கை பறந்து செல்லுகிறது.
காற்றின் அலைகளின்மீது நீந்திக்கொண்டு போகிறது.
அலைகள் போலிருந்து, மேலே காக்கை நீந்திச் செல்வதற்கு
இடமாகும் பொருள் யாது? காற்று.
அன்று, அஃதன்று காற்று.
அது காற்றின் இடம், வாயு நிலயம்.
கண்ணுக்குத் தெரியாதபடி அத்தனை நுட்பமாகிய பூதத்
தூள்களே (காற்றடிக்கும் போது) நம்மீது வந்து
மோதுகின்றன.
அத் தூள்களைக் காற்றென்பது உலக வழக்கு.
அவை வாயுவல்ல. வாயு ஏறிவரும் தேர்.
பனிக்கட்டியிலே சூடேற்றினால் நீராக மாறிவிடுகிறது.
நீரிலே சூடேற்றினால் 'வாயு'வாகிவிடுகிறது.
தங்கத்திலே சூடேற்றினால் திரவமாக உருகிவிடுகிறது.
அத் திரவத்திலே சூடேற்றினால், 'வாயு'வாகின்றது.
இங்ஙனமே, உலகத்துப் பொருள்களனைத்தையும் 'வாயு'
நிலைக்குக் கொண்டுவந்துவிடலாம்.
இந்த 'வாயு' பவுதிகத் தூள்.
இதனை ஊர்ந்துவரும் சக்தியையே நாம் காற்றுத்
தேவனென்று வணங்குகிறோம்.
காக்கை பறந்து செல்லும் வழி காற்றன்று.
அந்த வழியை இயக்குபவன் காற்று.
அதனை அவ்வழியிலே தூண்டிச் செல்பவன் காற்று.

அவனை வணங்குகின்றோம்.
உயிரைச் சரணடைகின்றோம்.

13

அசைகின்ற இலையிலே உயிர் நிற்கிறதா? ஆம்.
இரைகின்ற கடல் – நீர் உயிரால் அசைகின்றதா? ஆம்.
கூரையிலிருந்து போடும் கல் தரையிலே விழுகின்றது.
அதன் சலனம் எதனால் நிகழ்வது? உயிருடைமையால்.
ஓடுகின்ற வாய்க்கால் எந்த நிலையில் உளது? உயிர் நிலையில்.
ஊமையாக இருந்த காற்று ஊதத் தொடங்கிவிட்டதே! அதற்கு என்ன நேரிட்டிருக்கிறது? உயிர்
நேரிட்டிருக்கிறது.
வண்டியை மாடிழுத்துச் செல்கிறது. அங்கு மாட்டின் உயிர் வண்டியிலும் ஏறுகிறது. வண்டி செல்லும்போது உயிருடனேதான் செல்லுகிறது.
காற்றாடி? உயிருள்ளது.
நீராவி – வண்டி? உயிருள்ளது; பெரிய உயிர்.
யந்திரங்களெல்லாம் உயிருடையன.
பூமிப்பந்து இடைவிடாமல் மிக்க விசையுடன் சுழல்கின்றது.
அவள் தீராத உயிருடையவள், பூமித்தாய்.
எனவே, அவள் திருமேனியிலுள்ள ஒவ்வொன்றும் உயிர் கொண்டதேயாம்.
அகில முழுதும் சுழலுகிறது.
சந்திரன் சுழல்கின்றது. ஞாயிறு சுழல்கின்றது.
கோடி கோடி கோடி கோடி யோஜனை தூரத்துக்கப்பாலும், அதற்கப்பாலும், அதற்கப்பாலும் சிதறிக்கிடக்கும் வானத்து மீன்களெல்லாம் ஓயாது சுழன்று கொண்டேதானிருக்கின்றன.
எனவே, இவ்வையகம் உயிருடையது.
வையகத்தின் ‘உயிரை’யே காற்றென்கிறோம்.
அதனை முப்போதும் போற்றி வாழ்த்துதல் செய்கின்றோம்.

14

காற்றைப் புகழ நம்மால் முடியாது.
அவன் புகழ் தீராதது.
அவனை ரிஷிகள் “ப்ரத்யக்ஷம் ப்ரஹ்ம” என்று போற்றுகிறார்கள்.

ப்ராண வாயுவைத் தொழுகின்றோம். அவன் நம்மைக் காத்திடுக.
அபானனைத் தொழுகின்றோம். அவன் நம்மைக் காக்க.
வ்யானனைத் தொழுகின்றோம். அவன் நம்மைக் காக்க.
உதானனைத் தொழுகின்றோம். அவன் நம்மைக் காக்க.
ஸமானனைத் தொழுகின்றோம். அவன் நம்மைக் காக்க.
காற்றின் செயல்களையெல்லாம் பரவுகின்றோம்.
உயிரை வணங்குகின்றோம்.
உயிர் வாழ்க.

15

உயிரே, நினது பெருமை யாருக்குத் தெரியும்?
நீ கண்கண்ட தெய்வம்.
எல்லா விதிகளும் நின்னால் அமைவன.
எல்லா விதிகளும் நின்னால் அழிவன.
உயிரே.
நீ காற்று. நீ தீ. நீ நிலம். நீ நீர். நீ வானம்.
தோன்றும் பொருள்களின் தோற்ற நெறி நீ.
மாறுவனவற்றை மாற்றுவிப்பது நின் தொழில்.
பறக்கின்ற பூச்சி, கொல்லுகின்ற புலி, ஊர்கின்ற புழு – இந்தப் பூமியிலுள்ள எண்ணற்ற உயிர்கள், எண்ணற்ற உலகங்களிலுள்ள எண்ணே யில்லாத உயிர்த்
தொகைகள்
– இவையெல்லாம் நினது விளக்கம்.
மண்ணிலும், நீரிலும், காற்றிலும் நிரம்பிக் கிடக்கும் உயிர்களைக் கருதுகின்றோம்.
காற்றிலே ஒரு சதுர அடி வரம்பில் லக்ஷக்கணக்கான சிறிய ஜந்துக்கள் நமது கண்ணுக்குத் தெரியாமல்
வாழ்கின்றன.
ஒரு பெரிய ஜந்து; அதன் உடலுக்குள் பல சிறிய ஜந்துக்கள்; அவற்றுள் அவற்றிலுஞ் சிறிய பல ஜந்துக்கள்;
அவற்றுள்
இன்னுஞ் சிறியவை – இங்ஙனம் இவ்வையக
முழுதிலும்
உயிர்களைப் பொதிந்து வைத்திருக்கிறது.
மஹத் – அதனிலும் பெரிய மஹத் – அதனிலும் பெரிது – அதனிலும் பெரிது...

அணு – அதனிலும் சிறிய அணு – அதனிலும் சிறிது – அதனிலும் சிறிது...

இரு வழியிலும் முடிவில்லை. இரு புறத்திலும் அநந்தம்.

புலவர்களே, காலையில் எழுந்தவுடன் உயிர்களையெல்லாம் போற்றுவோம்.

"நமஸ்தே வாயோ த்வமேவ ப்ரத்யக்ஷம் ப்ரஹ்மாஸி.''

4. கடல்

1

கடலே காற்றைப் பரப்புகின்றது.
விரைந்து சுழலும் பூமிப்பந்தின் பள்ளங்களிலே
 தேங்கியிருக்கும் கடல் நீர் அந்தச் சுழற்சியிலே
 தலைகீழாகக் கவிழ்ந்து திசைவெளியில் ஏன் சிதறிப்
 போய்விடவில்லை?
பராசக்தியின் ஆணை.
அவள் நமது தலைமீது கடல் கவிழ்ந்து விடாதபடி
 ஆதரிக்கிறாள்.
அவள் திருநாமம் வாழ்க.
கடல் பெரிய ஏரி, விசாலமான குளம். பெருங் கிணறு.
 கிணறு நம் தலையிலே கவிழ்கிறதா?
அது பற்றியே கடலும் கவிழவில்லை.
பராசக்தியின் ஆணை.
அவள் மண்ணிலே ஆகர்ஷணத் திறமையை நிறுத்தினாள்.
அது பொருள்களை நிலைப்படுத்துகின்றது.
மலை நமது தலைமேலே புரளவில்லை.
கடல் நமது தலைமேலே கவிழவில்லை.
ஊர்கள் கலைந்து போகவில்லை.
உலகம் எல்லா வகையிலும் இயல்பெறுகின்றது.
இஃதெல்லாம் அவளுடைய திருவருள்.
அவள் திருவருளை வாழ்த்துகின்றோம்.

2

வெம்மை மிகுந்த பிரதேசங்களிலிருந்து வெம்மை குன்றிய
 பிரதேசங்களுக்குக் காற்று ஓடிவருகிறது.
அங்ஙனம் ஓடிவரும்போது காற்று மேகங்களையும் ஓட்டிக்
 கொண்டு வருகிறது.
இவ்வண்ணம் நமக்கு வரும் மழை
 கடற் பாரிசங்களிலிருந்தே வருகின்றது.
காற்றே, உயிர்க்கடலிலிருந்து எங்களுக்கு நிறைய உயிர்
 மழை கொண்டு வா.
உனக்கு தூப தீபங்களேற்றி வைக்கிறோம்.
வருணா, இந்திரா – நீவிர் வாழ்க.

பாரிசம் – பக்கம்

இப்போது நல்ல மழை பெய்யும்படி அருள் புரியவேண்டும். எங்களுடைய புலங்களெல்லாம் காய்ந்து போய்விட்டன.

சூட்டின் மிகுதியால் எங்கள் குழந்தைகளுக்கும் கன்று காலிகளுக்கும் நோய் வருகிறது. அதனை மாற்றியருள வேண்டும்.

பகல் நேரங்களிலே அனல் பொறுக்க முடியவில்லை.

மனம் 'ஹா ஹா'வென்று பறக்கிறது.

பறவைக ளெல்லாம் வாட்ட மெய்தி நிழலுக்காகப் பொந்துகளில் மறைந்து கிடக்கின்றன.

பல தினங்களாக, மாலைதோறும் மேகங்கள் வந்து கூடுகின்றன.

மேக மூட்டத்தால் காற்று நின்றுபோய், ஓரிலைகூட அசையாமல், புழுக்கம் கொடிதாக இருக்கிறது.

சிறிது பொழுது கழிந்தவுடன் பெரிய காற்றுக்கள் வந்து மேகங்களை அடித்துத் துரத்திக்கொண்டு போகின்றன. இப்படிப் பல நாட்களாக ஏமாந்துபோகிறோம்.

இந்திரா, வருணா, அர்யமா, பகா, மித்திரா, உங்கள் கருணையைப் பாடுகிறேன்.

எங்கள் தாபமெல்லாந் தீர்ந்து உலகம் தழைக்குமாறு இன்ப மழை பெய்தல் வேண்டும்.

1

ஜகச் சித்திரம்

(சிறு நாடகம்)

முதற் காட்சி

இடம்: மலையடிவாரத்தில் ஒரு காளி கோயில்.
நேரம்: நடுப்பகல்

காக்கையரசன் – (கோயிலை எதிர்த்த தடாகத்தின் இடையிலிருந்த தெப்ப மண்டபத்தின் உச்சியில் ஏறி உட்கார்ந்துகொண்டு ஸூர்யனை நோக்கிச் சொல்லுகிறான்)

"எங்கோ வாழ்!
நீல மலைகள் நிரம்ப அழகியன.
வானம் அழகியது; வான் வெளி இனிது.
வான் வெளியை மருவிய நின்னொளி
இனியவற்றுளெல்லாம் இனிது.

●

'எங்கோ' 'எங்கோ' எனவும்; அன்றி
'கிலுகிலு கிலுகி' லெனவும் 'கிக்கீ'
'கிக்கீ' யென்றும்; 'கேக்க, கேக்க'
'கேட்க, கேட்க' எனவும்; 'கெக்கெக்கே' –
'குக்குக் குக்குக் குக்குக் குக்குக்
குக்கூவே!' என்றும்; 'கீச், கீச், கீச், கீச்,'
'கிசு, கிசு, கிசு, கீச்' என்றும்; 'ரங்க, ரங்க' –
என்றும் பல்லாயிர வகையினில் இசைக்கும்
குயில்களும் கிளிகளும், குலவுபல ஜாதிப்
புட்களும் இனிய பூங்குர லுடையன.
எனினும்,
இத்தனை யின்பத்திடையே, உயிர்க் குலத்தின்
உளத்தே மாத்திரம் இன்பமுறவில்லை.
இஃதென்னே! காக்கா! காக்கா; எங்கோ வாழ்!''

எங்கோ – எம் கோ

இதைக் கேட்டு, மற்றப் பக்ஷிகளெல்லாம் கத்துகின்றன:

"ஆம், ஆம், ஆமாம், ஆமாம். ஆமாமடா! ஆமாமடா! ஆமாம். எங்கோ வாழ். எங்கோ வாழ். நன்றாக உரைத்தாய். மனந்தான் சத்துரு. வேறு நமக்குப் பகையே கிடையாது. மனந்தான் நமக்குள்ளேயே உட்பகையாக இருந்துகொண்டு, நம்மை வேரறுக்கிறது. அடுத்துக் கெடுக்கிறது.

மனந்தான் பகை.

அதைக் கொத்துவோம் வாருங்கள். அதைக் கிழிப்போம் வாருங்கள். அதை வேட்டையாடுவோம் வாருங்கள்.'

இரண்டாம் காட்சி
வானுலகம் – இந்திர ஸபை

தேவேந்திரன் கொலு வீற்றிருக்கிறான்.

தேவ ஸேவகன்:	தேவ தேவா!
இந்திரன்:	சொல்.
தேவ ஸேவகன்:	வெளியே நாரதர் வந்து காத்திருக்கிறார். தங்களைத் தரிசிக்க வேண்டுமென்று சொல்லுகிறார்.
இந்திரன்:	வருக.

(நாரதர் பாடிக்கொண்டு வருகிறார்.)
"நாராயண, நாராயண, நாராயண, ஹரி, ஹரி, நாராயண, நாராயண"

இந்திரன் கேட்கிறான்:	நாரதரே! நாராயணன் எங்கிருக்கிறான்?
நாரதர்:	நீ அவனைப் பார்த்தது கிடையாதோ?
இந்திரன்:	கிடையாது.
நாரதர்:	ஸர்வ பூதங்களிலும் இருக்கிறான்.
இந்திரன்:	நரகத்திலிருக்கிறானா?
நாரதர்:	ஆம்.
இந்திரன்:	துன்பத்திலிருக்கிறானா?
நாரதர்:	ஆம்.

இந்திரன்:	மரணத்திலிருக்கிறானா?
நாரதர்:	ஆம்.
இந்திரன்:	உங்களுடைய ஸர்வ நாராயண ஸித்தாந்தத்தின் துணிவு யாது?
நாரதர்:	எல்லா வஸ்துக்களும், எல்லா லோகங்களும், எல்லா நிலைமைகளும், எல்லாத் தன்மைகளும், எல்லா சக்திகளும், எல்லா ரூபங்களும் – எல்லாம் ஒன்றுக்கொன்று ஸமானம்.
இந்திரன்:	நீரும் கழுதையும் ஸமானந்தானா?
நாரதர்:	ஆம்.
இந்திரன்:	அமிர்த பானமும் விஷ பானமும் ஸமானமா?
நாரதர்:	ஆம்.
இந்திரன்:	ஸாதுவும் துஷ்டனும் ஸமானமா?
நாரதர்:	ஆம்.
இந்திரன்:	அஸுரர்களும் தேவர்களும் ஸமானமா?
நாரதர்:	ஆம்.
இந்திரன்:	ஞானமும் அஞ்ஞானமும் ஸமானமா?
நாரதர்:	ஆம்.
இந்திரன்:	ஸுகமும் துக்கமும் ஸமானமா?
நாரதர்:	ஆம்.
இந்திரன்:	அதெப்படி?
நாரதர்:	ஸர்வம் விஷ்ணுமயம் ஜகத் (நாரதர் பாடுகிறார்) நாராயண, நாராயண, நாராயண, நாராயண.

மூன்றாம் காட்சி

இடம்: மண்ணுலகத்தில் ஒரு மலையடிவாரத்தில் ஒரு காளி கோயிலுக்கெதிரே சோலையில்.

கிளி பாடுகிறது:

தைர்யா, தைர்யா, தைர்யா –
தன் மனப் பகையைக் கொன்று
தமோ குணத்தை வென்று
உள்ளக் கவலை யறுத்து
ஊக்கம் தோளிற் பொறுத்து
மனதில் மகிழ்ச்சி கொண்டு
மயக்க மெல்லாம் விண்டு
ஸந்தோ ஷத்தைப் பூண்டு
தைர்யா, ஹுக்கும், ஹுக்கும்!
ஹுக்கும், ஹுக்கும்!
ஆமடா, தோழா!
ஆமாமடா,
எங்கோவா எங்கோவா!
தைர்யா, தைர்யா, தைர்யா!

குயில்கள்: சபாஷ்! சபாஷ்! சபாஷ்!

குருவிகள்: 'டிர்ர்ர்ர்ர்ர்ர்ர்ர்', 'டிர்ர்ர்ர்'

நாகணவாய்: ஜீவ, ஜீவ, ஜீவ, ஜீவ, ஜீவ, ஜீவ.

குருவிகள்: சிவ, சிவ, சிவ, சிவ, சிவசிவா, சிவசிவா, சிவசிவா.

காக்கை: எங்கோ வாழ்! எங்கோ வாழ்!

கிளி: கேளீர், தோழர்களே! இவ்வுலகத்தில் தற்கொலையைக் காட்டிலும் பெரிய குற்றம் வேறில்லை. தன்னைத்தான் மனத்தால் துன்புறுத்திக்கொள்வதைக் காட்டிலும் பெரிய பேதைமை வேறில்லை.

காக்கை: அக்கா! அக்கா! காவு! காவு!

குருவி: கொட்டடா! கொட்டடா! கொட்டடா!

கிளி: ஹுக்குக்கூ!

கிளி: காதலைக் காட்டிலும் பெரிய இன்பம் வேறில்லை.

அணிற்பிள்ளை: ஹுக்கும், ஹுக்கும், ஹுக்கும், ஹுக்கும், ஹுக்கும்.

பசுமாடு: வெயிலைப்போல் அழகான பதார்த்தம் வேறில்லை.

அணில்: பசுவே, இந்த மிக அழகிய வெயிலில் என்

கண்ணுக்குப் புலப்படும் வஸ்துக்களுக் குள்ளே உன் கண்ணைப்போல் அழகிய பொருள் பிறிதொன்றில்லை.

நாகணவாய்: டுபுக்! பாட்டைக் காட்டிலும் ரஸமான தொழில் வேறில்லை.

எருமை மாடு: பக்ஷி ஜாதிகளுக்குள்ள ஸந்தோஷமும், ஜீவ

ஆரவாரமும், ஆட்ட ஓட்டமும், இனிய குரலும் மிருக ஜாதியாருக்கும் மனுஷ்ய ஜாதியாருக்கு மில்லையே? இதன் காரணம் யாது?

நாகணவாய்: டுபுக்! வெயில், காற்று, ஒளி இவற்றின்

தீண்டுதல் மிருக, மனிதர்களைக் காட்டிலும்

எங்களுக்கதிகம். எங்களுக்கு உடம்பு சிறிது. ஆதலால் தீனி சொற்பம். அதைச் சிறிது சிறிதாக நெடுநேரந் தின்கிறோம். ஆதலால் எங்களுக்கு உணவின்பம் அதிகம். மிருக, மனித ஜாதியார்களுக்குள் இருப்பதைக் காட்டிலும் எங்களுக்குள்ளே காதலின்பம் அதிகம். ஆதலால் நாங்கள் அதிக ஸந்தோஷமும், பாட்டும் நகைப்பும் கொஞ்சு மொழிகளுமாகக் காலங்

கழிக்கிறோம். இருந்தாலும் கிளியரசு சொல்லியதுபோல், காலனுக்குத் தூதனாகிய மனக்குறை யென்னும் பேய் எங்கள் குலத்தையும் அழித்துவிடத்தான் செய்கிறது. அதற்கு நிவாரணம் தேட வேண்டும். கவலையைக் கொல்வோம். வாருங்கள். அதிருப்தியைக் கொத்துவோம். கொல்லுவோம்.

மற்றப் பக்ஷிகள்: வாருங்கள், வாருங்கள், வாருங்கள் துயரத்தை அழிப்போம். கவலையைப் பழிப்போம். மகிழ்வோம், மகிழ்வோம், மகிழ்வோம்.

நான்காம் காட்சி

இடம்:   கடற்கரை
நேரம்:   நள்ளிரா; முழுநிலாப் பொழுது. இரண்டு பாம்புகள் ஒரு பாலத்தடியே இருட்புதரினின்றும் வெளிப்பட்டு, நிலா வீசி ஒளிரும் மணல்மீது வருகின்றன.

ஆண் பாம்பு: உன்னுடன் கூடி வாழ்வதில் எனக்கின்பமில்லை. உன்னால் எனது வாழ்நாள் விஷமயமாகிறது. உன்னாலேதான் என் மனம் எப்போதும் அனலில் பட்ட புழுவைப்போலே துடித்துக்கொண்டிருக்கிறது.

பெண்பாம்பு: உன்னுடன் கூடி வாழ்வதில் எனக்கின்பமில்லை. உன்னால் எனது வாழ்நாள் நரகமாகிறது. உன்னால் என் மனம் தழலிற்பட்ட புழுவைப்போல் இடையறாது துடிக்கிறது.

ஆண் பாம்பு: நான் உன்னைப் பகைக்கிறேன்.
பெண் பாம்பு: நான் உன்னை விரோதிக்கிறேன்.
ஆண் பாம்பு: நான் உன்னைக் கொல்லப்போகிறேன்.
பெண் பாம்பு: நான் உன்னைக் கொல்லப்போகிறேன்.

ஒன்றையொன்று கடித்து இரண்டு பாம்புகளும் மடிகின்றன.

ஐந்தாம் காட்சி
கடற்கரை

தேவதத்தன் என்ற மனித இளைஞன்: நிலா இனியது. நீல வான் இனியது. தெண்டிரைக் கடலின் சீர், ஒலி இனிய; உலகம் நல்லது. கடவுள் ஒளிப்பொருள். அறிவு கடவுள்; அதனிலை மோக்ஷம்.

விடுதலைப் பட்டேன்	அசுரரை வென்றேன்.
நானே கடவுள்.	கடவுளே நான்.
காதலின்பத்தாற்	கடவுணிலை பெற்றேன்.

அதனிலை – அதன் நிலை
கடவுணிலை – கடவுள் நிலை

2.
ஓம்
விடுதலை

(நாடகம்)
அங்கம்: 1
காட்சி: 1

இடம்: வானுலகம்.

காலம்: கலிமுடிவு.

பாத்திரங்கள்: இந்திரன், வாயு, அக்நி, ஒளி (சூரியன்), ஸோமன், இரட்டையர் (அசுவிநி தேவர்), மருத்துக்கள், வசுக்கள், த்வஷ்டா, விசுவேதேவர் முதலாயினோர்.

இந்திரன்: உமக்கு நன்று, தோழரே.

மற்றவர்: தோழா, உனக்கு நன்று.

இந்திரன்: பிரமதேவன் நமக்கோர் பணியிட்டான்.

மற்றோர்: யாங்ஙனம்?

இந்திரன்: 'மண்ணுலகத்து மானுடன் தன்னைக் கட்டிய தளையெலாம் சிதறுக' என்று.

அக்நி: வாழ்க தந்தை: மானுடர் வாழ்க.

மற்றோர்: தந்தை வாழ்க, தனி முதல் வாழ்க.

உண்மை வாழ்க, உலக மோங்குக.

தீது கெடுக. திறமை வளர்க.

ஒளி: உண்மையும் அறிவும் இன்பமுமாகி
பலவெனத் தோன்றிப் பலவினை செய்து
பலபயன் உண்ணும் பரமநற் பொருளை
உயிர்க்கெலாந் தந்தையை, உயிர்க்கெலாந்
தாயை, உயிர்க்கெலாந் தலைவனை,
உயிர்க்கெலாந் துணைவனை, உயிர்க்கெலாம்
உயிரை, உயிர்க்கெலாம் உணர்வை அறிவிலே
கண்டு போற்றி
நெறியினில் அவன்பணி நேர்படச்
செய்வோம்.

இந்திரன்: நன்று தோழரே, அமிழ்தமுண்போம்.

மற்றோர்: அமிழ்தம் நன்றே. ஆம். அஃதுண்போம்.

(எல்லாரும் அமிர்தபானம் செய்கிறார்கள்)

இந்திரன்: நித்தமும் வலிது.

வாயு: நித்தமும் புதிது.

அக்நி: தீரா விரைவு.

இரட்டையர்: மாறா இன்பம்.

மருத்துக்கள்: என்றும் இளமை.

ஒளி: என்றும் தெளிவு.

அக்நி: மண்ணுலகத்து மாதவர் வடிக்கும்
ஸோமப் பாலுமிவ் வமிழ்தமும் ஓர் சுவை.

இந்திரன்: மண்ணுலகத்து மக்களே, நீவிர்
இன்பங் கேட்பீர், எண்ணிய மறப்பீர்.
செயல் பல செய்வீர், செய்கையில் இளைப்பீர்.
எண்ணள வதனால் ஏழுலகினையும் விழுங்குதல்
வேண்டுவீர், மீளவும் மறப்பீர்,
தோழரென் றெம்மை நித்தமுஞ் சார்ந்தீர்,
ஸோமப் பாலொடு சொல்லமு தூட்டுவீர்,
நும்மையே அவுணர் நோவுறச் செய்தார்
ஆஅஅ! மறவுக் குறும்பா, அரக்கா
விருத்திரா, ஒளியினை மறைத்திடும் வேடா,
நமுசிப் புழுவே, வலனே, நலிசெயுந் துன்பமே,
அச்சமே, இருளே, தொழும்பர்காள்,
பெயர்பல காட்டும் ஒரு கொடும் பேயே,
உருப்பல காட்டும் ஒரு புலைப்பாம்பே,
படைபல கொணர்ந்து மயக்கிடும் பாழே
ஏடா, வீழ்ந்தனை, யாவரும் வீழ்ந்தீர்.
அரங்கரே, மனித ரறிவெனுங் கோயிலை விட்டு
நீ ரொழிந்தால் மேவிடும் பொன்னுகம்
முந்தைநாள் தொடங்கி மானுடர் தமக்குச் சீர்தர
நினைந்து நாம் செய்ததை யெல்லாம்
மேகக் கரும்புலை விருத்திரன் கெடுத்தான்.
'வலியிலார் தேவர்; வலியவர் அரக்கர்.
அறமே நொய்யது; மறமே வலியது.

மெய்யே செத்தை; பொய்யே குன்றம்.
இன்பமே சோர்வது; துன்பமே வெல்வது'
என்றோர் வார்த்தையும் பிறந்தது மண்மேல்.
மானுடர் திகைத்தார்; மந்திரத் தோழராம்
விசுவாமித்திரன், வசிட்டன், காசிபன்
முதலியோர் செய்த முதனூல் மறைந்தது;
பொய்ந்நூல் பெருகின, பூமியின் கண்ணே வேதங்
கெட்டு வெறுங்கதை மலிந்தது.
போதச் சுடரைப் புகையிருள் சூழ்ந்தது.
தவமெலாங் குறைந்து சதிபல வளர்ந்தன.
எல்லாப் பொழுதினும் ஏழை மானுடர்
இன்பங் கருதி யிளைத்தனர், மடிந்தார்;
கங்கைநீர் விரும்பிக் கானல்நீர் கண்டார்;
அமுதம் வேண்டி விடத்தினை யுண்டார்.
ஏள!
வலியரே போலுமிவ் வஞ்சக அரக்கர்!

* * *

விதியின் பணிதான் விரைக.
மதியின் வலிமையால் மானுடன் ஓங்குக.

ஒளி: ஒருவனைக் கொண்டு சிறுமை நீக்கி
நித்திய வாழ்விலே நிலைபெறச் செய்தால்
மானுடச் சாதி முழுதுநல் வழிப்படும்;
மானுடச் சாதி யொன்று; மனத்திலும் உயிரிலும்
தொழிலிலும் ஒன்றே யாகும்.

தீ: பரத கண்டத்தில் பாண்டிய நாட்டிலே விரதந்
தவறிய வேதியர் குலத்தில்
வசுபதி யென்றோர் இளைஞன் வாழ்கின்றான்.
தோளிலே மெலிந்தான், துயரிலே யமிழ்ந்தான்.
நாளும் வறுமை நாயொடு பொருவான்.
செய்வினை யறியான், தெய்வமுந் துணியான்,
ஐய வலையில் அகப்பட லாயினன்.
இவனைக் காப்போம். இவன் புவி காப்பான்.

காற்று: உயிர்வளங் கொடுத்தேன்; உயிரால் வெல்க.

இந்திரன்: மதிவலி கொடுத்தேன், வசுபதி வாழ்க.

சூரியன்: அறிவிலே ஒளியை அமைத்தேன்; வாழ்க.

தேவர்: மந்திரங் கூறுவோம். உண்மையே தெய்வம்,
கவலையற் றிருத்தலே வீடு. களியே அமிழ்தம்,
பயன்வருஞ் செய்கையே அறமாம்.
அச்சமே நரகம்; அதனைச் சுட்டு
நல்லதை நம்பி நல்லதே செய்க.
மகனே, வசுபதி, மயக்கந் தெளிந்து,
தவத்தொழில் செய்து தரணியைக் காப்பாய்.

காட்சி: 2

பாண்டி நாட்டில் வேதபுரம்; கடற்கரை; வசுபதி தனியே நிலவைப் பார்த்துக்கொண்டிருக்கிறான்.

வசுபதி பாடுகிறான்:

நிலவுப் பாட்டு

1. வாராய் நிலவே வையத் திருவே
   வெள்ளைத் தீவில் விளையுங் கடலே
   வானப் பெண்ணின் மதமே, ஒளியே
   வாராய், நிலவே வா.

2. மண்ணுக் குள்ளே அமுதைக் கூட்டிக்
   கண்ணுக் குள்ளே களியைக் காட்டி
   எண்ணுக் குள்ளே யின்பத் தெளிவாய்
   வாராய், நிலவே வா.

3. இன்பம் வேண்டில் வானைக் காண்பீர்
   வானொலி தன்னை மண்ணிற் காண்பீர்
   துன்பந் தானோர் பேதைமை யன்றே!
   வாராய், நிலவே வா.

4. அச்சப் பேயைக் கொல்லும் படையாம்
   வித்தைத் தேனில் விளையுங் கனியாய்
   வாராய், நிலவே, வா.

3
தந்தையும் மகனும் கடவுளும்

(மூவர் நாடகம்)

உன்னைக் கொன்றால், என் செய்வாய்? என்
 றுறுமினான் ஹிரண்யன்.
"ஓம் நமோ நாராயணாய" – என்றான் சிறுவன்.

ஒலி செய் கடலில் கல்லைக் கட்டி
 யுனை யெறிவே னென்றான்
"ஓம் நமோ நாராயணாய" என்றான் சிறுவன்

தின்னும் புரிவாய்க் குன்னை யிடுவேன்
 என்றான் தீயோன்.
"ஓம் நமோ நாராயணாய" என்றான் சிறுவன்

தீயி லுன்னைச் சுட்டு வெண் சாம்பராச்
 செய்திடுவேன் என்றான்
"ஓம் நமோ நாராயணாய" என்றான் சிறுவன்

உந்நத மலைமுடி மீதினி லிருந்து நான்
 உருட்டிடுவேன் என்றான்.
"ஓம் நமோ நாராயணாய" என்றான் சிறுவன்

மின், இடி கோடி நின் நெஞ்சிடைப் பாய்ந்திட
 வீசிடு வேன் என்றான்.
"ஓம் நமோ நாராயணாய" என்றான் வீரன்

உடலைப் பிசைந்துனை நாய்களுக் கிடுவேன்
 என் றுரைத்தான் ஈன்றோன்
"ஓம் நமோ நாராயணாய" என்றான் மைந்தன்

குடரை யறுத் ததில் விடத்தைத் திணிப்பேன்
 என்றான் கொடியோன்
"ஓம் நமோ நாராயணாய" என்றான் குமரன்

இடமெல்லாம் பொருள் நிறைந்தது கண்டோம்;
 இவற்றுள் விஷ்ணுவைக் கண்டவ ரில்லை
கடவுளை யிவற்றில் காண்ப தெப்படி நான்?
 என்றான் கடியோன்.
"ஓம் நமோ நாராயணாய..."

நடுப் பனிக் கடலில் திமிங்கல வாய்க்குனை நான்
    கொண்டு திணிப்பேன் என்றான்.
“நமோ நாராயணா, “ஓம் நமோ நாராயணாய”
    என்றான் நல்லோன்.

இடுப்பினை யொடிப்பேன்; இங்குனை நான் தின்பேன்
    என்றான் அப்பன்.
“ஓம் நமோ நாராயணாய” என்றான் இளைஞன்.

தூணில் ஒரு நாதம் உண்டாகிறது.

ப்ரஹ்: கேள்

விஷ்ணு: தேடுகிறாயா? மகனே என்னைத் தேடுகிறாயா?

ஹிரண்யன்: ஆம்

விஷ்ணு: சரண் புகுவாயா? மகனே
சரண் புகுவாயா?
அன்பு செய்வாயா? மகனே
அன்பு செய்வாயா?

ஹிரண்யன்: மாட்டேன்

தூண் பாடுகிறது:

உடலினைப் பிசைந்துனைப் பேய்களுக் கிடுவேன்
குடரினை யறுத் தென்றன் நக மதிற் பதிப்பேன்
விடுதலை நினக்குந் தருவேன்

ஹிரண்யன்: போ! தூணை...

(நிறைவு பெறவில்லை)

பல்வகைப் பாடல்கள் – 2

1. தனிமையிரக்கம்

குயிலனாய்! நின்னொடு குலவிஇன் கலவி
பயில்வதிற் கழித்த பன்னாள் நினைந்துபின்
இன்றெனக் கிடையே எண்ணில் யோசனைப்படும்
குன்றமும் வனமும் கொழிதிரைப் புனலும்
மேவிடப் புரிந்த விதியையும் நினைந்தால்
பாவியேன் நெஞ்சம் பகீரெனல் அரிதோ?
கலங்கரை விளக்கொரு காவதம் கோடியா
மலங்குமோர் சிறிய மரக்கலம் போன்றேன்
முடம்படு தினங்காள்! முன்னர்யான் அவளுடன்
உடம்பொடும் உயிரென உற்றுவாழ் நாட்களில்
வளியெனப் பறந்தநீர் மற்றியான் எனாது
கிளியினைப் பிரிந்துழிக் கிரியெனக் கிடக்கும்
செயலையென் இயம்புவல் சிவனே!
மயலைஇற்று என்றெவர் வகுப்பர்அங் கவட்கே?

யோசனை, காவதம் – தொலைவைக் குறிக்கும் அலகுகள்,
கோடியா – கோடியாக, வளி – காற்று, குன்றம்; கிரி – மலை

2. உனைக் கூறப் பிழை இல்லை

1. அன்னாயிங் குனைக்கூறப் பிழையில்லை,
யாமேநின் அருள்பெற் றோங்க
என்னானுந் தகுதியிலேம் மிகப்பொல்லேம்
பழியுடையேம் இழிவு சான்றேம்
பொன்னான வழியகற்றிப் புலைவழியே
செல்லுமியல் பொருந்தி யுள்ளேம்
தன்னால்வந் திடுநலத்தைத் தவிர்த்துப்போய்த்
தீமையினைத் தழுவு கின்றேம்.

2. எல்லையிலாக் கருணையுறுந் தெய்வதநீ
எவர்க்கும்மன மிரங்கி நிற்பாய்
தொல்லையெலாந் தவிர்த்தெங்கள் கண்காண
நொடிப்பொழுதில் துருக்கி மாந்தர்
நல்லபெரும் பதங்காணப் புரிந்திட்டாய்
பலகால நவைகொண் டன்னார்
சொல்லரிய பிழைசெய்த தத்தனையும்
மறந்தவரைத் தொழும்பு கண்டாய்.

3. அரைக்கணமா யினும்உன்னைத் திரிகரணத்
தூய்மையுடன் "அன்னாய் ஞானத்
திரைக்கடலே அருட்கடலே சீரனைத்தும்
உதவுபெருந் தேவே யிந்தத்
தரைக்கணிய பெரும்பொருளே காவாயே?"
என்றலறித் தாய்உன் நாமம்
உரைக்கமனம் எமக்கின்றி யாமழிந்தால்
பிழைசிறிதும் உளதாங் கொல்லோ?

4. வேண்டுமென விளக்கில்விழுஞ் சிறுபூச்சி
தனையாவர் விலக்க வல்லார்?
தூண்டும்அரு ளால்யாமோர் விளக்கையவித்
தாலதுதான் சுற்றிச் சுற்றி
மீண்டுமொரு விளக்கிற்போய் மாண்டுவிழும்
அஃதொப்ப விருப்போ டேகித்
தீண்டரிய புன்மையினில் யாம்வீழ்ந்தால்
அன்னாய் நீ செய்வ தென்னே?

அன்னாய் – அன்னையே, நவை – இகழ்ச்சி, தொழும்பு – தொண்டு, புன்மை – சிறுமை

5. அந்தநாள் அருள்செயநீ முற்பட்ட
பொழுதெலாம் அறிவி லாதேம்
வந்தமா தேவிநினை நல்வரவு
கூறியடி வணங்கி டாமல்
சொந்தமா மனிதருளே போரிட்டும்
பாழாகித் துகளாய் வீழ்ந்தேம்
இந்தநாள் அச்சத்தால் நீவருங்கால்
முகந்திரும்பி யிருக்கின் றோமால்.

(நிறைவு பெறவில்லை)

3. இந்தத் தெய்வம்

இந்தத் தெய்வம் நமக்கநுகூலம்
இனி மனக்கவலைக் கிடமில்லை   (இந்த)

1. மந்திரங்களைச் சோதனை செய்தால்
   வையகத்தினை ஆள்வது தெய்வம்
   இந்தத் தெய்வம் கதியென் றிருப்பீர்
   ஆக்க முண்டென் றனைத்து முரைக்கும்   (இந்த)

2. மரத்தின் வேரில் அதற்குண வுண்டு
   வயிற்றினிலே கருவுக்குண வுண்டு
   தரத்திலொத்த தருமங்க ளுண்டு
   சக்தி யென்றிடிலோ முக்தியுண்டு   (இந்த)

3. உலகமே உடலாய் அதற்குள்ளே
   உயிரதாகி விளங்கிடுந் தெய்வம்
   இலகும் வானொளி போலறிவாகி
   எங்கணும் பரந்திடும் தெய்வம்   (இந்த)

4. செய்கை யாவும் தெய்வத்தின் செய்கை
   சிந்தை யாவும் தெய்வத்தின் சிந்தை
   உய்கை கொண்டதன் நாமத்தைக் கூறின்
   உணர்வு கொண்டவர் தேவர்களாவர்   (இந்த)

5. நோயில்லை வறுமையில்லை
   நோன்பிழைப்பதிலே துன்பமில்லை
   தாயுந் தந்தையும் தோழனுமாகித்
   தகுதியும் பயனும் தரும் தெய்வம்   (இந்த)

6. அச்சமில்லை மயங்குவதில்லை
   அன்பும் இன்பமும் மேன்மையும் உண்டு
   மிச்சமில்லை பழந்துயர்க்குப்பை
   வெற்றியுண்டு விரைவினில் உண்டு

   இந்தத் தெய்வம் நமக்கநுகூலம்
   இனி மனக்கவலைக் கிடமில்லை

4. குருவிப்பாட்டு

அருவி போலக் கவிபொழிய – எங்கள்
  அன்னை பாதம் பணிவேனே
குருவிப் பாட்டை யான்பாடி – அந்தக்
  கோதை பாதம் அணிவேனே

கேள்வி

சின்னஞ்சிறு குருவி – நீ
  செய்கிற வேலை யென்ன?
வன்னக் குருவி – நீ
  வாழும் முறை கூறாய்!

குருவியின் விடை

கேளடா மானிடவா – எம்மில்
  கீழோர் மேலோர் இல்லை.
மீளா அடிமையில்லை – எல்லோரும்
  வேந்தரெனத் திரிவோம்
உணவுக்குக் கவலையில்லை – எங்கும்
  உணவு கிடைக்குமடா.
பணமும் காசுமில்லை – எங்கு
  பார்க்கினும் உணவேயடா.
சிறியதோர் வயிற்றினுக்காய் – நாங்கள்
  ஜன்மமெல்லாம் வீணாய்
மறிகள் இருப்பதுபோல் – பிறர்
  வசந்தனில் உழல்வதில்லை.
காற்றும் ஒளியும்மிகு – ஆ
  காயமே எங்களுக்கு
ஏற்றதொரு வீடு – இதற்
  கெல்லை யொன் றில்லையடா.
வையகம் எங்குமுளது – உயர்
  வான பொருளெல்லாம்
ஐயமின்றி எங்கள் பொருள் – இவையெம்
  ஆகாரமாகுமடா.
ஏழைகள் யாருமில்லை – செல்வம்
  ஏறியோர் என்றுமில்லை.
வாழ்வுகள் தாழ்வுமில்லை – என்றும்
  மாண்புடன் வாழ்வமடா.

மறி – ஆடு

கள்ளம் கபடமில்லை – வெறும்
　கர்வங்கள் சிறுமையில்லை.
எள்ளற்குரிய குணம் – இவை
　யாவும் உம் குலத்திலடா.
களவுகள் கொலைகளில்லை – பெருங்
　காமுகர் சிறுமையில்லை.
இளைத்தவர்க்கே வலியர் – துன்பம்
　இழைத்துமே கொல்லவில்லை.
சின்னஞ்சிறு குடிலிலே – மிகச்
　சீரழி வீடுகளில்
இன்னலில் வாழ்ந்திடுவீர் – இது
　எங்களுக்கு இல்லையடா.
பூநிறை தருக்களிலும் – மிகப்
　பொழிவுடைச் சோலையிலும்
தேனிறை மலர்களிலும் – நாங்கள்
　திரிந்து விளையாடுவோம்.
குளத்திலும் ஏரியிலும் – சிறு
　குன்றிலும் மலையினிலும்
புலத்திலும் வீட்டினிலும் – எப்
　பொழுதும்விளையாடுவோம்.
கட்டுகள் ஒன்றுமில்லை – பொய்க்
　கதைகளும் ஒன்றுமில்லை
திட்டுகள் தீதங்கள் – முதல்
　சிறுமைகள் ஒன்றுமில்லை
குடும்பக் கவலையில்லை – சிறு
　கும்பித் துயருமில்லை
இடும்பைகள் ஒன்றுமில்லை – எங்கட்
　கின்பமே என்றுமடா.
துன்ப மென்றில்லையடா – ஒரு
　துயரமும் இல்லையடா.
இன்பமே எம் வாழ்க்கை – இதற்கு
　ஏற்ற மொன்றில்லையடா
காலையில் எழுந்திடுவோம் – பெருங்
　கடவுளைப் பாடிடுவோம்.

கும்பி – வயிறு

மாலையும் தொழுதிடுவோம் – நாங்கள்
    மகிழ்ச்சியில் ஆடிடுவோம்
தானே தளைப்பட்டு – மிகச்
    சஞ்சலப்படும் மனிதா
நானோர் வார்த்தை சொல்வேன் – நீ மெய்ஞ்
    ஞானத்தைக் கைக் கொள்ளடா.
விடுதலையைப் பெறடா – நீ
    விண்ணவர் நிலைபெறடா.
கெடுதலை ஒன்றுமில்லை – உன்
    கீழ்மைகள் உதறிடடா
இன்ப நிலைபெறடா – உன்
    இன்னல்கள் ஒழிந்ததடா.
துன்பம் இனியில்லை – பெருஞ்
    சோதி துணையடா.
அன்பினைக் கைக்கொள்ளடா – இதை
    அவனிக்கிங்கு ஓதிடடா.
துன்பம் இனியில்லை – உன்
    துயரங்கள் ஒழிந்ததடா.
சத்தியம் கைக்கொள்ளடா – இனிச்
    சஞ்சலம் இல்லையடா.
மித்தைகள் தள்ளிடடா – வெறும்
    வேஷங்கள் தள்ளிடடா.
தர்மத்தைக் கைக்கொள்ளடா – இனிச்
    சங்கடம் இல்லையடா.
கர்மங்கள் ஒன்றுமில்லை – இதில் உன்
    கருத்தினை நாட்டிடடா.
அச்சத்தை விட்டிடடா – நல்
    ஆண்மையைக் கைக் கொள்ளடா.
இச்சகத் தினிமேலே நீ – என்றும்
    இன்பமே பெறுவையடா.

மித்தை – பொய்

5. பச்சைத் திருமயில் வீரன்

காவடிச் சிந்து

பச்சைத் திருமயில் வீரன்
அலங் காரன் கௌமாரன் – ஒளிர்
பன்னிரு திண்புயப் பாரன் அடி
பணி சுப்பிர மணியற் கருள்
அணு மிக்குயிர் தமிழைத் தரு
பக்தர்க் கெளியசிங் காரன் – எழில்
பண்ணு மருணாசலத் தூரன்.

6. செல்வத்துட் பிறந்தனமா?

செல்வத்துட் பிறந்தனமா? அதுபெறுவான்
   சிறுதொழில்கள் பயிலவல்லேமா?
வில்வைத்த நுதல்விழியார் கண்டுமயல்
   உறவடிவம் மேவினேமா?
பல்வித்தை யினுமினிய தீம்கானப்
   பெருவித்தை பயின்றிட்டேமா?
கொல்வித்தை இருள்வித்தை மருள்வித்தை
   பயின்று மனம் குறைகின்றேமே

7. சிறு உலகே!

காவித் திருவிழி மானார் தம்மையல் கடுவிஷமாம்
கூவிச் சமயர்க் குரைப்பன பொய்இக் குவலயத்தில்
ஆவிச் சுகமென் றறிந்த தெல்லாந்துன்பம் அன்றியில்லை
பாவிச் சிறுஉலகே! உன்னை யாவன்கொல் பண்ணியதே!

காவி – கருங்குவளை மலர், மானார் – பெண்கள், மையல் – மோகம், குவலயம் – பூமி

8. போர்க்கோலம் பூணுவீர்

1

1. அன்னை நன்னாட்டின் மக்காள் ஏகுவம்
    மன்னு புகழ் நாளிதுவே!
நம்மேல் கொடுங்கோல் செலுத்துவோர்
    நாட்டினார் உதிரக்கொடி தனை!

2. கேட்டீர்களா! கிராமங்களில்
    வீரிடும் அரக்கப் படைகள்
அணுகி நம் மடிகளிலேயே
    நம்மக்கள் பெண்டிரைக் கொல்லத் துணிவார்

3. போர்க்கோலம் பூணுவீர்; வகுப்பீர் அணிகளை;
    செல்வோம் செல்வோம்!
நாம் போம் பாதையில்
    பாய்ச்சுவோம் அவரிரத்தத்தை!

2

1. அன்னை நாட்டு மக்காள் ஏகுவீர்போய்
    மன்னுபுகழ் நாளிதுவே! செல்வோம், செல்வோம்!
நமக் கெதிரில் நாணாக் கொடுங்கோல்
    செந்நீர் தோய்ந்த உதிரக்கொடி ஓங்குது!

2. கேளீர், தொலை கிராமங்களிலே
    உருமும் படையாட்கள் ஒலியை!
நம்மை யணுகி நம்தோள் காக்கும்
    மக்கள் மனையார் கொல்லத் துணிவர்.

3. வாள்பிடித் தொன்றாய் அணி வகுப்பீர்!
    மலச் செந்நீராற் தரைதணிக்கச்
செல்வோம், செல்வோம்! (அன்னை)

– லா மார்ஸெலேய்ஸ் என்னும் பிரெஞ்சு
தேசிய கீதத்தைத் தமிழ்ப்படுத்தி மாணவர்கள் நடித்த
நாடகத்திற்காகக் கொடுத்தது.

9. மணிமுத்து நாவலர்

பந்தைத் தெறுமுலைமாப் பால்மொழியி னுங்கரிய
எந்தைக்குச் சால இனிக்குமே – விந்தை
அணிமுத்துக் கோவையென அஞ்சொலிசை சேர்க்கும்
மணிமுத்து நாவலர் வாக்கு.

10. வந்தே மாதரம்

தேவிநம் பாரத பூமி – எங்கள்
தீமைகள் யாவும் தீர்த்தருள் செய்வாள்
ஆவி யுடல் பொருள் மூன்றும் – அந்த
அன்னை பெற்றாளினுக் கர்ப்பித மாக்கி   (வந்தே)

11. தாய் நாடு

பெற்ற தாயும் பிறந்த பொன்னாடும்
நற்றவ வானிலும் நனி சிறந்தனவே.

வங்க வாழ்த்துக் கவிகள்

12. வங்கமே வாழிய

1. அங்க மேதளர் வெய்திய காலையும்
அங்கொர் புன்னரி தந்திடும் ஊனுணாச்
சிங்க மேயென வாழ்தல் சிறப்பெனாச்
செம்மை கூறிநம் தாய்ப்பெருந் தேயத்தைப்
பங்க மேபெறு மிந்நிலை நின்றுயர்
பண்டை மாண்பிடைக் கொண்டினி துய்த்திடும்
*வங்க மேயென வந்தனை வாழிநீ
வங்க மேநனி வாழிய வாழிய!

2. கற்ப கத்தருப் போலெது கேட்பினும்
கடிது நல்கிடும் பாரத நாட்டினிற்
பொற்பு றப்பிறந் தேம்நமக் கோர்விதப்
பொருளும் அன்னியர் ஈதல் பொறுக்கிலேம்
அற்பர் போலப் பிறர்கரம் நோக்கியாம்
அவனி வாழ்தல் அவமென நன்கிதை
வற்பு றுத்திடத் தோன்றிய தெய்வமே
வங்க மேநனி வாழிய வாழிய!

3. கண்ணினீர் துடைப்பாய் புன்னகை கொள்வாய்
கவினுறும் பரதப் பெருந் தேவியே
உண்ணி கழ்ந்திடுந் துன்பங் களைதியால்
உன்றன் மைந்தர்கள் மேனெறி யுற்றனர்
பெண்ணி னெஞ்சிற் கிதமென லாவது
பெற்ற பிள்ளைகள் பீடுறவே யன்றோ?
மண்ணினீ புகழ் மேவிட வாழ்த்திய
வங்கமே நனி வாழிய வாழிய!

---

* வங்கம் – தோணி, அவம் – இழிவு

இறுதி வரிகளில் குறிப்பிடப்பட்டிருக்கும் வங்கம் வங்காளத்தைக் குறிக்கின்றது

13. வந்தே மாதரம்

1. ஆரிய மென்ற பெரும்பெயர் கொண்டவெம்
அன்னையின் மீதுதிகழ்
அன்பெனும் மென்கொடி வாடிய காலை
அதற்குயிர் தந்திடுவான்
மாரியெ னும்படி வந்து சிறந்தது
வந்தே மாதரமே
மாணுயர் பாரத தேவியின் மந்திரம்
வந்தே மாதரமே
வீரிய ஞானம் அரும்புகழ் மங்கிட
மேவி நல்ஆரியரை
மிஞ்சி வளைந்திடு புன்மையி ருட்கணம்
வீவுற வங்கமகா
வாரிதி மீதி லெழுந்த இளங்கதிர்
வந்தே மாதரமே
வாழிநல் ஆரிய தேவியின் மந்திரம்
வந்தே மாதரமே.

2. காரடர் வெண்முடி வான்இ மயந்தரு
கங்கை வரம்பினிலும்
*கன்னியை வந்தொரு தென்றிசை யார்கலி
காதல்செ யாயிடையும்
வீரர்கள் மிஞ்சி விளங்கு புனாமுதல்
வேறுள வூர்களிலும்
விஞ்சை யெனும்படி யன்புடன் யாரும்
வியந்திடு மந்திரமும்
பாரத தேச விரோதிகள் நெஞ்சு
பதைத்திடு மந்திரமும்
பாதக ரோதினும் மேதக வுற்றிடு
பண்புயர் மந்திரமும்
வார முறுஞ்சுவை யின்னற வுண்கனி
வான மருந்தெனவே
மாணுயர் பாரத தேவி விரும்பிடும்
வந்தே மாதரமே.

* கன்னியாகுமரி

14. என்னே கொடுமை

1. மல்லார் திண்தோள் பாஞ்சாலன்
மகள்பொற் கரத்தின் மாலுற்று
வில்லால் விஜயன் அன்றிழைத்த
விந்தைத் தொழிலை மறந்திலிரால்
பொல்லா விதியால் நீவிரவன்
போர்முன் னிழைத்த பெருந்தொழில்கள்
எல்லா மறந்தீ ரெம்மவர்காள்
என்னே கொடுமை யீங்கிதுவே!

2. வீமன் திறலு மவற்கிளைய
விஜயன் திறலும் விளங்கிநின்ற
சேம மணிப்பூந் தடநாட்டில்
சிறிய புழுக்கள் தோன்றிவெறுங்
காம நுகர்தல் இரந்துண்டல்
கடையாம் வாழ்க்கை வாழ்ந்துபினர்
ஈமம் புகுத லிவைபுரிவார்
என்னே கொடுமை யீங்கிதுவே!

15. எனது தாய்நாட்டின் முன்னாள் பெருமையும் இந்நாள் சிறுமையும்

கண்ணிகள்

1. புன்னகையு மின்னிசையு மெங்கொளித்துப் போயினவோ
   இன்னலொடு கண்ணீ ரிருப்பாகி விட்டனவே!

2. ஆணெலாம் பெண்ணாய் அரிவையரெ லாம்விலங்காய்
   மாணெலாம் பாழாகி மங்கிவிட்ட திந்நாடே!

3. ஆரியர்கள் வாழ்ந்துவரும் அற்புதநா டென்பதுபோய்
   பூரியர்கள் வாழும் புலைத்தேச மாயினதே!

4. வீமாதி வீரர் விளிந்தெங்குப் போயினரோ?
   ஏமாறி நிற்கு மிழிஞர்களிங் குள்ளாரே!

5. வேத வுபநிடத மெய்ந்நூல்க ளெல்லாம்போய்
   பேதைக் கதைகள் பிதற்றுவரிந் நாட்டினிலே!

6. ஆதி மறைக்கீதம் அரிவையர்கள் சொன்னதுபோய்
   வீதி பெருக்கும் விலையடிமை யாயினரே!

7. செந்தேனும் பாலும் தெவிட்டிநின்ற நாட்டினிலே
   வந்தேதீப் பஞ்ச மரபாகி விட்டதுவே!

8. மாமுனிவர் தோன்றி மணமுயர்ந்த நாட்டினிலே
   காமுகரும் பொய்யடிமைக் கள்வர்களும் சூழ்ந்தனரே!

9. பொன்னு மணியுமிகப் பொங்கிநின்ற விந்நாட்டில்
   அன்னமின்றி நாளு மழிவார்க ளெத்தனைபேர்?

16. யான்

அருளா லெவையும் பார்என்றான் – அதை
அறியாதே சுட்டியென் அறிவாலே பார்த்தேன்
இருளான பொருள்கண்ட தல்லால் – கண்ட
என்னையுங் கண்டிலே னென்னடி தோழி!

– தாயுமானவர்

ஆயிரங் கோடி அறிஞர்கள் பற்பல
ஆயிர யுகங்க ளாராய்ந் தறிகிலா
'யான்' உடை யியற்கை யானோ அறிவன்!
மீனுணர்ந் திடுங்கொல் வியன்கடற் பெருமை?
அருள்வழிக் காண்கென் றருளினர் பெரியோர்;
மருள்வழி யல்லான் மற்றொன் றுணர்கிலேன்!
அகிலமும் 'யான்'என ஆன்றோ ரிசைப்பர்
மகிதலத் திருளின் மண்டிய மனத்தேன்
யானதை யொரோவழிக் கண்டுளேன்; எனினும்
மானத ஒளியது மங்குமோர் கணத்தே
யானெனும் பொருள்தான் என்னைகொல்? அதனையிவ்
வூனெனக் கொள்வ ருயிரிலார் சிலரே.
* பிரமமே யானெனப் பேசுவர் பேசுக!
** பிரமமே யானெனப் பேசினர் பெரியோர்!

வியன்கடல் – பெருங்கடல், மகிதலம் – பூமி,
மானதம் – மனத்துள் தோன்றுவது.
** பிரமை, ** பிரம்மம்*

17. சந்திரிகை

யாணர்க்கு உறையுளா மிந்துநா டதனிற்
காணற் கினிய காட்சிகள் பலவினும்
மாணப் பெரிய வனப்பமைந் தின்கவி
வாணர்க் கமுதாய் வயங்கிடும் பொருளிதென்று
ஊணப் புலவோ னுரைத்துளன் முன்னாள்.
அஃதுதான்:
கருமையிற் படர்ந்த வனமாங் கடலிடை
ஒருமையிற் திகழும் ஒண்மதித் தீவினின்று
எல்லாத் திசையினு மெழில்பெற வூற்றுஞ்
சொல்லா வினிமைகொள் சோதியென் றோதினன்.
ஓர் முறை,
கடற்புற மணன்மிசைத் தனியே கண்ணயர்ந்
இடைப்படும் இரவி லினிதுகண் விழித்தியான்
வானகம் நோக்கினேன் மற்றதன் மாண்பினை
ஊனமாம் நாவினி லுரைத்தலும் படுமோ?
நினைவருந் தெய்விகக் கனவிடைக் குளித்தேன் வாழிமதி!

யாணர் – அழகு
ஊணப்புலவோன் – ஆங்கிலப்புலவன்

18. இந்தியாவின் அழைப்பு

வேண்டுகோள்

அன்பிற் கினிய இந்தியா! அகில
மதங்கள், நாடுகள் மாந்தருக் கெல்லாம்
தாயே! எங்கள் உணர்வினைத் தாண்டிய
சேய்நெடுங் காலத்தின் முன்னே சிறந்தொளிர்
குருக்களை யளித்துக் குவலயங் காத்தனை.   5
திருக்கிளர் தெய்வப் பிறப்பினர் பலரை
உலகினுக் களித்தாய்; உனதொளி ஞானம்
இலகிட நீயிங் கெழுந்தரு ளுகவே!
விடுதலை பெறநாம் வேண்டிநின் மறைவு
படுமணி முகத்தைத் திறந்தெம் பார்வைமுன்,   10
வருகநீ! இங்குள மானுடச் சாதிகள்
பொருகளந் தவிர்ந்தமை வுற்றிடப் புரிகநீ!
மற்றவர் பகைமையை அன்பினால் வாட்டுக!
செற்றவர் படைகளை மனையிடந் திருப்புக!
தாயே, நின்றன் பண்டைத் தநயராம்   15
மாயக் கண்ணன், புத்தன், வலியசீர்
இராமனும், ஆங்கொரு மஹமதும் இணையுற்ற
விராவுபுகழ் வீரரை வேண்டுதும் இந்நாள்!
"தோன்றினேன்" என்று சொல்லி வந்தருளும்
சான்றோன் ஒருமுனி தருகநீ எமக்கே!   20
மோசே, கிறிஸ்து, நானக் முதலியோர்
மாசற வணங்கி மக்கள் போற்றிடத்
தவித்திடுந் திறத்தினர் தமைப்போ லின்றொரு
பவித்திர மகனைப் பயந்தருள் புரிகநீ!
என்முன் வந்து நீதியின் இயலைச்   25
செம்மையுற விளக்குமொரு சேவகனை அருளுகநீ.

உத்தரம்

கேள்! விடை கூறினள் மாதா! நம்மிடை
யாவனே இங்கு தோன்றினன்? இவன்யார்?
உலகப் புரட்டர் தந்திர உரையெலாம்
விலகத் தாய்சொல் விதியினைக் காட்டுவான்   30

பயந்து – பிறப்பித்து; கொடுத்து, செற்றவர் – பகைவர்,
உத்தரம் – மறுமொழி

மலைவு செய்யாமை; மனப்பகை யின்மை;
நலிவுறுத் தோரை நாம்எதிர்த் திடாமை;
தீச்செயல் செய்யும் அரசினைச் சேராமை;
ஆச்சரி யப்பட உரைத்தனன் – அவையெலாம்.
வருக காந்தி! ஆசியா வாழ்வே!
தரும விதிதான் தழைத்திட உழைப்பாய்.
ஆன்மா அதனால் ஜீவனை யாண்டு
மேனெறிப் படுத்தும் விதத்தினை யருளினாய்!
பாரத நாட்டின் பழம்பெருங் கடவுளர்
வீரவான் கொடியை விரித்துநீ நிறுத்தினாய்!
மானுடர் தம்மை வருத்திடும் தடைகள்
ஆனவை யுருகி யழிந்திடும் வண்ணம்
உளத்தினை நீகனல் உறுத்துவாய்! எங்கள்
காந்தி மஹாத்மா! நின்பாற் கண்டனம்!
மாந்தருட் காணநாம் விரும்பிய மனிதனை!
நின்வாய்ச் சொல்லில், நீதிசேர் அன்னை
தன்வாய்ச் சொல்லினைக் கேட்கின் றனம்யாம்
தொழுந்தா யழைப்பிற் கிணங்கிவந் தோம்யாம்
எழுந்தோம்; காந்திக் கீந்தோம் எமதுயிர்
இங்கவன் ஆவிக் கொள்கை வென்றிடவே.
அன்றைக் குணவுதான் அகப்படு மாயின்
நன்றதில் மகிழ்வோம்; விடுதலை நாடி
எய்திடுஞ் செல்வ எழுச்சியிற் களிப்போம்;
மெய்திகழ் ஒற்றுமை மேவுவோம்; உளத்தே
கட்டின்றி வாழ்வோம்; புறத்தளைக் கட்டினை
எட்டுணை மதியா தேறுவோம்; பழம்போர்க்
கொலைத்தொழிற் கருவிகள் கொள்ளா தென்றும்
நிலைத்தன ஆகிய நீதிக் கருவியும்
அறிவுங் கொண்டே அரும்போர் புரிவோம்;
வறியபுன் சிறைகளில் வாடினும்; உடலை
மடிய விதிப்பினும், "மீட்டு நாம் வாழ்வோம்" என்று
இடியுறக் கூறி வெற்றி யேறி,
ஒடிபடத் தளைகள், ஓங்குதும் யாஅமே.

(திருமதி மாட் ரால்ஸ்டன் ஷர்மன் என்பவர் எழுதிய ஆங்கிலக் கவிதையின் மொழிபெயர்ப்பு.)

எட்டுணை – எள்துணை (எள்ளளவு)

19. எங்கள் மதம்

உயிர்பெற்ற தமிழர் பாட்டு

இனிஒரு தொல்லையும் இல்லை – பிரி
வில்லை, குறையும் கவலையும் இல்லை– இனி

ஜாதி

1. மனிதரில் ஆயிரம் ஜாதி – என்ற
வஞ்சக வார்த்தையை ஒப்புவ தில்லை
கனிதரும் மாமரம் ஒன்று – அதில்
காய்களும் பிஞ்சுக் கனிகளும் உண்டு.

2. பூவில் உதிர்வதும் உண்டு – பிஞ்சைப்
பூச்சி அரித்துக் கெடுவதும் உண்டு
நாவிற் கினியதைத் தின்பார் – அதில்
நாற்பதி னாயிரம் சாதிகள் சொல்லார்.

3. ஒன்றுண்டு மானிடச் சாதி – பயின்று
உண்மைகள் கண்டவர் இன்பங்கள் சேர்வார்
இன்று படுத்தது நாளை – உயர்ந்து
ஏற்றம் அடையும் உயர்ந்த திழியும்.

4. நந்தனைப் போல்ஒரு பார்ப்பான் – இந்த
நாட்டினில் இல்லை; குணம் நல்லதாயின்
எந்தக் குலத்தின ரேனும் – உணர்
வின்பம் அடைதல் எளிதெனக் கண்டோம்.

இன்பத்திற்கு வழி

5. ஐந்து புலனை அடக்கி – அரசு
ஆண்டு மதியைப் பழகித் தெளிந்து
நொந்து சலிக்கும் மனதை – மதி
நோக்கத்திற் செல்ல விடும்வகை கண்டோம்.

புராணங்கள்

6. உண்மையின் பேர்தெய்வம் என்போம் – அன்றி
ஓதிடும் தெய்வங்கள் பொய்யெனக் கண்டோம்
உண்மைகள் வேதங்கள் என்போம் – பிறிது
உள்ள மறைகள் கதையெனக் கண்டோம்.

7. கடலினைத் தாவும் குரங்கும் – வெங்
கனலிற் பிறந்ததோர் செவ்விதழ்ப் பெண்ணும்
வடமலை தாழ்ந்தத னாலே – தெற்கில்
வந்து சமன்செயும் குட்டை முனியும்

8. நதியினுள் ளேமுழு கிப்போய் – அந்த
நாகர் உலகில்ஓர் பாம்பின் மகளை
விதியுற வேமணம் செய்த – திறல்
வீமனும் கற்பனை என்பது கண்டோம்.

9. ஒன்றுமற் றொன்றைப் பழிக்கும் – ஒன்றில்
உண்மையென் றோதிமற் றொன்றுபொய் யென்னும்
நன்றுபு ராணங்கள் செய்தார் – அதில்
நல்ல கவிதை பலபல தந்தார்.

10. கவிதை மிகநல்ல தேனும் – அக்
கதைகள்பொய் யென்று தெளிவுறக் கண்டோம்
புவிதனில் வாழ்நெறி காட்டி – நன்மை
போதிக்கும் கட்டுக் கதைகள் அவைதாம்.

ஸ்மிருதிகள்

11. பின்னும் (ஸ்)மிருதிகள் செய்தார் – அவை
பேணும் மனிதர் உலகினில் இல்லை
மன்னும் இயல்பின வல்ல – இவை
மாறிப் பயிலும் இயல்பின ஆகும்.

12. காலத்திற் கேற்ற வகைகள் – அவ்வக்
காலத்திற் கேற்ற ஒழுக்கமும் நூலும்
ஞாலம் முழுமைக்கும் ஒன்றாய் – எந்த
நாளும் நிலைத்திடும் நூலொன்றும் இல்லை.

13. சூத்திர னுக்கொரு நீதி – தண்டச்
சோறுண்ணும் பார்ப்புக்கு வேறொரு நீதி
சாத்திரம் சொல்லிடு மாயின் – அது
சாத்திரம் அன்று சதியென்று கண்டோம்.

மேற்குலத்தார் எவர்?

14. வையகம் காப்பவ ரேனும் – சிறு
வாழைப் பழக்கடை வைப்பவ ரேனும்
பொய்யக லத்தொழில் செய்தே – பிறர்
போற்றிட வாழ்பவர் எங்கணும் மேலோர்.

தவமும் யோகமும்

15. உற்றவர் நட்டவர் ஊரார் – இவர்க்கு
உண்மைகள் கூறி இனியன செய்தல்
நற்றவம் ஆவது கண்டோம் – இதில்
நல்லபெ ருந்தவம் யாதொன்றும் இல்லை.

16. பக்கத் திருப்பவர் துன்பம் – தனைப்
பார்க்கப் பொறாதவன் புண்ணிய மூர்த்தி
ஒக்கத் திருந்தி உலகோர் – நலம்
உற்றிடும் வண்ணம் உழைப்பவன் யோகி.

யோகம் – ஞானம்

17. ஊருக் குழைத்திடல் யோகம் – நலம்
ஓங்கிடு மாறு வருந்துதல் யாகம்
போருக்கு நின்றிடும் போதும் – உளம்
பொங்கல்இல் லாத அமைதிமெய்ஞ் ஞானம்.

பரம்பொருள்

18. எல்லையில் லாத உலகில் – இருந்
தெல்லையில் காலம் இயங்கிடும் தோற்றம்
எல்லையில் லாதன வாகும் – இவை
யாவையும் ஆயிவற் றுள்ளுயி ராகி

19. எல்லையில் லாப்பொருள் ஒன்று – தான்
இயல்பறி வாகி இருப்பதுண் டென்றே
சொல்லுவர் உண்மை தெளிந்தார் – இதைத்
தூவெளி என்று தொழுவர் பெரியோர்.

20. நீயும் அதனுடைத் தோற்றம் – இந்த
நீல நிறங்கொண்ட வானமும் ஆங்கே
ஓயுதல் இன்றிச் சுழலும் – ஒளி
ஓங்குபல் கோடிக் கதிர்களும் அஃதே.

21. சக்திகள் யாவும் அதுவே – பல
சலனம் இறத்தல் பிறத்தலும் அஃதே
நித்தியம் ஆமிவ் வுலகில் – கடல்
நீரில் சிறுதுளி போலும்இப் பூமி.

22. இன்பமும் ஓர்கணத் தோற்றம் – இங்கு
இளமையும் செல்வமும் ஓர்கணத் தோற்றம்
துன்பமும் ஓர்கணத் தோற்றம் – இங்கு
தோல்வி முதுமை ஒருகணத் தோற்றம்.

முக்தி

23. தோன்றி அழிவது வாழ்க்கை – இதில்
துன்பத்தோ டின்பம் வெறுமையென் றோதும்
மூன்றில் எதுவரு மேனும் – களி
மூழ்கி நடத்தல் பரசிவ முக்தி.

20. இளசை ஒருபா ஒருபஃது

காப்பு

நித்தரெனும் தென்னிளசை நின்மலனார் தாம்பயந்த
அத்திமுகத் தெங்கோன் அடியிணையே – சித்திதரும்
என்தமிழி லேது மிழுக்கிலா மேயஃது
நன்றாக வென்றருளு நன்கு.

நூல்

1. தேனிருந்த சோலைசூழ் தென்னிளசை நன்னகரின்
மானிருந்த கையன் மலரடியே – வானிற்
சுரர்தம னியன்மால் தொழுங்காற் கிரீடத்(து)
அரதனங்கள் சிந்தும் அகம்.

2. அகலிடத்திற் கோர்திலக மாமென் னிளசைப்
பகவனெட் டீசன் பதமே – திகிரி
பொருந்துகரத் தானன்றோர் போத்திரியாய்த் தேடி
வருந்தியுமே காணாச்செல் வம்.

3. செல்வ மிரண்டும் செழித்தோங்குத் தென்னிளசை
யில்வளரும் ஈசன் எழிற்பதமே – வெல்வயிரம்
ஏந்துகரத் தான்கரிய னெண்கணன்தம் உள்ளத்துப்
போந்துவளர் கின்ற பொருள்.

4. பொருளாள ரீயவேற் போரி லிளசை
யருளாளர் ஈச ரடியே – தெருள்சேர்
தமனாம் மறையவன்மேற் தன்பாச மிட்ட
சமனாவி வாங்கும்பா சம்.

5. சங்கந் தவழ்கழனித் தண்ணிளசை நன்னகரில்
எங்கள் சிவனார் எழிற்பதமே – துங்கமிகும்
வேத முடியின் மிசையே விளங்குறுநற்
சோதியென நெஞ்சே துணி.

பயந்த – பெற்ற, எட்டீசன் – அஷ்டமூர்த்தி ஈசுவரர், போந்து – வந்து, தெருள் – தெளிவு;அறிவு, துங்கம் – பெருமை, துணிநிலவு – பிறைநிலவு

6. துணிநிலவார் செஞ்சடையன் தொல்லிளசை யூரன்
மணிகண்டன் பாத மலரே - பிணிநரகில்
வீழச்செய் யாது விரும்பியவீந் தேஅடியர்
வாழச்செய் கின்ற மருந்து.

7. மருளறக்கற் றோர்கண் மருவிளசை யூரில்
வருமிறைவன் பாத மலரே - திருவன்
விரைமலரா விட்ட விழியாம் வியன்தா
மரைபூத்த செந்தா மரை.

8. தாமரையின் முத்தெங்குந் தான்சிதறுந் தண்ணிளசைக்
கோமானெட் டீசன்மலர் கொள்பதமே - நாமவேல்
வல்லரக்கன் கைலை வரையெடுத்த காலவனை
அல்லற் படவடர்த்த தால்.

9. ஆல விழியா ரவர்முலைநேர் தண்வரைசூழ்
கோல மணியிளசைக் கோன்பதமே - சீல
முனிவர் விடுத்த முயலகன்மீ தேறித்
தனிநடனஞ் செய்ததுவே தான்.

10. தானே பரம்பொருளாம் தண்ணிளசை யெட்டீசன்
தேனேய் கமலமலர்ச் சீரடியே - யானேமுன்
செய்தவினை தீர்த்துச் சிவாநந்தம் பொங்கியருள்
எய்திடவுஞ் செய்யும் எனை.

தனி

கன்னனெனும் எங்கள் கருணைவெங்க டேசுரெட்ட
மன்னவன் போற்றுசிவன் மாணடியே - அன்னவனும்
இந்நூலுந் தென்னா ரிளசையெனும் நன்னகரும்
எந்நாளும் வாழவைக்கு மே.

மருள் - மயக்கம்; அறியாமை, மருவு(மருவுதல்) - கலத்தல்

21. பண்டாரப் பாட்டு

1. வையகத்தே சடவஸ்து வில்லை
   மண்ணுங் கல்லும் சடமில்லை
   மெய்யு ரைப்பேன் பேய்மனமே
   மேலும் கீழும் பயமில்லை!

2. பையப் பையத் தேரடா
   படையும் விஷமுங் கடவுளடா
   பொய்யும் மெய்யுஞ் சிவனடா!
   பூமண் டலத்தே பயமில்லை!

3. சாவும் நோவுஞ் சிவனடா!
   சண்டையும் வாளுஞ் சிவனடா!
   பாவியும் ஏழையும் பாம்பும்பசுவும்
   பண்ணும் தாளமுந் தெய்வமடா!

4. எங்குஞ் சிவனைக் காணடா!
   ஈனப் பயத்தைத் துரத்தடா!
   கங்கைச் சடையா, காலன்கூற்றே
   காமன் பகையே வாழ்கநீ!

5. பாழுந் தெய்வம் பதியுந்தெய்வம்
   பாலை வனமுங் கடலுந்தெய்வம்
   ஏழு புவியும் தெய்வம்தெய்வம்
   எங்கும் தெய்வம் எதுவும்தெய்வம்

6. வையத்தே சடமில்லை
   மண்ணுங் கல்லும் தெய்வம்
   மெய்யு ரைப்பேன் பாழ்மனமே
   மேலும் கீழும் பயமில்லை!

22. ஆனந்தமையா

ஆசுகவி

வெண்பா

உலகைத் துறந்தீர் உருவைத் துறந்தீர்
மலையைப் பிளந்துவிட வல்லீர்! – இலகுபுகழ்
ஞானம் தவம் கல்விநான்குந் துறக்கலீர்,
ஆனந்த மையா ஹரீ."

23. ஆவி வருந்தல் காணான்

இடியேறு சார்பிலுற உடல்வெந்தோன்
 ஒன்றுரையா திருப்ப, ஆலி
முடியேறி மோதியதென் றருள்முகிலைக்
 கடுஞ்சொற்கள் மொழிவான் போலக்
கடியேறு மலர்ப்பந்து மோதியதென்று
 இனியாளைக் காய்கின் றானால்
வடியேறு வேலெனவென் விழியேறி
 என்னாவி வருந்தல் காணான்.

(இக்கவிதை ஞானரதம் வசனப்பகுதியில் உள்ளது)

ஆலி – ஆலங்கட்டி, கடி – வாசனை, காய்தல் – கோபித்தல்

24. செட்டிமக்கள் குலவிளக்கு

1. பல்லாண்டு வாழ்ந்தொளிர்க! கானாடு
காத்தநகர்ப் பரிதி போன்றாய்
சொல்லாண்ட புலவோர்தம் உயிர்த்துணையே
தமிழ்காக்குந் துரையே, வெற்றி
வில்லாண்ட இராமனைப்போல், நிதியாளும்
இராமனென விளங்கு வாய்நீ
மல்லாண்ட திண்டோளாய், சண்முகநா
மம்படைத்த வள்ளற் கோவே.

2. செட்டிமக்கள் குலத்தினுக்குச் சுடர்விளக்கே
பாரதமா தேவி தாளைக்
கட்டியுளத் திருத்திவைத்தாய், பராசக்தி
புகழ்பாடிக் களித்து நிற்பாய்,
ஒட்டியபுன் கவலைபயஞ் சோர்வென்னும்
அரக்கரெலாம் ஒருங்கு மாய
வெட்டியுயர் புகழ்படைத்தாய் விடுதலையே
வடிவமென மேவி நின்றாய்.

3. தமிழ்மணக்கும் நின்னாவு; பழவேத
உபநிடதத்தின் சார மென்னும்
அமிழ்துநின தகத்தினிலே மணம்வீசும்
அதனாலே அமரத் தன்மை
குமிழ்படநின் மேனியெலா மணமோங்கும்;
உலகமெலாங் குழையு மோசை
உமிழ்படுவேய்ங் குழலுடை கண்ணனென
நினைப்புலவோர் ஓது வாரே.

4. பாரதத னாதிபதி எனநினையே
வாழ்த்திடுவார் பாரி லுள்ளோர்;
ஈரமிலா நெஞ்சுடையோர் நினைக்கண்டால்
அருள்வடிவ மிசைந்து நிற்பார்;
நேரறியா மக்களெலாம் நினைக்கண்டால்
நீதிநெறி நேர்ந்து வாழ்வார்
யாரறிவார் நின்பெருமை? யாரதனை
மொழியினிடை யமைக்க வல்லார்?

5. பலநாடு சுற்றிவந்தோம்; பலகலைகள்
கற்றுவந்தோ மிங்கு பற்பல
குலமார்ந்த மக்களுடன் பழகிவந்தோம்;
பலசெல்வர் குழாத்தைக் கண்டோம்;
நிலமீது நின்போலோர் வள்ளலையாங்
கண்டிலமே, நிலவை யன்றிப்
புலனாரச் சகோரபக்ஷி களிப்பதற்கு
வேறுசுடர்ப் பொருளிங் குண்டோ?

6. மன்னர்மிசைச் செல்வர்மிசைத் தமிழ்பாடி
யெய்ப்புற்று மனங்க சந்து
பொன்னனைய கவிதையினி வானவர்க்கே
யன்றிமக்கட் புறத்தார்க் கீயோம்
என்னநம துளத்தெண்ணி யிருந்தோம்மற்று
உன்னிடத்தே இமையோர்க் குள்ள
வன்னமெலாங் கண்டுநினைத் தமிழ்பாடிப்
புகழ்தற்கு மனங்கொண் டோமே.

7. மீனாடு கொடியுயர்த்த மதவேளை
நிகர்த்தவுரு மேவி நின்றாய்
யா(ம்)நாடு பொருளையெமக் கீந்தெமது
வறுமையினை யின்றே கொல்வாய்.
வானாடும் மண்ணாடுங் களியோங்கத்
திருமாது வந்து புல்கக்
கானாடு காத்தநக ரவதரித்தாய்
சண்முகனாங் கருணைக் கோவே.

(கானாடுகாத்தான் வை.சு. ஷண்முகம் செட்டியார் அவர்களைப்
போற்றிப் புனைந்த பாடல்)

25. வந்தே மாதரமாம் மந்திரம்

"விந்தைத் திலகரர விந்தரொடு பாலர்பதி
சிந்தைச் சிதம்பரமாஞ் செம்மலுமே – வந்திலரேல்
ஆதரமாம் அன்னை வளநாடெங் கேவந்தே
மாதரமாம் மந்திரமெங்கே."

26. காதலும் துறவும்

மலர்

வண்டுதேன் உண்ண வரில்இதழ் திறவேன்!

காந்தம்

இரும்பெனை அணுகினால் யான்அதைத் தீண்டேன்!

இயற்கைத் தெய்வம்

மலரிலே வைத்ததேன் மலர்க்குரித் தன்று;
மலரிலே வைத்ததேன் வண்டினுக் குரியது!
இரும்பினை அணுகா திருப்பது காணின்
காந்தம் அன்று கருங்கல் அஃதே!
தீயிலே எரியா மரம்ஒன் றில்லை;
காதலில் இளகாக் கன்னிநெஞ் சில்லை;
துறத்தலே பெரிது, துறத்தலே பெரிது;
மறத்தலும் இறத்தலும் கடந்தநற் காதல்
தோன்றுநாள் வரையில் துறத்தலே பெரிது.

27. அபிமன்யு இறந்தபோது அர்ஜுனன் சொன்னது

1. இன்றலவோ கண்ணன் இளையாள் மணிவயிறு
பொன்திகழும் புனிதமுடைத்து ஆயினதே

2. இன்றலவோ பண்டை இரவிகுலம் தனிலும்
நன்று நமதென்று நளிர்மதியம் பொங்குவதே

3. மண்ணகத்தார் இன்பமெலாம் வாய்க்கும் எனக்கேண்மின்
விண்ணகத்தார் இன்பமலால் வேறொவ்வா மஞ்சனுக்கே

4. ஆர்புரிந்தார் என்போல் அருந்தவமே மைந்தனொடு
போர்புரிந்தார் பேர்கேட்டார் பொன்நாட்டார்
அஞ்சாரோ?

இரவிகுலம் – சூரியகுலம், நளிர்மதியம் – குளிர்சந்திரன்,
மஞ்சன் – மைந்தன்

28. அரவிந்தப் பாம்பு

1. உண்மைநிலை கண்டுறங்கும் யோகப் பாம்பே!
   உலகத்தைச் சமன்செய்ய எண்ணு பாம்பே!
   திண்மைநிலை கொண்டிருக்கும் தெய்வப் பாம்பே,
   தெய்விகத்தைக் காட்டுவதற்குத் தீவிரம் கொள்வாய்!

2. ஆதிசிவன் மேலிருக்கும் நாகப் பாம்பே – எங்கள்
   அரவிந்தப் பேர்புனைந்த அன்புப் பாம்பே!
   சோதிப்படந் தூக்கிநட மாடிவருவாய் – அந்தச்
   சோலைநிழ லாலெமது துன்பம் ஒழிவோம்.

29. பெரியோரின் பெருமை கெடாது

1. கண்ணிலான் காலிற்
    கவின்மணியை யெற்றிவிட்டால்
   மண்ணி லதுதான்
    மதிப்பகன்ற தாய்விடுமோ?

2. பொய்த் தொழிலோன்
    மைதிலியாம் பூவைதனைப்புன்காவல்
   வைத்ததனால் அன்னை
    மதிப்பிழந்து போயினளோ?

3. ஐவர்முன்னே பாஞ்சாலி
    யாடையுரிந் தார்கயவர்;
   மைவளர்ந்த கண்ணாளின்
    மாண்பகன்று போயினதோ?

எற்று – எறிதல், மைதிலி – சீதை

30. தலைவர்கள் வாழ்க!

'தொலைப்பேன் கொடுங்கோன்மையை' என்ற ட்ராட்ஸ்கி
வாழ்கவே!
'நிலைப்பேரானந்தமுற எந்நாளும் மண்மிசை
நிறுத்துவேன் இங்குயிரை' என்றவசு ஒளிர்கவே!
'மரணபயத்தை ஒழிப்பேன்!' என்ற மகம்மதலி வாழ்கவே!
'சரணம், அல்லா ஒன்றே' என்ற ஷவுக்கத்தலி வாழ்கவே!

31. பிறந்தேன்

நித்த நித்தம் துயின்றெழுந்து
புத்தி யில்லாப் புல்லருடன் போக்கி
அத்த மித்தவுடன் விழு பணத்தை
மண்ணைக் கல்லைத் தொழுதற்கோ
யான் பிறந்தேன்?

32. தொழில் முறை: கர்ம யோகம்

நொண்டிச் சிந்து

1. ஏது மறந்துவிட லாமோ? – ஒன்றில்
எண்ணமிட எண்ணமிட வெற்றி விளையும்;
பாதித் தொழில்புரிய லாமோ? – தொடப்
பட்டதனைத் தும்வெல்லப் பட்டதெனவே
மோதிமுன் னேறுவது மேன்மை – சித்தம்
முன்னிமுன்னித் துளைத்திட நன்மை தெளிவாம்.
மீதித் தொழில் நிறுத்தலாமோ? – வெறும்
வேகத்தை நாடி நலம் விடுவது உண்டோ?

2. அஞ்சித் தொழில்புரிய லாமோ? – நெஞ்சில்
அன்பு கனியாவிடில் கைகள் செய்யுமோ?
மிஞ்சி இடுக்கண் வருமென்றே – தங்கம்
வெட்டுவதற் கஞ்சிடில்பின் செல்வமுண்டோ?
கொஞ்சி நமக்கினிமை யாதல் – நாம்
குழந்தைகளோ? தெய்வம் கிழத்தாயோ?
நெஞ்சி லுறுதி மதிநினைப்பு – இவை
நேரிலன்றோ தொழில் நேர்கொண்டுபோம்?

3. எண்ணித் துணிவது கருமம் – துணிந்(து)
ஏற்றபினர் எண்ணுவ திழுக்கு எனவே
புண்ணியத் தமிழ்க்குறள் முனிவன் – சொன்ன
புத்தியை மறந்துவிடும் மந்தமதியோர்
மண்ணிற் கெடுவர் மிகவிரைவில்; கொண்ட
மதியினிலே மதி செல்ல விடுவோர்
விண்ணிற் புடைக்கும் இசை பெறுவார் – இங்கு
வெற்றி பெறுவார், பரமுத்தி பெறுவார்.

4. கூடித் தொழில்புரிதல் வேண்டும் – நெஞ்சக்
குடைச்ச லெல்லாம்மெல்லச் சரிப்படுத்தி
நீடித்த நன்மையினைக் கருதி – நல்ல
நீதி தவறாதபடி பாக மியற்றிப்
பேடிப் பதர்களைப்பின் விலக்கிப் – பொதுப்
பெரும்பயன் கருதித்தன் சிறுபயனை
வேடிக்கை போலுதறித் தள்ளிப் – பொது
வெற்றியினை நாடுபவர் மேன்மை பெறுவார்.

ஏது – எத்தனம்; காரணம், முன்னி – நினைந்து, இடுக்கண் – துன்பம்,
மதி – விருப்பம், மதி – அறிவு; புத்தி

33. ஸ்ரீ கபிலர் அகவல்

1. நான்முகன் படைத்ததுவாம் – இந்த
நானா வகைப்படு முலகினிலே
மேன்மைகொள் பொருள்சிலநான் – இங்கு
விரித்துரைப் பேன்கே ளீர்புவியீர்!
ஆன்ம வருக்கத்திலே – விறல்
ஆண்முதி தோ? அன்றிப் பெண்முதிதோ?
பான்மையில் அலிமுதிதோ – இதைப்
பகுத்துரைப் பார்பார் மீதுளரோ?

2. செல்வஞ் சிறப்பாமோ – கல்வி
சிறந்தது வோ, அறி வுயர்ந்ததுவோ?
தொல்புவிக் கூட்ட மெல்லாம் – தன்னில்
தோன்றிய தோ, பிறர் படைத்ததுவோ?
எல்லா வகைப்பி றப்பும் – வெறும்
இயற்கைகொ லோதெய்வச் செயலாமோ?
சொல்லீர் புவியீரே – இந்தச்
சூழ்ச்சி யெலாமிங்கு யாருணர்வார்?

3. விதியிட்ட காலத்திலே – உடல்
விழுந்திடு மோ, அன்றி மரணமிங்கோர்
விதியற்ற விளையாட்டோ? – கெட்ட
வினைப்பயன் சாமோ, சாகாதோ?
பதிவுற்ற புலனைந்தும் – உயிர்
படும்போ தென்செயும்? எங்குசெல்லும்?
மதியிட்டிங் கிதனையெலாம் – கண்டு
வகுத்துரைப் பார்பார் மீதுளரோ?

4. ஆற்றல்கொள் அருந்தவத்தால் – புதி
தாகுமிவ் வுடம்பெனில், அங்குமக்கே
வேற்றுடம் பெய்திடுமோ? – புது
விதத்திலிவ் வுடம்பே மாறுவதோ?
சோற்றினை யுண்பதுதான் – இந்தத்
தோலுடம் போ? உயிர் தான்உண்ணுமோ?
தோற்றிய பொருள்கண்டே – இன்பந்
துய்ப்பது விழியோ, உட்கருத்தோ?

பான்மை – தன்மை, சூழ்ச்சி – நுண்ணறிவு

5. வையத்து மானுடரே – என்றன்
   வாய்ப்பறை நாக்கோல் கொண்டடிப்பேன்
   வையத்து மானுடரே – என்றன்
   வாய்ப்பறை சாற்றிடக் கேண்மினிங்கே!
   வையத்து மானுடர்க்கே – இங்கு
   வயதொரு நூறன்றி யதிகமில்லை,
   உய்யுமிந் நூறாண்டில் – நீர்
   உறக்கத்தி லைம்பது கழித்திடுவீர்

6. குழவிப் பிராயமைந்து – பின்பு
   கூடுமொ ரிளமையிற் பதினைந்துபோம்
   எழுபதிங் ஙனம்போக – மிஞ்சி
   யிருப்பன ஆண்டுகள் முப்பதுள்ளே
   பழுதறு மின்பமுற்றே – சில
   பகல்கழிப் பீர்,அன்றித் துன்பமுற்றும்
   அழுதுஞ்சில் பகல்கழிப்பீர் – இங்ங
   னழிந்திடும் பொய்ச்சிறு வாழ்வினுள்ளே

7. ஆற்றிடை வெள்ளமொப்பாம் – செல்வம்;
   அதனிடி கரையொக்கும் இளமைகண்டீர்,
   தோற்றங்கொள் இடிகரைமேல் – மரந்
   தோன்றுதல் போன்றது வாழ்நாளும்
   தேற்றங்கொண் டிதனிடையே – நீர்
   செயத்தக்க செய்கையும் ஒன்றேதான்
   வேற்றுளங் கொள்ளாமே – செய்ய
   வேண்டிய தாவது நன்றேதான்.

8. நன்றே செயல்வேண்டும் – அதை
   நாளைச்செய் வோமென்று போக்காமே
   இன்றே செயல்வேண்டும் – அதை
   இப்பொழு தேசெய் திடல்வேண்டும்
   அன்றிப்புன் சோம்பரினால் – இதை
   ஆற்றுவம் நாளையென் றிருப்பீரேல்
   கொன்றுமை நாளைக்கே – நமன்
   கொண்டுசென் றாற்பின்ன ரேதுசெய்வீர்.

9. நாளைக்கு, நாளைக்கென்றால் – அது
   நம்முடை நாளோ, நமனுடைத்தோ?
   வேளைக்குள் அறஞ்செய்வீர் – எந்த
   வேளையுங் கூற்றுவன் மேவிடுவான்.
   ஆளைக்கொண் டேபோவான் – அன்றி

குழவி – குழந்தை, இடிகரை – அழிந்தகரை, நமன்;கூற்றுவன் – எமன்

அடியிணை போற்றினுந் தான்போகான்
மீளப்பொன் கொடுத்தாலும் – பல
விதம்படச் சாற்றினும் மீண்டுசெல்லான்

10. நல்லா ரெனக்கருதான் – மிக
நைந்தவ ரென்றெண்ணி விட்டகலான்
பொல்லா ரெனக்கருதான் – மிகப்
பொருளுடை யோரென மதித்தகலான்
நில்லா னொருகணமும் – கொடு
நெஞ்சினன் கூற்றுவன் வந்தெய்தின்
எல்லா ரையுமொன்றுபோல் – உயி
ரெடுத்தகல் வான்உடல் கொண்டுசெல்லான்

11. மாண்டார்க் கழுவதென்னே – ஏழை
மாந்தர்க ளே?உயி ரிழந்ததற்கோ?
பூண்டமெய் யிழந்ததற்கோ? – எதன்
பொருட்டழு வீர்சற்றுப் புகலுவீரோ?
ஈண்டுயிர் காண்கிலமே – அதற்
கிரங்குகின் றோமெனில், அவ்வுயிர்தான்
காண்டகு பொருளன்றே – பண்டுங்
கண்டறி யீரின்று மதைக்காணீர்.

12. உடலினை யன்றுங்கண்டீர்! – இன்றும்
உடலி னைக்கண்டீர்! அழுவதினால்
இடரன்றிப் பயனுளதோ? – கள
விழைத்ததொர் கள்வனைப் பிணிப்பதுபோல்,
விடுமுயிர் விட்டதன்பின் – அந்த
வெற்றுட லதைக்கையுங் காலுங்கட்டி
உடைகளைந் ததனரையில் – நீர்ஒரு
கோவணங் கட்டி யிடுகாட்டில்

13. ஈமக் கனல்மூட்டி – உடல்
எரிபட்டுச் சாம்பருறச் சுட்டதன்பின்னர்
தாமுந் தமர்களுமா – நீர்
தனில்முழுக் கிட்டுமதி நைந்தழுகின்றீர்
நாமிதை வஞ்சமென்பமோ? – அன்றி
நல்லதொர் சதுரென்று நகைப்போமோ?
நேமங்கொள் பார்ப்பனர் – ஒன்று
நிகழ்த்திடக் கேட்பீர் நுமக்குமிங் கே.

(நிறைவு பெறவில்லை)

புகலுவீரோ – சொல்வீரோ, காண்டகு – காணத்தகும், பண்டு – முன்பு, தமர் – உறவினர், சதுர் – கூத்து

34. யாவரும் வருவீரே

தோதக மெத்தனை யத்தனை கற்றவர்
சூதர மொத்தவர் கொக்குநி கர்ப்பவர்
சூதுபெ ருத்தவர் உக்ரம னத்தவர் – சதியோடே

பாதக நித்தமும் மெத்தவி ழைப்பவர்
பாரகம் முற்றவும் நத்துசி னத்தவர்
பாவ மியற்றிடு மத்துறை மிக்கவர் – விரகாலே

வேதனை பற்பல உற்றன நற்றிறல்
வீர மழித்துஅதி துக்க மிகுத்தி
மேதகு நற்கலை முற்றஒ ழித்தனம் – இனியேனும்

ஆதர முற்றொரு பக்கநி லைத்தவர்
ஆணவ முற்றவர் ஈற்று மரித்திட
யாருவ மித்ததி நட்பொடு சட்டென – வருவீரே

தோதகம் – வஞ்சகம், சூதரம் – மாங்கனி, பாரகம் – பூமி,
நத்துதல் – விரும்பல், ஆதரம் – ஆசை, ததி – நிறை; தத்துவம்

35. மெலிவாகி நிற்றல் அழகோ?

மறமே வளர்த்த கொடியார் ஒழுக்க
  வழியே தகர்த்த சதியாளர்
  மதமேவு மிக்க குடிகேடர் உக்(கி)ர
  மனமேவும் அற்பர் நசையாலே

அறமே யழித்து வசையே தழைத்த
  அதிநீசர் மிக்க அகமேவி
  அறிவே சிறுத்த முழுமூடர் வெற்றி
  அதியா ணவத்தர் முறையாலே

விறலே மறுக்க உணவேது மற்று
  விதியோ எனக்கை தலைமோதி
  விழிநீர் சுரக்க வெகுவாதை யுற்று
  மெலிவாகி நிற்றல் அழகாமோ?

புறம்மேவு பக்தர் மனமா சறுத்த
  புனிதா குறப்பெண் மணவாளா
  புகலேது மற்ற தமியேமை ரட்சி
  பொருவேல் பிடித்த பெருமாளே!

நசை – ஆசை, வசை – இகழ்ச்சி, நீசர் – ஈனர், புகல் – தஞ்சம்

36. செந்திரு தழுவிய பெருமாளே

செயிர்த்த சிந்தையர் பணநசை மிகமிக
வருத்த வந்தவல் வினைபுரி முகடிகள்
சிறக்கு மன்பதை யுயிர்கவர் எமபடர் – எனவாகி
சினத்தின் வஞ்சக மதியொடு நிகரறு
நலச்சு தந்திர வழிதெரி கரிசகல்
திருத்த கும்பெரி யவர்களை யகமொடு –
சிறையூடே

வயிர்த்த கொள்கையின் வசைசொலி யுணவற
வருத்தி வெந்துயர் புரிபவர் சுயநல
மனத்து வன்கணர் அறநெறி தவறிய – சதியாளர்
மதர்த்தெ ழுந்தஇன் புளகித இளமுலை
மருட்டு மங்கையர் அழகினில் நிதியினில்
வசப்ப டும்படி சிலர்களை மயல்புரி – அதிநீசர்

மயிர்த்த லந்தொறும் வினைகிளர் மறமொடு
மறப்ப ரும்பல கொலைபுரி கொடியவல்
வனக்கு றும்பர்வெவ் விடம்நிகர் தகவினர் – முறையாலே
வருத்த ரும்பல பவிஷுகள் ஒழிதர
வகைப்பெ ருங்கலை நெறியறம் அழிபட
மனத்து விஞ்சிய தளர்வொடும் அனுதினம் –
உழல்வோமே

அயிர்த்த வஞ்சக அரவுயர் கொடியவன்
அமர்க்க ளந்தனில் இனமுடன் மடிதர
அமர்த்த வெம்பரி யணிரதம் அதைவிடும் –
மறைநாதா
அகத்தெ ழும்படர் அலரிமுன் பனியென
அகற்று செந்திரு மடமயில் தழுவிய பெருமாளே!

செயிர் – சினம்; குற்றம், நசை – ஆசை, முகடி – மூதேவி, எமபடர் – எமதூதர், கரிசு – குற்றம், மயல் – மயக்கம், அயிர்த்த – ஐயம்கொண்ட, அரவுயர் கொடியவன்– துரியோதனன், அலரி – சூரியன்

37. நீசர் ஓட வருவாய்

அதியாசை விஞ்சி நெறியேது மின்றி
 அவமான வஞ்சம் மிகவே
துதிமேவு மெங்கள் பழநாடு கொண்டு
 தொலையாத வண்மை அறநீள்
சதியே புரிந்த படுநீசர் நைந்து
 தனியோட நன்கு வருவாய்!
நதியேறு கொன்றை முடிமீதி லிந்து
 நகையாடு செம்பொன் மணியே!

இந்து – நிலவு

38. கிருஷ்ண, ராதே

சமஸ்கிருதப் பாட்டுகள்

கீர்த்தி ஸ்ரீ காந்தா கிருஷ்ண கிருஷ்ண கிருஷ்ண ஹோ,
தீர்த்தாமர கணவந்தித திவ்யாம்ருத ஸ்ரீராதாபி நந்தித
(கீர்த்தி ஸ்ரீ)
மூர்த்தி ஹ்ருத பரப் பிரும்ம முத்ரிபூத நித்யாநந்த
(கீர்த்தி ஸ்ரீ)

"ராதே, ராதே, த்வமஹமஹம்த்வம், ராதே ஸ்ரீ ராதே
நாதஸ்வரூபிணி நரலோக ப்ரதிஷ்டிதரமே
பாத கமல விஸ்ருதாகிட பாக்யே
பத்ம குசே மத்ஸமே – ராதே ராதே"

39. விஷ்ணு சரணம்

தனிப்பாடல்

பல்லவி

விஷ்ணும் பிதரம் சரணம்
கச்சாமி ஸதா – ஸதா – ஸதா

அனுபல்லவி

ஜிஷ்ணும் திரிலோக நாயகம்
ஸ்ரீபர்த்தாரம் மமகர்த்தாரம்

சரணம்

கிருஷ்ணம் நித்தியாநந்தபோத
கிரணகோடி ஆதித்யம்
ஸ்ருஷ்டி ஸ்திதி ஸம்ஹார காரகம்
சிவம் – தமம் – பரம் நித்யம்

40. கலியுக முடிவு

மிகப்பொன் னுடையோன், மிகஅதைச் சிதறுவோன்
அவனே வலியனாய் ஆணைதான் செலுத்துவன்.
பாத்திரந் தவறிப் பைம்பொன் வழங்கலே
தவமென முடியும். தையலார் நாணிலா(து)
ஆட்சியை விரும்புவர், அவனியை யாள்வோர்
குடிகளி னுடைமையைக் கொள்ளையிட் டழிப்பர்.
பொய்யுரை கூறி வணிகர்தம் பொருளைக்
கவர்வர், இவ்வுலகத் திறுதியின் கண்ணே
மக்களின் அறனெலாம் மயங்கிநின் றிடுமால்
பொருட்காப் பென்பது போய்ப்பெருங் கேடுறும்.

தையல் – பெண், அவனி – பூமி

41. கடல்

கண்ணிகள்

1. வெள்ளைத் திரையாய், வெருவுதரு தோற்றத்தாய்,
கொள்ளை யொலிக்கடலே நல்லறம்நீ கூறுதிகாண்.

2. விரிந்த பெரும்புறங்கள் மேலெறிந்துன் பேயலைகள்
பொருந்து மிடையே புதைந்த பிளவுகள்தாம்.

3. பாதலம்போல் ஆழ்ந்திருப்பப் பார்க்கவரிதாய் அவற்றின்
மீதலம்பி நிற்குமொரு வெள்ளைச் சிறுதோணி

கடல் போதனை முழங்குதல்

4. "ஏனடா நீகரையில் ஏக்குற்று நிற்கின்றாய்,
வானளா வெண்திரைகள் வாளாதான் காண்பானாய்?

5. புன்படகு காணாய், புடைக்குமென்றன் வார்திரைமேல்
துன்பமிலாதே மிதந்து துள்ளிவிளை யாடுவதே

6. அல்லா திதுவீழ்ந் தழிந்தாலும், என்னேகாண்?
பல்லாயிர மிதுபோற் பார்மிசைவே றுள்ளனவே.

7. சூழும் எனததிர்ச்சிக் கஞ்சேல், துணிகநீ!
ஏழைக் கரையில் இருப்ப தெளிமையடா.

8. வாராய், இடுக்கணினும், மாறியதை யெற்றலினும்,
பாராய் நலின்பப் பரவசமுண் டென்பதையே

மனிதன் மறுமொழி

9. என்று முழங்கி யழைக்கும் இருங்கடலே
நன்றுநீ சொல்லினைகாண், நான்வருவேன் இக்கணமே.

10. நின்னில் வலியேன், நினதுதிரை வென்றிடுவேன்
முன்னி யவற்றின் முடியேறி மேலெழுங்கால்.

11. வானகத்தோ டாடல்செய வாய்க்குங்காண்; மூழ்குறினும்
யான்அகத்தே பேரொலிக்கீழ் உள்ள தறிகுவனால்.

வெருவு – அச்சம், பாதலம் – பாதாளம், வாளா – வீண், திரை – அலை, இடுக்கண் – துன்பம், இருங்கடல் – பெருங்கடல், முன்னி – முற்பட்டு

அபாயங்கள் ஈசனால் நன்மையின் பொருட்டுத் தரப்பட்டவை

12. அபாயமிலா திக்கரையில் ஆர்ந்திருப்போர் ஈசன்
உபாய மறியாத ஊமரன்றோ ஓர்ந்திடுங்கால்.

13. ஆழவுயிர் மானிடனுக் கையன் அருளிப்பின்
வாழிசிவத் தன்மை அதற்கிலக்காய் வைத்தனனே.

14. ஆதலாற் கோடி அபாயம்இடையூ றெல்லாம்
மோது கடல்களைப்போல் முன்னரிட்டான்
அவ்வுயிர்க்கே.

15. துன்பம் அருள்செய்தான் தோல்வி தனையளித்தான்
மன்பதையின் கால்சூழ வைத்தான் மலைத்திரளே.

16. நெற்றிமேல் மேகத்து மின்னிடிகள் நேர்வித்தான்
எற்றியெமை வீழ்த்தப் பெரும்காற் றியற்றினனே.

17. இங்குமனி தன்வரும் இன்னல்எலா மாற்றியெதிர்
பொங்கும் இடுக்கண்எலாம் போழ்ந்துவெற்றி
கொள்கெனவே.

18. விதிதான் எதிர்த்துவர வெல்லொணாத் தன்னுயிரை
மதியா ததில்தாக்கி மைந்தன்விஜயம் பெறவே.

முடிவுரை

19. ஏற்றிடுவாய் என்னை இருங்கடலே நின்மீது
தோற்றிடா தேறிப்போய் வானுலகு துய்ப்பேன்யான்.

20. வாரிதியாம் கோளரியே வந்துன் பிடர்பிடித்துப்
பாருன்னை யெள்ளி வசப்படுத்தும் பண்பினையே

21. அல்லாது னிப்பார் அகழ்ப்பா தலங்களினும்
பொல்லாக் குகையினும்யான் போய்வீழ்ந்து விட்டாலும்

22. அங்கிருந்துன் பாரம் அனைத்தும் பொறுத்துவிதி
மங்கி யழியும் வகைதேட வல்லேன்காண்.

23. தளையறியா வார்கடலே நின்னோடு சாடி
அளவறிவேன் என்றன் பெரியவுயி ராற்றலுக்கே.

(அரவிந்தர் 'கடலுக்கு' என்ற தலைப்பில் எழுதிய
ஆங்கிலப் பாடலின் மொழிபெயர்ப்பு)

ஊமர் – ஊமையர், மன்பதை – மக்கள்பரப்பு, கால் – இடம், வாரிதி – கடல், கோளரி – சிங்கம், தளை – வரம்பு, சாடி – மோதி

42. மேலோர் புகழ்

மேலோர் புகழை விரிக்குஞ் சரிதையெலாம்
ஏனோர்க்கோ ருண்மை யுணர்த்துமஃ தென்னையேல்
(ஊக்கத்தால்) யாமுமெம் வாழ்க்கை யுயர்வுடைய(து)
ஆக்கிட வல்லேம் எனல்

(லாங்ஃபெலோ என்ற அமெரிக்கக் கவிஞர் எழுதிய வரிகளின் மொழிபெயர்ப்பு)

43. சுதந்திரம்

தாதையர் குருதியிற் சாய்ந்துதாம் மடியினும்
பின்வழி மக்கள் பேணுமா றளிக்கும்
சுதந்திரப் பெரும்போர் ஓர்கால் தொடங்குமேற்
பன்முறை தோற்கும் பான்மைத்தா யினும்
இறுதியின் வெற்றியோ டிலகுதல் திண்ணம்

(கவிஞர் பைரன் எழுதிய கவிதையின் மொழிபெயர்ப்பு)

பின்னிணைப்புகள்

பின்னிணைப்பு – 1

கவிதைத் தலைப்பு அகர வரிசை
(எண்கள்: பக்க எண்களைக் குறிக்கும்)

அக்கினிக் குஞ்சு	321
அகவிழி திறந்திடில்	182
அச்சமில்லை	151
அசுரர்களின் பெயர்	374
அந்திப் பொழுது (காதல் பாட்டு)	313
அபிமன்யு இறந்தபோது அர்ஜுனன் சொன்னது	663
அபேதாநந்தா	340
அம்மாக்கண்ணு பாட்டு	170
அர்ஜுனன் சபதம்	554
அரவிந்தப் பாம்பு	664
அல்லா	149
அழகுத் தெய்வம்	323
அறிவே தெய்வம்	161
அன்பு செய்தல்	173
அன்னையை வேண்டுதல்	50
அஸ்தினாபுரம்	443
ஆத்ம ஜயம்	156
ஆரிய தரிசனம்	131
ஆவி வருந்தல் காணான்	658
ஆறு துணை	128
ஆனந்தமையா	657
இந்தத் தெய்வம்	633
இந்தியாவின் அழைப்பு	649
இருளும் ஒலியும்	565
இளசை ஒருபா ஒருபஃது	654
இறைவா! இறைவா!	43
இன்பம்	582
உபதேசம்	380
உனைக் கூறப் பிழை இல்லை	631
ஊழிக் கூத்து	85
எங்கள் தாய்	196
எங்கள் நாடு	191
எங்கள் மதம் (உயிர்பெற்ற தமிழர் பாட்டு)	651

எட்டயபுர மன்னருக்கு விண்ணப்பம்	346
எட்டயபுரம் மகாராஜாவின் மீது சீட்டுக்கவிகள்	348,350
எமக்கு வேலை	40
என்னே கொடுமை	645
எனது தாய்நாட்டின் முன்னாள் பெருமையும் இந்நாள் சிறுமையும்	646
ஒளியும் இருளும்	324
ஓம் சக்தி	53
ஓவியர் மணி இரவிவர்மா	341
கடமை	172
கடல்	613
கடல்	679
கடவுள் எங்கே இருக்கிறார்	376
கடற்கரை	621
கண்ண பெருமானே	100
கண்ணம்மா என் காதலி	427
கண்ணம்மா என் காதலி 2	428
கண்ணம்மா என் காதலி 3	430
கண்ணம்மா என் காதலி 4	431
கண்ணம்மா என் காதலி 5	433
கண்ணம்மா என் காதலி 6	435
கண்ணம்மா என் குழந்தை	413
கண்ணம்மாவின் எழில்	109
கண்ணம்மாவின் காதல்	106
கண்ணம்மாவின் நினைப்பு	107
கண்ணன் என் அரசன்	403
கண்ணன் என் ஆண்டான்	437
கண்ணன் என் காதலன்	417
கண்ணன் என் காதலன் 2	419
கண்ணன் என் காதலன் 3	421
கண்ணன் என் காதலன் 4	423
கண்ணன் என் காதலன் 5	425
கண்ணன் என் காந்தன்	426
கண்ணன் என் சீடன்	405
கண்ணன் என் சேவகன்	401
கண்ணன் என் தந்தை	398
கண்ணன் என் தாய்	395
கண்ணன் என் தோழன்	392
கண்ணன் என் விளையாட்டுப் பிள்ளை	415
கண்ணன் எனது சற்குரு	409
கண்ணன் என் காதலன் 2	419
கண்ணன் திருவடி	104
கண்ணன் பாட்டு	301

கண்ணன் பிறப்பு	102
கண்ணனை வேண்டுதல்	97
கர்ணன் சொல்வது.	549
கரும்புத் தோட்டத்திலே	281
கலியுக முடிவு	678
கவிதா தேவி அருள் வேண்டல்	328
கற்பனையூர்	180
கனவு	359
காணி நிலம் வேண்டும்	47
காதலின் புகழ்	385
காதலும் துறவும்	662
காதலோ காதல்	562
காந்திமதிநாத பிள்ளை அவர்களின் பேரில் பாடிய பாக்கள்	356
காலனுக்குரைத்தல்	157
காலைப் பொழுது	310
காளி தருவாள்	87
காளி ஸ்தோத்திரம்	76
காளி	127
காளிக்கு சமர்ப்பணம்	86
காளிப் பாட்டு	75
காற்று	600
கிருஷ்ண, ராதே	676
கிளிப் பாட்டு	147
கிளிவிடு தூது	38
குணம் பல	355
குயில் தனது பூர்வ ஜன்மக் கதையுரைத்தல்	573
குயில் பாட்டு	556
குயில்	557
குயிலின் காதற் கதை	560
குயிலின் பாட்டு	558
குயிலும் குரங்கும்	563
குயிலும் மாடும்	567
குரு கோவிந்தர்	257
குரு தரிசனம்	379
குருக்கள் ஸ்துதி (குள்ளச்சாமி புகழ்)	378
குருவிப்பாட்டு	634
குவளைக் கண்ணன் புகழ்	383
கோக்கலே சாமியார் பாடல்	244
கோமதி மஹிமை	93
கோவிந்த சுவாமி புகழ்	382
கோவிந்தன் பாட்டு	96
சக்தி திருப்புகழ்	68
சக்தி விளக்கம்	60

சக்தி	58
சக்தி	593
சக்திக் கூத்து	57
சக்திக்கு ஆத்ம சமர்ப்பணம்	61
சகுனி சொல்வது	517
சகுனி சொல்வது	525
சகுனி திருதராட்டிரனிடம் சொல்லுதல்	458
சகுனி வல்லுக்கு அழைத்தல்	499
சகுனியின் ஏச்சு	497
சகுனியின் சதி	456
சங்கு	160
சத்ரபதி சிவாஜி	238
சந்திரமதிப்பாட்டு	337
சந்திரிகை	648
சபா நிர்மாணம்	475
சபையில் திரௌபதி நீதி கேட்டழுதல்	542
சர்வமத சமரசம்	387
சரஸ்வதி தேவியின் புகழ்	120
சரஸ்வதி ஸ்தோத்திரம்	118
சரஸ்வதி	124
சாகா வரம்	95
சாதாரண வருஷத்துத் தூமகேது	322
சித்தாந்தச் சாமி கோவில்	167
சிவசக்தி புகழ்	69
சிவசக்தி	45
சிறு உலகே!	639
சினத்தின் கேடு	375
சுதந்திர தாகம்	233
சுதந்திர தேவியின் துதி	234
சுதந்திரப் பயிர்	231
சுதந்திரப் பள்ளு	237
சுதந்திரப் பெருமை	230
சுதந்திரம்	682
சுதேசியத்தைப் பழித்தல்)	248
சுப்பராம தீட்சிதர் (இரங்கற்பாக்கள்)	343
சுயசரிதை	358
சூதாடல்	502
சூது மீட்டும் தொடங்குதல்	516
சூதுக்கு அழைத்தல்	495
சூரிய தரிசனம்	135
செட்டிமக்கள் குலவிளக்கு	659
செந்தமிழ் நாடு	219
செந்திரு தழுவிய பெருமாளே	674

செல்வத்துட் பிறந்தனமா?	638
சொல்	325
சோமதேவன் புகழ்	138
ஞாயிறு வணக்கம்	136
ஞாயிறு	585
ஞானபானு	137
தந்தையும் மகனும் கடவுளும்	627
தமிழ் மொழி வாழ்த்து	224
தமிழ்	223
தமிழ்த் தாய்	221
தமிழச் சாதி	225
தருமபுத்திரன் தீர்மானம்	482
தருமபுத்திரன் பதில்	480
தருமபுத்திரன் முடிவுரை	484
தருமன் இணங்குதல்	500
தருமன் தன்னைத்தானே பணயம் வைத்திழத்தல்	523
தருமன் மறுத்தல்	496
தருமனின் பதில்	498
தலைவர்கள் வாழ்க!	666
தனிமையிரக்கம்	630
தாதாபாய் நவுரோஜி	263
தாய் நாடு	642
தாய் மாண்பு	385
தாயின் மணிக்கொடி பாரீர்!	207
தாயுமானவர் வாழ்த்து (இறவாமை)	338
திரு வேட்கை	111
திருக்காதல்	110
திருதராட்டிரன் சம்மதித்தல்	474
திருதராட்டிரன் பதில் கூறுதல்	462
திருதராட்டிரன் பதில்	469
திருமகள் துதி	113
திருமகளைச் சரண் புகுதல்	115
திரௌபதி கண்ணனுக்குச் செய்யும் பிரார்த்தனை	550
திரௌபதி சூதில் வசமானது பற்றி.....	527
திரௌபதி சொல்லுவது	536
திரௌபதி சொல்வது	544
திரௌபதிக்கும் துச்சாதனனுக்கும் ஸம்வாதம்	540
திரௌபதியை இழத்தல்	526
திரௌபதியைத் துரியோதனன் மன்றுக்கு.....	529
திலகர் முனிவர் கோன்	267
தீ வளர்த்திடுவோம்!	142
துச்சாதனன் திரௌபதியை சபைக்குக் கொணர்தல்	539
துடிக்கின்ற நெஞ்சம்	209

துரியோதனன் சகுனியிடம் சொல்வது	452
துரியோதனன் சபை	445
துரியோதனன் சினங் கொள்ளுதல்	466
துரியோதனன் சொல்வது	524
துரியோதனன் சொல்வது	528
துரியோதனன் சொல்வது	535
துரியோதனன் சொல்வது	538
துரியோதனன் தீமொழி	467
துரியோதனன் பதில்	471
துரியோதனன் பொறாமை	446
துரியோதனன் விதுரனை நோக்கி உரைப்பது	531
தெளிவு	179
தேச முத்துமாரி	92
தேசபக்தர் சிதம்பரம் பிள்ளை மறுமொழி	251
தேம்பாமை	375
தொண்டு செய்யும் அடிமை	245
தொழில் முறை: கர்ம யோகம்	668
தொழில்	304
நகுலனை இழத்தல்	520
நடிப்புச் சுதேசிகள்	252
நந்தலாலா	101
நல்லதோர் வீணை	48
நவராத்திரிப் பாட்டு	123
நவராத்திரிப் பாட்டு	74
நாட்டு வணக்கம்	186
நாட்டுக்கல்வி	307
நாட்டை வைத்தாடுதல்	506
நால்வரும் சம்மதித்தல்	486
நான்	166
நான்காம் காட்சி	621
நான்காம் நாள்	571
நிதானக் கட்சியர் கூட்டம்	248
நிலவுப் பாட்டு	625
நிலாவும் வான்மீனும் காற்றும்	315
நிவேதிதா தேவி துதி	339
நீசர் ஓட வருவாய்	675
பக்தி	168
பகைவனுக்கு அருள்வாய்	178
பச்சைத் திருமயில் வீரன்	637
பண்டாரப் பாட்டு	656
பணயம் வைத்திழத்தல்	523
பரசிவ வெள்ளம்	163
பராசக்தி வணக்கம்	510

பராசக்தி	55
பாஞ்சாலி சபதம் (இரண்டாம் பாகம்)	509
பாஞ்சாலி சபதம் (முதற் பாகம்)	439
பாஞ்சாலி சபதம்	555
பாண்டவர் சபைக்கு வருதல்	494
பாண்டவர் பயணமாதல்	487
பாண்டவர் வரவேற்பு	492
பாப்பா பாட்டு	288
பார்த்தனை இழத்தல்	521
பாரத சமுதாயம்	213
பாரத தேசம்	189
பாரத தேவியின் அடிமை	249
பாரத நாட்டுக் கொடியினைப் புகழ்தல்	207
பாரத நாடு	187
பாரத மாதா திருப்பள்ளி எழுச்சி	199
பாரத மாதா நவரத்தின மாலை	201
பாரத மாதா	194
பாரத ஜனங்களின் தற்கால நிலை	209
பாரததேவியின் திருத் தசாங்கம்	205
பாரதி அறுபத்தாறு	373
பிரமஸ்துதி	441
பிழைத்த தென்னந்தோப்பு	319
பிறந்தேன்	667
புகழ்	585
புதிய ஆத்திசூடி	284
புதிய கோணங்கி	308
புதிய ருஷியா	279
புது வருஷம்	229
புதுமைப் பெண்	296
புயற் காற்று	318
பூபேந்திர விஜயம்	265
பூலோக குமாரி	51
பெண் விடுதலை	303
பெண் விடுதலை	384
பெண்கள் விடுதலைக் கும்மி	301
பெண்மை வாழ்க	299
பெரியோரின் பெருமை கெடாது	665
பெல்ஜியத்திற்கு வாழ்த்து	276
பேதை நெஞ்சே!	71
பொய்யோ? மெய்யோ?	165
பொறுமையின் பெருமை	375
போகின்ற பாரதமும் வருகின்ற பாரதமும்	211
போர்க்கோலம் பூணுவீர்	640

போற்றி அகவல்	44
மகாசக்தி வெண்பா	52
மகாத்மா காந்தி பஞ்சகம்	255
மகாமகோபாத்தியாயர் (உ.வே. சாமிநாதையர்)	345
மணிமுத்து நாவலர்	641
மது	333
மரணத்தை வெல்லும் வழி	374
மழை	317
மறவன் பாட்டு	305
மனத்திற்கு	174
மனத்திற்குக் கட்டளை	175
மனப் பெண்	176
மனப்பீடம்	108
மனைத் தலைவிக்கு வாழ்த்து	327
மஹா சக்தி	73
மஹாகாளியின் புகழ்	88
மஹாசக்தி பஞ்சகம்	81
மஹாசக்தி வாழ்த்து	83
மஹாசக்திக்கு விண்ணப்பம்	49
மாயையைப் பழித்தல்	158
மாலை வருணனை	488
மாஜினியின் பிரதிக்கினை	272
முகவுரை	440
முத்துமாரி	91
முரசு	291
முருகன் பாட்டு 1	35
முருகன் பாட்டு 2	39
மூன்று காதல்	124
மெலிவாகி நிற்றல் அழகோ?	673
மேத்தா திலகருக்குச் சொல்வது	247
மேலோர் புகழ்	681
யாவரும் வருவீரே	672
யாழ்பாணத்துச் சுவாமியின் புகழ்	383
யான்	647
யேசு கிறிஸ்து	148
யோக சித்தி	78
ராதைப் பாட்டு	117
லக்ஷ்மி	126
லாஜபதி	268
லாஜபதியின் பிரலாபம்	269
வ.உ.சி.க்கு வாழ்த்து	271
வங்கமே வாழிய	643
வசன கவிதை	581

வண்டிக்காரன் பாட்டு	171
வந்தே மாதரம்	184
வந்தே மாதரம்	642
வந்தே மாதரம்	644
வந்தே மாதரமாம் மந்திரம்	661
வருண சிந்தாமணி' நூலுக்குப் பாடியளித்த சாற்றுக் கவிகள்	357
வருவாய் கண்ணா!	99
வள்ளிப் பாட்டு 1	41
வள்ளிப் பாட்டு 2	42
வாணியை வேண்டுதல்	491
வாழ்க திலகன் நாமம்	266
வானுலகம் இந்திர ஸபை	616
விகர்ணன் சொல்வது	548
விடுதலை சிட்டுக் குருவியைப் போலே	153
விடுதலை வெண்பா	129
விடுதலை (வேண்டுமடி...)	236
விடுதலை	154
விடுதலைக் காதல்	387
விடுதலை (நாடகம்)	622
விதுரன் அழைத்தல்	479
விதுரன் சொல்லியதற்கு.........	512
விதுரன் சொல்வது	514
விதுரன் சொல்வது	532
விதுரன் தூது செல்லுதல்	477
விதுரன் பதில்	481
விதுரனை வரவேற்றல்	478
விதுரனைத் தூது விடல்	476
விநாயகர் நான்மணி மாலை	23
விஜயன் பீமனுக்குச் சொல்வது	547
விஷ்ணு சரணம்	677
வீட்டுமாசார்யன் சொல்வது	543
வீமன் செய்த சபதம்	553
வீமன் சொல்வது	545
வீமனுடைய வீரப்பேச்சு	483
வீமனை இழத்தல்	522
வெண்ணிலா!	139
வெள்ளைக்கார விஞ்ச் துரை கூற்று	250
வெற்றி	90
வெறிகொண்ட தாய்	198
வேண்டும்	155
வேய்ங்குழல்	105
வேல்ஸ் இளவரசருக்கு பரதகண்டத்தாய் நல்வரவு கூறுதல்	353
வேலன் பாட்டு	36

வேள்வித் தீ	144
வையம் முழுதும்	59
ஜகச் சித்திரம்	615
ஜய பாரத!	192
ஜய பேரிகை	152
ஜய வந்தே மாதரம்	185
ஜயமுண்டு	130
ஜாதீய கீதம் 1 வந்தே மாதரம்	215
ஜாதீய கீதம் 2 வந்தே மாதரம்	217
ஸரஸ்வதி வணக்கம்	442
ஸரஸ்வதி வணக்கம்	511
ஸஹாதேவனைப் பந்தயங் கூறுதல்	519
ஹிந்து மதாபிமான சங்கத்தார்	351
ஸ்ரீ கபிலர் அகவல்	669
ஸ்ரீ சிதம்பரம் பிள்ளைக்குச் சொல்லுதல்	250

பின்னிணைப்பு – 2

பாடல், செய்யுள் முதற்குறிப்பு அகர வரிசை

(எண்கள்: பக்க எண்களைக் குறிக்கும்)

அ

அக்கினிக் குஞ்சொன்று 321
அக்கினி வந்தான் 102
அகத்தகத் தகத்தினிலே 57
அகம், சக்தி தனக்கே 66, 67
அகலிடத்திற் கோர்திலக 654
அங்க மேதளர் வெய்திய 643
அங்காந் திருக்கும்வாய் 416
அங்கிருந்துன் பாரம் 680
அச்சத்தைச் சுட்டங்கு 143
அச்சத்தை வேட்கைதனை 374
அச்சப் பேயைக் கொல்லும் 626
அச்சம் தவிர் 284
அச்சம் நீங்கி னாயோ? 245
அச்சமிங் கிதில்வேண்டா 497
அச்சமில்லை அச்சமில்லை 151
அச்ச மில்லை அழுங்குத 29
அச்சமில்லை மயங்குவ 633
அச்சமும் துயரும்என்றே 46
அச்சமும் பேடிமையும் 253
அசைகின்ற இலையிலே 610
அஞ்சித் தொழில்புரிய 668
அடிமைப் பேடிகள் தம்மை 250
அடிமைவாழ் வகன்றி 255
அடியார் பலரிங் குளரே 35
அடிவானத் தேஅங்கு 488
அண்டங்கள் யாவையும் 166
அண்டம் குலுங்குது தம்பி 317
அண்ணன் மைந்தன் 453
அண்ணனிடம் விடைபெற்று 477
அண்ணனுக்குத் திறல்வீமன் 548
அண்ண னொருவனை 539
அண்ணா, உனதடியில் 422
அணியணி யாயவர் நிற்கும் 207
அத்தின புரமுண்டாம் 443
அத்தின மாநக ரத்தினில் 492
அதியாசை விஞ்சி 675
அதுவேநீ யென்பதுமுன் 388
அந்தணர் வீதிகளாம் 443
அந்தநாள் அருள்செயநீ 632
அந்த வேளை யதனில் 502
அந்நகர் தனிலோர் 180
அந்நியர்தமக் கடிமை 249
அப்போது காக்கை 311
அப்போது நான்குள்ள 379
அபாயமிலா திக்கரையில் 680
அம்மை உன்றன் அருமை 235
அம்மைக்கு நல்லவன் 416
அமரர் தூதன் 145
அமரரெல்லாம் 145
அமரா வதிவாழ் வுறவே 35
அமிழ்தம் அமிழ்தம் என்று 326
அமைதியொடு பார்த்திடுவாய் 489
அய்ய ரென்றும் துரையென்றும்366
அரம்பை ஊர்வசி 341
அருமையுறு பொருளிலெலாம் 351
அருவி போலக் கவிபொழிய 634
அருள்பொங்கும் விழியும் 132
அருளுக்கு நிவேதனமாய் 339
அருளே யாம்நல் 558
அரைக்கணமா யினும் 631
அல்லா, அல்லா, அல்லா 149
அல்லா திதுவீழ்ந் 679
அல்லாது னிப்பார் 680
அல்லிக் குளத்தருகே 38
அலைபட்ட கடலுக்கு 130
அலையொலித்திடும் தெய்வ 105
அவ்வறிஞ ரனைவோர்க்கும் 263

அவளி கழ்ந்திடாளோ?	518
அவன்சு டர்மகளை	545
அழகுள்ள மலர்கொண்டு	415
அறத்தினால் வீழ்ந்து	276
அறமொன் றேதரும்	371
அறிவா கியகோ யிலிலே	35
அறிவிலே தெளிவு	372
அறிவிலே தோன்றில்	129
அறிவு கொண்ட மனித	296
அறிவு சான்ற விதுரன்	512
அறிவு நீ, தருமம் நீ	217
அறிவை வளர்த்திடல்	295
அறுபது கோடி தடக்கை	196
அன்பி லாத பெண்ணுக்கு	513
அன்பிற் கினிய இந்தியா	649
அன்பினால் முக்தியென்றான்	382
அன்பு காண் மரியா	148
அன்பு சிவம்உல கத்துயர்	195
அன்பும் பணிவும்	484
அன்புவடி வாகிநிற்பள்	88
அன்பு வாழ்கென்	299
அன்புறு சோதியென்பார்	45
அன்பென்று கொட்டுமுரசே	293, 294, 295
அன்றிலைப்போன் றென்னை	269
அன்று நுங்கள் கொடியினை	307
அன்றொருநாள் புதுவைநகர்	379
அன்னங்கள் பொற்கமல	477
அன்ன தன்மைகொள்	235
அன்ன போழ்தினில் உற்ற	360
அன்னமந்தத் தென்னை	311
அன்னமிது கேட்டு	312
அன்னமுண்பீர்	146
அன்ன மூட்டிய தெய்வ	300
அன்ன யாவும் அறிந்திலர்	366
அன்னாயிங் குனைக்கூற	631
அன்னியர்கள் தமிழ்ச்செவ்வி	345
அன்னை நன்னாட்டின்	640
அன்னை நாட்டு மக்காள்	640
அன்னையே, அந்நாளில்	201
அனைத்தையும் தேவர்க்காக்கி	137

ஆ

ஆக்கத்தி லேதொழி	187
ஆகாசந் தீ கால் நீர் மண்	95
ஆங்கதன்பின் மூன்றாம்நாள்	487
ஆங்கப் பொழுதிலென்	428
ஆங்கோர் கன்னியை	368
ஆங்கொரு கல்லை	510
ஆசைக் குமரன்	269
ஆசைக் கோரள வில்லை	370
ஆசை தணித்தாயடா	528
ஆசை பெறவிழிக்கும்	421
ஆசை மரகதமே!	206
ஆசை முகம்மறந்து	425
ஆசையைக் கொல்வோம்	168
ஆடலும் பாடலுங் கண்டு	410
ஆடி வருகையிலே	124
ஆடி விலைப்பட்ட	540
ஆடுகள் சிலர்கொணர்ந்தார்	450
ஆடுகளும் மாடுகளும்	113
ஆடுதல், பாடுதல், சித்திரம்	411
ஆடுவோமே - பள்ளு	237
ஆடை குலைவுற்று நிற்கிறாள்	544
ஆண்டி விளையவனென்	356
ஆண்டோர் பத்தினில்	360
ஆண்மை தவறேல்	284
ஆணிப்பொற் கலசங்களும்	447
ஆணும் பெண்ணும் நிகரென	296
ஆணெல்லாம் கற்பைவிட்டு	387
ஆணெலாம் பெண்ணாய்	646
ஆணையிட் டி.·.துரை	553
ஆத்தி சூடி, இளம்பிறை	284
ஆதலால் மானிடர்கள்	389
ஆத லாலிந்தச் சூதினை	498
ஆதலாற் கோடி	680
ஆதாரம் சக்தியென்றே	92
ஆதிசக்தி தனையுடம்பில்	386
ஆதிசிவன் பெற்று விட்டான்	221
ஆதிசிவன் மேலிருக்கும்	664
ஆதி சிவனுடைய சக்தி	60
ஆதித் தனிப்பொரு ளாகு	410
ஆதிப் பரம்பொருள்	464
ஆதிப் பரம்பொருளின்	60
ஆதி மறைக்கீதம் அரிவை	646
ஆதிமறை தோன்றிய	269
ஆதியாம் சிவனுமவன்	88
ஆதியி லாதியப்பா	551
ஆதி ரைத்திரு நாளொன்றில்	364

ஆயி ரக்க ணக்கா	504
ஆயிரங் கால முயற்சி	465
ஆயி ரங்கு டம்பொன்	503
ஆயிரங் கோடி அறிஞர்கள்	647
ஆயிரத் தெழுநூற் றைம்	257
ஆயிரந் தெய்வங்கள்	161
ஆயிரம் உண்டிங்கு	184
ஆயிரம் யானை	460
ஆயிர முடிவேந்தர்	446
ஆயுதம் செய்வோம்நல்ல	190
ஆர்புரிந்தார் என்போல்	663
ஆரிய பூமியில்	185
ஆரிய மென்ற பெரும்பெயர்	644
ஆரியர் கட்கிங் கமைகுணம்	355
ஆரியர்கள் வாழ்ந்துவரும்	646
ஆரியர் செய்வாரோ	469
ஆரியர்தம் தர்மநிலை	270
ஆரியர் பாழாகா தருமறையின்	270
ஆரியர் முன்னெறிகள்	430
ஆரிய வேன்மறவர்	444
ஆல விழியா ரவர்முலைநேர்	655
ஆலால முண்டவடி	157
ஆலோக ஸ்ருங்காரி	51
ஆவியி னுள்ளும் அறிவி	142
ஆழவுயிர் மானிடனு	680
ஆற்றங் கரையதனில் முன்ன	423
ஆற்றங் கரைதனிலே	124
ஆற்றல்கொள் அருந்தவ	669
ஆற்றிடை வெள்ள	670
ஆற்றினி லேசுனை	188
ஆறு சுடர்முகங் கண்டு	37
ஆன்ம வொளிக்கடல்	179
ஆனாலும் புவியின்மிசை	376

இ

இக்கட லதனகத்தே	94
இக்கதை உரைத்திடுவேன்	94
இங்கித நாத நிலைய	109
இங்கிது கேட்ட சுயோதனன்	457
இங்கிவை யாவுந் தவறிலா	484
இங்குமணி தன்வரும்	680
இங்கே யமரர் சங்க	104
இச்சகத்து ளோரெலாம்	151
இச்ச கத்தோர் பொருளையும்	335
இடியேறு சார்பிலுற	658
இடை, சக்தி தனக்கே	62
இடையின்றி அணுக்களெலா	511
இணைவாய் எனதா	99
இத்தகைய துயர்நீக்கி	352
இத்தரை மீதினி லேயிந்த	160
இதந்தருந் தொழில்கள்	193
இதந்தரு மனையின்	234
இதுபொ றுப்பதில்லை	546
இந்தத் தெய்வம் நமக்கனு	633
இந்த நிலையினிலே	126
இந்த நேரத்தி லேமலை	41
இந்தப் புவிதனில்	173
இந்த மெய்யும் கரணமும்	86
இந்திர சித்தன் இரண்டு	194
இந்திர போகங்கள்	467
இந்திரன் வச்சிரம் ஓர்பால்	207
இந்திரனா ருலகினிலே	57
இந்திராதி தேவர்	144
இப்பொருளைக் கண்டார்	163
இம்மென்றால் சிறைவாசம்	279
இம்மொழி கேட்டான்	133
இமயமலை வீழ்ந்ததுபோல்	280
இயம்பு மொழிகள்	29
இயல்பு தவறி விருப்பம்	33
இயற்கையென் றுனை	45
இரட்டைக் குறள்	166
இரணியன்போ லரசாண்டான்	279
இரவி நின்றதுகாண்	319
இரவியி னொளியிடை	152
இரும்பெனை அணுகினால்	662
இரும்பைக் காய்ச்சி	304
இருமை யழிந்தபின்	158
இருள் வந்தது. ஆந்தைகள்	595
இருளை நீக்கி ஒளியினை	307
இலகு பெருங்குணம்	249
இவ்வாறு விகுருணனும்	548
இவ்வுரை கேட்டதுச் சாதனன்	539
இவ்வுரை கேட்டார்	549
இவ்வுலகம் இனியது	582
இவ்வுலகம் ஒன்று	583
இவருடன் யானும்	274

696

இளைத்தல் இகழ்ச்சி	284
இளைய பார தத்தினாய்	212
இளைய ரான மாதர்	503
இளையும்வந்தாள்	146
இறகுடைப் பறவைகளும்	396
இறைவி இறைவன்	28
இன்பக் கதைகளெல்லாம்	414
இன்பச் சுதந்திரம்நின்	231
இன்பத்தை இனிதெனவும்	399
இன்பந் துன்பம் அனைத்தும்	335
இன்பம் இன்பம்	558
இன்பம் வேண்டில் வானை	626
இன்ப மாகி விட்டாய்	75
இன்பமும் துன்பமும் பூமியின்	536
இன்பமும் ஓர்கணத் தோற்றம்	653
இன்பமெனச் சிலகதைகள்	395
இன்மழைலைப் பைங்கிளியே	205
இன்றலவோ கண்ணன்	663
இன்றலவோ பண்டை	663
இன்று பார தத்திடை	211
இன்று புதிதாய்	232
இன்றும் எந்நாளும்	275
இன்றொரு சொல்லினை	222
இன்னமு திற்கது	180
இன்னமு தொத்த	458
இன்னல்வந் துற்றிடும்	191
இன்ன றுங்கனிச் சோலைகள்	122
இன்னாத பிறர்க்கெண்ணான்	265
இன்னிசை மாத	166
இன்னிசை யாம் இன்ப	198
இன்னும் பணையம்	525
இன்னு மிங்கிருள் கூடி	307
இன்னுமொரு முறைசொல்	71
இன்னுயிர் தந்தமை	186
இனிஒரு தொல்லையும்	651
இனியநீர்ப் பெருக்கினை	215
இனியொரு விதிசெய்வோம்	213

ஈ

ஈகை திறன்	284
ஈங்கி தற்கிடை யெந்தை	369
ஈசன்இங் கெனக்கும்	272
ஈசன் வந்து சிலுவையில்	148
ஈதுநல் விந்தை	131
ஈமக் கனல்மூட்டி	671
ஈனப் பறையர்	184

உ

உங்களுக் கென்னிடம்	479
உச்சி குளிர்ந்ததடி	418
உச்சி தனைமுகந்தால்	413
உடல் நன்று. புலன்கள்	582
உடலினை உறுதிசெய்	284
உடலினை யன்றுங்கண்டீர்!	671
உடலுயிர்மே	146
உடன்பிறந் தவர்களை	294
உடன்பிறந் தார்களை	294
உண்ணஉண்ணத் தெவிட்டாதே	395
உண்ணும் சாதிக் குறக்கமும்	97
உண்ப சுவையின்றி	458
உண்மை ஒளிர்க என்று	325
உண்மை தவறி நடப்பவர்	393
உண்மைநிலை கண்டுறங்கும்	664
உண்மை யறிந்தவர்	158
உண்மையில் அமுதாவாய்	45
உண்மையின் பேர்தெய்வம்	651
உண்மையும் அறிவும்	622
உண்மை யென்ற சிலுவை	148
உண்மையே தாரகமென்	352
உணர்வீர் உணர்வீர்	24
உணர்வே, நீ வாழ்க	584
உணவு செல்லவில்லை	417
உப்பென்றும் சீனியென்றும்	252
உமக்கு நன்று	622
உயருமிந் நோக்கம் நிறைவுற	275
உயிர்க எடத்தில் அன்பு	290
உயிர்களெலாம் தெய்வமன்றி	377
உயிரெனத் தோன்றி	59
உயிரே, நினது பெருமை	611
உயிரைக் காக்கும்	299
உயிரைவிட்டும்	145
உருவாய் அறிவில்	99
உலகத்து நாயகியே	91
உலகமே உடலாய்	633
உலக வாழ்க்கையின்	297
உலகு தொடங்கிய	452

உலகெ லாமொர் பெரு	359,371
உலகைத் துறந்தீர்	657
உழவுக்கும் தொழிலுக்கும்	237
உமுதுவிதைத் தறுப்பாரு	279
உள்ளத் தழுக்கும்	167
உள்ளத்தி லேகரு	393
உள்ளத்தில் உண்மையொளி	223
உள்ள தனைத்திலும்	162
உள்ள தெலாமோ	179
உள்ளந் துடித்துச் சுயோதனன்	535
உள்ள நிறைவிலோர்	178
உள்ளம் குளிராதோ?	49
உள்ளும் புறமுமாய்	163
உற்றவர் நட்டவர் ஊரார்	652
உறுதி உறுதி	559
உன்கண்ணில் நீர்வழிந்தால்	414
உன்னுடன் கூடி	621
உன்னைக் கொன்றால்	627
உன்னையன்றி இன்ப	113
உனக்கேளன் ஆவியும்	32
உனையே மயல் கொண்டேன்	42
உஜ்ஜய காரண சங்கர	74
உஜ்ஜயினீ நித்ய கல்யாண்	74

ஊ

ஊக்கமும் உளவியியும்	253
ஊண்மிக விரும்பு	284
ஊணர் தேசம் யவனர்	121
ஊதுமினோ வெற்றி	203
ஊருக்கு நல்லது	291
ஊருக் குழைத்திடல் யோகம்	653

எ

எக்கால மும்பெரு	180
எங்கள் கண்ணம்மா எழில்	109
எங்கள் கண்ணம்மா நகை	109
எங்கள் தமிழ்மொழி	224
எங்கள்நாட் டொருமை	275
எங்கள் வேள்வி	144
எங்க ளாரிய பூமியெ னும்	97
எங்களில் ஒற்றுமை	521
எங்கிருந்து வருகுவதோ	105
எங்குஞ் சிவனைக் காணடா	656
எங்கும் இந்த சுயராஜ்ய	250
எங்கும் சுதந்திரம் என்பதே	237
எங்கும் நிறைந்ததிந்த	164
எங்கும்வேள்வி	146
எங்குமுளான் யாவும்வலான்	163
எங்கோ எங்கோ எனவும்	615
எங்கோ வாழ்	615
எங்ஙனம் சென்றிருந்தீர்	118
எட்டுத் திசையும் பறந்து	153
எடுத்த காரியம் யாவினும்	90
எண்ணமிட்டா லேபோதும்	164
எண்ணமெலாம் நெய்யாக	231
எண்ணரு மணிவகையும்	444
எண்ணற்ற நல்லோர் இதயம்	231
எண்ணித் துணிகுவது	668
எண்ணிய முடிதல்	50
எண்ணி லாத கண்டீர்	504
எண்ணி லாத பொருட்குவை	87
எண்ணி லாத பொருளின்	446
எண்ணிலா நோயுடையார்	210
எண்ணிலாப் பொருளும்	81
எண்ணிற் கடங்காமல்	52
எண்ணுங் காரியங்க	79
எண்ணும் பொழுதிலெல்லாம்	418
எண்ணு மெண்ணங்கள்	90
எண்ணுவது உயர்வு	284
எண்பஃதான் டிருந்த அவன்	264
எத்தனைகோடி இன்பம்	43
எத்தனை கோடி படை	158
எத்தனை பொய்களடி	420
எத்தனை ஜன்மங்கள்	270
எதனை யுலகில் மறப்பினும்	452
எந்த நாளும் நின்மேல்	76
எந்த நிறமிருந் தாலும்	293
எந்த நேரமும் நின்மையல்	41
எந்தாய்! நீ தந்த	231
எந்தையர்தம் மனைவியரை	548
எந்தையும் தாயும்	186
எப்படிப் பொறுத்திடுவேன்?	448
எப்பதம் வாய்த்திடு	184
எப்பொழுதுங் கவலையிலே	92
எப்பொ முதும்பிர மத்திலே	519
எப்போதும் ஆனந்த	351
எப்போதும் குருசரணம்	378
எம்முயி ராசைகளும்	46

எல்லா உயிர்களிலும் 214
எல்லா உயிரும் இன்ப 583
எல்லாந் தானாகி 163
எல்லா மாகிக் கலந்து 179
எல்லா மிழந்தபின்னர் 517
எல்லாரும் ஓர்குலம் 214
எல்லை பிரிவற்றதுவாய் 163
எல்லையில் லாத உலகில் 653
எல்லை யில்லாததோர் 139
எல்லையில் லாப்பொருள் 653
எல்லையிலாக் கருணை 631
எல்லையுண் டோஇலையோ? 94
எல்லோரும் ஒன்றென்னும் 237
எவ்வுயிர் தன்னிலும் 178
எழுவாய் கடல்மீ தினிலே 99
எளியனேன் யானெனலை 96
என்கண்ணை மறந்துனிரு 96
என்றந்தப் பாண்டவர் 536
என்றந்தப் பேதை உரைத்தான்222
என்றந்த மாமன் உரைப்பவே 525
என்றவுட னேகாக்கை 310
என்ற னுள்ளங் கடலினைப் 136
என்ற னுள்ள வெளியில் 76
என்றிவ் வாறு பலபல 450
என்றினைய நீதிபல 486
என்று கருதி யிருந்திட்டேன் 410
என்று சுயோதனன் 456
என்றுசொல்லி அன்னம் 312
என்றுசொல்லிக் காக்கை 310
என்று தணியும்இந்த 233
என்று பலசொல்லுவான் 528
என்றும் இருக்க உள 338
என்று முழங்கி 679
என்றுரைத்துக் காக்கை 311
என்று விதுரன் இயம்ப 480
என்று விதுரன் பெருந்துயர் 476
என்று வினவக் குருவிதான் 311
என்று வைத்த 504
என்றே கொடியவிழி 422
என்னருமைப் பாஞ்சாலம் 270
என்ன வரங்கள், பெருமைகள் 156
என்னிச்சை கொண்டுனை 159
என்னுட னொத்த தருமத்தை 274
என்னுளத் தாசை யறிந்தவர் 409
என்னைக் கெடுப்ப 158
என்னை நினைந்தும் 270
என்னை யீன்றெனக்கு ஐந்து 364
என்னை வஞ்சித்தென் 498
எனக்குமுன்னே சித்தர்பலர் 373
எனக்கு வேண்டும் 24
எனப்பல பேசி இறைஞ்சிடப் 225
எனவீமன் ஸஹதேவ 547
எனைநீ காப்பாய் 30
எனை யாள்வாய், வள்ளீ! 42

ஏ

ஏட்டைத் துடைப்பது 170
ஏட்டையும் பெண்கள் 301
ஏடீ, சாத்திரங்கள் 422
ஏது கருதி வைத்தாய் 545
ஏது மறந்துவிட லாமோ 668
ஏதுரைகள் பேசி 312
ஏதெல்லாம் பாரதத்தே 270
ஏலங் கருப்பூரம் 448
ஏவல்கள் செய்பவர் 292
ஏழ்கடல் வைப்பினு 224
ஏழுநாள் முன்னே இறை 311
ஏழை எளியவர்கள் 305
ஏழைகட்குஞ் செல்வர்கட்கும் 149
ஏழைகளைத் தோழமை 399
ஏழை யென்றும் 236
ஏற்றிடுவாய் என்னை 680
ஏற்றிநின்னைத் தொழுவ 100
ஏறுபோல் நட 284
ஏனடா நீகரையில் 679

ஐ

ஐந்து புலனை அடக்கி 651
ஐந்துறு பூதம் சிந்தி 85
ஐம்புலனை வென்ற 269
ஐம்பெருங் குரவோர்தாம் 482
ஐம்பொறி ஆட்சி கொள் 284
ஐய கேள், இனி யோர்சொல் 97
ஐய கோ!இதை யாதென 506
ஐய சூதிற் கவரை 473
ஐய! நின் மைந்தனு 460

ஐயம் தீர்ந்துவிடல் வேண்டும் 80
ஐயமுந் திகைப்பு 81
ஐவர் தமக்கோர் தலைவனை 522
ஐவர் தமையுந் தனிக்கொண்டு 479
ஐவர்முன்னே பாஞ்சாலி 665
ஐவ ருக்கு நெஞ்சும் 512

ஒ

ஒப்பில் வலிமை 463
ஒப்பி லாத உயர்வொடு 97
ஒருபது படைகொளும் 215
ஒருமனிதன் தனைப்பற்றி 268
ஒருமொழியே பலமொழிக்கும் 389
ஒருவ னாடப் பணயம் 502
ஒரு வீட்டு மேடையிலே 600
ஒழிவறு நோயி 234
ஒளிக்கும் வெம்மைக்கும் 587
ஒளிசி றந்த மணியின் 503
ஒளி தருவது யாது 585
ஒளிப டைத்த கண்ணினாய் 212
ஒளியே, நீ யார் 587
ஒற்று மைபயின் றாயோ 245
ஒற்றுமையால் மேன்மை 312
ஒற்றுமை வலிமையாம் 284
ஒற்று மைவழி யொன்றே 251
ஒற்றைக் குடும்பந் தனிலே 291
ஒன்ப தாய பிராயத்தள் 360
ஒன்பது வாயி 438
ஒன்றாய் நின்றினி 185
ஒன்றுண்டு மானிடச் சாதி 651
ஒன்றுபட் டாலுண்டு 184
ஒன்று பரம்பொருள்; நாமதன் 194
ஒன்று பிரம முளதுண்மை 162
ஒன்றுமற் றொன்றை 652
ஒன்றுமே வேண்டா 164
ஒன்றுள துண்மை - என்றும் 133
ஒன்றென்று கொட்டு 295
ஒன்றே பலவாய் நின்றோர் 104
ஒன்றேமெய்ப் பொருளாகும் 340

ஓ

ஓங்கி வளர்ந்ததோர் கம்பம் 207
ஓடி வருகையிலே 413
ஓடி விளையாடு பாப்பா 288
ஓம் என் றுரைத்துவிடிற் 325
ஓம்சக்தி ஓம்சக்தி ஓம் 128
ஓம்சக்தி ஓம்சக்தி ஓம்சக்தி 59
ஓம் சக்திசக்தி சக்தியென்று 69
ஓமென்ற மொழியும் 132
ஓமென் றுரைத்தனர் தேவர் 555
ஓமெனப் பெரியோர்கள் 441
ஓய்தல் ஒழி 284
ஓய் திலகரே! நம்ம ஜாதி 247
ஓய்வும் ஒழிதலுமில் 425
ஓரஞ் செய்தி டாமே 516
ஓராயிரம் வருடம் ஓய்ந்து 231

ஔ

ஔடதம் குறை 284

க

கங்கை நதிப்புரத்து 189
கங்கை மைந்தனங்கே 518
கச்சணிந்த கொங்கை மாதர் 151
கட்டுக்கள் போக்கி விடுதலை 142
கடமைதா னேது 28
கடமை புரிவா 172
கடமை யாவன 24
கடலின்மீது கதிர்களை 136
கடலினைத் தாவும் குரங்கும் 651
கடலே காற்றைப் பரப்பு 613
கடவுள்இந் நாட்டி 273
கடுஞ்சொற்கள் பொறுக்காத 514
கடுமை யுடையதடீ 433
கண்கள் இரண்டிருந்தும் 252
கண்கள் இரண்டினில் 292
கண்கள் புரிந்துவிட்ட 425
கண்க ளுறங்கவொரு 420
கண்டதொரு காட்சி கனவு 562
கண்டம், சக்தி தனக்கே 62
கண்ணன் திருமார்பிற் 108
கண்ணன் திருவடி 104
கண்ணன்நற் றேரில் 132
கண்ணன் பிறந்தான் 102
கண்ணன் மனநிலையை 423
கண்ணன் முகம்மறந்து 425
கண்ணன் வென்று பகைமை 403
கண்ணனுக் காருயிர் 521

கண்ணனுக் கேமுதல்	464
கண்ணனுக் கேயது	464
கண்ணனூதிடும் வேய்ங்குழல்	105
கண்ண னெங்கள் அரசன்	404
கண்ண னெம்பெரு மானருள்	404
கண்ணனைக் கண்டேன்	132
கண்ணா, வேடனெங்கு	422
கண்ணிரண்டும் இமையாமல்	96
கண்ணில் தெரியுதொரு	425
கண்ணில் தெரியும்	156
கண்ணிலான் காலி	665
கண்ணினீர் துடைப்பாய்	643
கண்ணை, சக்தி தனக்கே	61
கண்ணைப் பறிக்கும்	452
கண்தி றந்திட வேண்டும்	155
கண்மணி போன்றவரே	118
கணந்தோறும் வியப்புக்கள்	488
கணபதி ராயன் - அவனிரு	128
கணமெனு மென்றன்	204
கணிதம் பன்னிரண் டாண்டு	365
கதைகள் சொல்லிக் கவிதை	55
கப்ப லேறு வாயோ	245
கம்ப னென்றொரு மானிடன்	365
கம்பத்தி லுள்ளானோ?	551
கம்பத்தின் கீழ்நிற்றல் காணீர்	207
கம்பனிசைத்த கவியெலாம்	166
கணிதம் பன்னிரண் டாண்டு	363
கமலம் மேவு திருவே	111
கர்ம யோக மொன்றே	76
கரணமுந் தனுவும்	81
கருண னும்சிரித்தான்	517
கருணை யுருவானாள்	206
கரும்புத் தோட்டத்திலே-அவர்	281
கரும்புத் தோட்டத்திலே-ஆ	281
கருமமும் சொந்த	274
கல்நா ணுந் திண்தோள்	269
கல்லாதவ ராயினும் உண்மை	149
கல்லெனில் இணங்கிவிடும்	481
கல்லை வயிரமணி யாக்கல்	79
கல்வி சிறந்த தமிழ்நாடு	219
கல்வி யென்னும் வலிமை	266
கல்வியே தொழிலா	350
கல்வியைப்போல் அறிவும்	263
கல்வி வளரும் - பல	169
கலகல வெனச்சிரித்தான்	497
கலைவிளக்கே! இளசை	344
கவ்வியதை விடேல்	285
கவலைகள், சிறுமை	137
கவலை துறந்திங்கு	161
கவிதை மிகநல்ல தேனும்	652
கவிதையும் அருஞ்சுவை	343
கழல்களுங் கடகங்களும்	449
கள்ளச் சகுனி	462
கள்ளரவ் வீட்டினு	181
கள்ளையும் தீயையும் சேர்த்து	221
களக்கமுறும் மார்லிநடம்	244
களியுற்று நின்று	25
கற்ப கத்தருப் போலெது	643
கற்பக விநாயக	23
கற்பனைத் தேனிதழாள்	442
கற்பனையூ ரென்ற	180
கற்பு நிலையென்று	301
கற்றது ஒழுகு	284
கற்றைச் சடைமதி வைத்த	197
கன்னங் கரியதுவாய்	445
கன்னங் கரியவிருள்	305
கன்னடர், ஒட்டியரோடு	208
கன்னத்தில் முத்தமிட்டால்	413
கன்ன னிருந்த கருணைநிலம்	270
கன்னனெனும் எங்கள்	655
கன்னனொடு கொடை	344
கன்னிகை யாயிருந்து	423
கன்னிப் பருவத்தில்	221
கன்னி மீதுறு காதலின்	362
கன்னி வயதிலுனை	431
கனகன் மைந்தன் குமர	361
கனவு கண்டதிலே	418
கனவென்று நனவென்று	182
கனவென்ன கனவே	131
கனிகள் கொண்டுதரும்	426

கா

காக்கை கத்துகிறது	594
காக்கை குருவி எங்கள்	152
காக்கைச் சிறகினிலே	101
காக்கை பறந்து செல்லுகிறது	609

காசி நகர்ப்புலவர் 190
காட்டில்மேயு 144
காட்டினின்றும் வருகுவதோ 105
காட்டு வழிகளிலே 126
காட்டு வழிதனிலே 171
காடு கழனிகள் காத்திடு 437
காண்டிவ மேந்தி உலகினை 194
காண்பதெல்லாம் மறையு 165
காண்பார்தங் காட்சியாய் 163
காணி நிலம்வேண்டும் 47
காணுவன நெஞ்சி 163
காத்தி ருந்தவள் போம்வழி 361
காதல் காதல் காதல் 558
காதல் கொண்டனை 136
காதல் விளைய மயக்கிடும் 394
காதலடி நீயெனக்கு 435
காதலர் நெஞ்சை 140
காதலி னாலுயிர் தோன்றும் 313
காதலிலே இன்பமெய்தி 386
காதலிலே விடுதலை 386
காதலினால் மானுடர்க்கு 385
காத லென்பதும் ஓர்வயின் 363
காதலெனுந் தீவினிலே 117
காத லொருவனைக் கைப்பிடி 302
காதா லிந்தவுரை 422
காந்தன லிட்டாலும் 249
காந்திசேர் பதும ராக 203
காந்தியைப் பார்த்தேன் 131
காமப் பிசாசைக் - குதி 168
காயிலே புளிப்பதென்னே 100
காயு ருட்ட லானார் 516
காரடர் வெண்முடி வான் 644
கால்கை சோர்ந்துவிழ 421
கால், சக்தி தனக்கே 62
காலத்திற் கேற்ற வகைகள் 652
காலத்தின் விதிமதியை 323
காலத் தொடுநிர் மூலம் 85
காலம் அழியேல் 284
காலம் வந்துகை கூடு 404
காலமாம் வனத்திலண்ட 88
காலமென்றே ஒருநினைவும் 165
காலர் முன்னிற்பினும் 249
காலவான் போக்கில் 342
காலன் எதிர்ப்படி 201
காலா! உனைநான் சிறு 157
காலினைக் கையி 403
காலை இளவெயிலின் 60
காலை எழுந்தவுடன் 288
காலைத் துயிலெழுந்து 567
காலைப் பிடித்தேன் 24
காலைப்பொழுதினிலே கண்விழி 310
காலைப்பொழுதினிலே கண்டிரு 312
காலை யிளம்பரிதி வீசு 557
காலை யிளவெயிலி 311
காவடிச் சிந்து 88
காவித் திருவிழி மானார் 639
காவித் துணிவேண்டா 164
காவியம் செய்வோம் நல்ல 190
காவிரி தென்பெண்ணை 219
காவென்று கத்திடு 313
காளி மீது நெஞ்சம் 77
காளி, வலியசா முண்டி 78
காற்றடிக்கின்றது 592
காற்ற டிக்குது 318
காற்ற டித்ததிலே 319
காற்றிலே குளிர்ந்ததென்னே 100
காற்றுக்குக் காது நிலை 604
காற்று வெளியிடை 106
காற்றுள்ள போதேநாம் 388
காற்றென்று சக்தியை 609
காற்றெனச் செல்வனவாய் 449
காற்றே, வா 605
காற்றே, வா. மெதுவாக வா 607
காற்றைப் புகழ நம்மால் 611
காற்றை யடைப்பது 170
கானகங் கண்டேன் - அடர் 131
கான கத்தில் இரண்டு 363
கானகத் தேசுற்று நாளிலும் 392

கி

கிழவியர் தபசியர்போல் 447
கிளைபல தாங்கேல் 284

கீ

கீர்த்தி ஸ்ரீ காந்தா 676
கீழ்களின் அவமதிப்பும் 115
கீழ்த்தி சையில் ஞாயிறுதான் 310
கீழோர்க்கு அஞ்சேல் 284

கு

குங்குமங் கொண்டுவரும்	426
குடிமக்கள் சொன்னபடி	280
குடுகுடு குடுகுடு... நல்லகாலம்	308
குடைகள் செய்வோம்உழு	190
குந்தி எனும்பெயர்	478
குந்தியும் இளங்கொடியும்	493
கும்மி யடி! தமிழ் நாடு	301
குயிலனாய்! நின்னொடு	630
குருகு லத்தலை வன்	508
குருவே! பரமன் மகனே	35
குலமே லாமழி வெய்திட	506
குழந்தைகள் வாழ்ந்திடும்	180
குழந்தைக ளாட்டத்தின்	181
குழலே குழலே	559
குழவிப் பிராயமைந்து	670
குறியநந்த முடையோராய்	382
குன்றத்தின் மீதே - அந்த	131,132
குன்றினின்றும் வருகுவதோ	105
குன்றென நிமிர்ந்துநில்	284

கூ

கூட்டத்திற் கூடிநின்று	252
கூட்டத்தைக் கண்டஃது	310
கூட்டம் கூடி வந்தே	250
கூடல் கூடல்	559
கூடித் தொழில்செய்	284
கூடித் தொழில்புரிதல்	668
கூடிப் பிரியாமலே	434
கூடுந் திரவியத்தின்	80
கூலிமிகக் கேட்பார் கொடுத்த	401

கெ

கெடுப்பது சோர்வு	284

கே

கேட்கு மொலியிலெல்லாம்	101
கேட்ட பொழுதி	392
கேட்டிலும் துணிந்துநில்	284
கேளடா மானிடவா	634
கேளப்பா, சீடனே	377
கேளப்பா! மேற்சொன்ன	382
கேளீர் முனிவர்களே	93

கை

கைத்தொழில் போற்று	285
கைப்பிடி கொண்டு சுழற்று	484
கையிலொரு நூலிருந்தால்	380
கையை, சக்தி தனக்கே	61

கொ

கொக்கரித் தார்த்து முழங்கியே	522
கொங்கைகளே சிவலிங்கம்	386
கொடிப்பவள வாய்க்கிள்ளாய்	206
கொடியவெந் நாக பாசத்தை	255
கொடுமையை எதிர்த்துநில்	285
கொண்டை முடிப்பதற்கே	426
கொத்தித் திரியுமந்த	288
கொல்லக் கருதி	480
கொல்லப் பூத மனுப்பிடு	403
கொல்லுங் கொலைக்கஞ்சி	394
கொல்லும் நோய்க்கு	466
கொன்றுவிடும் முன்னே	563

கோ

கோடி கோடி குரல்கள்	217
கோடி நாளாய்	144
கோடிமண் டபந்திகழும்	46
கோபத்தால் நாடியிலே	376
கோபத்தி லேயொரு	393
கோயிற் பூசை செய்வோர்	516
கோல்கைக் கொண்டுவாழ்	285
கோல மிட்டு விளக்கினை	314
கோவிந்த சாமிபுகழ் சிறிது	383
கோழைப் பட்ட ஜனங்களு	250
கோளுக்கு மிகவும் சமர்த்தன்	416

கௌ

கௌரவ வேந்தர் சபை	536

ச

சக்க ரத்தை யெடுப்ப	404
சக்கர மேந்தினின்றாய்	550
சக்கர வர்த்தியென்றே	545
சக்திகள் யாவும் அதுவே	653
சக்தி சக்தி என்றால்	68
சக்தி சக்தி என்றால் சக்தி	68

சக்தி சக்தி என்றே செய்தால் 68
சக்தி சக்தி என்றே வாழ்தல் 68
சக்தி சக்தி சக்தியென்று 69
சக்திசக்தி சக்தியென்று முழங்கு 69
சக்தி சக்தி சக்தீ சக்தீ 68
சக்தி சக்தி வாழீ என்றால் 68
சக்திசெய்யும் புதுமைகள் 69
சக்திசெயுந் தொழில்களை 70
சக்திதனை யேசரண 69
சக்திதுணை யென்றுநம்பி 70
சக்திப் பேய்தான் தலையொடு 85
சக்தி பதமே சரணென்று 129
சக்திபெறும் பாவாணர் 23
சக்திமிசை பாடல்பல 69
சக்தியரு ளாலுலகில் 70
சக்தியினைச் சேர்ந்ததிந்த 69
சக்தி யென்ற மதுவையுண் 299
சக்தியென்று நேரமெல்லாம் 92
சக்தியென்று புகழ்ந்திடு 71
சக்தி வெள்ளத்திலே ஞாயிறு 593
சகுந்தலை பெற்றதோர் 194
சங்கந் தவழ்கழனி 654
சங்கரன் வந்தான் 102
சங்கரனைத் தாங்கு நந்தி 109
சத்ய யுகத்தை அகத்தி 74
சதிசெய் தார்க்குச் சதிசெயல் 454
சதையைத் துண்டு 251
சந்ததமு மெங்குமெல்லா 164
சந்ததி வாழும் - வெறு 169
சந்தன மலர்புனைந்தே 493
சந்தி ரன்குலத் தேபிற 454
சந்திரன் சோதி யுடையதாம் 410
சந்திர னொளியில் அவளை 73
சந்திர னொளியை 341
சமைதலுக் குரிய திறமையும் 273
சரித்திரத் தேர்ச்சிகொள் 285
சற்றுன் முகஞ்சிவந்தால் 414

சா

சாகத் துணியி 158
சாகா வர மருள்வாய் ராமா 95
சாகும் பொழுதில் இருசெவி 195
சாத்திரக் காரரிடம் 431
சாத்திரங்கள் ஒன்றும்காணார் 210
சாத்தி ரங்கள் கிரியைகள் 369
சாத்திரங் கள்பல தந்தார் 221
சாத்திரங் கள்பல தேடினேன் 409
சாத்தி ரங்கள் பலபல 298
சாத்திரங்கள் வேண்டா 164
சாத்திரம் கோடிவைத்தாள் 397
சாத்திரம் பேசுகிறாய் 427
சாத்திரம் பேசுகின் றாய் 499
சாதி இரண்டொழிய 190
சாதிக் கொடுமைகள் 292
சாதிகள் இல்லையடி 290
சாதிப் பிரிவுகள் காட்டி 292
சாம்பர் நிறமொரு 293
சார்ந்து நிற்பாய் 27
சாரமுள்ள பொருளினைநான் 389
சாலநன்கு கூறினீ ரையா 544
சாலவும் அஞ்சுதரும் 495
சாவதற்கு அஞ்சேல் 285
சாவும் நோவுஞ் சிவனடா 656

சி

சிங்களத் தீவினுக்கோர் 189
சிங்களம் புட்பகம் 220
சித்த சாகரஞ் செய்தனை 84
சித்தத் துணிவினை மானுடர் 142
சித்தத்தி லேசிவம் நாடுவார் 411
சித்தத்தி லேநின்று 59
சித்தந் தளர்ந்ததுண்டோ 125
சித்தம், சக்தி தனக்கே 64
சித்த மயமிவ் வுலகம் 194
சித்தாந்தச் சாமி 167
சித்திர மாளிகை பொன் 143
சித்தி னியல்பும் 179
சித்தினை அசித்துடன் 43
சிதையா நெஞ்சுகொள் 285
சிந்தித்து மெய்ப்பொருளை 388
சிந்து நதியின்மிசை 189
சிந்துவெனுந் தெய்வ 269
சிந்தையிற் கள்விரும்பி 253
சிப்பாயைக் கண்டஞ்சுவார் 209
சிப்பியிலே நல்ல 178
சிரித்த ஒலியிலவள் 428

சிலுவையிலே அடியுண்டு	374
சிவ, சக்தி என்றும்	67
சிவ, சக்தி தனக்கே எமது	62
சிவ, சக்திதனை நாசி	61
சிவனுடை நண்பனென்பார்	444
சிற்றெறும்பைப் பார்	606
சிறந்து நின்ற சிந்தை	192
சிறிய திட்டையிலே	319
சின்னக் குருவி	310
சின்னக் குழந்தைகள்	393
சின்னஞ் சிறிய	463
சின்னஞ் சிறுகிளியே	413
சின்னஞ் சிறுகுருவி	288, 634
சினங்கொள்வார் தமைத்தாமே	375

சீ

சீக்கரெனும் எங்கள்விறல்	270
சீமைத் துணியென்றால்	248
சீருஞ் சிறப்புமுயர்	206
சீறும் அரசனுக் கேழையேன்	537
சீறுவோர்ச் சீறு	285
சீன மிசிரம் யவனரகம்	220

சு

சுகத்தினைநான் வேண்டி	129
சுட்டும் விழிச்சுடர்தான்	427
சுட்டு வீழ்த்தியே புத்தி	250
சுடரே போற்றி	28
சுத்த அறிவே சிவமென்று	161
சுத்தஅறி வேசிவமென்றுரை	377
சுதந்திரம் என்கிற பேச்சு	247
சுமையினுக்கு இளைத்திடேல்	285
சுருதிப் பொருளே வருக	35
சுருதி யின்கண் முனிவரும்	135
சுருதியும் அரிய உபநிட	340
சுற்றங் கொல்வேனோ	133
சுற்றத் தாரிவர் என்றனை	472

சூ

சூத்திர னுக்கொரு நீதி	652
சூதர் மனைகளிலே	545
சூதாடி நின்னை யுதிட்டிரனே	543
சூதி லாத வுளத்தினன்	366
சூதிற் பிள்ளை	506
சூரரைப் போற்று	285
சூரியன் வெப்பம்	461
சூழ்கலி நீங்கத் தமிழ்மொழி	224
சூழும் எனதிர்ச்சி	679
சூழும் மாய வுலகினிற்	362

செ

செங்கதிர்த் தேவன் சிறந்த	489
செட்டிமக்கள் குலத்தினுக்கு	659
செத்தபிறகு சிவலோகம்	160
செந்தண்மை பூண்டொழுகு	357
செந்தமிழ் நாட்டுப் பொருநர்	208
செந்தமிழ் நாடெனும்	219
செந்த மிழ்மணி நாட்டிடை	121
செந்தேனும் பாலும் தெவிட்டி	646
செந்தோ லசுரனை	180
செந்நிறத் தோல், கருந்தோல்	448
செம்பரிதி ஒளிபெற்றான்	345
செய்க செயல்கள்	179
செய்கதவம்! செய்கதவம்	33
செய்கை யாவும் தெய்வத்தின்	633
செய்கையெலாம் அதன்	351
செய்தலுன் கடனே	134
செய்யாள் இனியாள்	31
செய்யுங் கவிதை	30
செய்யுந் தொழிலுன்	23
செய்வது துணிந்துசெய்	285
செயிர்த்த சிந்தையர்	674
செருப்புக்குத் தோல்	526
செல்வங்கள் கேட்டால்நீ	71
செல்வங்கள் பொங்கிவரும்	127
செல்வஞ் சிறப்பாமோ	669
செல்வத் திருமகளை	128
செல்வத்திற்கொர் குறையில்லை	398
செல்வத்துட் பிறந்தனமா	638
செல்வ மிரண்டும் செழி	654
செல்வமுற் றிழந்துவிட்டாய்	517
செல்வ மெட்டு	112
செலவு தந்தைக்கொ ராயிர	366
செவ்வொளி வானில்	313
செவி, சக்தி தனக்கே	61
சென்றதினி மீளாது மூடரே	174, 381
சென்றவினைப் பயன்களெனை	381
சென்றாலும் நின்றாலும்	514

சே

சேர்க்கை அழியேல்	285
சேர்ந்ததைக் காப்பது	208
சேர்ந்து வாழு வீரோ	246
சேரன் தம்பி சிலம்பை	365
சேரி முழுதும் பறையடி	437
சேற்றி லுழலும் புழுவிற்கும்	485
சேனைகள் தோன்றும்	132
சேனை நடத்து வாயோ	246

சை

சைகையில் பொருளுணர்	285

சொ

சொந்த அரசும்புவி	252
சொந்தச் சகோதரர்கள்	254
சொந்த நாட்டிற் பரர்க்கடிமை	251
சொல்லக் கொதிக்குதடா	306
சொல்லடா! ஹரியென்ற	376
சொல்ல வல்லாயோ	38
சொல்லவும் கூடுவ தில்லை	222
சொல்லி லினிதுதமிழ்	289
சொல்லின் நயங்கள்	468
சொல்லினுக் கரியனாய்	25
சொல்லி னுக்கெளி	56
சொல்லுக் கடங்காவே	128
சொல்லுகின் றான்சகுனி	495
சொல்லு மழலையிலே	414
சொல்வது தெளிந்துசொல்	285
சொன்ன மொழிதவறும்	423

சோ

சோதரர் காள்நிறை	185
சோதரர் தம்முட்	462
சோதிடந்தனை இகழ்	285
சோதி யறிவில் விளங்கவும்	411
சோதி யெனும் கரையற்ற	324
சோம்பர் கெடுக்கும் துணிவே	58
சோம்ப ரழியும் - உடல்	169
சோம்பல் மிகக்கெடுதி	289
சோமமுண்டு தேவர்	146
சோர்ந்தே படுத்திருக்க	422
சோர்வுகள் போகும்	169
சோரத்திற் கொண்டதில்லை	545
சோரந் தொழிலா	306
சோர மிழைத்திடையர்	423
சோர னங்க வற்றை	504
சோலைகள் காவினங்கள்	396
சோலைப் பசுங்கிளியே	205
சோலை மலரொளியோ	427
சோற்றுக்குப் பஞ்சமில்லை	311

சௌ

சௌரியம் தவறேல்	285

ஞு

ஞுமலிபோல் வாழேல்	285

ஞா

ஞாயிற்றை யெண்ணி	147
ஞாயிறு போற்று	285
ஞாயி றென்ற கோளம்	77
ஞாயிறே, இருளை என்ன	586
ஞாயிறே, நின் முகத்தை	589
ஞாயிறே, நின்னிடத்து	587
ஞானகுரு தேசிகனை	378
ஞானத்தி லேபர	187
ஞான மும்முதுற வும்பெற்றி	372
ஞான மென்பதோர்	121
ஞானியர் தம்மியல் கூறினேன்	411

ஞி

ஞிமிரென இன்புறு	285

ஞெ

ஞெகிழ்வது அருளின்	285

ஞே

ஞேயம் காத்தல்செய்	285

த

தகத்தகத்தகத் தகதகவென்	57
தங்கத்தார் பதுமைசெய்தும்	383
தங்கப் பதுமை	478
தஞ்சம் உலகினில்	437
தடந்தோ ளகலாச் சக்தி	215
தண்ணீர்விட் டோவளர்த்தோம்	231

தத்தன தானா - தந்த 168
தந்தத்தில் கட்டில்களும் 450
தந்தி ரங்கள் பயிலவு 404
தந்தை அருள்வலி... இன்று 222
தந்தை அருள்வலி... முன்பு 222
தந்தை இஃது மொழிந்திடல் 471
தந்தைசொல் நெறிப்படியே 445
தந்தை போயினன் 371
தந்தை யினிதுறத் தான்அர 195
தந்தையும் இவ்வுரை 458
தந்தையும் வரப்பணித்தான் 482
தந்தை வசன 459
தம்பி சற்றே மெலிவானால் 294
தம்பி மக்கள் பொருள்வெஃகு 507
தம்பிமாரை வைத்தே 517
தம்பியர் தோள்வலியால் 447
தம்பி விதுரனை 476
தம்மொரு கருமத்திலே 469
தமிழ்மணக்கும் நின்னாவு 659
தமிழத்திரு நாடு தன்னை 289
தர்மமே வெல்லுமெனும் 231
தருமத்தின் வாழ்வதனை 547
தருமம் அழிவெய்த 529
தருமன் வார்த்தை கேட்டே 502
தருமனங் கிவைசொல்வான் 496
தருமனும் இவ்வளவில் 482
தருமே நிதியும் பெருமை 104
தலைவன் ஆங்கு 471
தவத்தினை எளிதா 82
தவத்தினை நிதம் புரி 286
தவமே புரியும் 25
தவமொன்று மில்லையொரு 164
தவறா துணர்வீர் புவியீர் 104
தவறி விழுபவர் 463
தளையறியா வார்கடலே 680
தன்செய லெண்ணி 439
தன்மை இழவேல் 285
தன்மையொன் றிலாததுவாய் 163
தன்னிச்சை கொண்டலையும் 421
தன்னுயிர் போலே தனக்கழி 255
தன்னுளத் துள்ள 459
தன்னை மறந்து 52
தன்னையிவன் இழந்தடிமை 548
தனிமை கண்டதுண்டு 319

தா

தாதையர் குருதியிற் 682
தாமரைப் பூவினிலே 128
தாமரையின் முத்தெங்கு 655
தாய்க்குமேல் இங்கேயோர் 385
தாயின் மணிக்கொடி பாரீர் 207
தாயுமானவர் ஆனந்தக்களிப்பு 207
தாயே பாரத 185
தாயைக் கொல்லும் பஞ்ச 254
தாரகை யென்ற மணித்திரள் 315
தாருக வனத்திலே - சிவன் 93
தாரையடி நீயெனக்கு 436
தாழ்ந்து நடவேல் 285
தாளம் தாளம் 558
தானம் வேள்வி தவம்கல்வி 87
தானெனும் பேய்கெடவே 118
தானே பரம்பொருளாம் 655

தி

திக்குக்கள் எட்டும் சிதறி 317
திக்குக் குலுங்கிடவே 527
திக்குத் தெரியாத காட்டில் 421
திண்ணம் காணீர் 203
திண்ணிய வீமனும் 520
திருதராட்டிரன்செவியில் 469
திருத்தணிகை மலைமேலே 375
திருநி றைந்தனை, தன்னி 218
திருமணையிது கொள்ளை 180
திருவளர் மருமத் தொரு 346
திருவளர் வாழ்க்கை 137
திருவினை வென்றுவாழ் 285
திருவே! நினைக்காதல் 110
திருவைப் பணிந்துநித்தம் 147
தில்லித் துருக்கர்செய்த 430
தில்லை யம்பலத்தே 38
திலகன் ஒருவனாலே 248
திறமிக்க நல்வயிர 201
திறமை யால்இங்கு மேனிலை 303
தின்றிடப் பண்டங்களும் 396
தின்னப் பழங்கொண்டு 415
தின்ன வரும்புலி 178
தினையின் மீது பனைநின் 322

தீ

தீக்குள் விரலைவைத்தால்	101
தீஞ்சொற் கவிதை	198
தீது நேர்ந்திடின் அஞ்சுவ	335
தீய மாய வுலகிடை	370
தீயன புரிதல்	272
தீயினைக் கும்பிடும்	292
தீயினை நிறுத்திடுவீர்	119
தீயை அகத்தினிடை	325
தீயோர்க்கு அஞ்சேல்	285
தீர்த்தக் கரையினிலே	433
தீர்ப்பான் இருளை	104
தீரத்தி லேபடை	187
தீராத காலமெலாம் தானும்	373
தீராத விளையாட்டு	415
தீ வளர்த்திடுவோம்	142
தீவளர்த் தேபழ	39

து

துச்சா தன்னெழுந்தே	550
துச்சா தனிதனை	540
துணிநிலவார் செஞ்சடையன்	655
துணிவினால் வீழ்ந்து	277
துணிவெளுக்க மண்ணுண்டு	91
துணையே! எனதுயி	28
துரியோ தனப்பெயரான்	445
துரியோ தனிச் சுடு	532
துருப தன்மகளை	546
துறந்தார் திறமை	25
துன்பத்தில் நொந்துவருவோர்	400
துன்ப நினைவுகளும்	147
துன்பம் அருள்செய்தான்	680
துன்பம் நெருங்கிவந்த	289
துன்பம் மறந்திடு	285
துன்ப மிலாத நிலையே	58
துன்ப மினியில்லை	439
துன்பமும் நோயும்	437
துன்பழு மில்லை	134
துன்பமுறும் எமக்கென்றே	486
துன்பமென்னும் கடலை	266
துன்பமே இயற்கையெனும்	92

தூ

தூண்டிற் புழுவினைப்போல்	417
தூண்டுமின்ப வாடைவீசு	154
தூயஅபே தாநந்தனெனும்	340
தூய பெருங்கனலை	147
தூல அணுக்களாய்	163
தூற்றுதல் ஒழி	285

தெ

தெண்ணில வதனி	217
தெய்வக் கனல்விளைந்து	326
தெய்வங்களை வாழ்த்து	583
தெய்வம் நீ என்றுணர்	285
தெய்வம் பலபல	292
தெய்வம் யாவும் உணர்ந்திடும்	120
தெய்விகச் சாகு	195
தெளிவுறவே அறிந்திடல்	491
தெளிவுறும் அறிவினைநாம்	45
தென்றிசைச் சாவகமாம்	449
தென்னைப் பசுங்கீற்றை	310
தென்னை மரக்கிளைமீதில்	313
தென்னை மரக்கிளைமேே	310
தென்னை மரத்தின்	310
தென்னையின் கீற்று	315

தே

தேகி முதம் தேகி ஸ்ரீ ராதே	117
தேசத்தார் இவன்பெயரை	378
தேசத்தில் எண்ணற்ற	248
தேசத்தைக் காத்தல்செய்	285
தேசிகன்கை காட்டியென	380
தேடிச் சோறுநிதந் தின்று	78
தேடியுனைச் சரணடை	92
தேம லர்க்கொர் அமுதன்ன	324
தேர்ந்தவன் வென்றிடு	499
தேரின்முன் பாகன்	132
தேவ தேவா	616
தேவர்க் கெலாந்தேவன்	93
தேவர்கள் பூச்சொரிந்தார்	552
தேவர் புவிமிசைப் பாண்டவர்	540
தேவர் மகளை மணந்திட	39
தேவர் மன்னன் மிடிமையை	363
தேவர் வருகவென்று	325

தேவ ருண்ணும் நன்ம 192
தேவனே! என்னருமை 573
தேவி கோயிலிற்சென்று 253
தேவி திரௌபதி சொல்வாள் 555
தேவிநம் பாரத பூமி 642
தேவி! நின்னருள் தேடி 235
தேவி! நின்னொளி 234
தேவியர் மானமென்றும் 252
தேனார் மொழிக்கிள்ளாய் 205
தேனிருந்த சோலைசூழ் 654
தேனை மறந்திருக்கும் 425
தேனொத்த பண்டங்கள் 415

தை

தையலை உயர்வுசெய் 285
தைர்யா, தைர்யா 618

தொ

தொடையைப் பிளந்துயிர் 553
தொண்டு செய்யும் அடிமை 245
தொண்டுபட்டு வாடுமென்றன் 270
தொண்டொன் றேதொழிலா 250
தொல்லை வினைதரு 224
தொலைப்பேன் கொடுங்கோன் 666
தொன்மைக்கு அஞ்சேல் 286
தொன்று நிகழ்ந்த தனைத்து 196

தோ

தோகைமேல் உலவு 40
தோட்டங்கள் கொத்தி 438
தோட்டத்தி லேமர 188
தோதக மெத்தனை 672
தோல்வியில் கலங்கேல் 286
தோல்வி லைக்குப் பசுவினை 498
தோழரே, நம் ஆவி 144
தோள், சக்தி தனக்கே 62
தோளை வலியுடைய தாக்கி 79
தோன்றி அழிவது வாழ்க்கை 653
தோன்றி யழிவது வாழ்க்கை 485
தோன்றும் உயிர்கள் 167

ந

நக்கபி ரானறிவான் 94
நகுலனை வைத்தும் 520
நட்புக் குருவியே 311
நடுக்கடல். தனிக் கப்பல் 603
நதியினுள் ளேமுழு 652
நந்தனைப் போல் ஒரு 651
நம்பினோர் கெடுவதில்லை 92
நம்புவ தேவழி யென்ற 53
நமக்குத் தொழில்கவிதை 30
நயமுடைய இந்திரனை 138
நரியு யிர்ச்சிறு சேவகர் 365
நரிவகுத்த வலையினிலே 487
நல்ல கீதத் தொழிலுணர் 334
நல்ல கீதம் சிவத்தனி 334
நல்லது தீயது நாமறியோம் 439
நல்லதுந் தீயது 53
நல்லதோர் வீணைசெய்தே 48
நல்லநல்ல நதிகளுண்டு 396
நல்ல விலைகொண்டு 301
நல்லவுயிர் நீயெனக்கு 436
நல்லறத்தை நாட்டுதற்கு 269
நல்லறம் நாடிய மன்னரை 197
நல்லா ரெனக்கருதான் 671
நல்லிசை முழக்கங்களாம் 444
நலங்கூறி இடித்துரைப்பார் 514
நலமே நாடின், புலவீர் 104
நளிர்மணி நீரும் நயம்படு 217
நன்மையி லேஉடல் 187
நன்றாகு நெறியறியா மன்னன் 514
நன்றி கெட்ட விதுரா 512
நன்று கருது 286
நன்றென்றும் தீதென்றும் 221
நன்றே செயல்வேண்டும் 670

நா

நாங்கள் முப்பது கோடி 251
நாட்டில் அவமதிப்பும் 254
நாட்டி லெங்கும் சுதந்திர 250
நாட்டினிற் பெண்களுக்கு 431
நாட்டு மக்கள் நலமுற்று 55
நாட்டு மக்கள் பிணியும் 55
நாட்டு மாந்த ரெல்லாம் 516
நாட்டை நினைப்பாரோ 281
நாட்டையெல் லாந்தொலை 546
நாடகத்தில் காவியத்தில் 386

நாடித் தவம் புரிந்து	108
நாடிழந்து மக்களையும்	269
நாடு காக்கும் அரசன்	83
நாடு காப்ப தற்கே	246
நாடும் குடிகளும் செல்வமும்	456
நாடு முழுதிலுஞ் சுற்றினான்	409
நாடு முழுவதும்	476
நானிலகு வில்லினொடு	305
நாதம் நாதம்	558
நாதமென் றொருபொருள்	43
நாம் வெம்மையை	591
நாம கட்குப் பெருந்தொண்	267
நாமம்பல் கோடியோ	161
நாம வன்வலி நம்பி	403
நாமிருக்கும் நாடுநமது	237
நாமென்ன செய்வோம்	248
நாயகர் தாந்தம்மை	536
நாயும் பிழைக்கும்	306
நாரணன் மார்பினிலே	115
நாரண னென்று பழவேதம்	60
நாரதன் தானும்	453
நால்வகைப் பசும்பொன்னும்	447
நாலு குலங்களமைத்தான்	399
நாலு திசையும்	266
நாலு வகுப்பும்	291
நாவினில் வேத முடையவள்	196
நாவு துணிகுவதில்லை	398
நாளெலாம் வினைசெய்	286
நாளைக்கு, நாளைக்கென்றால்	670
நான்காம்நாள், என்னை	571
நான்முகன் படைத்தது	669
நானும் பலதினங்கள்	419
நானெனும் ஆண	464
நானெனும் பொய்யை	166

நி

நிகரென்று கொட்டு	293
நித்தங் கடலினி	460
நித்தச் சோற்றினுக் கேவல்	404
நித்தசிவ வெள்ளமென்னுள்	164
நித்த நித்தம்	667
நித்தமுனை வேண்டிமனம்	113
நித்தரெனும் தென்னிளைசை	654
நித்யா, நிர்மலா, ராமா	95

நிதிமி குந்தவர் பொற்குவை	122
நிதியறியோம், இவ்வுலக	345
நிமிர்ந்த நன்னடை	297
நிலத்தின் கீழ்பல்	84
நிலத்தின் தன்மை பயிர்க்குள	297
நிலா இனியது	621
நிலாவையும் வானத்து	315
நிழலினும் வெயிலினும்	27
நிற்பதுவே, நடப்பதுவே	165
நிறுத்து வண்டி யென்றே	171
நின்பொருட்டு நின்னருளால்	232
நின்ற மரத்திடையே	319
நின்றன் மாமர பில்வந்து	98
நின்றிடும் பிரம மென்பார்	441
நின்று துரியோதனன்	528
நின்னருள் பெற்றி	234
நின்னருள் வேண்டுகின்றோம்	46
நின்னில் வலியேன்	679
நின்னுடைத் தோளனையார்	470
நின்னெழில் விழியருள்	200
நின்னைச் சிலவரங்கள்	79
நின்னை நம்பி நிலத்திடை	97
நின்னை யே ரதியென்று	107
நின்னொளி யாகிய	140
நினைக்க நெஞ்ச முருகும்	367
நினைப்பது முடியும்	286
நினையாத விளைவெல்லாம்	71

நீ

நீ ஒளி, நீ சுடர்	585
நீசக் குயிலும் நெருப்பு	564
நீசருக் கினிதா	81
நீ சுடுகின்றாய்	586
நீதரும் இன்பத்தை	158
நீதிநூல் பயில்	286
நீபெற்ற புத்திரனே	459
நீயும் அதனுடைத் தோற்றம்	653
நீயும் அறமும் நிலை	232
நீயென தின்னுயிர்	106
நீயே சரணம்	23
நீயே சரணமென்று கூவி	78
நீயே வித்தை, நீயே தருமம்	215
நீர்ச்சு னைக்கணம்	324
நீர்பி றக்குமுன் பார்மிசை	500

நீரெ டுத்து வருவ	361
நீலக் கடலினி லே	337
நீலத் திரைக்கட	219
நீலமுடி தரித்தபல	477

நு

நும்மை மகிழ்ச்சியுடன்	311
நுனியளவு செல்	286

நூ

நூலினைப் பகுத்துணர்	286
நூறு கோடி நூல்கள்	192

நெ

நெஞ்சகத்தே பொய்யின்றி	232
நெஞ்ச கத்தோர் கணத்திலும்	267
நெஞ்சத் துள்ளோர்	451
நெஞ்சம் குமுறுகிறார்	282
நெஞ்சம், சக்தி தனக்கே	62
நெஞ்சில் உரமுமின்றி	252
நெஞ்சிற் கவலை	52
நெஞ்சிற் கவலைகள்	143
நெஞ்சிற் கனல்மணக்கும்	421
நெஞ்சுக்கு நீதியும்	53
நெஞ்சு பொறுக்குதில்லையே	209,210
நெடுநாட் பகைகண்டாய்	483
நெய்க்குடம் கொண்டுவந்தார்	450
நெரித்த திரைகடலில்	429
நெல்லை யூர்சென்று	364
நெற்றி சுருக்கிடேல்	286
நெற்றிமேல் மேகத்து	680
நெறியி ழந்தபின்	508

நே

நேர்ந்த புதுமைகளை	311
நேர்படப் பேசு	286
நேரம் மிகுந்ததின்னும்	419
நேர முழுதிலுமப் பாவி	424
நேற்றிருந் தோம்	318

நை

நையப்புடை	286

நொ

நொந்தது சாகும்	286
நொந்தே போயினும்	185

நோ

நோயில்லை வறுமையில்லை	633
நோற்பது கைவிடேல்	286

ப

பக்கத் திருப்பவர் துன்பம்	653
பக்கத்து வீடிடிந்து	380
பக்தியி னாலே	168
பக்தி யுடையார்	30
பகனுமிங்கே யின்ப	145
பகைமை முற்றி முதிர்ந்திடு	403
பகைவர் வாழ்வினில்	473
பகைவனுக் கருள்வாய்	178
பச்சைக் குழந்தை யடி	337
பச்சைத் திருமயில் வீரன்	637
பச்சை மணிக்கிளியே	205
பச்சை முந்திரித் தேம்பழ	333
பச்சை முந்திரி யன்னது	333
பஞ்சத்தும் நோய்களிலும்	254
பஞ்ச நதத்துப் பிறந்தோர்	208
பஞ்சமும் நோயும்	233
பட்டங்கள் ஆள்வதும்	302
பட்டம்பெற் றோர்க்கு	248
பட்டினந் தன்னிலும்	167
பட்டியில் ஆடையும்	190
பட்டுத் துகிலென லாமோ	207
படிமிசை இசையுறவே	526
படைகள் சேர்த்தல், பரிசனம்	403
படைகளுந் தீண்டா	134
பண்டங்கள் விற்பவன்	291
பண்டை விதியுடைய தேவி	60
பண்ணிய முயற்சியெல்லாம்	137
பண்ணில்இனிய பாடலொடு	154
பண்ணே பண்ணே	558
பண்ணைப் பறையர்	437
பணத்தினைப் பெருக்கு	286
பத்தினி யாளையொரு	419
பத்துப் படைகொளும் பார்வதி	218
பத்துப் பன்னிரண்டு	47

பந்தத்தை நீக்கிவிடு	49
பந்தைத் தெறுமுலைமா	641
பயமெனும் பேய்தனை	152
பயனுண்டு பக்தியினாலே	130
பயனெண் ணாமல்	73
பராசக்தியைப் பாடுகின்றோம்	598
பரிதி யென்னும் பொருளிடை	83
பருதியின் பேரொளி	199
பல்லாண்டு வாழ்ந்தொளிர்க	659
பல்லாயிரம் பல்லாயிரம்	149
பலநாடு சுற்றிவந்தோம்	660
பலநூல்கள் பதிப்பித்தும்	352
பழமை பழமையென்று	253
பழைய வானிதி போதுமென்	471
பற்றியகை திருகியந்த	379
பறவையேது மொன்றுள்ளது	105
பறைய ருக்கும்	236
பன்றியைப் போலிங்கு	315
பன்னாளா வேளாளர்	357

பா

பாகனு ரைத்தது கேட்டனன்	538
பாகனை மீட்டுஞ் சினத்துடன்	537
பாங்கான குருக்களைநாம்	384
பாட்டினில் அன்புசெய்	286
பாட்டினிலே சொல்லுவதும்	72
பாட்டுக் கலந்திடவே	47
பாட்டும் செய்யுளும்	304
பாட்டு முடியும்வரை	569
பாடியுனைச் சரணடைந்தேன்	92
பாண்ட வர்பொறை	506
பாண்டவர் செல்வம்	460
பாண்டவர் தேவி யிருந்ததோர்	539
பாண்டவர் தேவியு மல்லைநீ	540
பாண்டவர் முடியுயர்த்தே	446
பாணர்கள் துதிகூற	494
பாதகஞ் செய்பவரை	289
பாதலம்போல் ஆழ்ந்திருப்ப	679
பாபேந்தி ரியஞ்செறுத்த	265
பாம்புத் தலைமேலே	128
பாம்புப் பிடாரன் குழலூது	597,598
பாம்பைக் கொடியென்	467
பாய்ந்தங் கொளியே	132
பாயின் மிசைநானும்	417

பாயுமொளி நீயெனக்கு	435
பார்க்கும் மரங்களெல்லாம்	101
பார்! சுடர்ப் பரிதியைச்	489
பார்த்த னெழுந்துரை	554
பார்ப்ப னக்குலம் கெட்டழி	370
பார்ப்பானை ஐயரென்ற	237
பாரடியோ! வானத்தி	488
பாரத சமுதாயம் வாழ்கவே	213
பாரதத்திடை அன்பு	251
பாரதத நாதிபதி	659
பாரத தேசமென்று	189
பாரத நாட்டிலுள்ள	446
பாரதப் போரெனில்	198
பாரத மண்டலத்தார்	497
பாரான உடம்பினிலே	388
பாரிவாழ்ந் திருந்த	350
பாருக் குள்ளே சமத்தன்மை	295
பாருக்குள்ளே நல்ல நாடு	187
பால ருந்து மதலையர்	368
பாலுங் கசந்ததடி	417
பாலே - ரஸ - ஜாலே	51
பாலைப் பொழிந்துதரும்	288
பாலை வனத்திடையே	38
பாலைவனம்	604
பாவியர் சபைதனிலே	526
பாழாம் வெளியும் பதறி	85
பாழுந் தெய்வம்	656
பாற்கட லிடைப்பிறந்தாள்	115

பி

பிணத்தினைப் போற்றேல்	286
பிரான்ஸென்னு முயர்ந்தபுகழ்	349
பிழைக்கும் வழிசொல்ல	392
பிள்ளைக் கனியமுதே	413
பிள்ளைக்குப் பூணூலாம்	305
பிள்ளைப் பருவ	462
பிள்ளைப் பிராயத்திலே	124
பிறந்து மறக்குலத்தில்	398
பிறந்தவர் யாவரும் இறப்ப	230
பிறநாட்டு நல்லறிஞர்	223
பின்னலைப் பின்னின்	415
பின்னும் (ஸ்)மிருதிகள்	652
பின்னோர் இராவினிலே	127

பீ

பீடத்தி லேறிக் கொண்டாள் 108
பீழைக்கு இடங்கொடேல் 286

பு

புகப்புகப் புக வின்பமடா 57
புகழ்வீர் கண்ணன் தகை 104
புகழ்வோம் கணபதிநின் 26
புகழும்நல் லறமுமே 230
புகழே புகழே 558
புகை நடுவினில் 178
புண்ணிடைக் கோல்கொண்டு 525
புத்த பகவன் - எங்கள் 131
புத்தம் புதிய கலைகள் 222
புத்தி விவேக மில்லாதவன் 539
புதியன விரும்பு 286
புதுமைப் பெண்ணிவள் 297
புயமுண்டு குன்றத்தை 130
புல்லடி மைத்தொழில் 184
புலங்க ளோடு கரணமும் 362
புலவர்களே, அறிவு 590
புவியனைத்தும் போற்றிடவான் 348
புள்ளாங் குழல்கொண்டு 415
புள்ளினம் ஆர்த்தன 199
புன்படகு காணாய் 679
புன்றொழிற் கவறதனில் 495
புன்னகை செய்திடுவாள் 126
புன்னகைபூத் தாரியனும் 381
புன்னகையு மின்னிசை 646

பூ

பூட்டைத் திறப்பது 170
பூதங்கள் ஐந்தில் 59
பூதலம் முற்றிடும் வரையும் 208
பூமி இழந்திடேல் 286
பூமிக் கெனையனுப்பினான் 398
பூமித் தெய்வம் விழுங்கிடு 472
பூமி யரசரெல்லாங் 545
பூமியிலே கண்டமைந்து 389
பூமியிலே வழங்கிவரும் 390
பூமியி னும்பொறை மிக்குடை 196
பூலோக குமாரி 51
பூவில் உதிர்வதும் உண்டு 651

பெ

பெட்டையி னோடின்பம் 153
பெண்கள் விடுதலை 301
பெண்டாட்டி தனையடிமை 385
பெண்டு குழந்தைகள் 438
பெண்ண றத்தினை 299
பெண்ணிவள் தூண்ட 549
பெண்ணுக்கு ஞானத்தை 292
பெண்ணுக்கு விடுதலையென் 384
பெண்ணென்று சொல்லிடிலோ 281
பெண்ணென்று பூமிதனி 424
பெண்ணே, உனதழகை 422
பெண்ணொளி வாழ்த்திடுவார் 552
பெண்மை வாழ்கென்று 299
பெரிதினும் பெரிதுகேள் 286
பெருங்கொலை வழியாம் 256
பெற்ற தாயும் பிறந்த 642
பெற்றதென் பேறே 133

பே

பேச்சி னிடையி 476
பேச்சுக் கிடமே தடி 337
பேசாப் பொருளை 31
பேசி நின்ற பெரும் 275
பேய்களுக்கு அஞ்சேல் 286
பேயவள் காண் எங்கள் 198
பேயா யுழலுஞ் சிறுமனமே 175
பேயும் பிசாசுந் திருடரு 438
பேரருட் கடவுள் திருவடி 272
பேர றத்தினைப் பேணுநல் 235
பேரறமும் பெருந்தொழிலும் 477
பேரன்பு செய்தாரில் யாவரே 268
பேராசைக் காரனடா 305

பை

பையப் பையத் தேரடா 656

பொ

பொங்கி யெழுந்து 524
பொந்திலே யுள்ளாராம் 374
பொய்க்கோ உடலும் 232
பொய்சொல்லக் கூடாது 288
பொய்த் தொழிலோன் 665

பொய்மை இகழ் 286
பொய்யு ரைத்து வாழ்வார் 513
பொய்யுறு மாயையை 160
பொய்யொ மூக்கை 500
பொருளாள ரீயவேற் போரி 654
பொருளி லார்க்கிலை 370
பொழுது புலர்ந்தது 199
பொழுது போக்கு 503
பொழுதெல்லாம் எங்கள் 251
பொற்றடந் தேரொன்று 454
பொற்றிருக் குன்றம் 131
பொறிசிந்தும் வெங்கனல் 129
பொறுமையினை, அறக்கடவுள் 376
பொன்மரத் தின்கீழ் 131
பொன்னடியால் என்மனையை 383
பொன்னரசி, நாரணனார் 123
பொன்னவிர் மேனி 392
பொன்னார்ந்த திருவடியை 374
பொன்னிலும் மணிகளிலும் 116
பொன்னிழை பட்டிழையும் 552
பொன்னும் நல்ல மணியும் 111
பொன்னு மணியுமிக 646
பொன்னை உயர்வை 439
பொன்னைப் பொழிந்திடு 53
பொன்னை யே நிகர்த்த 107
பொன்னை யொத்தோர் 144

போ

போந்த நிலைகள் பலவும் 161
போர்க்களத் தேபர 195
போர்செய் வோமெனில் 472
போர்த்தொழில் பழகு 286
போரிடச் செல்வமடா 483
போரினில் யானை 522
போருக்கு வந்தங் 178
போற்றி! உலகொரு மூன்றை 44
போற்றி! கலி யாணி 31
போற்றி தாய் என்று 299,300
போற்றி போற்றி! ஓராயிரம் 296
போற்றி! போற்றி! போற்றி 100
போற்றி போற்றி! ஜயஜய 298
போற்றி வான்செல்வி 216

ம

மகத்தான முனிவரெல்லா 384
மங்கள வாக்கு நித்யானந்த 109
மங்கியதோர் நிலவினிலே 323
மங்கைய ராயவர் 186
மஞ்சன நீர்தவ வேதவி 455
மஞ்சனும் மாமனும் 475
மண்டபங் காண 456
மண்ணகத்தார் இன்பமெலாம் 663
மண்ணாளும் மன்னரவன் 265
மண்ணிலின் பங்களை 230
மண்ணிலே வேலி 595,596
மண்ணினுட் கனிகளிலும் 116
மண்ணுக் குள்ளே அமுதை 625
மண்ணுல கத்துநல் 316
மண்ணுலகத்து மக்களே 623
மண்ணுலகின் மீதினிலே 351
மண்ணெடுத்துக் குடங்கள் 304
மண்வெட்டிக் கூலிதின 305
மதலையர் எழுப்பவும் 200
மதனன் செய்யும் மயக்க 369
மதி, சக்தி தனக்கே 65,66
மதித மக்கென் றிலாதவர் 471
மதியி னும்விதி தான்பெரி 501
மதியுண்டு, செல்வங்கள் 130
மதுநமக்கு மதுநமக்கு 336
மந்திர கீதம் முழக்கினர் 492
மந்திரங்களைச் சோதனை 633
மந்திரங் கற்போம்வினை 190
மந்திரங் கூறுவோம் 625
மந்திரங் கோடி 166
மந்திரம் வலிமை 286
மந்திர வாதியென்பார் 209
மரத்தின் வேரில் அதற்குண 633
மரத்தினை நட்டவன் 294
மருளறக்கற் றோர்கண் 655
மல்லார் திண்தோள் 645
மலரிலே வைத்ததேன் 662
மலரின் மேவு திருவே 111
மலரினில் நீல 341
மலைநா டுடையமன்னர் 448
மலையிலே தான் 123
மழைக் காலம் 606

மழை பெய்கிறது	592,608
மழைபொ ழிந்திடும்	55
மற்றதன் பின்ன	458
மற்றதனை யோர்ந்திடவே	311
மற்றந்தக் கூட்டத்து	311
மற்றிதனைக் கண்டார்	163
மற்று நீயிந்த வாழ்வு	98
மற்று நீரும்இச் சூதெனு	507
மற்றுள பெரியோர்கள்	493
மற்றை நாட்டவர்முன்	272
மற்றைநாள் கண்ட மரத்தே	563
மற்றோர் பெண்ணை	368
மற்றொருநாள் பழங்கந்தை	380
மறமே வளர்த்த	673
மன்னர்க்கு நீதி	467
மன்னர் குலத்தினிடை	431
மன்னர் சூழ்ந்த சபையில்	512
மன்னர் மன்னன் யுதிட்டிரன்	451
மன்னர்மா ளிகையில்	341
மன்னர்மிசைச் செல்வர்	660
மன்னரையும் பொய்ஞ்ஞான	344
மன்னவர், தம்மை மறந்து	523
மன்னவர் நீதி	462
மன்னவன் கோயிலிலே	492
மன்னவனே! தமிழ்நாட்டில்	348
மன்னன் அழைத்தனன்	535
மன்னியபுகழ்ப் பாரத தேவி	249
மன்னும் இமயமலை	191
மனதில் உறுதி வேண்டும்	155
மனம், சக்தி தனக்கே	62,63,64
மனம் தெய்வம், சித்தம்	582
மனமெனும் பெண்ணே	176
மனிதரில் ஆயிரம் ஜாதி	651
மனித ருணவை மனிதர்	213

மா

மாகாளி பராசக்தி உமையா	373
மாகாளி பராசக்தி உருசிய	279
மாகாளி பராசக்தி துணை	375
மாங்கொட்டைச் சாமிபுகழ்	382
மாட்டை யடித்து	301
மாடனைக் காடனை	161
மாடி ழுந்து விட்டான்	505
மாண்டார்க் கழுவதென்னே	671
மாதமோர் நான்காநீர்	118
மாதர்க் குண்டு சுதந்திரம்	296
மாதர்தம் இன்பம்	467
மாதர் தம்மை இழிவு	236
மாதர் தீங்குரற் பாட்டில்	120
மாதர் முகத்தை நினக்கினை	139
மாதரைக் கற்பழித்து	253
மாதரையும் மக்களையும்	231
மாத ரோடு மயங்கி	334
மாதவன் சக்தியினை	115
மாத விடாயி லிருக்கிறாள்	537
மாதா பராசக்தி வை	123
மாதா, வாய் விட்டலற	263
மாமது ரைப்பதி சென்றுநான்	409
மாமனைத் தூக்காயென்பார்	527
மாமுனிவர் தோன்றி மண	646
மாயச் சூதி னுக்கே	502
மாயத்தை யேஒரு வாக்கிய	521
மாயை பொய்யெனல்	359
மார்பி லணிவதற்கே	414
மார்பிலே துணியை	549
மாரத வீரர் மலிந்த	191
மார நம்புக ளொன்மீது	107
மாலைகள் புரண்டசையும்	443
மாலைகள் பொன்னும்முத்தும்	448
மாலைப் பொழுதிலொரு	428
மாலைப்போ தாதலுமே	488
மாறுத லின்றிப் பராசக்தி	59
மானக் குலைவும்	560
மானத்தால் வீழ்ந்து	276
மானத்தைக் காக்கவோர்	438
மானம் சிறிதென்றெண்ணி	253
மானம் போற்று	286
மானுடர் உழாவிடினும்	173
மானுட ஜன்மம் பெறு	230

மி

மிக்க நலமுடைய மரங்கள்	421
மிகத்தகைப்படு களியினிலே	57
மிகப்பொன் னுடையோன்	678
மிஞ்சிய அருளால்	133
மிடிமையில் அழிந்திடேல்	286

மிடிமையும் அச்சமும்	439
மிதிலை எரிந்திட	195
மின்ன லனையதிறல்	326

மீ

மீளுவமங் கொருபகலில்	387
மீளுமாறு உணர்ந்துகொள்	286
மீன்கள் செய்யும் ஒளியை	73
மீனாடு கொடியுயர்த்த	660

மு

முக்தியென் றொருநிலை	43
முத்தமிழ் மாமுனி	219
முத்துக் குளிப்பதொரு	189
முப்பது கோடி முகமுடை	196
முப்பதுகோடி வாய்	215
முப்பது கோடி ஜன	213
முருகா! முருகா! முருகா!	35
முற்றத்தி லேயுங் கழனி	153
முறையே நடப்பாய்	27
முன்பி ருந்ததொர்	500
முன்னறி யாப்புது	247
முன்னாளில் இராமபிரான்	263
முன்னாளில் ஐயரெல்லாம்	305
முன்னை இலங்கை அரக்கர்	194
முன்னை இவன்செய்த	463
முன்னை மிகப்பழமை	432
முனையிலே முகத்துநில்	286

மூ

மூச்சை யடைத்த தடா!	455
மூடப் புலைமையினோன்	531
மூப்பினுக்கு இடங்கொடேல்	286
மூர்த்திகள் மூன்று	60
மூலப் பழம்பொருளின்	60
மூன்று குலத்தமிழ் மன்னர்	221

மெ

மெய்த்தவர் பலருண்டாம்	443
மெய்ந்நெறி யுணர்விதுரன்	445
மெய்மை கொண்ட நூலையே	212
மெய்யை, சக்தி தனக்கே	61
மெல்லத் தெரிந்துசொல்	287
மெல்லிய மேகத் திரைக்குள்	141
மெள்ளப் பலதெய்வம்	162

மே

மேலோர்கள் வெஞ்சிறையில்	231
மேலோர் புகழை	681
மேவி மேவித் துயரில்	33
மேழிகொடு நிலமுழுது	357
மேழி போற்று	287
மேற்றி சைப்பல நாட்டினார்	235
மேன்மேலும் நினைந்தழுதல்	381
மேன்மைப் படுவாய்	29
மேனி கொதிக்கு	433

மை

மையல் கொடுத்துவிட்டு	423
மையுறு வாள்விழி	160

மொ

மொய்க்குங் கவலை	34
மொய்க்கும் மேகத்தின்	363
மொய்ம்புறத் தவஞ்செய்	287

மோ

மோகத்தைக் கொன்றுவிடு	49
மோகனப் பாட்டு	559
மோனம் போற்று	287

மௌ

மௌட்டியந் தனைக்கொல்	287

ய

யந்திர சாலையென்பர்	252
யவனர்போல் முயற்சிகொள்	287

யா

யாகத்தி லேதவ	188
யாண்டுமிந்த இன்பவெள்ளம்	164
யாணர்க்கு உறையுளா	648
யாது நேரினும் எவ்வகை	451
யாது மாகி நின்றாய்	75
யாது மாகி நின்றாய் காளீ	76
யாதுமாம் ஈசவெள்ளம்	164
யாமறிந்த புலவரிலே	223

யாமறிந்த மொழிகளிலே	223
யார்க்கும் குடியல்லேன்	159
யாருக்கே பகையென்	277
யாரும் பணிந்திடும்	293
யாரும் வகுத்தற் கரிய	196
யாரையும் மதித்துவாழ்	287
யாவருக் கும்பொது வாயினும்	485
யாவன்நீ? நினக்குள்ள	379
யாவு மே சுக முனி	107
யாழ்ப்பாணத் தையனை	383
யானே யாகி என்ன	405

யோ

யோகத்தி லேநிக ரற்றவள்	197
யோகந்தான் சிறந்ததுவோ	323

யௌ

யௌவனம் காத்தல் செய்	287

ர

ரஸத்திலே தேர்ச்சிகொள்	287

ரா

ராக ஸமுத்ர	117
ராஜமகா ராஜேந்திர	348
ராஜஸம் பயில்	287

ரீ

ரீதி தவறேல்	287

ரு

ருசிபல வென்றுணர்	287

ரூ

ரூபம் செம்மைசெய்	287

ரே

ரேகையில் கனிகொள்	287

ரோ

ரோதனம் தவிர்	287

ரௌ

ரௌத்திரம் பழகு	287

ல

லவம்பல வெள்ளமாம்	287

லா

லாகவப் பயிற்சிசெய்	287

லீ

லீலை இவ்வுலகு	287

லு

(உ)லுத்தரை இகழ்	287

லோ

(உ)லோகநூல் கற்றுணர்	287

லௌ

லௌகிகம் ஆற்று	287

வ

வசிட்ட ருக்கும் இராமருக்கும்	367
வஞ்ச கத்தினில் வெற்றியை	498
வஞ்ச மற்ற தொழில்	120
வட்டங்க விட்டுங் குளமக	41
வடக்கில் இமயமலை	289
வடகோடிங் குயர்தென்னே	375
வண்டி இழுக்கும்நல்ல	288
வண்டுதேன் உண்ண	662
வண்ணங்கள் வேற்றுமை	293
வண்மையால் வீழ்ந்து	276
வண்மையி லேஉள	187
வந்து விருந்து களித்திட	479
வந்தே மாதரம் என்று	230
வந்தே மாதரம் வந்தே	185
வந்தே மாதரம் ஜய	185
வந்தே மாதரமென்போம்	184
வந்தே மாதர மென்றுயிர்	251
வயது முதிர்ந்துவிடினும்	400
வயது முற்றிய பின்னுறு	361
வயலிடை யினிலே	319
வயிற்றுக்குச் சோறிட	295
வயிற்றுக்குச் சோறுண்டு	294
வரமே நமக்கிது	26
வருக செல்வ! வாழ்கமன்	353

வருணன்மித்ரன்	145
வருவதை மகிழ்ந்துண்	287
வருவாய் மயில்மீ தினிலே	35
வருவாய் வருவாய் வருவாய்	99
வல்லவன் ஆக்கிய	475
வல்லவன் வென்றிடு	499
வல்ல வேல்முரு கன்தனை	38
வலிமை சேர்ப்பது	299
வலிமைமைந்தன்	145
வலிமை யற்ற தோளினாய்	211
வலிமை யுடையது	294
வலிமை வலிமை என்று	326
வலியிலாதார்	145
வலியிழந் திருக்கும்	273
வள்ளுவன் தன்னை	219
வன்னக் கிளி! வந்தே	205
வன்னச் சுடர்மிகுந்த	310

வா

வாக்கினுக் கீசனையும்	551
வாகார் தோள் வீரா, தீரா	95
வாடி நில்லாதே - மனம்	133
வாணி கலைத்தெய்வம்	123
வாணி தன்னை என்றும்	111
வாணியைச் சரண்புகுந்தேன்	442
வாதுநின் னோடு	468
வாய், சக்தி தனக்கே	61
வாயினால் சொல்லிடவும்	378
வாயு வாகி வெளியை	83
வாராய், இடுக்கணினும்	679
வாராய் இளஞ்சுகமே	206
வாராய்! கவிதையாம்	328
வாராய் நிலவே வையை	625
வாரிதியாம் கோளரியே	680
வாலிகன் தந்ததொர்	492
வாழ்க தமிழ்மொழி	224
வாழ்க திலகன் நாமம்	266
வாழ்கதேவர்! வாழ்க	146
வாழ்க நிரந்தரம்	224
வாழ்கநீ! எம்மான், இந்த	255
வாழ்க பராசக்தீ	320
வாழ்க புதுவை	32
வாழ்க மனைவியாம்	327

வாழ்வு பெருக்கும் மதியே	58
வாழ்வு முற்றும் கனவென	359
வாழ்வை நினைந்தபின்	178
வாழி புனைந்து மஹேசுவர	74
வாழிய செந்தமிழ்	229
வாழிய முனிவர்களே	93
வான கத்தி னொளியை	77
வானகத்தைச் சென்று	143
வானகத்தோ டாடல்செய	679
வானகமே, இளவெயிலே	165
வானத்து மீன்களுண்டு	395
வானத்துள் வானவாய்	551
வானந் தம்புகழ் மேவி	340
வான நடுவிலே மாட்சியுற	565
வான நீர்க்கு வருந்தும்	403
வானநூல் பயிற்சிகொள்	287
வானம் அறிந்த தனைத்தும்	224
வானம் சிந்தது	318
வானமழை நீயெனக்கு	435
வான மழைபொழிதல்	325
வானமழை யில்லையென்றால்	231
வான மளந்த தனைத்தும்	224
வான மெங்கும் பரிதியின்	324
வானவெளி என்னும்	588
வானில் பறக்கின்ற	166
வானை நோக்கி	144

வி

விகருணன் சொல்லை	549
விசையன் கொலிவனே	132
விசையுறு பந்தினைப்போல்	48
விட்டு விடுதலை யாகி	153
விடியு நல்லொளி காணுதி	303
விடுத லைக்கு மகளிரேல்	303
விடுத லைபெறு வீர்விரை	203
விடுதலை! விடுதலை	236
விண்டு ரைக்க, அறிய	83
விண்டுரை செய்குவன்	31
விண்ணகத்தே இரவிதனை	268
விண்ணள வுயர்ந்த	350
விண்ணில் தெரிகின்ற	166
விண்ணி லிரவிதனை	230
விண்ணும் மண்ணும்	78

விண்ணை யிடிக்கும் 220
விதிசெயும் விளைவினுக்கே 474
விதிதான் எதிர்த்துவர 680
விதியிட்ட காலத்திலே 669
விதியே வாழி! விநாயகா 34
விதியை நோவர்,தம் 362
விதிவழிநன் குணர்ந்திடினும் 515
விதி! விதி! விதி! மகனே 474
விதுரன் வருஞ்செய்தி 478
விதுரனுஞ் சொல்லுகிறான் 481
விதையினைத் தெரிந்திடு 287
விந்தைத் திலகரர விந்த 661
விந்தைவிந்தை யாகவெனக்கே 395
விப்பிர ராதிய நால்வரு 453
விம்மி யழுதாள்: - விதியோ 542
வியப்புமிகு புத்திசையில் 349
விரிந்த பெரும்புறங்கள் 679
விரியும் அறிவுநிலை 325
விருத்திராதி தானவர்க்கு 154
விரைந்துன் திருவுள 32
வில்லர்வாழ்வு குன்றி 192
வில்லினை எடடா 133
வில்லினை யொத்த புருவம் 36
விளக்கி லேதிரி நன்கு 307
விளக்கொளி மழுங்கி 278
விளையாட வாவென் 416
விஷ்ணும் பிதரம் 677

வீ

வீசுகமழ் நீயெனக்கு 435
வீட்டிலுள்ள பழக்கமே நாட்டி 385
வீட்டுமன் தானிருந்தான் 494
வீட்டு ளேநரி யை 507
வீடு தோறும் கலையின் 121
வீடும் உறவும் வெறுத்தாலும் 269
வீடு றாவணம் யாப்பதை 367
வீணையடி நீயெனக்கு 435
வீதிக் கதவை அடைப்பதும் 316
வீமன் திறலு மவற்கிளைய 645
வீமன் மூச்சுவிட்டான் 518
வீமன் வளர்ந்த விறல்நாடு 270
வீமனும் அனுமானும் காற்றின் 605
வீமனும் திகைத்துவிட்டான் 483
வீம னுரைத்தது போலவே 484
வீம னெழுந்துரை செய்வான் 553
வீமாதி வீரர் விளிந்தெங்கு 646
வீர சுதந்திரம் வேண்டிநின் 230
வீரத்தால் வீழ்ந்து 276
வீரத் திருவிழிப் பார்வையும் 39
வீர மிக்க மராட்டியர் 267
வீரமிலா மனிதர்சொலும் 387
வீரர் தெய்வதம், கர்ம 97
வீரர்முப் பத்திரண்டு 201
வீரனுக் கேயிசைவார் 469
வீரியம் பெருக்கு 287
வீரிய வடிவம்! - என்ன 133
வீழ்த்தல்பெறத் தருமமெலாம் 265
வீழ்ந்தன சிலவாம் 319
வீற்றிருந்தே கிக்கிக்கீ 310

வெ

வெஞ்சமர் செய்திடு 456
வெட்டவெளி யாயறிவாய் 163
வெட்டி யடிக்குது மின்னல் 317
வெட்டுக் கனிகள்செய்து 189
வெடிப்புறப் பேசு 287
வெடிபடும் அண்டத் திடிபல் 85
வெண்ணிலவு நீயெனக்கு 435
வெண்ணிலாக் கதிர்மகிழ் 215
வெண்மை வளர்இம 197
வெம்மை மிகுந்த பிரதேச 613
வெய்ய கர்மப் பயன்களில் 371
வெய்ய சிறைக்குள்ளே 249
வெய்ய தான விதியை 500
வெருளுத லறிவென் 277
வெல்வதெங் குலத்தொழிலாம் 472
வெள்ளமடா தம்பி 164
வெள்ளலைக் கைகளை 36
வெள்ளிப் பனிமலையின் 189
வெள்ளைக் கமலத்திலே 442
வெள்ளைத் தாமரைப் பூவில் 120
வெள்ளைத் திரையாய் 679
வெள்ளை நிலாவிங்கு 41
வெள்ளை நிறத்தவர்க்கே 247
வெள்ளை நிறத்தைக் கண்டால் 246
வெள்ளை நிறத்தொரு 293

வெள்ளை மலர்மிசை	54	வேலைப் பணிந்தால்	129
வெற்றி எட்டுத் திக்கும்	291	வேள்விக்கு நாங்கள்	479
வெற்றி ஐந்து புலன்மிசை	333	வேள்விப் பொருளினையே	526
வெற்றி சூறுமின்	202	வேள்வியில் அன்றந்த	459
வெற்றி கொண்ட கையினாய்	212	வேள்வியில் வீழ்வ	277
வெற்றிகொள் படையினிலும்	116	வேளாளன் சிறைபுகுந்தான்	271
வெற்றி கொள்ளும்	333	வேற்று நாடுகளில்	273
வெற்றி செயலுக்குண்டு	147	வேறு தேயத் தெவரது	368
வெற்றியை வேண்டேன்	133	வேறு வேறு பாஷைகள்	211
வெற்றி வடிவேலன்	128		
வெற்றி வேற்கை	466	**வை**	

வே

வேகம் கவர்ச்சி முதலிய	59	வைகறையின் செம்மை	585
வேடம்பல் கோடியோர்	161	வையத்துக் கில்லை	52
வேடர் கனியை விரும்பியே	39	வையத்தே சடவஸ்து	656
வேண்டிய கேள்விகள்	535	வையகம் காத்திடுவாய்	552
வேண்டிய கொடுத்திடுவாள்	397	வையகம் காப்பவ ரேனும்	652
வேண்டுமடி எப்போதும்	154	வையத் தலைமைகொள்	287
வேண்டுமென விளக்கில்	631	வையத்து மானுடரே	670
வேண்டுவ வெலாம்	164	வையத்தே சடமில்லை	656
வேண்டுவோர் வேட்கையாய்	163	வையம் முழுதும் படைத்தளி	59
வேதங்கள் கோத்துவைத்தான்	399		
வேதங்கள் பாடுவள்	198	**வெள**	
வேதத் திருவிழியாள்	442		
வேதம் நிறைந்த தமிழ்நாடு	219	வெளவுதல் நீக்கு	287
வேதம் படிக்கவும்	302		
வேதம் பாடிய சோதியை	135	**ஜ**	
வேதம் புதுமைசெய்	287		
வேத மந்திர நாத	335	ஜய சோம, ஜய சோம	138
வேத மறிந்தவன்	291	ஜய பேரிகை கொட்டடா	152
வேதமஹா மந்த்ர ரஸ	117	ஜயமுண்டு, பயமில்லை	130
வேத முடையதிந்த	289	ஜயஜய பவானி! ஜயஜய	238
வேதமுனி போன்றார்	269	ஜயஜய பாரத	185
வேத வானில் விளங்கி	97		
வேத வுபநிடத மெய்ந்நூல்க	646	**ஜா**	
வேரும் வேரடி மண்ணு	404	ஜாதிச் சண்டை போச்சோ	245
வேலாயுத விருதினை	157	ஜாதி நூறு சொல்லுவாய்	211
		ஜாதி மதங்களை	184

ஹ

ஹரி, ஹரி, ஹரி என்றாள்	550